AF797561

INSIGHT PUBLICA®

INSIGHT PUBLICA

Nadakkave, Kozhikode, Kerala
Tel:0495-4020666
www.insightpublica.com
e-mail: insightpublica@gmail.com

Parayipetta Panthirukulavum Muppathu kadhakalum

Aithihyamala

(Malayalam)

Kottarathil Sankunni

First Insight Edition : January 2017
This Edition: March 2020

Copyright©Reserved
All Rights reserved. No part of this publication may be reproduced, stored in a retrieval system, or transmitted, in any form, or by any means, electronic, mechanical, photo copying, recording or otherwise, without the prior permission of the publisher.

ISBN 978-93-85899-72-0
Published by
Insightinpublica Publishers Pvt. Ltd.
Printed at Repro India Limited, India
₹ 330

പറയിപെറ്റ പന്തിരുകുലവും മുപ്പതുകഥകളും

ഐതിഹ്യമാല

കൊട്ടാരത്തിൽ ശങ്കുണ്ണി

INSIGHT PUBLICA®

കൊല്ലവർഷം 1030 മീനം 23-ാംനു (1855 മാർച്ച് 23) കോട്ടയത്ത് വാസുദേവനുണ്ണിയുടെ രണ്ടാമത്തെ പുത്രനായി ജനിച്ചു. യഥാർത്ഥപേര് വാസുദേവൻ. അച്ഛന്റെപേരും ഇതുതന്നെയായിരുന്നതിനാൽ ആദ്യം തങ്കു എന്നും പിന്നീട് തങ്കു മാറി 'ശങ്കു' എന്നും വിളിപ്പേരുവന്നു. ജാതിപ്പേരായ ഉണ്ണി ചേർത്ത് പില്ക്കാലത്ത് ശങ്കുണ്ണി എന്നു പ്രസിദ്ധനായി. കുഞ്ഞിക്കുട്ടൻ തമ്പുരാന്റെ നിർബന്ധത്തിനു വഴങ്ങിയാണ് 36-ാമത്തെ വയസ്സിൽ (1891) സുഭദ്രാഹരണം മണിപ്രവാളം എഴുതിയത്. പിന്നീട് കേശവദാസചരിതം രചിച്ചതും തമ്പുരാന്റെ നിർബന്ധത്താലായിരുന്നു. 1881 മുതൽ പന്ത്രണ്ടു വർഷത്തോളം ശങ്കുണ്ണി വിദേശീയരായ ബ്രിട്ടീഷ് ഉദ്യോഗസ്ഥരേയും മറ്റും മലയാളം പഠിപ്പിക്കുവാൻ തുടങ്ങി. 1893-ൽ മാർ ദിവാന്നാസ്യോസ് സെമിനാരി ഹൈസ്കൂളിലെ ആദ്യ മലയാളം മുൻഷിയായി.

അതിനിടെ അദ്ദേഹം തന്റെ വിവിധങ്ങളായ സാഹിതീസപര്യയ്ക്കു തുടക്കംകുറിച്ചു. കൊടുങ്ങല്ലൂർ കുഞ്ഞിക്കുട്ടൻ തമ്പുരാൻ, കവി കേരളവർമ്മ വലിയ കോയിത്തമ്പുരാൻ തുടങ്ങിയ പ്രമുഖരുമായി അക്കാലത്ത് ഏറെ ഇടപഴകി. ആയിടെ കണ്ടത്തിൽ വറുഗീസ് മാപ്പിള കോട്ടയത്തു തുടങ്ങിവെച്ച മലയാള മനോരമയിലും (1888) ഭാഷാപോഷിണിസഭയിലും (1892) സഹകരിച്ചു.

1898 മുതൽ ഐതിഹ്യമാലയുടെ രചന തുടങ്ങി. വറുഗീസ് മാപ്പിളയുടെ പ്രേരണമൂലം മനോരമയിലും ഭാഷാപോഷിണിയിലും ഖണ്ഡശഃ പ്രസിദ്ധീകരിക്കാനായിട്ടായിരുന്നു ഐതിഹ്യമാല തുടങ്ങിവെച്ചതെങ്കിലും പിന്നീട് ഏതാണ്ട് ശങ്കുണ്ണിയുടെ മരണംവരെ രചന തുടർന്നുപോന്ന ഒരു പുസ്തകപരമ്പരയായി ഐതിഹ്യമാല മാറി. തിരുവിതാംകൂർ, കൊച്ചി, ബ്രിട്ടീഷ് മലബാർ എന്നീ രാജസദസ്സുകളിൽനിന്നും എണ്ണമറ്റ സ്ഥാനങ്ങളും സമ്മാനങ്ങളും അദ്ദേഹത്തെ തേടിയെത്തി. ഇക്കൂട്ടത്തിൽ 1904-ൽ കൊച്ചി രാജാവ് സമ്മാനിച്ച 'കവിതിലകം' എന്ന സ്ഥാനവും സ്വർണ്ണമെഡലും എടുത്തുപറയേണ്ടതാണ്.

മണിപ്രവാള കൃതികൾ, നാടകങ്ങൾ, പരിഭാഷകൾ, കല്പിതകഥകൾ, ആട്ടക്കഥകൾ, കിളിപ്പാട്ട്, കൈകൊട്ടിപ്പാട്ട്, തുള്ളൽപ്പാട്ട്, വഞ്ചിപ്പാട്ട്, ഗദ്യപ്രബന്ധങ്ങൾ എന്നീ വിഭാഗങ്ങളിലായി അറുപതു കൃതികൾ രചിച്ചിട്ടുണ്ട്.

കൊട്ടാരത്തിൽ ശങ്കുണ്ണി

ഉള്ളടക്കം

പറയിപെറ്റ പന്തിരുകുലം

ചരിത്രപ്രസിദ്ധനായ ഗോവിന്ദസ്വാമികളുടെ പുത്രനും മലയാളത്തിൽ നടപ്പുള്ള വാക്യം, പരല്പേര് മുതലായ ജ്യോതിശ്ശാസ്ത്രഗ്രന്ഥങ്ങളുടെ നിർമാതാവെന്നു പറയപ്പെടുന്ന ആളുമായ വരരുചി എന്ന ബ്രാഹ്മണോത്തമനെക്കുറിച്ച് കേട്ടിട്ടില്ലാത്തവർ അധികമുണ്ടെന്നു തോന്നുന്നില്ല. ഇദ്ദേഹം വിക്രമാദിത്യരാജാവിന്റെ സേവകനായിട്ടു താമസിച്ചിരുന്നു. വരരുചി സകലശാസ്ത്രപാരംഗതനും നല്ല പൗരാണികനും ആയിരുന്നതിനാൽ രാജാവിനു ശാസ്ത്രസംബന്ധമായോ പുരാണസംബന്ധമായോ വല്ല സംശയവും നേരിട്ടാൽ ഇദ്ദേഹത്തോടു ചോദിച്ചാണ് അത് തീർക്കുക പതിവ്.

അങ്ങനെയിരിക്കെ കാലത്ത് ഒരു ദിവസം രാജാവ് 'രാമായണത്തിൽ പ്രധാനമായ വാക്യമേതാണ്?' എന്ന് ഈ ബ്രാഹ്മണനോട് ചോദിച്ചു. ഈ ചോദ്യത്തിനു തക്കതായ ഉത്തരം പറയാൻ തോന്നായ്കയാൽ വരരുചി വിഷണ്ണനായിത്തീർന്നു. ഉടനെ രാജാവ് 'എന്നാൽ എവിടെയെങ്കിലും പോയി, ആരോടെങ്കിലും ചോദിച്ചറിഞ്ഞു നാല്പത്തൊന്നുദിവസം കഴിയുന്നതിനുമുമ്പ് ഇവിടെവന്നു പറയണം. അങ്ങനെ ചെയ്യില്ലെങ്കിൽ പിന്നെ താൻ ഇവിടെ വരണമെന്നില്ല. എനിക്കു തന്നെ കാണുകയുംവേണ്ട' എന്നു പറഞ്ഞു. രാജാവിന്റെ കല്പന കേട്ടപ്പോൾ വരരുചിയുടെ ഹൃദയം വിഷാദവും വിചാരവുംകൊണ്ടു നിറഞ്ഞു. ഉടനെ അദ്ദേഹം അവിടെനിന്നു പുറപ്പെട്ടുപോവുകയും ചെയ്തു.

തദനന്തരം വരരുചി പല സ്ഥലങ്ങളിലും സഞ്ചരിച്ച്, പല യോഗ്യന്മാരേയും കണ്ടു ചോദിച്ചു. എങ്കിലും രാമായണത്തിലെ എല്ലാശ്ലോകങ്ങളും വാക്യങ്ങളും പ്രധാനം തന്നെ. അല്ലാതെ അതിനുണ്ടോ വ്യത്യാസം 'നഹി ഗുളഗുളികയാം ക്വാപി മാധുര്യഭേദഃ' എന്നും മറ്റും പലരും പലവിധം പറഞ്ഞതല്ലാതെ ശരിയായ മറുപടി ആരിൽനിന്നും കിട്ടിയില്ല. അങ്ങനെ നാല്പതുദിവസം കഴിഞ്ഞു. ബ്രാഹ്മണനു വ്യസനം സഹിക്കവഹിയാതെയും ആയിത്തീർന്നു. രാജാവിന്റെ അടുക്കലുള്ള സേവപോകുമെന്നുതന്നെയല്ല, സർവജ്ഞനെന്നു സർവരാലും സമ്മതിക്കപ്പെട്ടിരിക്കുന്ന തനിക്ക് ഇതറിഞ്ഞുകൂടെന്നു വരുന്നത് ഏറ്റവും അവമാനകരവും ആണല്ലോ. ഈ അവമാനം സഹിച്ചുകൊണ്ട് സ്വദേശത്തു താമസിക്കുന്നതിൽ ഭേദം മരിക്കതന്നെയാണ് എന്നിങ്ങനെയൊക്കെ വിചാരിച്ചുംകൊണ്ടു ഭക്ഷണവുംകൂടാതെ ആ സാധുബ്രാഹ്മണൻ പകൽ മുഴുവനും അലഞ്ഞുനടന്നു. രാത്രിയായപ്പോൾ ഒരു വനാന്തരത്തിൽ ഒരാൽത്തറയുടെ അടുക്കൽ ചെന്നുചേർന്നു. വിശപ്പും ദാഹവും ക്ഷീണവും വ്യസനവും സഹിക്കവഹിയാതെ ആ ആൽത്തറയിൽ കയറിക്കിടന്നു. ഉടനെ

ക്ഷീണംകൊണ്ടു മയക്കവുമായി. അദ്ദേഹം കിടന്ന സമയം 'വനദേവതമാർ എന്നെ രക്ഷിക്കട്ടെ' എന്നു പറഞ്ഞുംകൊണ്ടാണ് കിടന്നത്.

നേരം ഏകദേശം പാതിരയായപ്പോഴേക്ക് ചില ആകാശസഞ്ചാരികളായ ദേവതമാർ ആ ആലിന്മേൽ വന്നുകൂടി. ആ ആലിന്മേൽ സ്ഥിരവാസിനികളായ ദേവതമാരെ വിളിച്ച് 'നിങ്ങൾ വരുന്നില്ലേ? ഇപ്പോൾ ഒരു സ്ഥലത്ത് പ്രസവമുണ്ട്. ഞങ്ങൾ അവിടെ പോവുകയാണ്. ചോരയും നീരും കുടിക്കണമെങ്കിൽ വരുവിൻ' എന്നു പറഞ്ഞു. അപ്പോൾ ആ ആലിന്മേലിരുന്ന ദേവതമാർ 'ഞങ്ങൾക്കു വരാൻ നിവൃത്തിയില്ല. ഇവിടെ ഒരു വിശിഷ്ടനായ ബ്രാഹ്മണൻ വന്നു കിടക്കുന്നു. ഇദ്ദേഹം സ്വരക്ഷാർഥം ഞങ്ങളെ പ്രാർത്ഥിച്ചുകൊണ്ടാണ് കിടന്നത്. അതിനാൽ നിങ്ങൾ പോയി തിരിച്ചുവരുമ്പോൾ ഇതിലേ വന്നു വിവരം പറഞ്ഞുവേണം പോകാൻ' എന്നു പറഞ്ഞു. എന്നാലങ്ങനെയാകട്ടെ എന്നു പറഞ്ഞ് ആ വനദേവതമാർ പോവുകയുംചെയ്തു.

അന്ത്യയാമമായപ്പോൾ വരരുചി ഉണർന്നുവെങ്കിലും വ്യസനത്തോടുകൂടി ഓരോന്നുമോർത്തു കണ്ണുമടച്ചു കിടന്നതല്ലാതെ എഴുന്നേറ്റില്ല. അപ്പോൾ മുമ്പേപോയ ദേവതമാർ വീണ്ടും അവിടെ വന്നുചേർന്നു. ഉടനെ ആലിന്മേൽ ഉണ്ടായിരുന്ന ദേവതമാർ 'പ്രസവമെവിടെയായിരുന്നു? കുട്ടിയെന്താണ്? എന്നു ചോദിച്ചു. അപ്പോൾ ദേവതമാർ 'ഒരു പറയന്റെ അവിടെയായിരുന്നു പ്രസവം. കുട്ടി പെണ്ണാണ്' എന്നു പറഞ്ഞു. 'അവളെ വിവാഹം ചെയ്യുന്നത് ആരായിരിക്കും?' എന്ന് ആലിന്മേലുണ്ടായിരുന്നവർ വീണ്ടും ചോദിച്ചപ്പോൾ വന്നവർ 'അത് മാം വിദ്ധി' എന്നറിഞ്ഞുകൂടാത്ത ഈ വരരുചിയാണ്. നേരം വെളുക്കാറായി. ഞങ്ങൾ ഇനി താമസിക്കുന്നില്ല. ശേഷമൊക്കെ പിന്നെപ്പറയാം' എന്നു പറഞ്ഞ് ഉടനെ പോവുകയുംചെയ്തു.

ഏറ്റവും ബുദ്ധിശാലിയായ വരരുചിക്കു ദേവതമാരുടെ ഈ വാക്കുകേട്ടപ്പോൾ തന്റെ കാര്യം സാധിച്ചതിലുള്ള സന്തോഷവും ഭാവിയായ അധഃപതനത്തെക്കുറിച്ചു വിചാരിച്ചുള്ള വിഷാദവും ഒന്നുപോലെ ഹൃദയത്തിൽ തിങ്ങിവശായി. അധഃപതനം കൂടാതെ കഴിക്കുന്നതിനു തക്കതായ ഒരുപായം ആലോചിച്ചു നിശ്ചയിച്ചുംകൊണ്ടു സന്തോഷത്തോടുകൂടി എണീറ്റു. അപ്പോഴേക്കും നേരവും വെളുക്കയാൽ ഉടനെ അവിടെനിന്നു പുറപ്പെട്ടു.

നാല്പത്തൊന്നാം ദിവസമായിട്ടും വരരുചിയെ കാണാഞ്ഞിട്ട് രാജാവിനു വിഷാദമായിത്തീർന്നു. എങ്കിലും സഭാവാസികളായ വിദ്വാന്മാർക്കെല്ലാം വളരെ സന്തോഷമാണുണ്ടായത്. വരരുചി അവിടെ ഉണ്ടായിട്ടാണ് രാജാവ് അവരെ വേണ്ടവണ്ണം ആദരിക്കാത്തതും അവരുടെ ഖ്യാതി പൊങ്ങാത്തതും എന്നും മറ്റും വിചാരിച്ച് അവർക്കെല്ലാവർക്കും വരരുചിയെക്കുറിച്ച് അത്യന്തം അസൂയയുണ്ടായിരുന്നു. രാജസഭ കൂടിയപ്പോൾ രാജാവ്, 'കഷ്ടം നമ്മുടെ വരരുചിയെ കണ്ടില്ലല്ലോ? അദ്ദേഹം അവമാനം വിചാരിച്ച് പ്രാണത്യാഗം ചെയ്തതോ, രാജ്യം വിട്ടുപോയതോ എന്തോ? അതില്ല, സർവശാസ്ത്രതത്ത്വജ്ഞനും വിശിഷ്ടനുമായ അദ്ദേഹം ഏതു വിധവും നമ്മുടെ ചോദ്യത്തിനു തക്കതായ മറുപടി മനസ്സിലാക്കിക്കൊണ്ടു വരാതെയിരിക്കുകയില്ല' എന്നും മറ്റും വിചാരിച്ചുകൊണ്ടിരിക്കുമ്പോൾ സന്തോഷസമേതം വരരുചിയും അവിടെ എത്തി. അദ്ദേഹത്തിന്റെ മുഖപ്രസന്നത കണ്ടപ്പോൾതന്നെ കാര്യം സാധിച്ചു എന്നു രാജാവിനും സഭാവാസികളായ എല്ലാവർക്കും മനസ്സിലായി. ഉടനെ രാജാവ് 'എന്തായി, മനസ്സിലായോ?' എന്നു ചോദിച്ചു.

വരരുചി: ദൈവകാരുണ്യത്താലും ഗുരുകടക്ഷംകൊണ്ടും മാന്യന്മാരായ നിങ്ങളുടെയൊക്കെ അനുഗ്രഹമാഹാത്മ്യത്താലും ഒരു വിധം മനസ്സിലായി എന്നുതന്നെ പറയാം.

രാജാവ്: ഏതു ശ്ലോകമാണ്, ഏതു വാക്യമാണ്? കേൾക്കട്ടെ.

വരരുചി: രാമായണത്തിൽ പ്രധാനമായ ശ്ലോകം,

'രാമം ദശരഥം വിദ്ധി മാം വിദ്ധി ജനകാത്മജാം
അയോദ്ധ്യാമടവീം വിദ്ധി ഗച്ഛ താത യഥാസുഖം' എന്നുള്ളതാണ്.ഇതിൽ പ്രധാനമായിട്ടുള്ള വാക്യം 'മാം വിദ്ധി ജനകാത്മജാം' എന്നുള്ളതുമാണ്.

ഇതു കേട്ടപ്പോൾ സഭയിലുണ്ടായിരുന്നവരെല്ലാം ശരി ശരി എന്ന് ഐകകണ്ഠ്യേന സമ്മതിച്ചു. രാജാവ് സന്തോഷസമന്വിതം എണീറ്റു വരരുചിയുടെ കൈയ്ക്കു പിടിച്ച് അർധാസനം കൊടുത്തിരുത്തി.

പിന്നെ വിലതീരാതെകണ്ടുള്ള ആഭരണങ്ങളും അനവധിസുവർണ രത്നങ്ങളും അദ്ദേഹത്തിനു സമ്മാനം കൊടുത്തു സന്തോഷിപ്പിക്കുകയും തന്നോടുകൂടി യഥാപൂർവം താമസിച്ചുകൊള്ളുന്നതിനനുവദിക്കുകയും ചെയ്തു.

തദനന്തരം വരരുചി മേല്പറഞ്ഞ ശ്ലോകത്തിന്റെ അർത്ഥം പത്തു വിധത്തിൽ വ്യാഖ്യാനിച്ചു രാജാവിനെ കേൾപ്പിച്ചു. അവയിൽ രണ്ടുവിധം അർഥം താഴെച്ചേർക്കുന്നു. ഈ ശ്ലോകം ശ്രീരാമനും സീതയും ലക്ഷ്മണനുംകൂടി വനവാസത്തിനായി പുറപ്പെട്ടപ്പോൾ മാതൃപാദങ്ങളെ വന്ദിച്ചു യാത്രപറഞ്ഞ ലക്ഷ്മണനോടു സുമിത്ര പറഞ്ഞതാണ്.

അല്ലയോ താത (വത്സ) രാമം ദശരഥം വിദ്ധി (രാമനെ ദശരഥനെന്ന് അറിഞ്ഞാലും) നിന്റെ ജ്യേഷ്ഠനായ രാമനെ അച്ഛനായ ദശരഥനെപ്പോലെ വിചാരിച്ചുകൊള്ളണം എന്നു താല്പര്യം. ജനകാത്മജാം മാം വിദ്ധി. ജനകാത്മജയെ (സീതയെ) എന്നെപ്പോലെ വിചാരിച്ചുകൊള്ളണം. അടവീം അയോദ്ധ്യാം വിദ്ധി. അടവിയെ (വനത്തെ) അയോദ്ധ്യയെപ്പോലെ വിചാരിച്ചുകൊള്ളണം. യഥാസുഖം ഗച്ഛ. സുഖമാകുംവണ്ണം ഗമിച്ചാലും എന്ന് ഒരർത്ഥം. പിന്നെ രാമം ദശരഥം വിദ്ധി. രാമനെ ദശരഥൻ (പക്ഷിവാഹനനായിരിക്കുന്ന മഹാവിഷ്ണു) എന്നറിഞ്ഞാലും. ജനകാത്മജാം മാം വിദ്ധി. ജനകാത്മജയെ (സീതയെ) മാ (മഹാലക്ഷ്മി) എന്നറിഞ്ഞാലും. അയോദ്ധ്യാം അടവീം വിദ്ധി. അയോദ്ധ്യയെ (രാമൻ പോയാൽ പിന്നെ) അടവി (കാട്) എന്നറിഞ്ഞാലും. (അതിനാൽ) അല്ലയോ വത്സ! നീ സുഖമാകുംവണ്ണം പോയാലും എന്നു രണ്ടാമത്തെ അർത്ഥം. ഇപ്രകാരം യഥാക്രമം പത്തു വിധത്തിൽ വരരുചിയുടെ വ്യാഖ്യാനം കേട്ടപ്പോൾ രാജാവ് പൂർവ്വാധികം സന്തോഷിക്കുകയും വരരുചിയെ ബഹുമാനിക്കയും ചെയ്തു. പിന്നെ എല്ലാവരുംകൂടി ഓരോ രാജ്യവർത്തമാനം പറഞ്ഞ് അങ്ങനെയിരിക്കുമ്പോൾ വരരുചി, 'അല്ലയോ മഹാരാജാവേ! ഇന്നലെ രാത്രിയിൽ ഒരു പറയന്റെ മാടത്തിൽ ഒരു പറയി പ്രസവിച്ച് ഒരു പെൺകുട്ടിയുണ്ടായിട്ടുണ്ട്. അതിന്റെ ജാതകഫലം നോക്കിയതിൽ ആ കുട്ടിക്കു മൂന്നു വയസ്സു തികയുമ്പോഴേക്കും ഈ രാജ്യം നശിക്കും എന്നു കണ്ടിരിക്കുന്നു. ഇന്നുമുതൽ ഓരോ നാശകാരണങ്ങൾ തുടങ്ങും. അല്ലെങ്കിൽ ആ പ്രജയെ ഉടനെ കൊല്ലിക്കണം' എന്നു പറഞ്ഞു. ഇതു കേട്ടപ്പോൾ ജ്യോതിശാസ്ത്രജ്ഞനായ ഈ ബ്രാഹ്മണോത്തമന്റെ വചനം ഒരിക്കലും മിഥ്യയാകുന്നതല്ലെന്നുള്ള വിശ്വാസത്താൽ രാജാവിനും

സഭാവാസികൾക്കും വളരെ വ്യസനമായിത്തീർന്നു. ബാലനിഗ്രഹം കഷ്ടം. വിശേഷിച്ചും പെൺകുട്ടിയായിരിക്കുന്ന സ്ഥിതിക്ക് അതൊരിക്കലും വിഹിതമല്ല. അതിനാൽ എന്തു വേണ്ടൂ എന്ന് എല്ലാവരും കൂടി ആലോചിച്ച് ഒരു കൗശലം നിശ്ചയിച്ചു. എങ്ങനെയെന്നാൽ, വാഴപ്പിണ്ടികൊണ്ട് ഒരു ചെറിയ ചങ്ങാടമുണ്ടാക്കി, ഈ കുട്ടിയുടെ തലയിൽ ഒരു ചെറിയ പന്തവും കൊളുത്തി കുത്തി അതിൽ കിടത്തി നദിയിലൊഴുക്കുക. ഈ നിശ്ചയത്തെ രാജാവും സമ്മതിച്ചു. ഉടനെ രണ്ടു ഭടന്മാരെ വിളിച്ച് അപ്രകാരം ചെയ്‌വാൻ കല്പനയും കൊടുത്തു. കുട്ടിയുണ്ടായിരിക്കുന്ന സ്ഥലം ഏകദേശം ഇന്ന ദിക്കിലാണെന്ന് വരരുചി പറഞ്ഞുകൊടുത്തു. രാജഭടന്മാർ അന്വേഷിച്ചുചെന്നു. കുട്ടിയെ എടുത്തു കല്പന പ്രകാരം ചെയ്കയും ഉടനെ വിവരം രാജസന്നിധിയിൽ അറിയിക്കയും ചെയ്തു. തനിക്കു വരുവാൻ ഭാവിച്ച അധഃപതനം കൂടാതെ കഴിഞ്ഞുവല്ലോ എന്നു വിചാരിച്ച് വരരുചിക്ക് വളരെ സന്തോഷവുമായി. പിന്നെയും അദ്ദേഹം രാജാവിന്റെ അടുക്കൽ സേവകനായി താമസിച്ചു. അങ്ങനെ കുറഞ്ഞൊരു കാലം കഴിഞ്ഞതിന്റെ ശേഷം വരരുചി സ്ഥിരതാമസം സ്വഗൃഹത്തിൽ തന്നെ ആക്കി.

അങ്ങനെയിരിക്കുന്ന കാലത്ത് ഒരുദിവസം വരരുചി ഒരു വഴിയാത്രയിൽ ഭക്ഷണം കഴിക്കാനായി ഒരു ബ്രാഹ്മണന്റെ ഗൃഹത്തിൽ ചെന്നു. ഉടനെ ബ്രാഹ്മണൻ 'വേഗത്തിൽ കുളി കഴിച്ചുവരാം. ഇവിടെ ഊണുകാലമായിരിക്കുന്നു' എന്നു പറഞ്ഞു. അപ്പോൾ വരരുചി ഈ ബ്രാഹ്മണന്റെ ബുദ്ധിശക്തിയെ പരീക്ഷിക്കാനായിട്ട് 'ഞാൻ ഊണു കഴിക്കണമെങ്കിൽ ചില ദുർഘടങ്ങളുണ്ട്. അതൊക്കെ സാധിക്കുമോ എന്നറിഞ്ഞിട്ടുവേണം കുളിക്കാൻ പോകാൻ' എന്നു പറഞ്ഞു.

ബ്രാഹ്മണൻ: ദുർഘടങ്ങൾ എന്തെല്ലാമാണാവോ? ഇവിടെ നിവൃത്തിയുള്ളവയാണെങ്കിൽ സാധിക്കാം. എന്തെങ്കിലും കേൾക്കട്ടെ.

വരരുചി: മറ്റൊന്നുമല്ല, കുളി കഴിഞ്ഞാൽ ഉടുക്കാൻ വീരാളിപ്പട്ടു വേണം. നൂറുപേർക്കു ഭക്ഷണം കൊടുത്തിട്ടുവേണം എനിക്കു ഊണുകഴിക്കാൻ. എന്നു മാത്രമല്ല എന്റെ ഊണിനു നൂറ്റെട്ടു കൂട്ടം കൂട്ടാൻ വേണം. ഊണു കഴിഞ്ഞാൽ പിന്നെ എനിക്കു മൂന്നുപേരെ തിന്നണം. നാലുപേരെന്നെ ചുമക്കുകയും വേണം. ഇതേ ഉള്ളൂ.

ഇതു കേട്ടപ്പോൾ ബ്രാഹ്മണൻ വല്ലാതെ അന്ധാളിച്ച് ഒന്നും മിണ്ടാതെ നിന്നു. ഉടനെ ഒരു കന്യക അകത്തിരുന്നുകൊണ്ട് 'അച്ഛനൊട്ടും അന്ധാളിക്കയും പരിഭ്രമിക്കയും വേണ്ട. ഇതിനെല്ലാം ഇവിടെ തയ്യാറുണ്ടെന്നു പറഞ്ഞേക്കൂ' എന്നു പറഞ്ഞു. ബ്രാഹ്മണൻ അപ്രകാരം പറയുകയും വരരുചി കുളിക്കാൻ പോവുകയും ചെയ്തു. ഉടനെ ബ്രാഹ്മണൻ കന്യകയെ വിളിച്ച് ഇതെല്ലാമിവിടെ സാധിക്കുമോ എന്നുചോദിച്ചു. അപ്പോൾ കന്യക 'എല്ലാം സാധിക്കും. ഇതൊന്നും അത്ര പ്രയാസമില്ല. അദ്ദേഹം പറഞ്ഞതിന്റെസാരം അച്ഛനു മനസ്സിലാകാഞ്ഞിട്ടാണ് പരിഭ്രമിക്കുന്നത്. വീരാളിപ്പട്ടു വേണമെന്നു പറഞ്ഞതിന്റെ സാരം ചീന്തൽകോണകം വേണമെന്നാണ്. നൂറു പേർക്കു ഭക്ഷണം കൊടുക്കണമെന്നു പറഞ്ഞതിന്റെ സാരം അദ്ദേഹത്തിനു വൈശ്വദേവം (വൈശ്യം) കഴിക്കണമെന്നാണ്. വൈശ്യംകൊണ്ടു നൂറുദേവതമാരുടെ പ്രീതിയുണ്ടാകുന്നതിനാലാണ് അങ്ങനെ പറഞ്ഞത്. പിന്നെ നൂറ്റെട്ടു കൂട്ടാൻ

പറഞ്ഞതിന്റെ സാരം ഇഞ്ചിക്കറി വേണമെന്നാണ്. ഇഞ്ചിക്കറി ഉണ്ടായാൽ നൂറ്റെട്ടു കൂട്ടം കൂട്ടാന്റെ ഫലമുണ്ടെന്നാണ് വെച്ചിരിക്കുന്നത്. പിന്നെ, അദ്ദേഹത്തിനു മൂന്നുപേരെ തിന്നണമെന്നു പറഞ്ഞതിന്റെ സാരം വെറ്റിലയും, അടയ്ക്കയും, നൂറും കൂട്ടി മുറുക്കണമെന്നാണ്. (പുകയില അക്കാലത്ത് ഇല്ലായിരിക്കും). പിന്നെ അദ്ദേഹത്തെ നാലുപേരു ചുമക്കണമെന്നു പറഞ്ഞതിന്റെ സാരം ഊണു കഴിഞ്ഞാൽ കുറച്ചു കിടക്കണം. അതിനൊരു കട്ടിലു വേണമെന്നാണ്. കട്ടിലിൽ കിടക്കുമ്പോൾ കട്ടിൽക്കാലുകൾ നാലും കൂടിയാണല്ലോ ചുമക്കുന്നത്. ഇത്രയൊക്കേ ഉള്ളൂ. ഇതിനിവിടെ എന്താ വിഷമം?' എന്നു പറഞ്ഞു. ഇതു കേട്ടപ്പോൾ അച്ഛൻ വളരെ സന്തോഷിക്കുകയും, കന്യകയുടെ ബുദ്ധിവിശേഷത്തെക്കുറിച്ച് അത്യന്തം അത്ഭുതപ്പെടുകയും ചെയ്തു. 'എന്നാൽ എന്റെ മകൾ പോയി എല്ലാം വേഗം തയ്യാറാക്കു' എന്നു പറഞ്ഞു കന്യകയെ അയച്ചു. വരരുചി കുളിയും മറ്റും കഴിഞ്ഞു വന്നപ്പോഴേക്കും ഒരു ചീന്തൽകോണകം, വൈശ്യത്തിനു വേണ്ടുന്ന ഹവിസ്സും, ചന്ദനം, പൂവ് മുതലായവയും തയ്യാറാക്കിയിരുന്നു. ഊണിന് ഇഞ്ചിക്കറിയും ഉണ്ടായിരുന്നു. ഊണു കഴിഞ്ഞപ്പോഴേക്കും പുറത്തളത്തിൽ മുറുക്കാനുള്ള സാമാനങ്ങളും ഒരു കട്ടിലിൽ പായും തലയിണയും എല്ലാം തയ്യാറാക്കിയിരുന്നു. വരരുചി വൈശ്യവും, ഊണും കഴിച്ചു പുറത്തളത്തിൽ ചെന്നു മുറുക്കി കട്ടിലിൽ കയറിക്കിടന്നു. താൻ പറഞ്ഞതിന്റെ സാരം മനസ്സിലാക്കി ഇപ്രകാരമെല്ലാം തയ്യാറാക്കിയത് ഈ കന്യകയുടെ ബുദ്ധിസാമർത്ഥ്യം കൊണ്ടാണെന്നു മനസ്സിലാവുകയാൽ ഏതുവിധവും ഈ കന്യകയെ വിവാഹം കഴിക്കണമെന്ന് അദ്ദേഹം മനസ്സു കൊണ്ടാലോചിച്ചുറച്ചു. എന്തിനു വളരെപ്പറയുന്നു? വരരുചി തന്റെ ആഗ്രഹം ആ കന്യകയുടെ അച്ഛനെ ഗ്രഹിപ്പിക്കുകയും അദ്ദേഹം സമ്മതിക്കുകയും കാലതാമസം കൂടാതെ സുമുഹൂർത്തത്തിങ്കൽ ആ കന്യകയെ വിവാഹം കഴിക്കയും സ്വഗൃഹത്തിൽ കൊണ്ടുപോരികയും ചെയ്തു.

അങ്ങനെ ആ ദമ്പതിമാർ യഥാസുഖം സ്വഗൃഹത്തിൽ താമസിച്ചിരുന്ന കാലത്ത് ഒരു ദിവസം ഭക്ഷണവുംമറ്റും കഴിഞ്ഞ് രണ്ടുപേരും കൂടി സ്വൈരസല്ലാപം ചെയ്തു സന്തോഷിച്ചിരിക്കുന്ന സമയത്തിങ്കൽ വരരുചി തന്റെ പ്രേമഭാജനമായ ധർമ്മദാരങ്ങളുടെ തലമുടി ഭംഗിയാകും വണ്ണം ചീകിക്കെട്ടി. അപ്പോൾ തലയുടെ മധ്യത്തിൽ വലിയതായ ഒരു വ്രണകിണം കാണുകയാൽ അതെന്താണെന്നു ചോദിച്ചു. അപ്പോൾ ആ സാധ്വി 'അതൊരു പന്തം തറച്ച പാടാണെന്നാണ് അമ്മ പറഞ്ഞിട്ടുള്ളത്. അമ്മ കുളിച്ചുകൊണ്ടിരുന്നപ്പോൾ പിണ്ടിച്ചങ്ങാടത്തിന്മേൽ ആറ്റിൽക്കൂടി ഒഴുകി വരുന്നതുകണ്ടപ്പോൾ എന്നെ പിടിച്ചുകേറ്റി വളർത്തിയതാണെന്നും, പ്രസവിച്ചതല്ലെന്നും ഒരിക്കൽ അമ്മ എന്നോടു പറഞ്ഞിട്ടുണ്ട്. അന്ന് എന്റെ തലയിൽ പന്തവും തറച്ചിരുന്നുവത്രേ' എന്നു പറഞ്ഞു. ഇതു കേട്ടപ്പോൾ ബുദ്ധിശാലിയായ വരരുചിക്കു തന്റെ ധർമ്മദാരങ്ങൾ ആ പറയന്റെ അപത്യം തന്നെയാണെന്ന് നിശ്ചയമായി. തല്ക്കാലം മനസ്സിൽ കുറച്ചു വിഷാദം ഉണ്ടായി എങ്കിലും 'ലിഖിതമപിലലാടേ പ്രാജ്ഝിതും കഃ സമർഥഃ' എന്നു വിചാരിച്ചു സമാധാനപ്പെട്ടുകൊണ്ടു വിവരമെല്ലാം തന്റെ ധർമ്മപത്നിയെയും ധരിപ്പിച്ചു. 'ഇനി നമുക്കേതായാലും ഇവിടെയിങ്ങനെ താമസിക്കേണ്ട. ആയുഃശേഷത്തെ ദേശസഞ്ചാരംകൊണ്ടുതന്നെ നയിക്കണം' എന്നുപറഞ്ഞു വരരുചി ഭാര്യാസമേതം ഉടനെ അവിടെനി

ന്നു പുറപ്പെടുകയുംചെയ്തു. പിന്നെ അവരുടെ സഞ്ചാരം മലയാളദേശങ്ങളിലായിരുന്നു എന്നുപറഞ്ഞാൽ അവർ പാരദേശികന്മാരായിരുന്നു എന്നും മേല്പറഞ്ഞ കഥകളെല്ലാം പരദേശത്തുവെച്ചു നടന്നതാണെന്നും വിശേഷിച്ചു പറയണമെന്നില്ലല്ലോ.

അങ്ങനെ അവർ ഓരോരോ ദിക്കുകളിൽ സഞ്ചരിച്ചുകൊണ്ടിരിക്കുന്ന കാലത്ത് ഭാര്യ ഗർഭംധരിച്ചു. ഗർഭം പൂർണ്ണമായി; പ്രസവവേദനയുടെ ആരംഭമായപ്പോൾ ഒരു കാട്ടിലേയ്ക്കു കയറി പ്രസവിച്ചുകൊള്ളാൻ പറഞ്ഞുംവെച്ചു ഭർത്താവു വഴിയിൽ ഇരുന്നു. ഭാര്യ അപ്രകാരം ഒരു വനാന്തരത്തിൽ പ്രവേശിക്കുകയും ഉടനെ പ്രസവിക്കുകയും ചെയ്തു. പിള്ള വാങ്ങാനും മറ്റും ആരുമുണ്ടായിരുന്നില്ലെന്നു പറയണമെന്നില്ലല്ലോ. 'ആരോരുമില്ലാത്തവർക്കു ദൈവം തുണ' എന്നുണ്ടല്ലോ. പ്രസവം കഴിഞ്ഞപ്പോൾ 'കുട്ടിക്കു വായുണ്ടോ?' എന്നു വരരുചി ചോദിച്ചു. 'ഉണ്ട്' എന്നു ഭാര്യ മറുപടിയും പറഞ്ഞു. 'വായുള്ള പിള്ളയ്ക്കു ദൈവം ഇരയും കല്പിച്ചിട്ടുണ്ട്. അതിനാൽ കുട്ടിയെ എടുക്കണമെന്നില്ല' എന്നുപറഞ്ഞു കുട്ടിയെ അവിടെത്തന്നെ ഇട്ടുംവെച്ചു ഭാര്യയോടുകൂടി വരരുചി അപ്പോൾത്തന്നെ അവിടെനിന്നു പുറപ്പെടുകയും ചെയ്തു. പെറ്റുകിടക്കുക എന്നൊരു ഞായം ആ സ്ത്രീയ്ക്കുണ്ടായിരുന്നില്ല. പ്രസവരക്ഷയ്ക്കുള്ള മരുന്നുകളും കാട്ടാറുകളിലെ പച്ചവെള്ളവും കാട്ടിലെ കായ്കനികളും ഭിക്ഷയെടുത്തു കിട്ടുന്ന സ്വല്പമായ അന്നവും മറ്റുമല്ലാതെ വിശേഷിച്ചു യാതൊന്നുമില്ലായിരുന്നു. എങ്കിലും ആ പതിവ്രതയ്ക്കു യാതൊരു തരക്കേടുമുണ്ടായില്ല.

ഇങ്ങനെതന്നെ പല സ്ഥലങ്ങളിലായി പതിനൊന്നു പ്രസവം കഴിഞ്ഞു. കുട്ടികളെയെല്ലാം കാട്ടിലിട്ടുവെച്ചുതന്നെ പോവുകയും ചെയ്തു. ആ പതിനൊന്നു കുട്ടികളെയും ബ്രാഹ്മണൻ മുതൽ പതിനൊന്നു ജാതിക്കാർക്കു കിട്ടുകയും അവർ എടുത്തുകൊണ്ടുപോയി വളർത്തുകയും ചെയ്തു.

പന്ത്രണ്ടാമത്തെ ഗർഭമുണ്ടായപ്പോൾ ആ സാധ്വി, കഷ്ടം! ഞാൻ പതിനൊന്നു പ്രസവിച്ചിട്ടും ഒരു കുട്ടിയും എനിക്കില്ലല്ലോ. ഈ പ്രാവശ്യം പ്രസവിക്കുമ്പോൾ 'കുട്ടിയ്ക്കു വായുണ്ടോ?' എന്നു ഭർത്താവു ചോദിച്ചാൽ ഇല്ലെന്നു പറയണം, എന്നാൽ ആ കുട്ടിയെയെങ്കിലും എടുത്തുകൊൾവാൻ ഇദ്ദേഹം അനുവദിക്കുമായിരിക്കും. പിന്നീടു പരമാർത്ഥം പറഞ്ഞ് ഇദ്ദേഹത്തെ സമ്മതിപ്പിക്കയും ചെയ്യാം' എന്നു നിശ്ചയിച്ചു. ഗർഭം പൂർണ്ണമായപ്പോൾ പതിവുപോലെ പ്രസവിക്കയും, 'കുട്ടിയ്ക്കു വായുണ്ടോ?' എന്നു ഭർത്താവു ചോദിക്കുകയും 'ഇല്ല' എന്നു ഭാര്യ പറയുകയും, ആ കുട്ടിയെ എടുത്തുകൊള്ളുന്നതിനു ഭർത്താവനുവദിക്കുകയും ചെയ്തു. ഉടനെ കുട്ടിയെയുമെടുത്തു രണ്ടുപേരുംകൂടി പുറപ്പെട്ടു. കുറച്ചു സമയം കഴിഞ്ഞപ്പോൾ വാസ്തവമായിട്ടും കുട്ടിയ്ക്കു വായില്ലാതെയായിത്തീർന്നു. വിശിഷ്ടകളായ സാധ്വികളുടെ വാക്കു മിഥ്യയായി ഭവിക്കുന്നതല്ലല്ലോ. വരരുചി ആ കുട്ടിയെ ഒരു കുന്നിന്റെ മുകളിൽ കൊണ്ടുപോയി പ്രതിഷ്ഠിച്ചു. അതാണ് 'വായില്ലാക്കുന്നിലപ്പൻ' എന്നു പ്രസിദ്ധപ്പെട്ട ദേവൻ. ഈ വായില്ലാക്കുന്നിലപ്പൻ ഉൾപ്പെടെയാണ് 'പറയി പെറ്റ പന്തിരുകുലം' എന്നു പറയുന്നത്. ഈ പന്ത്രണ്ടുപേരുടെയും പേരുകൾ പറയുന്നതായ ഒരു ശ്ലോകം കേട്ടിട്ടുള്ളതു താഴെ ചേർക്കുന്നു.

'മേഷ(ള)ത്തോളഗ്നിഹോത്രി രജകനുളിയന്നൂർ-
ത്തച്ചനും പിന്നെ വള്ളോൻ
വായില്ലാക്കുന്നിലപ്പൻ വടുതല മരുവും

നായർ കാരയ്ക്കൽ മാതാ
ചെമ്മേ കേളപ്പക്കുറ്റൻ പെരിയ തിരുവര-
ങ്കത്തെഴും പാണനാരും
നേരേ നാരായണഭ്രാന്തനുമുടനകവൂർ
ചാത്തനും പാക്കനാരും.'

ഇവർ പലദിക്കുകളിലായിട്ടാണ് താമസിച്ചു വന്നത്. എങ്കിലും എല്ലാവർക്കും ബാല്യം കഴിഞ്ഞപ്പോഴേക്കും അവർ പരസ്പരം സഹോദര ന്മാരാണെന്ന് അറിയുകയും തമ്മിൽ തമ്മിൽ സ്നേഹത്തോടുകൂടി പാർത്തുവ രികയും ചെയ്തു. ഇവരുടെ ദിവ്യത്വങ്ങളും അത്ഭുതകർമ്മങ്ങളും അവസാനമി ല്ലാതെയുണ്ട്. വരരുചിയും ഭാര്യയും പിന്നെ അവരുടെ ജീവിതശേഷത്തെ സഞ്ചാരംകൊണ്ടുതന്നെ കഴിച്ചുകൂട്ടി. ആ മാതാപിതാക്കന്മാരുടെ ശ്രാദ്ധ ത്തിനു മേല്പറഞ്ഞ പന്ത്രണ്ടുപേരിൽ വായില്ലാക്കുന്നിലപ്പൻ ഒഴിച്ചു ശേഷ മെല്ലാവരും ഒരുമിച്ചുകൂടുകയും ഒരു പുല്ലിന്മേൽത്തന്നെ ബലിയിടുകയുമാണ് പതിവ്. അത് മേളത്തോളഗ്നി ഹോത്രിയുടെ ഇല്ലത്തുമാണ്. അഗ്നിഹോത്രി ബ്രാഹ്മണനായിരുന്നതിനാൽ ചാത്തത്തിനും ബ്രാഹ്മണർ തന്നെയാണ് പതിവ്. പറയൻവരെയുള്ള നാനാജാതികളുംകൂടി ചാത്തമൂട്ടുകയാൽ ചാത്ത ത്തിനു ക്ഷണിച്ചാൽ വരുന്നതിനു ബ്രാഹ്മണർക്കെല്ലാം മടിയായിത്തുടങ്ങി. അഗ്നിഹോത്രികളുടെ ഭാര്യയായ അന്തർജനത്തിനും ഈ സഹോദരന്മാ രുടെ മേളനം വളരെ കഷ്ടമെന്നു തോന്നിത്തുടങ്ങി. എന്നു മാത്രമല്ല, ഈ വിവരം അന്തർജനം ഒരു ദിവസം ഭർത്താവിനോടു പറയുകയും ചെയ്തു. 'ആട്ടെ അതിനു സമാധാനമുണ്ടാക്കാം' എന്ന് അഗ്നിഹോത്രി മറുപടിയും പറഞ്ഞു.

അങ്ങനെയിരിക്കുമ്പോൾ അവരുടെ അച്ഛന്റെ ശ്രാദ്ധമായി. ശ്രാദ്ധത്തിന്റെ തലേദിവസം വൈകുന്നേരമായപ്പോഴേക്കും ശേഷമുള്ള സഹോദരന്മാർ പത്തുപേരും ചാത്തക്കാരായ ബ്രാഹ്മണനും അഗ്നിഹോത്രിയുടെ ഇല്ലത്തു വന്നുചേർന്നു. ഈ സഹോദരന്മാർ വന്നാൽ രാത്രിയിൽ കിടന്നുറങ്ങുന്നതി നായി അഗ്നിഹോത്രി പ്രത്യേകം പത്തു പുരമുറികൾ അവിടെ മുമ്പേതന്നെ ഉണ്ടാക്കീട്ടുണ്ടായിരുന്നു. എല്ലാവരും അവരവരുടെ നിയമാനുഷ്ഠാനങ്ങളും മറ്റു കഴിച്ച് അവരവർക്കുള്ള ശയനഗൃഹങ്ങളിൽ പോയി കിടക്കുകയും ചെയ്തു. എല്ലാവരും ഉറക്ക മായപ്പോൾ അഗ്നിഹോത്രികൾ അന്തർജനത്തിനെയും ചാത്തത്തിനു വന്നിരിക്കുന്ന ബ്രാഹ്മണനെയും വിളിച്ച് ഒരു വിളക്കുമായി പത്തുപേർ കിടക്കുന്ന സ്ഥലത്തും കൊണ്ടുപോയി 'എന്നെ തൊട്ടുകൊ ണ്ടു നോക്കുവിൻ' എന്നു പറഞ്ഞു. അന്തർജനവും ചാത്തക്കാരനും അഗ്നി ഹോത്രികളെ തൊട്ടുകൊണ്ടുനോക്കിയപ്പോൾ പത്തുപേരും ഒന്നുപോലെ ശംഖചക്രഗദാപത്മാദികളായ ആയുധങ്ങളോടുകൂടി ചതുർബാഹുക്കളായി അനന്തന്റെ മേൽ കിടന്നുറങ്ങുന്നതായി കണ്ടു. രണ്ടുപേരും ഭയവിസ്മയാകു ലരായിട്ടു പെട്ടെന്നു വീണു നമസ്കരിച്ചു. അങ്ങനെ അന്തർജനത്തിനും മറ്റു ബ്രാഹ്മണർക്കും ഉണ്ടായിരുന്ന ദുശ്ശങ്കയും സംശയവും തീരുകയും ഇവർ എല്ലാവരും സാക്ഷാൽ മഹാവിഷ്ണുവിന്റെ അവതാരമൂർത്തികളാണെന്നു മനസ്സിലാവുകയും ചെയ്തു. മേഷത്തോളഗ്നിഹോത്രികളുടെ ഭവനം പൊന്നാ നിത്താലൂക്കിൽ മേഴത്തൂരംശത്തിലാണത്രേ. വള്ളുവനാട്ടു താലൂക്കിൽ ഒറ്റ പ്പാലത്തിനു സമീപമുള്ള കടമ്പൂരു മനയ്ക്കൽ നമ്പൂരിമാർ ഈ അഗ്നിഹോ ത്രിയുടെ പുലക്കാരുമത്രേ. അഗ്നിഹോത്രികളുടെ ഭാര്യയായ അന്തർജനം

ഒരിക്കൽ അടുക്കലുള്ള പുഴയിൽ കുളിക്കാൻ പോയപ്പോൾ ഒരു താലംകൂടി കൊണ്ടുപോയിരുന്നു. ആ താലം തേച്ചു മുക്കി വെള്ളത്തിലിട്ട് ഒഴുകിപ്പോകാതിരിക്കാൻ അതിൽ കുറെ മണലും വാരിയിട്ടു കുളിച്ചുകേറി. പോകാൻ നേരത്തു താലമെടുത്തപ്പോൾ വരുകയില്ല. അത് അവിടെ ഉറച്ചുപോയി. അങ്ങനെയുണ്ടായതാണ് 'തൃത്താലപ്പൻ' എന്നു ലോക പ്രസിദ്ധനായ ദേവൻ. തൃത്താലപ്പന്റെ വിഗ്രഹം ഇന്നും മണൽ കൂട്ടിയതുപോലെതന്നെയാണിരിക്കുന്നത്. ശിലപോലെ ഉറപ്പുണ്ടുതാനും.

നാറാണത്തു ഭ്രാന്തന്റെ ദിവ്യത്വങ്ങൾ പറഞ്ഞാൽ വളരെയുണ്ട്. അദ്ദേഹത്തിന്റെ പതിവായിട്ടുള്ള പ്രവൃത്തി വലിയ കല്ലുകൾ ഉരുട്ടി മലയുടെ മുകളിൽ കൊണ്ടുചെല്ലുകയും മുകളിലാകുമ്പോൾ കൈവിടുകയും കല്ലു സ്വയമേവ കീഴ്പ്പോട്ട് ഉരുണ്ടുപോകുന്നതു കണ്ടു കൈകൊട്ടിച്ചിരിക്കയുമാണ്. ഇതു കണ്ടാൽ

'ഇത്രയും കനത്തോരു കല്ലുകളുരുട്ടിക്കൊ
ണ്ടദ്രിതൻ മുകൾപ്പാട്ടിലേറ്റുവാൻ പാരം ദണ്ഡം
ആയതു കീഴ്പ്പോട്ടേക്കു ചാടിപ്പാനെളുപ്പമാ-
മായാസം ചെറ്റു വേണ്ടാ താഴത്തു വന്നേ നില്ക്കൂ.'

എന്നുള്ള സാരോപദേശത്തെ ദൃഷ്ടാന്തപ്പെടുത്തി മനുഷ്യസ്ഥിതി ഇതിനോടു സദൃശമാണെന്ന് എല്ലാവരെയും ബോദ്ധ്യപ്പെടുത്താനാണോ എന്നു തോന്നും. 'ആർക്കറിയാവൂ മഹാന്മാരുടെ മനോഗതം!'

ഇദ്ദേഹത്തിന്റെ ഉപജീവനം ഭിക്ഷയെടുത്തുതന്നെയായിരുന്നു. കൈയിൽ ഒരു ചെമ്പുപാത്രമുണ്ട്. ഭിക്ഷയാചിച്ച് അന്നന്നു കിട്ടുന്ന അരിമുഴുവൻ വൈകുന്നേരമാകുമ്പോൾ എവിടെ എത്തുന്നുവോ അവിടെവെച്ചു സ്വയം പാകംചെയ്തു ഭക്ഷിക്കും. സ്വയംപാകഭക്ഷണമല്ലാതെ പതിവില്ല. അത് ഒരു നേരമേ ഉള്ളുതാനും. ഊണുകഴിഞ്ഞാൽ അവിടെത്തന്നെ കിടക്കും. നേരം വെളുത്താൽ പുറപ്പെടും. ഉച്ചവരെ കല്ല് മലയിൽ ഉരുട്ടിക്കേറ്റുകയായി. പിന്നെ ഭിക്ഷയാചിക്കയും. ഇങ്ങനെയൊക്കെയാണ് അദ്ദേഹത്തിന്റെ ദിനചര്യ. അങ്ങനെയിരിക്കുമ്പോൾ ഒരു ദിവസം വൈകുന്നേരമായപ്പോൾ ഇദ്ദേഹം ഒരു ശ്മശാനത്തിൽ ചെന്നുചേർന്നു. അത് ഒരു ശവദാഹം കഴിച്ച് ജനങ്ങളെല്ലാം പോയ ഉടനെ ആയിരുന്നതിനാൽ അവിടെ ധാരാളം തീയും മുറിക്കൊള്ളിയും ഉണ്ടായിരുന്നു. ഇതുകണ്ട് നാറാണത്തുഭ്രാന്തൻ സ്വയം പാകത്തിന് ഇവിടെത്തന്നെ തരം എന്നു നിശ്ചയിച്ചു മൂന്നു കല്ലുകളെടുത്ത് ആ പട്ടടയുടെ ഒരറ്റത്തു തന്നെ അടുപ്പുകൂട്ടി. അടുക്കലുള്ള നദിയിൽനിന്ന് വെള്ളവും കൊണ്ടുവന്ന് അരിയും വെള്ളവും ഒരുമിച്ചുതന്നെ ആ ചെമ്പുപാത്രത്തിൽ അടുപ്പത്തുവെച്ചു കുറേ തീക്കനലും നീക്കിക്കൂട്ടി. കുറിക്കൊള്ളികളും പെറുക്കി അടുപ്പിലിട്ടു. ഇടതുകാലിന്മേൽ കുറച്ചു മന്തുള്ളതിനാൽ ആ കാലു വലിച്ച് അടുപ്പുകല്ലിന്മേൽ വെച്ചു തീയും കാഞ്ഞു മൂളിപ്പാട്ടും പാടി കുറേശ്ശെ ഉറക്കവും തൂക്കി ആടി അങ്ങനെ അവിടെ ഇരുന്നു. മഞ്ഞുകാലമായതിനാൽ തീകായാൻ നല്ലരസവുമുണ്ടായിരുന്നു. അങ്ങനെയിരുന്നു നേരം ഒരു യാമം കഴിഞ്ഞപ്പോഴേക്കും ഭൂതപ്രേതപിശാചുക്കളോടുകൂടി ആർത്തുതിമിർത്തു ചുടലഭദ്രകാളിയുടെ വരവായി. അവരുടെ അട്ടഹാസങ്ങളും അലർച്ചകളുമൊക്കെക്കേട്ടിട്ടും നാറാണത്തുഭ്രാന്തന് ഒരു കുലുക്കവുമുണ്ടായില്ല. അവരെല്ലാവരും അടുത്തുവന്നപ്പോൾ പണ്ടെങ്ങുമില്ലാത്തവിധം ഒരു മനുഷ്യനിരിക്കുന്നതു

കണ്ടിട്ട് 'ആരാണവിടെ വന്നിരിക്കുന്നത്? വേഗത്തിൽ എണീറ്റുപോകണം' എന്നു പറഞ്ഞു.

നാറാണത്തുഭ്രാന്തൻ: നിങ്ങൾക്കു കണ്ണില്ലേ? ഇവിടെയിരിക്കുന്നത് ആരാണെന്നു കണ്ടുകൂടെന്നുണ്ടോ? ഞാനൊരു മനുഷ്യനാണ്. ഇപ്പോൾ പോകാൻ ഭാവമില്ല. '

ഭദ്രകാളി: അതില്ലേ? എന്നാൽ ഞങ്ങൾ നിന്നെ പേടിപ്പിക്കും.

ഭ്രാന്തൻ: നിങ്ങൾ പേടിപ്പിച്ചാൽ ഞാൻ പേടിച്ചില്ലെങ്കിലോ?

ഭദ്രകാളി: ഞങ്ങൾ പേടിപ്പിച്ചാൽ പേടിക്കാതെ അങ്ങനെ ആരെങ്കിലുമുണ്ടോ?

ഭ്രാന്തൻ: ആവോ? ഒന്നു പരീക്ഷിച്ചുനോക്കുവിൻ. എന്നാലറിയാമല്ലോ.

ഇതുകേട്ടപ്പോൾ അവർക്കു കോപം സഹിക്കവയ്യാതായിട്ട് എല്ലാവരും കൂടി തീക്കട്ടപോലെയിരിക്കുന്ന ആ കണ്ണുകൾ തുറിച്ചുമിഴിച്ചും രക്തവർണങ്ങളായി ആയതങ്ങളായിരിക്കുന്ന നാവുകളെ വളച്ചുകടിച്ചും ചന്ദ്രക്കലപോലെ വളഞ്ഞ വലിയ ദംഷ്ട്രങ്ങളെയും പല്ലുകളെയും പുറത്തേയ്ക്കു തള്ളിച്ചും വലിയ അട്ടഹാസത്തോടുകൂടിയും നാറാണത്തുഭ്രാന്തനെ പേടിപ്പിക്കുവാനായിട്ട് അദ്ദേഹത്തിന്റെ നേരെ പാഞ്ഞുചെന്നു. അദ്ദേഹം ഇതുകണ്ടിട്ട് യാതൊരു കൂസലും കൂടാതെ ചിരിച്ചുകൊണ്ട് അവിടെ ഇരുന്നു. ലവലേശം പേടിച്ചില്ല. അപ്പോൾ ചുടലഭദ്രകാളിയും ഭൂതങ്ങളുമെല്ലാം ലജ്ജസഹിക്കവഹിയാതെ മുഖം താഴ്ത്തികൊണ്ടു നിന്നു.

ഭ്രാന്തൻ: എന്താ പേടിപ്പിച്ചുകഴിഞ്ഞുവോ?

ഭദ്രകാളി: അല്ലയോ മഹാനുഭാവാ! അങ്ങ് ഒരു സാധാരണ മനുഷ്യനാണെന്നു വിചാരിച്ച് ഇങ്ങനെ പറയുകയും പ്രവർത്തിക്കുകയും ചെയ്തതാണ്. അവിടുന്ന് സാമാന്യനല്ലെന്ന് ഇപ്പോൾ ഞങ്ങൾക്ക് മനസ്സിലായി. അതിനാൽ ഇതാ ഞങ്ങളപേക്ഷിക്കുന്നു, അവിടുന്നു കൃപയുണ്ടായി ഇവിടെനിന്നു മാറിത്തരണം. ഞങ്ങൾ ഈ ചുടലയിൽ നൃത്തം ചെയ്യാനായി വന്നിരിക്കയാണ്.

ഭ്രാന്തൻ: നിങ്ങളവിടെ ഒരറ്റത്തു നൃത്തംവെച്ചോളിൻ, അതിനു ഞാൻ പോകണമെന്നുണ്ടോ?

ഭദ്രകാളി: മനുഷ്യർ കാൺകെ ഞങ്ങൾക്ക് നൃത്തംചെയ്യു വിഹിതമല്ല. അതിനാലാണ് ഇങ്ങനെ അപേക്ഷിക്കുന്നത്.

ഭ്രാന്തൻ: എന്നാൽ നൃത്തം നാളെ മതി. എത്ര അപേക്ഷിച്ചാലും ഇന്നു ഞാൻ ഇവിടെനിന്നു പോവുകയില്ല.

ഭദ്രകാളി: നൃത്തം നാളെയായാൽ പോരാ, ഇന്നാണ് പതിവ്.

ഭ്രാന്തൻ: എന്നാൽ പതിവുപോലെയാകട്ടെ. ഞാൻ പോയിട്ടുണ്ടാവുകയില്ല. എനിക്കും ചില പതിവുകളുണ്ട്. തീയും വെള്ളവും കിട്ടുന്ന ദിക്കിൽ അരി വെയ്ക്കുക, അരി വെയ്ക്കുന്ന ദിക്കിൽ ഉണ്ണുക, ഉണ്ണുന്ന ദിക്കിൽ കിടക്കുക ഇങ്ങനെയാണ് നമ്മുടെ പതിവ്. അതും വ്യത്യാസപ്പെടുത്തുകയില്ല.

ഒരു വിധത്തിലും ഇദ്ദേഹം ഒഴിഞ്ഞുപോവുകയില്ലെന്നു തീർച്ചായായപ്പോൾ ഭദ്രകാളി 'അല്ലയോ മഹാനുഭാവാ! അവിടുന്ന് ഒരു വിധത്തിലും സമ്മതിക്കായ്കയാൽ ഞങ്ങൾ തന്നെ ഒഴിഞ്ഞുപൊയ്ക്കളയാമെന്നു നിശ്ചയിച്ചു. എന്നാൽ മനുഷ്യരെ നേരിട്ടു കണ്ടുമുട്ടിപ്പോയാൽ അവരെ ശപിക്കയോ അനുഗ്രഹിക്കയോ ഒന്നും ചെയ്യാതെ പോകാൻ പാടില്ല. ദിവ്യനായിരിക്കുന്ന അങ്ങേ

ഞങ്ങൾ ശപിക്കണമെന്ന വിചാരിക്കുന്നില്ല. അനുഗ്രഹിക്കണമെന്നാണ് ഞങ്ങളുടെ വിചാരം. അതിനാൽ അവിടേക്ക് ആഗ്രഹമുള്ളതെന്താണെന്ന് പറഞ്ഞാലും' എന്ന പറഞ്ഞു.

ഭ്രാന്തൻ: എനിക്കു നിങ്ങളുടെ അനുഗ്രഹമൊന്നും വേണ്ട. നിങ്ങൾ പൊയ്ക്കൊള്ളിൻ. എനിക്കു ചോറു കാലമായിരിക്കുന്നു. ഞാനുണ്ണട്ടെ.

ഭദ്രകാളി: അയ്യോ! അവിടുന്നങ്ങനെ പറയരുത്. ദയവുണ്ടായി എന്തെങ്കിലും ഒരു വരം ഞങ്ങളോടു വാങ്ങണം. അല്ലാതെ ഞങ്ങൾക്കിവിടെ പോകാൻ നിവൃത്തിയില്ല.

ഭ്രാന്തൻ: നാശം! ഉപദ്രവമായിട്ടു തീർന്നല്ലോ. ആട്ടെ, എന്നാൽ വല്ലതുമൊരു വരം വാങ്ങിച്ചേക്കാം. ഞാനെന്ന മരിക്കുമെന്ന നിങ്ങൾക്കറിയാമോ?

ഭദ്രകാളി: ഓഹോ! ഇനി മുപ്പത്താറു സംവത്സരവും, ആറു മാസവും,പന്ത്രണ്ടു ദിവസവും, അഞ്ചു നാഴികയും, മൂന്ന വിനാഴികയും കഴിയുമ്പോൾ മരിക്കും.

ഭ്രാന്തൻ: എന്നാൽ അതുകൂടാതെ ഒരു ദിവസം കൂടി എനിക്കു ജീവിച്ചിരുന്നാൽ കൊള്ളാമെന്നാഗ്രഹമുണ്ട്. അങ്ങനെ അനുഗ്രഹിക്കണം.

ഭദ്രകാളി: അതു ഞങ്ങൾ വിചാരിച്ചാൽ കഴികയില്ല. ഒരുദിവസമെന്നല്ല, ഒരുമാത്ര സമയംകൂടി ആയുസ്സു തരാൻ ഞങ്ങൾക്കു ശക്തിയില്ല.

ഭ്രാന്തൻ: എന്നാൽ അതുവേണ്ട. നിങ്ങൾ പറഞ്ഞതിന്റെ തലേദിവസം ഞാൻമരിച്ചാലും മതി. അങ്ങനെ അനുഗ്രഹിക്കുവിൻ.

ഭദ്രകാളി: അതും ഞങ്ങൾക്കു നിവൃത്തിയില്ല.

ഭ്രാന്തൻ: എന്നാൽ നിങ്ങളുടെ അനുഗ്രഹം എനിക്കെന്തിനാണ്? നിങ്ങൾ വിചാരിച്ചാൽ ഒന്നും ചെയ്വാൻ കഴികയില്ലെന്ന എനിക്കറിയാം. അതാണ് ആദ്യമേ എനിക്കു നിങ്ങളുടെ അനുഗ്രഹമൊന്നും വേണ്ടെന്ന ഞാൻ പറഞ്ഞത്.

ഭദ്രകാളി: അവിടുന്ന് കൃപയുണ്ടായി ഞങ്ങൾ വിചാരിച്ചാൽ കഴിയുന്നതായ ഒരു വരത്തെ വരിക്കണം.

ഭ്രാന്തൻ: എന്നാലാവട്ടെ. ഈ ശനികളിവിടെനിന്നൊഴിഞ്ഞു പോകണമല്ലോ. എന്റെ ഈ ഇടത്തുകാലിന്മേലുള്ള മന്തു വലത്തു കാലിന്മേലാവാൻ അനുഗ്രഹിച്ചിട്ടു പൊയ്ക്കൊൾവിൻ. ഇതു നിങ്ങൾ വിചാരിച്ചാൽ കഴിയും.

ഇതുകേട്ടു ചുടലഭദ്രകാളിയും മറ്റും സന്തോഷിച്ച് അപ്രകാരം അനുഗ്രഹിച്ചിട്ടു മറഞ്ഞുപോയി. അനുഗ്രഹപ്രകാരം മന്തു വലത്തു കാലിന്മേലാവുകയും ചെയ്തു. നാറാണത്തുഭ്രാന്തൻ ഊണും കഴിച്ച് അവിടെത്തന്നെ കിടന്നുറങ്ങി. അരുണോദയമായപ്പോൾ എണീറ്റു കല്ലുപിടിക്കാൻ പോവുകയും ചെയ്തു. ഈ കഥയിൽ നിന്ന് ഈശ്വരകല്പിതത്തെ നീക്കാൻ ആരു വിചാരിച്ചാലും കഴിയുന്നതല്ലെന്ന സ്പഷ്ടമാകുന്നു.

ഒരിക്കൽ നാറാണത്തുഭ്രാന്തൻ ഒരു നീചജാതിക്കാരന്റെ ചാത്തമുണ്ണാൻ പോകുന്നതറിഞ്ഞ് മറ്റൊരാൾകൂടെ ഒരുമിച്ചുചെന്നു. രണ്ടുപേരും മൂക്കുമുട്ടെ ഊണുകഴിച്ചു. ഉടനെ രണ്ടുപേരും ഒരുമിച്ചുതന്നെ അവിടെനിന്നു പുറപ്പെട്ടു. വഴിക്കു നാറാണത്തുഭ്രാന്തൻ 'എനിക്കു ദാഹിക്കുന്നു' എന്നു പറഞ്ഞു. 'എനിക്കും ദാഹം സഹിക്കവഹിയാതെയായിരിക്കുന്നു' എന്നു പറഞ്ഞു. അപ്പോൾ നാറാണത്തുഭ്രാന്തൻ 'ആട്ടെ നിവൃത്തിയുണ്ടാക്കാം' എന്നു പറഞ്ഞു. പിന്നെയും രണ്ടുപേരും കൂടി കുറച്ചുചെന്നപ്പോൾ ഒരു മൂശാരിയുടെ ആലയിൽ ഒരു വലിയ വാർപ്പു വാർക്കാനായി ഓട്ടു ചൂളയിൽവച്ചിരിക്കുന്നതു കണ്ടു. നാറാ

ണത്തുഭ്രാന്തൻ അവിടെക്കേറിച്ചെന്ന് ഉരുകിത്തിളച്ചമറിയുന്ന ഓട്ടു കുറെ കൈകൊണ്ടു കോരിക്കുടിച്ചു. മറ്റേ ആളോടും കുടിക്കാൻ പറഞ്ഞു. 'അയ്യോ! പൊള്ളിച്ചത്തുപോകും. എനിക്കു പ്രയാസമുണ്ട്'' എന്നു മറ്റേയാൾ പറഞ്ഞ പ്പോൾ 'എന്നാൽ തനിക്കു ഭ്രഷ്ടുണ്ട്. ഞാനുണ്ണുന്നേടത്തൊക്കെയുണ്ടാൽ ഞാൻ കുടിക്കുന്നതൊക്കെ കുടിക്കയും വേണം' എന്നു പറഞ്ഞു നാറാണത്തുഭ്രാന്തൻ പോവുകയും ചെയ്തു.

'മുറ്റുമൊരുത്തൻ പ്രവർത്തിച്ചതിനെന്തു
മൂലമെന്നുള്ള വിചാരവും കൂടാതെ
മറ്റവൻകൂടെ പ്രവർത്തിക്കിലിങ്ങനെ
കുറ്റം ഭവിക്കുമെന്നോർത്തുകൊണ്ടീടുവിൻ' എന്നുള്ള സാരോപദേശത്തിന് ഈ കഥ ദൃഷ്ടാന്തമാകുന്നു.

നാറാണത്തുഭ്രാന്തൻ ചിലപ്പോൾ കട്ടുറുമ്പുകൾ കൂട്ടംകൂടി വരിവരിയായി പോകുമ്പോൾ അവയെയെല്ലാം എണ്ണിക്കൊണ്ടിരിക്കും. അങ്ങനെയും ഒരു പതിവുണ്ട്. അങ്ങനെ ഒരു ദിവസം നാറാണത്തുഭ്രാന്തൻ ഉറുമ്പുകളെ എണ്ണിക്കൊണ്ടിരിക്കുമ്പോൾ ഒരാൾ അടുക്കെച്ചെന്ന് 'എത്രയായി?' എന്നു ചോദിച്ചു. ഉടനെ നാറാണത്തുഭ്രാന്തൻ 'പതിനായിരം പോയി. പതിനാ യിരമുണ്ട്. അതുകൂടെ പോകണം. എന്നാൽ സുഖമായി' എന്നു മറുപടി പറഞ്ഞു. ഈ ചെന്നു ചോദിച്ച ആൾക്ക് വളരെക്കാലമായി വയറ്റിൽ ഒരു വേദനയുണ്ടായിരുന്നു. അതിനു ചികിത്സയ്ക്കും മറ്റുമായി പതിനായിരം രൂപ ചെലവായിട്ടുണ്ടായിരുന്നു. പിന്നെ അയാൾ പതിനായിരം രൂപ കെട്ടി വെച്ചിട്ടുമുണ്ടായിരുന്നു. നാറാണത്തുഭ്രാന്തൻ പറഞ്ഞതിന്റെ സാരം ആ പതിനായിരംകൂടി ചെലവായാൽ ഇയാൾക്കു വയറ്റിൽ വേദന ഭേദമായി സുഖമാകുമെന്നായിരുന്നു. ആ സാരം ഈ മനുഷ്യൻ മനസ്സിലാക്കി ശേഷ മുണ്ടായിരുന്ന പതിനായിരംകൂടി ചികിത്സയ്ക്കും സത്കർമ്മങ്ങൾക്കുമായി ചെലവാക്കുകയും വയറ്റിൽ വേദന ഭേദമാവുകയും ചെയ്തു.

അകവൂർ ചാത്തനും ഇതുപോലെത്തന്നെ ഒരു ദിവ്യനായിരുന്നു. അദ്ദേഹം അകവൂർ നമ്പൂരിപ്പാട്ടിലെ ഭൃത്യനായി ആ മനയ്ക്കലാണ് താമസിച്ചിരുന്നത്. അന്നത്തെ അച്ഛൻ നമ്പൂരിപ്പാട്ടിലേക്ക് അനർഹയായ ഒരു സ്ത്രീയിൽ മനസ്സു പ്രവർത്തിക്കയാൽ തത്പാപപരിഹാരാർത്ഥം ഗംഗാസ്നാനം ചെയ്യണമെ ന്നു തീർച്ചയാക്കി. നമ്പൂരിപ്പാട്ടീന്നു പോയപ്പോൾ ഭൃത്യനായ ചാത്തനെയും കൊണ്ടുപോയി. ചാത്തൻ ഒരു ചുരയ്ക്കായും എടുത്തിട്ടുണ്ടായിരുന്നു. നമ്പൂരിപ്പാ ട്ടീന്നു സ്നാനം കഴിച്ച തീർത്ഥങ്ങളിലെല്ലാം ചാത്തൻ ഈ ചുരയ്ക്കായും മുക്കി, ചാത്തൻ എങ്ങും സ്നാനം കഴിച്ചുമില്ല. നമ്പൂരിപ്പാട്ടീന്നു തിരിയെ സ്വഭവന ത്തിൽ എത്തി, കാലഭൈരവപ്രീതിയും മറ്റും കേമമായിക്കഴിച്ചു പാപമോചനം വന്നു എന്നു വിചാരിച്ച് ഇരിപ്പായി. അങ്ങനെയിരിക്കുമ്പോൾ ഒരു ദിവസം ചാത്തൻ ഈ ചുരയ്ക്കായെടുത്തു കറിയ്ക്കു നുറുക്കിക്കൊടുത്തു.

അതൊരു കയ്പൻ ചുരയ്ക്കയായിരുന്നതിനാൽ കൂട്ടാൻ കയ്പുകൊണ്ടു കൂട്ടാൻ പാടില്ലായിരുന്നു. കൂട്ടാൻ കയ്ച്ചതിനാൽ നമ്പൂരിപ്പാട്ടീന്ന് അന്തർജനത്തിനെ ദേഷ്യപ്പെട്ടു. 'ചാത്തൻ നുറുക്കിത്തന്നതാണ് ഞാൻ വെച്ചത്. കഷണമെന്താ ണെന്നറിഞ്ഞില്ല. ആ കഷണത്തിന്റെ കയ്പായിരിക്കണം. അല്ലാതെയൊ ന്നുമല്ല' എന്നന്തർജനം പറഞ്ഞു. നമ്പൂരിപ്പാട്ടീന്ന് ഊണുകഴിഞ്ഞ് പുറത്തു വന്നയുടനെ ചാത്തനെ വിളിച്ച് 'കൂട്ടാനിനു നുറുക്കിക്കൊടുത്ത കഷണമെ

ന്തായിരുന്നു' എന്നും 'അതു കയ്ക്കുന്നതിന്റെ കാരണമെന്തെന്നും' ചോദിച്ചു. അപ്പോൾ ചാത്തൻ 'കൂട്ടാന്റെ കഷണം കയ്ക്കുന്നുണ്ടെങ്കിൽ തിരുമനസ്സിലെ പാപവും തീർന്നിട്ടില്ല. തിരുമേനി സ്നാനം കഴിച്ച പുണ്യതീർത്ഥങ്ങളിലെല്ലാം അടിയൻ ആ കയ്പൻ ചുരയ്ക്കായും മുക്കിയല്ലോ. ആ ചുരയ്ക്കയാണ് കൂട്ടാനിനു നുറുക്കിക്കൊടുത്തത്' എന്നു പറഞ്ഞു.

ഇതു കേട്ടപ്പോൾ ചാത്തൻ തന്നെ പരിഹസിക്കാനായിട്ടാണ് ചുരയ്ക്ക മുക്കിക്കൊണ്ടുവന്നതെന്ന് മനസ്സിലാകയാൽ നമ്പൂരിപ്പാട്ടിലെ കോപം അശേഷം പോയി എന്നു തന്നെയല്ല, വളരെ ലജ്ജയുമുണ്ടായി. തന്റെ പാപം തീർന്നിട്ടില്ലെന്നു സ്വയമേവ നമ്പൂരിപ്പാട്ടീന്നു സമ്മതിച്ചു. 'ഇനി പാപം തീരാൻ എന്തു വേണമെന്നു നീ തന്നെ പറഞ്ഞുതരണ'മെന്നു നമ്പൂരിപ്പാട്ടീന്നു പറയുകയാൽ ചാത്തൻ, 'തിരുമേനി യാതൊരു സാധനത്തെ ആഗ്രഹിച്ചുവോ അതിന്റെ പ്രതിമ ഇരുമ്പുകൊണ്ടുണ്ടാക്കിച്ച് അതു തീയിലിട്ടു നല്ലപോലെ പഴുപ്പിച്ചെടുത്തു നാട്ടി, അനേകം ജനങ്ങൾ കൂടിനില്ക്കുമ്പോൾ ഇന്ന സംഗതിയുടെ പാപം തീരാനാണെന്ന് ഉറക്കെ വിളിച്ചു പറഞ്ഞുകൊണ്ട് അതിനെ ആലിംഗനം ചെയ്യണം. അല്ലാതെ ഈ പാപം ഒരിക്കലും തീരുന്നതല്ല' എന്നു പറഞ്ഞു. നമ്പൂരിപ്പാട്ടീന്ന് ഇതുകേട്ട് അങ്ങനെതന്നെ ചെയ്യാമെന്നു തീർച്ചപ്പെടുത്തി. പിന്നെ ഇരുമ്പുകൊണ്ട് ഒരാളോളം വലിപ്പത്തിൽ ഒരു സ്ത്രീപ്രതിമയുണ്ടാക്കിച്ചു. ഈ പ്രതിവിധി ഇന്ന ദിവസം ചെയ്യുമെന്നു നിശ്ചയിച്ചു മലയാളരാജ്യമൊട്ടുക്കു ഒരു പരസ്യവും പ്രസിദ്ധപ്പെടുത്തി. സമയമായപ്പോഴേക്കും അസംഖ്യം ജനങ്ങൾ അവിടെ വന്നുകൂടി. പ്രതിമയും പഴുപ്പിച്ചു വലിയ കൊടിലുകൾകൊണ്ടും മറ്റും പിടിച്ചു സഭയിൽ നാട്ടിവച്ചു. നമ്പൂരിപ്പാട്ടീന്നു തനിക്കു പാപം സംഭവിക്കാനുള്ള കാരണവും ഇത് അതിന്റെ പരിഹാരമാണെന്നും ഉറക്കെ വിളിച്ചുപറഞ്ഞുകൊണ്ട് തീക്കട്ടപോലെ ജ്വലിച്ചുകൊണ്ടിരിക്കുന്ന പ്രതിമയെ കെട്ടിപ്പിടിക്കാനായി ഓടിച്ചെന്നു. തൊട്ടുതൊട്ടില്ലെന്നായപ്പോൾ അടുത്തു നിന്നിരുന്ന ചാത്തൻ നമ്പൂരിപ്പാട്ടിലെ തടുത്തുനിറുത്തിക്കൊണ്ട് 'ഇത്രയും മതി. ഇപ്പോൾ അവിടുത്തെ പാപമെല്ലാം തീർന്നിരിക്കുന്നു' എന്നു പറഞ്ഞു. അതിനെ അവിടെ കൂടിയിരുന്ന സകലജനങ്ങളും ഐകകണ്ഠ്യേന സമ്മതിക്കുകയും ചെയ്തു. ഇതിനാൽ പാപമോചനത്തിനു പശ്ചാത്താപവും മനഃശുദ്ധിയുമാണ് വേണ്ടതെന്നും അതുകൂടാതെ ഗംഗാസ്നാനം മുതലായവ ചെയ്താൽ മതിയാകുന്നതല്ലെന്നും സ്പഷ്ടമാകുന്നുവല്ലോ. നമ്പൂതിരിപ്പാട്ടീന്നു പതിവായി ഏഴരനാഴിക വെളുപ്പാനുള്ളപ്പോൾ കുളിച്ച് ഉച്ചയാകുന്നതുവരെ തേവാരം കഴിക്കുന്നതിന്റെ ഉദ്ദേശമെന്താണെന്ന് ഒരു ദിവസം ചാത്തൻ ചോദിച്ചു. 'ഞാൻപരബ്രഹ്മത്തെ സേവിക്കയാണെ'ന്നു നമ്പൂതിരിപ്പാട്ടീന്നു പറഞ്ഞു. 'അപ്പോൾ പരബ്രഹ്മം എങ്ങനെയിരിക്കും?' എന്നു ചാത്തൻ ചോദിക്കയാൽ നമ്പൂതിരിപ്പാട്ടീന്നു പരിഹാസമായിട്ടു 'നമ്മുടെ മാടൻപോത്തിനെപ്പോലിരിക്കും' എന്നു പറഞ്ഞു. പിന്നെ നമ്പൂതിരിപ്പാട്ടീന്നു കുളിക്കുമ്പോൾ ചാത്തനും പതിവായി കുളിച്ചു പരബ്രഹ്മത്തെ സേവിച്ചുതുടങ്ങി. അങ്ങനെ നാലഞ്ചു ദിവസം കഴിഞ്ഞപ്പോൾ ചാത്തന്റെ ധ്യാനപ്രകാരം മാടൻപോത്തിന്റെ സ്വരൂപത്തിൽ പരബ്രഹ്മം അയാൾക്കു പ്രത്യക്ഷമായി. പിന്നെ സദാ പരബ്രഹ്മം ചാത്തന്റെ കൂടെ നടക്കുകയും അയാൾ പറയുന്ന വേലകൾ ചെയ്കയും തുടങ്ങി. നമ്പൂതിരിപ്പാട്ടീന്ന് ഈ വിവരമൊന്നും അറിഞ്ഞതുമില്ല. അദ്ദേഹത്തിന് ഈ മാടൻപോത്ത് അപ്രത്യക്ഷമായിട്ടാണ് ഇരുന്നതും.

അങ്ങനെയിരിക്കുമ്പോൾ നമ്പൂതിരിപ്പാട്ടീന്നു തെക്കേ ദിക്കിലേക്ക് ഒരു യാത്രയുണ്ടായി. ഭാണ്ഡമെടുക്കുന്നതിനു ചാത്തനെയും കൊണ്ടുപോയി. ചാത്തൻ ഭാണ്ഡം മാടൻപോത്തിന്റെ പുറത്തു കെട്ടിയിട്ടു ചുമപ്പിച്ചുകൊണ്ടു നമ്പൂതിരിപ്പാട്ടിലെ കൂടെപ്പോയി. ഓച്ചിറപ്പടനിലം എന്നു പ്രസിദ്ധമായ സ്ഥലത്തുചെന്നപ്പോൾ അവിടെ ഒരു വിസ്താരം കുറഞ്ഞ വാതുക്കലൂടെ കടന്നുപോകേണ്ടിയിരുന്നു. നമ്പൂതിരിപ്പാട്ടീന്നു മുമ്പേ കടന്നു. പിന്നാലെ ചാത്തനും കടന്നു. മാടൻപോത്തിന്റെ കൊമ്പുകൾ അവിടെ തടഞ്ഞതിനാൽ അതിനു കടക്കാൻ പാടില്ലാതെ അവിടെനിന്നു. അപ്പോൾ ചാത്തൻ തിരിഞ്ഞുനിന്ന് 'ചരിച്ചു കടത്തു' എന്നു പറഞ്ഞു. നമ്പൂതിരിപ്പാട്ടീന്ന് ഇതുകേട്ടു തിരിഞ്ഞുനോക്കിയപ്പോൾ മാടൻപോത്തിനെ അദ്ദേഹത്തിനു കാണ്മാൻ പാടില്ലായിരുന്നതിനാൽ 'നീ ആരോടാണ് പറയുന്നത്?' എന്നു ചോദിച്ചു. 'നമ്മുടെ മാടൻപോത്തിനോട്' എന്നു ചാത്തൻ മറുപടി പറഞ്ഞു.

നമ്പൂതിരിപ്പാട്: മാടൻപോത്തെവിടെ? ഏതു മാടൻപോത്ത്?

ചാത്തൻ: ഇതാ നില്ക്കുന്നു. അവിടുന്നു കാണുന്നില്ലേ? തിരുമനസ്സിലെ കല്പനപ്രകാരം അടിയൻ സേവിച്ചു പ്രത്യക്ഷമാക്കിയ മാടൻപോത്താണിത്.

ഇതുകേട്ടു നമ്പൂതിരിപ്പാട്ടീന്നു ചാത്തനെ തൊട്ടുംകൊണ്ട് നോക്കിയപ്പോൾ മാടൻപോത്തിന്റെ ആകൃതിയിൽ പ്രത്യക്ഷമായിരിക്കുന്ന പരബ്രഹ്മത്തെ കണ്ടു. നമ്പൂതിരിപ്പാട്ടീന്ന് 'എന്നെക്കാൾ ഭക്തി നിനക്കു തന്നെയാണ്. അതിനാൽ ഞാൻ നിന്നെയും വന്ദിക്കുന്നു' എന്നുപറഞ്ഞു ചാത്തനെ നമസ്കരിച്ചു. ഉടനെ മാടൻപോത്ത് അവിടെത്തന്നെ ഭൂമിയിൽ താണുപോയി. 'അടിയന്റെ മാടൻപോത്തില്ലാതെ അടിയൻ വരികയില്ല' എന്നു പറഞ്ഞു ചാത്തനും അവിടെ ഇരിപ്പായി. 'എനിക്കിനി എന്താണ് ഗതി' എന്നു നമ്പൂതിരിപ്പാട്ടീന്നു ചോദിച്ചു. അപ്പോൾ ചാത്തൻ 'മേല്പോട്ട് കേറാൻ നൂലുണ്ടല്ലോ. അതുപിടിച്ചു കേറിക്കൊള്ളണം' എന്നു പറഞ്ഞു. അതിന്റെ സാരം വേദംകൊണ്ടു മോക്ഷത്തെ പ്രാപിച്ചു കൊള്ളണമെന്നാണെന്ന് മനസ്സിലാക്കി നമ്പൂതിരിപ്പാട്ടീന്നു ചാത്തനെ വിട്ടു വിഷാദത്തോടുകൂടി പോവുകയും ചെയ്തു. ചാത്തൻ പിന്നെയും കുറഞ്ഞൊരുകാലം പരബ്രഹ്മത്തെയും ധ്യാനിച്ചുകൊണ്ട് അവിടെയിരുന്നു. ഒടുക്കം ആണ്ടുതോറും പതിവുള്ള പടയിൽച്ചേർന്നു മരിച്ചു സായൂജ്യം പ്രാപിക്കയും ചെയ്തു.

ഉളിയന്നൂർ പെരുന്തച്ചനും അനേകം അത്ഭുതകർമ്മങ്ങൾ പ്രവർത്തിച്ചിട്ടുണ്ട്. സ്വദേശത്തുതന്നെ ഒരു ക്ഷേത്രത്തിലെ ഉപയോഗത്തിലേക്കായി അവിടുത്തെ ഊരാൺമക്കാർ പറഞ്ഞിട്ട് ഒരു കുളം പെരുന്തച്ചൻ ഉണ്ടാക്കീട്ടുണ്ട്. കുളം കുഴിച്ചു കല്ലുകെട്ടിത്തുടങ്ങിയപ്പോൾ ഊരാണ്മക്കാരിൽ ചിലർ കുളം നീളത്തിലിരിക്കണമെന്നും ചിലർ ചതുരത്തിൽ വേണമെന്നും മറ്റു ചിലർ വട്ടത്തിൽ വേണമെന്നും മറ്റും തർക്കമായി. അപ്പോൾ പെരുന്തച്ചൻ 'നിങ്ങളാരും വഴക്കു പിടിക്കേണ്ട. എല്ലാവരുടെയും ഇഷ്ടപ്രകാരം കുളം വട്ടത്തിൽ നീളത്തിൽ സമചതുരത്തിൽ ത്രികോണമായിട്ടു കോഴിമുട്ടഭാഷയിലുണ്ടാക്കിയേക്കാം. എന്നാൽ പോരേ?' എന്നു പറഞ്ഞ് അങ്ങനെ ഒരു കുളവും കെട്ടിത്തീർത്തു. ആ കുളത്തിന്റെ ഓരോരോ ഭാഗത്തുനിന്നും നോക്കിയാൽ പെരുന്തച്ചൻ പറഞ്ഞതുപോലെ ഒക്കെയും തോന്നും. കുളത്തിലിറങ്ങിയാൽ ഇപ്പോഴും ആർക്കും കിഴക്ക് പടിഞ്ഞാറ് അറിയാൻ പാടില്ലാതെയാണിരിക്കുന്നത്. അതിനാൽ ബ്രാഹ്മണർ ആ കുളത്തിൽ കുളിച്ചു നിത്യകർമ്മം

കഴിക്കാറില്ല. പെരുന്തച്ചന് അതിദിവ്യനായ ഒരു പുത്രനും ഉണ്ടായിരുന്നു. ഈ കുളം പെരുന്തച്ചൻ കുഴിച്ചപ്പോൾ, മകൻ, 'പുഴ കടന്ന് ഈ കുളത്തിലേക്ക് വല്ലവരും പോകുമോ?' എന്നു ചോദിച്ചു. അന്നു കുളം ക്ഷേത്രത്തിനടുത്തും പുഴ വളരെ അകന്നും ആയതിനാൽ 'ഇതെന്താടാ ഭ്രാന്തു പറയുന്നത്? പുഴ എത്ര ദൂരെക്കിടക്കുന്നു' എന്നു പെരുന്തച്ചൻ പറഞ്ഞു. 'ആട്ടെ, കാണാം' എന്നു മകനും പറഞ്ഞു. കുറച്ചുകാലം കഴിഞ്ഞപ്പോൾ ദൂരേക്കൂടി ഒഴുകിക്കൊണ്ടിരുന്ന നദി കുത്തിപ്പാഞ്ഞ് അമ്പലത്തിന്റെയും കുളത്തിന്റെയും മധ്യേ ഒഴുകിത്തുടങ്ങി. അപ്പോൾ അമ്പലമിക്കരെയും കുളമക്കരെയുമായിത്തീർന്നു. ആറു കടന്ന് ആരും കുളത്തിലേക്കു പോകാതെയുമായി. ഇപ്പോഴും ആ സ്ഥിതിയിൽ തന്നെ ഇരിക്കുന്നു.

പിന്നെ പെരുന്തച്ചൻ ഒരു നദിയിൽ ഒരു പാലം പണിതു. അതിനും കുറെ ദിവ്യത്വമുണ്ട്. പാലത്തിന്റെ ഒരറ്റത്ത് ഒരു പാവയുണ്ട്. മറ്റേ അറ്റത്ത് ആൾ കേറുമ്പോൾ പാവ കീഴ്പ്പോട്ടു താണുതുടങ്ങും. ആൾ പാലത്തിന്റെ മധ്യത്തിലാകുമ്പോൾ പാവ വെള്ളത്തിൽ മുങ്ങും. അങ്ങേ അറ്റത്തു ചെല്ലുമ്പോഴേക്കും പാവ വായിൽ നിറച്ചു വെള്ളവുംകൊണ്ടു പൂർവസ്ഥിതിയിൽ മുകളിൽ വന്നു നില്ക്കും. ആൾ അടുത്തു ചെല്ലുമ്പോൾ ചെല്ലുന്ന ആളുടെ മുഖത്ത് ഒരു തുപ്പും കൊടുക്കും. ഇങ്ങനെയാണതിന്റെ സൂത്രം. ഇതു പെരുന്തച്ചന്റെ മകൻ കണ്ടിട്ടു വേറൊരുപാവയെ ഉണ്ടാക്കി പാലത്തിന്റെ ഇങ്ങേ അറ്റത്തും വെച്ചു. ആ പാവ പാലത്തിന്മേൽ ആളുകയറുമ്പോൾ മുമ്പേ നടന്നുതുടങ്ങും. ആളുകൾ അങ്ങേ അറ്റത്തു ചെല്ലുന്നതിനുമുമ്പേ അവിടെ എത്തും. മറ്റേപ്പാവ തുപ്പുന്നതിനുമുമ്പേ അതിന്റെ ചെകിട്ടത്ത് ഈ പാവ ഒരടിവെച്ചുകൊടുക്കും. അപ്പോൾ ആ തുപ്പുന്ന പാവയുടെ മുഖം തിരിഞ്ഞുപോകുന്നതിനാൽ ആരുടെയും മുഖത്തു തുപ്പാൻ കഴിയാതെയുമായി.

പെരുന്തച്ചൻ ഒരിക്കൽ ഒരു വഴിയാത്ര പോകുമ്പോൾ ഒരു ദിക്കിൽ ചില ആശാരിമാർകൂടി ഒരമ്പലം പണിയുന്നതു കണ്ട് അവിടെച്ചെന്നു നോക്കിക്കൊണ്ടിരുന്നു. ആശാരിമാരാരും പെരുന്തച്ചനെ ബഹുമാനിക്കയും കണ്ടതായി നടിക്കപോലും ചെയ്തില്ല. അവർക്ക് ഊണു കാലമായപ്പോൾ പെരുന്തച്ചനെ വിളിക്കാതെ പോവുകയും ചെയ്തു. ഉടനെ ശ്രീകോവിലിനുള്ള കഴുക്കോലിന്റെ അറ്റത്തൊക്കെ ഓരോ വരകൂടി വരച്ചുംവെച്ചു പെരുന്തച്ചനും പോയി. ആശാരിമാർ ഊണു കഴിഞ്ഞുവന്നു പണി തുടങ്ങി. പെരുന്തച്ചൻ വരച്ച വര അവിടത്തെക്കണക്കാശാരി വരച്ചതാണെന്നു വിചാരിച്ച് അവിടെ വെച്ചു മുറിച്ചു കഴുക്കോലെല്ലാം പണിതീർത്തു കൂട്ടു കേറ്റിയപ്പോൾ കഴുക്കോലിനു നീളം പോരായ്കയാൽ കൂടം പിടിക്കയില്ല. കണക്കനും പണിക്കാരനും കൂടി പഠിച്ച വിദ്യയെല്ലാമെടുത്തിട്ടും കൂടം പിടിച്ചില്ല. ഈ അബദ്ധം എങ്ങനെ വന്നു എന്നറിയാതെ എല്ലാവരും വളരെ വ്യസനിച്ചു. ഒടുക്കം കഴുക്കോലുകൾ മാറ്റണമെന്നുതന്നെ തീർച്ചപ്പെടുത്തി. ശ്രീകോവിലിന്റെ കൂട്ടുകേറ്റിയ വിധത്തിൽ തന്നെ കൂടം പിടിക്കാതെ ആ നിലയിൽ വെച്ചുംവെച്ചുതന്നെ വേറെ പണികൾ തുടങ്ങി.

പെരുന്തച്ചൻ പോയി ആരുമറിയാതെ കുറെക്കുട്ടുന്തുടികൾ ഉണ്ടാക്കിക്കൊണ്ടു പുറപ്പെട്ടു. യാത്രയായപ്പോൾ 'എങ്ങോട്ടാ യാത്ര?' എന്നു മകൻ ചോദിച്ചു. ഒന്നും മിണ്ടാതെ പെരുന്തച്ചൻ പോയി. പിന്നാലെ മകനും പുറപ്പെട്ടു. ഒരു ദിവസം ഉച്ചയായപ്പോൾ ആ അമ്പലം പണിയുന്ന സ്ഥലത്തു വന്നു.

അപ്പോൾ ആശാരിമാരെല്ലാം ഉണ്ണാൻ പോയിരിക്കയായിരുന്നു. അവിടെ ആരുമില്ലെന്നു മനസ്സിലായപ്പോൾ പെരുന്തച്ചൻ ശ്രീകോവിലിനു മുകളിൽ കേറി ഈ കട്ടുത്തുടികളെല്ലാം വെച്ചിണക്കി ഒരടി കൊടുത്തു. പെട്ടെന്നു കൂടം പിടിക്കയും ചെയ്തു. അപ്പോഴേക്കും മകനും അവിടെ എത്തി. ഉടനെ പെരുന്തച്ചൻ 'കണ്ടോടാ, മകനേ കൂടം പിടിച്ചത്' എന്നു ചോദിച്ചു. 'ഓഹോ കാണുകയും പഠിക്കയും ചെയ്തു' എന്നു മകൻ ഉത്തരം പറഞ്ഞു.

ഇങ്ങനെ പലവിധത്തിലും മകൻ അസാമാന്യനാണെന്ന് അറിഞ്ഞപ്പോൾ തന്റെ ആദ്യപുത്രനാണെങ്കിലും പെരുന്തച്ചന് അവനെക്കുറിച്ച് സഹിയവയ്യാതെയുള്ള അസൂയയും വൈരവുമുണ്ടായി. ഇവൻ ജീവിച്ചിരുന്നാൽ തന്റെ യശസ്സിനു ഹാനി ഭവിക്കുമെന്നും അതിനാൽ ഏതുവിധവും ഇവന്റെ കഥ കഴിക്കണമെന്നും പെരുന്തച്ചൻ തീർച്ചയായി മനസ്സിൽ ഉറച്ചു.കൂടം പിടിച്ച ശബ്ദം കേട്ട് ആശാരിമാരെല്ലാം ഓടിവന്നു നോക്കിയപ്പോൾ കൂടം പിടിച്ചിരിക്കുന്നതായി കണ്ടു. അപ്പോൾ ഇതെല്ലാം പെരുന്തച്ചന്റെ കൗശലങ്ങളാണെന്നു മനസ്സിലാവുകയാൽ ആശാരിമാരെല്ലാം പെരുന്തച്ചനെയും മകനെയും വന്ദിച്ചു ബഹുമാനിച്ചു. അന്നുമുതൽ പെരുന്തച്ചനെയും മകനെയും പണിക്കു പ്രധാനന്മാരായി ചേർക്കുകയും അവർകൂടി പണി തുടങ്ങുകയും ചെയ്തു. അക്കാലം മുതൽ ആശാരിമാർ പണിതുകൊണ്ടിരിക്കുന്ന സ്ഥലത്തു മറ്റാശാരിമാർ വന്നാൽ അവർക്കുകൂടി ചോറുകൊടുക്കാതെ ഇവർ ഉണ്ണുകയില്ലെന്നു ഒരേർപ്പാട് വെച്ചു.

പിന്നെ അവിടെപ്പണിതുകൊണ്ടിരിക്കുന്ന കാലത്തു പെരുന്തച്ചൻ അമ്പലത്തിന്റെ മുകളിലിരുന്നുകൊണ്ടു താഴെക്കുനിഞ്ഞിരുന്നു പണിയുന്ന മകന്റെ കഴുത്തിലേക്ക് ഒരു വലിയ ഉളി കൈമോശം വന്നുപോയി എന്ന ഭാവത്തിൽ ഇട്ടു. ഉളിവന്നുവീണ് കഴുത്ത് രണ്ടായി മുറിഞ്ഞ് മകൻ മരിക്കയും ചെയ്തു. ഈ സംഭവങ്ങൾ ഉണ്ടായിരിക്കുന്നത് തിരുവല്ലായിൽ വെച്ചാണെന്നാണ് കേട്ടിരിക്കുന്നത്.

പെരുന്തച്ചൻ സ്വദേശത്തുള്ള നമ്പൂരിമാരുടെ ആവശ്യപ്രകാരം അവിടെയും ഒരമ്പലം പണിതിട്ടുണ്ട്. അവിടെ സോപാനത്തിങ്കൽനിന്നു ശ്രീകോവിലകത്തേക്കു കേറുമ്പോൾ ഇടയ്ക്കിടെ തല മുട്ടുമെന്നു തോന്നും കണ്ടാൽ. സാധാരണയായി കേറുകയും ഇറങ്ങുകയും ചെയ്താൽ തല മുട്ടുകയില്ല. തല മുട്ടിയേക്കുമെന്നു സംശയിച്ചു നില്ക്കുകയോ കുനിയുകയോ ചെയ്താൽ തല മുട്ടുകയും ചെയ്യും. അങ്ങനെ ഒരു വിദ്യയുണ്ട്. അവിടെ പ്രതിഷ്ഠിച്ചിരിക്കുന്ന ബിംബവും പെരുന്തച്ചനുണ്ടാക്കിയതാണ്. നമ്പൂരിമാരെല്ലാവരുംകൂടി ഒരു ബിംബമുണ്ടാക്കിക്കൊടുക്കണമെന്നു പെരുന്തച്ചനോടു പറഞ്ഞു. അങ്ങനെ യാവാമെന്നു പെരുന്തച്ചനും സമ്മതിച്ചു. ഏതു മൂർത്തിയുടെ വിഗ്രഹമാണ് വേണ്ടതെന്ന് നമ്പൂരിമാർ പറഞ്ഞുമില്ല, പെരുന്തച്ചൻ ചോദിച്ചുമില്ല. തമ്മിൽ പിരിഞ്ഞു കഴിഞ്ഞപ്പോഴാണ് പെരുന്തച്ചൻ അതിനെക്കുറിച്ച് വിചാരിച്ചത്. എല്ലാവരും അത്താഴം കഴിഞ്ഞ് കിടക്കുന്ന സമയം അവരവരുടെ ഇഷ്ടദേവതയുടെ പേരു പറഞ്ഞു പ്രാർത്ഥിക്കുമല്ലോ. അതിനാൽ നമ്പൂരിമാർ കിടക്കുന്ന സമയം എന്തുപറയുന്നു എന്നറിയണം. അതറിഞ്ഞാൽ അവരുടെ ഇഷ്ടദേവതയുടെ വിഗ്രഹം ഉണ്ടാക്കിക്കൊടുക്കാമല്ലോ. എന്നിങ്ങനെ വിചാരിച്ച് പെരുന്തച്ചൻ പല ദിവസമായി നമ്പൂരിമാർ കിടക്കുന്ന സമയത്ത് അവിടെയൊക്കെപ്പോയി ഒളിച്ചുനിന്നു. അവരെല്ലാം കിടക്കുന്ന

സമയത്ത് 'അവിടെക്കിട' എന്നും പറഞ്ഞുകൊണ്ടാണ് കിടക്കുകപതിവ്. അല്ലാതെ ഈശ്വരനാമം ഒന്നും പറയുക പതിവില്ല. ഒടുക്കം പെരുന്തച്ചൻ 'എന്നാലവിടെക്കിട' എന്നും പറഞ്ഞ് ഒരു ബിംബം ഉണ്ടാക്കിക്കൊടുത്തു. അങ്ങനെ ഒരു ബിംബം ഇപ്പോഴും അവിടെ കിടക്കുന്നുണ്ട്. മൂർത്തിയെന്താണെന്ന് ആർക്കും ഒരു നിശ്ചയവുമില്ല.

പെരുന്തച്ചൻ ഒരു ദിവസം രാവിലെ അഗ്നിഹോത്രിയെ കാണാനായി അദ്ദേഹത്തിന്റെ ഇല്ലത്തു ചെന്നിരുന്നു. പെരുന്തച്ചനും മറ്റും അഗ്നിഹോത്രിയുടെ ഇല്ലത്തു ചെന്നാൽ ശ്രാദ്ധമൂട്ടേണ്ടുന്ന ദിവസങ്ങളിലല്ലാതെ അകത്തു കടക്കാറില്ല. മറ്റുള്ള ദിവസങ്ങളിൽ അവിടെച്ചെന്നാൽ യഥാക്രമം പുറത്തു നില്ക്കുകയേ പതിവുള്ളൂ. അതിനാൽ പെരുന്തച്ചൻ അന്നു ചെന്നിട്ടു പടിക്കു പുറത്താണ് നിന്നത്. അവിടെ നിന്നുകൊണ്ട് അഗ്നിഹോത്രി അപ്പോൾ എന്തുചെയ്യുകയാണെന്ന് അന്വേഷിച്ചു. അപ്പോൾ അദ്ദേഹം സഹസ്രാവൃത്തി കഴിക്കുകയാണെന്നു ഭൃത്യന്മാർ പറഞ്ഞു. ഉടനെ പെരുന്തച്ചൻ അവിടെയിരുന്നു നിലത്ത് ചെറുതായിട്ട് ഒരു കുഴി കുഴിച്ചു. പെരുന്തച്ചൻ പിന്നെ അന്വേഷിച്ചപ്പോൾ അഗ്നിഹോത്രി ആദിത്യനമസ്കാരത്തിലായിരുന്നു. അപ്പോഴും പെരുന്തച്ചൻ ഒരു കുഴി കുഴിച്ചു. പിന്നെ അന്വേഷിച്ചപ്പോൾ അഗ്നിഹോത്രി ഗണപതിഹോമമായിരുന്നു. പെരുന്തച്ചൻ അപ്പോഴും ഒരു കുഴി കുഴിച്ചു. ഇങ്ങനെ പെരുന്തച്ചൻ അന്വേഷിച്ചപ്പോഴൊക്കെ അഗ്നിഹോത്രി വിഷ്ണുപൂജ, ശിവപൂജ, സാളഗ്രാമപുഷ്പാഞ്ജലി, വൈശ്യം മുതലായി ഓരോന്നു കഴിച്ചുകൊണ്ടിരിക്കുകയായിരുന്നു. അപ്പോഴെല്ലാം പെരുന്തച്ചൻ ഓരോ കുഴി കുഴിക്കുകയും ചെയ്തു. നേരം ഉച്ചയായപ്പോഴേക്കും അഗ്നിഹോത്രി പുറത്തുവന്നു. അപ്പോൾ പെരുന്തച്ചൻ 'തേവാരമെല്ലാം കഴിഞ്ഞോ?' എന്നു ചോദിച്ചു.

അഗ്നിഹോത്രി: ഓ! ഏകദേശം കഴിഞ്ഞു. പെരുന്തച്ചൻ വന്നിട്ട് വളരെ നേരമായി, അല്ലേ? ഇരുന്നു മുഷിഞ്ഞായിരിക്കും.'

പെരുന്തച്ചൻ: ഒട്ടും മുഷിഞ്ഞില്ല. എനിക്കും ഇവിടെ മിനക്കേടുണ്ടായില്ല. ഇവിടെ ഞാൻ അനേകം കുഴികൾ കുഴിച്ചു. പക്ഷേ, ഒന്നിലും വെള്ളം കണ്ടില്ല. ഇത്രയും നേരംകൊണ്ട് അനേകം കുഴികൾ കുഴിക്കാതെ ഒരു കുഴി കുഴിച്ചിരുന്നുവെങ്കിൽ ഇപ്പോൾ വെള്ളം കാണുമായിരുന്നു.

ഇതു കേട്ടപ്പോൾ പെരുന്തച്ചൻ തന്നെ ആക്ഷേപിക്കുകയാണ് ചെയ്തതെന്നും പെരുന്തച്ചൻ പറഞ്ഞതിന്റെ സാരം അനേകമീശ്വരന്മാരെ കുറേശ്ശേ സേവിക്കുന്നതു വെറുതെയാണെന്നും ഒരീശ്വരനെ സേവിച്ചാൽ മതിയെന്നും അതു നല്ലതുപോലെയായാൽ ഫലസിദ്ധി ഉണ്ടാകുമെന്നാണെന്നും ഇതു തന്റെ തേവാരത്തെ സംബന്ധിച്ചാണെന്നും അഗ്നിഹോത്രിക്കു മനസ്സിലാവുകയാൽ അദ്ദേഹം, 'പല കുഴികളായാലും അവ പതിവായി കുറേശ്ശേ കുഴിച്ചുകൊണ്ടിരുന്നാൽ കുറച്ചുകാലം കഴിയുമ്പോൾ എല്ലാത്തിലും വെള്ളം കാണുമെന്നാണ് തോന്നിയത്. എന്നാൽ അവയുടെ അടിയിലുള്ള ഉറവകൾക്കുള്ള പരസ്പരബന്ധമുണ്ടായിരിക്കുന്നതുകൊണ്ട് എല്ലാത്തിന്റെയും ചുവട് ഒന്നുതന്നെയാണെന്നു വിചാരിക്കാവുന്നതുമാണ്" എന്നു മറുപടി പറഞ്ഞു.

പെരുന്തച്ചൻ: ചുവടെല്ലാത്തിനും ഒന്നാണെന്നുള്ള ഓർമ്മ വിട്ടു പോകാതെയിരുന്നാൽ മതി. പിന്നെ എത്രവേണമെങ്കിലും കുഴിക്കാം. എല്ലാത്തിലും വെള്ളവും കാണും.

ഇങ്ങനെ ഒടുക്കം പെരുന്തച്ചൻ അഗ്നിഹോത്രിയുടെ യുക്തി ശരിയാണെന്ന് സമ്മതിക്കുകയും പിന്നെ വന്നകാര്യംപറഞ്ഞ് പോവുകയും ചെയ്തു.

ഇനി പ്രസിദ്ധനായ പാക്കനാരുടെ ചില കഥകൾകൂടി പറയാതെ ഉപന്യാസം സമാപിപ്പിക്കുന്നതു ശരിയല്ലെന്നു തോന്നുന്നതിനാൽ അതു ചിലതു പറയാം. പറയനായ പാക്കനാരുടെ ഉപജീവനവും മറ്റും മുറം വിറ്റാണെന്നാണു വെച്ചിരിക്കുന്നത്. കുലാചാരപ്രകാരമുള്ള പ്രവൃത്തികൊണ്ട് ഉപജീവിക്കുന്നതാണ് ശ്രേഷ്ഠമെന്നു കാണിക്കാനായിരിക്കും അങ്ങനെ വെച്ചിരിക്കുന്നത്.

മാതാപിതാക്കളുടെ ചാത്തമൂട്ടാനായി അഗ്നിഹോത്രിയുടെ ഭവനത്തിൽ ചെല്ലുമ്പോൾ പത്തുപേരും ഓരോ വിശിഷ്ടപദാർഥങ്ങൾ കൊണ്ടുചെല്ലുക പതിവുണ്ട്. പാക്കനാർ മാംസമാണ് കൊണ്ടുചെല്ലുക പതിവ്. അത് അഗ്നിഹോത്രികളുടെ അന്തർജനത്തിനും ചാത്തക്കാർക്കും വളരെ വ്യസനമാണ്. എങ്കിലും പാക്കനാരുടെ ദിവ്യത്വം വിചാരിച്ച് ആരുമൊന്നും പറയുകയുമില്ല. കൊണ്ടുചെല്ലുന്നതെല്ലാം അന്തർജനം പാകംചെയ്കയും ചാത്തക്കാർ ഭക്ഷിക്കയുമാണ് പതിവ്. ഒരിക്കൽ പാക്കനാർ ചെന്നപ്പോൾ പശുവിന്റെ മുലചെത്തിയെടുത്ത് ഒരിലയിൽ പൊതിഞ്ഞുകെട്ടി കൊണ്ടുവന്നു. വെലിക്കു വേണ്ടുന്ന സാധനങ്ങൾ വെയ്പു തുടങ്ങിയപ്പോൾ അന്തർജനം ഈ പൊതിയഴിച്ചുനോക്കി.

പശുവിന്റെ മുലയാണെന്നറിഞ്ഞപ്പോൾ എന്തായാലും ഇത് പാകം ചെയ്യാൻ കഴികയില്ലെന്നു നിശ്ചയിച്ച് അത് അങ്ങനെതന്നെ പൊതിഞ്ഞുകെട്ടി നടുമുറ്റത്തു കൊണ്ടുപോയി കുഴിച്ചിട്ടു. ചാത്തക്കാരനെ ഇരുത്തി വെലിയും തുടങ്ങി. ചാത്തക്കാരന് ഓരോ സാധനങ്ങൾ വിളമ്പിത്തുടങ്ങിയപ്പോൾ പാക്കനാരു കൊണ്ടുവന്ന സാമാനംകൊണ്ടുള്ള കറികളൊന്നും കാണായ്കയാൽ 'ഞാൻകൊണ്ടുവന്നതെവിടെ?' എന്നു പാക്കനാരു ചോദിച്ചു. അന്തർജനം ഒന്നും പറയാതെ നിന്നതിനാൽ സത്യം പറയാനായി അഗ്നിഹോത്രികൾ നിർബന്ധിക്കുകയും അന്തർജനം പരമാർഥമൊക്കെ പറയുകയും ചെയ്തു. അപ്പോൾ പാക്കനാർ 'എന്നാൽ അതു കിളിർത്തോ എന്നു നോക്കു' എന്നു പറഞ്ഞുഅന്തർജനം ചെന്നു നോക്കിയപ്പോൾ അതു കിളിർത്ത് അവിടെയൊക്കെപ്പടർന്നു നിറച്ചു കായുമായി കിടക്കുന്നതു കണ്ടു. വിവരം പറഞ്ഞപ്പോൾ 'അതിന്റെ കായ് പറിച്ച് ഒരുപ്പേരിയെങ്കിലും ഉണ്ടാക്കിക്കൊണ്ടുവരു' എന്നു പാക്കനാർ പറഞ്ഞു. ചാത്തക്കാരന്റെ ഊണ് കഴിയുന്നതിനുമുമ്പേ അതിന്റെ കായ്കൾകൊണ്ട് ഉപ്പേരി ഉണ്ടാക്കിക്കൊണ്ടുവന്നു വിളമ്പി. അങ്ങനെ ഉണ്ടായതാണ് കോവല്. കോവൽക്കാ ഇപ്പോഴും വെലിക്കു പ്രധാനമാണല്ലോ. 'കോവലും കോഴിയുമുള്ള ദിക്കിൽ വെലിയിടണമെന്നില്ല' എന്നൊരു വാക്കും പ്രസിദ്ധമാണ്. കോവലുള്ള ദിക്കിൽ വെലിയിട്ടില്ലെങ്കിലും പിതൃക്കൾ പ്രസാദിച്ചുകൊള്ളുമെന്നും കോഴിയുള്ള ദിക്കിൽ ശുദ്ധമായിട്ടു വെലിയിടാൻ പ്രയാസമാകയാൽ വെലിയിട്ടതുകൊണ്ടും വിശേഷമില്ലെന്നുമാണ് ഇതിന്റെ സാരം. ഇതിൽനിന്നു പാക്കനാരുടെയും കോവലിന്റെയും മാഹാത്മ്യം എത്രയുണ്ടെന്നു സ്പഷ്ടമാകുന്നുണ്ടല്ലോ.

ഒരു ദിവസം പാക്കനാരും ഭാര്യയും കൂടി കാട്ടിൽ വിറകൊടിച്ചുകൊണ്ടു നില്ക്കുമ്പോൾ അതിനടുത്തുള്ള വഴിയിലൂടെ ഒരു നമ്പൂരി വന്നു. അദ്ദേഹം ഇവരെക്കണ്ടു വഴിമാറാൻ പറഞ്ഞു. അപ്പോൾ പറക്കള്ളി നമ്പൂരി കേൾക്കാതെ

പത്തുക്കെ 'മകളെ ഭാര്യയാക്കിവെച്ചുകൊണ്ടിരിക്കുന്ന ഇയ്യാൾക്കെന്തിനാണ് വഴിമാറി ക്കൊടുക്കുന്നത്' എന്നു പറഞ്ഞു. അപ്പോൾ പാക്കനാർ 'ഛീ അങ്ങനെ പറയരുത്, ഒരട്ട ശേഷിച്ചിട്ടുണ്ടായിരുന്നു; അത് നിനക്കുമായി' എന്നു പറഞ്ഞു. രണ്ടുപേരും വഴിമാറിക്കൊടുക്കുകയും നമ്പൂരി കടന്നുപോവു കയും ചെയ്തതിന്റെ ശേഷം പറക്കള്ളി 'ഒരട്ടയുണ്ടെന്നു പറഞ്ഞതിന്റെ സാര മെന്താണ്? അതെനിക്ക് മനസ്സിലായില്ല' എന്നു പറഞ്ഞു. ഉടനെ പാക്കനാർ 'അതു പറയാം. കേട്ടോളൂ' എന്നു പറഞ്ഞ് താഴെ വരുന്ന പ്രകാരം പറഞ്ഞു.

'ഈ നമ്പൂരിയുടെ അന്തർജനം ഒരു ദിവസം അത്താഴത്തിന് അരിവെ ച്ചതിൽ ഒരു അട്ട വീണു. ഉടനെ ആ വിവരം അന്തർജനം നമ്പൂരിയോട് പറഞ്ഞു. ആ ചോറു ഭൃത്യന്മാർക്കു കൊടുക്കുന്നതിനു ശട്ടം കെട്ടി. അന്തർ ജനം അപ്രകാരം ചെയ്കയും ചെയ്തു. ആ അട്ട വീണ ചോറ് ഭൃത്യന്മാർക്ക് കൊടുപ്പിച്ചതിലുള്ള പാപഫലത്തെ ഇദ്ദേഹത്തെ അനുഭവിപ്പിക്കുന്നതിനായി പരലോകത്തിൽ ഒരുകുന്ന് അട്ടയെ ക്കൂട്ടീട്ടുണ്ടായിരുന്നു. ഇദ്ദേഹം മരിച്ച് അവിടെ ചെല്ലുമ്പോൾ ആ അട്ടയെ മുഴുവനും ഇദ്ദേഹത്തെ തീറ്റണമെന്നാണ് യമധർമരാജാവ് നിശ്ചയിച്ചിരുന്നത്. ആ വിവരം ചിത്രഗുപ്തന് മനസ്സിലായി. ഈ നമ്പൂരി ദിവസംതോറും അത്താഴം കഴിഞ്ഞു കിടക്കുന്ന സമയം 'ചിത്ര ഗുപ്തായ നമഃ' എന്നു പറഞ്ഞുംകൊണ്ടാണ് കിടക്കുക പതിവ്. അതിനാൽ ചിത്രഗുപ്തൻ ഈ നമ്പൂരി ദിവസന്തോറും എന്നെ പ്രാർഥിച്ചുകൊണ്ടാണല്ലോ കിടക്കുന്നത്. അദ്ദേഹത്തിന് എന്തെങ്കിലും ഒരു സഹായം ചെയ്തുകൊടുക്കാ തിരുന്നാൽ കഷ്ടമാണ്. അദ്ദേഹം മരിച്ചിവിടെ വരുമ്പോൾ ഈ അട്ടകളെ യൊക്കെ തിന്നേണ്ടതായും വന്നിരിക്കുന്നു. അതിനാൽ അദ്ദേഹത്തിന്റെ അടുക്കൽ ചെന്ന് ഈ വിവരം ധരിപ്പിക്കയും ഇതിനൊരു പ്രതിവിധി പറഞ്ഞു കൊടുക്കുകയും ചെയ്യണം എന്നു വിചാരിച്ച് നിശ്ചയിച്ചു. ഉടനെ ചിത്രഗുപ്തൻ പ്രത്യക്ഷമായി നമ്പൂരിയുടെ അടുക്കൽ ചെന്നു. ചിത്രഗുപ്തനെ കണ്ടപ്പോൾ ഒരു സാധാരണമനുഷ്യനല്ലെന്നു തോന്നുകയാൽ നമ്പൂരി എണീറ്റു വന്ദിച്ച് 'അല്ലയോ സ്വാമിൻ! അവിടുന്ന് ആരാണെന്നും ഇവിടെ വന്നതെന്തിനാണെ ന്നും ഞാനറിയുന്നില്ല. അതിനാൽ അവിടുന്നരുളിച്ചെയ്താലും' എന്നു പറഞ്ഞു.

ചിത്രഗുപ്തൻ: ഞാൻ ചിത്രഗുപ്തനാണ്. അങ്ങ് പ്രതിദിനം കിടക്കുന്ന സമയം എന്നെ പ്രാർത്ഥിക്കുന്നുണ്ടല്ലോ. അങ്ങേയ്ക്കു വലിയതായിരിക്കുന്ന ഒരു കഷ്ടസംഭവം വരാനിരിക്കുന്നു. അതറിയാനായിട്ടാണ് ഇപ്പോൾ ഞാനിവിടെ വന്നത്.

നമ്പൂരി: (വീണ്ടും വന്ദിച്ചിട്ട്) അയ്യോ! എന്താണാവോ? അവിടുന്നരുളിച്ചെയ്തു കേൾപ്പാൻ ഞാനാഗ്രഹിക്കുന്നു.

ചിത്രഗുപ്തൻ: അങ്ങ് ഒരു ദിവസം അട്ടവീണ ചോറ് ഭൃത്യന്മാർക്ക് കൊടുപ്പിA ച്ചല്ലോ. അതിനാൽ അങ്ങ് മരിച്ചു പരലോകത്തു വരുമ്പോൾ തീറ്റാനായിട്ട് അവിടെ ഒരു കുന്ന് അട്ടയെ ക്കൂട്ടീട്ടുണ്ട്. തക്കതായ പ്രതിവിധി എന്തെ ങ്കിലും ചെയ്യാത്തപക്ഷം ആ അട്ടയെ എല്ലാം അങ്ങു തിന്നേണ്ടിവരും. അവരവർ ചെയ്യുന്ന പാപത്തിന്റെ ഫലം അവരവർ അനുഭവിക്കാതെ നിവൃത്തിയില്ല. ഈ സംഗതിയിൽ ഞാൻവിചാരിച്ചാലും അപ്പോൾ ഒരു സഹായവും ചെയ്യാൻ കഴിയുന്നതല്ല. അതിനാലാണ് മുൻകൂട്ടി അറിയിച്ചത്.

നമ്പൂരി: അയ്യോ സ്വാമിൻ! ഞാനെന്തു വേണ്ടൂ? എന്റെ അറിവില്ലായ്മകൊണ്ട്

അങ്ങനെ ചെയ്തുപോയി. ഇനി അതിനെന്തു പ്രതിവിധിയാണ് ചെയ്യേണ്ടത്? അതും അവിടുന്നുതന്നെ പറഞ്ഞുതരണം. അല്ലാതെ എനിക്കൊന്നും അറിഞ്ഞുകൂടാ.

ചിത്രഗുപ്തൻ: ആട്ടെ, ഞാനൊരു കാര്യം പറയാം. അപ്രകാരം ചെയ്താൽ മതി. അങ്ങയുടെ പുത്രിയും യവ്വനയുക്തയുമായ ഒരു കന്യക ഇവിടെയുണ്ടല്ലോ. ഇനി കുറച്ചുകാലംകൂടി കഴിഞ്ഞിട്ടേ ആ കന്യകയെ വിവാഹം കഴിച്ചുകൊടുക്കാവൂ. നാളെമുതൽ അങ്ങയുടെ ശുശ്രൂഷകളെല്ലാം ആ കന്യകയെക്കൊണ്ടു ചെയ്യിക്കണം. എന്നാൽ മതി. ഈ സംഗതിയൊന്നും ആരോടും പറയുകയുമരുത്.

എന്നിങ്ങനെ പറഞ്ഞ ഉടനെ ചിത്രഗുപ്തൻ മറയുകയും ചെയ്തു. ഈ പറഞ്ഞതുപോലെ പിറ്റേദിവസം മുതൽ പല്ലുതേക്കാനുള്ളതുണ്ടാക്കിക്കൊടുക്കുക, മുറുക്കാനുണ്ടാക്കിക്കൊടുക്കുക, ചോറു വിളമ്പിക്കൊടുക്കുക, കിടക്കാൻ വിരിച്ചുകൊടുക്കുക മുതലായ സകല പ്രവൃത്തികളും നമ്പൂരി തന്റെ പുത്രിയെക്കൊണ്ടു ചെയ്യിച്ചുതുടങ്ങി. ഈ വക പ്രവൃത്തികൾ മറ്റാരും ചെയ്യാൻ നമ്പൂരി സമ്മതിക്കയില്ല.

പുത്രിയെക്കുറിച്ച് പതിവിലധികം സ്നേഹവും ഭാവിച്ചുതുടങ്ങി. ഇങ്ങനെ കുറച്ചുദിവസം കഴിഞ്ഞപ്പോഴേക്കും ജനങ്ങൾക്ക് കുറേശ്ശെ ദുഃശങ്ക തുടങ്ങി. ആളുകൾ അങ്ങുമിങ്ങും കുറേശ്ശെ കുശുകുശുത്തു തുടങ്ങി. എന്തിനു വളരെപ്പറയുന്നു? കുറഞ്ഞൊരു ദിവസംകൊണ്ട് നീ പറഞ്ഞതുപോലെ പരക്കെ എല്ലാവരും പറഞ്ഞുതുടങ്ങി. തന്റെ പുത്രിയെക്കുറിച്ച് ക്രമവിരോധമായ യാതൊരു വിചാരവും ആഗ്രഹവും നമ്പൂരിയുടെ മനസ്സിൽ ഉണ്ടായിട്ടുമില്ല. വെറുതെ ഈ ശുദ്ധബ്രാഹ്മണനെക്കുറിച്ച് ദോഷാരോപണം ചെയ്യുന്നവർക്കായി പരലോകത്തിൽ കൂട്ടിയിരുന്ന അട്ടകളെ വീതിച്ചുതുടങ്ങി. അങ്ങനെ ഓരോരുത്തർക്കു വീതിച്ചുവീതിച്ച് ഒരട്ട അവിടെ ശേഷിച്ചിട്ടുണ്ടായിരുന്നു. അതിപ്പോൾ നിനക്കുമായി എന്നാണ് ഞാൻ പറഞ്ഞതിന്റെ സാരം.'

ഇങ്ങനെ പാക്കനാർ പറഞ്ഞുകേട്ടപ്പോൾ പറക്കള്ളിക്ക് പരമാർഥം മനസ്സിലാവുകയും വെറുതെ നമ്പൂരിയെ ദുഷിച്ചു പാപം സമ്പാദിച്ചതിനെക്കുറിച്ച് പശ്ചാത്താപം ഉണ്ടാവുകയും ചെയ്തു. ഇതുകൊണ്ട് പാക്കനാർക്ക് പരലോകകാര്യങ്ങൾകൂടി അറിയാമെന്ന് സ്പഷ്ടമാകുന്നു.

പിന്നെ ഒരു ദിവസം പാക്കനാർ തന്റെ മാടത്തിലിരിക്കുമ്പോൾ അതിനടുത്തുള്ള വഴിയിലൂടെ ബ്രാഹ്മണർ പോകുന്നതു കണ്ടു. പാക്കനാർ എണീറ്റു വന്ദിച്ച് 'തമ്പുരാക്കന്മാർ എങ്ങോട്ടാണ് എഴുന്നള്ളുന്നത്?' എന്നു ചോദിച്ചു.

ബ്രാഹ്മണർ: ഞങ്ങൾ കാശിയിൽ ഗംഗാസ്നാനത്തിന് പോവുകയാണ്.

പാക്കനാർ: എന്നാൽ അടിയൻ ഒരു വടികൂടി തന്നയയ്ക്കാം. അതുകൂടി ആ ഗംഗാനദിയിൽ ഒന്നു മുക്കിക്കൊണ്ടുവന്ന് തരാമെങ്കിൽ വലിയ ഉപകാരമായിരുന്നു.

ബ്രാഹ്മണർ: ഓഹോ! അതിനെന്തു വിരോധം? എന്നാൽ ഇതെന്തിനായിട്ടാണെന്നുകൂടി അറിഞ്ഞാൽക്കൊള്ളാമെന്നുണ്ട്.

പാക്കനാർ: അതൊക്കെ തിരിയെ എഴുന്നള്ളുമ്പോൾ അറിയിക്കാം.

'ഓഹോ! എന്നാലതു മതി' എന്നുപറഞ്ഞ് ബ്രാഹ്മണർ പാക്കനാരോട് ഒരു വടിയും വാങ്ങിക്കൊണ്ടുപോയി. അവർ കാശിയിലെത്തി ഗംഗയിൽ സ്നാനത്തിനായിച്ചെന്ന സമയം പറഞ്ഞിരുന്നതുപോലെ ആ വടി ഗംഗയിൽ

മുക്കി. അപ്പോൾ വെള്ളത്തിന്നടിയിൽ നിന്നുകൊണ്ട് ഒരാൾ വലിച്ചുപിടിച്ചാലത്തെപ്പോലെ വടി വെള്ളത്തിന്നടിയിലേക്ക് താണുപോയി. അപ്പോൾ ബ്രാഹ്മണർക്ക് വളരെ വിഷാദമായി. 'കഷ്ടം! പാക്കനാരുടെ വടി പോയല്ലോ. ഇനി തിരിച്ചുചെല്ലുമ്പോൾ അവനോടെന്തു പറയുന്നു? ഉണ്ടായ പരമാർഥം പറയാം. അല്ലാതെ നിവൃത്തിയില്ലല്ലോ' എന്നൊക്കെപ്പറഞ്ഞുകൊണ്ട് എല്ലാവരും സ്നാനം കഴിച്ചു കേറി. പിന്നെ വിശ്വനാഥദർശനം മുതലായതെല്ലാം കഴിച്ചു. അവർ പിന്നെയും പല പുണ്യസ്ഥലങ്ങളിൽ സഞ്ചരിക്കയും തീർഥങ്ങളിൽ സ്നാനം ചെയ്യുകയും പല ദേവാലയങ്ങളിൽ ദർശനം കഴിക്കയും മറ്റും ചെയ്തു തിരിച്ചു പാക്കനാരുടെ പടിക്കൽ വന്നു. ഉടനെ പാക്കനാർ എണീറ്റുചെന്നു വന്ദിച്ചിട്ട് 'അടിയന്റെ വടിയെവിടെ?' എന്നു ചോദിച്ചു.

ബ്രാഹ്മണർ: വടി പൊയ്പ്പോയല്ലോ, പാക്കനാരേ! പാക്കനാർക്ക് മുഷിച്ചിൽ തോന്നരുത്. ഞങ്ങൾക്ക് കൈമോശം വന്നുപോയതാണ്.

പാക്കനാർ: ആട്ടെ, എവിടെയാണതു പോയത്?

ബ്രാഹ്മണർ: ഞങ്ങൾ കാശിയിലോളം ഭദ്രമായി സൂക്ഷിച്ചു കൊണ്ടുപോയി. അവിടെക്കൊണ്ടുചെന്ന് ഗംഗയിൽ മുക്കിയപ്പോൾ വെള്ളത്തിൽ താണു പോവുകയാണ് ചെയ്തത്.

ഉടനെ പാക്കനാർ, 'ഗംഗയിലാണോ പോയത്? എന്നാൽ നിവൃത്തിയുണ്ട്' എന്നു പറഞ്ഞ്, പാക്കനാരുടെ പടിക്കലുള്ള കുളത്തിന്റെ വക്കത്ത് ചെന്ന് 'വടി ഇങ്ങോട്ടു കാണട്ടെ' എന്നു പറഞ്ഞു. ഉടനെ ആ കുളത്തിലെ വെള്ളത്തിൽനിന്ന് വടി പൊങ്ങിവരികയും പാക്കനാരെടുക്കുകയും ചെയ്തു. ഇതു കണ്ടപ്പോൾ ലോകത്തിൽ വെള്ളമായിക്കാണുന്നതെല്ലാം ഗംഗയാണെന്നും ഭക്തിയുള്ളവർക്കു ഗംഗാസ്നാനത്തിനു കാശിയിൽ പോകണമെന്നില്ലെന്നു തങ്ങളെ ബോദ്ധ്യപ്പെടുത്താനായിട്ടാണ് പാക്കനാർ വടി തന്നയച്ചതെന്ന് ബ്രാഹ്മണർക്കു മനസ്സിലായി. പിന്നെ പാക്കനാരുടെ മനഃശ്ശുദ്ധിയെയും ഭക്തിവിശ്വാസങ്ങളെയും ദിവ്യത്വത്തെയും കുറിച്ചു ശ്ലാഘിക്കയും വിസ്മയിക്കയും തങ്ങളുടെ അന്ധതയെക്കുറിച്ചു ലജ്ജിക്കയും തന്നെത്താൻ നിന്ദിക്കയും ചെയ്തുകൊണ്ട് ബ്രാഹ്മണർ പോവുകയും ചെയ്തു.

ബ്രാഹ്മണകുലാഗ്രേസരനായ ആഴ്വാഞ്ചേരി തമ്പ്രാക്കൾക്കു 'തമ്പ്രാക്കൾ' എന്നുള്ള പേരു സിദ്ധിച്ചത് ഈ പാക്കനാരിൽനിന്നാണെന്ന് കേട്ടിട്ടുണ്ട്. തമ്പ്രാക്കൾ എവിടെയോ ഒരു രാജാവിന്റെ ഹിരണ്യഗർഭം കഴിഞ്ഞു കിട്ടിയ സ്വർണംകൊണ്ടുള്ള ഒരു പശുവിനെ ഭൃത്യന്മാരെക്കൊണ്ട് കെട്ടിയെടുപ്പിച്ചു കൊണ്ടുപോവുമ്പോൾ പാക്കനാർ കണ്ടു. ഉടനെ വഴിയിൽച്ചെന്നു തടഞ്ഞുകൊണ്ട് 'ചത്ത പശുവിന്റെ അവകാശം അടിയനാണ്. അതിനാൽ ഇതിനെ തന്നയയ്ക്കില്ല' എന്നു പറഞ്ഞു.

തമ്പ്രാക്കൾ: ചത്തതല്ല. അതു ജീവനുള്ളതാണ്.

പാക്കനാർ: എന്നാൽ കെട്ടിയെടുക്കണമെന്നില്ലല്ലോ. ജീവനുള്ളതാണെങ്കിൽ നടത്തിക്കൊണ്ടു പോകണം.

ഉടനെ തമ്പ്രാക്കൾ പശുവിനെ അവിടെ നിറുത്താൻ പറഞ്ഞു. ഭൃത്യന്മാർ താഴെ നിറുത്തി, തണ്ടും, കയറും അഴിച്ചെടുത്തു മാറിനിന്നു. തമ്പ്രാക്കൾ കുറച്ചു പുല്ലുപറിച്ചെടുത്തുകാട്ടി പശുവിനെ വിളിച്ചുകൊണ്ടു മുമ്പെനടന്നു. അദ്ദേഹത്തിന്റെ തപഃശക്തികൊണ്ട് ആ പശു അചേതനവസ്തുവായ സ്വർണമാണെങ്കിലും പിന്നാലെ നടന്നുചെന്നു. അതുകണ്ടപ്പോൾ പാക്കനാർ ദൂരെ

മാറിനിന്നു തൊഴുതുകൊണ്ട് 'എല്ലാത്തമ്പ്രാക്കളും തമ്പ്രാക്കൾ. ആഴ്വാഞ്ചേരി തമ്പ്രാക്കൾ തമ്പ്രാക്കൾ' എന്നു പറഞ്ഞു. അന്നുമുതല്ക്കാണ് തമ്പ്രാക്കളെന്നു പേരു നടപ്പായത്. ഇപ്പോഴും എല്ലാവരും അങ്ങനെയാണല്ലോ പറഞ്ഞുവരുന്നത്. തമ്പുരാക്കൾ എന്നു പേരുള്ളതു പറയൻ പറഞ്ഞപ്പോൾ തമ്പ്രാക്കൾ എന്നായതായിരിക്കാം. പാക്കനാരു പറഞ്ഞ ആ വാക്കിനെ എല്ലാവരും സ്വീകരിക്കയും ഏതത്കാലപര്യന്തംതന്നെ പറഞ്ഞുവരികയും ചെയ്യുന്നതു കൊണ്ടുതന്നെ പാക്കനാർ സാമാന്യനല്ലെന്ന് തെളിവാകുന്നു.

ഇങ്ങനെ ഈ മഹാന്മാരുടെ കഥകൾ അവസാനമില്ലാതെയുണ്ട്. മേല്പറഞ്ഞ അഗ്നിഹോത്രി, നാറാണത്തുഭ്രാന്തൻ, അകവൂർ ചാത്തൻ, പെരുന്തച്ചൻ, പാക്കനാർ എന്നിവരെപ്പോലെത്തന്നെ ശേഷമുള്ള വടുതല നായർ, കാരയ്ക്കലമ്മ, ഉപ്പുകുറ്റൻ, തിരുവരങ്കത്തു പാണനാർ, വള്ളോൻ,രജകൻ എന്നിവരും ദിവ്യന്മാരാകയാൽ പല അത്ഭുതകർമ്മങ്ങളും ചെയ്തിട്ടുണ്ടായിരിക്കണം. എങ്കിലും ഒടുവിൽ പറഞ്ഞ ആറുപേരുടെയും കഥകൾ അത്ര പ്രസിദ്ധമായി ഒന്നും കേട്ടിട്ടില്ല. അഗ്നിഹോത്രി, രജകൻ, പെരുന്തച്ചൻ, വള്ളോൻ, പാണനാർ, പാക്കനാർ ഇവർ ഇന്നിന്ന ജാതിക്കാരാണെന്ന് അവരുടെ പേരുകൾകൊണ്ടും ചരിത്രം കൊണ്ടും സ്പഷ്ടമാകുന്നു. എന്നാൽ ശേഷമുള്ളവർ ഏതേതു ജാതിക്കാരാണെന്നറിയുന്നതിന് തക്കതായ ലക്ഷ്യമൊന്നും കാണുന്നില്ല. കാരയ്ക്കലമ്മ ക്ഷത്രിയസ്ത്രീയും നാറാണത്തു ഭ്രാന്തൻ ഇളയതും, അകവൂർ ചാത്തൻ വൈശ്യനും വടുതല നായർ ശൂദ്രനും ഉപ്പുകുറ്റൻ മാപ്പിളയും ആണെന്നു ചിലർ പറയുന്നു. ഇതൊരടിസ്ഥാനമില്ലാത്ത വാക്കായതിനാൽ വിശ്വസിക്കാമെന്നു തോന്നുന്നില്ല.

ഇപ്രകാരംതന്നെ വരരുചിയുടെ ചരിത്രത്തിലും ചില സംശയങ്ങളുണ്ട്. മലയാളത്തിൽ നടപ്പുള്ള വാക്യം, പരല്പേരു മുതലായവയുടെ കർത്താവ് വരരുചിയല്ലെന്നും ഇദ്ദേഹം ഉണ്ടാക്കീട്ടുള്ള സൂത്രവാർത്തികങ്ങൾക്കു വാക്യങ്ങളെന്നു പറയാറുള്ളതിനാൽ ഇങ്ങനെ ഒരു സംസാരം നടപ്പാകാനിടയായതാണെന്നും ചില വിദ്വാന്മാർക്കഭിപ്രായമുണ്ട്. ഭാഷാചരിത്രകർത്താവ് ഈ അഭിപ്രായം അറിഞ്ഞിട്ടുണ്ടെന്നുതന്നെ തോന്നുന്നില്ല.

പിന്നെ വരരുചി പറയിയായ ആ കന്യകയെ വിവാഹം ചെയ്തിരുന്നുവോ, ചെയ്തിരുന്നില്ലെങ്കിൽ വൈശ്യം കഴിക്കാനാവശ്യപ്പെട്ടത് എന്തുകൊണ്ട്, വിവാഹം കഴിഞ്ഞിട്ടിലാത്തവർക്ക് വൈശ്യം പതിവുണ്ടോ, മുമ്പു വിവാഹം കഴിച്ചിരുന്നു എങ്കിൽ പരദേശബ്രാഹ്മണർക്ക് രണ്ടാമത് ഒരു വിവാഹംകൂടി കഴിക്ക വിഹിതമാണോ, അങ്ങനെ നടപ്പുണ്ടോ എന്നിങ്ങനെ സംശയങ്ങളുമുണ്ട്. ഇവയെക്കുറിച്ചെല്ലാം നിശ്ചയവും അറിവുമുള്ള മഹാന്മാർ യുക്തിയുക്തമായി പ്രസ്താവിക്കുന്നതായാൽ അതൊരു പരോപകാരമായിത്തീരുന്നതാണ്.

●

കോട്ടയത്തുരാജാവ്

കോട്ടയത്തുരാജകുടുംബം ബ്രിട്ടീഷുമലബാറിന്റെ വടക്കേ അറ്റത്തുള്ള താലൂക്കുകളിൽ ഒന്നായ കോട്ടയം താലൂക്കിലാകുന്നു. ഈ കുടുംബത്തിലുള്ള സ്ത്രീപുരുഷന്മാർ യഥാകാലം വിദ്യാഭ്യാസം ചെയ്തുകൊണ്ടിരുന്നതിനാൽ മുൻകാലങ്ങളിൽ അവിടെ വിദ്വാന്മാരല്ലാതെ ഉണ്ടായിരിക്ക പതിവില്ല. എങ്കിലും ഒരുകാലത്ത് ആ രാജകുടുംബത്തിൽ കേവലം മന്ദബുദ്ധിയായ ഒരു രാജകുമാരൻ അത്ഭുതപൂർവമായിസംഭവിക്കുന്നതിനിടയായി. അദ്ദേഹത്തിന്റെ ചരിത്രത്തെക്കുറിച്ചാണ് കുറഞ്ഞൊന്ന് ഇവിടെ പ്രസ്താവിക്കാൻ പോകുന്നത്.

അക്കാലത്ത് ആ രാജകുടുംബത്തിൽ രാജാധിപത്യം ഉണ്ടായിരുന്നതിനാലും വേറെ പുരുഷന്മാർ അവിടെ ഇദ്ദേഹത്തെക്കാൾ മൂത്തവരായി ഇല്ലാതെയിരുന്നതുകൊണ്ടും ഈ രാജകുമാരനെ ബാല്യകാലത്തിൽ സാധാരണയായി അധികം താല്പര്യത്തോടുകൂടി വിദ്യാഭ്യാസം ചെയ്യിച്ചു എങ്കിലും തന്നിമിത്തം യാതൊരു ഫലവുമുണ്ടായില്ല. രാജ്യഭാരം വഹിക്കേണ്ട ചുമതലക്കാരനായ നമ്മുടെ കഥാനായകൻ കേവലം മൃതപ്രായമായിത്തന്നെ വളർന്നുവന്നു. അത്യന്തം വിദുഷിയായ ഒരു രാജ്ഞിയുടെ പുത്രനും ആ മാതാവിനാൽ യഥോചിതം വളർത്തപ്പെട്ടയാളും സകലശാസ്ത്രപാരംഗതന്മാരായ പണ്ഡിതവര്യന്മാരാൽ യഥാകാലം അതിശ്രദ്ധയോടുകൂടി ശിക്ഷിക്കപ്പെട്ടയാളുമായ ഈ രാജകുമാരൻ, മന്ദബുദ്ധികളെ എത്രതന്നെ ജാഗ്രതയോടുകൂടി വിദ്യാഭ്യാസം ചെയ്യിച്ചാലും യാതൊരു പ്രയോജനവും ഉണ്ടാകുന്നതല്ലെന്നുള്ളതിലേയ്ക്ക് നല്ലൊരു ദൃഷ്ടാന്തമായിരുന്നു.

ഈ രാജകുമാരന് ഏകദേശം പതിനാറു വയസ്സു പ്രായമായ സമയം അയൽരാജ്യാധിപനായ അന്നത്തെ കോഴിക്കോട്ട് സാമൂതിരിപ്പാട്ടുതമ്പുരാൻ തീപ്പെട്ടു. ഈ രണ്ടു രാജകുടുംബാംഗങ്ങളും തമ്മിൽ മുമ്പിനാലെ വളരെ ബന്ധുത്വത്തോടുകൂടിയ സ്ഥിതിയാകയാൽ ഇങ്ങനെയുള്ള അവസരങ്ങളിൽ അടിയന്തിരം അന്വേഷിക്കാനായി പരസ്പരം പോവുക പതിവുണ്ട്. അങ്ങനെ പോവുകയോ വരികയോ ചെയ്താൽ രണ്ടു സ്ഥലത്തുള്ള രാജാക്കന്മാരും നല്ല വ്യുത്പന്നന്മാരായിരിക്കുന്നതിനാൽ അവരുടെ പരസ്പരസംഭാഷണം ഗീർവാണഭാഷയിലാണ് പതിവ്. അതിനാൽ സാമൂതിരിപ്പാട്ടുതമ്പുരാൻ തീപ്പെട്ടുപോയി എന്നുള്ള വർത്തമാനം കേട്ടപ്പോഴേക്കും ഈ രാജകുമാരന്റെ അമ്മയായ രാജ്ഞിക്ക് അപരിമിതമായ മനസ്താപം സംഭവിച്ചു. സാമൂതിരിപ്പാട് തീപ്പെട്ടിരിക്കുന്ന സ്ഥിതിക്ക് അടിയന്തിരം അന്വേഷിക്കുന്നതിന്

കീഴ്മര്യാദപ്രകാരം ഒരാൾ പോകാതെയിരുന്നാൽ അത് ലൗകികത്തിനും വേഴ്ചയുടെ സ്ഥിതിക്കും വളരെ പോരാത്തതാണ്. പോവുകയെന്നുവെച്ചാൽ ഏകദേശം പുരുഷപ്രായം തികഞ്ഞിട്ട് ഈ മൂടന്മാഗ്രസരനായ കുമാരന ല്ലാതെ ആരുമില്ലതാനും. ഇയ്യാൾ അവിടെ ചെന്നാൽ വല്ലതുമൊരു വാക്ക് ഗീർവാണത്തിൽ സംസാരിക്കണമെങ്കിൽ അറിഞ്ഞുകൂടാ. അവർ വല്ലതും പറഞ്ഞെങ്കിൽ അതു മനസ്സിലാവുകയുമില്ല. ഈശ്വരാ! ഞാൻഎന്താണു വേണ്ടത്? വലിയ കഷ്ടമായിത്തീർന്നുവല്ലോ എന്നിങ്ങനെ വിചാരിച്ചു രാജ്ഞി വ്യസനിച്ചു. ഒടുക്കം ഒരു വാക്ക് ചോദിച്ചാൽ മതിയെന്നും പിന്നെ വേണ്ടുന്നതൊക്കെ പറയുന്നതിനു നല്ല വിദ്വാന്മാരായ ചില ആളുകളെ കൂടെ അയയ്ക്കാമെന്നും രാജകുമാരൻ ഗാംഭീര്യം നടിച്ചിരുന്നുകൊള്ളട്ടെ എന്നും മറ്റും തീർച്ചപ്പെടുത്തി. അപ്പോൾ തന്റെ പുത്രനെ അടുക്കൽ ഇരുത്തി കോഴിക്കോട്ടു ചെന്നാൽ ചോദിക്കേണ്ടതായ 'മയാ കിം കർത്തവ്യം' എന്ന ഒരു വാക്യം ഉരുവിടുവിച്ചുതുടങ്ങി. അങ്ങനെ മൂന്ന് അഹോരാത്രം ഉരുവിട്ടപ്പോഴേക്കും അതു രാജകുമാരന് ഒരു വിധം പാഠമായി. പിന്നെയും അധികം താമസിച്ചാൽ പുല കഴിയുന്നതിനു മുമ്പായി അവിടെ ചെന്നു കാണുന്നതിനു ദിവസം മതിയാകാതെ ഇരുന്നതിനാൽ അവിടെ എത്തുന്നതുവരെ ഈ വാക്യം ഉരുവിട്ടു കൊള്ളുന്നതിന് തന്റെ പുത്രനോടും ശേഷം വേണ്ടുന്ന കാര്യങ്ങളെല്ലാം മറ്റു ചില വിദ്വാന്മാരോടും പറഞ്ഞുറപ്പിച്ച് രാജ്ഞി യാത്ര അയയ്ക്കുകയും ചെയ്തു.

പരിവാരസമേതം രാജകുമാരനെയും കൊണ്ട് അതിവിദ്വാന്മാരായ ചില യോഗ്യന്മാർ പുറപ്പെട്ടു. കോഴിക്കോട്ടെത്തുന്നതുവരെ ഇവർ ഈ വാക്യം ഇടവിടാതെ പറഞ്ഞുകൊടുക്കുകയും രാജകുമാരൻ ഉരുവിടുകയും ചെയ്തു. അവിടെ എത്തിയ ഉടൻ തന്നെ സാമൂതിരിസ്ഥാനം ഏറ്റു നാടുവാഴാനിരിക്കുന്ന ആളായ ഇളംകൂറു രാജാവ് വന്ന് യഥോചിതം എതിരേറ്റുകൊണ്ടുപോയി സൽക്കരിച്ചിരുത്തി. ഉടനെ രാജകുമാരൻ തന്റെ അമ്മ ഉപദേശിച്ചിരുന്നതും താൻ അതുവരെ ഉരുവിട്ടുകൊണ്ടിരുന്നതുമായ ആ വാക്യം പോലും ശരിയായി പറയാൻ കഴിയാതെ 'മയ കിം കർത്തവ്യം' എന്നു ചോദിച്ചു. രാജകുമാരൻ മയാ എന്നുള്ളതിന്റെ ദീർഘം കൂടാതെ അബദ്ധമായി പറഞ്ഞതുകൊണ്ട് ഇദ്ദേഹം ഒരു മൂടന്മനാണെന്നും മയാ (എന്നാൽ) കിം (എന്ത്) കർത്തവ്യം (ചെയ്യപ്പെടേണ്ടത്) എന്നാണ് ഇദ്ദേഹത്തിന്റെ ചോദ്യത്തിന്റെ താല്പര്യമെന്നും മനസ്സിലാവുകയാൽ കോഴിക്കോട്ട് രാജാവ് പരിഹാസമായിട്ട് 'ദീർഘോച്ചാരണം കർത്തവ്യം' എന്നു മറുപടി പറഞ്ഞു. ബന്ധുക്കളായിട്ടുള്ളവർ അടിയന്തിരം അന്വേഷിക്കാനായി ചെല്ലുന്ന സമയം 'ഞാനിപ്പോൾ ഇവിടെ എന്തു സഹായമാണ് ചെയ്യേണ്ടത്? ആവശ്യമുള്ളതിനെ പറഞ്ഞാൽ എന്തും ചെയ്യാൻ തയ്യാറാണ്" എന്നു വേണമല്ലോ പറയാൻ എന്നു വിചാരിച്ചാണ് രാജ്ഞി ആ അർത്ഥം വരത്തക്കതായ ഈ ചെറിയ വാക്യം പഠിപ്പിച്ചുവിട്ടത്. പക്ഷേ, അതിങ്ങനെ പരിണമിച്ചു.

കോഴിക്കോട്ടുരാജാവിന്റെ പരിഹാസവചനം കേട്ട് കൂടെയുണ്ടായിരുന്ന വിദ്വാന്മാർ വളരെ ലജ്ജിച്ച് രാജകുമാരനെയും കൂട്ടിക്കൊണ്ടു തിരിച്ചുപോന്നു കോട്ടയത്തെത്തി വിവരം രാജ്ഞിയെ അറിയിച്ചു. ഇതുകേട്ടപ്പോൾ രാജ്ഞിക്കുണ്ടായ വ്യസനവും ലജ്ജയും ഇത്രമാത്രമാണെന്നു പറയേണ്ടതില്ലല്ലോ. ഞാനെന്താണ് ചെയ്യേണ്ടതെന്നു ചോദിച്ചതിന് താൻ ദീർഘംകൂട്ടി ഉച്ചരിച്ചാൽ മതി എന്നുള്ള ആ മറുപടി എത്രയോ ഹാസ്യസൂചകമായിരിക്കുന്നു.

ഇതിലധികം അവമാനം ഇനി ഈ വംശത്തിലുള്ളവർക്ക് സിദ്ധിച്ചിട്ടില്ല. ഇപ്പോൾ ഈ കുമാരൻ നിമിത്തമാണല്ലോ ഇതിനു സംഗതിയായത്. ഇങ്ങനെയുള്ള പുത്രൻ ഉണ്ടായിരുന്നിട്ടു യാതൊരു പ്രയോജനവുമില്ല എന്നിങ്ങനെ വിചാരിച്ച് വ്യസനാകുലയായ രാജ്ഞി തന്റെ പുത്രനെ പിടിച്ചുകെട്ടി കുമാരധാരയിൽ കൊണ്ടുപോയി ഇടുന്നതിന് ഉടനെ രാജഭടന്മാർക്കു കല്പന കൊടുത്തു. അവർ തൽക്ഷണം അപ്രകാരം ചെയ്കയും ചെയ്തു.

കുമാരധാര എന്നു പറയുന്നത് കോട്ടയത്തു തന്നെയുള്ള ഒരു അരുവിയുടെ വെള്ളച്ചാട്ടമുള്ള പുണ്യസ്ഥലത്തിന്റെ പേരാണ്. അവിടെ ഒരു മലയുടെ മുകളിൽ നിന്നും തുമ്പിക്കൈവണ്ണത്തിൽ സദാ, യാതൊരു പ്രതിബന്ധവും കൂടാതെ, ഒരു വെള്ളച്ചാട്ടമുണ്ട്. അതിന്റെ ഉദ്ഭവസ്ഥാനത്തുനിന്ന് ഉദ്ദേശം പതിറ്റാൾ താഴ്ചയിലാണ് അത് ചെന്നു വീഴുന്നത്. അവിടെ മാത്രനേരം കിടന്നാൽ ഏതു പ്രാണിയും മരംപോലെ ആയിപ്പോകും. നേരത്തോടു നേരം അവിടെ കിടന്നിട്ട് മരിക്കാതെ ജീവിച്ചു കേറുന്നതിന് സംഗതിയായാൽ എത്ര മൂഢനായ മനുഷ്യനും അതിവിദ്വാനും ഒരു നല്ല കവിയുമായിത്തീരും. അങ്ങനെയാണ് ആ സ്ഥലത്തിന്റെ മാഹാത്മ്യം. പക്ഷേ, നാഴിക തികച്ചു കിടന്നാൽ ഏതൊരുത്തനായാലും മരിച്ചുപോകുമെന്നുള്ളതും തീർച്ചയാണ്.

നമ്മുടെ കഥാനായകനായ രാജകുമാരനെ കുമാരധാരയിൽ കെട്ടിയിട്ടതിന്റെ പിറ്റേദിവസം ആ സമയത്തു ചെന്നെടുത്തു നോക്കിയപ്പോൾ അദ്ദേഹം ദേഹം ആസകലം മരവിച്ചു മിണ്ടാൻപോലും വഹിയാതെ നിശ്ചേഷ്ടനായിരുന്നു എങ്കിലും ശ്വാസം പോയിട്ടില്ലെന്ന് അറികയാൽ രാജഭടന്മാർ എടുത്തു തൽക്ഷണം രാജ്ഞിയുടെ അടുക്കൽ കൊണ്ടുചെന്നു. ഉടനെ രാജ്ഞിയുടെ കല്പനപ്രകാരം അദ്ദേഹത്തിന്റെ തണുപ്പുമാറ്റുന്നതിനു തക്കതായ പ്രതിവിധികൾ ചെയ്തുതുടങ്ങി, എന്തിനു വളരെ പറയുന്നു. കുറച്ചു സമയം തികഞ്ഞപ്പോഴേക്കും രാജകുമാരനു പൂർണ്ണമായും സുഖം സിദ്ധിച്ചു. അതോടുകൂടി ബുദ്ധിയുടെ മാന്ദ്യവും തീർന്നു. അക്ഷരജ്ഞാനംപോലും ഇല്ലാത്ത അദ്ദേഹത്തിനു ബോധം വീണ് നാക്കെടുത്തു സംസാരിക്കാറായപ്പോൾ അദ്ദേഹത്തിന്റെ വചനനദികൾ അമൃതിനെ അതിശയിപ്പിക്കുന്ന മാധുര്യത്തോടുകൂടി കവിതാരൂപേണ പ്രവഹിച്ചുതുടങ്ങി. അപ്പോൾ മാതാവായ രാജ്ഞിക്കും മറ്റുള്ള സകലജനങ്ങൾക്കും ഉണ്ടായ സന്തോഷവും അത്ഭുതവും ഒക്കെ എന്തു പറയുന്നു!

പിന്നെ അതിയോഗ്യനായ ഒരു ശാസ്ത്രികൾ ആ രാജകുമാരനെ യഥാക്രമം വിദ്യാഭ്യാസം ചെയ്യിക്കുകയും കുറഞ്ഞൊരു കാലംകൊണ്ട് അദ്ദേഹം സകലശാസ്ത്ര പാരദൃശ്വാവും ഒരു പ്രസിദ്ധ കവിയുമായി ത്തീരുകയും ചെയ്തു. ഇദ്ദേഹമാണ് കോട്ടയം കഥകൾ എന്നു പ്രസിദ്ധായ നാലാട്ടക്കഥകളുടെ നിർമ്മാതാവ്.

മന്ദോത്കണ്ഠാഃ കൃതാസ്തേന ഗുണാധികതയാ ഗുര

ഫലേന സഹകാരസ്യ പുഷ്പോദ്ഗമ ഇവ പ്രജാഃ എന്നു പറഞ്ഞതുപോലെ കോട്ടയത്തു രാജകുടുംബത്തിൽ അതിനുമുമ്പ് ഉണ്ടായിരുന്ന രാജാക്കൻമാരെയെല്ലാരെയുംകാൾ കീർത്തിയോടും പ്രതാപത്തോടുംകൂടി വേണ്ടുംവണ്ണം രാജ്യപരിപാലനവും ചെയ്ത് ഇദ്ദേഹം സുഖമാകുംവണ്ണം വസിച്ചു. ഈ കോട്ടയത്തു തമ്പുരാൻ ഒറ്റശ്ലോകങ്ങളായിട്ടും മറ്റും അനേകം കൃതികൾ ഉണ്ടാക്കീട്ടുണ്ടെങ്കിലും മേല്പറഞ്ഞ നാലാട്ടക്കഥകളോളം പ്രസിദ്ധിയും പ്രചാരവും

മറ്റൊന്നിനുമില്ല.

ഇദ്ദേഹം ഒന്നാമതുണ്ടാക്കിയ ആട്ടക്കഥ ബകവധമാണ്. ഇത് ഉണ്ടാക്കിത്തീർത്ത ഉടനെ ഗുരുനാഥനെ കാണിച്ചു. അപ്പോൾ അദ്ദേഹം മുഴുവൻ വായിച്ചു നോക്കീട്ട് 'ഇതു സ്ത്രീകൾക്കു കൈകൊട്ടിക്കളിക്ക് വളരെ നന്നായിരിക്കുന്നു' എന്നു പറഞ്ഞു. ഇതുകേട്ടപ്പോൾ തന്റെ കവിതയ്ക്കു ഗാംഭീര്യവും അർത്ഥപുഷ്ടിയും മതിയായില്ലെന്നാണ് ഗുരുനാഥന്റെ അഭിപ്രായമെന്നു തമ്പുരാനു മനസ്സിലായി. ഇനി അങ്ങനെ പോരാ എന്നു വിചാരിച്ച് പിന്നെ ഉണ്ടാക്കിയതാണ് 'കിർമ്മീരവധം'. അതും തീർന്ന ഉടനെ ഗുരുനാഥനെ കാണിച്ചു. ഗുരുനാഥൻ അതു നോക്കീട്ട് ഇതു മുമ്പിലത്തെപ്പോലെയല്ല. ഒരു വ്യാഖ്യാനം കൂടെ വേണം. എന്നാൽ പഠിക്കുന്നവർക്ക് വ്യുത്പത്തിയുണ്ടാകാൻ നല്ലതാണ് എന്നു പറഞ്ഞു. ഈ വാക്കിന്റെ സാരം കാഠിന്യം അധികമായിപ്പോയി എന്നാണല്ലോ. അദ്യത്തേതിനു പോരാതെയും പോയി. ഇതിന് അധികമായി. എന്നാൽ ഇനി ഇടമട്ടിലൊന്ന് ഉണ്ടാക്കിനോക്കാം എന്നു വിചാരിച്ച് മൂന്നാമത് അദ്ദേഹം ഉണ്ടാക്കിയതാണ് 'കല്യാണസൗഗന്ധികം' ആട്ടകഥ. അതു ഗുരുനാഥൻ കണ്ടിട്ട് 'കഥ ഇതായതുകൊണ്ട് കവി ഒരു സ്ത്രീജിതനാണെന്നു ജനങ്ങൾ പറയും' എന്നു പറഞ്ഞു. പാഞ്ചാലിയുടെ വാക്കു കേട്ടു ഭീമസേനൻ കല്യാണസൗഗന്ധികം കൊണ്ടുവരാൻ പോയ കഥയായതുകൊണ്ടാണല്ലോ ഇങ്ങനെ പറഞ്ഞത്. എന്നാൽ ഇനി ഉർവ്വശിയുടെ അപേക്ഷയെ അർജ്ജുനൻ നിരാകരിച്ച കഥ ആയിക്കളയാം എന്നു വിചാരിച്ചു തമ്പുരാൻ നാലാമത് 'നിവാതകവചകാലകേയവധം' കഥയുണ്ടാക്കിക്കാണിച്ചു. അപ്പോൾ ഗുരുനാഥൻ 'അത് ആട്ടക്കാർക്ക് ആടാൻ കൊള്ളാം. ആട്ടം കണ്ടു കൊണ്ടിരിക്കുമ്പോൾ മുറുക്കുള്ളവർക്കു മുറുക്കാനും മൂത്രമൊഴിക്കാൻ പോകേണ്ടവർക്ക് അതിനും സമയം വേണമല്ലോ എന്നു വിചാരിച്ചിട്ടായിരിക്കും വജ്രബാഹുവജ്രകേതുക്കളെക്കൂടെ സൃഷ്ടിച്ചത്'' എന്നു പറഞ്ഞു. ഇതു കേട്ടപ്പോൾ ഈ കവിത ഗുരുനാഥനെ നന്നേ ബോധിച്ചു എന്നു മനസ്സിലാകയാൽ തമ്പുരാനു വളരെ സന്തോഷമുണ്ടായി.

കല്യാണസൗഗന്ധികം ആട്ടകഥയിൽ 'പഞ്ചസായകനിലയേ' എന്നുള്ളത് അബദ്ധപ്രയോഗമാണെന്നു ഗുരുനാഥൻ പറയുകയും എന്നാൽ അത് അവിടുന്നുതന്നെ മാറ്റിതരണമെന്നു തമ്പുരാൻ അപേക്ഷിക്കുകയും ഗുരുനാഥൻ വളരെക്കാലം വിചാരിച്ചിട്ടും അത്രയും ഭംഗിയുള്ള ഒരു പദം അതിനു പകരം അവിടെ ചേർക്കാൻ കഴിയായ്കയാൽ ഒടുക്കം അതുതന്നെ മതിയെന്നു സമ്മതിക്കുകയും ചെയ്തതായി കേട്ടിട്ടുണ്ട്. പിന്നെ 'ബകവധം' ആട്ടകഥയിൽ 'കാടേ ഗതി നമുക്ക്'' എന്നുള്ള പ്രയോഗത്തിൽ അറം വരികയാലാണ് ടിപ്പുസുൽത്താനെ ഭയപ്പെട്ടു നാടുവിട്ടു കാട്ടുകേറുന്നതിനും രാജ്യം കൈവിട്ടുപോകുന്നതിനും സംഗതിയായതെന്നും കേൾവിയുണ്ട്. ഇങ്ങനെ തമ്പുരാനെപ്പറ്റി അനേകം സംഗതികൾ പറയാനുണ്ട്. വിസ്തരഭയത്താൽ ചുരുക്കുന്നു.

പ്രസിദ്ധനായ കോട്ടയത്തു തമ്പുരാൻ മഹാകവിയായ മേൽപ്പത്തൂർ നാരായണഭട്ടതിരിയുടെ കാലത്തു ജീവിച്ചിരുന്നതായി പറയപ്പെടുന്നു.

രാജാധിപത്യം ഇല്ലെങ്കിലും കോട്ടയത്തു രാജകുടുംബവംശക്കാർ ഇന്നും ഉണ്ട്. ബ്രിട്ടീഷ് ഗവർമ്മേണ്ടിൽനിന്ന് മാലിഖാനും പറ്റി പൂർവ്വസ്ഥാനമായ കോട്ടയത്തുതന്നെ താമസിച്ചുവരുന്നു.

●

മഹാഭാഷ്യം

അനന്താംശജാതനായ സാക്ഷാൽ പതഞ്ജലിമഹർഷി വ്യാകരണ മഹാഭാഷ്യമുണ്ടാക്കി തന്റെ ആയിരം ശിഷ്യന്മാരെയും അടുക്കലിരുത്തി പറഞ്ഞുകൊടുത്തു പഠിപ്പിച്ച്, ഉരുവിട്ടുവിച്ചുകൊണ്ടിരിക്കുമ്പോൾ ആ ശിഷ്യൻമാരിൽ ഒരാൾ അനുവാദം കൂടാതെ എണീറ്റു പാഠശാലയിൽ നിന്നും പുറത്തേക്കുപോയി. ശിഷ്യന്റെ ഈ ദുസ്സ്വാതന്ത്ര്യപ്രവൃത്തി മഹർഷിക്ക് ഒട്ടും രസിച്ചില്ല. അതിനാൽ അദ്ദേഹത്തിന്റെ ഹൃദയത്തിൽ പെട്ടെന്നു കോപാഗ്നി ജ്വലിച്ചു. അദ്ദേഹം കോപത്തോടുകൂടി കണ്ണുകൾ മിഴിച്ചു ഒന്നു നോക്കി. സമീപത്തിരുന്ന ശിഷ്യൻമാരെല്ലാം അദ്ദേഹത്തിന്റെ കോപാഗ്നിയിൽ ഭസ്മാവശേഷന്മാരായി ഭവിച്ചു. തന്റെ പ്രിയശിഷ്യൻമാരെല്ലാം നശിച്ചുപോയതിനെക്കുറിച്ചു ശുദ്ധാത്മാവായ തപോധനന്റെ ഹൃദയത്തിൽ പെട്ടെന്ന് അപാരമായ പശ്ചാത്താപമുണ്ടായി. ജനോപകാരാർത്ഥം താനുണ്ടാക്കിയ മഹാഭാഷ്യമെല്ലാം ഗ്രഹിച്ചവരായ ശിഷ്യന്മാരെല്ലാവരും നശിച്ചുപോയല്ലോ എന്നു വിചാരിച്ചു മഹർഷി വിഷാദിച്ചുകൊണ്ടിരിക്കുമ്പോൾ മുമ്പു പുറത്തേക്കിറങ്ങിയപ്പോയ ശിഷ്യൻ വിവരമറിഞ്ഞ് അദ്ദേഹത്തിന്റെ അടുക്കൽ വന്ന്, 'അല്ലയോ സ്വാമിൻ! അവിടുന്ന് ഒട്ടും വിഷാദിക്കേണ്ട. അവിടേക്കു ശിഷ്യനായിട്ടു ഞാനുണ്ടല്ലോ. മഹാഭാഷ്യം മുഴുവനും എനിക്കു ഹൃദിസ്ഥമായിട്ടുണ്ട്. ഞാനതിനെ ജനോപകാരാർത്ഥം ശിഷ്യപരമ്പരയാ പ്രചരിപ്പിച്ചുകൊള്ളാം' എന്നു പറഞ്ഞു. അപ്പോൾ മഹർഷിയുടെ മനസ്സിൽ വീണ്ടും കോപാഗ്നി ജ്വലിക്കയാൽ 'എടാ ദ്രോഹി നീ നിമിത്തമല്ലേ എന്റെ പ്രിയ ശിഷ്യന്മാരെല്ലാം നശിച്ചുപോയത്? അതിനാൽ നീയും ഭസ്മമായിപ്പോകട്ടെ' എന്ന് ആ ശിഷ്യനേയും ശപിച്ചു ഭസ്മമാക്കി. പിന്നെയും മഹർഷിക്കു വലിയ വിഷാദമായി. ശുദ്ധാത്മാക്കൾക്കു കോപവും പശ്ചാത്താപവും പെട്ടെന്നുണ്ടാകുമല്ലോ.

മഹർഷി പിന്നെയും അങ്ങനെ വിഷാദിച്ചു കൊണ്ടിരിക്കുമ്പോൾ ഒരു ഗന്ധർവൻ അദ്ദേഹത്തിന്റെ അടുക്കൽ വന്ന് 'അല്ലയോ ഭഗവാനേ! അവിടുന്ന് ഒട്ടും വിഷാദിക്കേണ്ട. അവിടേക്കു പ്രിയശിഷ്യനായിട്ട് ഈ ഞാനുണ്ട്. ഞാനൊരു ഗന്ധർവനാണ്. ഞാൻ വളരെക്കാലമായി ഈ ആശ്രമ സമീപത്തിങ്കൽ നിൽക്കുന്ന അശ്വത്ഥവൃക്ഷത്തിന്മേലിരുന്നിരുന്നു. അവിടുന്നു മഹാഭാഷ്യം ശിഷ്യൻമാർക്കു ചൊല്ലിക്കൊടുക്കുന്നതു കേട്ടുകേട്ട് അതെല്ലാം ഞാൻ ഗ്രഹിച്ചിരിക്കുന്നു. അതിനാൽ എന്നെ അവിടുന്ന് ഒരു ശിഷ്യനായി സ്വീകരിച്ചുകൊണ്ടാലും' എന്നു പറഞ്ഞു. അപ്പോൾ പിന്നെയും മഹർഷിക്കു

കോപമാണുണ്ടായത്. 'നീ എന്റെ മനസ്സുകൂടാതെയും ഞാൻ ഉപദേശിക്കാതെയും എന്റെ ഭാഷ്യം ഒളിച്ചിരുന്ന് ഗ്രഹിച്ചതിനാൽ നീയൊരു ബ്രഹ്മരാക്ഷസനായിപ്പോകട്ടെ' എന്നു മഹർഷി ആ ഗന്ധർവ്വനെ ശപിച്ചു. ഇതു കേട്ടപ്പോൾ ഗന്ധർവൻ ഏറ്റവും പരവശനായിത്തീരുകയാൽ വിനയസമേതം മഹർഷിയുടെ കാൽക്കൽ വീണു നമസ്കരിച്ചിട്ടു ശാപമോക്ഷത്തിനായി അപേക്ഷിച്ചു. ശുദ്ധഹൃദയനായ മഹർഷി ഉടനെ പ്രസാദിച്ച്, 'നീ എന്റെ ഭാഷ്യം അതു ഗ്രഹിക്കാൻ യോഗ്യതയുള്ള ഒരാൾക്ക് ഉപദേശിച്ചുകൊടുക്കണം. ഭാഷ്യം മുഴുവനും ഉപദേശിച്ചുകഴിയുമ്പോൾ നീ ശാപമുക്തനായി നിജസ്ഥിതി പ്രാപിക്കും' എന്നു പറഞ്ഞു ഗന്ധർവനെ അനുഗ്രഹിച്ചു. ബ്രഹ്മരാക്ഷസനായ ഗന്ധർവൻ വീണ്ടും മഹർഷിയെ വന്ദിച്ചിട്ട് അവിടെ നിന്നു പോയി യഥാപൂർവം ആലിന്റെ മുകളിൽച്ചെന്ന് ഇരിപ്പായി. ഭാഷ്യം ഗ്രഹിക്കുന്നതിനു തക്ക യോഗ്യതയുള്ളവർക്കു വേണമല്ലോ അതുപദേശിച്ചുകൊടുക്കാൻ എന്നു വിചാരിച്ച് ആ ബ്രഹ്മരാക്ഷസൻ അതിലെ കടന്നു പോകുന്ന ബ്രാഹ്മണൻമാരെ ഒക്കെ വിളിച്ച് അവരുടെ യോഗ്യതയെ പരീക്ഷിച്ചുകൊണ്ടിരുന്നു.

ബ്രഹ്മരാക്ഷസന്റെ പരീക്ഷ എങ്ങനെയെന്നാൽ, തന്റെ അടുക്കൽ വരുന്നവരോടു 'പചേർന്നിഷ്ഠായാം കിം രൂപം' എന്നൊരു ചോദ്യം ചോദിക്കും. അതിനു ശരിയായ ഉത്തരം പറയാത്തവരെ അവൻ പിടിച്ചു ഭക്ഷിക്കുകയും ചെയ്യും. ഇങ്ങനെയാണ് ഏർപ്പാട്. ഈ ചോദ്യത്തിനു 'പക്തം' എന്നും മറ്റു ചില അബദ്ധങ്ങളായ ഉത്തരങ്ങളല്ലാതെ ശരിയായി ആരും പറയായ്കയാൽ ആ ബ്രഹ്മരാക്ഷസൻ അസംഖ്യം മഹാബ്രാഹ്മണരെ പിടിച്ചു ഭക്ഷിച്ചു. അങ്ങനെ വളരെക്കാലം കഴിഞ്ഞു.

അങ്ങനെയിരിക്കുന്ന കാലത്ത് ഒരു ദിവസം സർവാശാസ്ത്രപാരംഗതനും വേദജ്ഞനും വേദാന്തിയും യോഗശാസ്ത്രവാരാശിയും വിരക്തനുമായ ഒരു ബ്രാഹ്മണശ്രേഷ്ഠൻ അതിലേ വന്നു. അദ്ദേഹം സന്ന്യസിക്കണമെന്നു നിശ്ചയിച്ചു തനിക്കു ക്രമസംന്യാസം തരുന്നതിനും തന്റെ ഗുരുവായി സ്വീകരിക്കുന്നതിനും തക്ക യോഗ്യതയുള്ള ഒരാളെ കണ്ടുകിട്ടുന്നതിനായി അന്വേഷിച്ചു നടക്കുകയായിരുന്നു. ആ ബ്രഹ്മണനെയും കണ്ടയുടനെ ബ്രഹ്മരാക്ഷസൻ തന്റെ അടുക്കൽ വിളിച്ചു മേൽപ്പറഞ്ഞ ചോദ്യം ചോദിച്ചു. അദ്ദേഹം 'പക്വം' എന്ന് ഉത്തരം പറഞ്ഞു.ഇതു കേട്ടപ്പോൾ ബ്രാഹ്മണനു മഹാഭാഷ്യം ഗ്രഹിക്കാൻ തക്ക യോഗ്യതയുണ്ടെന്നു നിശ്ചയിച്ച് ബ്രഹ്മരാക്ഷസൻ അദ്ദേഹത്തിന് ഉപദേശിച്ചു കൊടുക്കാനാരംഭിച്ചു. ബ്രഹ്മരാക്ഷസൻ ആലിൻമേലും ബ്രാഹ്മണൻ ആൽത്തറയിലുമിരുന്നു. ആദ്യംതന്നെ ബ്രഹ്മരാക്ഷസൻ ബ്രാഹ്മണനു വിശപ്പും ദാഹവും ഉറക്കവും വരാതെയിരിക്കാനായി ഒരു ദിവ്യൗഷധം കൊടുത്തു സേവിപ്പിച്ചിട്ടാണ് ഭാഷ്യം ഉപദേശിക്കാൻ തുടങ്ങിയത്. ബ്രഹ്മരാക്ഷസൻ ആ ആലിന്റെ ഇലപറിച്ചു ഭാഷ്യം കുറേശ്ശ എഴുതി കൊടുക്കുകയും ബ്രാഹ്മണൻ അതു നോക്കി ധരിക്കുകയുമായിട്ടാണ് പഠിപ്പിക്കുകയും പഠിക്കുകയും ചെയ്തത്. ബ്രഹ്മരാക്ഷസൻ എഴുതിയിടുന്നത് ബ്രാഹ്മണൻ നോക്കി ധരിച്ചുകഴിഞ്ഞാൽ പിന്നെയും ബ്രഹ്മരാക്ഷസൻ എഴുതിയിട്ടുകൊടുക്കും. ഇങ്ങനെ ആറു മാസക്കാലം കഴിഞ്ഞപ്പോൾ മഹാഭാഷ്യം മുഴുവനും ഉപദേശിക്കുകയും ബ്രാഹ്മണൻ ധരിക്കുകയും കഴിഞ്ഞു. അപ്പോൾ ബ്രഹ്മരാക്ഷസൻ ശാപമുക്തനായി പൂർവസ്ഥിതിയിൽ ഗന്ധർവത്വത്തെ പ്രാപിക്കുകയും ചെയ്തു. ഉടനെ ബ്രാഹ്മണൻ തന്റെ ഗുരുവായ ഗന്ധർവനെ

വന്ദിച്ച യാത്രയും പറഞ്ഞ് അവിടെനിന്ന് യാത്രയായി. അപ്പോൾ ആ ഗന്ധർവൻ തന്റെ പ്രിയശിഷ്യനായ ബ്രാഹ്മണനെ വീണ്ടും വണ്ണം അനുഗ്രഹിച്ചിട്ട് 'അല്ലയോ ബ്രാഹ്മണോത്തമ! അങ്ങേക്കു ക്ഷുത്പിപാസകളുടേയും നിദ്രയുടെയും ബാധ ഉണ്ടാകാതിരിക്കാനായി ഞാൻ തന്ന ആ ദിവ്യൗഷധത്തിന്റെ ശക്തി അങ്ങേയ്ക്കു ജലസ്പർശമുണ്ടായാൽ നശിച്ചുപോകും. ഉടൻ ഭവാൻ നിദ്ര പ്രാപിക്കുകയും ചെയ്യും. പിന്നെ അങ്ങ് ആറുമാസക്കാലം കഴിയാതെ ഉണരുകയില്ല. അതിനാൽ ഇനി വെള്ളത്തിലിറങ്ങുന്ന കാര്യം വളരെ സൂക്ഷിച്ചുവേണം' എന്നു പറഞ്ഞിട്ട് അന്തർദ്ധാനവും ചെയ്തു. ഉടനെ ബ്രാഹ്മണൻ താൻ പഠിച്ച മഹാഭാഷ്യത്തിന്റെ ഒരംശമെങ്ങാനും വിസ്മരിച്ചുപോയെങ്കിൽ പറഞ്ഞുതരാൻ ആരും ഉണ്ടായിരിക്കാത്തതുകൊണ്ടു ഗന്ധർവൻ എഴുതിത്തന്നവയായ ഈ ആലിലകൾകൂടി കൊണ്ടുപോയി ഇതൊന്നു പകർത്തിയെഴുതി സൂക്ഷിക്കണം എന്നു നിശ്ചയിച്ച് ആലിലകളും കെട്ടിയെടുത്ത് അവിടെനിന്നു പോവുകയും ചെയ്തു.

ആ ബ്രാഹ്മണൻ പിന്നെയും പല സ്ഥലങ്ങളിൽ സഞ്ചരിച്ച് ഒരു ദിവസം ദിക്കിൽ ചെന്നപ്പോൾ മാർഗമധ്യേയുള്ള ഒരു നദി ഇറങ്ങിക്കടക്കേണ്ടതായി വന്നു. നദിയിൽ ഇറങ്ങാതെ അക്കരെ കടക്കുന്നതിന് ആ ദിക്കിലെങ്ങും തോണിയും വഞ്ചിയുമൊന്നുമില്ലായിരുന്നു. നദിയിൽ വെള്ളമധികമില്ലാത്തതുകൊണ്ട് അവിടെയെല്ലാവരും അക്കരെയിക്കരെ കടക്കുന്നത് നദിയിലിറങ്ങിയാണ്. നദി വീതി വളരെ കുറഞ്ഞതുമായിരുന്നു. അതിനാൽ ആ ബ്രാഹ്മണൻ ക്ഷണത്തിൽ ഇറങ്ങിക്കടന്നു കളയാമെന്നുവെച്ചിട്ടു കുറച്ചു വെള്ളം കയ്യിലെടുത്തു മുഖം കഴുകി. ഉടനെ ആ ബ്രാഹ്മണൻ ഗാഢനിദ്രയെ പ്രാപിച്ച് അവിടെ വീണു. അപ്പോൾ ആ കടവിൽ കുളിച്ചുകൊണ്ടുനിന്ന നവയൗവനയുക്തയായ ഒരു ശൂദ്രകന്യക അതുകണ്ട് അടുത്തു ചെന്നു നോക്കിയപ്പോൾ അദ്ദേഹം ഉറങ്ങുകയാണെന്നും അല്ലാതെ മോഹാലസ്യവും മറ്റുമല്ലെന്നും മനസ്സിലാക്കി. എങ്കിലും ഒരു ബ്രാഹ്മണൻ ഇപ്രകാരം മാർഗമധ്യേ വീണു കിടക്കുന്നതു കണ്ടിട്ട് ഇട്ടുംവെച്ചു പോകുന്നതു യുക്തമല്ലെന്നു വിചാരിച്ച് അവിടെ നിന്നുകൊണ്ടു ദാസിമാരിൽ ഒരുത്തിയെ വീട്ടിലേക്കു പറഞ്ഞയച്ച് നാലു ഭൃത്യൻമാരെ വരുത്തി, അവരെക്കൊണ്ട് ഈ ബ്രാഹ്മണനെ കെട്ടിയെടുപ്പിച്ചു സ്വഗൃഹത്തിലേക്കു കൊണ്ടുപോയി. അവിടെ അവൾ ധാരാളം വിസ്താരവും വൃത്തിയുമുള്ളതും കാറ്റും വെളിച്ചവും നിർബാധമായി കടക്കുന്നതുമായ ഒരു മുറിക്കകത്തു കട്ടിലിൽ മെത്ത വിരിച്ച് അതിൽ ആ ബ്രാഹ്മണനെ കിടത്തി. ആ കന്യക നാട്ടുവാഴിയായ ഒരു ശൂദ്രപ്രഭുവിന്റെ പുത്രിയും സൗന്ദര്യം, സൗശീല്യം, സൗജന്യം, വൈദുഷ്യം, വൈദഗ്ധ്യം, ആഭിജാത്യം മുതലായ സകല സദ്ഗുണങ്ങളും തികഞ്ഞ ഒരു മനസ്വിനിയുമായിരുന്നു. അവളുടെ വീട് ആ നദീതീരത്തുതന്നെ വഴിയ്ക്കടുക്കലുമായിരുന്നു.

ബ്രാഹ്മണൻ കുറച്ചുനേരം കഴിയുമ്പോൾ ഉണരുമെന്നായിരുന്നു ആ കന്യകയുടെ വിചാരം. അദ്ദേഹം നേരത്തോടു നേരമായിട്ടും ഉണരായ്കയാൽ ഇതെന്തു കഥയാണെന്നു വിചാരിച്ച്, അവൾക്ക് വളരെ പരിഭ്രമമായി. ഉടനെ ഈ വിവരമെല്ലാം അവൾ അവളുടെ അച്ഛന്റെ അടുക്കൽച്ചെന്നു പറഞ്ഞു. പ്രഭു ഉടനെ വൈദ്യനെ വരുത്തിക്കാണിച്ചപ്പോൾ 'ഇദ്ദേഹത്തെ ബാധിച്ചിരിക്കുന്നത് നിദ്രയാണ്. അല്ലാതെ ഇതൊരു രോഗവും ബാധയുമൊന്നുമല്ല. എന്നാൽ നേരത്തോടു നേരമായിട്ടും ഇദ്ദേഹം ഉണരാതിരിക്കുന്നതിന്റെ

കാരണം മനസ്സിലാകുന്നില്ല. എന്തായാലും ദിവസംതോറും മൂന്നു പ്രാവശ്യം വീതം അന്നലേപനം (ചോറരച്ചു ദേഹമാസകലം തേയ്ക്കുക) ചെയ്തില്ലെങ്കിൽ താമസിയാതെ ഇദ്ദേഹം മരിച്ചുപോയേക്കാം. അന്നലേപനം ശരിയായി ചെയ്തുകൊണ്ടിരുന്നാൽ ഇദ്ദേഹം എത്രനാൾ ഉണരാതിരുന്നാലും യാതൊരു തരക്കേടും വരുന്നതല്ല. എന്നുമാത്രമല്ല ഇദ്ദേഹം ഉണരുമ്പോൾ ഇദ്ദേഹത്തിനു ഭക്ഷണം കഴിക്കാതിരുന്നതുകൊണ്ടുള്ള ക്ഷീണം ഉണ്ടായിരിക്കുകയുമില്ല' എന്നു പറഞ്ഞു വൈദ്യൻ പോയി. പിന്നെ ആ വൈദ്യൻ പറഞ്ഞതുപോലെയൊക്കെ ചെയ്തു. പ്രാണനെ രക്ഷിക്കുന്നതിനു മറ്റാരുമായാൽ ശരിയാവുകയില്ലെന്നു വിചാരിച്ച് ശൂദ്രപ്രഭു തന്റെ പുത്രിയെത്തന്നെ അതിനു നിയോഗിച്ചു. വൈദ്യവിധിപ്രകാരം പ്രാണനെ രക്ഷിക്കുന്നതിനു താൻതന്നെ അല്ലാഞ്ഞാൽ ശരിയാവുകയില്ലെന്നു വിചാരിച്ച് അതിനായി സ്വയമേവ സന്നദ്ധയായിരുന്ന ശൂദ്രകന്യകയ്ക്കു പിതൃനിയോഗംകൂടി കിട്ടിയപ്പോഴേക്കും വളരെ സന്തോഷമായി. അതിനാൽ അവൾതന്നെ വളരെ ജാഗ്രതയോടുകൂടി പ്രതിദിനം മൂന്നുനേരവും അന്നലേപനവും മറ്റും ചെയ്ത് ആ ബ്രാഹ്മണനെ രക്ഷിച്ചുകൊണ്ടിരുന്നു.

ഇങ്ങനെ ആറുമാസം കഴിഞ്ഞപ്പോൾ ആ ബ്രാഹ്മണൻ ഉണർന്നു. അപ്പോൾ അദ്ദേഹത്തിന് ഒന്നാമതുണ്ടായ വിചാരം തന്റെ ആലിലക്കെട്ടിനെക്കുറിച്ചായിരുന്നു. അതിനാൽ അദ്ദേഹം പെട്ടെന്നെണീറ്റ് ആ നദീതീരത്തിങ്കലേക്കു പോയി. അവിടെച്ചെന്നു നോക്കിയപ്പോൾ ആലിലക്കെട്ടും അവിടെത്തന്നെ കിടക്കുന്നുണ്ടായിരുന്നു. എങ്കിലും അതൊരു പശു തിന്നുകൊണ്ടു നിൽക്കുന്നതായിട്ടാണ് അദ്ദേഹം കണ്ടത്. പശുവിനെപ്പിടിച്ചുമാറ്റി നോക്കിയപ്പോൾ ഏതാനും ഭാഗമൊക്കെ പശു തിന്നുകഴിഞ്ഞിരിക്കുന്നു. അതിനാൽ ബ്രാഹ്മണനു വളരെ വിഷാദമായി. പൊയ്പ്പോയതിനെക്കുറിച്ച് ഇനി വിചാരിച്ചതുകൊണ്ട് ഫലമൊന്നുമില്ലല്ലോ എന്നു വിചാരിച്ച് അദ്ദേഹം ശേഷമുണ്ടായിരുന്ന ആലിലകളെല്ലാം പെറുക്കിയെടുത്ത് യഥാക്രമം അടുക്കിക്കൊണ്ടിരിക്കുമ്പോൾ ഈ ബ്രാഹ്മണൻ എങ്ങോട്ടാണ് പോകുന്നതെന്ന് അറിയുന്നതിനായി ആ ശൂദ്രകന്യകയാൽ അയയ്ക്കപ്പെട്ട രണ്ടു ഭൃത്യൻമാർ അവിടെ വന്നു. അവരോട് ഈ പശു ആരുടെ വകയാണ് എന്ന് ബ്രാഹ്മണൻ ചോദിക്കുകയും ഇത് ഞങ്ങളുടെ യജമാനന്റെ വകയാണ് എന്ന് അവർ ഉത്തരം പറയുകയും ചെയ്തു. പിന്നെ ബ്രാഹ്മണൻ ആ ആലിലക്കെട്ടുമെടുത്തുകൊണ്ടു പ്രഭുവിന്റെ ഗൃഹത്തിൽത്തന്നെ വന്നു. അപ്പോൾ ശൂദ്രകന്യക ബ്രാഹ്മണനെ യഥാക്രമം വന്ദിച്ചു പൂജിച്ചിരുത്തി. പിന്നെ അവർ തമ്മിലുണ്ടായ സംഭാഷണംകൊണ്ട് ഈ ബ്രാഹ്മണന്റെ എല്ലാ സ്ഥിതികളും അദ്ദേഹം ഇത്രവളരെക്കാലം ഉറങ്ങിപ്പോകുവാനുള്ള കാരണവും മറ്റും ശൂദ്രകന്യകയ്ക്കും ഈ ശൂദ്രകന്യകയുടെ സ്ഥിതികളും അവളുടെ ഗുണങ്ങളും തന്നെ രക്ഷിച്ചത് ഇവളാണെന്നും മറ്റും ബ്രാഹ്മണനും മനസ്സിലായി. വിവരങ്ങളെല്ലാം അറിഞ്ഞപ്പോൾ അവർക്കു പരസ്പരം വളരെ ബഹുമാനവുമുണ്ടായി. പിന്നെ ബ്രാഹ്മണന്റെ താല്പര്യപ്രകാരം ആലില തിന്ന പശുവിനെ ശൂദ്രകന്യക പ്രത്യേകമൊരു സ്ഥലത്തു പിടിച്ചു കെട്ടിക്കുകയും ബ്രാഹ്മണൻ അന്നും അവിടെതന്നെ താമസിക്കുകയും ചെയ്തു. ബ്രാഹ്മണന് അഭ്യംഗത്തിനും അത്താഴത്തിനും വേണ്ടതെല്ലാം കന്യകതന്നെ തയ്യാറാക്കിക്കൊടുത്തതിനാൽ അന്നു രാത്രിയിലും അദ്ദേഹം സുഖമായിട്ടുറങ്ങി.

പിറ്റേദിവസം രാവിലെ ബ്രാഹ്മണൻ എണീറ്റു പശുവിനെ കെട്ടിയിരുന്ന സ്ഥലത്തു ചെന്നു നോക്കിയപ്പോൾ പശു തിന്ന ആലിലകളെല്ലാം യാതൊരു കേടും കൂടാതെ ചാണകത്തോടുകൂടി കിടക്കുന്നതുകണ്ടു. അദ്ദേഹം അവയെല്ലാം പെറുക്കിയെടുത്തു കഴുകിത്തുടച്ചു കൊണ്ടുവന്നു. ശേഷമുള്ള ആലിലകളോടു കൂട്ടിച്ചേർത്തു നോക്കിയപ്പോൾ ഒന്നും നഷ്ടപ്പെട്ടിട്ടില്ലെന്നറിയുകയാൽ അദ്ദേഹത്തിനു വളരെ സന്തോഷമായി. ഈ ആലിലകളൊന്നും ഇത്രയും കാലമായിട്ടും വാടാതെയും പശു തിന്നിട്ടു ദഹിക്കാതെയും ഇരുന്നത് അതുകളിൽ ഭാഷ്യമെഴുതിയ ഗന്ധർവന്റെ ദിവ്യത്വംകൊണ്ടോ മഹാഭാഷ്യത്തിന്റെ മാഹാത്മ്യംകൊണ്ടോ എന്തുകൊണ്ടാണെന്നു നിശ്ചയമില്ല. എന്തെങ്കിലുമൊരു ദിവ്യശക്തികൊണ്ടായിരിക്കണം, അല്ലാതെ ഇങ്ങനെ വരുന്നതല്ലല്ലോ.

പിന്നെ ആ ബ്രാഹ്മണൻ ആ ആലിലകളെലാംകൂടി കൂട്ടിക്കെട്ടി തയ്യാറാക്കിവെച്ചു. യാത്രപറയാനായി ആ ശൂദ്രകന്യകയെ അടുക്കൽ വിളിച്ചു. 'ഇപ്പോൾ അഞ്ചാറു മാസമായല്ലോ. ഞാനിവിടെ വന്നിട്ട്. ഇനി ഇപ്പോൾ ഞാൻ പോകുവാൻ ഭാവിക്കുകയാണ്. ഇത്രയുംകാലം നീ എന്നെ വേണ്ടുന്ന ശുശ്രൂഷയെല്ലാം ചെയ്തു രക്ഷിച്ചു എന്നല്ല, നീ എന്റെ പ്രാണരക്ഷ ചെയ്തു എന്നുതന്നെ പറയാം. നീ എനിക്കുചെയ്ത ഈ ഉപകാരത്തിനു തക്കതായ പ്രതിഫലമൊന്നും ഞാൻ കാണുന്നില്ല. എങ്കിലും ഇതിനെക്കുറിച്ചൊന്നും പറയാതെ പോയാൽ ഞാൻ കേവലം കൃതഘ്നനാകുമല്ലോ. അതുകൊണ്ടു ചോദിക്കുന്നതാണ്. നിന്റെ ആഗ്രഹം എന്താണെന്നു പറഞ്ഞാൽ അതു സാധിക്കുന്നതിനായി നിന്നെ ഞാൻ അനുഗ്രഹിക്കാം. എന്റെ അനുഗ്രഹം ഒരിക്കലും വിഫലീഭവിക്കുന്നതല്ല. ഇതല്ലാതെ ഒന്നും തരാനായിട്ടു ഞാൻ കാണുന്നില്ല. അതിനാൽ നിന്റെ ആഗ്രഹമെന്താണെന്നു പറയണം' എന്നു പറഞ്ഞു. അപ്പോൾ ആ കന്യക വിനയസമേതം തൊഴുതുംകൊണ്ട് 'അല്ലയോ സ്വാമിൻ! ഞാൻ ജനിച്ചതിൽപ്പിന്നെ ഒരു പുരുഷന്റെ പാദശുശ്രൂഷ ചെയ്യുന്നതിനാണ് എനിക്ക് ഭാഗ്യം സിദ്ധിച്ചത്. അതിനാൽ ഈ ജന്മത്തിൽ മറ്റൊരു പുരുഷന്റെ ശുശ്രൂഷ ചെയ്‌വാൻ സംഗതിയാകാതെയിരുന്നാൽ കൊള്ളാമെന്നല്ലാതെ വേറെ യാതൊരാഗ്രഹവും എനിക്കില്ല. അതിനാൽ അവിടുന്നു കൃപയുണ്ടായി ഞാൻ അവിടുത്തെ ഭാര്യയായിത്തീരാനായിട്ട് എന്നെ അനുഗ്രഹിക്കണം. ഇതിലധികമായി ഒരനുഗ്രഹവും വേണമെന്നു ഞാനാഗ്രഹിക്കുന്നില്ല. ഇതിൽ വലിയതായ ഒരനുഗ്രഹമുണ്ടെന്നു ഞാൻ വിചാരിക്കുന്നുമില്ല. ഈ അനുഗ്രഹം എനിക്കു ലഭിക്കുന്നുവെങ്കിൽ എന്റെ ജന്മം സഫലമായി' എന്നു പറഞ്ഞു.

ആ ശൂദ്രകന്യകയുടെ ഈ വാക്കുകൾ കേട്ടപ്പോൾ ബ്രാഹ്മണനു വളരെ വിചാരമായി. 'കഷ്ടം! ഇഹലോകസുഖങ്ങളെ അശേഷം ഉപേക്ഷിച്ചു സന്യാസം വാങ്ങിക്കുന്നതിനായി ഗുരുവിനെ അന്വേഷിച്ചു നടക്കുന്ന ഞാൻ ഇവളെ വിവാഹം ചെയ്യുന്നതെങ്ങനെയാണ്? പ്രാണരക്ഷചെയ്ത ഇവളുടെ അപേക്ഷയെ ഉപേക്ഷിക്കുന്നതെങ്ങനെയാണ്? നാലാമത്തെ ആശ്രമത്തെ ആഗ്രഹിച്ചു നടക്കുന്ന ഞാൻ രണ്ടാമത്തെ ആശ്രമത്തെ കൈക്കൊള്ളണമെന്നായിരിക്കുമോ ഈശ്വരവിധി? അങ്ങനെ ആയാൽത്തന്നെയും ബ്രഹ്മകുലജാതനായ ഞാൻ ശൂദ്രകുലജാതയായ ഇവളെ ആദ്യമായി വിവാഹം ചെയ്യുന്നത് വിഹിതമല്ലല്ലോ. ഒരു ബ്രാഹ്മണനു ബ്രഹ്മക്ഷത്രവൈശ്യകുലങ്ങളിൽനിന്ന്

യഥാക്രമം ഓരോ വിവാഹം ചെയ്തല്ലാതെ ഒരു ശൂദ്രകന്യകയെ വിവാഹം ചെയ്‌വാൻ പാടില്ല എന്നാണല്ലോ ശാസ്ത്രം. അതിനാൽ ഇവളെ വിവാഹം ചെയ്യണമെങ്കിൽ അതിനു മുമ്പായി മൂന്നു ജാതിയിലുമുള്ള മൂന്നു കന്യകമാരെ വിവാഹം ചെയ്യേണ്ടിയിരിക്കുന്നു. ഒരു വിവാഹവും വേണ്ടെന്നു വിചാരിച്ചിരുന്ന എനിക്ക് ഇങ്ങനെ വേണ്ടിവന്നത് അത്യാശ്ചര്യമായിരിക്കുന്നു. ഇത് ഈശ്വരൻ എന്നെ പരീക്ഷിക്കുകയായിരിക്കുമോ? അഥവാ ഒരുപ്രകാരം വിചാരിച്ചാൽ ഇതും നല്ലതു തന്നെയാണ്. ശാസ്ത്രംകൊണ്ടും യുക്തികൊണ്ടും അനുഭവംകൊണ്ടും സംസാരത്തിന്റെ നിസ്സാരത അറിഞ്ഞിട്ടു മനസ്സിലുണ്ടാകുന്ന വിരക്തിക്കു കുറച്ചുകൂടി ബലമുണ്ടായിരിക്കും. അതിനാൽ ഏതായാലും ഇവളുടെ ആഗ്രഹം സാധിപ്പിച്ചിട്ടു പിന്നെ നമ്മുടെ ആഗ്രഹവും സാധിക്കാം. അല്ലാതെ നിവൃത്തിയില്ല എന്നിങ്ങനെ വിചാരിച്ചിട്ട് ആ ബ്രാഹ്മണൻ ശൂദ്രകന്യകയോട് 'അല്ലയോ ഭദ്രേ! നിന്റെ ഹിതത്തെ അനുവർത്തിക്കുന്നതിനു ഞാൻ സദാസന്നദ്ധനാണ്. എങ്കിലും ഒരു ബ്രാഹ്മണനായ ഞാൻ ശൂദ്രകന്യകയായ നിന്നെ വിവാഹം ചെയ്യുന്നതിനു ബ്രാഹ്മണകുലത്തിൽനിന്നും ക്ഷത്രിയ കുലത്തിൽനിന്നും വൈശ്യകുലത്തിൽനിന്നും ഓരോ കന്യകമാരെ വിവാഹം ചെയ്തിട്ടല്ലാതെ പാടില്ല. അങ്ങനെയാണ് ശാസ്ത്രവിധി. അതിനാൽ ഞാൻ പോയി മൂന്നു വിവാഹം ചെയ്തതിനുശേഷം നിന്നെയും വിവാഹം ചെയ്തുകൊള്ളാം. അതുവരെ നീ ക്ഷമിക്കണം' എന്നു പറഞ്ഞു. ഇതു കേട്ടു സന്തോഷസമേതം ശൂദ്രകന്യക ശാസ്ത്രവിധിപ്രകാരമല്ലാതെ ഒന്നും ചെയ്യണമെന്ന് എനിക്ക് നിർബന്ധമില്ല. എന്റെ അപേക്ഷയെ സദയം അങ്ങു സ്വീകരിക്കുന്നുവെങ്കിൽ അതിനായിട്ട് എത്ര കാലം വേണമെങ്കിലും കാത്തിരിക്കുന്നതിന് എനിക്ക് യാതൊരു വിരോധവുമില്ല' എന്നു പറഞ്ഞു. 'എന്നാൽ അങ്ങനെയാവട്ടെ' എന്നു പറഞ്ഞു ബ്രാഹ്മണൻ അദ്ദേഹത്തിന്റെ ആലിലക്കെട്ടുമെടുത്ത് സ്വദേശത്തേക്കു തിരിച്ചുപോവുകയും ചെയ്തു.

അനന്തരം ആ ബ്രാഹ്മണൻ സ്വഗൃഹത്തിൽ ചെന്നു താമസിച്ചുകൊണ്ട് ബ്രാഹ്മണകുലത്തിൽനിന്നും ക്ഷത്രിയകുലത്തിൽ നിന്നും വൈശ്യകുലത്തിൽ നിന്നും ഓരോ കന്യകമാരെ യഥാക്രമം വിവാഹം ചെയ്തതിന്റെ ഒടുക്കം ഈ ശൂദ്രകന്യകയേയും യഥാവിധി വിവാഹം കഴിച്ചു (മുൻകാലങ്ങളിൽ ബ്രാഹ്മണർ നാലു ജാതിയിൽനിന്നും അഗ്നിസാക്ഷിയായിത്തന്നെ വിവാഹം കഴിക്കാറുണ്ടെന്നതു പ്രസിദ്ധമാണല്ലോ).

അങ്ങനെ ആ ബ്രാഹ്മണൻ നാലു ഭാര്യമാരോടുകൂടി യഥാസുഖം സ്വഗൃഹത്തിൽ താമസിച്ച കാലത്ത് ആ നാലു ഭാര്യമാരിൽനിന്നും അദ്ദേഹത്തിന് ഓരോ പുത്രൻമാരുണ്ടായി. പുത്രൻമാരുടെ ജാതകർമ്മം മുതൽ വർത്തമാനംവരെയുള്ള സകല ക്രിയകളും അദ്ദേഹം യഥാകാലം വേണ്ടതുപോലെ ചെയ്തു. പുത്രൻമാരെ യഥാക്രമം അദ്ദേഹം തന്നെ വിദ്യാഭ്യാസം ചെയ്യിച്ചു. ആ പുത്രൻമാർ നാലുപേരും അതിയോഗ്യന്മാരും സകല ശാസ്ത്രപാരംഗതരും പിതൃതുല്യഗുണവാന്മാരുമായിത്തീരുകയും ചെയ്തു. ആദ്യപുത്രനായ ബ്രാഹ്മണകുമാരനെ അദ്ദേഹം വിശേഷിച്ചു വേദാധ്യയനവും ചെയ്യിച്ചു. ഒടുക്കം നാലുപേരെയും മഹാഭാഷ്യം പഠിപ്പിച്ചു. എന്നാൽ നാലാമത്തെ പുത്രൻ ശൂദ്രകുലജാതനും മഹാഭാഷ്യം വേദാംഗവുമാകയാൽ ആ പുത്രനെ അഭിമുഖമായിരുന്നു ഭാഷ്യം പഠിപ്പിക്കുന്നതു വിഹിതമല്ലല്ലോ എന്നു വിചാരിച്ച് അദ്ദേഹം ആ പുത്രനെ പ്രത്യേകിച്ച് ഒരു മറവുള്ള സ്ഥലത്തിരുത്തിയാണ് മഹാഭാഷ്യം

ഉപദേശിച്ചുകൊടുത്തത്. എന്നു മാത്രവുമല്ല, മഹാഭാഷ്യം ശൂദ്രവംശജർക്ക് ഉപദേശിച്ച് പരമ്പരയാ വേദാർഹൻമാരല്ലാത്ത അവരുടെ ഇടയിൽ അതിനു പ്രചാരം വരുത്തുകയില്ലെന്ന് ആ പുത്രനെക്കൊണ്ടു പ്രതിജ്ഞ ചെയ്യിക്കുക കൂടി ചെയ്തിട്ടാണ് അദ്ദേഹം മഹാഭാഷ്യം ആ പുത്രന് ഉപദേശിച്ചുകൊടുത്തത് എന്ന് ചിലർ പറയുന്നു.

ഇങ്ങനെ പുത്രൻമാർ അതിയോഗ്യൻമാരും യവൗനയുക്തൻമാരുമായി ത്തീർന്നതിന്റെ ശേഷം ആ ബ്രാഹ്മണൻ അവിടെനിന്നു പോവുകയും ചെയ്തു. അദ്ദേഹം പല സ്ഥലങ്ങളിലും സഞ്ചരിച്ച് ഒടുക്കം ശ്രീഗൗഡപാദാചാര്യനിൽ നിന്നു ക്രമസന്യാസത്തെ സ്വീകരിച്ചു ബ്രഹ്മധ്യാനവും ചെയ്തുകൊണ്ട് ബദര്യാ ശ്രമത്തിങ്കൽ താമസിച്ചു. കേരളാചാര്യഗുരുവായ സാക്ഷാൽ കർത്താവായ ശ്രീശങ്കരാചാര്യസ്വാമികളുടെ ഗോവിന്ദസ്വാമിയെക്കുറിച്ച് കേട്ടിട്ടില്ലാത്തവർ അധികമുണ്ടായിരിക്കാനിടയില്ലാത്തതിനാൽ യോഗീശ്വരശിരോമണിയായ ഗോവിന്ദസ്വാമികൾ എന്നു പറയപ്പെടുന്ന മഹാൻ ഈ ബ്രാഹ്മണോത്തമൻ തന്നെയാണെന്നുകൂടി പറഞ്ഞാൽ പിന്നെ അദ്ദേഹത്തിന്റെ യോഗ്യതയെ ക്കുറിച്ച് അധികം വിസ്തരിച്ചിട്ട് ആവശ്യമുണ്ടെന്നു തോന്നുന്നില്ല. അപ്രകാരം തന്നെ അദ്ദേഹത്തിനു നാലു ജാതിയിലുമായി ഭാര്യമാരുണ്ടായിരുന്നവരിൽ നിന്നു ജനിച്ചവരായ നാലു പുത്രന്മാരിൽ ബ്രാഹ്മണസ്ത്രീയിൽനിന്നും ജനിച്ച പുത്രൻ സാക്ഷാൽ വരരുചിയും, ക്ഷത്രിയസ്ത്രീയിൽനിന്നു ജനിച്ച പുത്രൻ വിശ്വ വിശ്രുതനായ വിക്രമാദിത്യമഹാരാജാവും, വൈശ്യസ്ത്രീയിൽനിന്നു ജനിച്ച പുത്രൻ വിശ്വവിശ്രുതനായ വിക്രമാദിത്യമന്ത്രിയെന്നു പ്രസിദ്ധനായ ഭട്ടിയും, ശൂദ്രസ്ത്രീയിൽനിന്നു ജനിച്ച പുത്രൻമഹാവിദ്വാനായ ഭർത്തൃഹരിയുമാണെ ന്നുള്ള വാസ്തവം കൂടി പറഞ്ഞാൽ പിന്നെ അവരുടെ യോഗ്യതകളെക്കുറിച്ച് പറഞ്ഞറിയിക്കേണ്ടവരായി അധികമാരുമുണ്ടായിരിക്കാനിടയില്ല. പറയി പെറ്റുണ്ടായ പന്തിരുകുലത്തിന്റെ ആദ്യപിതാവായ വരരുചിയെക്കുറിച്ചും അനേകം കഥകൾക്കു വിഷയീഭൂതന്മാരായ വിക്രമാദിത്യഭട്ടികളെക്കുറിച്ചും കേട്ടിട്ടില്ലാത്തവർ കേവലം പാമരന്മാരുടെ ഇടയിൽപ്പോലും ആരുമുണ്ടാ യിരിക്കാനിടയില്ല. ഭർത്തൃഹരിയുടെ ശതകത്രയം മലയാളത്തിലും തർജമ ചെയ്യപ്പെട്ടിട്ടുള്ളതിനാൽ അദ്ദേഹത്തെക്കുറിച്ചും പലരും അറിഞ്ഞിരിക്കാ നിടയുണ്ട്. അതിവിദ്വാന്മാരും സംസ്കൃതത്തിൽ വ്യാകരണസംബന്ധമായും മറ്റും അനേകം ഗ്രന്ഥങ്ങളുടെ നിർമ്മാതാക്കളുമായ ഇവർ സംസ്കൃതപണ്ഡി തന്മാരുടെ ഇടയിൽ ഇന്നും നിത്യപരിചിതന്മാരായിട്ടാണ് ഇരിക്കുന്നത്. വാർത്തികം, പ്രാകൃതപ്രവേശം, ധനപഞ്ചകം മുതലായ പല ഗ്രന്ഥങ്ങൾ വരരുചിയും, ഭട്ടികാവ്യം (രാമായണം കഥ) എന്ന പ്രസിദ്ധഗ്രന്ഥവും മറ്റ് അനേകം കൃതികളും ഭട്ടിയും, ഹരിടീക, വാക്യപദീയം മുതലായ വ്യാകരണഗ്ര ന്ഥങ്ങളും വേദാന്തം വകയായി മറ്റും അനേകഗ്രന്ഥങ്ങളും മേല്പറഞ്ഞ ശതക ത്രയവും മറ്റും ഭർത്തൃഹരിയും ഉണ്ടാക്കീട്ടുണ്ട്. പ്രസിദ്ധമായ അമരുശതകവും ഭർത്തൃഹരിയുടെ കൃതിയാണെന്ന് വിദ്വാന്മാരുടെ ഇടയിൽ ഒരഭിപ്രായമുണ്ട്. ഇപ്രകാരമുള്ള മഹാന്മാരുടെ മാംസശരീരം പൊയ്പോയാലും അവരുടെ യശഃശരീരത്തിനു ലോകാവസാനം വരെ യാതൊരു ഹാനിയും സംഭവി ക്കയില്ലെന്നുള്ളതു തീർച്ചയാണല്ലോ. മഹാഭാഷ്യത്തിന്റെ പ്രചാരത്തിനു കാരണഭൂതന്മാർ ഇവർ തന്നെയാണെന്നുള്ളതും പറയണമെന്നില്ലല്ലോ.

മേല്പറഞ്ഞ നാലു മഹാന്മാരും അവരുടെ അച്ഛനായ ഗോവിന്ദസ്വാമിക

ളുടെ അടുക്കൽനിന്നു മഹാഭാഷ്യം പഠിച്ചുകഴിഞ്ഞതിന്റെ ശേഷം അവർക്കു ഭാഷ്യകർത്താവായ പതഞ്ജലിമഹർഷിയെ ഒന്നു കണ്ടാൽക്കൊള്ളാമെന്ന് അതികലശലായിട്ട് ഒരാഗ്രഹമുണ്ടായി. അതിനാൽ അവർ അന്വേഷിച്ചപ്പോൾ പതഞ്ജലിമഹർഷി അതിനു വളരെ മുമ്പുതന്നെ സ്വർഗ്ഗാരോഹണം ചെയ്തു കഴിഞ്ഞിരിക്കുന്നതായി അറിഞ്ഞു. അപ്പോൾ ഭർത്തൃഹരി ചൊല്ലിയതായ ഒരു ശ്ലോകം ഇവിടെ ചേർക്കുന്നു.

'അഹോ ഭാഷ്യമഹോ ഭാഷ്യമഹോ വയമഹോ വയം
അദൃഷ്ട്വാഽസ്മാൻ ഗതസ്വർഗ്ഗമകൃതാർത്ഥഃ പതഞ്ജലിഃ'.

●

വെള്ളൊട്ടു നമ്പൂരി

ഇപ്പോൾ പുലാമന്തോൾ മൂസ്സ്, കുട്ടഞ്ചേരി മൂസ്സ്, ആലത്തൂർ നമ്പി, പഴനെല്ലിപ്പുറത്തു (തൃശ്ശിവപേരൂർ) തൈക്കാട്ടു മൂസ്സ്, എളേടത്തു തൈക്കാട്ടു മൂസ്സ്, വെള്ളൊട്ടുനമ്പൂരി, ചീരട്ടമൺ മൂസ്സ്, വയസ്കര മൂസ്സ് ഇങ്ങനെ എട്ടില്ലക്കാർ മാത്രമാണ് അഷ്ടവൈദ്യന്മാർ. ഒരു കാലത്ത് ശാഖോപശാഖകളായി വർദ്ധിച്ച് അവർ പതിനെട്ടില്ലങ്ങളായിത്തീർന്നിരുന്നു. അക്കാലത്തു വെള്ളൊട്ടു നമ്പൂരിയും രണ്ടില്ലങ്ങളായിട്ടാണ് താമസിച്ചിരുന്നത്. അവയിൽ ഒന്ന് കൊച്ചിസംസ്ഥാനത്തു ചാലക്കുടിയിലും മറ്റൊന്ന് എളങ്കുന്നപ്പുഴ എന്ന ദേശത്തുമായിരുന്നു. ചാലക്കുടിയിൽ താമസിച്ചിരുന്നവരെ 'ഉഭയൂർ മൂസ്സ്' എന്നും എളങ്കുന്നപ്പുഴെ താമസിച്ചിരുന്നവരെ 'അടിയാക്കൽ മൂസ്സ്' എന്നുമാണ് പറഞ്ഞുവന്നിരുന്നത്.

ആ രണ്ടില്ലക്കാരും കൊല്ലം തൊള്ളായിരാമാണ്ടിടയ്ക്ക് എന്തോ ചില കാരണങ്ങളാൽ ആ സ്ഥലങ്ങൾ വിട്ടു തിരുവിതാംകൂറിൽ വന്നു വൈക്കത്തും ചേർത്തലത്താലൂക്കിൽ 'മരുത്തോർവട്ടം' എന്ന ദേശത്തും താമസമുറപ്പിച്ചു. അപ്പോൾ ആ രണ്ടില്ലക്കാരും അവരുടെ ഇല്ലപ്പേരും പേരും മാറ്റി വെള്ളൊട്ടു നമ്പൂരി എന്നാക്കി. അതിപ്പോൾ അങ്ങനെതന്നെ ഇരിക്കുന്നു.

വൈക്കത്ത് പെരുംതൃക്കോവിൽക്ഷേത്രത്തിൽ ഉത്സവത്തിന് പതിമൂന്നഹസ്സും വൃശ്ചികമാസത്തിൽ കറുത്ത അഷ്ടമിയുടെ പിറ്റേ ദിവസം ആറാട്ടാകുവാൻ തക്കവണ്ണം കൊടിയേറുകയുമാണല്ലോ പതിവ്. ഒരു കൊല്ലം വൃശ്ചികമാസത്തിൽ ഉത്സവത്തിന്റെ ആറാട്ടുന്നാൾ ഒരു വൃദ്ധബ്രാഹ്മണൻ വൈക്കത്തു താമസിച്ചിരുന്ന വെള്ളൊട്ടു നമ്പൂരിയുടെ അടുക്കൽച്ചെന്ന് 'ഇവിടെ ക്ഷേത്രത്തിൽ ഉത്സവസദ്യ പത്തുപന്ത്രണ്ടു ദിവസം പതിവായിട്ട് ഉണ്ണുകകൊണ്ട് എനിക്കു കടവയറ്റിൽ നല്ല സുഖമില്ലാതെയിരിക്കുന്നു; അതിനെന്താണ് ചെയ്യേണ്ടത്?' എന്നു ചോദിച്ചു. അതു കേട്ടിട്ട് നമ്പൂരി 'അതു സാരമില്ല; ഞാനൊരു മുക്കുടിയുണ്ടാക്കിത്തരാം. അതു സേവിച്ചാൽ സുഖമാവും' എന്നു പറഞ്ഞു. അപ്പോൾ ആ വൃദ്ധബ്രാഹ്മണൻ 'എന്നാൽ മുക്കുടിയുണ്ടാക്കിത്തരണമെന്നില്ല; മുക്കുടിക്കുള്ള മരുന്നുകൾ അരച്ചുരുട്ടി പെരുംതൃക്കോവിൽ ശ്രീകോവിലിന്റെ പടിയിന്മേൽ വെച്ചുകൊടുത്താൽ മതി. ശാന്തിക്കാരെടുത്തു മുക്കുടിയുണ്ടാക്കി എനിക്കു തന്നുകൊള്ളും. ശാന്തിക്കാരൊക്കെ എനിക്കു പരിചയമുള്ളവരാണ്; അവരോടു ഞാൻപറഞ്ഞുകൊള്ളാം. എന്റെ സ്ഥിരതാമസം ഇപ്പോൾ അമ്പലത്തിൽത്തന്നെയാണ്" എന്നു പറഞ്ഞു. ഉടനെ നമ്പൂരി 'എന്നാൽ അങ്ങനെയാവട്ടെ; നാളെ കാലത്തെ ഞാൻ

അരച്ചരുട്ടി കൊണ്ടുപോയി ശ്രീകോവിലിന്റെ പടിയിന്മേൽ വെച്ചേക്കാം' എന്നു പറഞ്ഞു. ഉടനെ ആ വൃദ്ധബ്രാഹ്മണൻ അവിടെനിന്നു മറയുകയും ചെയ്തു. അപ്പോൾ വെള്ളൊട്ടു നമ്പൂരി 'ഇതു കേവലം ബ്രാഹ്മണനാണെന്നു തോന്നുന്നില്ല. ആരെങ്കിലുമാകട്ടെ, പറഞ്ഞതുപോലെ ചെയ്തേക്കാം' എന്നു മനസ്സിൽ വിചാരിച്ചു. എങ്കിലും അതിനെക്കുറിച്ച് ആരോടും ഒന്നും പറഞ്ഞില്ല.

അന്നു രാത്രി വടക്കുംകൂർ രാജാവിനും ക്ഷേത്രത്തിലെ തന്ത്രിക്കും ഊരാളന്മാർക്കും ശാന്തിക്കാർക്കും ഒരു സ്വപ്നമുണ്ടായി. ഒരു ദിവ്യൻ അടുക്കൽ വന്ന്, 'നാളെക്കാലത്തു വെള്ളൊട്ടു നമ്പൂരി ചില മരുന്നുകൾ അരച്ചരുട്ടി ശ്രീകോവിലിന്റെ പടിയിന്മേൽ കൊണ്ടുവന്നു വയ്ക്കും. അതെടുത്തു കലക്കി മുക്കുടിയാക്കി ദേവനു നിവേദിക്കണം' എന്നു പറഞ്ഞു എന്നായിരുന്നു സ്വപ്നം. അതു രാജാവു മുതൽ ക്ഷേത്രസംബന്ധികൾ വരെ എല്ലാവർക്കും ഒരേ വിധത്തിൽത്തന്നെയായിരുന്നു. നേരം വെളുത്തപ്പോൾ എല്ലാവരും ഈ സ്വപ്നവർത്തമാനം രാജസന്നിധിയിൽ അറിയിച്ചു. ഇവർ അറിയിച്ചതുപോലെ രാജാവും സ്വപ്നം കണ്ടിരുന്നതിനാൽ രാജാവ് ഒരു പ്രശ്നക്കാരനെ വരുത്തി പ്രശ്നം വെപ്പിച്ചു നോക്കിയപ്പോൾ ഇതു പെരുംതൃക്കോവിലപ്പന്റെ കല്പനയാണെന്നും അതിനാൽ മുക്കുടിയുണ്ടാക്കി നിവേദിക്കേണ്ടത് അത്യാവശ്യമാണെന്നും അങ്ങനെ ചെയ്തില്ലെങ്കിൽ ദേവകോപമുണ്ടാകുമെന്നും പ്രശ്നകാരൻ വിധിച്ചു. അപ്പോഴേക്കും വെള്ളൊട്ടു നമ്പൂരി മരുന്നുകളരച്ചരുട്ടി ശ്രീകോവിലിന്റെ പടിയിന്മേൽ കൊണ്ടുവന്നു വെയ്ക്കുകയും ശാന്തിക്കാരൻ അതെടുത്ത് മുക്കടിയുണ്ടാക്കി പന്തീരടിപ്പൂജയ്ക്കു ദേവനു നിവേദിക്കുകയും ചെയ്തു.

ഇത് ആറാട്ടിന്റെ പിറ്റേദിവസമായിരുന്നു. അന്നു രാത്രിയിലും വടക്കുംകൂർ രാജാവു മുതലായവർക്കും വെള്ളൊട്ടു നമ്പൂരിക്കും ആണ്ടുതോറും ഇപ്രകാരം ആറാട്ടിന്റെ പിറ്റേദിവസം ചെയ്തുകൊള്ളണമെന്നു സ്വപ്നമുണ്ടായി. ഇതു പെരുംതൃക്കോവിലപ്പന്റെ കല്പനയാണെന്നു പ്രശ്നക്കാരൻ വിധിക്കുകയാൽ അതിനെ എല്ലാവരും വിശ്വസിക്കുകയും അങ്ങനെ നടത്തുന്നതിനു തീർച്ചപ്പെടുത്തുകയും ദേവസ്വംവക പതിവുകണക്കിൽ ഇതുകൂടി ചേർക്കുകയും മരുന്നുകൾ അരച്ചരുട്ടി ശ്രീകോവിലിന്റെ പടിയിന്മേൽ കൊണ്ടുചെന്നു വെയ്ക്കുന്നതിനു പ്രതിഫലമായി വെള്ളൊട്ടു നമ്പൂരിക്കു ദേവസ്വത്തിൽനിന്നു ചില അനുഭവങ്ങൾ ആണ്ടുതോറും കൊടുക്കണമെന്നു നിശ്ചയിച്ചതു കൂടാതെ ഏതാനും ഭൂസ്വത്തുക്കൾ അദ്ദേഹത്തിന്റെ തറവാട്ടേക്കു കരമൊഴിവായി പതിച്ചു കൊടുക്കുകയും അങ്ങനെ ആണ്ടുതോറും ആറാട്ടിന്റെ പിറ്റേദിവസം വൈക്കത്തപ്പന് ഒരു മുക്കടി നിവേദ്യം പതിവായിത്തീരുകയും ചെയ്തു. ഈ മുക്കടിനിവേദ്യം അവിടെ ഇപ്പോഴും ആറാട്ടിന്റെ പിറ്റേദിവസം പതിവായി നടന്നുവരുന്നുണ്ട്.

വൈക്കത്തുണ്ടായിരുന്ന വെള്ളൊടില്ലത്തു കാലക്രമേണ ആളുകൾ കുറഞ്ഞു കുറഞ്ഞ് ഒടുക്കം അവിടെ വിധവയായ ഒരന്തർജ്ജനം മാത്രം ശേഷിച്ചു. അതിനാൽ ആ അന്തർജ്ജനവും മരുത്തോർവട്ടത്തുള്ള ഇല്ലത്തേക്കു പോയി അവിടെ താമസമാക്കി. ഒരു കാലത്തു ജനബാഹുല്യം നിമിത്തം രണ്ടായിത്തീർന്ന ആ ഇല്ലം ജനച്ചുരുക്കം നിമിത്തം ഇങ്ങനെ പിന്നെയും യഥാപൂർവ്വം ഒന്നായിത്തീർന്നു. വൈക്കത്തുണ്ടായിരുന്ന ഇല്ലത്ത് ആരും ഇല്ലാതെയായതിന്റെ ശേഷം മരുത്തോർവട്ടത്തുള്ള വെള്ളൊടില്ലത്തെ ആളുകൾ വൈക്കത്തു പെരുംതൃക്കോവിൽ ക്ഷേത്രത്തിൽ മുക്കടിക്കുള്ള മരുന്നുകൾ

അരച്ചരുട്ടി യഥാകാലം പതിവായി ശ്രീകോവിൽപ്പടിയിന്മേൽ കൊണ്ടുചെന്നു വെയ്ക്കുകയും ദേവസ്വത്തിൽ നിന്നു പതിവുള്ള അനുഭവം വാങ്ങുകയും ചെയ്തു തുടങ്ങി. ഇപ്പോഴും അങ്ങനെതന്നെ നടന്നുവരുന്നു. എന്നാൽ ആ ഇല്ലത്തേക്കു കരമൊഴിവായി പതിച്ചുകൊടുത്തിരുന്ന വസ്തുക്കളെല്ലാം ഓരോ കാലത്ത് ഓരോ വിധത്തിൽ അന്യാധീനപ്പെട്ടുപോകുകയാൽ ഇപ്പോൾ അവയിലൊന്നും ആ കുടുംബക്കാർക്കു കൈവശവും അനുഭവമില്ല. ദേവസ്വത്തിൽനിന്നു കൊടുത്തുവന്നിരുന്ന അനുഭവങ്ങളും ദേവസ്വം പരിഷ്കാരത്തോടുകൂടി വളരെ കുറഞ്ഞുപോയി. ഇപ്പോൾ ഈ വകയ്ക്കു വെള്ളൊട്ടു നമ്പൂരിക്കു ദേവസ്വത്തിൽ നിന്നു കൊല്ലംതോറും കിട്ടുന്ന അനുഭവം നാലു പണം മാത്രമാണ്. വെള്ളൊട്ടു നമ്പൂരിക്കു കുടുംബപരദേവതകളായി അനേകം മൂർത്തികളുണ്ട്. അവയിൽ ഇപ്പോൾ പ്രാധാന്യം ധന്വന്തരിക്കാണ്. അവിടെ പരദേവതകളായിട്ടുള്ള മറ്റുമൂർത്തികളെയെല്ലാം ഇല്ലത്തുള്ള തേവാരങ്ങളുടെ കൂട്ടത്തിൽത്തന്നെയാണ് കുടിയിരുത്തിയിരിക്കുന്നത്. എന്നാൽ ധന്വന്തരിക്കു മാത്രം പ്രത്യേകം ക്ഷേത്രം പണിയിച്ചു മുറപ്രകാരം ബിംബ പ്രതിഷ്ഠ നടത്തീട്ടുണ്ട്. അതിനുണ്ടായ കാരണം താഴെ പറഞ്ഞു കൊള്ളുന്നു.

പണ്ടൊരിക്കൽ ചേർത്തലത്താലൂക്കിൽ വയലാർദേശത്തുള്ള പുതിയക്കൽ (പുതിയ അറയ്ക്കൽ) കോവിലകത്തെ ഒരു തമ്പാനു വയറ്റിൽ അതികലശലായിട്ടുള്ള ഒരു വേദന തുടങ്ങി. അതു നിമിത്തം യാതൊന്നും ഭക്ഷിക്കാൻ പാടില്ലാതെ അദ്ദേഹം ഏറ്റവും വിവശനായിത്തീർന്നു. ആ രോഗത്തിന്റെ ശമനത്തിനായി അദ്ദേഹം അനേകം ചികിത്സകൾ ചെയ്തുനോക്കി. ഒന്നും കൊണ്ടും ഒരു ഫലവുമുണ്ടായില്ല. ഒടുക്കം തമ്പാൻ വൈക്കത്തു പെരുംതൃക്കോവിലപ്പനെത്തന്നെ ശരണം പ്രാപിച്ച് അവിടെ സംവത്സരഭജനം തുടങ്ങി. ഏറ്റവും നിഷ്ഠയോടുകൂടിയായിരുന്നു ഭജനം. ക്ഷേത്രത്തിൽ സദ്യയുള്ള ദിവസങ്ങളിൽ സദ്യ. അല്ലെങ്കിൽ അമ്പലത്തിലെ നിവേദ്യച്ചോറ്, ഏതായാലും ഒരു നേരമേ അദ്ദേഹം ഭക്ഷണം കഴിച്ചിരുന്നുള്ളൂ. അതേതായാലും അദ്ദേഹത്തിനു വയറ്റിൽ വേദനയുണ്ടാക്കാറുമില്ലായിരുന്നു. അങ്ങനെ ഒരു സംവത്സരം പെരുംതൃക്കോവിലപ്പനെ സേവിച്ചുകൊണ്ട് അദ്ദേഹം അവിടെ താമസിച്ചു. അതിനിടയ്ക്ക് ഒരു ദിവസംപോലും അദ്ദേഹത്തിനു വയറ്റിൽ വേദനയുണ്ടായുമില്ല. ഭജനം കാലംകൂടുന്നതിന്റെ തലേദിവസം തമ്പാൻ രാത്രിയിൽ അമ്പലത്തിൽ കിടന്ന് ഉറങ്ങിയിരുന്ന സമയം ആരോ അദ്ദേഹത്തിന്റെ അടുക്കൽച്ചെന്ന് 'നിന്റെ വയറുവേദന ഭേദമായിട്ടില്ല. ഇവിടെ താമസിക്കുമ്പോൾ വേദന വരികയില്ലായിരിക്കാം. ഇവിടെനിന്നു പോയാൽ ഇനിയും അതു വരും. ആ വേദന നിശ്ശേഷം വിട്ടുമാറണമെങ്കിൽ നീയൊരു കാര്യം ചെയ്യണം. എന്തെന്നാൽ, ചേർത്തലെ തെക്കുംമുറിയിൽ 'കേളൻകുളം' എന്നു പേരായിട്ട് ഒരു വലിയ കുളമുണ്ടല്ലോ. നീപോയി ആ കുളത്തിലറങ്ങി മുങ്ങിത്തപ്പണം. അപ്പോൾ മൂന്നു ശിലാവിഗ്രഹങ്ങൾ നിനക്കുകിട്ടും. അവയിൽ ആദ്യം കിട്ടുന്നത് അവിടെത്തന്നെ ഇട്ടേയ്ക്കണം. അതുവെച്ചു പൂജിക്കാൻ ശക്തരായിട്ടു ഭൂലോകത്തിലാരുമില്ല. രണ്ടാമതു കിട്ടുന്നതു ധന്വന്തരിയുടെ വിഗ്രഹമയിരിക്കും. അതെടുത്തു നീയൊരു ബ്രാഹ്മണനു ദാനം ചെയ്യണം. മൂന്നാമതു കിട്ടുന്നത് ഒരു വിഷ്ണുവിഗ്രഹമായിരിക്കും. അതെടുത്തു നീ തന്നെ ഒരു ക്ഷേത്രം പണിയിച്ചു പ്രതിഷ്ഠ കഴിപ്പിക്കണം. ഇത്രയും ചെയ്താൽ നിന്റെ രോഗം നിശ്ശേഷം വിട്ടുമാറി നിനക്കു പൂർണ്ണസുഖം സിദ്ധിക്കും ഇങ്ങനെ

ചെയ്യില്ലെങ്കിൽ നിന്റെ ദീനം ആജീവനാന്തം ഭേദമാവുകയില്ല' എന്നു പറഞ്ഞ തായി അദ്ദേഹത്തിനു തോന്നി. ഉടനെ ഉണർന്ന് അദ്ദേഹം കണ്ണുതുറന്നു നോക്കീട്ട് അവിടെയെങ്ങും ആരെയും കണ്ടുമില്ല. തന്റെ അടുക്കൽ വന്ന് ഇങ്ങനെയൊക്കെ പറഞ്ഞത് ആരായിരിക്കും? ആരെങ്കിലുമാകട്ടെ. ഒരു സമയം വെറും പേക്കിനാവാണെന്നും വരാമെല്ലാം എന്നു വിചാരിച്ച് തമ്പാൻ പിന്നെയും കിടന്നുറങ്ങി.

പിറ്റേ ദിവസം ഭജനം കാലംകൂടി തമ്പാൻ കോവിലകത്തു മടങ്ങിയെത്തി. ഉടനെ വയറ്റിൽ വേദനയുമാരംഭിച്ചു. അതു പൂർവാധികം കലശലായിട്ടായി രുന്നു. അതിനാൽ തമ്പാൻ അടുത്ത ദിവസംതന്നെ പോയി കേളൻകുള ത്തിലിറങ്ങി മുങ്ങിത്തപ്പി. ആദ്യം കിട്ടിയ വിഗ്രഹം അവിടെത്തന്നെ ഇട്ടിട്ട് പിന്നെയും മുങ്ങിത്തപ്പി നോക്കുകയും ഒരു വിഗ്രഹം കിട്ടുകയും ചെയ്തു. അതു ധന്വന്തരിയുടെ വിഗ്രഹം തന്നെയായിരുന്നു. ആ വിഗ്രഹവും എടുത്തുകൊണ്ട് തമ്പാൻ കരയ്ക്ക് കയറി. കുറച്ചുദൂരം ചെന്നപ്പോൾ വഴിയിൽവെച്ചു വെള്ളൊട്ടു നമ്പൂരിയെ കാണുകയും വിഗ്രഹം അദ്ദേഹത്തിനു ദാനം ചെയ്യുകയും ചെയ്തു. തമ്പാൻ പിന്നെയും വന്നു കുളത്തിലിറങ്ങി മുങ്ങിത്തപ്പിയപ്പോൾ ഒരു വിഷ്ണു വിഗ്രഹം കിട്ടി. അതു കൊണ്ടുപോയി അദ്ദേഹം സ്വദേശത്തുതന്നെ ഒരു ക്ഷേത്രം പണിയിച്ചു മുറപ്രകാരം പ്രതിഷ്ഠ കഴിപ്പിക്കുകയും ആ ക്ഷേത്രത്തിനു 'കേരളാദിത്യ (ആദിച്ച) പുരം' എന്നു പേരിടുകയും ചെയ്തു. ആ ക്ഷേത്രം കാലാ ന്തരത്തിൽ തിരുവിതാംകൂർ സർക്കാർ വകയായിത്തീർന്നു. ഇപ്പോഴും അങ്ങ നെതന്നെയിരിക്കുന്നു.

തമ്പാൻ വെള്ളൊട്ടു നമ്പൂരിക്ക് കൊടുത്ത വിഗ്രഹം അദ്ദേഹം ഇല്ലത്തു കൊണ്ടുപോയി തന്റെ തേവാരങ്ങളുടെ കൂട്ടത്തിൽവെച്ചു പൂജിച്ചു കൊണ്ടി രുന്നു. അങ്ങനെയിരുന്ന കാലത്തു മലബാറിൽ ടിപ്പുസുൽത്താന്റെ ആക്രമ ണമുണ്ടാവുകയാൽ അങ്ങാടിപ്പുറത്തു താമസിച്ചുകൊണ്ടിരുന്ന ചീരട്ടമൺ മൂസ്സ് അവിടെനിന്നു കുടുംബസഹിതം പോന്നു. തിരുവിതാം കൂറിലെത്തി മഹാരാജവിന്റെ സഹായത്തോടുകൂടി മരത്തോർവട്ടത്തു തന്റെ സ്വജനമായ വെള്ളൊട്ടു നമ്പൂരിയുടെ ഇല്ലത്തിനു സമീപം തന്നെ ഒരില്ലം പണിയിച്ചു താമസമുറപ്പിച്ചു.

അനന്തരം ഒരു ദിവസം ചീരട്ടമൺമൂസ്സ് വെള്ളൊട്ടു നമ്പൂരിയുടെ ഇല്ലത്തു ചെന്ന സമയം ധന്വന്തരിയുടെ ആ വിഗ്രഹം അവിടെ തേവാരങ്ങളുടെ കൂട്ട ത്തിലിരിക്കുന്നതുകണ്ടിട്ട്, 'ഈ വിഗ്രഹത്തിന്റെ ശ്രേഷ്ഠത വിചാരിച്ചാൽ ഇത് ഇങ്ങനെ വെച്ചേക്കേണ്ടതല്ല. ഇതിനു പ്രത്യേകം അമ്പലം പണിയിച്ചു പ്രതിഷ്ഠ നടത്തിക്കുവാൻ തക്ക യോഗ്യതയുണ്ട്" എന്നു പറഞ്ഞു. അതു കേട്ടിട്ടു നമ്പൂരി 'കാര്യമിതു വാസ്തവമാണ്; പക്ഷെ ഞാൻവിചാരിച്ചാൽ ഇതൊന്നും സാധിക്കയില്ലെന്നേയുള്ളു. എനിക്ക് അതിനു തക്കവണ്ണം ധനപുഷ്ടിയില്ലല്ലോ' എന്നു പറഞ്ഞു. അപ്പോൾ മൂസ്സ്, 'എന്നാൽ അങ്ങ് ഒന്നും നടത്തിക്കണമെ ന്നില്ല അങ്ങയ്ക്ക് സമ്മതമുണ്ടെങ്കിൽ ക്ഷേത്രപ്പണിയും പ്രതിഷ്ഠയും കലശ വുമെല്ലാം ഞാൻ നടത്തിച്ചുകൊള്ളാം' എന്നു പറഞ്ഞു. അതിനെ നമ്പൂരി സമ്മതിക്കുകയും ക്ഷേത്രപ്പണി മുതലായവയെല്ലാം മൂസ്സു നടത്തിക്കുകയും ചെയ്തു. ക്ഷേത്രത്തിൽ നിത്യനിദാനം, മാസവിശേഷം, ആട്ടവിശേഷം മുത ലായവയ്ക്കു വേണ്ടുന്ന മുതലും മൂസ്സു തന്നെ വകവെച്ചുകൊടുത്തു. നമ്പൂരി ഒരു കാശുപോലും ചെലവുചെയ്തില്ല. എങ്കിലും ബിംബം നമ്പൂരിയുടെ വകയായിരു

ന്നതിനാൽ ക്ഷേത്രാധികാരം രണ്ടുപേർക്കും ഒരുപോലെയായിരിക്കണമെന്ന് അവർ ഒടുക്കം നിശ്ചയിച്ചു. അതിനാൽ ക്ഷേത്രത്തിൽ പതിവായിട്ടു കാലത്തു മലരുനിവേദ്യം കഴിഞ്ഞാൽ ആ മലരും മറ്റും ഒന്നരാടം ദിവസം മാറി മാറി ഓരോ ഇല്ലത്തേക്കും കൊണ്ടുപൊയ്ക്കൊള്ളുക എന്നും അവർ തീർച്ചപ്പെടുത്തി. മലരുനിവേദ്യത്തിനു പ്രതിദിനം മുന്നാഴി മലരും മൂന്നു കദളിപ്പഴവും മൂന്നുപലം ശർക്കരയുമാണ് പതിവുവെച്ചിരുന്നത്. ഇത് ഇല്ലങ്ങളിൽ കൊണ്ടുപോയാൽ കുട്ടികൾക്കു കൊടുക്കുകയാണ് പതിവ്.

അതു രാവിലെ കിട്ടുന്നതു കുട്ടികൾക്കു വലിയ കാര്യവും ഏറ്റവും സന്തോഷപ്രദവുമായിരുന്നു. എന്നാൽ ഇത് തങ്ങൾക്കു ഒന്നരാടം ദിവസമേ കിട്ടാൻ ന്യായമുള്ളൂ എന്നും അങ്ങനെയാണ് വ്യവസ്ഥചെയ്തിരിക്കുന്നത് എന്നും മറ്റും കുട്ടികൾക്കു അറിഞ്ഞുകൂടല്ലോ. അതിനാൽ രണ്ടില്ലത്തെ കുട്ടികളും കാലത്തു കാലത്തു മലരും പഴവും വേണമെന്നു പറഞ്ഞു സിദ്ധാന്തംപിടിച്ചു കരയുക പതിവായിരുന്നു.

അങ്ങനെയിരിക്കുമ്പോൾ കുട്ടികളുടെ അലട്ടും നിർബന്ധവും കരച്ചിലും നിമിത്തം ഒരു ദിവസം മലരും മറ്റും വാങ്ങിക്കൊണ്ടുപോയ ഇല്ലക്കാർതന്നെ പിറ്റേദിവസവും വാങ്ങിക്കൊണ്ടുപോയി. അത് അന്ന് മുറപ്രകാരം മലരും മറ്റും കിട്ടേണ്ടവരായ ഇല്ലക്കാർക്കു ഒട്ടും രസിച്ചില്ല. അതിനാൽ അവർ മലരും മറ്റും അടുപ്പിച്ച് വാങ്ങിക്കൊണ്ടുപോയവർക്കു മേലാൽ ഒരിക്കലും അവ കൊടുക്കുകയില്ലെന്നു തീർച്ചപ്പെടുത്തി. അതിനാൽ ആ രണ്ടില്ലക്കാരും തമ്മിൽ ഈ നിസ്സാരസംഗതിക്കായി പിടിയും വലിയും അടിയും ഇടിയും വെട്ടും കുത്തുമൊക്കെയുണ്ടാക്കി. ഒടുക്കം പരസ്പരം ബദ്ധവിരോധികളായിത്തീർന്നു. വെള്ളൊട്ടു നമ്പൂരിയുടെ വിരോധം നിമിത്തം മരുത്തോർവട്ടത്തു താമസിക്കുവാൻ നിവൃത്തിയില്ലാതെയാകയാൽ ചീരട്ടമൺ മൂസ്സു വിവരമെല്ലാം മഹാരാജാവിന്റെ അടുക്കൽ അറിയിച്ചു. അതിനാൽ മൂസ്സിന്റെ ഇഷ്ടപ്രകാരം കല്പിച്ചു കോട്ടയത്തുനിന്ന് നാലുനാഴിക പടിഞ്ഞാറ് 'ഒളശ്ശ' എന്ന ദേശത്തു മൂസ്സിന് ഇല്ലം പണിയിച്ചുകൊടുത്തു കുടുംബസഹിതം അങ്ങോട്ടു മാറ്റിത്താമസിപ്പിച്ചു. കൊല്ലം 925-ാമാണ്ടു മാർത്താണ്ഡവർമ്മ മഹാരാജാവു തിരുമനസ്സുകൊണ്ട് മുറജപം തുടങ്ങിയപ്പോൾത്തന്നെ ചീരട്ടമൺ മൂസ്സിനു തിരുവനന്തപുരത്തു ചില സ്ഥാനമാനങ്ങൾ കല്പിച്ചു കൊടുത്തിരുന്നുവല്ലോ. അക്കാലം മുതൽക്കു തന്നെ ചീരട്ടമൺ മൂസ്സിനെക്കുറിച്ചു മഹാരാജാക്കന്മാർക്കു പ്രത്യേകമൊരു കാരുണ്യം ഉണ്ടായിരുന്നു. അതുകൊണ്ടാണ് മൂസ്സിന്റെ ഇഷ്ടപ്രകാരം ഒളശ്ശയിൽ ഇല്ലം കല്പിച്ചു പണിയിച്ചു കൊടുക്കുകയും മറ്റും ചെയ്തത്.

ചീരട്ടമൺമൂസ്സ് മരുത്തോർവട്ടത്തെ താമസം മതിയാക്കി അവിടെ നിന്നു കുടുംബസഹിതം പോയെങ്കിലും വെള്ളൊട്ടുനമ്പൂരിക്കും പിന്നെയും സ്വൈരമായില്ല. വെള്ളൊട്ടുനമ്പൂരി സകലാധികാരവുമൊഴിഞ്ഞു ധന്വന്തരിയുടെ ക്ഷേത്രം വിട്ടു കൊടുക്കുകയോ അല്ലെങ്കിൽ ക്ഷേത്രംപണി മുതലായവയ്ക്ക് ചിലവായിട്ടുള്ള പണം കൊടുക്കുകയോ ചെയ്യണമെന്നു മൂസ്സു വാദിച്ചു. താൻ തന്റെ പരദേവതയായി ആചരിച്ചും സേവിച്ചും വരുന്ന ധന്വന്തരിയുടെ ക്ഷേത്രം വിട്ടുകൊടുക്കുന്നതിനു മനസ്സും പണം കൊടുക്കുന്നതിനു നിവൃത്തിയുമില്ലായ്കയാൽ വെള്ളൊട്ടു നമ്പൂരി മൂസ്സിന്റെ കണക്കിൻപ്രകാരമുള്ള പണത്തിനു തന്റെ ഭൂസ്വത്തുക്കളിലേതാനും മൂസ്സിനു എഴുതിക്കൊടുത്തു. ആ വക വസ്തുക്കൾ ഇപ്പോഴും ചീരട്ടമൺ മൂസ്സിന്റെ കൈവശാനുഭവത്തിൽതന്നെ ഇരിക്കുന്നു.

ആദ്യകാലത്തു പരസ്പരം സ്നേഹത്തോടും വിശ്വാസത്തോടു കൂടിയിരുന്ന ആ ഇല്ലക്കാർ തമ്മിൽ ഇടക്കാലത്തു പിണങ്ങാനിടയായെങ്കിലും ഇപ്പോൾ അവർ വളരെ വേഴ്ചയോടും ചാർച്ചയോടും ഐകമത്യത്തോടും കൂടിയാണി രിക്കുന്നത്.

വെള്ളോട്ടുനമ്പൂരിമാർ പണ്ടു ചികിത്സാവിഷയത്തിൽ ഏറ്റവും പ്രസി ദ്ധന്മാരും സമർത്ഥന്മാരുമായിരുന്നു. അവർ ചെയ്തിട്ടുള്ള അത്ഭുത കർമ്മ ങ്ങളെല്ലാം വിവരിക്കുന്നകാര്യം അസാധ്യമാകയാൽ ചിലതുമാത്രം താഴെ പറഞ്ഞുകൊള്ളുന്നു.

ഒരിക്കൽ വെള്ളോടില്ലത്ത് ആലത്തൂർ നമ്പിയുടെ ഭാഗിനേയനായിട്ട് ഒരു നമ്പൂരിയുണ്ടായിരുന്നു. അദ്ദേഹം ശാസ്ത്രജ്ഞാനംകൊണ്ടും ബുദ്ധി കൊണ്ടും യുക്തികൊണ്ടും കൈപ്പുണ്യംകൊണ്ടും നൈപുണ്യംകൊണ്ടും മറ്റും ചെറുപ്പ ത്തിൽത്തന്നെ വിശ്വവിശ്രുതനായിത്തീർന്നു. ഒരിക്കൽ അദ്ദേഹം എന്തിനോ നമ്പിയുടെ ഇല്ലത്തു പോയിരുന്നു. അപ്പോൾ അദ്ദേഹത്തിന്റെ മാതുലന്മാരായ നമ്പിമാരാരും അവിടെയുണ്ടായിരുന്നില്ല. ചില രോഗികളെ കാണിക്കാനായി ആളുകൾ വന്ന് എല്ലാവരേയും ഓരോ ദൂര സ്ഥലങ്ങളിൽ കൊണ്ടുപോയിരിക്ക യായിരുന്നു. അക്കാലത്ത് ഈ നമ്പൂരിയുടെ മാതുലപത്നിയായ ഒരന്തർജ്ജനം അവിടെ കുഷ്ഠരോഗബാധിതയായി വളരെ കഷ്ടസ്ഥിതിയിൽ കിടക്കുന്നു ണ്ടായിരുന്നു. ഈ നമ്പൂരി ചെന്ന് ആ അന്തർജ്ജനത്തെ കണ്ട സമയം അന്തർജ്ജനം 'എന്റെ ഉണ്ണീ! ഞാനീ സ്ഥിതിയിലായിത്തീർന്നു. പാപശക്തി കൊണ്ടായിരിക്കും. നിന്റെ അമ്മാവന്മാരെല്ലാം അനേകചികിത്സകൾ ചെയ്തു നോക്കീട്ടും ഒരു ഫലവുമുണ്ടായില്ല. ചികിത്സകൾ ചെയ്യുമ്പോൾ രോഗങ്ങൾ വർദ്ധിക്കുകയാണ് ചെയ്യുന്നത്. അതിനാൽ അവരെല്ലാവരും ഉപേക്ഷിച്ചു. ഇനി ഇങ്ങനെ കിടന്നു കഷ്ടപ്പെടാതെ വേഗത്തിൽ മരിച്ചാൽ കൊള്ളാമെന്നു മാത്രമേ എനിക്കാഗ്രഹമുള്ളൂ. അമ്മാവന്മാരെല്ലാവരും ചികിത്സിച്ചിട്ടു ഭേദമാ കാത്ത ഈ ദീനം ഉണ്ണി ചികിത്സിച്ചാലും ഭേദമാവുകയില്ലായിരിക്കുമല്ലോ' എന്നു പറഞ്ഞു. അപ്പോൾ നമ്പൂരി, 'അങ്ങനെ തീർച്ചയാക്കേണ്ടാ. ഈ ദീനം ഞാൻചികിത്സിച്ചിട്ടു ഭേദമാകണമെന്നു ഈശ്വരൻ നിശ്ചയിച്ചിക്കുന്നതെ ങ്കിൽ ഭേദമാകാതെ കഴികയില്ലല്ലോ' എന്നു പറഞ്ഞു. ഉടനെ അന്തർജ്ജനം 'എന്നാൽ എന്റെ ഉണ്ണീ! നീ വല്ലതും ചെയ്തു നോക്കണം. എന്റെ ഈ ദീനം ഭേദമാവുകയാണെങ്കിൽ അതു നിനക്കു ശ്രേയസ്സിനും യശസ്സിനും കാരണമാ യിത്തീരും. വലിയ പുണ്യവുമായിരിക്കും' എന്നു പറഞ്ഞു. അതുകേട്ടപ്പോൾ നമ്പൂരി 'അമ്മായി തേച്ചുകുളിക്കാറുണ്ടോ?' എന്നു ചോദിച്ചു. അതിനു മറുപടി യായി അന്തർജ്ജനം 'ശിവ! ശിവ! തേച്ചുകുളിയോ? എനിക്കു കുളി തന്നെ ഇല്ലാതായിട്ടു വളരെ നാളായി. മേലെങ്ങും തൊലിയില്ല. സർവ്വത്ര വ്രണമാണ്. എനിക്ക് എണീക്കാനും വയ്യ. പിന്നെ തേച്ചുകുളിക്കുന്നതെങ്ങനെയാണ്?' എന്നു പറഞ്ഞു. ഉടനെ നമ്പൂരി 'അമ്മായിയെ ഇന്നു ഞാനൊന്നു തേച്ചുകു ളിപ്പിക്കാം. തേച്ചു കുളിച്ചാൽത്തന്നെ ഈ ദീനം ദേദമാകും' എന്നു പറഞ്ഞ് അവിടെനിന്ന് ഇറങ്ങിപ്പോയി എന്തോ ചില കാട്ടുചെടികളുടെ ഇലകൾ കുറെ പറിച്ചുകൊണ്ടുവന്ന് ഇടിച്ചുപിഴിഞ്ഞ് നീരെടുത്ത് അതിൽ എണ്ണയും നെയ്യും ആവണക്കെണ്ണയും ചേർത്ത് ഒരു കുഴമ്പു കാച്ചിയരിച്ചു വെച്ചു. പിന്നെ നമ്പൂരി ഒരു വലിയ ചെമ്പു പിടിച്ചെടുത്തടുപ്പത്തു വെച്ച് അതിൽ നിറച്ചു വെള്ളമൊഴിച്ചു തിളപ്പിക്കുന്നതിന് അവിടെ ശേഷമുണ്ടായിരുന്ന അന്തർ

ജ്ജനങ്ങളോടു പറഞ്ഞു. അവർ അപ്രകാരം ചെയ്തു. അതിനിടയ്ക്കു നമ്പൂരി പിന്നെയും ഇറങ്ങിപ്പോയി ചില ഇലകൾ പറിച്ചുകൊണ്ടുവന്ന് ചതച്ച് ആ വെള്ളത്തിലുമിട്ടു. വെള്ളം നല്ലപോലെ തിളച്ചപ്പോൾ നമ്പൂരി പെട്ടെന്നു ചെന്നു രോഗിണിയായ അന്തർജ്ജനത്തെ എടുത്തു കൊണ്ടുചെന്ന ആ തിളച്ചുകിടന്നിരുന്ന വെള്ളത്തിലിട്ടു. ഇതു കണ്ടു ശേഷമുള്ള അന്തർജ്ജനങ്ങളും മറ്റും 'അയ്യോ! അതെന്ത്യാരക്രമമാണ്" എന്നു പറഞ്ഞ് ഉറക്കെ നിലവിളിച്ചു. നമ്പൂരി അതൊന്നും വകവെച്ചില്ല. സ്വല്പം സമയം കഴിഞ്ഞപ്പോൾ അദ്ദേഹം വെള്ളത്തിൽ കിടന്ന അന്തർജ്ജനത്തെ വലിച്ചെടുത്തു നിലത്തിട്ടു. അപ്പോൾ ആ അന്തർജ്ജനത്തിനു ബോധമുണ്ടായിരുന്നില്ല. അവർ മരിച്ചുപോയി എന്നു നിശ്ചയിച്ചു മറ്റുള്ള അന്തർജ്ജനങ്ങളും മറ്റും പൂർവ്വാധികം ദുഃഖിച്ചുകരഞ്ഞു. ഏകദേശം മൂന്നേമുക്കാൽ നാഴിക കഴിഞ്ഞപ്പോൾ രോഗിണിയായ അന്തർജ്ജനത്തിനു ബോധം വീഴുകയും അവർ എണീറ്റിരിക്കുകയും ചെയ്തു. അപ്പോൾ അവിടെ എല്ലാവർക്കും സമാധാനവും സന്തോഷവുമായി. ഉടനെ നമ്പൂരി താൻ മുമ്പേ കാച്ചിവെച്ച കുഴമ്പെടുത്തു കൊടുത്തിട്ട്, ഈ അന്തർജ്ജനത്തിന്റെ തലയിൽ എണ്ണയും മേലൊക്കെ ഈ കുഴമ്പും തേപ്പിച്ച്, ചെമ്പിൽ കിടക്കുന്ന വെള്ളമെടുത്ത് ചൂടു പാകമാക്കി കുളിപ്പിക്കാൻ അവിടെ വേറെ ഉണ്ടായിരുന്ന അന്തർജ്ജനങ്ങളോടു പറയുകയും അവർ കുളിപ്പിക്കുകയും ചെയ്തു. തേച്ചുകുളി കഴിഞ്ഞപ്പോഴേക്കുണ് അന്തർജ്ജനത്തിന്റെ ദേഹത്തിലുണ്ടായിരുന്ന വ്രണങ്ങളൊന്നും കാണാനില്ലാതെയായി. അന്തർജ്ജനം എണീറ്റു നടന്നു തുടങ്ങുകയും ചെയ്തു. ആ കുഴമ്പു തേപ്പിച്ച് അന്തർജ്ജനത്തെ മൂന്നു ദിവസം കുളിപ്പിച്ചു. അപ്പോഴേക്കും അവർ പൂർണ്ണസുഖത്തെ പ്രാപിച്ചു. അവരെക്കണ്ടാൽ അവർക്കു ഇങ്ങനെയൊരു ദീനമുണ്ടായിരുന്നു എന്നു തോന്നുകപോലുമില്ലാതെയായി. നാലാം ദിവസം നമ്പൂരി സ്വദേശത്തേയ്ക്കു മടങ്ങിപ്പോരികയും ചെയ്തു.

അനന്തരം രണ്ടുമൂന്നു ദിവസം കഴിഞ്ഞപ്പോൾ നമ്പിമാരെല്ലാവരും അവരുടെ ഇല്ലത്തു മടങ്ങിയെത്തി. അപ്പോൾ മുമ്പു രോഗബാധിതയായി എണീക്കാൻ വയ്യാതെ കിടന്നിരുന്ന അന്തർജ്ജനം സ്വസ്ഥശരീരയായി എണീറ്റു നടക്കുന്നതു കണ്ടിട്ട് ആ അന്തർജ്ജനത്തിന്റെ ഭർത്താവായ നമ്പി അത്യാശ്ചര്യത്തോടുകൂടി 'നമ്മുടെ വെള്ളൊടിലെ ഉണ്ണി ഇവിടെ വന്നിരുന്നുവോ?' എന്നു ചോദിച്ചു. അപ്പോൾ വെള്ളൊടിലെ ഉണ്ണിനമ്പൂരി അവിടെ ചെന്നിരുന്നതും അദ്ദേഹം ചെയ്തതുമെല്ലാം വിസ്തരിച്ചു പറഞ്ഞുകേൾപ്പിച്ചു. അതൊക്കെ കേട്ടപ്പോൾ നമ്പി 'അവനല്ലാതെ ഈ വകയൊക്കെ ചെയ്യാൻ നിശ്ചയവും ധൈര്യവുമുണ്ടാകയില്ല. അവന്റെ ഗുരുത്വവും കൈപ്പുണ്യവും ഭാഗ്യവും ഒക്കെ ഒന്നു വേറെ തന്നെയാണ്. ഈശ്വരൻ അവൻ ദീർഘായുസ്സുകൂടി കൊടുക്കട്ടെ' എന്നു പറഞ്ഞു.

ഒരിക്കൽ ഒരു വാണിയൻ (എള്ളും മറ്റും ആട്ടുന്ന ജാതിക്കാരൻ) ഒരു കാളയേയുംകൊണ്ട് വെള്ളൊടില്ലത്തു ചെന്നു. അപ്പോൾ അവിടെ ഉണ്ടായിരുന്ന അച്ഛൻ നമ്പൂരിയുടെ അടുക്കൽ 'ഈ കാളയ്ക്കു ചാണകം പോകാതെയായിട്ടു നാലു ദിവസമായി. അതുകൊണ്ടു കാള പുല്ലും വെള്ളവുമൊന്നും കഴിക്കുന്നില്ല. വയർ സാമാന്യത്തിലധികം വീർത്തിട്ടുണ്ടെന്നുള്ളതു തിരുമേനിക്കു കാണാവുന്നതാകയാൽ അടിയൻ അറിയിക്കണമെന്നില്ലല്ലോ. അടിയൻ എള്ളും തേങ്ങയും മറ്റും ആട്ടുന്നതിനു ചക്കിൻകണയിൽ കെട്ടി അടിക്കുന്നത് ഈ

കാളയെയാണ്. ഈ കാള ചത്തുപോയാൽ അടിയന്റെ ഉപജീവനം മുട്ടും. മറ്റൊരു കാളയെ വാങ്ങാൻ പാവപ്പെട്ട അടിയങ്ങൾക്കു അത്ര എളുപ്പമല്ല. അതിനാൽ തിരുമനസ്സുകൊണ്ട് ദയ ഉണ്ടായിട്ട് ഈ കാളയെ രക്ഷിക്കണം' എന്നു വളരെ സങ്കടത്തോടുകൂടി പറഞ്ഞു. അച്ഛൻ നമ്പൂരി സ്വല്പനേരം മനസ്സു കൊണ്ടാലോചിച്ചിട്ട് 'ഒരു മുഴം നീളവും പെരുവിരലിന്റെ വണ്ണവുമുള്ള ഒരു മുരിക്കിൻ വടി കൊണ്ടുവരിക' എന്നു വാണിയനോടു പറഞ്ഞു. വാണിയൻ കാളയെ അവിടെ കെട്ടീട്ട് ഓടിപ്പോയി മുരിക്കിൻവടി കൊണ്ടുവന്നു. അച്ഛൻ നമ്പൂരി അതെടുത്ത് അതിന്റെ ഒരറ്റത്തു കൈ കൊണ്ട് പിടിക്കാൻതക്കവണ്ണം മുള്ളു ചീകിക്കളഞ്ഞു പിടിച്ചുകൊണ്ട് കാളയെ കിടത്തി, കാലു നാലും കെട്ടി, മുറുകെ പിടിച്ചുകൊള്ളുവാൻ വാണിയനോടു പറഞ്ഞു. അവൻ അപ്രകാരം ചെയ്തപ്പോൾ അച്ഛൻ നമ്പൂരി അടുത്തുചെന്നു മുരുക്കിൻവടി കാളയുടെ മലദ്വാരത്തിൽക്കൂടി അകത്തേക്കു കടത്തി രണ്ടുമൂന്നു തിരിച്ചിട്ടു വലിച്ചെടുത്തു. അപ്പോൾ ഒരു മുരുക്കിൻ വടിയോടുകൂടി ഒരു വലിയ പഴന്തുണിയും അതിന്റെ പിന്നാലെ ഒട്ടുവളരെ ചാണകവും പുറത്തേക്കു പോന്നു. അപ്പോൾ അച്ഛൻ നമ്പൂരി വാണിയനോട് 'ഇതു നീ എണ്ണ മുക്കിപ്പിഴിയുന്ന തുണിയല്ലേ? ഇതു തിന്നിട്ടാണ് കാളയ്ക്കു ചാണകം പോകാതെയായത്, ഇനി ഇങ്ങനെ വരാതെ സൂക്ഷിച്ചുകൊള്ളണം എന്നു പറഞ്ഞു. കാളയുടെ മലദ്വാരം മുള്ളുകൊണ്ടു മുറിഞ്ഞിരുന്നതിന് ഒരു മരുന്നും പുരട്ടി അയച്ചു. കാളയ്ക്കു സുഖമാവുകയും ചെയ്തു.

ഒരിക്കൽ ചേർത്തലത്താലൂക്കിൽതന്നെ തൈക്കാട്ടു ദേശത്തു തൈക്കാട്ടു നമ്പൂരിയുടെ ഇല്ലത്ത് ഒരു അന്തർജ്ജനത്തിന്റെ മൂക്കിൽ ഒരു ദശയുണ്ടായി. അതു ശ്വാസം പുറത്തേയ്ക്കു പോകുമ്പോൾ ഒരംഗുലം നീളത്തിൽ പുറത്തേക്കിറങ്ങിപ്പോവുകയും ശ്വാസം മേൽപ്പോട്ടു വലിയുമ്പോൾ മൂക്കിനകത്തേക്കു കയറിപ്പോവുകയും ചെയ്യുമായിരുന്നു. അതിന് ആരാണ്ടേകൊണ്ടൊക്കെ പല ചികിത്സകൾ ചെയ്യിച്ചിട്ടും ഭേദമാകായ്കയാൽ ഒടുക്കം തൈക്കാട്ടുനമ്പൂരി വെള്ളൊട്ടുനമ്പൂരിയുടെ അടുക്കൽച്ചെന്നു വിവരം പറഞ്ഞു. അപ്പോൾ വെള്ളൊട്ടു നമ്പൂരി, 'ആട്ടെ, ഞാൻ നാളെ അവിടെ വന്നു നോക്കീട്ട് എന്തെങ്കിലും ചികിത്സ നിശ്ചയിക്കാം. ഞാനവിടെ വരുമ്പോഴേക്കും കാൽത്തുലാം ഭാരമുള്ള ഒരു ഇയ്യക്കട്ടി ഇരുമ്പുകൊണ്ടു ഒരു കുഴയുമുണ്ടാക്കിച്ചു തയ്യാറാക്കി വെച്ചിരിക്കണം. ശേഷമൊക്കെ ഞാൻവരുമ്പോൾ പറഞ്ഞുകൊള്ളാം' എന്നു പറഞ്ഞു തൈക്കാട്ടു നമ്പൂരിയെ അയച്ചു. പിറ്റേ ദിവസം വെള്ളൊട്ടു നമ്പൂരി തൈക്കാട്ടില്ലത്തു ചെന്നപ്പോഴേക്കും തലേദിവസം പറഞ്ഞിരുന്നതുപോലെ ഇരുമ്പുകുഴയോടുകൂടിയ ഒരു ഇയ്യക്കട്ടി അവിടെ തയ്യാറാക്കി വെച്ചിരുന്നു. വെള്ളൊട്ടു നമ്പൂരി ഒരു നൂൽച്ചരടുകൂടി കൊണ്ടുപോയിരുന്നു. ആ ചരടിന്റെ ഒരറ്റം ഇയ്യക്കട്ടിയുടെ കുഴയിലിട്ടു കെട്ടിമുറിക്കീട്ടു മറ്റേ അറ്റത്ത് ഒരു കുടുക്കുമിട്ടു തൈക്കാട്ടു നമ്പൂരിയെ ഏല്പിച്ചുകൊടുത്തിട്ട്, 'അന്തർജ്ജനത്തെ വിളിച്ചു അടുക്കലിരുത്തീട്ട് ദശ പുറത്തേക്കു വരുമ്പോൾ ചരടിന്റെ അറ്റത്തുള്ള കുടുക്ക് ആ ദശയിന്മേലിട്ടു മുറുക്കണം. പിന്നെ അന്തർജ്ജനത്തോടു പതുക്കെ എണീറ്റു കുനിഞ്ഞു സ്വല്പം നടക്കാൻ പറയണം' എന്നു പറഞ്ഞു. തൈക്കാട്ടുനമ്പൂരി അപ്രകാരമെല്ലാം ചെയ്തു. അന്തർജ്ജനം എണീറ്റു നടന്നപ്പോൾ ഇയ്യക്കട്ടിയുടെ ഭാരം കൊണ്ട് ദശ വേരോടുകൂടി പറിഞ്ഞു താഴെ വീണു. പിന്നെ വെള്ളൊട്ടു നമ്പൂരി അന്തർജ്ജനത്തിന്റെ തലയിൽ തേക്കുന്നതിന് ഒരെണ്ണയ്ക്കു കുറിച്ചുകൊടുക്കുകയും 'ഈ മരുന്നുണ്ടാക്കി പുരട്ടിയാൽ മൂക്കിനകത്തെ വ്രണം

ഉണങ്ങുകയും എണ്ണ കാച്ചിത്തേച്ചാൽ ഇനിയും മൂക്കിൽ ദശ വരാതെ ഇരിക്കുകയും തലവേദന ഉണ്ടാകാതെയിരിക്കുകയും ചെയ്യും' എന്നു പറയുകയും ചെയ്തിട്ടു മടങ്ങിപ്പോയി. ആ മരുന്നും എണ്ണയും കൊണ്ട് അന്തർജ്ജനത്തിനു സുഖമാവുകയും ചെയ്തു.

ഒരിക്കൽ ബ്രിട്ടീഷ് മലബാറിലെ ഒരു വലിയ ജന്മിയും പ്രസിദ്ധനുമായ കുതിരവട്ടത്തു മൂപ്പിൽനായർക്കു ഒരു സുഖക്കേടുണ്ടായി. മലമൊഴിയായ്കയായിരുന്നു സുഖക്കേട്. അതിനു പല വൈദ്യന്മാർ പഠിച്ച വിദ്യകളൊക്കെ പ്രയോഗിച്ചുനോക്കിട്ടും ഒരു ഫലവുമുണ്ടായില്ല. മലശോധനയില്ലാതായപ്പോൾ ഭക്ഷണവുമില്ലാതെയായി. അപ്പോൾ ക്ഷീണം കലശലായി. ആകപ്പാടെ മൂപ്പിൽനായർ ഏറ്റവും അവശനായിത്തീർന്നു. അതിനാൽ മൂപ്പിൽനായർ ഉടനെ വെള്ളൊട്ടുനമ്പൂരിയെ അങ്ങോട്ടു പറഞ്ഞയയ്ക്കണമെന്നു പാലിയത്തു വലിയച്ചന്റെ പേർക്ക് എഴുത്തയച്ചു. അന്നത്തെ മൂപ്പിൽ നായരും വലിയച്ചനും തമ്മിൽ അത്യന്തം സ്നേഹമായിരുന്നു. എഴുത്തു കിട്ടിയക്ഷണത്തിൽ വലിയച്ചൻ വിവരം വെള്ളൊട്ടു നമ്പൂരിയെ ഗ്രഹിപ്പിക്കുകയും സഹായത്തിനു വേണ്ടുന്ന ആളുകളെയും മറ്റും കൂട്ടി മലബാറിലേയ്ക്കു പറഞ്ഞയയ്ക്കുകയും ചെയ്തു.

നമ്പൂരി കുതിരവട്ടത്തെത്തിയപ്പോൾ മൂപ്പിൽനായർ ഏറ്റവും ക്ഷീണിച്ച് എണീക്കാൻ വയ്യാതെ കിടപ്പിലായിരുന്നു. തല്ക്കാലം നമ്പൂരി ചുരുക്കത്തിൽ ഒരു കുഴമ്പിനു കുറിച്ചുകൊടുത്തിട്ട് ആ കുഴമ്പു ക്ഷണത്തിൽ കാച്ചിയരിച്ചു വെയ്ക്കുകയും മൂപ്പിൽനായർക്കു കുളിക്കുന്നതിനു കാഞ്ഞവെള്ളവും ഭക്ഷണത്തിനു വേണ്ടുന്നവയെല്ലാം തയ്യാറാക്കുകയും ചെയ്തുകൊള്ളുന്നതിനു ചട്ടംകെട്ടി. പിന്നെ നമ്പൂരി കുളിക്കാൻ പോയി. അദ്ദേഹം കുളിയും ഭക്ഷണവുമെല്ലാം കഴിഞ്ഞുവന്നപ്പോഴേക്കും ചട്ടംകെട്ടിയിരുന്നവയെല്ലാം തയ്യാറായിരുന്നു. വെള്ളൊട്ടുനമ്പൂരിയുടെ പ്രയോഗമെന്താണെന്ന് അറിയുന്നതിനായി അപ്പോൾ അവിടെ വൈദ്യന്മാരായിട്ടും മൂപ്പിൽനായരുടെ സ്നേഹിതന്മാരായിട്ടും ബന്ധുക്കളായിട്ടും ആശ്രിതന്മാരായിട്ടു അസംഖ്യമാളുകൾ വന്നുകൂടുകയും ചെയ്തിരുന്നു.

നമ്പൂരി മൂപ്പിൽനായരുടെ അടുക്കൽ ചെന്നിരുന്നുകൊണ്ട് അവിടെയുണ്ടായിരുന്ന ഭൃത്യന്മാരിൽ ബലവാന്മാരായ നാലുപേരെ വിളിച്ചു കാച്ചി വെച്ചിരുന്ന കുഴമ്പു നായരുടെ കഴുത്തിനു താഴെയെല്ലാം ധാരാളമായി തേച്ചിട്ട് നായരെ താങ്ങിപ്പിടിച്ച് ആ പൂമുഖത്തു തെക്കോട്ടും വടക്കോട്ടും നടത്താൻ പറഞ്ഞു. അങ്ങനെ അവർ അഞ്ചാറുപ്രാവശ്യം നടത്തിയപ്പോഴേക്കും നായർക്കു വയറിളകി പൂമുഖമാകപ്പാടെ, അമേധ്യ മയമായി. പിന്നെ നമ്പൂരി നായരെ കൊണ്ടുപോയി കാഞ്ഞ വെള്ളമൊഴിച്ചു കുളിപ്പിച്ചിട്ടു ഭക്ഷണം കഴിപ്പാൻ പറഞ്ഞയച്ചു. ഭൃത്യന്മാർ നായരെ കൊണ്ടുപോയി കുളിയുമൂണും കഴിപ്പിച്ചുകൊണ്ടു കട്ടിലിൽ കൊണ്ടു ചെന്നു കിടത്തി. വളരെ ദിവസം കൂടീട്ടു മലം ധാരാളം ഒഴിഞ്ഞു പോവുകയും കാഞ്ഞ വെള്ളത്തിൽ കുളിക്കുകയും വേണ്ടതുപോലെ ഊണു കഴിക്കുകയും ചെയ്തുതുകൊണ്ട് നായർ കിടന്ന ഉടനെ ഉറങ്ങിത്തുടങ്ങി. ആ സമയത്തു വെള്ളൊട്ടു നമ്പൂരി മൂപ്പിൽനായരുടെ കാര്യസ്ഥനോട്, 'ഇനിയിപ്പോൾ നായർക്കു സുഖക്കേടൊന്നുമില്ല. ക്ഷീണം മാറണമെന്നേ ഉള്ളൂ. അതു ഭക്ഷണം ശരിയാകുമ്പോൾ ക്രമേണ മാറിക്കൊള്ളും. ഇന്നു കാച്ചിയ കുഴമ്പുതന്നെ കാച്ചിവെച്ചിരുന്നു പതിവായി തേച്ചുകുളിപ്പിച്ചുകൊണ്ടിരുന്നാൽ വേണ്ടതുപോലെ മലശോധനയുണ്ടാകും. അപ്പോൾ മുറയ്ക്കു ഭക്ഷണം കഴി

ക്കാറുമാകും' എന്നു പറഞ്ഞിട്ട് ആരോടും യാത്ര പറയാതെ മടങ്ങിപ്പോന്നു.

നമ്പൂരി പറഞ്ഞതുപോലെതന്നെ പത്തുപതിനഞ്ചു ദിവസംകൊണ്ടു മൂപ്പിൽ നായർക്കു ക്ഷീണംമാറി നല്ല സുഖമായി. പിന്നെ നായർ തന്റെ കൃതജ്ഞതയെ പ്രകടിപ്പിക്കാനായി നമ്പൂരിയുടെ അടുക്കൽ വന്നുകണ്ട് സന്തോഷസമേതം അനേകം സമ്മാനങ്ങൾ കൊടുത്തു വന്ദനം പറഞ്ഞു മടങ്ങിപ്പോയി.

പണ്ടുണ്ടായിരുന്ന വെള്ളാട്ടു നമ്പൂരിമാർ ചികിത്സ സംബന്ധമായി ഇങ്ങനെ അനേകം അത്ഭുതകർമ്മങ്ങൾ ചെയ്തിട്ടുണ്ട്. അവയെല്ലാം പറഞ്ഞുതീർക്കുന്ന കാര്യം അസാധ്യമാകയാൽ അതിനായി തുനിയുന്നില്ല. ഇത്രയും പറഞ്ഞതുകൊണ്ടു തന്നെ ആ ഇല്ലത്തു പണ്ടുണ്ടായിരുന്നവർ അമാനുഷ്യപ്രഭാവന്മാരായിരുന്നുവെന്നു സ്പഷ്ടമാകുന്നുണ്ടല്ലോ.

വെള്ളൊടിില്ലത്തു പണ്ടൊരിക്കൽ ശാക്തേയനായിട്ടും ഒരാളുണ്ടായിരുന്നുവത്രേ. അദ്ദേഹവും പുളിയാമ്പിള്ളി നമ്പൂരി മുതലായവരെപ്പോലെ അമാവാസിനാൾ ചന്ദ്രനെ ഉദിപ്പിക്കുക, മദ്യം കളിയടയ്ക്കയാക്കി കാണിക്കുക മുതലായി അനേകം അത്ഭുതകർമ്മങ്ങൾ ചെയ്തിട്ടുണ്ടെന്നാണ് കേൾവി. അഷ്ടവൈദ്യന്മാരിലൊരാളും ബ്രാഹ്മണനുമായിരുന്ന അദ്ദേഹത്തിനു ശക്തിപൂജയും മറ്റും അത്യാവശ്യമായിട്ടുള്ളവയല്ലായിരുന്നതിനാലും അദ്ദേഹത്തിന്റെ അത്ഭുതകർമ്മങ്ങൾ ചികിത്സാസംബന്ധമായിട്ടുള്ളവയല്ലായിരുന്നതുകൊണ്ടും അവയൊന്നും ഇവിടെ വിസ്തരിക്കുന്നില്ല. അതിനാൽ പ്രസിദ്ധപ്പെട്ട ആ ഇല്ലത്തു പണ്ടത്തെപ്പോലെ ഇനിയും ജനോപകാരാർത്ഥം നല്ല വൈദ്യന്മാരുണ്ടായിത്തീരുന്നതിനു സർവ്വേശ്വരൻ സദയം കടാക്ഷിക്കുമാറാകട്ടേ എന്നു പ്രാർത്ഥിച്ചുകൊണ്ടു വിരമിക്കുന്നു.

●

തലക്കുളത്തൂർ ഭട്ടതിരിയും പാഴൂർ പടിപ്പുരയും

പ്രസിദ്ധനായ തലക്കുളത്തൂർ ഭട്ടതിരിയുടെ ഇല്ലം ബ്രിട്ടീഷ് മലയാളത്തിലാണ്. ഇദ്ദേഹം നല്ല വ്യുത്പന്നനും ജ്യോതിശ്ശാസ്ത്ര പാരംഗതനും ആയിരുന്നു എന്ന് പ്രസിദ്ധമാണല്ലോ. ഭട്ടതിരിക്ക് പ്രശ്നം പറയുന്നതിന് ഒരു വിശേഷവാസന ബാല്യത്തിൽത്തന്നെ ഉണ്ടായിരുന്നു. അദ്ദേഹം ബ്രഹ്മചാരിയായി വേദാദ്ധ്യായം ചെയ്തു താമസിക്കുന്ന കാലത്ത് അനധ്യായ ദിവസങ്ങളിൽ തന്റെ സഹപാഠികളുമൊരുമിച്ച് കളിക്കുമ്പോൾ ഓരോരുത്തർ ഓരോ നേരമ്പോക്കുകൾ കാണിക്കുന്ന ശേഖരത്തിൽ ഇദ്ദേഹം പ്രശ്നംവച്ചു ഫലം പറയുകയാണ് പതിവ്. ആ പതിവിൻപ്രകാരം ഒരു ദിവസം ഓതിക്കോൻ പുറത്തെവിടെയോ ഇറങ്ങിപ്പോയിരുന്ന സമയം ബ്രാഹ്മണക്കുട്ടികൾ എല്ലാവരുംകൂടി ഓരോ കളികൾ തുടങ്ങി. ഭട്ടതിരി കവിടിക്കു പകരം കുറെ ചെറിയ പാറക്കല്ലുകൾ പെറുക്കിയെടുത്തു പ്രശ്നം വയ്ക്കാനും തുടങ്ങി. അപ്പോഴേക്കും ശേഷമെല്ലാവരും പ്രശ്നം കേൾക്കാനായി ചുറ്റും ചെന്നുകൂടി. അപ്പോൾ ഒരു ഉണ്ണിനമ്പൂരി 'ആട്ടെ, നമ്മുടെ ഓതിക്കോന് ഉണ്ണിയുണ്ടാകാതെ ഇരിക്കുന്നതിന്റെ കാരണമെന്താണെന്ന് ഒന്നു വാരിവെച്ചുനോക്കിയാൽ കൊള്ളാം' എന്നു പറഞ്ഞു. ഉടനെ ഭട്ടതിരി പ്രശ്നംവയ്ക്കുന്ന ഭാവങ്ങളൊക്കെ കാണിച്ചിട്ട് 'ബാലശാപം കൊണ്ടാണ്' എന്നു പറഞ്ഞു. അപ്പോൾ മറ്റൊരാൾ 'അതിനു പ്രതിവിധികൂടി അറിഞ്ഞാൽ കൊള്ളാം' എന്നു പറഞ്ഞു.ഭട്ടതിരി ഒന്നുകൂടി വാരിവച്ചു വിചാരിച്ചിട്ട് 'പഞ്ചസാരപ്പായസമുണ്ടാക്കി ഒരു സംവത്സരം മുടങ്ങാതെ ദിവസംതോറും ബ്രാഹ്മണകുട്ടികൾക്കു ധാരാളമായി കൊടുക്കുകയും മേലാൽ കുട്ടികളെ അടിക്കാതിരിക്കയും ചെയ്താൽ ഉണ്ണിയുണ്ടാകും' എന്നു പറഞ്ഞു. ഭട്ടതിരിയുടെ പ്രശ്നമാരംഭിച്ചപ്പോഴേക്കും ഓതിക്കോൻനമ്പൂരി തിരിച്ചുവന്നു. ഇവരുടെ കളി എന്തെല്ലാമാണെന്നറിയുന്നതിനായി ഒളിച്ചിരുന്നതിനാൽ പ്രശ്നവും പ്രതിവിധിയും എല്ലാംകേട്ടു മനസ്സിലാക്കി. പിന്നെയും അവിടെനിന്ന് ആരും കാണാതെ ഇറങ്ങിപ്പോയി ഒന്നും അറിയാത്ത ഭാവത്തിൽ വീണ്ടും എല്ലാവരും കാണത്തക്കവിധത്തിൽ തിരിച്ചുവന്നു. ഓതിക്കോൻ നമ്പൂരി വരുന്നതുകണ്ട് എല്ലാവരും കളി നിർത്തി അവരവർക്കു നിശ്ചയിച്ചിട്ടുണ്ടായിരുന്ന പ്രവൃത്തികൾ ചെയ്തുകൊണ്ടിരിപ്പായി. ഓതിക്കോൻനമ്പൂരി പതിവുപോലെ അല്ലാതെ ഒന്നും ഭാവിക്കയും പറകയും ചെയ്തുമില്ല. എങ്കിലും

അദ്ദേഹം കുട്ടികളെ കഠിനമായി അടിക്കാറുള്ളതിനാൽ ഭട്ടതിരിയുടെ പ്രശ്നം വാസ്തവമായിരിക്കുമോ എന്നു സംശയം തോന്നുകയാൽ പിറ്റേദിവസം മുതൽ പഞ്ചസാരപ്പായസമുണ്ടാക്കി, തന്റെ ശിഷ്യൻമാരായ ബ്രാഹ്മണകുട്ടികൾക്കു ധാരാളമായി കൊടുത്തുതുടങ്ങി. കുട്ടികളെ അടിക്കാതെയുമായി. അങ്ങനെ ഒരു സംവത്സരം കഴിഞ്ഞപ്പോഴേക്കും ഓതിക്കോൻ നമ്പൂരിക്ക് ഉണ്ണിയുണ്ടാവുകയും ചെയ്തു. അപ്പോഴേക്കും അദ്ദേഹത്തിനു വളരെ സന്തോഷം തോന്നുകയാൽ ഭട്ടതിരിയെ വിളിച്ച് 'ഉണ്ണീ നീ ജ്യോതിശ്ശാസ്ത്രം പഠിക്കണം. നീ നല്ല പ്രശ്നക്കാരനായിത്തീരും' എന്നു തലയിൽതൊട്ട് അനുഗ്രഹിച്ചു.

ഗുരുനാഥന്റെ ഈ അനുഗ്രഹത്തെ സഫലീകരിക്കണമെന്നു വിചാരിച്ച് ഭട്ടതിരി വേദാധ്യയനം കഴിഞ്ഞയുടനെതന്നെ ജ്യോതിശ്ശാസ്ത്രം പഠിക്കാനാരംഭിച്ചു. അതോടുകൂടി കാവ്യനാടകാലങ്കാരങ്ങളും ശബ്ദശാസ്ത്രങ്ങളും അഭ്യസിച്ചുതുടങ്ങി. സമാവർത്തനം കഴിഞ്ഞ് ഏകദേശം യൌവനമായപ്പോഴേക്കും ഭട്ടതിരി അതിവിദ്വാനും ഒരു നല്ല ജ്യോത്സ്യനുമായിത്തീർന്നു.

തദനന്തരം ഭട്ടതിരി വിവാഹം ചെയ്തു ഗൃഹസ്ഥനായി താമസിക്കുന്ന കാലത്ത് ഒരു പുത്രനുണ്ടായി. പുത്രന്റെ ജാതകം അദ്ദേഹം വളരെ സൂക്ഷ്മമായി ഗണിച്ചെഴുതുകയും ആയുർബലം വളരെയുള്ളതായി കാണപ്പെടുകയും ചെയ്തു. എങ്കിലും ആണ്ടുതികയുന്നതിനുമുമ്പുതന്നെ ആ ശിശു മരിച്ചുപോയി. അപ്പോൾ ഭട്ടതിരിക്കു വ്യസനമുണ്ടായി എന്നു മാത്രമല്ല, ജ്യോതിശ്ശാസ്ത്രം വിശ്വാസയോഗ്യമല്ലായിരിക്കുമോ എന്നൊരു ശങ്കയും ജനിച്ചു. ഉടനെ ഈ സംശയം തീർക്കുന്നതിനായി മൃതജാതകവുംകൊണ്ട് പരദേശത്തു തഞ്ചന്നൂരിൽ ആൾവാർ എന്നു പ്രസിദ്ധനായ മഹാന്റെ അടുക്കലേക്കു പുറപ്പെട്ടു. ഭട്ടതിരി അവിടെ എത്താറായപ്പോൾ ചില ലക്ഷണങ്ങൾകൊണ്ട് ഇദ്ദേഹത്തിന്റെ ആഗമനം ആൾവാർക്കു മനസ്സിലാവുകയാൽ തന്റെ ശിഷ്യരോട് 'ഒരു മൃതജാതകവുംകൊണ്ട് ഒരു മലയാളബ്രാഹ്മണൻ ഇവിടെ വരും. അദ്ദേഹം വന്നാൽ ആ മൃതജാതകം പുറത്തുവെച്ചുംവെച്ച് ഇവിടെ കയറി ഇരിക്കാൻ പറയണം' എന്നു പറഞ്ഞിട്ട് നിത്യകർമ്മാനുഷ്ഠാനാദികൾക്കായിപ്പോയി. ഭട്ടതിരി അവിടെ എത്തിയ ഉടനെ ഗുരുനാഥന്റെ കല്പനയെ ശിഷ്യർ ഭട്ടതിരിയെ അറിയിക്കുകയും ആൾവാരുടെ യോഗ്യതയിൽ വിസ്മയാകുലനായി ഭട്ടതിരി മൃതജാതകം ദൂരെക്കളഞ്ഞു ഗൃഹത്തിനുള്ളിൽ പ്രവേശിച്ചിരിക്കയും ചെയ്തു.

കുറച്ചു സമയം കഴിഞ്ഞപ്പോൾ ആൾവാർ വന്നു. തമ്മിൽ സംസാരിച്ചു ഭട്ടതിരിക്കുണ്ടായ സംശയം തീർത്തു. ജ്യോതിശ്ശാസ്ത്രം ഒരിക്കലും അബദ്ധമായി വരുന്നതല്ലെന്നും ജ്യോത്സ്യൻമാർക്ക് ഇഷ്ടദേവതയെ ഉപാസനയും മന്ത്രസിദ്ധിയും ഇല്ലാതെയിരുന്നാൽ അതിന്റെ ഫലം ശരിയായി കണ്ടില്ലെന്നു വന്നുപോകാമെന്നേ ഉള്ളൂ എന്നും ആൾവാർ പറകയാൽ താൻ എഴുതിയ ജാതകം തെറ്റിപ്പോയത് തനിക്കു ദേവതോപാസനയും മന്ത്രസിദ്ധിയും ഇല്ലാഞ്ഞിട്ടാണെന്നു മനസ്സിലാക്കി ഭട്ടതിരി തിരിച്ചുപൊരികയും ചെയ്തു.

ഭട്ടതിരി തിരിച്ചുവരുംവഴിതന്നെ തൃശ്ശിപേരൂർ വടക്കുംനാഥനെ ഭജിച്ചുംകൊണ്ട് ഒരു വിശിഷ്ടമന്ത്രം അക്ഷരസംഖ്യ കഴിച്ചു താമസിച്ചു. അക്കാലത്ത് അവിടെ ദേവനു ചാർത്തിയിരുന്ന ഒരു തൃക്കണ്ണു മോഷണം പോവുകയും അനേകം പ്രശ്നക്കാരെ വരുത്തി പ്രശ്നംവെപ്പിച്ചു നോക്കിക്കുകയും ചെയ്തു.

പ്രശ്നക്കാർ മോഷ്ടാവിന്റെ നിറംകറുത്താണെന്നും നാമാക്ഷരങ്ങൾ രണ്ടു മാത്രമേ ഉള്ളൂ എന്നും അവയിൽ ആദ്യത്തേതു 'ക' എന്നും രണ്ടാമത്തെതു 'ക്ക' എന്നും ആണെന്നും വിധിച്ചു. അതിനാൽ ക്ഷേത്രസംബന്ധികളിൽ ഒരുവനും കറമ്പനുമായ കാക്ക എന്നൊരുവനെ പിടികൂടി ബന്ധനത്തിലാക്കി ദിവസംതോറും ഓരോ വിധത്തിൽ ഹേമദണ്ഡങ്ങൾ ചെയ്തുതുടങ്ങി. എങ്കിലും യാതൊരു തെളിവും ഉണ്ടായില്ല. ഭട്ടതിരി ഭജനം കഴിഞ്ഞല്ലാതെ പ്രശ്നം വെയ്ക്കുകയില്ലെന്നു പ്രതിജ്ഞ ചെയ്തിരുന്നതിനാലും അക്കാലത്തു മൗനവ്രതമായിരുന്നതുകൊണ്ടും അദ്ദേഹത്തെക്കൊണ്ടു പ്രശ്നംവയ്പിക്കുന്നതിനു തരമില്ലായിരുന്നു.

ഭജനം കാലംകൂടിയതിന്റെ ശേഷം ഭട്ടതിരിയെക്കൊണ്ടു പ്രശ്നംവെപ്പിക്കയും തൃക്കണ്ണുകൊണ്ടുപോയത് ഒരു കാക്കയാണെന്നും വടക്കുമാറി ഒരു തെങ്ങിന്റെ മുകളിൽ കൊണ്ടുപോയി വെച്ചിട്ടുണ്ടെന്നും വിധിക്കുകയും അപ്രകാരം മോഷണദ്രവ്യം കിട്ടുകയും ചെയ്തു. അതിനാൽ കൊച്ചിമഹാരാജാവു സന്തോഷിച്ചു ഭട്ടതിരിക്ക് അനേകം ബിരുദങ്ങൾ കല്പിച്ചുകൊടുത്തു. അതിന്റെ ശേഷം ഭട്ടതിരി തിരുവിതാംകൂർ മഹാരാജാവുതിരുമനസ്സിലെ സന്നിധിയിലും പല പ്രശ്നങ്ങൾ പറകയും ജാതകങ്ങൾ എഴുതിക്കൊടുക്കുകയും എല്ലാം ശരിയായി ഒത്തുവരികയാൽ അനേക സമ്മാനങ്ങൾ വാങ്ങുകയും ഉണ്ടായിട്ടുണ്ട്.

ഭട്ടതിരി തിരുവനന്തപുരത്തു ചെന്ന് താമസിച്ചിരുന്ന കാലത്ത് ഒരു ദിവസം മഹാരാജാവു തിരുമനസ്സുകൊണ്ട് ഭട്ടതിരിയോട് 'ഞാൻ നാളെ പത്മനഭസ്വാമിക്ഷേത്രത്തിൽ തൊഴാൻ പോകുമ്പോൾ മതിൽക്കകത്തേക്കു കടക്കുന്നത് എതിലേക്കൂടിയായിരിക്കും?' എന്നു കല്പിച്ചു ചോദിച്ചു. അതിനു മറുപടിയായി ഭട്ടതിരി, 'അതെനിക്കറിയാം. എങ്കിലും ഇപ്പോൾ തിരുമനസ്സറിയിക്കുന്നില്ല. നാളെ എഴുന്നള്ളുന്ന സമയം എനിക്കറിയാമെന്നു ഞാനിപ്പോൾ അറിയിച്ചതു വാസ്തവമാണെന്ന് അവിടേക്കു ബോധ്യപ്പെട്ടും' എന്നു തിരുമനസ്സറിയിച്ചു. തിരുമനസ്സുകൊണ്ടു പതിവായി മതില്ക്കകത്തെഴുന്നള്ളുക കിഴക്കേഗോപുരത്തിൽക്കൂടിയായിരുന്നു. മേല്പറഞ്ഞ പ്രകാരം സംഭാഷണം നടന്നതിന്റെ പിറ്റേ ദിവസം കൊട്ടാരത്തിൽ നിന്നെഴുന്നള്ളി, കിഴക്കേഗോപുരത്തിന്റെ തെക്കുവശത്തായി എഴുന്നള്ളി നിന്നുകൊണ്ട് 'ഇന്നു ഞാൻ ഇതിലേയാണ് മതില്ക്കകത്തേക്ക് പോകാൻ നിശ്ചയിച്ചിരിക്കുന്നത്. ഇവിടെ മതിൽ വെട്ടിപ്പൊളിക്കട്ടെ' എന്നു കല്പിച്ചു. ഉടനെ മഴുവും ഉളിയുമെല്ലാം കൊണ്ടു വേലക്കാരെത്തി മതിൽ വെട്ടിപ്പൊളിച്ചുതുടങ്ങി. മതിലിന്റെ കല്ലുകൾ കുറെ പൊളിച്ചപ്പോൾ ഒരു കല്ലിന്റെ ഇടയിൽ ഒരോലത്തുണ്ട് ഇരിക്കുന്നതു കണ്ടു. ഉടനെ 'അതെന്താണ്? കാണട്ടെ' എന്നു കല്പിച്ചു. കൂടെയുണ്ടായിരുന്ന ഹരിക്കാരൻ ഓലക്കഷ്ണമെടുത്തു തൃക്കൈയിൽ കൊടുത്തു. തിരുമനസ്സുകൊണ്ടു വാങ്ങി നോക്കിയപ്പോൾ അതിൽ ഭട്ടതിരി സ്വന്തം കൈയക്ഷരത്തിൽ 'ഇതിലേ എഴുന്നള്ളും' എന്ന് എഴുതിയിരിക്കുന്നതായി കണ്ടു.

തിരുമനസ്സുകൊണ്ട് വളരെ സന്തോഷിക്കുകയും വിസ്മയിക്കുകയും ചെയ്തു. ഭട്ടതിരി അപ്പോൾ അടുക്കൽതന്നെ ഉണ്ടായിരുന്നതിനാൽ തിരുമനസ്സുകൊണ്ട് അവിടെ നിന്നുകൊണ്ടു തന്നെ വീരശൃംഖല വരുത്തി ഭട്ടതിരിയുടെ രണ്ടു കൈയിന്മേലും ഇടുവിച്ചു. അതിന്റെ ശേഷം അതിലെതന്നെ മതില്ക്കകത്തേക്ക് എഴുന്നള്ളുകയും ഇനി ഇവിടം കെട്ടിയടയ്ക്കുണ്ടാ ഭട്ടതിരിയുടെ സ്മാരകമായി

ട്ട് ഇവിടെ ഒരു വാതിൽ വെപ്പിക്കണം. എന്നു കല്പിക്കുകയും അപ്രകാരം അവിടെ ഒരു വാതിൽ വെപ്പിക്കുകയും ചെയ്തു. ഇപ്പോൾ 'ചെമ്പകത്തിൻമൂട്ടിൽ നട' എന്നു പറഞ്ഞുവരുന്ന വാതിൽ ഇപ്രകാരമുണ്ടായിട്ടുള്ളതാണ്. മഹാരാജാക്കൻമാർ മതില്ക്കകത്തേക്ക് ഇപ്പോഴും അതിലേയാണ് എഴുന്നള്ളുക പതിവ്. ഇങ്ങനെ പല കാരണവശാൽ തിരുവിതാംകൂർ മഹാരാജാവു തിരുമനസ്സുകൊണ്ട് ഭട്ടതിരിക്ക് പല സമ്മാനങ്ങൾ കൊടുത്തിട്ടുണ്ട്. അപ്രകാരം തന്നെ കോഴിക്കോട്, ചിറയ്ക്കൽ മുതലായ രാജസന്നിധികളിൽനിന്നും അദ്ദേഹത്തിനു കിട്ടീട്ടുള്ള സമ്മാനങ്ങൾക്കു സംഖ്യയില്ല. കിം ബഹുനാ, കാലക്രമേണ ഭട്ടതിരി ജാതകമെഴുത്തു കൊണ്ടും പ്രശ്നംകൊണ്ടും വിശ്വവിശ്രുതനായിത്തീർന്നു എന്നു പറഞ്ഞാൽ മതിയല്ലോ.

ഭട്ടതിരിയുടെയും പ്രസിദ്ധനായ വില്വമംഗലത്തു സ്വാമിയാരുടെയും ജീവിതകാലം ഒന്നായിരുന്നു എന്നാണ് സൂക്ഷ്മാന്വേഷികളായിട്ടുള്ളവർ തീർച്ചപ്പെടുത്തിയിരിക്കുന്നത്. സ്വാമികളുടെ ജീവിതകാലം കൊല്ലവർഷം മുന്നൂറ്റിയമ്പതിനും നാന്നൂറ്റിയമ്പതിനും മധ്യേ ആയിരുന്നു എന്നു പല ലക്ഷ്യങ്ങൾ ഉള്ളതും ഭട്ടതിരി പറഞ്ഞിട്ടുള്ളതായി കേട്ടിട്ടുള്ള 'രക്ഷേൽ ഗോവിന്ദമർക്ക' എന്നുള്ള കലിസംഖ്യ ഈ കാലത്തോട് അടുത്തിരിക്കുന്നതുകൊണ്ടും മേല്പറഞ്ഞതുപോലെ ഇവർ രണ്ടുപേരും ഒരു കാലത്തു ജീവിച്ചു എന്ന് ഊഹിക്കാം.

ഈ സംഗതിയെ ജീവിച്ചിരുന്നവരാണെന്നതന്നെ ബലപ്പെടുത്തുന്നതായി ഒരു കഥ കേട്ടിട്ടുള്ളതുകൂടി ഇവിടെ പറഞ്ഞു കൊള്ളുന്നു.

വില്വമംഗലത്തുസ്വാമിയാർക്ക് അതികഠിനാമായി ഒരു വയറ്റുവേദന ഉണ്ടായിരുന്നു. അദ്ദേഹം അതിന്റെ ദുസ്സഹത്വം നിമിത്തം ഇതിനെന്തു വേണ്ടു എന്നു ശ്രീകൃഷ്ണസ്വാമിയുടെ അടുക്കൽ പല പ്രാവശ്യം ചോദിച്ചിട്ടും ഒന്നും മറുപടി അരുളിച്ചെയ്തില്ല (സ്വാമിയാർക്കു ശ്രീകൃഷ്ണൻ പ്രത്യക്ഷനാണെന്നു പ്രസിദ്ധമാണല്ലോ). അതിനാൽ സ്വാമിയാർ തന്റെ പ്രിയ വയസ്യനും ദക്ഷിണാമൂർത്തി ഭക്തമണിയുമായ 'ശിവാങ്ങൾ' എന്ന യോഗീശ്വരനോട് ഈ വിവരം പറഞ്ഞു. ആ യോഗീശ്വരൻ ഒരു സിന്ദൂരം കൊടുക്കുകയും സ്വാമിയാർ അതു വാങ്ങി സേവിക്കുകയും ഉദരവ്യാധി ശമിക്കുകയും ചെയ്തു. പിന്നെ ഒരു ദിവസം സ്വാമിയാർ തന്റെ ദീനം ഭേദമായ വിവരം ശ്രീകൃഷ്ണസ്വാമി പ്രത്യക്ഷമായപ്പോൾ അറിയിച്ചു. 'ഈ ജന്മംകൊണ്ട് തീർന്നോട്ടെ എന്നാണ് ഞാൻ വിചാരിച്ചത്. അത് മൂന്ന് ജന്മം കൂടെ ആക്കിത്തീർത്തു' എന്ന് ഭഗവാൻ അരുളിച്ചെയ്ത് ഉടനെ മറയുകയും ചെയ്തു. ഇതു കേട്ടപ്പോൾ സ്വാമിയാർക്ക് വ്യസനമായി.

ഇനിയത്തെ ജന്മങ്ങളിൽ താൻ ആരായിരിക്കുമെന്ന് അറിയുന്നതിനായി ഉടനെ തലക്കുളത്തൂർ ഭട്ടതിരിയെ വരുത്തി വിചാരിപ്പിച്ചുനോക്കി. അപ്പോൾ ഭട്ടതിരി 'ഇനി അവിടേക്കു ചേരപ്പാമ്പ്, കാള, തുളസി ഇങ്ങനെയാണ് മൂന്നു ജന്മങ്ങൾ ഉള്ളത്. ആ മൂന്നു ജന്മങ്ങളിലും മനുഷ്യനായിട്ടു ഞാനും ജനിക്കും. അവിടേക്ക് അന്ന് ഓരോ ആപത്തുകൾ സംഭവിക്കുകയും അപ്പോൾ രക്ഷിക്കുന്നതിനു ഞാൻ അടുക്കൽ ഉണ്ടായിരിക്കുകയും ചെയ്യും. തുളസിയായിട്ടുള്ള മൂന്നാമത്തെ ജന്മത്തിൽ അവിടേക്കു സായൂജ്യം കിട്ടുകയും ചെയ്യും. പിന്നെ സംസാരദുഃഖം അനുഭവിക്കേണ്ടല്ലോ' എന്നു പറഞ്ഞു.

(ഭട്ടതിരി പറഞ്ഞതുപോലെതന്നെ സ്വാമിയാർക്കു പിന്നെ മൂന്നു ജന്മ

ങ്ങൾക്കൂടി ഉണ്ടായി എന്നും, അപ്പോൾ മനുഷ്യജന്മത്തോടുകൂടി ഭട്ടതിരിയും ഉണ്ടായിരുന്നു എന്നും കേട്ടിരിക്കുന്നു. സ്വാമിയാർ മൂന്നാമത്തെ ജന്മത്തിൽ തുളസിയായി ജനിച്ചത് ഒരു വിഷ്ണുക്ഷേത്രത്തിൽ ശ്രീകോവിലിൽനിന്നു തീർഥമൊലിച്ചുവീഴുന്ന ഓവിങ്കലായിരുന്നു. ഒരു ദിവസം ശാന്തിക്കാരൻ കുളിച്ചുവന്ന് അഭിഷേകം കഴിഞ്ഞ് ചന്ദനവും പൂവും ചാർത്താനായി ഭാവിച്ചപ്പോൾ തുളസി കാണായ്കയാൽ തിരുമുറ്റത്തെങ്ങാനുമുണ്ടോ എന്നു നോക്കി. അപ്പോൾ ഓവിങ്കൽ ഏറ്റവും ചെറുതായി ഒരു തുളസി നിൽക്കുന്നതുകണ്ട് അതിന്റെ ഒരില എടുക്കാനായി ചെന്നു പറിച്ചപ്പോൾ അത് വേരോടുകൂടി പറിഞ്ഞുപോന്നു. അതു കണ്ട് മണ്ഡപത്തിൽ ജപിച്ചുകൊണ്ടിരുന്ന ഒരു ബ്രാഹ്മണൻ 'അതു മുഴുവനും ബിംബത്തിൽ ചാർത്തിയേക്കണം' എന്നു പറയുകയും ശാന്തിക്കാരൻ അപ്രകാരം ചെയ്യുകയും ആ തുളസി ബിംബത്തോടുകൂടി ചേർന്നുപോവുകയും ചെയ്തു. ആ തുളസി സ്വാമിയാരായിരുന്നു എന്നും ജപിച്ചുകൊണ്ടിരുന്ന ബ്രാഹ്മണൻ ഭട്ടതിരി ആയിരുന്നു എന്നും പറയേണ്ടതില്ലല്ലോ).

ജന്മാന്തരങ്ങളെക്കുറിച്ച് ഭട്ടതിരി പറഞ്ഞതുകേട്ടപ്പോൾ സ്വാമിയാരുടെ മനസ്സിലെ വ്യസനം അല്പം ശാന്തമായി. ഭട്ടതിരിയെ യഥാക്രമം ബഹുമാനിച്ചു സ്വഗൃഹത്തിലേക്ക് അയയ്ക്കുകയും ചെയ്തു. അങ്ങനെയിരിക്കുന്ന കാലത്ത് അദ്ദേഹത്തിന്റെ ജാതകംതന്നെ സ്വയമേവ ഒന്നു ഗണിച്ചുനോക്കണമെന്നു നിശ്ചയിച്ചു. ഗണിച്ചുനോക്കിയപ്പോൾ ഇന്നപ്പോൾ തനിക്ക് ജാതിഭ്രംശം സംഭവിക്കുമെന്നായിക്കണ്ടു. ജാതകമെല്ലാം എഴുതി കുറ്റം തീർത്തു സൂക്ഷിച്ചു എങ്കിലും തനിക്കു വരാനിരിക്കുന്ന അധഃപതനത്തെക്കുറിച്ച് ആരോടും പറഞ്ഞില്ല.

അതിന്റേശേഷം കുറഞ്ഞോരുകാലം കഴിഞ്ഞപ്പോൾ ഏറ്റവും ദരിദ്രനും സമീപസ്ഥനുമായ ഒരു ബ്രാഹ്മണൻ ദാരിദ്ര്യദുഃഖം സഹിക്കവഹിയാതെയായിട്ടു. ഭട്ടതിരിയുടെ അടുക്കൽ വന്നു ചോദിച്ചു: 'ഹേ! അവിടുന്നു പലരോടും പല സംഗതികളും പ്രശ്നം പറയുന്നുണ്ടല്ലോ; ഒന്നും തെറ്റുന്നുമില്ല. എന്നാൽ എനിക്ക് ഈ ദാരിദ്ര്യദുഃഖം തീർന്ന് ഒരു ദിവസമെങ്കിലും ജീവിച്ചിരിക്കാൻ സംഗതി വരുമോ? ഇതിനെക്കുറിച്ച് ഒന്നു ചിന്തിച്ചു പറഞ്ഞാൽ കൊള്ളാം. ഞാൻ ഇതിലധികം വലയേണ്ടതില്ല' ഇപ്രകാരം ആ ബ്രാഹ്മണന്റെ വാക്കു കേട്ട് ആർദ്രമാനസനായി ഭവിച്ച ഭട്ടതിരി കുറഞ്ഞോരു നേരം കണ്ണടച്ചു വിചാരിച്ചതിന്റെ ശേഷം പറഞ്ഞു, 'അങ്ങ് ഒട്ടും വ്യസനിക്കേണ്ട. അങ്ങയുടെ ദാരിദ്ര്യം അശേഷം തീരുന്നതിനുള്ള കാലം അടുത്തിരിക്കുന്നു. ഞാൻ ഒരു ഉപായം പറഞ്ഞുതരാം. അതുപോലെ പ്രവർത്തിച്ചാൽ മതി. എന്തെന്നാൽ, ഈ വരുന്ന ദ്വാദശിനാൾ അർധരാത്രി ആകുമ്പോൾ തൃശ്ശിവപേരൂർ വടക്കുന്നാഥക്ഷേത്രത്തിന്റെ വടക്കേ ഗോപുരത്തിങ്കൽ പോയി നില്ക്കണം. അപ്പോൾ അതിലെ രണ്ടു ബ്രാഹ്മണർ വരും. അവരുടെ പിന്നാലെ കൂടിക്കൊള്ളണം. എന്തു പറഞ്ഞാലും ഒഴിച്ചുപോകരുത്. അവർ അങ്ങേ കബളിപ്പിച്ചു പോകാൻ കഴിയുന്നതും ശ്രമിക്കും. എങ്കിലും വിട്ടുപിരിയരുത്. അവർ പോകുന്നിടത്തേക്ക് അങ്ങയെയും കൊണ്ടു പോകണമെന്നു പറഞ്ഞുകൊള്ളണം. ഈ കൗശലം പറഞ്ഞുതന്നത് ആരാണെന്നു ചോദിച്ചാൽ പറകയുമരുത്. ഇപ്രകാരം ചെയ്താൽ അങ്ങയുടെ ദാരിദ്ര്യം അശേഷം തീർന്നു സുഖമായിട്ടിരിക്കാൻ സംഗതി വരും'. ഇങ്ങനെ ഭട്ടതിരി പറഞ്ഞപ്പോൾ ബ്രാഹ്മണന്ന്

വളരെ സന്തോഷമുണ്ടായി എന്നു പറയേണ്ടതില്ലല്ലോ. ഭട്ടതിരിയുടെ പ്രശ്നം ഒരിക്കല്ലോലും ആർക്കും തെറ്റാറില്ലാത്തതിനാൽ കാര്യം സഫലമാകുമെന്നു ബ്രാഹ്മണൻ നല്ലപോലെ വിശ്വസിച്ചു. 'എന്നാൽ ഇനി പോയിവന്നിട്ടു കണ്ടുകൊള്ളാം' എന്നു പറഞ്ഞു പോവുകയും ചെയ്തു.

ഭട്ടതിരി പറഞ്ഞതുപോലെ ദ്വാദശിനാൾ അർധരാത്രിക്കു മുമ്പേ ബ്രാഹ്മണൻ തൃശ്ശൂർ വടക്കെ ഗോപുരത്തിലെത്തി. കുറച്ചുസമയം കഴിഞ്ഞപ്പോൾ അതിതേജോമയന്മാരായ രണ്ടു ബ്രാഹ്മണർ അതിലേ കടന്നുപോകുന്നതായി കണ്ട് അവരുടെ പിന്നാലെ ചെന്നു. അവർ ഇദ്ദേഹത്തെ വിട്ടുപിരിയുന്നതിനായി പലവിധത്തിലും ഉപായങ്ങൾ നോക്കി. ഒന്നും ഫലിക്കയില്ലെന്നു തീർച്ചയായപ്പോൾ അവർ ചോദിച്ചു, 'ഹേ! അങ്ങ് എവിടേക്കാണ് പുറപ്പെട്ടിരിക്കുന്നത്? ഞങ്ങളുടെ പിന്നാലെ കൂടിയിരിക്കുന്നതിന്റെ ഉദ്ദേശമെന്താണ്?

ബ്രാഹ്മണൻ: നിങ്ങൾ എങ്ങോട്ടാണ് പോകുന്നത്?

ബ്രാഹ്മണർ: ഞങ്ങൾ ബദര്യാശ്രമത്തിങ്കലേക്കാണ്.

ബ്രാഹ്മണൻ: എന്നാൽ ഞാനും അങ്ങോട്ടുതന്നെയാണ്.

ബ്രാഹ്മണർ: എന്നാൽ അതു ഞങ്ങളുടെ കൂടെ വരണമെന്നുണ്ടോ?

ബ്രാഹ്മണൻ: ഉണ്ട്. ഞാനങ്ങനെയാണ് നിശ്ചയിച്ചിരിക്കുന്നത്.നിങ്ങൾ കൃപയുണ്ടായി എന്നെക്കൂടെ കൊണ്ടുപോകണം.

ബ്രാഹ്മണർ: ഞങ്ങളെ ഇപ്പോൾ ഇവിടെ കാണുമെന്ന് അങ്ങോടു പറഞ്ഞുതന്നതാരാണ്?

ബ്രാഹ്മണൻ: അതു ഞാൻ പറയുകയില്ല. നിങ്ങൾ എന്നോടു നിർബന്ധിക്കയുമരുത്.

ഇപ്രകാരം ആ ബ്രാഹ്മണന്റെ വാക്കുകൾ കേട്ടപ്പോൾ മറ്റേ ബ്രാഹ്മണർ കുറച്ചുനേരം വിചാരിച്ചിട്ടു പറഞ്ഞു, 'ആട്ടെ, കാര്യമൊക്കെ മനസ്സിലായി. അങ്ങേക്ക് ഈ കൗശലം ഉപദേശിച്ചുതന്നയാൾക്ക് അധഃപതനം വന്നുപോട്ടെ. നേരിട്ടു കണ്ടുപോയതുകൊണ്ട് ഇനി അങ്ങേ ഉപേക്ഷിച്ചു പോകാൻ ഞങ്ങൾക്കു നിവൃത്തിയില്ല. അതിനാൽ കൊണ്ടുപോകാം. കണ്ണടച്ചുകൊണ്ടു ഞങ്ങളെ തൊട്ടോളണം.'

ഇങ്ങനെ ബ്രാഹ്മണരുടെ വാക്കു കേട്ടയുടനെ ആ ബ്രാഹ്മണൻ അപ്രകാരം ചെയ്തു. മാത്രനേരം കഴിഞ്ഞപ്പോൾ കണ്ണു തുറന്നോളാൻ പറഞ്ഞു. കണ്ണു തുറന്നു നോക്കിയപ്പോൾ മൂന്നുപേരും ബദര്യാശ്രമത്ത് ഒരു ഗൃഹത്തിൽ എത്തിയിരിക്കുന്നു. ഉടനെ ആ ദിവ്യന്മാരായ ബ്രാഹ്മണർ പറഞ്ഞു, 'ഇതാ ഈ ഗൃഹത്തിനകത്ത് ഒരാൾ മരിക്കാറായി ശ്വാസം വലിച്ചുകൊണ്ട് കിടക്കുന്നുണ്ട്. അദ്ദേഹം അങ്ങയുടെ അച്ഛനാണ്. അങ്ങയുടെ ഒരച്ഛൻ കാശിക്കു പോയിട്ടുള്ളതായി ഓർക്കുന്നുണ്ടല്ലോ. അദ്ദേഹം തന്നെയാണിത്. അദ്ദേഹം ഗംഗാസ്നാനം കഴിഞ്ഞ് ഓരോരോ സ്ഥലങ്ങളിൽ സഞ്ചരിച്ച്, ക്രമേണ ഇവിടെ വന്നുചേർന്നു. പിന്നെ വളരെക്കാലമായി ഇവിടെ ശാന്തി കഴിച്ച് താമസിക്കയായിരുന്നു. ഇപ്പോൾ അദ്ദേഹത്തിനു മരണസമയം അടുത്തിരിക്കുന്നു. ഞങ്ങൾ അദ്ദേഹത്തെ കൊണ്ടുപോകാനായി വന്ന വിഷ്ണുദൂതന്മാരാണ്. അരനാഴികയ്ക്കകം ഞങ്ങൾ കൊണ്ടുപോകും. അതിനുമുമ്പേ കാണണമെങ്കിൽ കണ്ടോളണം.' ഇങ്ങനെ ആ ബ്രാഹ്മണവേഷം ധരിച്ചിരുന്ന വിഷ്ണുദൂതന്മാരുടെ വാക്കു കേട്ടു ബ്രാഹ്മണൻ അകത്തു കടന്നു നോക്കിയപ്പോൾ അവർ പറഞ്ഞതുപോലെ തന്റെ അച്ഛൻ ശ്വാസം വലിച്ചുകൊണ്ട് കിടക്കുന്നതുകണ്ടു.

മരിക്കാറായി കിടക്കുന്ന ബ്രാഹ്മണന്നു ബോധം കെട്ടിട്ടില്ലായിരുന്നതിനാൽ തന്റെ പുത്രനെ കണ്ടപ്പോൾ ആളറിയുകയും ചെയ്തു. ഏകാകിയായി പരദേശത്തു താമസിക്കുന്ന ഒരാൾ അത്യന്തം അവശതയിൽ കിടക്കുന്ന സമയം തന്റെ അടുത്ത അവകാശിയായ ഒരാളെ വിചാരിച്ചിരിക്കാതെ പെട്ടെന്നു കാൺമാൻ സംഗതിയായാൽ ഉണ്ടാകുന്ന സന്തോഷം അളവില്ലാത്തതായിരിക്കുമെന്നു പറയേണ്ടതില്ലല്ലോ. ആ വൃദ്ധബ്രാഹ്മണൻ തന്റെ ഭ്രാതൃപുത്രനെ കണ്ടയുടനെ താൻ വളരെ കാലമായി സംഖ്യയില്ലാതെ സമ്പാദിച്ചു ജാളികകളിലാക്കിക്കെട്ടിവെച്ചു പൂട്ടിയിരിക്കുന്ന പെട്ടിയുടെ താക്കോൽ തലയിണയുടെ താഴെ വെച്ചിരുന്നതെടുത്തു കൈയിൽ കൊടുത്തു. ഉടനെ പ്രാണനും പോയി. ബ്രാഹ്മണൻ അപ്ഫന്റെ സംസ്കാരം മുതലായത് യഥാക്രമം കഴിച്ചതിന്റെ ശേഷം തനിക്കു കിട്ടിയ അപരിമിതമായ ദ്രവ്യവുംകൊണ്ട് തന്റെ ഗൃഹത്തിൽ വന്നുചേർന്നു. ഉടനെ ഭട്ടതിരിയെ ചെന്നു കണ്ടു വിവരങ്ങൾ എല്ലാം പറഞ്ഞുകേൾപ്പിച്ചു. വിഷ്ണുദൂതന്മാർ അധഃപതനം വന്നുപോകട്ടെ എന്നു തന്നെ ശപിച്ചു എന്നു കേട്ടപ്പോൾ ഭട്ടതിരി 'അത്ര ഉള്ളോ? അതു ഞാൻ മുമ്പേതന്നെ നിശ്ചയിച്ചിട്ടുള്ളതാണല്ലോ' എന്നു പറഞ്ഞു താൻ എഴുതിവെച്ചിരുന്ന ജാതകമെടുത്തു ബ്രാഹ്മണനെ കാണിച്ചു. ബ്രാഹ്മണൻ എല്ലാം കൊണ്ടും ഭട്ടതിരിയെക്കുറിച്ച് വിസ്മയിച്ചു തന്റെ ഗൃഹത്തിൽ വന്നു സുഖമായി വസിച്ചു. തന്റെ അധഃപതനദിവസത്തെ പ്രതീക്ഷിച്ചുംകൊണ്ടു ഭട്ടതിരിയും ഇരുന്നു.

ജാതകഫലം അനുഭവിക്കാതെ കഴികയില്ലെന്നു നല്ല നിശ്ചയമുണ്ടായിരുന്നു എങ്കിലും കഴിയുന്നതും പരീക്ഷിക്കണമെന്ന് വിചാരിച്ച് ഭട്ടതിരി ഒരുപായം നിശ്ചയിച്ചുകൊണ്ട് സ്വദേശം വിട്ടു പാഴൂർ വന്നു താമസിച്ചു. തനിക്ക് അധഃപതനം സംഭവിക്കുന്നതിനു യോഗമുള്ളതായ ആ ദിവസം രാവിലെ കുളിച്ചു നിത്യകർമ്മാനുഷ്ഠാനാദികളും ഭക്ഷണവും കഴിഞ്ഞതിന്റെ ശേഷം ചില സ്നേഹിതന്മാരോടുകൂടി തോണി കളിക്കാനായി പോയി. അന്ന് അഹോരാത്രം തോണിയിൽത്തന്നെ കഴിച്ചുകൂട്ടണമെന്നായിരുന്നു ഭട്ടതിരിയുടെ ഉദ്ദേശം. പാഴൂർ പുഴയിലായിരുന്നു വഞ്ചികളി. പകൽ മുഴുവനും അങ്ങനെ പുഴയിൽത്തന്നെ കഴിച്ചുകൂട്ടി. സന്ധ്യാസമയമായപ്പോൾ കരയ്ക്കടുത്തു കുളിച്ചു സന്ധ്യാവന്ദനാദി കഴിച്ചു വീണ്ടും എല്ലാവരുംകൂടി വഞ്ചിയിൽ കയറി കളിതുടങ്ങി. നല്ല നിലാവുള്ള കാലമായിരുന്നതിനാൽ തത്കാലം ഒരു വിഷമതയും ഉണ്ടായിരുന്നില്ല. നേരം പാതിരാ കഴിഞ്ഞപ്പോൾ ആ വിധമൊക്കെ ഒന്നു മാറി. അകസ്മാൽ അതികഠിനമായി മഴക്കാറും കാറ്റും തുടങ്ങി. കാർമേഘങ്ങളാൽ ചന്ദ്രമണ്ഡലം അശേഷം മൂടപ്പെട്ടുകയാൽ ചന്ദ്രികയില്ലാതെയായി. എന്നു മാത്രമല്ല, അതിഘോരമായ അന്ധകാരം ലോകമാസകലം നിറയുകയും ചെയ്തു. വഞ്ചിയിൽ ഇരിക്കുന്നവർക്കുതന്നെ പരസ്പരം കാൺമാൻ വഹിയാതെയായിത്തീർന്നു. ഉടനെ അതികേമമായി മഴയും തുടങ്ങി. പുഴയിൽ ഒഴുക്കും ഓളവും കലശലായി. വഞ്ചിയിൽ വെള്ളം നിറഞ്ഞു മുങ്ങുമെന്നുള്ള ദിക്കായി. മരണഭയം നിമിത്തം എല്ലാവർക്കും വല്ലപ്രകാരവും കരയ്ക്കടുക്കണമെന്നു തോന്നിത്തുടങ്ങി. ഇരുട്ടുകൊണ്ട് കരയും കടവും കാണാനും പാടില്ല. ഒഴുക്കും ഓളവും കൊണ്ട് ഊന്നിയാലും തുഴഞ്ഞാലും വഞ്ചി നേരെ പോകുന്നുമില്ല. ആകപ്പാടെ വലിയ കുഴപ്പത്തിലായിത്തീർന്നു എന്നു പറഞ്ഞാൽ മതിയല്ലോ. എന്തിനു വളരെപ്പറയുന്നു?

കുറച്ചു സമയം കഴിഞ്ഞപ്പോൾ എല്ലാവരും നനഞ്ഞൊലിച്ചു കിടുകിടാ വിറച്ചുകൊണ്ട് അടുക്കലുള്ള ഓരോ ഗൃഹങ്ങളിലേക്ക് കയറിപ്പോയി. കൂട്ടുകാരെല്ലാം പിരിഞ്ഞു. ഭട്ടതിരി തനിച്ചായി. കാറ്റും മഴയും കൊണ്ട് തണുപ്പു സഹിക്കവയ്യാതെ വിറച്ചുകൊണ്ട് അദ്ദേഹം ഇരുട്ടത്തു തപ്പിത്തപ്പി പുറപ്പെട്ടു. തൽക്കാലമുണ്ടായ ഇടിമിന്നലിന്റെ പ്രകാശംകൊണ്ടു കാണപ്പെട്ടതായ ഒരു വീടിന്റെ തിണ്ണയിൽ അങ്ങനെ ചെന്നു കയറി. മുണ്ടും മറ്റും പിഴിഞ്ഞ് തുവർത്തി കുറച്ചുസമയം അവിടെ ഇരുന്നു. അപ്പോൾ ഒരിടിമിന്നലുണ്ടായതിനാൽ ആ ഇറയത്ത് ഒരു കയറ്റുകട്ടിലും പായും തലയിണയും ഇരിക്കുന്നതായി കണ്ടു. ഇതാരുടെയെങ്കിലുമാകട്ടെ, എടുത്തു കിടക്കുകതന്നെ എന്നു നിശ്ചയിച്ച് ആ കട്ടിലിൽ കയറിക്കിടപ്പുമായി. അത്താഴമുണ്ണായ്കകൊണ്ടും വഞ്ചികളിയാലുണ്ടായ അദ്ധ്വാനം നിമിത്തവും ഭട്ടതിരി വളരെ ക്ഷീണിച്ചിരുന്നതിനാൽ കിടന്നെ ഉടനെ ഉറക്കവുമായി. ഭട്ടതിരി കിടന്നതായ ആ കട്ടിലും പായയും വീട്ടുടമസ്ഥന്റേതായിരുന്നു. അവൻ ഒരു മദ്യപൻ ആയിരുന്നതിനാൽ ഭാര്യയോടു കലഹിച്ച് അന്ന് എവിടെയോ പോയിരുന്നതിനാലാണ് അതൊഴിവായിരുന്നത്.

ഭട്ടതിരി ഉറക്കമായി കുറച്ചുസമയം കഴിഞ്ഞപ്പോൾ മഴ മാറി. മുമ്പിലത്തെപ്പോലെ നിലാവും തെളിഞ്ഞു. ആ സമയം ഒരു സ്ത്രീ പുരയുടെ വാതിൽ തുറന്നു മൂത്രശങ്കയ്ക്കോ മറ്റോ ആയി പുറത്തിറങ്ങി. അപ്പോൾ കട്ടിലിൽ ഒരാൾ കിടക്കുന്നതു കണ്ടു. അതു തന്റെ ഭർത്താവാണെന്നും തിരികെ വന്നപ്പോൾ രാത്രി അധികമായതിനാൽ വിളിക്കേണ്ടെന്നു വിചാരിച്ചു കയറിക്കിടന്നതാണെന്നും വിചാരിച്ച് ആ സ്ത്രീയും ഇദ്ദേഹത്തിന്റെ കൂടെ പോയി കിടന്നു. സ്ത്രീ വീട്ടുടമസ്ഥന്റെ ഭാര്യയായിരുന്നു എന്നുള്ളത് പ്രത്യേകം പറയേണ്ടതില്ലല്ലോ. നനഞ്ഞു ബുദ്ധിമുട്ടി ഈറനോടുകൂടി പുതയ്ക്കാനൊന്നുമില്ലാതെ വിറച്ചുകൊണ്ടു കിടന്നിരുന്ന ഭട്ടതിരിക്ക് ഇവളുടെ സഹശയനം ഏറ്റവും സുഖകരമായി ഭവിച്ചു.

തത്ക്കാലം തന്റെ നിശ്ചയങ്ങളെക്കുറിച്ചൊന്നും ഓർമ്മയുണ്ടായതുമില്ല. കിം ബഹുനാ, ഭട്ടതിരി തത്ക്കാലത്തേക്ക് ആ സ്ത്രീയെ ഭാര്യയായി സ്വീകരിക്കുകയും ചെയ്തു. 'പ്രായസ്സമാപന്ന വിപത്തികാലേ ധിയോപി പുംസാം മലിനാ ഭവന്തി' എന്നുണ്ടല്ലോ.

സുഖാനുഭവങ്ങൾ എല്ലാം കഴിഞ്ഞതിന്റെ ശേഷം ഭട്ടതിരി നക്ഷത്രം നോക്കി സമയം അറിഞ്ഞിട്ട് ആ സ്ത്രീയോട് 'നീ ആരാണ്? നിന്റെ ജാതിയെന്താണ്?' എന്നൊക്കെ ചോദിച്ചു. ശബ്ദം കേട്ടപ്പോഴേ ആൾ മാറിയാണെന്ന് അവൾക്ക് മനസ്സിലായുള്ളൂ. ഉടനെ പരിഭ്രമിച്ച് എണീറ്റ് വന്ദിച്ച് അടുക്കൽ നിന്നുംകൊണ്ട് ലജ്ജാവനമ്രമുഖിയായി മന്ദമാകുംവണ്ണം അവൾ 'അടിയൻ കണിയാട്ടിയാണ്. ആളറിയാതെ ചെയ്തുപോയ അപരാധത്തെ തിരുമേനി ക്ഷമിക്കണം' എന്നു പറഞ്ഞു. ഇതു കേട്ടപ്പോഴേ ഭട്ടതിരിക്ക് തന്റെ സ്ഥിതിയെക്കുറിച്ച് ഓർമ്മ വന്നുള്ളൂ. 'ലിഖിതമപി ലലാടേ പ്രാജ്ഝിതും കസ്സമർഥഃ' എന്നു വിചാരിച്ച് ധൈര്യത്തോടുകൂടി അദ്ദേഹം പറഞ്ഞു 'ആട്ടെ, നീ ഇതുകൊണ്ടു ഒട്ടും പരിഭ്രമിക്കുകയും വ്യസനിക്കയും വേണ്ട. ഇത് ഒരു ഈശ്വരവിധിയാണ്. നീ ഇപ്പോൾ എങ്കൽനിന്നും ഗർഭം ധരിച്ചിരിക്കുന്നു. അതിയോഗ്യനായ ഒരു പുത്രൻ നിനക്ക് ജനിക്കും. അവൻ നിമിത്തം നിനക്കും നിന്റെ കുടുംബത്തിനും ഏറ്റവും അഭ്യുദയവും സിദ്ധിക്കും. ഇതാ

അരുണോദയമായിരിക്കുന്നു. ഞാൻ ഇനി ഇവിടെ താമസിക്കുന്നില്ല.

'ഈശ്വരേച്ഛയുണ്ടെങ്കിൽ ഇനിയൊരുകാലത്തു ഞാൻ ഇവിടെ വന്നു കണ്ടുകൊള്ളാം' എന്നും താൻ ആരാണെന്നുള്ള വിവരവും പറഞ്ഞതിന്റെ ശേഷം വെളുപ്പാൻകാലത്തുതന്നെ ഭട്ടതിരി അവിടെനിന്നു പോവുകയും ചെയ്തു. അതിന്റേശേഷം അദ്ദേഹം ശ്രീകാശി മുതലായ പുണ്യസ്ഥലങ്ങളിൽ സഞ്ചരിച്ച് ഒടുക്കം പാണ്ഡ്യരാജ്യത്തു ചെന്നുചേർന്നു. പിന്നെ കുറഞ്ഞൊരുകാലം അവിടെ താമസിക്കുകയും അവിടെയും ഒരു ശൂദ്രസ്ത്രീയെ ഭാര്യയായി സ്വീകരിക്കുകയും അവളിലും ഒരു പുത്രൻ ജനിക്കുകയും ചെയ്തു. ആ പുത്രനെ അദ്ദേഹം തന്നെ യഥാക്രമം വിദ്യാഭ്യാസം ചെയ്യിക്കയും വിശേഷിച്ചും ജ്യോതിശ്ശാസ്ത്രം ഉപദേശിക്കയും ചെയ്തു. ആ പുത്രനാണ് പ്രസിദ്ധനായ 'ഉള്ളമടയാൻ' എന്നും ചിലർ പറയുന്നു. ഉള്ളമടയാൻ ഭട്ടതിരിയുടെ പുത്രനല്ല, ശിഷ്യനാണ് എന്നും ചിലർ പറയുന്നു. ഏതെങ്കിലും, ഭട്ടതിരി വളരെക്കാലം പരദേശങ്ങളിൽ താമസിച്ചതിന്റെ ശേഷം കാശിവാസിയുടെ വേഷമായിട്ടുതന്നെ സ്വദേശത്തേക്കു പുറപ്പെട്ടു. ഭട്ടതിരിയിൽനിന്നു ഗർഭം ധരിച്ച കണിയാട്ടി, പത്തുമാസം കഴിഞ്ഞപ്പോൾ ഗർഭം പൂർണ്ണമായി, ഏറ്റവും തേജോമയനും കോമളനുമായ ഒരു പുത്രനെ പ്രസവിച്ചു. യഥാകാലം ആ ബാലനെ വിദ്യഭ്യാസം ചെയ്യിക്കയും അവന്റെ ബുദ്ധിസാമർത്ഥ്യത്താൽ അവൻ ഒരു നല്ല വിദ്വാനും ജ്യോത്സ്യനായിത്തീരുകയും ചെയ്തു. ജാതകമെഴുത്ത്, പ്രശ്നം പറക മുതലായവയിൽ അവൻ ഏകദേശം ഭട്ടതിരിയോടു തുല്യനായിത്തീർന്നു.

അങ്ങനെയിരിക്കുന്ന കാലത്ത് ഒരു നമ്പൂരി, താൻ വിവാഹം ചെയ്തിരിക്കുന്ന അന്തർജനത്തിനു ഗർഭമുണ്ടായിരിക്കുമ്പോൾ യദൃച്ഛയാ കണിയാരെ കാണുന്നതിനു സംഗതിയായി. അപ്പോൾ 'അന്തർജനം പ്രസവിക്കുന്നത് ഉണ്ണിയോ പെണ്ണോ' എന്നു ചോദിച്ചു. ഉടനെ കണിയാർ 'സ്ത്രീപ്രജയാണെന്നും താമസിയാതെ ജാതകമെഴുതി തരാമെന്നും' പറഞ്ഞു. അപ്രകാരം ഒരു സ്ത്രീജാതകം എഴുതിക്കൊടുക്കുകയും ആ ജാതകത്തിൽ പറഞ്ഞിരിക്കുന്ന സമയത്ത് അന്തർജനം പ്രസവിക്കയും പെൺകുട്ടി ആയിരിക്കയും ചെയ്തതിനാൽ നമ്പൂരിക്ക് നല്ല വിശ്വാസമായി. പിന്നെയും അന്തർജനത്തിനു ഗർഭമുണ്ടാകുന്ന സമയമൊക്കെ കണിയാരെ കണ്ടുപറകയും പ്രസവിക്കുന്നതിനുമുമ്പുതന്നെ ജാതകമെഴുക്കൊട്ടുക്കയും എല്ലാം ഒത്തുവരികയും ചെയ്തു. അങ്ങനെ നമ്പൂരിക്ക് ഒൻപത് പെൺകിടാങ്ങളുണ്ടായി. അത്യന്തം ദരിദ്രനായ നമ്പൂരിക്ക് ഒൻപത് പെൺകിടാങ്ങൾ അടുപ്പിച്ചുണ്ടാവുകയും ഒരു പുത്രൻപോലും ഉണ്ടാകാതിരിക്കുകയും ചെയ്തപ്പോൾ ഉണ്ടായ വ്യസനം ഇത്രമാത്രമെന്ന് എങ്ങനെ പറയുന്നു? പത്താമതും അന്തർജനത്തിന് ഗർഭമുണ്ടായപ്പോൾ കണിയാരെ പോയി കണ്ടു വിവരം പറഞ്ഞു. അതും സ്ത്രീപ്രജ തന്നെയാണെന്നു പറഞ്ഞ് കണിയാരു പതിവുപോലെ ജാതകം എഴുതിക്കൊടുത്തു.

കണിയാർ പറഞ്ഞാൽപ്പിന്നെ കടുകിടയ്ക്കു വ്യത്യാസം വരികയില്ലെന്നു നിശ്ചയമുള്ളതിനാൽ നമ്പൂരിക്ക് വ്യസനം സഹിക്കവയ്യാതെ ആയിത്തീർന്നു.

ഇപ്രകാരം ഇരിക്കുന്നകാലത്ത് യദൃച്ഛയാ ഒരു വഴിപോക്കൻ നമ്പൂരിയുടെ ഇല്ലത്തു വന്നു. ആ വഴിപോക്കൻ തൈക്കാട്ടുശ്ശേരിയിൽ തൈക്കാട്ടു നമ്പൂരിയായിരുന്നു എന്നാണ് കേട്ടിരിക്കുന്നത്. അദ്ദേഹം എവിടെയോ പോയി വരുംവഴി ഊണു കഴിച്ചുപോകാനായി അവിടെ കേറിയതാണ്.

വഴിപോക്കൻനമ്പൂരിയെ കണ്ടയുടനെ ഗൃഹസ്ഥൻനമ്പൂരി യഥായോഗ്യം ആദരിച്ച്, 'വേഗത്തിൽ കുളികഴിച്ചുവരാം, ഊണിന് അധികം താമസമില്ല' എന്നു പറഞ്ഞു. ദാരിദ്ര്യം അതികലശലായിട്ടുണ്ടെങ്കിലും ആ ഗൃഹസ്ഥൻനമ്പൂരി ഏറ്റവും ഔദാര്യം ഉള്ള ആളായിരുന്നു. വഴിപോക്കൻനമ്പൂരി കുളിയും തേവാരവും കഴിഞ്ഞ് വന്നപ്പോഴേക്കും ഭക്ഷണം തയ്യാറായിരുന്നു. രണ്ടുപേരും ഊണുകഴിഞ്ഞ് പുറത്തളത്തിൽ പോയി മുറുക്കി വർത്തമാനവും പറഞ്ഞിരിക്കുമ്പോൾ ഗൃഹസ്ഥൻനമ്പൂരി തന്റെ കഷ്ടാവസ്ഥകളെല്ലാം വഴിപോക്കൻനമ്പൂരിയെ പറഞ്ഞുകേൾപ്പിച്ചു. ഉടനെ വഴിപോക്കൻനമ്പൂരി 'ആട്ടെ ഇപ്പോൾ അകായിലേക്കു ഗർഭമെത്ര മാസമായി' എന്നു ചോദിച്ചു. 'നാളു പോയിട്ട് ഒരു മാസം കഴിഞ്ഞു' എന്നു ഗൃഹസ്ഥൻ പറഞ്ഞു. 'അത്ര ഉള്ളോ? എന്നാൽ ഇപ്രാവശ്യത്തേത് ഒരുണ്ണിയാകരുതെന്നൊന്നുമില്ല. എനിക്ക് ഒരു നാല്പത് ദിവസം ചെലവിനു തന്ന് ഇവിടെ താമസിപ്പിച്ചേക്കാമെങ്കിൽ ഈ പ്രാവശ്യം പുരുഷപ്രജയെ പ്രസവിപ്പിച്ചേക്കാം' എന്ന് വഴിപോക്കൻ പറഞ്ഞു. അപ്പോൾ ഗൃഹസ്ഥൻ 'സ്ത്രീപ്രജയെന്ന് കണിയാൻ ജാതകമെഴുതിത്തന്നിരിക്കുന്ന സ്ഥിതിക്ക് അത് മറിച്ചുവരാൻ പ്രയാസമാണ്. കണിയാൻ സാമാന്യക്കാരനല്ല' എന്നു പറഞ്ഞു. 'ആട്ടെ, അതൊക്കെ ശരിതന്നെ, എനിക്കു നാല്പതു ദിവസം ഭക്ഷണം തന്ന് ഇവിടെ താമസിപ്പിക്കാമോ? എന്നാൽ കണിയാനെന്നല്ല ബ്രഹ്മാവു തന്നെ പറഞ്ഞാലും ഞാൻ നിവൃത്തിയുണ്ടാക്കിക്കൊള്ളാം' എന്നു വഴിപോക്കൻ ഉറപ്പായി വീണ്ടും പറഞ്ഞപ്പോൾ അങ്ങനെ ആവാമെന്നു ഗൃഹസ്ഥൻ സമ്മതിച്ചു. അതിന്റെ ശേഷം വഴിപോക്കൻ നമ്പൂരി നാല്പതു ദിവസം അവിടെ താമസിച്ച് അന്തർജനത്തിന് നെയ്യ് ജപിച്ചു കൊടുത്തു. 'പ്രസവദിവസം ഞാനും വരാം, കണിയാനെയും വരുത്തണം, ആരു പറഞ്ഞതാണ് ഒക്കുന്നതെന്നറിയണമല്ലോ' എന്നു പറഞ്ഞു വഴിപോക്കൻനമ്പൂരി പോവുകയും ചെയ്തു.

അന്തർജനത്തിന്റെ പ്രസവദിവസം നേരത്തെ ആ നമ്പൂരി വീണ്ടും വന്നുചേർന്നു. അദ്ദേഹം ഇവിടെ വന്നിരിക്കുന്ന വിവരവും അദ്ദേഹം പറഞ്ഞിട്ടുള്ളതും ഒന്നും കണിയാനോടു പറഞ്ഞുപോകരുതെന്നും പറഞ്ഞ് അദ്ദേഹം പുറത്തിറങ്ങാതെ പുറത്തളത്തിൽ ഇരുന്നു. കണിയാൻ വിവരമൊന്നും അറിയാതെ പടിക്കലും വന്നിരുന്നു. അപ്പോൾ യദൃച്ഛയാ ഒരു കാശിവാസിയും അവിടെ വന്നു മുറ്റത്തിരുന്നു. ഉടനെ അന്തർജനത്തിനു പ്രസവവേദനയും ആരംഭിച്ചു. അപ്പോൾ ഗൃഹസ്ഥൻനമ്പൂരി കണിയാനോട് 'എന്താ കണിയാരേ! പെണ്ണുതന്നെയാണ്, അല്ലേ?' എന്നു ചോദിച്ചു. 'അടിയൻ എഴുതിത്തന്നിട്ടുള്ള ജാതകമൊന്നും ഇതുവരെ തെറ്റീട്ടില്ലല്ലോ. പിന്നെ എന്തിനു സംശയിക്കുന്നു? അങ്ങനെ തന്നെയാണ് ഇതും' എന്നു കണിയാൻ പറഞ്ഞപ്പോൾ കാശിവാസി 'ഇതുവരെ തെറ്റീട്ടില്ലെങ്കിലും ഈ പ്രാവശ്യം കുറച്ചു തെറ്റിപ്പോയി. അന്തർജനം പ്രസവിക്കുന്നത് ഒരു ആൺകുട്ടിയെ ആണ്, സംശയമില്ല' എന്നു പറഞ്ഞു. ഒരുനാളും അങ്ങനെ വരുന്നതല്ലെന്നു കണിയാനും വാദിച്ചു. ഇങ്ങനെ അവർ വാദിച്ചുകൊണ്ടിരിക്കുമ്പോൾ അവിടെ ഒരു പശുവിനു പ്രസവവേദന തുടങ്ങി. പ്രസവിക്കാനുള്ള ഭാവമായി. അപ്പോൾ ഗൃഹസ്ഥൻ നമ്പൂരി 'ആട്ടെ കണിയാരേ! എന്നാൽ ഈ പശു പ്രസവിക്കുന്ന കിടാവ് എന്തായിരിക്കും' എന്നു ചോദിച്ചു. ഉടനെ കണിയാർ 'കാളക്കിടാവാണ്, നെറ്റിയിൽ ചാർത്തും ഉണ്ടായിരിക്കും' എന്നു പറഞ്ഞു.

അപ്പോൾ കാശിവാസി 'നെറ്റിയിൽ ചാർത്തല്ല. വാലിൽ കൊടിയാണ്'' എന്നു പറഞ്ഞു. 'ആട്ടെ നമുക്കിപ്പോൾ അറിയാമല്ലോ' എന്നായി കണിയാൻ. കുറച്ചുസമയം കഴിഞ്ഞപ്പോൾ പശു പ്രസവിച്ചു. കിടാവ് കാള തന്നെയായിരുന്നു. എങ്കിലും കാശിവാസി പറഞ്ഞതുപോലെ വാലിൽ കൊടിയായിരുന്നു ഉണ്ടായിരുന്നത്. അപ്പോൾ കണിയാരുടെ മനസ്സിൽ കുറച്ച് ലജ്ജയും വിസ്മയവും കാശിവാസിയെക്കുറിച്ച് ബഹുമാനവും അന്തർജനം പ്രസവിക്കുന്നത് ഉണ്ണിയായിത്തീർന്നേക്കുമോ എന്നുള്ള വിചാരവും എല്ലാംകൂടി വലിയ പരിഭ്രമമായിത്തീർന്നു. ഉടനെ അന്തർജനം പ്രസവിച്ചു. ഉണ്ണിയായിരുന്നതിനാൽ കണിയാരുടെ മനോവികാരങ്ങൾ ദ്വിഗുണീഭവിച്ചു. താൻ ശാസ്ത്രപ്രകാരം പറഞ്ഞത് എങ്ങനെ തെറ്റി എന്നു വിചാരിച്ചു കാശിവാസിയോടു ചോദിച്ചു: ഹേ മഹാത്മാവേ! ഇതെന്താണിങ്ങനെ വന്നത്? ഞാൻ ശാസ്ത്രപ്രകാരമാണല്ലോ രണ്ടു സംഗതികളും പറഞ്ഞത്. അതു രണ്ടും തെറ്റിപ്പോയല്ലോ. ആ കിടാവിനു നെറ്റിയിൽ ചാർത്തില്ലാതെയും വന്നു, ഇവിടെ പുരുഷപ്രജ ജനിക്കയും ചെയ്തു. ശാസ്ത്രം അബദ്ധമാണെന്നു വരുമോ?' ഇതു കേട്ടപ്പോൾ കാശിവാസി, 'ശാസ്ത്രം അബദ്ധമെന്ന് ഒരിക്കലും വരുന്നതല്ല ശാസ്ത്രം ഗ്രഹിച്ചിരുന്നാലും സയുക്തികമായി ആലോചിക്കാതെയും മറ്റും പറഞ്ഞാൽ ഇങ്ങനെ തെറ്റിപ്പോകുമെന്നേ ഉള്ളൂ. ഇതു രണ്ടും നിന്റെ വിചാരക്കുറവു നിമിത്തം തെറ്റിയതാണ്'' എന്നു പറഞ്ഞു. ഉടനെ കണിയാൻ ഇതിന്റെ കാരണം വ്യക്തമായി പറഞ്ഞുകേട്ടാൽ കൊള്ളാമെന്ന് അപേക്ഷിക്കയാൽ കാശിവാസി വീണ്ടും പറഞ്ഞു, 'ഗർഭമുണ്ടായി മൂന്നു മാസം കഴിയുന്നതിനുമുമ്പു വിചാരിച്ചാൽ പ്രജയെ സ്ത്രീയോ പുരുഷനോ ഏതെങ്കിലും ഇഷ്ടംപോലെ ആക്കിത്തീർക്കുന്നതിനു ബ്രാഹ്മണർക്കു ശക്തിയുണ്ട്. അത് അവരുടെ വേദത്തിന്റെ മാഹാത്മ്യമാണ്. അതിനാൽ ഗർഭം മൂന്നു മാസം ആകാതെ ജാതകം എഴുതിക്കൊടുക്കരുതാത്തതാണ്. ഇവിടെ ഇപ്രകാരം ആക്കിത്തീർത്തയാൾ ഇപ്പോൾ അകത്തിരിക്കുന്നുണ്ട്. നീ ഇതിനെക്കുറിച്ചൊന്നും വിചാരിക്കാതെ ആദ്യം ജാതകം ഗണിച്ചപ്പോൾ കണ്ട ലക്ഷണം വിചാരിച്ചുതന്നെയാണ് ഇപ്പോഴും പറഞ്ഞത്. തത്ക്കാലസ്ഥിതിയെക്കുറിച്ച് വിചാരിക്കാത്തതിനാൽ ഇങ്ങനെ തെറ്റിപ്പോയതാണ്. പിന്നെ ആ കിടാവ് ഗർഭത്തിൽ കിടന്നിരുന്നപ്പോൾ അതിന്റെ വാലു വളഞ്ഞു നെറ്റിയിലേക്കിരുന്നതിനാലാണ് നെറ്റിയിൽ ചാർത്തുണ്ടെന്നു നിനക്കു തോന്നിയത്. ഇതും ആലോചനക്കുറവുതന്നെ. കുറച്ചുകൂടി മനസ്സിരുത്തി ആലോചിച്ചിരുന്നെങ്കിൽ നിനക്കും ഇതൊക്കെ അറിയാവുന്നതായിരുന്നു.'

ഇപ്രകാരം കാശിവാസിയുടെ വാക്കു കേട്ടപ്പോൾ ഇദ്ദേഹം തന്റെ അച്ഛനായ തലക്കുളത്തൂർ ഭട്ടതിരിതന്നെയായിരിക്കുമോ എന്നു സംശയം തോന്നുകയാൽ കണിയാൻ വിവരം ചോദിക്കുകയും അദ്ദേഹം അതിനെ സമ്മതിച്ചു തന്റെ വാസ്തവം പറയുകയും ചെയ്തു. ഭട്ടതിരിയെക്കുറിച്ചു പലരും, വിശേഷിച്ചു തന്റെ അമ്മയും, പറഞ്ഞു കണിയാൻ നല്ലപോലെ കേട്ടറിഞ്ഞിട്ടുണ്ടായിരുന്നു. അദ്ദേഹംതന്നെയാണ് ഈ കാശിവാസിയെന്നറിഞ്ഞപ്പോൾ കണിയാൻ പാദത്തിങ്കൽ വീണു നമസ്കരിച്ചു. അവരുടെ പിതൃപുത്രസംബന്ധത്തെ പരസ്പരം അറിഞ്ഞതിന്റെ ശേഷം രണ്ടുപേരും കൂടി കണിയാന്റെ ഗൃഹത്തിലേക്കു പോയി. ഈ സംഗതിയുണ്ടായതു മൂവാറ്റുപുഴ താലൂക്കിൽ പിറവത്തു പുളിമറ്റത്തു നമ്പൂരിയുടെ ഇല്ലത്തുവച്ചാണെന്നാണ് കേട്ടിരിക്കുന്നത്.

പിന്നെ അവർ രണ്ടുപേരുംകൂടി പോകുമ്പോൾ വഴിയിൽവച്ച കണിയാൻ 'ഇന്നു നമുക്കു പാൽപ്പായസം കിട്ടും' എന്നു പറഞ്ഞു. ഉടനെ കാശിവാസി 'പാൽപ്പായസമാണെങ്കിലും കരിഞ്ഞതായിരിക്കുമല്ലോ' എന്നു പറഞ്ഞു. അപ്രകാരംതന്നെ അവർക്ക് ഒരു നമ്പൂരി കുറെ പാൽപ്പായസം കൊടുക്കുകയും അത് കരിഞ്ഞതായിരിക്കയും ചെയ്തു. അപ്പോൾ കണിയാൻ 'ഇതെന്താണ് ഇന്നു ഞാൻ പറയുന്നതൊന്നും ശരിയാകാത്തത്? ഞാനെല്ലാം ശാസ്ത്രപ്രകാരം ലക്ഷണം നോക്കിയാണല്ലോ പറയുന്നത്' എന്നു പറഞ്ഞു. ഉടനെ കാശിവാസി 'ലക്ഷണം പറയുന്നതിനു ശാസ്ത്രം ഗ്രഹിച്ചാൽ മാത്രം മതിയാവുകയില്ല. ഓരോന്നിനെക്കുറിച്ചും സൂക്ഷ്മമായും പൂർണ്ണമായും ആലോചിച്ചും ഗ്രഹിച്ചും യുക്തിയോടുകൂടി പറഞ്ഞെങ്കിൽ മാത്രമേ ശരിയായിരിക്കയുള്ളൂ' എന്നു പറഞ്ഞു. പിന്നെ അദ്ദേഹം ഓരോ സംഗതിയെക്കുറിച്ചും വിവരിച്ചു കണിയാർക്കു മനസ്സിലാക്കിക്കൊടുത്തു. 'നമ്പൂരി ആദ്യം വന്ന് അന്തർജനത്തിനു ഗർഭമുണ്ടെന്നു പറഞ്ഞ ലക്ഷണംകൊണ്ട് അതൊരു സ്ത്രീപ്രജയാണെന്നു വിചാരിക്കാനല്ലാതെ മാർഗ്ഗമില്ലായിരുന്നു. പിന്നീട് ഒരു ബ്രാഹ്മണൻ ആ അന്തർജനത്തിന് എന്തോ ജപിച്ചുകൊടുത്ത് ആ പ്രജയെ പുരുഷനാക്കിയതാണ്. നീ ആദ്യത്തെ ലക്ഷണത്തെ മാത്രം അടിസ്ഥാനമാക്കിയും പിന്നീട് നടന്ന സംഗതികളെക്കുറിച്ച് വിചാരിക്കാതെയും പറഞ്ഞതിനാലാണ് അത് തെറ്റിപ്പോയത്. ആ കാളക്കിടാവ് പശുവിന്റെ വയറ്റിൽ കിടന്നപ്പോൾ അതിന്റെ വാൽ വളഞ്ഞു നെറ്റിയിലേക്കിരുന്നതിനാലാണ് നെറ്റിയിൽ ചാർത്താണെന്ന് നിനക്കു തോന്നിയത്. ആലോചനയും യുക്തിയും പോരാതെ പോയതിനാലാണ് നിനക്ക് അത് തെറ്റിയത്.' ഇത്രയും കാശിവാസി പറഞ്ഞപ്പോൾ 'പാൽപ്പായസം കരിഞ്ഞിരിക്കും എന്നെങ്ങനെയറിഞ്ഞു' എന്നു ചോദിച്ചു. അപ്പോൾ കാശിവാസി 'പാൽപ്പായസം കിട്ടുമെന്നു നീ എങ്ങനെ നിശ്ചയിച്ചു' എന്നു ചോദിച്ചു. ഉടനെ കണിയാർ, 'നമ്മൾ ഇങ്ങോട്ടു പോന്നപ്പോൾ നമ്മുടെ വലതുവശത്തായി ഒരു ചക്രവാകമിഥുനം വന്ന് ഒരു പാലുള്ള വൃക്ഷത്തിന്മേൽ ഇരുന്നതുകൊണ്ടാണ് ഞാനിതു നിശ്ചയിച്ചത്' എന്നു പറഞ്ഞു. അപ്പോൾ കാശിവാസി 'ആ ചക്രവാകമിഥുനം ഒരു ഉണങ്ങിയ കൊമ്പിന്മേലാണ് വന്നിരുന്നത്, അതിനാലാണ് പാൽപ്പായസം കരിഞ്ഞതായിരിക്കുമെന്ന് ഞാൻനിശ്ചയിച്ചത്. ഇങ്ങനെ ഓരോരോ സംഗതിയുടെയും സൂക്ഷ്മം നോക്കി അറിഞ്ഞിട്ടുവേണം ഒരു ലക്ഷണം പറയാൻ' എന്നു പറഞ്ഞു. കാശിവാസി, അല്ലെങ്കിൽ ഭട്ടതിരി പറഞ്ഞതിനെ എല്ലാം കണിയാർ സമ്മതിക്കുകയും പിന്നീടു കണിയാരും ഓരോന്നും സൂക്ഷ്മംവരെ നോക്കിയും ആലോചിച്ചും പറഞ്ഞുതുടങ്ങുകയും എല്ലാം ശരിയായി ഒത്തുവന്നുതുടങ്ങുകയും ചെയ്തു. പിന്നെ ജീവാവസാനം വരെ ഭട്ടതിരി ആ കണിയാന്റെ പടിപ്പുരയിൽത്തന്നെ താമസിക്കുകയും ജ്യോതിശ്ശാസ്ത്രസംബന്ധമായി അനേകം സംഗതികൾ തന്റെ പുത്രന് ഉപദേശിച്ചുകൊടുക്കുകയും ചെയ്തു. താൻ മരിച്ചാൽ ശവം ആ പടിപ്പുരയിൽത്തന്നെ സ്ഥാപിച്ചുകൊള്ളണമെന്നും, ആ സ്ഥലത്തിരുന്നു പ്രശ്നംവച്ചു പറയുന്നതെല്ലാം സൂക്ഷ്മമായിരിക്കുമെന്നും ഭട്ടതിരി ജീവിച്ചിരുന്നപ്പോൾത്തന്നെ പറഞ്ഞിരുന്നതുപോലെതന്നെ അദ്ദേഹം മരിച്ചതിന്റെ ശേഷം ശവം ആ പടിപ്പുരയിൽത്തന്നെ സ്ഥാപിച്ചു. അതിന്റെ ശേഷം അവിടെയിരുന്നല്ലാതെ പ്രശ്നം വെയ്ക്കുകയില്ലെന്ന് ഏർപ്പാടുംവച്ചു. ഇതിനാലാണ് പാഴൂർപടിപ്പുരപ്രശ്നത്തിനു

വിശേഷവും പ്രസിദ്ധിയുമുണ്ടായത്. ഈ പടിപ്പുരക്കൂടാതെ അവിടെ വേറെയും പടിപ്പുരയുണ്ട്. അതിനു മാഹാത്മ്യമുണ്ടാകുന്നതിനു വേറെ കാരണവുമുണ്ട്. അതും താഴെ പറഞ്ഞുകൊള്ളുന്നു.

പാഴൂർ കണിയാരുടെ അവിടെ പടിപ്പുര മൂന്നുണ്ട്. അവയിൽ ഒന്ന് കണിയാരുടെ വാസഗൃഹത്തിന്റെ തെക്കുവശത്തു നദീതീരത്താണ്. അവിടെവച്ചാണ് ഭട്ടതിരിയും കണിയാട്ടിയുംകൂടി സഹശയനമുണ്ടായിട്ടുള്ളത്. ആ അത്ഭുതസംഗതിയുടെ സ്മാരകമായിട്ട് ആ സ്ഥലം ഇപ്പോഴും കെട്ടിസൂക്ഷിച്ച് ഇട്ടിരിക്കുന്നു എന്നല്ലാതെ ആ സ്ഥലത്തെ യാതൊരു കാര്യത്തിനും ഉപയോഗപ്പെടുത്താറില്ല പിന്നെ രണ്ടു പടിപ്പുരകളുള്ളത് ഗൃഹത്തിന്റെ കിഴക്കുവശത്തു കിഴക്കും പടിഞ്ഞാറുമായി പടിപ്പുര സ്ഥാനത്തു തന്നെയാണ്. അവയിൽ പടിഞ്ഞാറുള്ള പടിപ്പുരയിലാണ് ഭട്ടതിരിയുടെ മൃതശരീരം സ്ഥാപിച്ചിട്ടുള്ളത്. കണിയാർ അവിടെയിരുന്നാണ് ഇന്നും രാശിവയ്ക്കുകയും ഒഴിവു കാണുകയും ചെയ്യുന്നത്. പ്രസിദ്ധമായ പടിപ്പുരയും അതുതന്നെയാണ്. പ്രശ്നത്തിന്റെ ഫലം പറയുന്നതിന് ആ പടിപ്പുരയിലും അതിന്റെ കിഴക്കുവശത്തുള്ള പടിപ്പുരയിലുമിരിക്കാറുണ്ട്. സാക്ഷാൽ പടിപ്പുരയുടെ കിഴക്കുവശത്തുള്ള പടിപ്പുരയ്ക്കും മാഹാത്മ്യം ഒട്ടും കുറവില്ല. ആ പടിപ്പുരയ്ക്കു മാഹാത്മ്യം ഉണ്ടായതിന്റെ കാരണമാണ് ഇവിടെ പറയാൻപോകുന്നത്.

ഭട്ടതിരിയുടെ അനുഗ്രഹവും മാഹാത്മ്യവുംകൊണ്ടും ശാസ്ത്രജ്ഞതകൊണ്ടും പാഴൂർകണിയാർ ഏറ്റവും പ്രസിദ്ധനായിത്തീർന്നതിന്റെ ശേഷം അവനെ ഒന്നു പറ്റിക്കണമെന്നു നിശ്ചയിച്ചു ബുധശുക്രന്മാർ ബ്രാഹ്മണവേഷം ധരിച്ചു കണിയാരുടെ അടുക്കൽ ചെന്നു. അവർ ചെന്നിരുന്നത് ആ കിഴക്കേ അറ്റത്തുള്ള പടിപ്പുരയിലാണ്. രണ്ടു ബ്രാഹ്മണർ തന്നെ കാണാനായി വന്നിരിക്കുന്നു എന്നു കേട്ടയുടനെ കണിയാർ പടിപ്പുരയ്ക്കൽ ചെന്ന് ആദരപൂർവം വന്ദിച്ച് ആഗമന കാരണത്തെ ചോദിച്ചു. അപ്പോൾ ബ്രാഹ്മണർ 'ഇപ്പോൾ ബുധശുക്രന്മാർ ഏതു രാശിയിലാണെന്നറിഞ്ഞാൽ കൊള്ളാമെന്നു വിചാരിച്ചാണ് ഞങ്ങൾ വന്നത്' എന്നു പറഞ്ഞു. ഉടനെ കണിയാർ പഞ്ചാംഗമെടുത്തു നോക്കി. ഇന്നിന്ന രാശികളിലാണെന്നു പറഞ്ഞു.

ബ്രാഹ്മണർ: അതുകൊണ്ടു മതിയായില്ല. ഗ്രഹങ്ങളെ ഗണിക്കാനും മറ്റും ഞങ്ങളും കുറേശ്ശെ വശമാക്കീട്ടുണ്ട്. ഞങ്ങൾ ഗണിച്ചിട്ട് അങ്ങനെയല്ല കണ്ടത്. അതിനാൽ കണിയാർ ഒന്നു ഗണിച്ചു നോക്കിത്തന്നെ പറയണം.'

കണിയാർ: ഗണിച്ചുനോക്കാനൊന്നുമില്ല. ഈ പഞ്ചാംഗം അടിയൻ സൂക്ഷ്മമായി ഗണിച്ചിട്ടുള്ളതാണ്.

ബ്രാഹ്മണർ: ഈ പഞ്ചാംഗം അത്ര സൂക്ഷ്മമാണെന്നു ഞങ്ങൾക്കു തോന്നുന്നില്ല. കണിയാർ ഒന്നു ഗണിച്ചുനോക്കിത്തന്നെ പറയണം.

ഇങ്ങനെ ബ്രാഹ്മണർ നിർബന്ധിച്ചതിനാൽ കണിയാർ ബുധശുക്രന്മാരെ ഗണിച്ചുനോക്കി. അപ്പോൾ പഞ്ചാംഗത്തിലുള്ളതു പോലെയല്ല കണ്ടത്. ഉടനെ ബ്രാഹ്മണർ, 'പഞ്ചംഗം ശരിയല്ലെന്നു ഞങ്ങൾ പറഞ്ഞത് ഇപ്പോൾ സമ്മതമായില്ലേ? എന്നാൽ ഇപ്പോൾ ഗണിച്ചതും നല്ല ശരിയായെന്നു തോന്നിന്നില്ല. കണിയാർ നല്ലപോലെ മനസ്സിരുത്തി ഒന്നുകൂടി ഗണിക്കണം' എന്നു പറഞ്ഞു. കണിയാർ വീണ്ടും ഗണിക്കാൻ തുടങ്ങി. അപ്പോൾ ബ്രാഹ്മണർ മുമ്പിരുന്നിരുന്ന സ്ഥലത്തുനിന്ന് ഒന്നു മാറി ഇരുന്നു.

കണിയാർ രണ്ടാമത് ഗണിച്ചപ്പോൾ പഞ്ചാംഗത്തിലുള്ളതുപോലെയും ആദ്യം ഗണിച്ചതുപോലെയുമല്ല കണ്ടത്. അപ്പോൾ ബ്രാഹ്മണർ 'ഇതും ശരിയായില്ല. ഒന്നുകൂടി ഗണിക്കണം' എന്നു പറഞ്ഞു. ഇങ്ങനെ കണിയാർ പല പ്രാവശ്യം ഗണിക്കയും ഗണിക്കാൻ തുടങ്ങുമ്പോൾ ബ്രാഹ്മണർ മാറിമാറി ഇരിക്കയാൽ ബുധശുക്രന്മാരുടെ സ്ഥിതി മാറിമാറി കാണുകയും ചെയ്തു. ഇപ്രകാരം അനേക തവണയായപ്പോൾ ഈ വന്നിരിക്കുന്നവർ കേവലം ബ്രാഹ്മണരല്ലെന്നും ബുധശുക്രന്മാർ തന്നെ പരീക്ഷിക്കാനായി വേഷം മാറി വന്നിരിക്കുകയാണെന്നും മനസ്സിലാക്കിയിട്ട് കണിയാൻ 'അടിയൻ ഒരു ഗ്രന്ഥം ഒന്നു നോക്കാനുണ്ട്. അതു നോക്കി ഗണിച്ചാൽ ഒരിക്കലും തെറ്റുകയില്ല. അതു വിശേഷപ്പെട്ട ഗണിതശാസ്ത്രഗ്രന്ഥമാണ്, അകത്തു ചെന്ന് അതുകൂടി എടുത്തുകൊണ്ടുവന്നിട് ഇനി ഗണിക്കാം. അതുവരെ തമ്പുരാക്കന്മാർ ഇവിടെ ഇരിക്കണം' എന്നു പറഞ്ഞു. അങ്ങനെയാവാമെന്നു ബ്രാഹ്മണർ സമ്മതിച്ചപ്പോൾ വീണ്ടും കണിയാർ 'അങ്ങനെ കല്പിച്ചതുകൊണ്ടു മതിയായില്ല. ഇതിനെ തീർച്ചയാക്കാതെ എഴുന്നള്ളിക്കളഞ്ഞെങ്കിൽ അടിയനു വലിയ കുറച്ചിലായിട്ടു തീരും. അതിനാൽ തിരിച്ചുവന്നല്ലാതെ എഴുന്നള്ളുകയില്ലെന്നു സത്യം ചെയണം' എന്നു പറഞ്ഞു. അപ്രകാരം ബ്രാഹ്മണർ സത്യം ചെയ്യുകയും കണിയാൻ അകത്തുചെന്ന് ആത്മഹത്യ ചെയ്യുകയും ചെയ്തു. കണിയാൻ തിരിച്ചുവരാതെ പോകാൻ പാടില്ലാത്തതിനാൽ ബുധശുക്രന്മാർ ആ പടിപ്പുരയിൽത്തന്നെ ലയിക്കുകയും ചെയ്തു. അതിനാൽ ആ പടിപ്പുരയിൽ ബുധശുക്രന്മാരുടെ സാന്നിദ്ധ്യം ഇന്നും ഉണ്ടെന്നാണ് വിശ്വാസം. ഇപ്രകാരമാകുന്നു ആ പടിപ്പുരയ്ക്കും മാഹാത്മ്യം സിദ്ധിച്ചത്.

●

കാക്കശ്ശേരി ഭട്ടതിരി

കോഴിക്കോട്ടു (മാനവിക്രമൻ) ശക്തൻതമ്പുരാന്റെ കാലത്തു വേദശാസ്ത്രപുരാണതത്ത്വജ്ഞന്മാരായ മഹാബ്രാഹ്മണരുടെ ഒരു യോഗം ആണ്ടിലൊരിക്കൽ അവിടെ കൂടണമെന്ന ഒരേർപ്പാടുണ്ടായിരുന്നു. ആ യോഗം കോഴിക്കോട്ടു തളിയിൽ ക്ഷേത്രത്തിലാണ് കൂടുക പതിവ്. ബ്രാഹ്മണർ അവിടെ കൂടിയാൽ വേദം, ശാസ്ത്രം, പുരാണം മുതലായവയെക്കുറിച്ച് വാദം നടത്തുകയും വാദത്തിൽ ജയിക്കുന്നവർക്കു സംഭാവനയായി ഓരോ പണക്കിഴി തമ്പുരാൻ കൊടുക്കുകയും പതിവായിരുന്നു. വേദശാസ്ത്രപുരാണങ്ങളുടെ ഓരോ ഭാഗങ്ങളെ വേർതിരിച്ച് നൂറ്റെട്ടായി വിഭജിച്ച് അവയിൽ ഓരോ ഭാഗങ്ങൾക്കും പ്രത്യേകം പ്രത്യേകം വാദവും അവയ്ക്കെല്ലാം ഓരോ പണക്കിഴിയുമാണ് പതിവ്. അതുകൂടാതെ നൂറ്റൊമ്പതാമത് വയോധികന്മാർക്ക് ഒരു കിഴി വിശേഷിച്ചും പതിവുണ്ട്.

ഇങ്ങനെ കുറഞ്ഞൊരു കാലം കഴിഞ്ഞപ്പോൾ മലയാളബ്രാഹ്മണരിൽ എല്ലാ വേദങ്ങളും എല്ലാ ശാസ്ത്രങ്ങളും അറിയാവുന്ന യോഗ്യന്മാർ കുറഞ്ഞുതുടങ്ങുകയും തമ്പുരാന്റെ ഈ ഏർപ്പാട് പരദേശങ്ങളിലും പ്രസിദ്ധമാവുകയാൽ പരദേശങ്ങളിൽ നിന്നു യോഗ്യന്മാരായ ബ്രാഹ്മണർ ഈ യോഗത്തിൽ കൂടുന്നതിനായി ഇങ്ങോട്ടു വന്നുതുടങ്ങുകയും ചെയ്തു. അങ്ങനെ മലയാളബ്രാഹ്മണരും പരദേശബ്രാഹ്മണരുംകൂടി ആ നൂറ്റൊമ്പതുകിഴിയും കുറച്ചുകാലത്തേക്കു വാങ്ങിവന്നു. പിന്നെയും കുറച്ചുകാലംകൂടി കഴിഞ്ഞപ്പോൾ വാദത്തിൽ ജയിച്ചു കിഴി വാങ്ങാൻ തക്ക യോഗ്യതയുള്ളവർ മലയാളബ്രാഹ്മണരിൽ ആരുമില്ലാതെയായി.

അങ്ങനെയിരിക്കുന്ന കാലത്ത് സർവജ്ഞനായി, വാഗീശനായി, കവികുലശിഖാമണീയായി 'ഉദ്ദണ്ഡൻ' എന്ന നാമത്തോടുകൂടിയ ഒരു ശാസ്ത്രിബ്രാഹ്മണൻ ഈ സഭയിൽ ചെന്നു വാദം നടത്താനായി പരദേശത്തുനിന്നു വന്നു. അദ്ദേഹം വളരെ അറിവുള്ള ആളായിരുന്നു. എങ്കിലും അത്യന്തം ഗർവിഷ്ഠനമായിരുന്നു. അദ്ദേഹം കേരള ദേശത്തേക്കു കടന്നുവന്നതുതന്നെ

'പാലയധ്വം പാലയധ്വം രേ രേ ദുഷ്കവികുഞ്ജരാഃ

വേദാന്തവനസഞ്ചാരീ ഹ്യായാത്യുദ്ദണ്ഡകേസരീ'

എന്നൊരു ശ്ലോകം ചൊല്ലിക്കൊണ്ടാണ്. ഇതിന്റെ അർത്ഥം 'അല്ലയോ അല്ലയോ ദുഷ്കവികളാകുന്ന ആനകളേ! നിങ്ങൾ ഓടിക്കൊൾവിൻ, ഓടിക്കൊൾവിൻ; എന്തെന്നാൽ വേദാന്തമാകുന്ന വനത്തിൽ സഞ്ചരിക്കുന്ന

ഉദ്ദണ്ഡനാകുന്ന സിംഹം ഇതാ വരുന്നു' എന്നാകുന്നു. ഇദ്ദേഹം സഭയിൽ വന്നു സകല വിഷയങ്ങളിലും വാദിച്ചു. മലയാളികളും പരദേശികളുമായ സകല യോഗ്യന്മാരെയും ജയിച്ചു കിഴികളെല്ലാം വാങ്ങി. ഇദ്ദേഹത്തിന്റെ ഇപ്രകാരമുള്ള യോഗ്യത കണ്ടപ്പോൾ ശക്തൻ തമ്പുരാന് വളരെ ബഹുമാനം തോന്നുകയാൽ ശാസ്ത്രികളെ തന്റെ കൂടെത്തന്നെ സ്ഥിരമായി താമസിപ്പിച്ചു. ആണ്ടുതോറും ശാസ്ത്രികൾ എല്ലാവരെയും ജയിച്ചു കിഴികളെല്ലാം വാങ്ങിയും വന്നു. ഇങ്ങനെയായപ്പോൾ മലയാളബ്രാഹ്മണർക്കെല്ലാം വളരെ ലജ്ജയും വ്യസനവുമായിത്തീർന്നു. തങ്ങളുടെ കൂട്ടത്തിൽ യോഗ്യന്മാരില്ലാതെയായി ട്ടാണല്ലോ പരദേശത്തുനിന്ന് ഒരാൾ വന്ന് ഈ രാജസംഭാവനകളെല്ലാം വാങ്ങുകയും ഏറ്റവും ബഹുമതിയോടുകൂടി രാജസന്നിധിയിൽ താമസിക്കുക യും ചെയ്യാനിടയായത് എന്നു വിചാരിച്ച് ഇതിലേക്ക് ഒരു നിവൃത്തിമാർഗം ആലോചിച്ചു നിശ്ചയിക്കുന്നതിനായി മലയാളബ്രാഹ്മണരിൽ പ്രധാനന്മാ രായിട്ടുള്ളവരെല്ലാംകൂടി ഗുരുവായൂർ ക്ഷേത്രത്തിൽ കൂടി. പിന്നെ അവർ എല്ലാവരുംകൂടി അവരുടെ കൂട്ടത്തിൽ, ഉദ്ദണ്ഡ ശാസ്ത്രികളെ ജയിക്കാൻ തക്ക യോഗ്യതയുള്ള ഒരാൾ ഉണ്ടാകുന്നതിന് ഒരു മാർഗം ആലോചിച്ചു നിശ്ചയിച്ചു. അന്നു കാക്കശ്ശേരി ഭട്ടതിരിയുടെ ഇല്ലത്ത് ഒരന്തർജനത്തിനു ഗർഭശങ്കയുള്ള വിവരം അറിഞ്ഞ് അവർ എല്ലാവരുംകൂടി ഒരു ദിവ്യമന്ത്രം (ബാല)കൊണ്ടു വെണ്ണ ജപിച്ച് ആ അന്തർജനം പ്രസവിക്കുന്നതുവരെ ദിവസം തോറും കൊടു ക്കുകയും സങ്കടനിവൃത്തിക്കായി ഗുരുവായൂരപ്പനെ പ്രാർഥിക്കുകയും ചെയ്തു കൊണ്ടിരുന്നു. അങ്ങനെ മന്ത്രശക്തിയോടും ഈശ്വരാനുഗ്രഹത്തോടും കൂടി ആ അന്തർജനം പ്രസവിച്ച് ഒരു പുരുഷപ്രജയുണ്ടായി. ആ ശിശുവാണ് കാക്കശ്ശേരി ഭട്ടതിരിയെന്നു ലോകപ്രസിദ്ധമായ നാമധേയത്തിനു വിഷ യമായിത്തീർന്നതെന്നുള്ളത് വിശേഷിച്ചു പറയേണ്ടതില്ലല്ലോ.

കാക്കശ്ശേരി ഭട്ടതിരി ബാല്യത്തിൽതന്നെ അത്യന്തം ബുദ്ധിമാനായിരുന്നു. അദ്ദേഹത്തിനു മൂന്നു വയസ്സായപ്പോൾ അച്ഛൻ മരിച്ചു. പിന്നെ ഒരു സംവത്സരം ദീക്ഷ വേണമല്ലോ. ദീക്ഷക്കാലത്തു ബലിയിട്ടു പിണ്ഡം കൊണ്ടുവന്നുവച്ചു കൈകൊട്ടുമ്പോൾ പിണ്ഡംകൊത്തിത്തിന്നാനായി വരുന്ന കാക്കകളെ കണ്ടാൽ തലേദിവസം വന്നിരുന്നവയെയും അല്ലാത്തവയെയും പ്രത്യേകം ചൂണ്ടിക്കാണിച്ചുകൊണ്ട് ആ ബ്രാഹ്മണശിശു തന്റെ അമ്മയോടു പറയുക പതിവായിരുന്നു. അദ്ദേഹത്തിനു 'കാക്കശ്ശേരി' എന്ന പേരു സിദ്ധിച്ചതുത ന്നെ ഇതു നിമിത്തമാണ്. അതിനുമുമ്പ് ഇല്ലപ്പേരു വേറെ ഏതാണ്ടായിരു ന്നു. ഒരിക്കൽ കണ്ട കാക്കയെ വീണ്ടും കണ്ടാൽ അറിയാൻ സാധാരണ മനുഷ്യർക്കു കഴിയുന്നതല്ലല്ലോ. ഈ ശിശുവിന് അതു സുകരമായിരുന്നതു കൊണ്ടുതന്നെ അദ്ദേഹത്തിന്റെ ബുദ്ധിയുടെ സൂക്ഷ്മത എത്രമാത്രമായിരുന്നു എന്നു സ്പഷ്ടമാകുന്നു.

ബ്രാഹ്മണർക്ക് സാധാരണയായി ഉപനയനത്തിന്റെ കാലം എട്ടാം വയസ്സിലെന്നാണ് വെച്ചിരിക്കുന്നത്.

'എട്ടാണ്ടിലുപനീതിക്കു
വിപ്രാണാമുത്തമം പുനഃ'

എന്നു ശാസ്ത്രവുമുണ്ട്. ഉപനയനം കഴിഞ്ഞാൽ നിത്യകർമ്മാനുഷ്ഠാനങ്ങൾ ക്കും മറ്റുമുള്ള മന്ത്രങ്ങൾ പഠിക്കുകയും വേദാദ്ധ്യയനം ചെയ്യുകയും വേണ്ടതാ കയാൽ അതിനു തക്കപ്രായം കൂടി വരണമല്ലോ എന്നു വിചാരിച്ചായിരിക്കാം

അങ്ങനെ വെച്ചിരിക്കുന്നത്. എന്നാൽ കുശാഗ്രബുദ്ധിയായിരുന്ന കാക്കശ്ശേരി ഭട്ടതിരിയെ മൂന്നാം വയസ്സിൽ എഴുത്തിനിരുത്തുകയും അഞ്ചര വയസ്സിൽ ഉപനയിക്കുകയും ചെയ്തു. അദ്ദേഹത്തിന് അതാതു കാലത്തു പഠിക്കേണ്ട തിനെ പഠിക്കാൻ യാതൊരു പ്രയാസവും ഉണ്ടായിരുന്നില്ല. അദ്ദേഹത്തി ന്റെ ബാല്യകാലത്തിലെ ബുദ്ധിയുടെ മാഹാത്മ്യത്തിന്റെ ശക്തിയുടെയും വക്രതയുടെയും ലക്ഷ്യമായി ഒരു സംഗതികൂടി പറയാം.

കാക്കശ്ശേരി ഭട്ടതിരിയുടെ ബാല്യംമുതൽതന്നെ അവിടെ അടുക്കലുള്ള 'മൂക്കറ്റത്തു' (മൂക്കുതല) ഭഗവതിക്ഷേത്രത്തിൽ ദിവസംതോറും തൊഴീക്കാൻ കൊണ്ടുപോവുക പതിവുണ്ടായിരുന്നു. ആ പതിവിൻപ്രകാരം ഒരുദിവസം ഒരു ഭൃത്യനോടുകൂടി പോയി തൊഴുതു തിരിച്ചു വരുമ്പോൾ വഴിയിൽവെച്ച് ആരോ 'എവിടെ പോയിരുന്നു' എന്നു ചോദിച്ചു. അപ്പോൾ അഞ്ചു വയസ്സുമാത്രം പ്രായമുണ്ടായിരുന്ന ഈ ഉണ്ണി 'ഞാൻഭഗവതിയെ തൊഴാൻ പോയിരുന്നു' എന്നുത്തരം പറഞ്ഞു. അപ്പോൾ മറ്റെയാൾ 'എന്നിട്ടു ഭഗവതി എന്തു പറഞ്ഞു' എന്നു വീണ്ടും ചോദിച്ചു. ഉടനെ ഉണ്ണി,

'യോഗിമാർ സതതം പൊത്തും തുമ്പത്തെത്തള്ളയാരഹോ!
നാഴിയിൽപ്പാതിയാടീല പലാകാശേന വാ ന വാ'

എന്നൊരു ശ്ലോകം ചൊല്ലി. ശ്ലോകത്തിന്റെ അർഥം മനസ്സിലാകാതെ ചോദ്യക്കാരൻ വിഷമിച്ചു. പിന്നെ അതിന്റെ അർഥം ആ ഉണ്ണി തന്നെ താഴെ പ്പറയും പ്രകാരം പറഞ്ഞു. യോഗിമാർ സതതം (എല്ലായ്പോഴും) പൊത്തു ന്നതു മൂക്ക് (യോഗികൾ എല്ലായ്പ്പോഴും മൂക്കു പിടിച്ച് ജപിച്ചുകൊണ്ടാണല്ലോ ഇരിക്കുന്നത്). തുമ്പത്തെ (അറ്റത്തെ) തള്ളയാർ (ഭഗവതി) എല്ലാം കൂടി മൂക്കറ്റത്തു ഭഗവതി എന്നർത്ഥം. നാഴിയിൽ പാതി (ഉരി) ആടീല (ആടിയില്ല) ഉരിയാടിയില്ല. പല (ബഹു) ആകാശേന (മാനേന) ആകാശത്തെ മാനം എന്നും പറയാറുണ്ടല്ലോ. ബഹുമാനം കൊണ്ടോ അല്ലയോ, ഏതായാലും മിണ്ടിയില്ല എന്നു താത്പര്യം. ഈ അർത്ഥം കേട്ടപ്പോൾ ചോദ്യക്കാരൻ ആ ഉണ്ണി സാമാന്യനല്ല എന്നുപറഞ്ഞു പോവുകയും ചെയ്തു.

കാക്കശ്ശേരി ഭട്ടതിരിയുടെ സമാവർത്തനം കഴിയുന്നതിനുമുമ്പുത ന്നെ അദ്ദേഹം സർവജ്ഞനും നല്ല വാഗ്മിയും യുക്തിമാനുമായിത്തീർന്നു. അതിനാൽ ശക്തൻതമ്പുരാന്റെ ബ്രഹ്മസമാജത്തിൽ ഉദ്ദണ്ഡശാസ്ത്രികളുമായി വാദിക്കുന്നതിനു പോകണമെന്നു മലയാളബ്രാഹ്മണരെല്ലാംകൂടി അദ്ദേഹ ത്തോടു പറഞ്ഞു. അങ്ങനെതന്നെ ചെയ്യാമെന്ന് അദ്ദേഹം സമ്മതിക്കുകയും ചെയ്തു. സഭ കൂടുന്ന ദിവസം തളിയിൽ ക്ഷേത്രത്തിലെത്തി.

ഉദ്ദണ്ഡശാസ്ത്രികളുടെ ഭാഗം വാദിക്കുന്നതിന് അദ്ദേഹത്തിന്റെ പ്രതി നിധിയായി ഒരു തത്തക്കിളിയുണ്ട്. ശാസ്ത്രികൾ വാദത്തിനുപോകുമ്പോൾ ആ കിളിയെ കൂടെ കൊണ്ടുപോകും. അങ്ങനെയാണ് പതിവ്. കാക്കശ്ശേരി ഭട്ടതിരി ആ വിവരം അറിഞ്ഞ് തന്റെ ഭൃത്യനെക്കൊണ്ട് ഒരു പൂച്ചയെ കൂടെ എടുപ്പിച്ചുകൊണ്ടു പോയിരുന്നു. ഭൃത്യനെ ക്ഷേത്രത്തിനു പുറത്തു നിർത്തീട്ടു ഭട്ടതിരി അകത്തു കടന്നുചെന്നു. അപ്പോൾ ശക്തൻതമ്പുരാനും ഉദ്ദണ്ഡശാ സ്ത്രികളും മറ്റ് അനേകം യോഗ്യന്മാരും അവിടെ കൂടിയിരുന്നു. തമ്പുരാൻ ഭട്ടതിരിയെ കണ്ടിട്ട് (അന്ന് അദ്ദേഹം ബ്രഹ്മചാരിയായിരുന്നതിനാൽ) ഉണ്ണി എന്തിനാണ് വന്നത്; വാദത്തിൽ ചേരാനാണോ?' എന്നു ചോദിച്ചു.

'അതേ' എന്ന് അദ്ദേഹം ഉത്തരം പറഞ്ഞു. അപ്പോൾ ശാസ്ത്രി 'ആകാരോ ഹ്രസ്വഃ' എന്നു പറഞ്ഞു. ഉടനേ ഭട്ടതിരി 'നഹി നഹ്യാകാരോ ദീർഘഃ അകാരോ ഹ്രസ്വഃ' എന്നുത്തരം പറഞ്ഞു. ശാസ്ത്രികൾ ഭട്ടതിരിയെ കണ്ടിട്ട് അദ്ദേഹം കുട്ടിയായിരുന്നതിനാൽ ആകാരം (ശരീരം) ഹ്രസ്വം (നീളം കുറഞ്ഞത്) മുണ്ടൻ ആയിരിക്കുന്നു എന്നാണ് പറഞ്ഞത്. അതിനു ഭട്ടതിരി ആകാരം 'ആ' എന്നുള്ള അക്ഷരമെന്ന് അർഥമാക്കി ഉത്തരം പറഞ്ഞു. ഈ യുക്തിയിൽ ശാസ്ത്രികൾ മടങ്ങി ലജ്ജിച്ചു പോയി. ഉടനെ എല്ലാവരുമിരുന്നു വാദം ആരംഭിക്കാറായപ്പോൾ ശാസ്ത്രികൾ തന്റെ കിളിയെ എടുത്തു മുമ്പിൽ വെച്ചു. ഉടനെ ഭട്ടതിരി തന്റെ പൂച്ചയെയും കൊണ്ടുവന്ന് അദ്ദേഹത്തിന്റെ മുമ്പിലും വച്ചു. പൂച്ചയെ കണ്ടപ്പോഴേക്കും കിളി ഭയപ്പെട്ടു നിശ്ശബ്ദയായിരുന്നു. പിന്നെ ശാസ്ത്രിതന്നെ വാദം തുടങ്ങി. ശാസ്ത്രികൾ പറഞ്ഞ പൂർവപക്ഷത്തെ എല്ലാം ഭട്ടതിരി ഖണ്ഡിച്ചു. ശാസ്ത്രികൾ എന്തു പറഞ്ഞുവോ അതെല്ലാം ഭട്ടതിരി അബദ്ധമാണെന്ന് പറയുകയും യുക്തികൾ കൊണ്ട് സർവവും സാധിക്കയും ചെയ്തു. ഒന്നുകൊണ്ടും ശാസ്ത്രി വിചാരിച്ചാൽ ഭട്ടതിരിയെ ജയിക്കാൻ കഴികയില്ലെന്നു തീർച്ചയായപ്പോൾ തമ്പുരാൻ 'ഇനി അധികം വാദിക്കണമെന്നില്ല. രഘുവംശം കാവ്യത്തിലെ ആദ്യത്തെ ശ്ലോകത്തിന് അധികം അർഥം പറയുന്നത് നിങ്ങളിലാരോ അവർ ജയിച്ചു എന്നു തീർചപ്പെടുത്തിയേക്കാം' എന്നു പറഞ്ഞു. ശാസ്ത്രികൾ ആ ശ്ലോകത്തിന് അർഥം പറയുന്നതുപോലെ മറ്റാരും പറയുകയില്ലെന്ന് തമ്പുരാന് വിശ്വാസമുണ്ടായിരുന്നതുകൊണ്ടും മഹായോഗ്യനായ അദ്ദേഹത്തെ അശേഷം മടക്കി എന്നു വരുന്നതു കഷ്ടമാണല്ലോ എന്നു വിചാരിച്ചിട്ടുമാണ് ഇപ്രകാരം പറഞ്ഞത്. ഉടനെ തമ്പുരാൻ പറഞ്ഞതിനെ രണ്ടുപേരും സമ്മതിച്ചു. ശാസ്ത്രികൾ അർഥം പറയാനും തുടങ്ങി. ശാസ്ത്രികൾ ആ ശ്ലോകത്തിനു നാലു വിധം അർഥം പറഞ്ഞു. അതു കേട്ടപ്പോൾ ഇതിലധികം ഇനി ആരും പറയുകയില്ലെന്നും കിഴിയെല്ലാം ശാസ്ത്രികൾക്കായിപ്പോയി എന്നും സഭയിലുണ്ടായിരുന്ന സകല യോഗ്യന്മാരും തമ്പുരാനും തീർച്ചപ്പെടുത്തി. ഭട്ടതിരി ആ ശ്ലോകത്തിന് ശാസ്ത്രികൾ പറഞ്ഞതിലധികം വ്യക്തമായും പൂർണ്ണമായും അക്ലിഷ്ടമായും എട്ടർഥം പറഞ്ഞു. ഉടനെ ശാസ്ത്രികൾ മടങ്ങിയെന്നു സ്വയമേവ സമ്മതിച്ചു. കിഴി നൂറ്റെട്ടും ഭട്ടതിരിതന്നെ വാങ്ങുകയും ചെയ്തു. അപ്പോൾ ശാസ്ത്രികൾ 'വയോവൃദ്ധന്മാർക്കുള്ള ആ കിഴിക്ക് അർഹത എനിക്കാണുള്ളത്. ഇന്ന് ഇവിടെ കൂടീട്ടുള്ളതിൽ എന്നോളം വയോവൃദ്ധനായിട്ട് ആരുമില്ല' എന്നു പറഞ്ഞു. ഉടനേ ഭട്ടതിരി 'വയസ്സു കൂടുതലാണ് നോക്കുന്നതെങ്കിൽ ആ കിഴിക്ക് അർഹത എന്റെ ഭൃത്യനാണ്. അവന് എൺപത്തഞ്ചുവയസ്സു കഴിഞ്ഞിരിക്കുന്നു. വിദ്യാവൃദ്ധത എന്നോളം മറ്റാർക്കുമില്ലെന്നു നിങ്ങൾ എല്ലാവരും സമ്മതിക്കുകയും ചെയ്തുവല്ലോ' എന്നു പറഞ്ഞു. എന്തിനു വളരെ പറയുന്നു, യുക്തികൊണ്ടും ഭട്ടതിരിയെ ജയിക്കാൻ ആരുമില്ലാതെയായതുകൊണ്ട് ഒടുക്കം നൂറ്റൊമ്പതാമത്തെ കിഴിയും അദ്ദേഹം തന്നെ വാങ്ങി എന്നു പറഞ്ഞാൽ മതിയല്ലോ. ഉദ്ദണ്ഡശാസ്ത്രികൾ മുതലായ പരദേശബ്രാഹ്മണരെല്ലാം ലജ്ജയോടും മലയാളബ്രാഹ്മണരെല്ലാം സന്തോഷത്തോടും കൂടി പിരിയുകയും ചെയ്തു. പിന്നെയും പല സ്ഥലത്തുവച്ചും പല സംഗതിവശാലും ശാസ്ത്രികളും ഭട്ടതിരിയുമായി വളരെ വാദങ്ങൾ ഉണ്ടായിട്ടുണ്ട്. ഒന്നിലും ഭട്ടതിരി മടങ്ങീട്ടില്ല. അവർ തമ്മിൽ നടത്തിയതായി കേട്ടിട്ടുള്ള മിക്ക വാദങ്ങളിലും കുറേശ്ശെ അസഭ്യങ്ങൾകൂടി

അന്തർഭവിച്ചിട്ടുള്ളതിനാലും വിസ്താരഭയത്താലും അവയെ ഇവിടെ പ്രത്യേകമെടുത്തു വിവരിക്കുന്നില്ല.

ഭട്ടതിരി കിഴി വാങ്ങിത്തുടങ്ങിയതിൽപ്പിന്നെ ആണ്ടുതോറും എല്ലാം അദ്ദേഹംതന്നെ വാങ്ങിവന്നു. അദ്ദേഹത്തെ ജയിക്കുന്നതിനു മലയാളത്തും പരദേശത്തും ആരും ഉണ്ടായിരുന്നില്ല. ഭട്ടതിരിയുടെ ബുദ്ധിയുടെയും ജ്ഞാനത്തിന്റെയും ശക്തി വർദ്ധിച്ചുകൊണ്ടിരുന്നതിനാൽ പുരുഷപ്രായമായപ്പോഴേക്കും അദ്ദേഹം കേവലം ഒരദ്വൈതിയായിത്തീർന്നു. സമാവർത്തനം കഴിഞ്ഞതിന്റെ ശേഷം അദ്ദേഹം ഇല്ലത്തു സ്ഥിരമായി താമസിക്കുകയില്ല. സർവം ബ്രഹ്മമയം എന്നുള്ള ബുദ്ധിയോടുകൂടി പല ദേശങ്ങളിലും സഞ്ചരിച്ചുകൊണ്ടിരുന്നു. ഒരിക്കൽ അദ്ദേഹം പരദേശത്ത് എവിടെയോ ഒരു സത്രത്തിൽ ഇരിക്കുമ്പോൾ അവിടെ പല ദേശക്കാരും ജാതിക്കാരുമായ അനേകം വഴിപോക്കർ വന്നുകൂടി. കുറച്ചുകഴിഞ്ഞപ്പോൾ ഈ പാന്ഥന്മാർ തമ്മിൽ ഒരടികലശലുണ്ടായി. പരസ്പരം വളരെ അസഭ്യം പറയുകയും ചെയ്തു. ഉടനെ അവരിൽ ഒരു കൂട്ടക്കാർ ഓടിപ്പോയി സർക്കാരുദ്യോഗസ്ഥന്മാരോടു പറഞ്ഞു. ഉദ്യോഗസ്ഥന്മാർ ശേവുകക്കാരെ വിട്ട് എല്ലാവരെയും പിടിപ്പിച്ചു വരുത്തി. അപ്പോൾ രണ്ടുകൂട്ടക്കാരും അവരവരുടെ സങ്കടങ്ങളെ ബോധിപ്പിക്കുകയും താന്താങ്ങൾ നിർദ്ദോഷികളാണെന്നു വാദിക്കുകയും ചെയ്തു. അപ്പോൾ ഉദ്യോഗസ്ഥൻ 'നിങ്ങൾക്കു ദൃക്സാക്ഷികളുണ്ടോ?' എന്നു ചോദിച്ചു. ഉടനേ ഈ രണ്ടുകൂട്ടക്കാരും 'ആ സത്രത്തിൽ ഒരു മലയാളി ഇരിക്കുന്നുണ്ട്. അദ്ദേഹം ഇതെല്ലാം കണ്ടും കേട്ടും അറിഞ്ഞിട്ടുള്ള ആളാണ്'' എന്നു പറഞ്ഞു. ഉദ്യോഗസ്ഥന്മാർ ഭട്ടതിരിയെയും പിടിച്ചുവരുത്തി ചോദിച്ചു. അപ്പോൾ ഭട്ടതിരി 'എനിക്കവരുടെ ഭാഷ അറിഞ്ഞുകൂടാ. അതിനാൽ അവർ പറഞ്ഞതിന്റെ അർത്ഥം മനസ്സിലായില്ല. എങ്കിലും അവർ തമ്മിൽ പറഞ്ഞ വാക്കുകളൊക്കെ ഞാൻപറയാം' എന്നു പറഞ്ഞിട്ട് ആ രണ്ടു ഭാഗക്കാരും പരസ്പരം പറഞ്ഞ വാക്കുകളെ എല്ലാം അദ്ദേഹം അവിടെ പറഞ്ഞു. കർണ്ണാടകം, തെലുങ്ക്, മഹാരാഷ്ട്രം, ഹിന്ദുസ്ഥാനി, തമിഴ് മുതലായി ഭട്ടതിരിക്കറിഞ്ഞുകൂടാത്തവയായ അനേകം ഭാഷകളിൽ അനേകംപേർകൂടി ഒരു ലഹളയിൽവച്ചു നടന്ന സംഭാഷണം മുഴുവനും യഥാക്രമം കേട്ടുധരിച്ചു മറ്റൊരു സ്ഥലത്തു ഒരക്ഷരം പോലും തെറ്റാതെ പറഞ്ഞു എന്നുള്ളതും അദ്ദേഹത്തിന്റെ ധാരണാശക്തി എത്രമാത്രമുണ്ടായിരുന്നു എന്നുള്ളതിന് ഒരു ലക്ഷ്യമാണ്.

ഭട്ടതിരിക്ക് തീണ്ടലെന്നും തൊടീലെന്നും മറ്റുമുള്ള അജ്ഞാനങ്ങളൊന്നുമില്ലായിരുന്നു. അദ്ദേഹം ആര് ചോറു കൊടുത്താലും ഉണ്ണും. ക്ഷേത്രങ്ങളിലും ബ്രാഹ്മണാലയങ്ങളിലുമെല്ലാം കേറുകയും എല്ലാവരെയും തൊടുകയും എല്ലാം ചെയ്യും. കുളി സുഖത്തിനും ശരീരത്തിലെ അഴുക്കു പോകുന്നതിനുമെന്നല്ലാതെ ശുദ്ധിക്കായിട്ടാണെന്നുള്ള വിചാരം പോലും അദ്ദേഹത്തിനുണ്ടായിരുന്നില്ല. ഇങ്ങനെയായിത്തീർന്നപ്പോഴേക്കും മലയാളബ്രാഹ്മണർക്കൊക്കെ വലിയ വിഷാദമായിത്തീർന്നു. 'ശുദ്ധാശുദ്ധവിചാരം കൂടാതെയും മലയാളത്തിലെ ആചാരങ്ങളെ ഒന്നും കൈക്കൊള്ളാതെയും തൊട്ടുതിന്നു നടക്കുന്ന ഇയ്യാളെ നമ്മുടെ ഇല്ലങ്ങളിലും ക്ഷേത്രങ്ങളിലും കേറ്റിക്കൂടാ' എന്നൊക്കെ ഭട്ടതിരി അടുക്കൽ ഇല്ലാത്തപ്പോൾ എല്ലാവരും വിചാരിക്കയും പറയുകയുമൊക്കെ ചെയ്യും. എങ്കിലും ഭട്ടതിരി വന്നുകേറുമ്പോൾ വിരോധിക്കാൻ ആർക്കും ധൈര്യമുണ്ടാകാറുമില്ല. ആരെല്ലാം എന്തെല്ലാം പറഞ്ഞാലും ശാസ്ത്രം കൊണ്ടും

യുക്തികൊണ്ടും ഭട്ടതിരി അവരെ മടക്കുമെന്നും ഭട്ടതിരിക്കു ഭ്രഷ്ടുണ്ടെന്നു സാധിക്കാൻ ആരു വിചാരിച്ചാലും കഴികയില്ലെന്നും എല്ലാവർക്കും നിശ്ചയമുണ്ടായിരുന്നതിനാൽ നേരിട്ട് ആരും ഒന്നും അദ്ദേഹത്തോടു പറയാറുമില്ല.

ആണ്ടുതോറും പതിവുള്ള സഭാസമ്മേളനത്തിനായി ഒരിക്കൽ ശക്തൻ തമ്പുരാനും യോഗ്യന്മാരായ അനേകം ബ്രാഹ്മണരുംകൂടി തളിയിൽ ക്ഷേത്രത്തിൽ കൂടിയിരുന്നപ്പോൾ പതിവുപോലെ ഭട്ടതിരിയും അവിടെയെത്തി. ഭട്ടതിരി കിഴിയെല്ലാം വാങ്ങി യാത്രയായപ്പോൾ ബ്രാഹ്മണരുമായി,
ബ്രാഹ്മണർ: ആപദി കിം കരണീയം?
ഭട്ടതിരി: സ്മരണീയം ചരണയുഗളമംബായാഃ
ബ്രാഹ്മണർ: തത് സ്മരണം കിം കുരുതേ?
ഭട്ടതിരി: ബ്രഹ്മാദീനപി ച കിങ്കരീകുരുതേ

എന്നു ശ്ലോകരൂപേണ ചോദ്യോത്തരമായിട്ട് ഒരു സംഭാഷണമുണ്ടായി. ഭട്ടതിരിയുടെ സമ്പർക്കം അവർക്കൊരു ആപത്തായിത്തീർന്നിരുന്നതുകൊണ്ടും അദ്ദേഹത്തെ വർജിക്കുന്നതിനു നിവൃത്തിയില്ലാത്തതുകൊണ്ടുമാണ് ബ്രാഹ്മണർ അങ്ങനെ ചോദിച്ചത്. 'ആപത്തിൽ എന്താണ് ചെയ്യേണ്ടത്?' എന്നാണ് ബ്രാഹ്മണരുടെ ചോദ്യത്തിന്റെ അർഥം. 'ദേവിയുടെ പാദങ്ങളെ സ്മരിക്കണം'. 'ആ പാദങ്ങളെക്കുറിച്ചുള്ള സ്മരണം എന്തിനെ ചെയ്യും' എന്നു പിന്നത്തെ ചോദ്യം. 'അത് ബ്രഹ്മാവു മുതലായവരെക്കൂടിയും ഭൃത്യന്മാരാക്കി ചെയ്യും' എന്നു ഭട്ടതിരിയുടെ പിന്നത്തെ ഉത്തരം. ഇങ്ങനെ പറഞ്ഞ് എല്ലാവരും പിരിയുകയും ചെയ്തു.

പിറ്റേദിവസം തന്നെ ബ്രാഹ്മണർ എല്ലാവരുംകൂടി പത്മമിട്ടു വിളക്കുംവച്ചു ഭഗവതിയെ പൂജിക്കുകയും പലവിധത്തിലുള്ള മന്ത്രങ്ങളെക്കൊണ്ടും പുഷ്പാഞ്ജലി ചെയ്കയും ആപന്നിവൃത്തിക്കായി പ്രാർഥിക്കുകയും ചെയ്തു തുടങ്ങി. അങ്ങനെ നാല്പതു ദിവസത്തെ ഭഗവദ്സേവ കഴിഞ്ഞു നാല്പത്തൊന്നാം ദിവസം ഭട്ടതിരി അവിടെച്ചെന്നു പുറത്തുനിന്നുംകൊണ്ട് കുടിക്കാൻ കുറച്ചു വെള്ളം വേണമെന്നു പറഞ്ഞു. ഉടനെ ഒരാൾ ഒരു പാത്രത്തിൽ കുറെ വെള്ളം കൊണ്ടുവന്നു കൊടുത്തു. ഭട്ടതിരി അതെടുത്തു കുടിച്ചു പാത്രം കമഴ്ത്തി വച്ചിട്ട് 'എനിക്ക് ഭ്രഷ്ടുണ്ട്. അങ്ങോട്ടെങ്ങും കേറുകയും നിങ്ങളെ ആരെയും തൊടുകയും ചെയ്യുന്നില്ല' എന്നു പറഞ്ഞ് അവിടെനിന്ന് പോവുകയും ചെയ്തു. അതിൽപിന്നെ അദ്ദേഹത്തെ ആരും കണ്ടിട്ടില്ല. അതിനാൽ ഭട്ടതിരിയുടെ ചരമഗതി എവിടെവെച്ചായിരുന്നു എന്നും ഏതുകാലത്തായിരുന്നു എന്നും ആർക്കും നിശ്ചയമില്ല. ഇദ്ദേഹത്തിന്റെ ജീവിതകാലത്തെക്കുറിച്ചു തക്കതായ ലക്ഷ്യമൊന്നും കാണുന്നില്ല. എങ്കിലും കൊല്ലവർഷം അറുനൂറിനും എഴുനൂറിനും മദ്ധ്യേ ആണെന്നു ഊഹിക്കുന്നു. ഈ ഭട്ടതിരിക്ക് സന്തതിയുണ്ടാകാൻ ഇടയാകാഞ്ഞതുകൊണ്ടും വേറെ പുരുഷന്മാർ ആ ഇല്ലത്ത് ഇല്ലാതെയിരുന്നതുകൊണ്ടും അദ്ദേഹത്തിന്റെ കാലം കഴിഞ്ഞതോടുകൂടി ആ ഇല്ലം അന്യംനിന്നു പോവുകയും ചെയ്തു.

●

മുട്ടസ്സു നമ്പൂതിരി

വികടസരസ്വതിയുടെ നടനരംഗമായ നാവിനാൽ അത്യന്തം കീർത്തിമാനായിരുന്ന ഈ ബ്രാഹ്മണന്റെ ഇല്ലം തിരുവിതാംകൂറിൽ പ്രസിദ്ധമായിട്ടുള്ള വൈക്കത്തു ക്ഷേത്രത്തിനു സമീപത്താകുന്നു. എന്നുമാത്രമല്ല, വൈക്കത്തു ക്ഷേത്രത്തിലെ സദ്യകളുടെ ദേഹണ്ഡങ്ങൾക്കുള്ള ഭാരവാഹിത്വവും ഇദ്ദേഹത്തിന്റെ ഇല്ലത്തേക്കു കാരാൺമയായിട്ടുള്ളതുമാണ്. ഇപ്പോഴും വലിയ മടപ്പള്ളിയിൽ അടുപ്പിൽ തീയിടുന്നതിനു മൂട്ടസ്സുനമ്പൂരി വന്നല്ലാതെ പാടില്ലെന്നാണ് വെച്ചിരിക്കുന്നത്. ഈ തറവാട്ടിൽ ഉദ്ദേശം അമ്പതുകൊല്ലം മുമ്പുവരെ ജീവിച്ചിരുന്ന ഒരു നമ്പൂരിയെക്കുറിച്ചാണ് ഇവിടെ കുറഞ്ഞൊന്നു പറയാൻ പോകുന്നത്.

പ്രസിദ്ധനായ ഈ മുട്ടസ്സുനമ്പൂരിക്ക് അനന്യസാധാരണമായ ഒരു വാഗ്വിലാസം സംഭവിക്കാനുണ്ടായ കാരണത്തെത്തന്നെ ആദ്യമായി പറയാം. ഇദ്ദേഹം സമാവർത്തനം കഴിഞ്ഞ് ഉണ്ണിനമ്പൂരിയായി താമസിക്കുന്ന കാലത്ത് മൂകാംബികയിൽ പോയി ഒരു മണ്ഡലഭജനം കഴിക്കയുണ്ടായി. അക്കാലത്ത് അവിടുത്തെ ദിവ്യമായിരിക്കുന്ന ത്രിമധുരം സേവിക്കാൻ സംഗതിയായതിനാലാണ് ഇദ്ദേഹത്തിന് ഈ മാഹാത്മ്യം സിദ്ധിച്ചത്. മൂകാംബികയിലെ ദിവ്യമായിരിക്കുന്ന ആ ത്രിമധുരം മലയാളികൾക്ക് അസുലഭമാണെന്ന് പ്രസിദ്ധമാണല്ലോ. ആ ത്രിമധുരത്തിനുള്ള മാഹാത്മ്യമെന്താണെന്നുകൂടി പറയാം.

മൂകാംബികയിൽ പതിവായി അത്താഴപൂജ കഴിഞ്ഞ് നടയടയ്ക്കാറാവുമ്പോൾ ശർക്കര, കദളിപ്പഴം, തേൻ ഇങ്ങനെയുള്ള മധുരദ്രവ്യങ്ങൾ ഒരു പാത്രത്തിലാക്കി ബിംബത്തിന്റെ മുൻഭാഗത്തു വച്ചിട്ടാണ് നടയടയ്ക്കുന്നത്. ദിവസംതോറും രാത്രികാലങ്ങളിൽ ദേവന്മാർ അവിടെ വന്ന് ദേവിയെ പൂജിക്ക പതിവുള്ളതിനാൽ ആ ത്രിമധുരനേദ്യം കഴിക്കുന്നതും ദേവന്മാർതന്നെയാണ് പതിവ്. അതിനാലാണ് ആ ത്രിമധുരത്തിന് അസാധാരണമായ ദിവ്യത്വമുള്ളത്. അതു സേവിക്കുന്ന മലയാളികൾക്ക് അന്യാദൃശമായ വണീവിലാസമുണ്ടാകുമെന്നുള്ളതു കൊണ്ട് പരദേശികൾ ഇവരോടുള്ള അസൂയ നിമിത്തം ആർക്കും കൊടുക്കാതെ അത് അവിടെ ഒരു അഗാധമായ കിണറ്റിൽ ഇട്ടുകളയുകയാണ് പതിവ്. ദിവസംതോറും രാവില നട തുറക്കുമ്പോൾ, തലേന്നാൾ രാത്രിയിൽ ദേവന്മാരാൽ ആരാധിക്കപ്പെട്ട പാരിജാതാദി ദിവ്യപുഷ്പങ്ങൾ കാണപ്പെടുന്നതിനാൽ, അവിടെ തലേ ദിവസം ശാന്തികഴിച്ച ആൾക്കു പിറ്റേ ദിവസം ശാന്തി കഴിക്കാൻ പാടില്ലെന്ന് ഒരേർപ്പാടുണ്ട്. എന്നു മാത്ര

മല്ല 'അകത്തു കണ്ടതു് പുറത്തു പറയുകയില്ല' എന്നു് ഒരു സത്യവും ചെയ്യിപ്പിച്ചിട്ടാണ് ദിവസംതോറും ശാന്തിക്കാരെ അകത്തേക്കു് കടത്തിവിടുന്നതു്.

നമ്പൂരി അവിടെ എത്തി കുറച്ചു ദിവസം ഭജനം കഴിഞ്ഞപ്പോഴേക്കും അവിടത്തെ പതിവുകളെല്ലാം മനസ്സിലായി. ഏതു വിധവും ഈ ത്രിമധുരം സേവിക്കണമെന്നു നിശ്ചയിച്ചു് അതിനു തരംനോക്കിക്കൊണ്ടു് താമസിച്ചു. അങ്ങനെയിരിക്കുമ്പോൾ ഒരു ദിവസം പതിവുപോലെ പ്രഭാതമായപ്പോഴേക്കും നമ്പൂരി കുളി കഴിച്ചു മണ്ഡപത്തിൽ എത്തി. കണ്ണുമടച്ചിരുന്നു ജപം തുടങ്ങി. അപ്പോൾ ശാന്തിക്കാരൻ വന്നു നട തുറന്നു. തലേദിവസത്തെ പൂവും മാലയും ത്രിമധുരവും എല്ലാം എടുത്തു കിണറ്റിൽ കൊണ്ടുപോയി ഇടുന്നതിന് ഒരു കുടം വെള്ളം കോരിക്കൊണ്ടുവന്നിട്ടാവാമെന്നു വിചാരിച്ച് അദ്ദേഹം കിണറ്റുപുരയിലേക്കു പോയി. ആ തരത്തിനു നമ്പൂരി ശ്രീകോവിലിനകത്തേക്കു കടന്നു കുറേ ത്രിമധുരമെടുത്തു വായിലാക്കി. അപ്പോഴേക്കും ശാന്തിക്കാരൻ ഓടിവന്നു നമ്പൂരിയുടെ കഴുത്തിൽ പിടിയുംകൂടി. പിന്നെ രണ്ടുപേരുംകൂടെ അവിടെവച്ചു യഥാശക്തി ഒരു ദ്വന്ദ്വയുദ്ധമുണ്ടായി. എങ്കിലും നമ്പൂരി ഒരുവിധത്തിൽ വായിലാക്കിയേടത്തോളം ത്രിമധുരം വയറ്റിലുമാക്കി. ശാന്തിക്കാരൻ വിളിച്ചുനിലവിളിച്ചു. സംഖ്യയില്ലാത്ത ആളുകളും കൂടി. എല്ലാവരുംകൂടി നമ്പൂരിയെ പിടിച്ചു പ്രഹരിച്ചുതുടങ്ങി. ആകപ്പാടെ നമ്പൂരി കുഴങ്ങി. മലയാളിയായിട്ടു താനൊരുത്തനല്ലാതെ ആരുമില്ല. എല്ലാം പരദേശികൾ. ഒരു പരിചയമില്ലാത്ത ദിക്കും. ഈശ്വരാ എന്തുവേണ്ടൂ? എന്നിങ്ങനെ വിചാരിച്ചു വിഷാദിക്കുമ്പോൾ ദേവിയുടെ അനുഗ്രഹത്താൽ അദ്ദേഹത്തിന് ഒരുപായം തോന്നി. ശ്വാസമെല്ലാം അടക്കിപ്പിടിച്ച് കണ്ണുമിഴിച്ച് ചത്തതുപോലെ കിടന്നു. അപ്പോഴേക്കും എല്ലാവർക്കും ഭയമായി. വേഗമെടുത്ത് അമ്പലത്തിനു പുറത്തു കൊണ്ടുപോയി. എന്നിട്ടും ശ്വാസമില്ലാതെയിരിക്കുന്നതു കണ്ടു് ചത്തു എന്നു തീർച്ചപ്പെടുത്തി എല്ലാവരുംകൂടെ എടുത്ത് ഒരു വലിയ വനാന്തരത്തിൽ കൊണ്ടുപോയി ഇട്ടുംവച്ചു പോരികയും ചെയ്തു. ആളുകളൊക്കെ പോയെന്നു കണ്ടപ്പോൾ നമ്പൂരി പതുക്കെ എണീറ്റ്, തല്ലും ഇടിയുംകൊണ്ടു് എല്ലെല്ലാം തകർന്നിരുന്നു എങ്കിലും പ്രാണഭീതിയോടുകൂടി അവിടെ നിന്നും ഓടിപ്പോരികയും ചെയ്തു. ഏതാനും ദിവസങ്ങൾകൊണ്ടു് ഇല്ലത്തു വന്നുചേർന്നു. പിന്നെ ചില ചികിത്സകളും മറ്റും ചെയ്തു ദേഹസുഖം നല്ലപോലെ ഉണ്ടായതിനുശേഷമാണ് ഓരോ ദിവ്യത്വങ്ങൾ തുടങ്ങിയതു്. എന്നാൽ ഇദ്ദേഹത്തിന്റെ മന്നത്തങ്ങൾ മിക്കവാറും അസഭ്യങ്ങളാകയാൽ അങ്ങനെയല്ലാത്ത ചില സംഗതികൾ മാത്രമേ ഇവിടെ പറയാൻ നിവൃത്തിയുള്ളൂ.

ഒരിക്കൽ ഈ നമ്പൂരി ഒരു ദിക്കിൽ ചെന്നപ്പോൾ അവിടെ ഒരു ശാസ്ത്രി ചില കുട്ടികളെ കാവ്യങ്ങൾ വായിപ്പിച്ചുകൊണ്ടിരിക്കുകയായിരുന്നു. ശാസ്ത്രികളുടെ പഠിപ്പിക്കലും കുട്ടികളുടെ പഠിക്കലും ഒക്കെ കണ്ടും കേട്ടുംകൊണ്ടു നമ്പൂരി കുറച്ചു സമയം അവിടെ ഇരുന്നു. അപ്പോൾ ശാസ്ത്രികൾ മൂത്രശങ്കയ്ക്കായി കുളക്കടവിലേക്കു പോയി. ആ സമയം രഘുവംശം പഠിച്ചുകൊണ്ടിരുന്ന ഒരു കുട്ടിയ്ക്കു് ഒരു പദത്തിന്റെ പരിഭാഷ തോന്നാതെ വന്നതിനാൽ മിണ്ടാതെയിരിക്കുന്നതു കണ്ടിട്ട് 'എന്താ മിണ്ടാതെ ഇരിക്കുന്നതു്?' എന്നു നമ്പൂരി ചോദിച്ചു.

കുട്ടി: ഒരു പദത്തിന്റെ പരിഭാഷ തോന്നിയില്ല.

നമ്പൂരി: ഏതു പദത്തിന്റെയാണ്?

കുട്ടി: കരി എന്നുള്ളതിന്റെയാണ്.

നമ്പൂരി: അത് ഞാൻപറഞ്ഞുതരാം. കരിക്കട്ടെ എന്നു ചൊല്ലിയാൽ മതി.

മാഘം പഠിച്ചുകൊണ്ടിരുന്ന വേറൊരു കുട്ടി:അച്ഛസ്ഫടികാക്ഷമാല എന്നുള്ളതിന്റെ പരിഭാഷ എനിക്കും തോന്നുന്നില്ല.

നമ്പൂരി: അച്ഛസ്ഫടികാക്ഷമാല, അച്ഛന്റെ സ്ഫടികാക്ഷമാല. അച്ഛൻ അമ്മേടെ നായര്. സ്ഫടികാക്ഷമാല എന്താണെന്ന് എനിക്കും നല്ല നിശ്ചയമില്ല. അതു ശാസ്ത്രികളോട് ചോദിക്കണം.

നമ്പൂരി യാതൊരു സംശയവും കൂടാതെ ഇങ്ങനെ പറഞ്ഞതിനെ വിശ്വസിച്ച കുട്ടികൾ അങ്ങനെ തന്നെ ഉരുവിട്ടും തുടങ്ങി. അപ്പോഴേക്കും ശാസ്ത്രികളും തിരിച്ചുവന്നു. ഉടനെ കുട്ടികൾ ഈ അബദ്ധം പറയുന്നതു കേട്ട് അദ്ദേഹം ദേഷ്യപ്പെട്ടപ്പോൾ നമ്പൂരി ചൊല്ലിക്കൊടുത്തതാണെന്ന് കുട്ടികൾ പറയുകയാൽ പിന്നെ ശാസ്ത്രികളും നമ്പൂരിയും തമ്മിലായി വാദം.

ശാസ്ത്രികൾ: ഇതെന്താ നമ്പൂരി! കുട്ടികൾക്കിങ്ങനെ അബദ്ധം പറഞ്ഞുകൊടുത്തത്?

നമ്പൂരി: തനിക്കൊന്നും അറിഞ്ഞുകൂടാഞ്ഞിട്ടാണ് ഇത് അബദ്ധമെന്നു തോന്നുന്നത്. വലിയ ശാസ്ത്രികളാണെന്നും പറഞ്ഞ് ആശാനായിട്ടു ഞെളിഞ്ഞിരുന്നാൽപോരാ. വല്ലതും കുറച്ചെങ്കിലും പഠിച്ചിട്ടുവേണം മറ്റൊരാളെ പഠിപ്പിക്കാൻ പുറപ്പെടാൻ. അല്ലാഞ്ഞാൽ അറിവുള്ളവർ പറയുന്നതെല്ലാം അബദ്ധമാണെന്നു തോന്നും.

ശാസ്ത്രികൾ: ആഹാ! അപ്പോൾ എന്നേക്കാൾ വ്യുത്പത്തി നമ്പൂരിക്കുണ്ടെന്നാണോ ഭാവം?

നമ്പൂരി: എന്താ അത്ര സംശയം? ഞാനൊരു ചോദ്യം ചോദിച്ചാൽ താൻ നക്ഷത്രം നോക്കിപ്പോകുമല്ലോ.

ശാസ്ത്രികൾ: എന്നാലാകട്ടെ, എന്തെങ്കിലും ചോദിച്ചോളണം.

നമ്പൂരി: താൻ അമരേശം പഠിച്ചിട്ടുണ്ടോ?

ശാസ്ത്രികൾ: ഉണ്ട്. അതിനെന്തുവേണം?

നമ്പൂരി: അതിൽത്തന്നെ ഞാനൊന്നു ചോദിക്കാം. 'ഇന്ദിരാ ലോകമാതാ മാ' എന്നും 'ഭാർഗവീ ലോകജനനീ' എന്നും ഉള്ളേടത്തു 'ലോകമാതാ' എന്നും 'ലോകജനനീ' എന്നും രണ്ടുംകൂടി പ്രയോഗിച്ചിരിക്കുന്നത് എന്തിനായിട്ടാണ്? അവയിൽ ഏതെങ്കിലും ഒന്നായാലും മതിയാകുന്നല്ലേ?

ശാസ്ത്രികൾ: ഒന്നായാലും മതിയായിരുന്നു.

നമ്പൂരി: ഇതാണ് തനിക്കൊന്നും അറിഞ്ഞുകൂടെന്നു ഞാൻ പറയുന്നത്. ഏറ്റവും ചുരുക്കമായി ഉണ്ടാക്കിയിരിക്കുന്ന ഈ ഗ്രന്ഥത്തിൽ അതിഗംഭീരനായിരിക്കുന്ന തത്കർത്താവ് വെറുതെ ഇങ്ങനെയൊരു പദം പ്രയോഗിക്കില്ല.

ശാസ്ത്രികൾ: എന്നാൽ ഇതിന്റെ പ്രയോജനമെന്താണെന്ന് നമ്പൂരി പറയണം.

നമ്പൂരി: (മേല്പട്ടും കീഴ്പട്ടും ചൂണ്ടിക്കാണിച്ചുകൊണ്ട്) 'ആ ലോകമാതാ

എന്നും ഈ ലോകജനനീ എന്നുമാണ് പറഞ്ഞിരിക്കുന്നത്. അതുകൊണ്ട് മഹാലക്ഷ്മി ഒരു ലോകത്തിന്റെ മാത്രമല്ല, പരലോകത്തിലെ മാതാവും ഇഹലോകത്തിലെ ജനനിയുമാണെന്നാണ് അതിന്റെ അർത്ഥം. ഒന്നു മാത്രം പറഞ്ഞാൽ ഒരു ലോകത്തിലേക്കല്ലാതെ ആകുമോ? എടോ ഇതൊക്കെ വല്ലതും പഠിച്ചെങ്കിലേ മനസ്സിലാകൂ
എന്നും പറഞ്ഞ് ഇറങ്ങിപ്പോവുകയും ചെയ്തു.

പിന്നെയൊരിക്കൽ ഒരു ദിവസം വൈകുന്നേരം ഇദ്ദേഹം അമ്പലപ്പുഴെ എത്തിച്ചേർന്നു. കുളിച്ചു സന്ധ്യാവന്ദനാദികളും കഴിച്ച് അമ്പലത്തിൽ എത്തി. അന്നു വാവോ മറ്റോ ആയിരുന്നതിനാൽ അത്താഴമില്ലാത്ത ഒരു ദിവസമായിരുന്നു. ഉപായത്തിൽ പലഹാരം വല്ലതും കഴിക്കണം എന്നു വിചാരിച്ചുകൊണ്ടിരിക്കുമ്പോൾ അത്താഴപൂജ കഴിഞ്ഞു ശാന്തിക്കാരൻ നേദ്യം കഴിച്ച അപ്പവുമെടുത്തുംകൊണ്ട് തിടപ്പള്ളിയിലേക്കു പോകുന്നതുകണ്ടു. അവിടെ ബ്രഹ്മസ്വമായിട്ടു പതിവുള്ള അപ്പം വഴിപോക്കർക്കു കൊടുക്കാതെ ശാന്തിക്കാരുതന്നെ അപഹരിക്കയാണു പതിവ്. അഥവാ കൊടുത്താലും ഒന്നോ ഒരു മുറിയോ അല്ലാതെ കൊടുക്കുകയില്ല. ഈ പതിവുകൾ മൂട്ടസ്സു നമ്പൂരി മുമ്പേതന്നെ അറിഞ്ഞിരുന്നതുകൊണ്ട് അപ്പവുംകൊണ്ട് പോയ ശാന്തിക്കാരന്റെ പിന്നാലെ അദ്ദേഹവും തിടപ്പള്ളിയിലെത്തി.

നമ്പൂരി: എടോ ശാന്തിക്കാരൻ! ഇവിടത്തെ അപ്പം ഒരാൾ തിന്നുകയാണെങ്കിൽ എത്രയെണ്ണം തിന്നും?

ശാന്തിക്കാരൻ: ഞെരുങ്ങിയാൽ ഒരിരുപതെണ്ണം തിന്നുമായിരിക്കാം.

നമ്പൂരി: ഹൈഃ അതൊന്നുമല്ല. നൂറെണ്ണത്തിനു സംശയമില്ല. എന്നെപ്പോലെയുള്ളവരാണെങ്കിൽ ഒരുസമയം ഇരുനൂറെണ്ണം തട്ടിയെന്നും വരാം.

ശാന്തിക്കാരൻ: ഹൈഃ ഒരു കാലത്തുമില്ല. അത്ര മിടുക്കന്മാരിപ്പോൾ ഭൂമിയിൽ ജനിച്ചിട്ടില്ല. എത്ര പെരുവയറനായാലും മുപ്പതെണ്ണത്തിൽ അധികം തിന്നുകയില്ല നിശ്ചയം തന്നെ.

നമ്പൂരി: അതൊന്നുമല്ലെടോ. ഇരുനൂറെണ്ണം ഈ പറയുന്ന ഞാൻതന്നെ തിന്നു കാണിച്ചുതരാം. യാതൊരു സംശയവുമില്ല.

ഇങ്ങനെ അവർ തമ്മിൽ ഇല്ലെന്നും ഉവ്വെന്നും വലിയ തർക്കമുണ്ടായി. ഒടുക്കം വാദംമുറുകി അയ്യഞ്ചു ഉറുപ്പിക പന്തയവും പറഞ്ഞു. 'എന്നാൽ ഇപ്പോൾത്തന്നെ അതറിയണം' എന്നു പറഞ്ഞ് ശാന്തിക്കാരൻ ഇരുനൂറപ്പം ഒരുരുളിയിലാക്കി നമ്പൂരിയുടെ മുമ്പിൽ വെച്ചുകൊടുത്തു. നമ്പൂരി അവിടെയിരുന്നു പതുക്കെ തിന്നാനും തുടങ്ങി. പത്തോ പതിനഞ്ചോ അപ്പം തിന്നപ്പോഴേക്കും നമ്പൂരിക്കു വയറു നിറഞ്ഞു തൃപ്തിയായി, അപ്പോൾ നമ്പൂരി 'എടോ ശാന്തിക്കാരാ! താനിത്ര മിടുക്കനാണെന്നു ഞാൻവിചാരിച്ചിരുന്നില്ല. ഞാൻതന്നെ വിഡ്ഢി. എന്റെ വയറിനെക്കുറിച്ച് എന്നെക്കാൾ നിശ്ചയം തനിക്കാണല്ലോ. ഇതാ എനിക്കിപ്പോൾ വയറു നിറഞ്ഞുകഴിഞ്ഞു. ഇനി ഒരപ്പംപോലും തിന്നാൻ പ്രയാസമാണ്'.

ശാന്തിക്കാരൻ: എന്നാൽ ഉറുപ്പിക തരൂ. ഞാൻ മുമ്പെതന്നെ പറഞ്ഞില്ലേ?

നമ്പൂരി: 'എടോ ബ്രഹ്മസ്വംവക അപ്പം ദിവസംതോറും താൻ തിന്നുന്നതിന്റെ വില വഴിപോക്കനായ എനിക്കു താൻ കണക്കുതീർത്തു തരികയാണ്

വേണ്ടത്. അതിൽനിന്ന് തന്റെ അഞ്ചു രൂപ എടുത്തുംകൊണ്ടു ശേഷം ഇങ്ങോട്ടു തന്നേക്കു' എന്നു പറഞ്ഞ് ഇറങ്ങിപ്പോവുകയും ചെയ്തു.

പിന്നെയൊരിക്കൽ ഇദ്ദേഹം വേറെ ഒരു ദിക്കിൽ ഒരമ്പലത്തിൽ ചെന്നു. അതു രാവിലെയായിരുന്നു. ആ ക്ഷേത്രം സർക്കാർ വകയാണെങ്കിലും അവിടത്തെ സകലാധികാരവും അവിടത്തെ വാര്യർക്കായിരുന്നു. വാര്യര് വലിയ ധനവാനും ഏറ്റവും ഗർവിഷ്ഠനും ആയിരുന്നു. നമ്പൂരി കുളിക്കാനായി കുളക്കടവിൽ വന്നപ്പോൾ വാര്യരു മുണ്ടുടുക്കാതെ ഇരുന്ന് എണ്ണ തേക്കാൻ ഭാവിക്കയാണ്. നമ്പൂരിയെ കണ്ടിട്ട് യാതൊരാചാരവും ഭാവിച്ചില്ല. ആ ദേശത്തേക്ക് വാര്യര് ഒരു പ്രധാനനും ക്ഷേത്രാധികാരിയും ആയിരുന്നതുകൊണ്ട് അങ്ങനെയാണ് പതിവ്. നമ്പൂരിക്ക് അതൊക്കെ അറിവുണ്ടായിരുന്നതിനാൽ അദ്ദേഹവും അടുക്കൽ ചെന്നിരുന്നു. 'തേച്ചുകുളി നമുക്കു പങ്കായിട്ടായിക്കളയാം. ഞാനും തേച്ചുകുളിച്ചിട്ടു വളരെ ദിവസമായി' എന്നും പറഞ്ഞു നമ്പൂരിയും എണ്ണയെടുത്തു തേച്ചുതുടങ്ങി. വാര്യർക്കു കേമമായി ദേഷ്യം വന്നു. എങ്കിലും ഒന്നും മിണ്ടിയില്ല. നമ്പൂരി വേഗം എണ്ണയും തേച്ചു കുറെ ഇഞ്ചയും താളിയും ഇങ്ങോട്ടെടുത്തു ക്ഷണത്തിൽ തേച്ചുകുളിയും കഴിച്ച് അമ്പലത്തിലെത്തി. അപ്പോഴേക്കും ഉച്ചപ്പൂജയും കഴിയാറായി. തേവാരമെല്ലാം കഴിഞ്ഞപ്പോഴേക്കും നമസ്കാരം കാലമായി എന്നു ശാന്തിക്കാരൻ വന്നു പറഞ്ഞു. ഉടനെ നമ്പൂരി പോയി ഉണ്ണാനിരുന്നു. അവിടെ ഉച്ചപ്പൂജയ്ക്കു സർക്കാർ വകയായി ഒരു പാല്പായസം പതിവുണ്ട്. അത് വഴിപോക്കരായി വരുന്ന ബ്രാഹ്മണർക്ക് ബ്രഹ്മസ്വമായി നമസ്കാരത്തിനു വിളമ്പണമെന്നാണ് ഏർപ്പാടുള്ളത്. എങ്കിലും ദിവസംതോറും വാര്യരു കൊണ്ടുപോയി സാപ്പാടു കഴിക്കയാണ് പതിവ്. അതും മുട്ടസ്സു നമ്പൂരി അറിഞ്ഞിരുന്നതിനാൽ ഊണു പകുതിയായപ്പോൾ പാല്പായസം വിളമ്പാൻ ശാന്തിക്കാരനോട് പറഞ്ഞു. വാര്യരു പറഞ്ഞല്ലാതെ പാല്പായസം തരാൻ പാടില്ലെന്നു ശാന്തിക്കാരൻ പറഞ്ഞപ്പോൾ 'വാര്യരു പറഞ്ഞിട്ടുതന്നെയാണ്. ഭയപ്പെടേണ്ട. വിളമ്പിക്കോളൂ' എന്നു നമ്പൂരി പറഞ്ഞു. ശാന്തിക്കാരൻ പാല്പായസം വിളമ്പിക്കൊടുത്തു. നമ്പൂരി മൂക്കുമുട്ടെ സാപ്പാടും കഴിച്ചു വെലിക്കല്പുരയിൽ പോയി കിടപ്പുമായി.

വാര്യർ കുളിയും ജപവും എല്ലാം കഴിഞ്ഞ് ഉണ്ണാൻ ചെന്നിരുന്നു. ഊണു പകുതിയായപ്പോൾ പതിവുപോലെ പാല്പായസം വിളമ്പാൻ പറഞ്ഞു. അപ്പോൾ വിളമ്പിക്കൊണ്ടു നിന്ന സ്ത്രീ 'പാല്പായസം ആ വഴിപോക്കൻ നമ്പൂരിക്ക് കൊടുത്തു എന്നു ശാന്തിക്കാരൻ പറഞ്ഞു' എന്നു പറഞ്ഞു.

വാര്യർ: അതുവ്വോ? ആരു പറഞ്ഞിട്ടാണ് കൊടുത്തത്?

സ്ത്രീ: അമ്മാവൻ പറഞ്ഞു എന്ന് ആ നമ്പൂരി പറഞ്ഞിട്ടാണ് കൊടുത്തതെന്നു ശാന്തിക്കാരൻ പറഞ്ഞു.

വാര്യർ: ആഹാ! ദ്രോഹി വ്യാജം പറഞ്ഞു പറ്റിക്കയാണല്ലേ ചെയ്തത്? എന്നാൽ അയാളോടൊന്നു ചോദിച്ചിട്ടുതന്നെ വേണം വിടാൻ. എന്നിട്ടേ ഇനി ഊണു ഭാവമുള്ളൂ .

എന്നു പറഞ്ഞ് വാര്യര് എച്ചിക്കയും മടക്കിപ്പിടിച്ചുംകൊണ്ട് ദേഷ്യപ്പെട്ടെണീറ്റു വെലിക്കല്പുരയുടെ വാതിൽക്കൽ ചെന്ന് 'പാല്പായസം മേടിച്ചുണ്ടോളാൻ ഞാൻ നമ്പൂരിയോടു പറഞ്ഞുവോ?

നമ്പൂരി: ഹാ, കൊശവാ! നീയെന്തു വാര്യരാണ്? നിനക്കുണ്ടോ

അഷ്ടാംഗഹൃദയം? ഏഭ്യാ! മോനിപ്പള്ളി ശങ്കുവാര്യരു മഹായോഗ്യൻ, നല്ല അഷ്ടാംഗഹൃദയക്കാരൻ. അയാളാണു തേച്ചുകുളിച്ചാൽ പാല്പായ സമുണ്ണണമെന്നു പറഞ്ഞിരിക്കുന്നത്. അല്ലാതെ നീ പറഞ്ഞാൽ ആരു കേൾക്കും? ഞാൻ നിന്റെ വാലിയക്കാരനോ?

എപ്രകാരം യാതൊരു തടസ്സവും കൂടാതെ നമ്പൂരിയുടെ ശകാരം കേട്ടപ്പോൾ വാര്യരു വല്ലാതെ അന്ധനായിത്തീർന്നു. അതിനുമുമ്പ് ഒരിക്കല്പോലും ആരും ഇങ്ങനെ തന്നെ പറഞ്ഞിട്ടില്ലാത്തതിനാൽ ഇത് ഏറ്റവും ദുസ്സഹമായി ഭവിക്കയാൽ ഇനിയും നമ്പൂരി വല്ലതും പറയുന്നതിനും വല്ലവരും വന്നു കേൾക്കുന്നതിനും ഇടയാകേണ്ടെന്നു വിചാരിച്ച് അത്യന്തം ലജ്ജയോടുകൂടി അഭിമാനനിധിയായ വാര്യർ ക്ഷണത്തിൽ വാര്യത്തേക്കുതന്നെ മടങ്ങിപ്പോയി. നമ്പൂരിയുടെ വഴിക്ക് നമ്പൂരിയും പോയി.

പിന്നെ ഒരിക്കൽ ആ ക്ഷേത്രത്തിൽ പോയപ്പോൾ അവിടെ ഉത്സവമായിരുന്നു. എന്തോ കാരണവശാൽ അവിടെ കൂത്തിനു വന്നിരുന്ന നമ്പ്യാരുമായി മുഷിയുന്നതിനിടയായി. അതിനാൽ നമ്പ്യാരെ ഒന്നു പറ്റിക്കണമെന്നു നിശ്ചയിച്ചു. അവിടെ ഉത്സവം നടത്തിക്കൊണ്ടിരുന്ന തഹശീൽദാർ ക്ഷേത്രമര്യാദകൾ ഒന്നും നിശ്ചയമില്ലാതെയും ക്ഷേത്രത്തിന്റെ മതിൽക്കകത്തുപോലും കടക്കാൻ പാടില്ലാതെയും ഉള്ള ഒരു സാധു മനുഷ്യനായിരുന്നു. നമ്പൂരി ആ തഹശീൽദാരുടെ അടുക്കൽ സേവയ്ക്കുട്ടുത്തുകൂടി ഒന്നാംതരത്തിൽ ഉണ്ടയില്ലാത്ത ഒരു വെടി പറഞ്ഞുപിടിപ്പിച്ചു.എങ്ങനെയെന്നാൽ, 'ഇവിടെ ഉത്സവക്കാലത്ത് വിളക്കിന്റെ ഇടയ്ക്കുള്ള പ്രദക്ഷിണത്തിനു മുമ്പൊക്കെ നമ്പ്യാർ മിഴാവുവാദ്യം കൂടെ എടുത്തു സേവിക്ക പതിവുണ്ടായിരുന്നു. ഇക്കൊല്ലം അതും കാണാനില്ല. ക്ഷേത്രങ്ങളിൽ ഈ വാദ്യം വളരെ മുഖ്യമായിട്ടുള്ളതാണ്. യജമാനന് ഇതിന്റെ നിശ്ചയമില്ലായിരിക്കുമെന്നു വിചാരിച്ചു നമ്പ്യാർ ഇതു കബളിപ്പിക്കുകയാണു ചെയ്യുന്നത്. അതിനാൽ അതു കൂടെ നടത്താനായി ചട്ടംകെട്ടാത്ത പക്ഷം യജമാനനു വളരെ കുറച്ചിലാണ്.

ഇപ്രകാരം നമ്പൂരിയുടെ വ്യാജവചനത്തെക്കേട്ടു വിശ്വസിച്ച് സാധുവായ തഹശീൽദാർ പാവപ്പെട്ട നമ്പ്യാരെക്കൊണ്ട് മഹാമേരുവിനെ പ്പോലെയിരിക്കുന്ന മിഴാവ് ഒരു ദിവസം കെട്ടിയെടുപ്പിച്ചുവത്രെ. പിറ്റേദിവസമായപ്പോഴേക്കും നമ്പ്യാർ നമ്പൂരിയെ ശരണം പ്രാപിച്ചു. പിന്നെ അദ്ദേഹം തന്നെ തഹശീൽദാരുടെ അടുക്കൽ പറഞ്ഞു നമ്പ്യാരുടെ ഈ ഗ്രഹപ്പിഴ ഒഴിച്ചുവിടുകയും ചെയ്തു.

പിന്നെയൊരിക്കൽ മുട്ടസ്സനമ്പൂരി വഴിയാത്രയിൽ ഒരു ലുബ്ധനായ നമ്പൂരിയുടെ ഇല്ലത്ത് ഊണു കഴിക്കാനായി കേറി. അവിടത്തെ നമ്പൂരി വഴിപോക്കർക്കു പച്ചവെള്ളംപോലും കൊടുക്കാത്ത കശ്മലനാണെന്ന് മുട്ടസ്സനമ്പൂരി അറിഞ്ഞിരുന്നതിനാൽ അവിടെയും അദ്ദേഹം ഒരു ഉപായമാണ് ഉപയോഗിച്ചത്. മുട്ടസ്സനമ്പൂരി മുറ്റത്തു ചെന്നുനിന്ന് ഒന്നു ചുമച്ചപ്പോൾ അകത്തു തേവാരം കഴിച്ചുകൊണ്ടിരുന്ന ഗൃഹസ്ഥൻ നമ്പൂരി ദുർമുഖവും കാണിച്ചുകൊണ്ട് പതുക്കെ പുറത്തുവന്ന് 'എന്തിനാ വന്നത്' എന്നു ചോദിച്ചു.

മുട്ടസ്സനമ്പൂരി: ഞാൻകുറച്ചു ദൂരെ ഒരു സ്ഥലത്തു പോയി വരികയാണ്. നമ്മുടെ അമ്മയുടെ ശ്രാദ്ധം ഇന്നാണ്. നിവൃത്തിയുണ്ടെങ്കിൽ അതു മുട്ടിക്കാതെ ഇവിടെക്കഴിച്ചു പോയാൽക്കൊള്ളാമെന്നുണ്ട്. പണം എത്രവേണമെങ്കിലും

ചെലവു ചെയ്യാൻ തയ്യാറാണ്. അങ്ങ് കൃപയുണ്ടായി അതു കഴിപ്പിച്ചയയ്ക്കണം. ശ്രാദ്ധവും മൂസ്സതന്നെ വേണമെന്നാണ് എന്റെ ആഗ്രഹം.

ഇതുകേട്ടപ്പോൾ ദക്ഷിണയായിട്ടും സാമാനവിലയായിട്ടും പണം കുറെ തട്ടിയെടുക്കാമെന്നു വിചാരിച്ച് 'എന്നാൽ ചതുർവിധമായിട്ടുതന്നെ വേണോ?' എന്നു ഗൃഹസ്ഥൻ ചോദിച്ചു.

മുട്ടസ്സുനമ്പൂരി: അമ്മയുടെ ശ്രാദ്ധം അങ്ങനെയല്ലാതെ ഉണ്ടായിട്ടില്ല. അതുകൊണ്ട് അങ്ങനെതന്നെ ആയാൽകൊള്ളാമെന്നാണ് ആഗ്രഹം. പണം എത്ര വേണമെങ്കിലും ഉണ്ട്.

ഗൃഹസ്ഥൻ: എന്നാൽ വേണ്ടതുപോലെ ഒക്കെ ആവാം.

മുട്ടസ്സുനമ്പൂരി: എന്നാൽ അങ്ങ് തേച്ചുകുളിക്കണം. എണ്ണയുടെ വിലകൂടി എന്താണെന്നുവച്ചാൽ തന്നേക്കാം.

ഉടനെ ഗൃഹസ്ഥൻ അങ്ങനെ ആവാമെന്നു സമ്മതിച്ചു. പിന്നെ അകത്തു പോയി വേണ്ടതെല്ലാം ക്ഷണത്തിൽ വെച്ചുണ്ടാക്കുന്നതിനു ചട്ടംകെട്ടി എണ്ണയു മെടുത്തു രണ്ടുപേരുംകൂടി കുളിക്കാൻപോയി. മുട്ടസ്സുനമ്പൂരി ക്ഷണത്തിൽ കുളി കഴിച്ചു. 'എന്നാൽ ഞാൻപോയി എല്ലാം വട്ടം കൂട്ടട്ടെ. അങ്ങ് കുളി കഴിഞ്ഞ് വേഗത്തിൽ വന്നേക്കു' എന്നും പറഞ്ഞ് ഇല്ലത്തെത്തി. അപ്പോഴേക്കും അന്തർ ജനം വെലിക്ക വേണ്ടതെല്ലാം വെച്ചുണ്ടാക്കി, നാലുകെട്ടിൽ കൊണ്ടുവന്നുവച്ചു വാതിലും ചാരി അടുക്കളയിലേക്കു പോയി. 'ഇനി അകത്തേക്കു കടക്കാമെന്നു പറഞ്ഞേക്കടി' എന്നു പറഞ്ഞു. ഉടനെ മുട്ടസ്സുനമ്പൂരി അകത്തേക്കു കടന്നു നാലുകെട്ടിന്റെ പുറത്തേക്കുള്ള വാതിലെല്ലാമടച്ചു സാക്ഷായുമിട്ടു അവിടെ ഇരുന്ന് തന്നെത്താൻ വിളമ്പി വെടിപ്പായിട്ട് ഊണും തുടങ്ങി. കുറച്ചു കഴി ഞ്ഞപ്പോഴേക്കും ഗൃഹനാഥൻ നമ്പൂരി തേച്ചുകുളിയും കഴിഞ്ഞു വാതിൽക്കൽ വന്നു മുട്ടി വിളിക്കാൻ തുടങ്ങി. മുട്ടസ്സുനമ്പൂരി 'ഇതാ ഞാൻ വരുന്നു. കുറച്ച് അവിടെ നില്ക്കണം. ഇതൊന്നു മുഴുവനായിക്കോട്ടെ' എന്നു പറഞ്ഞ് സാവധാന ത്തിൽ ഊണു കഴിച്ചു. ഊണു കഴിഞ്ഞു കൈയും മടക്കിപ്പിടിച്ചുംകൊണ്ടുവന്ന് ഇടത്തെ കൈകൊണ്ട് വാതിൽ തുറന്നപ്പോൾ ഗൃഹസ്ഥൻനമ്പൂരി 'അല്ലേ! തനിക്കു ശ്രാദ്ധമൂട്ടാനുണ്ടെന്നു പറഞ്ഞിട്ട് ഇങ്ങനെയാണോ? എന്നു ചോദിച്ചു.

മുട്ടസ്സുനമ്പൂരി: എന്റെ മൂസ്സ് ദേഷ്യപ്പെടരുത്. അന്ധാളിത്തംകൊണ്ട് എനിക്ക് അല്പം തെറ്റിപ്പോയി. ഇവിടെ വന്നപ്പോഴാണ് ഓർമയുണ്ടാകുന്നത്. ഇന്ന് അമ്മയുടെ ശ്രാദ്ധമല്ല എന്റെ പിറന്നാളാണ്. അതുകൊണ്ട് തരക്കേടൊ ന്നുമുണ്ടായില്ല. അടപ്രഥമൻ ധാരാളം. ദേഹണ്ഡമെല്ലാം അതിശയായി.'

ഇതുകേട്ടപ്പോൾ ഗൃഹസ്ഥൻനമ്പൂരി കോപാന്ധനായി കണ്ണും ചുവത്തിക്കൊ ണ്ട് എന്താണിതിനു മറുപടി പറയേണ്ടതെന്നു വിചാരിച്ചുംകൊണ്ട് നിൽക്കുമ്പോൾ മുട്ടസ്സുനമ്പൂരി കൈയും കഴുകി പടിക്കലിറങ്ങിപ്പോവുകയും ചെയ്തു.

ഇദ്ദേഹം ഒരിക്കൽ ആറാട്ടുപുഴ പൂരം കാണാൻ പോവുകയുണ്ടായി. ആറാ ട്ടുപുഴ പൂരത്തിനു പോകുന്നവർ തങ്ങൾക്കുള്ളവയെല്ലാം കഴിഞ്ഞ്, കിട്ടുന്നിട ത്തോളം ഇരവലും വാങ്ങി സർവാഭരണഭൂഷിതന്മാരായിട്ടാണല്ലോ പോവുക പതിവ്. എന്നാൽ മുട്ടസ്സുനമ്പൂരി പോയത് അങ്ങനെയല്ല. അദ്ദേഹത്തിന്റെ തറവാട്ടുവകയായിട്ടുള്ള സകല വസ്തുക്കളുടെയും ആധാരപ്രമാണങ്ങൾ എല്ലാം ഒരു പെട്ടിയിലാക്കിക്കെട്ടിയെടുത്തുംകൊണ്ടാണ്. പൂരസ്ഥലത്ത് കയറി ആധാരപ്പെട്ടിയും തലയിൽവച്ച് പൂരം ഒരാൽത്തറയിൽ കണ്ടുകൊണ്ടു നിന്നു.

അനന്യസാധാരണമായ ഈ പ്രവൃത്തിയുടെ ഉദ്ദേശ്യമെന്താണെന്ന് ചിലർ ചോദിച്ചപ്പോൾ 'അവരവർക്കുള്ള ദ്രവ്യപുഷ്ടി എത്രത്തോളമുണ്ടെന്നല്ലോ ഇവിടെ കാണിക്കേണ്ടത്? അല്ലെങ്കിൽ ഈ ആളുകളെല്ലാം ഇത്ര വളരെ സ്വർണം ചുമന്നുംകൊണ്ട് വന്നിരിക്കുന്നതെന്തിനാണ്? അതിനാൽ നമുക്കുള്ള സമ്പാദ്യങ്ങളുടെ ആധാരങ്ങൾ ഞാൻ കൊണ്ടുപോന്നതാണ്. ഞാൻ കുറച്ചു സമ്പാദിച്ചിട്ടുള്ളത് വസ്തുക്കളായിട്ടാണ്; സ്വർണമായിട്ടല്ല. പിന്നെ ഇങ്ങനെയല്ലാതെ നിവൃത്തിയില്ലല്ലോ' എന്നു പറഞ്ഞു. എടുപ്പതിലധികം സ്വർണാഭരണങ്ങളുമണിഞ്ഞു വന്നിരുന്ന പല യോഗ്യന്മാരും ഇതു കേട്ടു സാമാന്യത്തിലധികം മധ്യമമായി എന്നുള്ളതു പറയേണ്ടതില്ലല്ലോ.

ഇദ്ദേഹം ആദ്യമായി തിരുവനന്തപുരത്തു പോയപ്പോൾ ഒരു ദിവസം പൊന്നുതമ്പുരാൻ തിരുമനസ്സിലെ കോവിലെഴുന്നള്ളത്തു സമയം മുണ്ടുകൊണ്ടു തല മൂടിക്കെട്ടി ശീവേലിപ്പുരയിലുള്ള ഒരു വലിയ കൽത്തൊട്ടിയിലിറങ്ങി മുഖം മാത്രം പുറത്തേക്കു കാണിച്ചുകൊണ്ടിരുന്നു. ഒരിക്കൽ തിരുമനസ്സുകൊണ്ട് അങ്ങോട്ടു നോക്കിയപ്പോൾ ഈ മുഖം കണ്ടു 'അതാരാണ് കൽത്തൊട്ടിയിലിറങ്ങിയിരിക്കുന്നത്, വിളിക്കട്ടെ' എന്നു കല്പിച്ചു. ഉടനെ ഹരിക്കാരൻ നമ്പൂരിയെ വിളിച്ചു തിരുമുമ്പാകെ കൊണ്ടുചെന്നു. 'എന്തിനായിട്ടാണ് ഇതിൽ ഇറങ്ങിയിരുന്നത്?' എന്നു കല്പിച്ചു ചോദിച്ചു.

നമ്പൂരി: ഇവിടെ വന്നാൽ മുഖം കാണിക്കണമെന്ന് കേട്ടിട്ടുണ്ട്. അതിലിറങ്ങിയിരിക്കാഞ്ഞാൽ മുഖം മാത്രമായിട്ടു കാണിക്കാൻ പ്രയാസമായിട്ടിറങ്ങിയതാണ്.

നമ്പൂരിയുടെ ഈ ഫലിതം കേട്ടിട്ടു തിരുമനസ്സുകൊണ്ടു സന്തോഷിച്ചു സമ്മാനം കല്പിച്ചുകൊടുത്തതല്ലാതെ ഒട്ടും തിരുവുള്ളക്കേടുണ്ടായില്ല. ഇതെല്ലാം ഇദ്ദേഹം സേവിച്ച തിരുമധുരത്തിന്റെ മാഹാത്മ്യമാണ്. അദ്ദേഹം എന്തു പ്രവർത്തിച്ചാലും എന്തുപറഞ്ഞാലും അദ്ദേഹത്തോടു വിരോധം തോന്നുകയില്ല. അതു വെറുതെ വരുന്നതല്ലല്ലോ? അദ്ദേഹം ആണ്ടുതോറും തൃപ്പൂണിത്തുറ ഉത്സവത്തിനു പോകാറുണ്ടായിരുന്നു. ആട്ടം, ഓട്ടംതുള്ളൽ, ഞാണിന്മേൽക്കളി, വാളേറ്, ചെപ്പടിവിദ്യ, അമ്മാനാട്ടം, കുറത്തിയാട്ടം, ആണ്ടിയാട്ടം മുതലായി എല്ലാ കൂട്ടവും അദ്ദേഹവും ഓരോന്നു ചാർത്തിക്കയും പതിവാണ്. മറ്റു ചാർത്തുകാരെക്കൊണ്ട് അദ്ദേഹത്തിന്റെ പേർക്കുകൂടി ഓരോ പ്രാവശ്യം കളിപ്പിക്കും. ആ വകയ്ക്കുള്ള അരിക്കോപ്പുകൾ വാങ്ങി അവർക്കു കൊടുക്കും. പണം മുഴുവനും അദ്ദേഹം എടുക്കും. അങ്ങനെയാണ് പതിവ്. പാഠകം പറയുകയെന്നുള്ളത് ഒന്നുമാത്രം ആൾപ്പേരെക്കൊണ്ടു സാധിക്കാത്തതാകയാൽ അത് അദ്ദേഹംതന്നെയാണ് നടത്തുക. വേഷംകെട്ടി വിളക്കത്തു ചെന്ന് നിൽക്കുമെന്നല്ലാതെ പാഠകം പറയനുള്ളതൊന്നും അദ്ദേഹം പഠിച്ചിട്ടുണ്ടായിരുന്നില്ലാത്തതിനാൽ ഒന്നും പറയാറില്ല. യോഗ്യന്മാരായ അനേകം പാഠകക്കാർ വേറെ ഉള്ളതുകൊണ്ട് ആരും ഇദ്ദേഹത്തിന്റെ അടുത്ത് പോകാറുമില്ല ഒരുദിവസം പാഠകം കേട്ടുകൊണ്ടിരിക്കുന്നവരെല്ലാം തന്റെ അടുക്കൽ വരുത്തണമെന്ന് നമ്പൂരി നിശ്ചയിച്ച് ഒരുപായം ചെയ്തു. എങ്ങനെയെന്നാൽ, രണ്ടു കൈയും തലയിൽ വച്ചുകൊണ്ട് 'അയ്യോ പാവേ' എന്ന് ഉറക്കെ ഒരു നിലവിളിവച്ചു കൊടുത്തു. അതുകേട്ട് ആളുകളൊക്കെ പരിഭ്രമിച്ച് എന്താണെന്നറിയാനായിട്ട് ഓടി ഇദ്ദേഹം വേഷം കെട്ടി നില്ക്കുന്ന ദിക്കിലേക്ക് ചെന്നു. അപ്പോൾ നമ്പൂരി 'ഇങ്ങനെ നിലവിളിച്ചുകൊണ്ട് ആ ശൂർപ്പണഖ

ഖരന്റെ അടുക്കലേക്ക് ചെന്നു' എന്നു പറഞ്ഞു പാഠകവും മതിയാക്കി. കേൾക്കാനാരുമില്ലാതെയായപ്പോൾ മറ്റു പാഠകക്കാരും മതിയാക്കി. അങ്ങനെ കേൾവിക്കാർക്ക് അതുമില്ല ഇതുമില്ലെന്നാക്കിത്തീർത്തു എന്നു പറഞ്ഞാൽ മതിയല്ലോ.

പിന്നെ ഒരു ദിവസം ഒരു നല്ല വ്യുത്പന്നനായ ഒരാൾ നമ്പൂരിയെ ആക്ഷേപിക്കണമെന്നു കരുതിക്കൊണ്ടു നമ്പൂരിയുടെ പാഠകം കേൾക്കാനായിച്ചെന്നു. അപ്പോൾ നമ്പൂരി,

ഘടാ പടാ ഘടപടാ ഘടപാടപാടാ
ഭാടാ ചടാ ചട ചടാ ചട ചാട ചാടാ
മൂടന്മാ കടാ കടകടാ കടകാട കാടാ
ക്കുടാ കുടാ കുട്ടകുടാ കുടിയാടിക്കുടാ

എന്നൊരു ശ്ലോകം ചൊല്ലി അദ്ദേഹത്തിനു തോന്നിയതു പോലെയുള്ള വിഡ്ഢിത്തങ്ങളെല്ലാം അതിനർഥമായിട്ടു പറഞ്ഞു. പാഠകം കഴിഞ്ഞയുടൻ ആ വിദ്വാൻ നമ്പൂരിയോട് 'ഹേ, ഈ ശ്ലോകം ഏതു പ്രബന്ധത്തിലുള്ളതാണ്? ഇതിന്റെ അർഥം ഒന്നുകൂടി പറഞ്ഞുകേട്ടാൽ കൊള്ളാം' എന്നു പറഞ്ഞു.

നമ്പൂരി: ഫഃ കുശവാ! നീ പറയുമ്പോളൊക്കെപ്പറയാൻ ഞാൻ നിന്റെ ശിഷ്യനാണോ? ഏതു പ്രബന്ധത്തിലുള്ളതാണെന്ന് അറിയണമെങ്കിൽ ഗ്രന്ഥപരിചയമുള്ള ആണുങ്ങളോടു വല്ലവരോടും പോയി ചോദിക്ക്. എനിക്കിപ്പോൾ പറയാൻ അവസരമില്ല. വിദ്വാനായിട്ട് ഞാനൊരുത്തൻ മാത്രമേ ഇവിടെ വന്നിട്ടുള്ളൂ.

മുട്ടസ്സനമ്പൂരി ഓരോ സംഗതിവശാൽ അനേകം ഭാഷാശ്ലോകങ്ങൾ ഉണ്ടാക്കീട്ടുണ്ട്. അവ അത്ര സഭ്യങ്ങളല്ലാത്തതിനാൽ ഇവിടെ ഒന്നും ചേർക്കുന്നില്ല. ശ്ലോകങ്ങളെല്ലാം സാമാന്യം നന്നായിട്ടുണ്ട്.

യാത്രക്കളിയിൽ ഇദ്ദേഹം കൊങ്ങിണി മുതലായ അനേകം വേഷങ്ങൾ കെട്ടാറുണ്ട്. വേഷങ്ങളെല്ലാം വളരെ നന്നായിരുന്നു എന്നാണ് കേട്ടിട്ടുള്ളത്. വാക്കുകളെല്ലാം ഫലിതമയമായിരിക്കും. മുട്ടസ്സനമ്പൂരിയുടെ വേഷം അരങ്ങത്തുവന്നാൽ പോവുന്നതുവരെ കാഴ്ചക്കാരിൽ ഒരുത്തരെങ്കിലും ഒരു സമയവും ചിരിക്കാതെ ഇരുന്നുപോയി എന്നു വരാറില്ല. അദ്ദേഹത്തിന്റെ വേഷം കുറച്ചുകാലം തിരുവാർപ്പിൽ വലിയ മേനോൻ (ദേവസ്വം കോയിമ്മ) ആയിട്ടും ഇരുന്നിട്ടുണ്ട്

●

പുളിയാമ്പിള്ളി നമ്പൂരി

ഇദ്ദേഹം ഒരുത്തമബ്രാഹ്മണനും നല്ല ശാക്തേയനുമായിരുന്നു. ദിവസംതോറും ദേവിയെ ഉപാസന ഇദ്ദേഹത്തിനു പതിവുണ്ടായിരുന്നു എന്നു മാത്രമല്ല, ചൊവ്വാഴ്ച, വെള്ളിയാഴ്ച, കറുത്ത വാവ് മുതലായ ദിവസങ്ങളിൽ മദ്യമാംസാദി നിവേദ്യങ്ങളോടുകൂടി വിധിപ്രകാരമുള്ള ശക്തിപൂജയുമുണ്ടായിരുന്നു. പൂജാനന്തരം, അദ്ദേഹം ധാരാളം മദ്യം സേവിക്കാറുമുണ്ട്. ദേവി അദ്ദേഹത്തിനു പ്രത്യക്ഷമൂർത്തിയായിരുന്നു.

ഇദ്ദേഹം മദ്യമാംസാദികൾ കൂട്ടി ശക്തിപൂജ കഴിക്കയും മദ്യം സേവിക്കുകയും ചെയ്യുന്ന വിവരം മറ്റു ബ്രാഹ്മണർ ധാരാളമായി അറിഞ്ഞു എങ്കിലും ഇദ്ദേഹത്തിന്റെ ദിവ്യത്വം നിമിത്തം അതൊന്നും കണ്ടുപിടിക്കുന്നതിനും ഇദ്ദേഹത്തിനു പതിത്വം കല്പിക്കുന്നതിനും ആർക്കും കഴിഞ്ഞില്ല. ഇദ്ദേഹം ഇല്ലാത്ത സ്ഥലത്തുവെച്ച് നമ്പൂരിമാർ കൂടിയിരുന്നുകൊണ്ട്, 'ഇയ്യാൾ ശൂദ്രനീചനാണ്. ഇതൊക്കെ ബ്രാഹ്മണർക്കു ചേർന്നതാണോ? നമുക്കിനി ഈ കള്ളുകുടിയനെ നമ്മുടെ ഇല്ലങ്ങളിൽ യാതൊരടിയന്തിരത്തിനും ക്ഷണിക്കരുത്. ക്ഷണിക്കാതെ വന്നാൽ അടിച്ചു പുറത്താക്കണം. നമുക്കാർക്കും യാതൊരടിയന്തിരത്തിനും ഇയ്യാളുടെയവിടെ പോവുകയും വേണ്ട' എന്നൊക്കെ പറയും എങ്കിലും ഇദ്ദേഹത്തോടു നേരിട്ട് ഒന്നും പറയാൻ ആർക്കും യുക്തിയുണ്ടായിരുന്നില്ല. തക്കതായ ഒരു ലക്ഷ്യം കിട്ടാതെ ഒരാൾക്കു ഭ്രഷ്ട് കല്പിക്കുന്നതെങ്ങനെയാണ്? അതിനാൽ വല്ലതും ലക്ഷ്യം കണ്ടുപിടിക്കണമെന്നു നിശ്ചയിച്ചു സ്വദേശികളായ നമ്പൂരിമാരെല്ലാംകൂടി അതിനു തരം നോക്കിക്കൊണ്ടിരുന്നു.

അങ്ങനെയിരിക്കുമ്പോൾ ഒരു വെള്ളിയാഴ്ച നാൾ പുളിയാമ്പിള്ളി നമ്പൂരി ശക്തിപൂജയ്ക്കു മദ്യം വാങ്ങാനായി പോയിരിക്കുന്നു എന്നുള്ള വിവരം നമ്പൂരിമാർക്കറിവു കിട്ടി. ഉടനെ അവർ പലർകൂടി ഇദ്ദേഹം മദ്യവുംകൊണ്ടു വരുമ്പോൾ ഇടയ്ക്കുവെച്ചു പിടിക്കണമെന്നു നിശ്ചയിച്ചു വഴിവക്കത്ത് ഒരു സ്ഥലത്തു ചെന്നൊളിച്ചിരുന്നു. കുറച്ചുസമയം കഴിഞ്ഞപ്പോൾ പുളിയാമ്പിള്ളി നമ്പൂരി മദ്യകുംഭവും തലയിൽ വെച്ചു വരവായി. ഉടനെ നമ്പൂരിമാരെല്ലാം കൂടി ചുറ്റും ചെന്നു വളഞ്ഞു. കാര്യം പറ്റിപ്പോയി എന്നു വിചാരിച്ചുംകൊണ്ട് ഇവർ 'ഈ കുടത്തിലെന്താണെ'ന്നു ചോദിച്ചു. ഇവർ തന്നെ ചതിക്കാൻ വന്നിരിക്കുന്നവരാണെന്നു പുളിയാമ്പിള്ളി നമ്പൂരിക്കു മനസ്സിലായി. ഇവരുടെ ചതിയൊന്നും തന്നോടു പറ്റുകയില്ലെന്ന് ഇദ്ദേഹത്തിനു

നല്ല നിശ്ചയമുണ്ടായിരുന്നു എങ്കിലും, ഇവർക്കിവരുടെ ഉത്സാഹം ഫലിച്ചു എന്നു വിചാരിച്ചു കുറച്ചുകൂടി സന്തോഷമുണ്ടാക്കീട്ടു പിന്നീട് അബദ്ധമാക്കി വിടാമെന്നു വിചാരിച്ചു തത്ക്കാലം ഒന്നും മിണ്ടാതെ പരുങ്ങാൻ ഭാവിച്ചു. അപ്പോഴേക്കും നമ്പൂരിമാർക്ക് ഉത്സാഹം വർധിച്ചു. 'എന്താ കുടത്തിൽ, എന്താ കുടത്തിൽ' എന്നെല്ലാവരും ചോദ്യം മുറുക്കമായി. പുളിയാമ്പിള്ളി നമ്പൂരി വലിയ ജളത സംഭവിച്ച ഭാവത്തിൽ ആരുടേയും നേരെ നോക്കാതെ മുഖം കുമ്പിട്ടു കീഴ്പ്പോട്ടു നോക്കിക്കൊണ്ട്, 'ഇതിൽ വിശേഷിച്ചൊന്നുമില്ല' എന്നു പതുക്കെ പറഞ്ഞു. അപ്പോൾ ചിലർ 'എന്നാൽ കുടം അഴിച്ചു കാണണം' എന്നായി. ചിലർ കുടം പിടിച്ചു താഴെയിറക്കിവെച്ചു. അപ്പോൾ മദ്യത്തിന്റെ ഗന്ധം ധാരാളമായി വന്നതുകൊണ്ടു കുടത്തിനകത്തെന്താണെന്നു നമ്പൂരിമാർക്കു നിശ്ചയമായി. അതിനാൽ കുടം അടച്ചുകെട്ടിയിരിക്കുന്നത് അഴിച്ചു കാണണമെന്നുള്ള മുറുക്കം കലശലായിക്കഴിഞ്ഞു. അപ്പോൾ പുളിയാമ്പിള്ളി നമ്പൂരി 'എന്തിനഴിച്ചു കാണുന്നു? ഇതിൽ കുറച്ചു കളിയടയ്ക്കയാണ്. അകായിലേക്കു മൂന്നും കൂട്ടാൻ കളിയടയ്ക്ക വേണമെന്നു പറഞ്ഞിട്ടു വാങ്ങിക്കൊണ്ടു പോവുകയാണ്' എന്നു പറഞ്ഞു. അപ്പോൾ നമ്പൂരിമാർ 'എന്നാൽ ഈ കളിയടയ്ക്ക ഞങ്ങൾക്കൊന്നു കാണണം' എന്നായി. എന്തിനു വളരെ പറയുന്നു, കുടമഴിച്ചു കാണിക്കാൻ അദ്ദേഹം മടിക്കും തോറും കുടത്തിൽ മദ്യമാണെന്നുള്ള നിശ്ചയവും അതഴിച്ചു കാണണമെന്നുള്ള നിർബന്ധവും നമ്പൂരിമാർക്കു കലശലായിത്തീർന്നു. അഴിച്ചു കാണിക്കാതെ വിട്ടയയ്ക്കില്ലെന്നു തീർച്ചയായപ്പോൾ പുളിയാമ്പിള്ളി നമ്പൂരി 'എന്നാൽ കണ്ടോളിൻ' എന്നു പറഞ്ഞു കുടത്തിന്റെ മൂടി അഴിച്ചു. നമ്പൂരിമാർ നോക്കിയപ്പോൾ കുടം നിറച്ച് നല്ല ഒന്നാന്തരം കളിയടയ്ക്കയായിരുന്നു. നമ്പൂരിമാരെല്ലാം മധ്യമമായിപ്പോയി എന്നു പറയേണ്ടതില്ലല്ലോ. എല്ലാവരും പോയപ്പോൾ പുളിയാമ്പിള്ളി നമ്പൂതിരി കുടം പൂർവസ്ഥിതിയിൽ അടച്ചുകെട്ടി എടുത്തുംകൊണ്ട് അദ്ദേഹത്തിന്റെ ഇല്ലത്തേക്കു പോയി. പൂജയുടെ സമയമായപ്പോൾ കളിയടയ്ക്ക മദ്യംതന്നെ ആയിത്തീരുകയും ചെയ്തു.

ഇങ്ങനെ പലവിധത്തിൽ പരീക്ഷിച്ചിട്ടും ഇദ്ദേഹം മദ്യപാനം ചെയ്യുന്നുണ്ടെന്നുള്ളതിനു തക്കതായ ഒരു ലക്ഷ്യം കണ്ടുപിടിക്കുന്നതിനു നമ്പൂരിമാർ വിചാരിച്ചിട്ടു കഴിഞ്ഞില്ല. പൂജിക്കുന്നതും മദ്യം സേവിക്കുന്നതും പുരയ്ക്കകത്തുതന്നെയാണ് പതിവ്. അതു രാത്രികാലങ്ങളിലായിരിക്കയും ചെയ്യും. അങ്ങനെയുള്ള സമയങ്ങളിൽ ആരെങ്കിലും കാണാൻ ചെന്നാൽ 'ഇപ്പോൾ സമയമില്ല. രാവിലെ ആവട്ടെ' എന്നു പറയുന്നതിനു ഭൃത്യന്മാരെ ശട്ടം കെട്ടിയിരിക്കും. പിന്നെ രാത്രിസമയത്തു വാതിലടച്ചു കിടക്കുന്ന ഇദ്ദേഹത്തിനെ ആർക്കെങ്കിലും ചെന്നു കാണാൻ കഴിയുമോ? പകൽ പുറത്തു കാണുമ്പോഴെങ്ങും കുടിച്ചിട്ടുണ്ടായിരിക്കയുമില്ല. പിന്നെ എന്തു നിവൃത്തിയാണുള്ളത്?

ഇങ്ങനെ ഒരു നിവൃത്തിമാർഗവും ഇല്ലാതെ വളരെക്കാലം വിഷമിച്ചതിന്റെ ശേഷം നമ്പൂരിമാരെല്ലാവരുംകൂടി വിവരം രാജാവിങ്കൽ അറിയിച്ചു. ശക്തിപൂജയുള്ള ദിവസം നിശ്ചയമായി അറിഞ്ഞു പറഞ്ഞാൽ നിവൃത്തിയുണ്ടാക്കാമെന്നു രാജാവു കല്പിച്ചു. പിന്നെ നമ്പൂരിമാരെല്ലാവരുംകൂടി കർക്കടകത്തിൽ കറുത്ത വാവിന്നാൾ ശക്തിപൂജയുണ്ടെന്നുള്ള വിവരം സൂക്ഷ്മമായി അറിഞ്ഞു

രാജാവിങ്കൽ ഗ്രഹിപ്പിച്ചു. പുളിയാമ്പിള്ളി നമ്പൂരി പതിവുപോലെ പൂജയും കഴിച്ചു മദ്യവും സേവിച്ചു മദാന്ധഹൃദയനായിക്കിടന്ന സമയം അദ്ദേഹത്തെ വിളിച്ചുകൊണ്ടു വരുവാനായിട്ടു രാജാവ് ആളയച്ചു. രാജാവിന്റെ ആൾ നമ്പൂരിയുടെ ഇല്ലത്തു ചെന്ന വിവരം ദാസി മുഖാന്തരം അകായിൽ ഗ്രഹിപ്പിച്ചു. അന്തർജനം ആ വിവരം നമ്പൂരിയുടെ അടുക്കൽ ചെന്നു പറഞ്ഞു. അപ്പോൾ മദ്യത്തിന്റെ ലഹരികൊണ്ടു ബോധംകെട്ടു കിടന്ന നമ്പൂരി 'ആട്ടെ നിലാവുദിക്കുമ്പോൾ ചെല്ലാം. ഇപ്പോൾ ഇരുട്ടത്തു പ്രയാസമുണ്ടെന്നു പറഞ്ഞയച്ചേക്ക്" എന്നു പറഞ്ഞു. അന്തർജനം ആ വിവരം ദാസിമൂലം രാജഭൃത്യനോടു പറഞ്ഞയയ്ക്കുകയും ചെയ്തു.

പുളിയാമ്പിള്ളി നമ്പൂരി വെളിവുകൂടാതെ വരുന്നതു കാണുന്നതിനും രാജാവിനെക്കൂടി സാക്ഷിയാക്കി വെച്ചുകൊണ്ടു ഭ്രഷ്ട് കല്പിക്കുന്നതിനുമായി അന്നു രാജസന്നിധിയിൽ അസംഖ്യം നമ്പൂരിമാർ കൂടിയിരുന്നു. അപ്പോൾ രാജഭൃത്യൻ വന്നു 'നമ്പൂരി നിലാവുദിക്കുമ്പോൾ വരാമെന്നു പറഞ്ഞിരിക്കുന്നു' എന്നു രാജാവിന്റെ അടുക്കൽ അറിയിച്ചു. അതുകേട്ടു നമ്പൂരി മദ്യപാനം ചെയ്തു വെളിവു കൂടാതെ പറഞ്ഞയച്ചതാണെന്ന് എല്ലാവരും തീർച്ചപ്പെടുത്തി. കറുത്തവാവിന്നാൾ ചന്ദ്രനുദിക്കയെന്നുള്ളത് ഒരിക്കലും ഉണ്ടാകാത്തതാകയാൽ അതു സ്വബോധമുള്ളവർ പറയുകയില്ലല്ലോ. അപ്പോൾ രാത്രി കുറെ അധികമായതിനാൽ നമ്പൂരിമാരാരും അവരവരുടെ ഇല്ലങ്ങളിലേക്കു പോയില്ല. രാജാവ് പള്ളിയറയിലേക്കെഴുന്നള്ളിയതിന്റേശേഷം എല്ലാവരും രാജഭവനത്തിൽത്തന്നെ ഓരോ സ്ഥലത്തു പോയിക്കിടന്നുറങ്ങി.

ഏകദേശം അർധരാത്രിയായപ്പോൾ പുളിയാമ്പിള്ളി നമ്പൂരിക്കു ബോധം വീണു. അപ്പോൾ അദ്ദേഹത്തിനു രാജാവിന്റെ ആൾ വന്നിരുന്നു എന്നോ താൻ എന്തോ അസംബന്ധം പറഞ്ഞയച്ചു എന്നോ ഏതാണ്ടൊക്കെ ഒരു സ്വപ്നം പോലെ ഓർമതോന്നുകയാൽ വിവരം അന്തർജനത്തോടു ചോദിക്കയും ഉണ്ടായ വസ്തുത അന്തർജനം പറയുകയും ചെയ്തു. നിലാവുദിക്കുമ്പോൾ ചെല്ലാമെന്നാണ് പറഞ്ഞയച്ചിരിക്കുന്നതെന്നു കേട്ടപ്പോൾ നമ്പൂരി തത്ക്കാലം ഒന്നമ്പരന്നു. എങ്കിലും സർവലോകൈകമാതാവായിരിക്കുന്ന സാക്ഷാൽ ശക്തിയുടെ സഹായമുള്ളതുകോണ്ട് തനിക്ക് ഒന്നും ദുഃസാദ്ധ്യമായും അവമാനകരമായും വരികയില്ലെന്നുള്ള വിശ്വാസത്തോടുകൂടി അദ്ദേഹം ഉടനെ എണീറ്റു രാജസന്നിധിയിലേക്ക് പുറപ്പെട്ടു. പുറത്തിറങ്ങി നോക്കിയപ്പോൾ പൂർണചന്ദ്രൻ ആകാശമധ്യത്തിങ്കൽ പ്രകാശിച്ചു നില്ക്കുന്നതും നല്ല വിശദചന്ദ്രിക ലോകമെല്ലാം നിറഞ്ഞു പരന്നിരിക്കുന്നതും കാണപ്പെട്ടു. അതിനാൽ അത്യന്തം സന്തുഷ്ടഹൃദയനായ നമ്പൂരി വേഗത്തിൽ രാജഭവനത്തിലെത്തി രാജാവു കിടന്നുറങ്ങുന്ന പള്ളിയറവാതില്ക്കൽ ചെന്നു മുട്ടി വിളിച്ചു. ഉടനെ രാജാവുണർന്ന് "ആരത്?" എന്നു ചോദിച്ചു. 'ഞാൻതന്നെ, പുളിയാമ്പിള്ളി' എന്നു നമ്പൂരി ഉടനെ രാജാവു പുറത്തിറങ്ങി നോക്കിയപ്പോൾ പറഞ്ഞു. പൂർണചന്ദ്രനെയും ചന്ദ്രികാപ്രകാശത്തെയും കണ്ട് അത്യന്തം വിസ്മയിച്ചു. അപ്പോൾത്തന്നെ രാജാവു ഭൃത്യന്മാരെപ്പറഞ്ഞയച്ചു നമ്പൂരിമാരെയെല്ലാം വിളിച്ചുവരുത്തി. എല്ലാവരും ഇതുകണ്ട് ഏറ്റവും അത്ഭുതപ്പെട്ടു. രാജാവു പുളിയാമ്പിള്ളി നമ്പൂരിക്ക് അനവധി സമ്മാനങ്ങളും കൊടുത്തു സന്തോഷിപ്പിച്ചയച്ചു.

അദ്ദേഹം അദ്ദേഹത്തിന്റെ ഇല്ലത്തെത്തിയപ്പോഴേക്കും ചന്ദ്രനും ചന്ദ്രികയും മറഞ്ഞു നല്ല ഇരുട്ടാവുകയും ചെയ്തു. ആ കാണപ്പെട്ടത് സാക്ഷാൽ ചന്ദ്രനും ചന്ദ്രികയുമല്ലായിരുന്നു എന്നു പറയേണ്ടതില്ലല്ലോ. ഭക്തവത്സലയായ ദേവി ഭക്തനായ നമ്പൂരിക്ക് അവമാനം സംഭവിക്കാതെ ഇരിക്കാൻ വേണ്ടി തന്റെ കുണ്ഡലങ്ങളിൽ ഒന്നെടുത്ത് ഉയർത്തിപ്പിടിക്കയായിരുന്നു ചെയ്തത്. അത് കണ്ടവർക്കെല്ലാം ചന്ദ്രനായിട്ടു അതിന്റെ ശോഭ ചന്ദ്രികയായിട്ടു തോന്നി എന്നേയുള്ളൂ.

ഇപ്രകാരം പലരും പല വിധത്തിൽ പരീക്ഷിച്ചിട്ടും പുളിയാമ്പിള്ളി നമ്പൂരിയെ അവമാനിക്കുന്നതിനോ അദ്ദേഹത്തിന്റെ മദ്യപാനത്തെ പ്രത്യക്ഷപ്പെടുത്തുന്നതിനോ അദ്ദേഹത്തിനു ഭ്രഷ്ട് കല്പിക്കുന്നതിനോ കഴിഞ്ഞില്ല. ദേവിപ്രസാദം വേണ്ടതുപോലെ സിദ്ധിച്ചിട്ടുള്ളവരെ ജയിക്കാൻ ആരു വിചാരിച്ചാലും കഴിയുന്നതല്ലല്ലോ.

പുളിയാമ്പിള്ളി നമ്പൂരി ഒരു നല്ല മന്ത്രവാദിയുമായിരുന്നു. അദ്ദേഹത്തെ മന്ത്രവാദത്തിനായി പലരും ക്ഷണിച്ചുകൊണ്ടുപോവുക പതിവായിരുന്നു. അദ്ദേഹം ഒഴിച്ചാൽ ഒഴിയാത്ത ബാധ ഒന്നും ഉണ്ടായിരുന്നില്ല. നമ്പൂരി മന്ത്രവാദത്തിനും മറ്റുമായി അന്യസ്ഥലങ്ങളിൽ പോവുമ്പോൾ ദേവി പ്രത്യക്ഷമൂർത്തിയായിട്ട് അദ്ദേഹത്തോടുകൂടി പോവുക പതിവായിരുന്നു. എങ്കിലും അത് അന്യന്മാർക്ക് അപ്രത്യക്ഷം തന്നെ ആയിരുന്നു.

ഒരു ദിവസം നമ്പൂരി എവിടെയോ പോയി ഒരു മന്ത്രവാദം കഴിഞ്ഞ് അർധരാത്രി നമ്പൂരി മുമ്പും ദേവി പിമ്പുമായി ഇല്ലത്തേക്കു പുറപ്പെട്ടു. കുറെ വഴി പോന്നതിന്റെ ശേഷം ഒരിക്കൽ നമ്പൂരി തിരിഞ്ഞുനോക്കിയപ്പോൾ ദേവിയെക്കണ്ടില്ല. എവിടെപ്പോയതായിരിക്കും എന്നു സംശയിച്ചു കുറച്ചു നേരം തിരിഞ്ഞുനിന്നു. എന്നിട്ടും കാണായ്കയാൽ നമ്പൂരിക്കു വ്യസനമായി. ഒന്നന്വേഷിച്ചിട്ടുവേണം പോകാനെന്നു നിശ്ചയിച്ച് അദ്ദേഹം പോന്ന സ്ഥലത്തേക്കുതന്നെ തിരിയെപ്പുറപ്പെട്ടു. കുറച്ചു ചെന്നപ്പോൾ വഴിക്കുസമീപം ഒരു പറയന്റെ മാടത്തിൽ ഒരു പറയൻ ഒരു വാളും പീഠവും വെച്ചു ദേവിയെ പൂജിക്കുന്നതും കൊട്ടുന്നതും ചാറ്റുന്നതും ചില സ്തോത്രങ്ങൾ ചൊല്ലി സ്തുതിക്കുന്നതും ദേവി ആ പൂജ ഏറ്റുകൊണ്ട് ആ പീഠത്തിന്മേൽ ഇരിക്കുന്നതും നമ്പൂരി കണ്ടു. (ദേവിയെ പറയനു കാണാൻ പാടില്ലായിരുന്നുതാനും). അവന്റെ പൂജയും മറ്റും കഴിയുന്നതുവരെ നമ്പൂരി എല്ലാം കണ്ടുംകൊണ്ട് വഴിയിൽത്തന്നെ നിന്നു. അതെല്ലാം കഴിഞ്ഞപ്പോൾ ദേവി എണീറ്റ് അവിടെനിന്നു പുറപ്പെട്ടു നമ്പൂരിയുടെ അടുക്കൽ വന്നു. അപ്പോൾ നമ്പൂരി 'അല്ലയോ ദേവി! ഈ പറമാടത്തിലും മറ്റും അവിടെന്നെഴുന്നെള്ളിയത് വലിയ കഷ്ടമാണ്. മന്ത്രതന്ത്രാദികളൊന്നുമില്ലാതെ നീചനായ ആ പറയൻ പൂജിച്ചതിനെ അവിടുന്നു കൈക്കൊള്ളുകയും അവന്റെ നിവേദ്യാംശത്തെ അവിടുന്ന നുഭവിക്കുകയും ചെയ്യുന്നതു കണ്ടിട്ട് എനിക്ക് വളരെ വല്ലാതെ തോന്നി. ഇനി മേലാലെങ്കിലും ഇങ്ങനെയുള്ളതിനു പോകാതിരുന്നാൽ കൊള്ളാം' എന്നു പറഞ്ഞു. ഇതു കേട്ടു ദേവി ചിരിച്ചുംകൊണ്ട് 'അല്ലാ, അങ്ങ് ഇതുവരെ എന്റെ സ്വഭാവം നല്ലപോലെ അറിഞ്ഞിട്ടില്ല, അല്ലേ? അങ്ങേക്കു മനഃശുദ്ധിയും ഭക്തിയും മതിയായിട്ടില്ല. എന്നെക്കുറിച്ചു ഭക്തിയുള്ള എല്ലാവരും

എനിക്കൊന്നു പോലെയാണ്. ചണ്ഡാലനെന്നും ബ്രാഹ്മണനെന്നുമുള്ള വ്യത്യാസം എനിക്കില്ല. ഭക്തിയുള്ളവർ ആരു വിളിച്ചാലും എനിക്കവിടെ പോകാതിരിക്കാൻ നിവൃത്തിയില്ല. ഞാൻ മന്ത്രതന്ത്രാദികളെക്കാൾ ഗണിക്കുന്നത് ഭക്തിയെയാണ്. ഈ തത്ത്വം അറിഞ്ഞിട്ടില്ലാത്ത അങ്ങേടെ കൂടെ ഞാൻ വരുന്നില്ല. ഇനി അങ്ങേയ്ക്ക് എന്നെക്കാണാനും കഴിയില്ല എങ്കിലും പതിവിൻപ്രകാരം ഭക്തിയോടുകൂടി എന്നെ ഉപാസിച്ചുകൊണ്ടിരുന്നാൽ അങ്ങു വിചാരിക്കുന്ന കാര്യമെല്ലാം ഞാൻ സാധിപ്പിച്ചു തരികയും ചെയ്യാം' എന്നരുളിച്ചെയ്ത് അവിടെത്തന്നെ അന്തർധാനവും ചെയ്തു. അതിൽപ്പിന്നെ നമ്പൂരി മാംസചക്ഷുസ്സുകൊണ്ടു ദേവിയെ കണ്ടിട്ടില്ല. ദേവി അപ്രത്യക്ഷയായതിന്റെ ശേഷം അധികകാലം അദ്ദേഹം ജീവിച്ചിരുന്നിട്ടുമില്ല.

പുളിയാമ്പിള്ളി നമ്പൂരിയെ മലയാളത്തിൽ പല ദേശങ്ങളിലും പല ജനങ്ങളും ഇന്നും കുടുംബപരദേവതയായി വെച്ചാചരിച്ചുവരുന്നുണ്ട്. കർക്കിടമാസത്തിലും തുലാംമാസത്തിലും മറ്റും പുളിയാമ്പിള്ളി നമ്പൂരിക്കു വെള്ളംകുടി വെയ്ക്കുക എന്നൊരു കാര്യവും പലേടത്തും നടപ്പുണ്ട്. പുളിയാമ്പിള്ളി നമ്പൂരിക്കു വെള്ളംകുടി പ്രാർത്ഥിച്ചാൽ സകല കാര്യങ്ങളും സാധിക്കുമെന്നാണ് ചിലരുടെ വിശ്വാസം. സന്തതിയുണ്ടാകാനായിട്ടും സമ്പത്തുണ്ടാകാനായിട്ടും ബാധോപദ്രവങ്ങൾ, രോഗങ്ങൾ മുതലായവ മാറുന്നതിനായിട്ടു നമ്പൂരിക്കു വെള്ളംകുടി പ്രാർത്ഥിക്ക പലേടത്തും നടപ്പാണ്. മോഷണം തെളിയിക്കുന്ന വിഷയത്തിലാണത്രെ ഇതു പ്രധാനം. പുളിയാമ്പിള്ളി നമ്പൂരിക്കു വെള്ളംകുടി പ്രാർഥിച്ചാൽ തെളിയാത്ത മോഷണം ലോകത്തിലില്ലെന്നാണ് ചിലർ പറയുന്നത്. വെള്ളംകുടി പ്രാർഥിച്ചാൽ നാല്പത്തൊന്നു ദിവസത്തിനകം മോഷ്ടിച്ചവൻ മാപ്പു ചോദിച്ചുകൊണ്ടു മോഷണത്തൊണ്ടി ഉടമസ്ഥന്റെ പാദത്തിങ്കൽ കൊണ്ടുചെന്നു നമസ്കരിക്കും. അങ്ങനെ ചെയ്തില്ലെങ്കിൽ ആ മോഷ്ടാവും അവന്റെ തറവാട്ടിലുള്ള എല്ലാവരും രക്തം ഛർദ്ദിച്ചു മരിക്കും. കാര്യം സാധിച്ചിട്ടു പ്രാർഥന നടത്താതെയിരുന്നാൽ മോഷ്ടാവിന്റെ അനുഭവംതന്നെ ഉടമസ്ഥനും സിദ്ധിക്കും. പുളിയാമ്പിള്ളി നമ്പൂരിയുടെ സ്വഭാവം കായംകുളം വാളുപോലെ ഇരുഭാഗത്തും മൂർച്ചയുള്ളതാണ്. ഇദ്ദേഹത്തെപ്പോലെ ഉഗ്രമൂർത്തിയായിട്ടു വേറെ യാതൊരു മൂർത്തിയുമില്ല എന്നിങ്ങനെ പറയുകയും വിശ്വസിക്കുകയും ചെയ്യുന്നവർ ഇക്കാലത്തു ധാരാളമുണ്ട്. വളരെക്കാലം മുമ്പേ മരിച്ചുപോയിരിക്കുന്ന ഇദ്ദേഹത്തെക്കുറിച്ചുള്ള ഭയഭക്തിവിശ്വാസബഹുമാനങ്ങൾ ഇക്കാലംവരെ നിലനിൽക്കുണമെങ്കിൽ, ഇദ്ദേഹം ജീവിച്ചിരുന്ന കാലത്ത് ഇദ്ദേഹത്തിന്റെ ദിവ്യത്വങ്ങളും അത്ഭുതകർമ്മങ്ങളും സാമാന്യമൊന്നുമല്ലായിരുന്നുവെന്ന് എല്ലാവർക്കും ഊഹിക്കാവുന്നതാണ്.

ഇദ്ദേഹത്തിന്റെ ഇല്ലം കോഴിക്കോട്ടായിരുന്നു എന്നും ഇദ്ദേഹം ചരമഗതിയെ പ്രാപിച്ചിട്ട് ഇപ്പോൾ അഞ്ഞൂറു സംവത്സരത്തിൽ അധികമായിരിക്കുന്നു എന്നുമാണ് കേട്ടിരിക്കുന്നത്.

●

കല്ലന്താറ്റിൽ ഗുരുക്കൾ

കോലത്തുനാട്ടുകാരനായ ഒരു ബ്രാഹ്മണൻ ആയുധവിദ്യ അഭ്യസിക്കണമെന്ന ആഗ്രഹത്തോടുകൂടി കോഴിക്കോട്ടു വന്നുചേർന്നു. അവിടെ അക്കാലത്തെ മൂന്നാം മുറ രാജാവ് വലിയ അഭ്യാസിയായിരുന്നതിനാൽ ഈ ബ്രാഹ്മണൻ അദ്ദേഹത്തെ ചെന്നു കണ്ടു തന്റെ ആഗ്രഹം അറിയിച്ചു. രാജാവു സന്തോഷസമേതം ബ്രാഹ്മണന്റെ അപേക്ഷയെ സ്വീകരിച്ചു. ഒരു സുമുഹൂർത്തത്തിങ്കൽ ബ്രാഹ്മണൻ അഭ്യാസം ആരംഭിക്കുകയും ചെയ്തു.

ഇങ്ങനെ ഒരുകൊല്ലം കഴിഞ്ഞപ്പോൾ ഒരുദിവസം ഗുരുവായ രാജാവു ശിഷ്യനായ ബ്രാഹ്മണനോട് 'ഇപ്പോൾ അങ്ങേപ്പിടിക്കാനായി എത്രപേർ വന്നാൽ തടുത്തുനിർത്താ'മെന്നു ചോദിച്ചു. അപ്പോൾ ബ്രാഹ്മണൻ 'പതിനായിരം പേരുവന്നാൽ ഒരു പ്രയാസവും കൂടാതെ ഞാൻ തടുത്തു നിർത്താം' എന്നുത്തരം പറഞ്ഞു. 'അതുകൊണ്ടുമതിയായില്ല. കുറച്ചുകൂടി അഭ്യസിക്കണം' എന്നു പറഞ്ഞു രാജാവു വീണ്ടും പഠിപ്പിച്ചുകൊണ്ടിരുന്നു. ബ്രാഹ്മണൻ അതിജാഗ്രതയോടുകൂടി പഠിച്ചും കൊണ്ടു താമസിച്ചു. അങ്ങനെ ഒരു കൊല്ലം കൂടെ കഴിഞ്ഞപ്പോൾ വീണ്ടും ഗുരു മേൽപ്രകാരം ചോദിച്ചു. അപ്പോൾ 'അയ്യായിരം പേരു വന്നാൽ തടഞ്ഞുനിർത്താം' എന്നു ബ്രാഹ്മണൻ പറഞ്ഞു. 'ഇനിയും മതിയായില്ല' എന്നു പറഞ്ഞു പിന്നെയും അഭ്യസിപ്പിച്ചു.

ഇങ്ങനെ ഓരോ കൊല്ലം കൂടുമ്പോൾ മേൽപ്രകാരം ഗുരു ചോദിക്കയും ശിഷ്യൻ 'രണ്ടായിരം പേരെത്തടുക്കാം, ആയിരംപേരെത്തടുക്കാം, അഞ്ഞൂറു പേരെത്തടുക്കാം' എന്നിങ്ങനെ പറയുകയും ചെയ്തുകൊണ്ടിരുന്നു. അങ്ങനെ പന്ത്രണ്ടുകൊല്ലം കഴിഞ്ഞപ്പോൾ 'ഇപ്പോൾ എന്തു തോന്നുന്നു' എന്നു ഗുരു ചോദിച്ചു. 'ഒരാൾ വന്നാൽ തടഞ്ഞുനിർത്താമെന്നു തോന്നുന്നുണ്ട്' എന്നു ശിഷ്യൻ ഉത്തരം പറഞ്ഞു.'ഇനിയും മതിയായെന്നു തോന്നുന്നില്ല. കുറച്ചു കൂടെ പഠിക്കണം' എന്നു പറഞ്ഞു ഗുരു പിന്നെയും പഠിപ്പിക്കയും ശിഷ്യൻ പഠിക്കുകയും ചെയ്തുകൊണ്ടിരുന്നു. ഈ ഗുരുശിഷ്യന്മാരുടെ മേൽപറഞ്ഞ ചോദ്യോത്തരങ്ങൾകൊണ്ട് അല്പജ്ഞാനം അഹമ്മതിയെ ഉണ്ടാക്കുന്നതാണെന്നു സ്പഷ്ടമാകുന്നു. ആദ്യം ബ്രാഹ്മണൻ നിരോധനമാർഗങ്ങളല്ലാതെ പരാക്രമണവൈഷമ്യങ്ങൾ ഗ്രഹിക്കായ്കയും പിന്നീട് അതുകൂടെ ഗ്രഹിച്ചു തുടങ്ങുകയും ചെയ്തതുകൊണ്ടാണ് മേൽപ്രകാരം പറഞ്ഞത്.

ഇങ്ങനെ കുറച്ചുകാലംകൂടെ കഴിഞ്ഞപ്പോഴേക്ക് ഈ ബ്രാഹ്മണൻ ഒരൊന്നാന്തരം അഭ്യാസിയായിത്തീർന്നു. ഇനി പഠിച്ചതു മതി എന്ന് അദ്ദേഹത്തി

ന്തന്നെ തോന്നിത്തുടങ്ങി. എങ്കിലും ഗുരു സമ്മതിച്ചില്ല. ശിഷ്യവത്സലനായ ആ രാജാവ് 'പോരാ പോരാ, മെയ്യു കണ്ണാകണം' എന്നു പറഞ്ഞുംകൊണ്ടു പിന്നെയും അഭ്യസിപ്പിച്ചു.

ഇങ്ങനെയിരിക്കുമ്പോൾ ഒരു ദിവസം ഈ ബ്രാഹ്മണൻ രാവിലെ പതിവുള്ള അഭ്യാസവും കഴിഞ്ഞു തേച്ചുകുളിക്കാനായി സർവാംഗം എണ്ണയും തേച്ചുകൊണ്ടു പുറപ്പെട്ടു. ബ്രാഹ്മണൻ അവിടെയുള്ള ഒരു മതിൽക്കെട്ടിനകത്തിരുന്നാണ് എണ്ണ തേച്ചത്. ആ മതിൽക്കെട്ടിൽനിന്ന് പുറത്തേക്കിറങ്ങുന്നതിനുള്ള വാതിൽക്കൽ മതിൽക്കു പുറത്തായിട്ടു രണ്ടുവശത്തും ഓരോരുത്തർ ഓരോ കുന്തവും പിടിച്ചുകൊണ്ടു നില്ക്കുന്നതിനും ബ്രാഹ്മണൻ വാതിൽക്കൽ വന്നിറങ്ങുമ്പോൾ രണ്ടുപേരും രണ്ടുവശത്തുനിന്നു പെട്ടെന്നു കുത്തുന്നതിനും കല്പനകൊടുത്തു രണ്ടുപേരെ ഗുരുവായ രാജാവു നിർത്തീട്ടുണ്ടായിരുന്നു. രാജാവും അവിടെ ഒരു സ്ഥലത്തു മറഞ്ഞിരുന്നിരുന്നു. ബ്രാഹ്മണൻ ഈ വിവരമൊന്നും അറിയാതെ പതിവുപോലെ വാതിൽക്കൽ വന്ന് പുറത്തേക്കിറങ്ങി. പെട്ടെന്നു രണ്ടുവശത്തും നിന്നിരുന്ന കുന്തക്കാർ ഓരോ കുത്തും വെച്ചുകൊടുത്തു. കുത്തുകൊണ്ടതിന്റെ ശേഷമേ ബ്രാഹ്മണൻ കുന്തക്കാരെ കണ്ടുള്ളൂ. എങ്കിലും ഉടനെ അദ്ദേഹം അവിടെനിന്നു ചാടിക്കളഞ്ഞു. ഗുരുവായ രാജാവു വെളിയിൽ ഇറങ്ങിവന്നു നോക്കിയപ്പോൾ രണ്ടു കുന്തത്തിന്റെയും അറ്റത്ത് എണ്ണ പറ്റിയും ബ്രാഹ്മണന്റെ ദേഹത്ത് തൊലിപോലും മുറിയാതെയും ഇരിക്കുന്നതായും കണ്ടു. രാജാവു വളരെ സന്തോഷിച്ച്, 'ഇതാണ് മെയ്യ് കണ്ണാകണം എന്നു പറയാറുള്ളതിന്റെ അർഥം. ഇനി അഭ്യാസം മതിയാക്കാം' എന്നു ശിഷ്യനോടു പറഞ്ഞു. 'എല്ലാം അവിടുത്തെ കൃപ' എന്നു ശിഷ്യനും പറഞ്ഞു. രാജാവു കോവിലകത്തേക്കും ബ്രാഹ്മണൻ കുളിക്കാനുംപോകയും ചെയ്തു. രാജാവ് ഇപ്രകാരം തന്റെ പ്രിയശിഷ്യനെ കുന്തംകൊണ്ട് കുത്തിച്ചതു ശിഷ്യന്റെ അഭ്യാസബലത്തെ പരീക്ഷിക്കുന്നതിനായിട്ടും ഇതുകൊണ്ടു തന്റെ ശിഷ്യന് അപകടമൊന്നും പിണയുകയില്ലെന്നുള്ള നിശ്ചയമുണ്ടായിട്ടും ആണെന്നുള്ളതു പ്രത്യേകം പറയണമെന്നില്ലല്ലോ. കണ്ണിൽ എന്തെങ്കിലും പോകുന്നതിനു കൊള്ളാൻ തുടങ്ങുമ്പോൾ എത്രയും വേഗത്തിൽ അതു അടഞ്ഞുപോകുന്നുവല്ലോ. അതുപോലെയുള്ള സ്വാധീനത ശരീരത്തിനുമുണ്ടാകണമെന്നതാണ് 'മെയ്യും കണ്ണാകണം' എന്നുള്ളതിന്റെ അർഥം. അത്യന്തം ഊക്കോടുകൂടി കുത്തിയ അതിനിശിതങ്ങളായ കുന്തങ്ങൾ തന്റെ ദേഹത്തിൽ കൊണ്ടതിന്റെശേഷം വിവരമറിഞ്ഞു തൊലിമുറിയുന്നതിനു മുമ്പായി ചാടിക്കളയണമെങ്കിൽ അദ്ദേഹത്തിനു എത്രമാത്രം മെയ്സ്വാധീനമുണ്ടായിരിക്കണം.അപ്പോൾ അദ്ദേഹത്തിനു മെയ്യു കണ്ണാകണമെന്നു ഗുരുവിനുണ്ടായിരുന്ന അഭിപ്രായം സഫലമായി എന്നറികയാലാണ് ഗുരു 'ഇനി അഭ്യാസം മതിയാക്കാം' എന്നു സമ്മതിച്ചതെന്നുള്ളതു പറയണമെന്നില്ലല്ലോ.

ബ്രാഹ്മണൻ പിന്നെയും കുറച്ചുകാലം ഗുരുസന്നിധിയിൽ താമസിച്ചു തനിക്കുണ്ടായിരുന്ന സന്ദേഹങ്ങൾ സകലവും തീർത്തതിന്റെശേഷം യഥാശക്തി ഗുരുദക്ഷിണയും കഴിച്ച് അനുഗ്രഹവും വാങ്ങി അവിടെനിന്നു പുറപ്പെട്ടു.

അനന്തരം അദ്ദേഹം ഓരോ രാജ്യങ്ങളിൽ സഞ്ചരിച്ച് ക്രമേണ കായംകുളത്തു ചെന്നുചേർന്നു. ആ രാജ്യം അന്നു തിരുവിതാംകോട്ടേക്കു ചേർന്നിട്ടില്ലായിരുന്നു. കായംകുളത്തു രാജാവിനെ ചെന്നുകണ്ട് അദ്ദേഹത്തിന്റെ കല്പനപ്രകാരം അവിടത്തെ സൈന്യങ്ങളെ ആയോധനവിദ്യ അഭ്യസിപ്പിച്ചു

കൊണ്ട് കുറഞ്ഞൊരു ദിവസം അവിടെ താമസിച്ചു. എങ്കിലും അധികകാലം താമസിയാതെ അവിടത്തെ രാജാവിന്റെ നടപടികൾ അദ്ദേഹത്തിന് അത്ര രസിക്കായ്കയാൽ അദ്ദേഹം അവിടെനിന്നു പൊയ്ക്കളഞ്ഞു.

പിന്നെയും പലസ്ഥലങ്ങളിലും സഞ്ചരിച്ച് ഒടുക്കം അദ്ദേഹം അക്കാലത്തു തിരുവിതാംകൂർ മഹാരാജാക്കന്മാരെഴുന്നള്ളിത്താമസിച്ചിരുന്ന പത്മനാഭപുരത്തു ചെന്നുചേർന്നു. അപ്പോൾ 933ൽനാട്ടുനീങ്ങിയ പ്രസിദ്ധനായ മാർത്താണ്ഡവർമ്മ മഹാരാജാവു നാട്ടുവാഴുന്ന കാലമായിരുന്നു. അവിടുന്ന് അവിടുത്തെ ഭാഗിനേയനായ 973ാമാണ്ടു നാട്ടുനീങ്ങിയ രാമവർമ്മ മഹാരാജാവിനെ ആയുധവിദ്യ അഭ്യസിപ്പിക്കുന്നതിനായി അനേകം അഭ്യാസികളെ വരുത്തിപ്പരീക്ഷിച്ചിട്ടും ബോധിക്കാതെ എല്ലാവരെയും പറഞ്ഞയച്ചിട്ട് ഇനി എന്തു വേണ്ടൂ എന്നു വിചാരിച്ചുംകൊണ്ടിരിക്കുന്ന കാലത്താണ് ഈ ബ്രാഹ്മണൻ അവിടെ ചെന്നുചേർന്നത്.

ബ്രാഹ്മണൻ അവിടെ എത്തിയതിന്റേശേഷം മുഖം കാണിക്കണമെന്നാഗ്രഹിച്ചു. വിവരം തിരുമനസ്സിലെ സേവകന്മാർ മുഖാന്തരം തിരുമനസ്സറിയിച്ചു. ഇദ്ദേഹം ഒരു വലിയ അഭ്യാസിയാണെന്നുള്ള വിവരംകൂടെ തിരുമനസ്സറിയിക്കണമെന്നും പ്രത്യേകം പറഞ്ഞിരുന്നു. സേവകന്മാർ എല്ലാ വിവരവും തിരുമനസ്സറിയിക്കുകയും ചെയ്തു. പിറ്റേദിവസം പകൽ പന്ത്രണ്ടു മണിക്കു തിരുമുമ്പാകെ ചെല്ലുന്നതിനു കല്പനയുണ്ടായി. ബ്രാഹ്മണൻ കല്പനപ്രകാരം പിറ്റേ ദിവസം പന്ത്രണ്ടു മണിയാകാറായപ്പോൾ കോട്ടവാതിലുക്കൽ ചെന്നു. അപ്പോഴേക്കും മഹാരാജാവിന്റെ കല്പനപ്രകാരം കോട്ടവാതിലുകളെല്ലാം അടയ്ക്കുകയും കോട്ടയ്ക്കകത്തു കോട്ടമതിലിനോടടുത്ത് ഓരോ തീണ്ടാമതി അകലത്തോളമിട എല്ലാ സ്ഥലത്തും വലിയ ആന്തങ്ങൾ (ഒരാൾ പൊക്കത്തിലുള്ള ഇരുമ്പാണികൾ) അടുപ്പിച്ചടുപ്പിച്ചു തറയ്ക്കുകയും ചെയ്തിരുന്നു. ബ്രാഹ്മണൻ കോട്ടയ്ക്കു ചുറ്റും നടന്നു നോക്കീട്ട് എല്ലാ വാതിലുകളും അടച്ചിരിക്കുന്നതായി കാണുകയാൽ ഇതു തന്നെ പരീക്ഷിക്കാനാണെന്ന് അദ്ദേഹത്തിനു മനസ്സിലായി. ഉടനെ അദ്ദേഹം അരയും തലയും മുറുക്കി, വാളും പരിചയുമെടുത്ത് പിടിച്ച് താണുനിന്നു ചില ചുവടുകൾ വച്ചിട്ടു കോട്ടമതിലിന്റെ മീതെ അകത്തേക്കു ചാടി. അകത്ത് ആന്തങ്ങൾ തറച്ചിരിക്കുമെന്ന് അദ്ദേഹം വിചാരിച്ചിരുന്നില്ല.ചാടിപ്പൊങ്ങി കോട്ടമതിലിന്റെ മീതേക്കൂടി അകത്തേക്കു ചെന്നപ്പോഴാണ് കാലുകൾ നിലത്തു കുത്താനിടമില്ലാതെ അടുപ്പിച്ച് ആന്തങ്ങൾ തറച്ചിരിക്കുന്നത് കണ്ടത്. ബുദ്ധിശാലിയും അഭ്യാസിയുമായ അദ്ദേഹം മേൽഭാഗത്തു നിന്നു താഴെ എത്തുന്നതിനു മുമ്പായി തത്കാലോചിതമായ ഒരു കൗശലം ആലോചിച്ചു നിശ്ചയിച്ച് അപ്രകാരം ചെയ്തു. എങ്ങനെയെന്നാൽ തന്റെ കൈയിലുണ്ടായിരുന്ന പരിച മലർത്തിപ്പിടിച്ച് ഒരാന്തത്തിന്റെ മീതെ വച്ചു കാലുകൾ രണ്ടും ആ വവവപരിചയ്ക്കകത്തു ചവിട്ടിയുംകൊണ്ടു ചെന്നചെലവിനെ ഒന്നിരുന്നു. അവിടെയിരുന്നുകൊണ്ടും പിന്നോക്കം ചാടി കോട്ടമതിൽ തൊടാതെ പുറത്തുവന്നു. നിൽക്കുകയും ചെയ്തു. എങ്ങനെയുള്ള അഭ്യാസികൾക്കും ഒന്നു ചാടിയാൽ പിന്നെ അവിടെനിന്നു ചാടണമെങ്കിൽ കാലൊന്ന് ഊന്നാതെ നിവൃത്തിയില്ലല്ലോ. അതിനാലാണ് അദ്ദേഹം അങ്ങനെ ചെയ്തത്.

ബ്രാഹ്മണൻ കോട്ടയ്ക്കു പുറത്തു വന്നതിന്റേശേഷം കോട്ടവാതിൽക്കൽ കാത്തുനിന്നിരുന്ന ശേവുകക്കാരോട് 'എന്നെ കല്പിച്ചന്വേഷിച്ചെങ്കിൽ

ഞാനിവിടെ വന്നിരുന്ന എന്നും കോട്ടവാതിൽ അടച്ചിരുന്നതിനാൽ അകത്തു കടക്കുവാൻ നിവൃത്തിയില്ലാതെ മടങ്ങിപ്പോയി എന്നും അറിയിച്ചേക്കണം' എന്നു പറഞ്ഞ് അദ്ദേഹം പോകാൻ ഭാവിച്ചു. അപ്പോൾ ഇതെല്ലാം നോക്കിക്കൊണ്ടിരുന്ന മഹാരാജാവ് വളരെ വിസ്മയത്തോടും സന്തോഷത്തോടുംകൂടി ആളയച്ചു. കോട്ടവാതിൽ തുറപ്പിച്ചു ബ്രാഹ്മണനെ തിരുമുമ്പാകെ വരുത്തിസന്തോഷസമേതം തത്ക്കാലം കുറഞ്ഞൊന്ന് അരുളിച്ചെയ്കയും അക്കാലത്തു ബാല്യമായിരുന്ന രാമവർമ്മ രാജാവിനെ ആയുധാഭ്യാസം ചെയ്യിക്കുന്നതിനായി കല്പിക്കുകയും ചെയ്തു.

ഇപ്രകാരം ബ്രാഹ്മണൻ രാജഗുരുവായിത്തീരുകയാൽ അദ്ദേഹത്തിന്റെ തറവാട്ടേയ്ക്കു 'ഗുരുക്കൾ' എന്നൊരു സ്ഥാനവും കരമൊഴിവായിട്ട് അനേകം വസ്തുക്കളും കല്പിച്ചുകൊടുത്തു. 'കല്ലന്താറ്റിൽ' എന്നുള്ളത് ഈ ബ്രാഹ്മണന്റെ സ്വതേയുള്ള ഭവനപ്പേരാണ്. കല്ലാന്താറ്റിൽഗുരുക്കളെ ബ്രാഹ്മണർ മുതലായവർ ഇന്നും ഗുരുക്കളെന്നും ശൂദ്രർ മുതലായവർ ഗുരുക്കളച്ഛൻ എന്നുമാണ് പറയുന്നത്.

തിരുവിതാംകൂർ മഹാരാജാക്കന്മാർ തിരുവനന്തപുരത്തു തന്നെ സ്ഥിരമായി എഴുന്നള്ളിത്താമസിച്ചു തുടങ്ങിയപ്പോൾ ഗുരുക്കളുടെ താമസവും തിരുവനന്തപുരത്തായി. അവിടെ അദ്ദേഹത്തിന് അനേകം സ്ഥാനമാനങ്ങൾ കല്പിച്ചുകൊടുത്തതുകൂടാതെ പതിവായിപ്പാർക്കുന്നതിന് ഒരു മഠവും കല്പിച്ചു പണിയിച്ചുകൊടുത്തു.

ഇപ്രകാരം അനേകം സ്ഥാനമാനങ്ങളും രാജസന്നിധിയിൽനിന്നു പലവിധത്തിലുള്ള ആദായങ്ങളും കരമൊഴിവായി വളരെ വസ്തുക്കളും കിട്ടിയതിന്റെ ശേഷം ഗുരുക്കൾ കോലത്തുനാട്ടിൽനിന്ന് തന്റെ കുടുംബം മുഴുവനും ഇവിടെ വരുത്തി, സ്വജനങ്ങൾ അധികമുള്ള തിരുവല്ലായിൽ ഒരു ഭവനമുണ്ടാക്കി കുടുംബത്തെ അവിടെ സ്ഥിരതാമസമാക്കി.

ഇപ്പോഴും കല്ലന്താറ്റിൽ ഗുരുക്കളുടെ കുടുംബത്തിൽ ഒരു ക്ഷയവും ബാധിച്ചിട്ടില്ല. അവർ നല്ല ധനവാന്മാരായിട്ടു തന്നെ ഇരിക്കുന്നു. അവർക്കു തിരുവനന്തപുരത്തു രാജസന്നിധിയിലുള്ള സ്ഥാനമാനങ്ങൾക്കും ബഹുമാനത്തിനും ഇക്കാലം വരെ കുറവു വന്നിട്ടില്ല. ഇപ്പോഴും മഹാരാജാവു തിരുമനസ്സുകൊണ്ട് പൂജയെടുപ്പിന് വിദ്യാരംഭത്തിനായി പൂജപ്പുരയിൽ എഴുന്നള്ളുമ്പോൾ ഗുരുക്കൾക്കു ഗുരുദക്ഷിണ ചെയ്ക പതിവാണ്. ഇക്കാലത്തു തിരുവിതാംകൂർ മഹാരാജാക്കന്മാർക്ക് ആയോധനവിദ്യാഭ്യാസം ആവശ്യമല്ലാത്തതിനാൽ അത് ചെയ്യാറുമില്ല. ഇപ്പോൾ ഉള്ള ഗുരുക്കന്മാർക്ക് ഈ വിദ്യ അറിഞ്ഞുകൂടാ. എങ്കിലും ഈ രാജവംശത്തിന്റെ കളരിസ്ഥാനം ഇന്നും വഹിക്കുന്നത് കല്ലന്താറ്റിൽ ഗുരുക്കൾ തന്നെ ആണ് .

സാക്ഷാൽ ഗുരുക്കളുടെ ശിഷ്യസാമർത്ഥ്യത്തിന്റെ ദൃഷ്ടാന്തങ്ങളായിട്ട് അനേകം കഥകളുണ്ട്. വിസ്തരഭയത്താൽ അവയെല്ലാം ഇവിടെ വിസ്തരിക്കുന്നില്ല. എങ്കിലും ചുരുക്കത്തിൽ ഒരു കഥ പറയാം.

97-ാമാണ്ടു നാടുനീങ്ങിയ രാമവർമ്മ മഹാരാജാവു തിരുമനസ്സിലേക്ക് ഏകദേശം വാർദ്ധക്യമായതിന്റെ ശേഷം നടത്തിയതായ 967ാമാണ്ടത്തെ മുറജപക്കാലത്ത് തിരുവനന്തപുരത്തു കൂടിയിരുന്ന അസംഖ്യം ബ്രാഹ്മണരുടെ കൂട്ടത്തിൽ അഭ്യാസികളായിട്ടും ചിലരുണ്ടായിരുന്നു. തിരുമനസ്സുകൊണ്ട് നല്ല

അഭ്യാസിയായിരുന്നതിനാൽ അഭ്യാസികളായിട്ടുള്ളവരുടെ പേരിലൊക്കെ അവിടേക്ക് വളരെ പ്രതിപത്തിയുണ്ടായിരുന്നു. അതിനാൽ അഭ്യാസികളായിട്ടുള്ളവരെ ഒക്കെ തിരുമുമ്പാകെ വരുത്തി വല്ലതുമൊക്കെ കല്പിച്ചു സമ്മാനിക്കയും പതിവായിരുന്നു. സാക്ഷാൽ ഗുരുക്കളുടെ കാലം ഇക്കാലത്തിനു വളരെമുമ്പെ കഴിഞ്ഞുപോയിരുന്നു എന്നുള്ളതു പറയേണ്ടതില്ലല്ലോ.

ഇങ്ങനെയിരിക്കുന്ന കാലത്ത് ഒരു ദിവസം 'മുണ്ട്യൂര്' എന്നു ഭവനപ്പേരുള്ള അഭ്യാസിയായ ഒരു ബ്രാഹ്മണൻ കൗപീനം മാത്രം ധരിച്ച് എണ്ണയും തേച്ചുകൊണ്ട് കുളിക്കാനായി പത്മതീർത്ഥക്കരെ നിൽക്കുമ്പോൾ വൃദ്ധനായ ഒരു വിരുത്തിക്കാരൻ നായർ ഒരു നെയ്ക്കുടവും തലയിൽവച്ചുകൊണ്ട് അതിലേ കടന്നുപോയി. ആ നായരുടെ കക്ഷത്തിൽ ഒരു നല്ല വടിയിരിക്കുന്നതുകണ്ട് ഈ ബ്രാഹ്മണൻ 'എടാ ആ വടി എനിക്കു തരാമോ?' എന്നു ചോദിച്ചു. അപ്പോൾ നായർ 'അവിടേക്കു ചെറുപ്പമാണല്ലോ. വടി വയസ്സായ എനിക്കു വേണ്ടതല്ലേ?' എന്നു ചോദിച്ചു. 'നീ വേറെ ഒന്നുണ്ടാക്കിക്കോ' എന്നു ബ്രാഹ്മണൻ പറഞ്ഞു. 'അത് അവിടേക്കാകാമല്ലോ' എന്നു നായർ പറഞ്ഞു. അപ്പോൾ ബ്രാഹ്മണൻ 'നീ തന്നില്ലെങ്കിൽ വടി ഞാൻ മേടിക്കും' എന്നു പറഞ്ഞു. ഉടനെ നായർ 'എന്നാലങ്ങനെയാവട്ടെ' എന്നു പറഞ്ഞു നടന്നുതുടങ്ങി.ബ്രാഹ്മണൻ പിന്നാലെ ചെന്നു നായരുടെ കക്ഷത്തിലിരിക്കുന്ന വടിയുടെ അറ്റത്തു പിടിച്ചു വലിച്ചു. ഒരു കൈകൊണ്ടു പിടിച്ചുവലിച്ചിട്ടു വരായ്കയാൽ രണ്ടുകൈകൊണ്ടും മുറുകെ പിടിച്ചു വളരെ ശക്തിയോടുകൂടി പുറകോട്ടു വലിച്ചു. എന്നിട്ടും വടി കിട്ടിയില്ലെന്നുതന്നെയുമല്ല, വടി നായരുടെ കക്ഷത്തിൽ ഇരുന്ന സ്ഥലത്തുനിന്നു കടുകിടയെങ്കിലും മാറുകയാകട്ടെ നായരുടെ നടപ്പിനു സ്വല്പമെങ്കിലും താമസം സംഭവിക്കുകയാകട്ടെ ചെയ്തില്ല. എന്നിട്ടും ബ്രാഹ്മണൻ ഒഴിച്ചു പോകുന്നില്ലെന്നു കണ്ടപ്പോൾ നായർ അവിടെനിന്നുകൊണ്ട് വലത്തുട്ട് ഒന്നു വട്ടത്തിൽ ചുറ്റിത്തിരിഞ്ഞിട്ടു നേരെ ഉത്സവമഠത്തിലേക്കു നടന്നുതുടങ്ങി. അപ്പോൾ ബ്രാഹ്മണൻ എന്തുകൊണ്ടോ വടിയിന്മേൽ പിടിച്ചിരിക്കുന്ന പിടുത്തം വിട്ടുംവെച്ചു പോരാൻ പാടില്ലാതെയായിത്തീർന്നു. അതിനാൽ അദ്ദേഹം മുണ്ടുടുക്കാതെ, എണ്ണയും തേച്ചുവെയിലുംകൊണ്ടു വടിയുടെ അറ്റത്തു പിടിച്ചുംകൊണ്ടു നായരുടെ പിന്നാലെതന്നെ പോയി. നായർ ഉത്സവമഠത്തിൽ ചെന്നു നെയ്ക്കുടം താഴെയിറക്കിവെച്ച് അവിടെ നിന്നു. വടിയുടെ അറ്റത്ത് പിടിച്ചുംകൊണ്ട് ബ്രാഹ്മണനും അവിടെ നിലയായി. നായർ നെയ്യെല്ലാം അളന്നേല്പിച്ച് പറ്റുചീട്ട് വാങ്ങിച്ചു കഴിഞ്ഞപ്പോഴേക്കും ഈ വർത്തമാനങ്ങളെല്ലാം എങ്ങനെയോ മഹാരാജാവു തിരുമനസ്സുകൊണ്ടറിഞ്ഞ് ഈ നായരെ വിളിച്ചു തിരുമുമ്പാകെ കൊണ്ടുചെല്ലുവാൻ കല്പനയായി. ഉടനെ ഒരു ഹരിക്കാരൻ വന്നു പറയുകയാൽ നായർ കൊട്ടാരത്തിലേക്കു നടന്നുതുടങ്ങി. വടിവിട്ടുംവെച്ചു പോരാൻ നിവൃത്തിയില്ലായ്കയാൽ പിന്നാലെ ബ്രാഹ്മണനും പോയി. തിരുമുമ്പാകെ ചെന്നപ്പോൾ 'ഹേ!മുണ്ട്യൂര് എന്താ ഇങ്ങനെ?' എന്നു കല്പിച്ചു ചോദിച്ചു. അപ്പോൾ ബ്രാഹ്മണൻ വളരെ ലജ്ജിച്ചു എന്നുള്ളതു പറയണമെന്നില്ലല്ലോ. താനൊരഭ്യാസിയും ചെറുപ്പക്കാരനുമായിട്ട് ഇങ്ങനെ ഒരപകടത്തിലകപ്പെട്ടു വൃദ്ധനായ ഒരു നായരുടെ പിന്നാലെ മുണ്ടുമുടുക്കാതെ തിരുമുമ്പാകെ ചെല്ലുന്നതിനു സംഗതിയായല്ലോ എന്നു വിചാരിച്ചു ലജ്ജയും വ്യസനവും സഹിക്കവയ്യാതെയായിട്ട് എമ്പ്രാൻ കരഞ്ഞുതുടങ്ങി. അപ്പോൾ തിരുമനസ്സുകൊണ്ട് 'ആ സാധു ബ്രാഹ്മണനെ വിട്ടേയ്ക്കു' എന്നു

കല്പിച്ചു. ഉടനെ നായർ 'അടിയൻ' എന്നു പറഞ്ഞ് അവിടെ നിന്നുംകൊണ്ട് ഇടത്തുട്ട് ഒന്നു തിരിഞ്ഞു. അപ്പോൾ ബ്രാഹ്മണന്റെ പിടിവിട്ടു. 'ഇനി വേഗം പോയി ഊണു കഴിച്ചുവരു' എന്നു കല്പിച്ചു.

ബ്രാഹ്മണൻ പോവുകയും ചെയ്തു. നായർ ബ്രാഹ്മണനോടു ചെയ്ത പ്രയോഗം തിരുമനസ്സിലേക്കും അറിയാമായിരുന്നു. എങ്കിലും അതു സാധാരണക്കാരായ അഭ്യാസികൾക്ക് അറിഞ്ഞുകൂടാത്തതായിരുന്നതിനാൽ ഈ നായർ സാമാന്യനല്ലെന്നും ഈ നായരെ കണ്ടപ്പോൾത്തന്നെ അയാള് എവിടെവെച്ചോ താൻ മുമ്പൊരിക്കൽ കണ്ടിട്ടുണ്ടെന്നും തിരുമനസ്സിൽ തോന്നുകയാൽ 'നീ എവിടുത്തുകാരനാണ്, ആരാണ്'' എന്നൊക്കെ കല്പിച്ചു ചോദിച്ചു. അപ്പോൾ നായർ തൊഴുതുംകൊണ്ടു താഴെ വരുന്ന പ്രകാരം വിനയപൂർവം അറിയിച്ചു.

'അടിയൻ കായംകുളത്തുകാരൻ ഒരു ശൂദ്രനാണ്. തിരുമനസ്സിലെ വിരുത്തിക്കാരിൽ ഒരുവനാണ്. ഇവിടെ മുറജപമടിയന്തിരം വകയ്ക്കു നെയ്യേൽപ്പിക്കനായി വിടകൊണ്ടതാണ്. കല്പിച്ച് അടിയനെക്കുറിച്ച് ഓർക്കാനിടയുണ്ട്''. ഇത്രയും കേട്ടപ്പോൾ തിരുമനസ്സിലേക്ക് ഓർമ്മയുണ്ടായി. എങ്കിലും സംഗതി അയാളെക്കൊണ്ടുതന്നെ പറയിക്കാനായി 'ഓർക്കാനുള്ള കാരണമെന്താണ്'' എന്നു കല്പിച്ചു ചോദിച്ചു. അപ്പോൾ നായർ, 'തിരുമനസ്സുകൊണ്ട് കായംകുളം പിടിക്കാനായി എഴുന്നള്ളിയകാലത്തു കോട്ടയ്ക്കു മീതെ കുതിരയെ ചാടിച്ചപ്പോൾ കുതിര ഒരു വെട്ടു കൊള്ളുകയാൽ കോട്ടയ്ക്കു പുറത്തേക്കു വീഴുകയും തിരുമേനി കോട്ടയ്ക്കകത്തേക്കു ചാടുകയും ചെയ്തതു തിരുമനസ്സിൽ ഓർമയുണ്ടായിരിക്കുമല്ലോ. അന്നു കൊത്തളത്തിൽ ഒളിച്ചിരുന്നു കുതിരയുടെ കാൽ വെട്ടിയത് അടിയനാണ്. ആ സമയം കല്പിച്ച് അടിയനെ കണ്ടിട്ടുണ്ടല്ലോ' എന്നറിയിച്ചു. 'ശരി, ഇതും നമുക്ക് ഓർമയുണ്ട്. നിന്നെ കണ്ടപ്പോൾത്തന്നെ നമുക്ക് മനസ്സിലായി. എങ്കിലും ചോദിച്ചു എന്നേ ഉള്ളൂ. നീ കായംകുളം രാജാവിന്റെ ഒരു സൈനികൻ ആയിരുന്നു അല്ലേ?' എന്നു കല്പിച്ചു. നായർ 'അടിയൻ' എന്നറിയിച്ചു. തിരുമനസ്സുകൊണ്ട് 'എന്നിട്ടിപ്പോൾ ഇവിടെ നെയ്യുമടുംകൊണ്ടുവന്നതെന്താണ്'' എന്നു കല്പിച്ചു ചോദിച്ചു. നായർ, 'അന്ന് അടിയന്റെ കരിക്കാടി അതായിരുന്നു. ഇന്ന് അടിയന്റെ കരിക്കാടി ഇതാണ്'' എന്നറിയിച്ചു. മഹാരാജാവ് സന്തോഷിച്ച്, 'ശരി അന്നന്നു തിന്നുന്ന ചോറിന്റെ നന്ദി കാണിക്കുന്നതു പുരുഷധർമ്മമാണ്. ഇങ്ങനെതന്നെ വേണം' എന്നു കല്പിച്ചു. പിന്നെയും തിരുമനസ്സുകൊണ്ടും ആ നായരുംകൂടി വിദ്യാഭ്യാസസംബന്ധമായും മറ്റും കുറഞ്ഞൊരു നേരം സംഭാഷണം ചെയ്തു. അപ്പോൾ നായരും സാക്ഷാൽ ഗുരുക്കളുടെ ശിഷ്യനാണെന്നു മനസ്സിലാവുകയാൽ അയാളെക്കുറിച്ചു വിശേഷിച്ചും തിരുമനസ്സിൽ ഒരു സന്തോഷമുണ്ടായി. തങ്ങളുടെ സതീർഥ്യന്മാരെക്കുറിച്ച് ഒരു പ്രത്യേകസ്നേഹം എല്ലാവർക്കും ഉണ്ടാകുന്നതാണല്ലോ.ഉച്ചതിരിഞ്ഞു വീണ്ടും വരാമെന്നു കല്പിച്ച് അപ്പോൾ നായരെ പറഞ്ഞയച്ചു.

ഉച്ചതിരിഞ്ഞപ്പോൾ അഭ്യാസികളായിട്ടുള്ള ബ്രാഹ്മണരെല്ലാം തിരുമുമ്പാകെ എത്തി. ആ കൂട്ടത്തിൽ മുണ്ട്യൂര് എന്ന ബ്രാഹ്മണനും ഉണ്ടായിരുന്നു. കായംകുളത്തുകാരൻ നായരും വന്നുചേർന്നു. അപ്പോൾ അവിടെ അണ്ഡാകൃതിയായിട്ട് ഒരു വലിയ ഇരുമ്പുകട്ടി കിടപ്പുണ്ടായിരുന്നു. 'ഇത് ആർക്കെങ്കിലും എടുത്തു പൊക്കാമോ?' എന്നു കല്പിച്ചു ചോദിച്ചു. ഇതുകേട്ട് അഭ്യാസികളായിട്ടുള്ള ഓരോ ബ്രാഹ്മണൻ ചെന്ന് എടുത്തുനോക്കി. ആ

കട്ടിയൊന്ന് ഇളക്കാൻപോലും ആർക്കും കഴിഞ്ഞില്ല. ഒടുക്കം മുണ്ടയൂര് ബ്രാഹ്മണൻ മുട്ടോളം പൊക്കി. പിന്നെ നായരെടുത്ത് അരയോളം പൊക്കി. പിന്നെ അതെടുക്കാൻ ആരുമുണ്ടായിരുന്നില്ല. ഒടുക്കം തിരുമനസ്സുകൊണ്ട് 'നമുക്കിപ്പോൾ വാർദ്ധക്യംകൊണ്ടു ക്ഷീണമായി. എങ്കിലും ഒന്നു പരീക്ഷിച്ചുനോക്കാം' എന്നു കല്പിച്ചുകൊണ്ട് ചെന്നെടുത്ത് കഴുത്തോളം പൊക്കി 'വിദ്യാഭ്യാസകാലത്ത് ഇതെടുത്ത് ദിവസംതോറും ആയിരം പ്രാവശ്യം വീതം തലയ്ക്കുമീതെ പൊക്കി പുറകോട്ടിടാറുണ്ട്. ഇപ്പോൾ ഒന്നും വയ്യാതെയായി' എന്നും കല്പിച്ചു. വളരെ വയസ്സും ക്ഷീണവുമായ തിരുമനസ്സുകൊണ്ട് എടുത്തു പൊക്കിയ ഇരുമ്പുകട്ടി ചെറുപ്പക്കാരായ തങ്ങൾക്ക് ഒന്നിളക്കാൻപോലും കഴിഞ്ഞില്ലല്ലോ എന്നു വിചാരിച്ച് അഭ്യാസികളെന്നു നാട്യത്തോടുകൂടി അവിടെ കൂടിയിരുന്നവരെല്ലാം ലജ്ജിച്ചുപോയി.

കായംകുളത്തുകാരൻ നായർക്ക് സബഹുമാനം അനേകം സമ്മാനങ്ങൾ കല്പിച്ചുകൊടുത്തതു കൂടാതെ, ആജീവനാന്തം അനുഭവിച്ചു അയാൾക്കുള്ള വിരുത്തിവസ്തു ഊഴിയംകൂടാതെ കൊള്ളുന്നതിനും കല്പിച്ചതിനും പുറമേ പ്രതിമാസം കുറേ പണം അടുത്തുണ്ടായിട്ടും കല്പിച്ചു പതിച്ചുകൊടുത്തു. ഗുരുക്കളുടെ ശിക്ഷാസാമർത്ഥ്യം നിമിത്തം രാമവർമ മഹാരാജാവിനു സിദ്ധിച്ച അഭ്യാസബലം ചരിത്രപ്രസിദ്ധമായിട്ടുള്ളതാകയാൽ അധികം വിസ്തരിക്കണമെന്നില്ല. എങ്കിലും അവിടുന്നു വിദ്യാഭ്യാസം ചെയ്തുകഴിഞ്ഞയുടനെ ഉണ്ടായ ഒരു സംഗതി മാത്രം പറയാം. തിരുമനസ്സുകോണ്ട് ഗുരുക്കളുടെ അടുക്കൽ വിദ്യാഭ്യാസം തുടങ്ങി കുറച്ചു കഴിഞ്ഞപ്പോൾ മുതൽ അവിടുത്തെ മാതുലനായ മാർത്താണ്ഡവർമ്മ മഹാരാജാവ്, കോഴിക്കോട്ട് രാജാവ് ഗുരുക്കളുടെ അഭ്യാസകാലത്ത് ചോദിച്ചതുപോലെ ചോദിക്കയും ഗുരുക്കൾ അന്നു പറഞ്ഞതുപോലെ പതിനായിരം പേരെ തടുക്കാമെന്നും അയ്യായിരം പേരെ ത്തടുക്കാമെന്നുമൊക്കെ തിരുമനസ്സുകൊണ്ട് ഉത്തരം അറിയിക്കയും ചെയ്തുകൊണ്ടിരുന്നു. ഒടുക്കം അഭ്യാസം ഒട്ടു കഴിഞ്ഞതിന്റെ ശേഷം ഒരു ദിവസം മാർത്താണ്ഡവർമ്മ മഹാരാജാവ് പത്മനാഭപുരം കൊട്ടാരത്തിൽ മാളികയിൽ എഴുന്നള്ളി നില്ക്കുന്ന സമയം രാമവർമ മഹാരാജാവ് മാളികയിലേക്കു കോവണിയിൽക്കൂടെ കയറിച്ചെന്നു. അപ്പോൾ മാർത്താണ്ഡവർമ മഹാരാജാവ് കോവണി വതില്ക്കൽ ഒരു വശത്തേക്കു മാറി, ഒളിച്ചുനിൽക്കുകയായിരുന്നു. രാമവർമമഹാരാജാവിനു തന്റെ മാതുലൻ നിൽക്കുന്നതു കാണാൻ പാടില്ലായിരുന്നു. അവിടുന്നു കോവണിയിൽക്കൂടെ കയറി ഒട്ടു മുകളിലായ സമയം മാർത്താണ്ഡവർമ മഹാരാജാവു തന്റെ കയ്യിലിരുന്ന പള്ളിവാൾകൊണ്ടു രാമവർമ മഹാരാജാവിന്റെ കഴുത്തു നോക്കി ഒരു വെട്ടുകൊടുത്തു. വെട്ടു കഴുത്തിൽ കൊണ്ടതിന്റെ ശേഷമേ രാമവർമ മഹാരാജാവ് അറിഞ്ഞുള്ളൂ. എങ്കിലും അവിടുന്നു തൊലി മുറിയുന്നതിനു മുമ്പായി ആ കോവണിപ്പടിയിൽ താണിരുന്നുകളഞ്ഞു. വെട്ടു കൊട്ടാരമാളികയുടെ ഒരു കഴുക്കോലിനു കൊള്ളുകയാൽ കഴുക്കോൽ മുറിഞ്ഞുപോയി. ഉടനെ ഗുരുക്കൾ അവിടെയെത്തി, 'അവിടുന്ന് ഈ കഠിനപ്രവൃത്തി ചെയ്തതെന്താണെ'ന്ന് ചോദിച്ചു. അപ്പോൾ മാർത്താണ്ഡവർമ മഹാരാജാവ് 'ഒന്നുമില്ല. ഉണ്ണിയുടെ വിദ്യാഭ്യാസം കഴിയാറായല്ലോ. അയാൾ വല്ലതും പഠിച്ചിട്ടുണ്ടോ എന്നു പരീക്ഷിച്ചുനോക്കുകയായിരുന്നു. ഇപ്രകാരമുള്ള ചതിപ്രയോഗങ്ങൾ ശത്രുക്കളിൽനിന്നു സാധാരണയായി സംഭവിക്കാവുന്നതാണ്. അതിൽ നിന്ന് സ്വാത്മരക്ഷ ചെയ്യാൻ

കഴിയാത്തവർ ഈ വംശത്തിൽ ജീവിച്ചിരുന്നിട്ടു പ്രയോജനമില്ല. അതിനു കഴിയുന്നവനാണെങ്കിൽ ഇതുകൊണ്ടു വൈഷമ്യം ഒന്നും വരാനുമില്ലല്ലോ എന്നു വിചാരിച്ച് അങ്ങനെ ചെയ്തതാണ്'' എന്നു കല്പിച്ചു. 'എന്റെ ഗുരുനാഥന്റെ അനുഗ്രഹം കൊണ്ട് എന്റെ അടുക്കൽ പഠിക്കുന്നവർക്ക് ഇപ്രകാരമുള്ള പ്രയോഗങ്ങളിലൊന്നും അപകടം പറ്റുമെന്നു തോന്നുന്നില്ല' എന്നു ഗുരുക്കൾ അറിയിച്ചു.

മേല്പറഞ്ഞപ്രകാരം അനേകം പരീക്ഷകൾ കഴിഞ്ഞതിന്റെ ശേഷമാണ് മാർത്താണ്ഡവർമ മഹാരാജാവ് തന്റെ ഭാഗിനേയനെ കായംകുളം മുതലായ യുദ്ധങ്ങൾക്കു തന്നോടുകൂടി കൊണ്ടുപോവുകയും ചില സമയങ്ങളിൽ തനിച്ചു പറഞ്ഞയയ്ക്കുകയും ചെയ്തു തുടങ്ങിയത്. ശിഷ്യന്മാരുടെ യോഗ്യത ഗുരുക്കന്മാരുടെ യോഗ്യതയ്ക്കു ദൃഷ്ടാന്തമാകയാൽ രാമവർമ മഹാരാജാവിനു സിദ്ധിച്ച വൈദഗ്ദ്ധ്യമെല്ലാം ഗുരുക്കളുടെ ശിക്ഷാനൈപുണ്യത്തിൽനിന്നുണ്ടായതാണെന്നു വിശേഷിച്ചു പറയണമെന്നില്ലല്ലോ.

●

പാണ്ടമ്പറമ്പത്തു കോടൻഭരണിയിലെ ഉപ്പുമാങ്ങ

ഈ ഉപ്പുമാങ്ങ വളരെ പ്രസിദ്ധമായിട്ടുള്ളതാണെങ്കിലും ഇതിന് അനന്യ സാധാരണമായ ഈ വിശേഷമുണ്ടാകുവാനുള്ള കാരണവും മേല്പ റഞ്ഞ ഭരണിയുടെ ആഗമവും കേട്ടിട്ടുള്ളവർ അധികമുണ്ടെന്നു പറയുന്നില്ല. അതിനാൽ അവയെ ചുരുക്കത്തിൽ ചുവടെ വിവരിക്കുന്നു. പാണ്ടമ്പറമ്പ ത്തു ഭട്ടതിരിയുടെ ഇല്ലം ബ്രിട്ടീഷിലാണ്. ഇപ്പോൾ അവിടെ സാമാന്യം ധനപുഷ്ടിയുണ്ടെങ്കിലും ആ തറവാട്ടു മുമ്പൊരു കാലത്ത് വളരെ ദാരിദ്ര്യം ഉള്ളതായിരുന്നു . നിത്യവൃത്തിക്കുപോലും യാതൊരു നിവൃത്തിയുമില്ലാതെ വളരെ വിഷമിച്ചുകൊണ്ടാണ് ഇരുന്നിരുന്നത്. അങ്ങനെയിരിക്കുന്ന കാലത്ത് ചീനത്തുകാരൻ ഒരു കപ്പൽക്കച്ചവടക്കാരൻ അവന്റെ കപ്പലിൽ വിലപിടി ച്ച അനേകം സാമാനങ്ങൾ കയറ്റിക്കൊണ്ടു കച്ചവടത്തിന്നായി പുറപ്പെട്ടു. ദൈവഗത്യാ മധ്യേമാർഗം ആ കപ്പൽ ഉടഞ്ഞുപോയതിനാൽ അതിലുണ്ടായി രുന്ന മിക്ക സാധനങ്ങളും നഷ്ടപ്പെട്ടുപോയി. കപ്പലിലുണ്ടായിരുന്ന അനേകം ജനങ്ങളും ചരമഗതിയെ പ്രാപിച്ചു. ചിലരെല്ലാം പത്തേമാരികളിലായിട്ടും നീന്തിയും മറ്റും കരയ്ക്കു കയറി രക്ഷപ്പെട്ടു. ആ കൂട്ടത്തിൽ കപ്പലിന്റെ ഉടമസ്ഥ നും ഒരു പത്തേമാരിയിൽ കയറി കൈവശം കിട്ടിയ പത്ത് ചീനഭരണികളും അതിൽ കയറ്റി ഒരു വിധം കരയ്ക്കടുത്തു കണ്ട ഒരു ഗൃഹത്തിലേക്കു ചെന്നു. അതു സാക്ഷാൽ പാണ്ടമ്പറമ്പത്തു ഭട്ടതിരിയുടെ ഇല്ലമായിരുന്നു. അന്ന് ആ ഇല്ലം വളരെ ചെറിയതും ഉള്ളതുതന്നെ പഴക്കംകൊണ്ടും സാമാന്യംപോലെ കെട്ടി സൂക്ഷിക്കായ്കയാൽ വീണിടിഞ്ഞും മഹാമോശമായിരുന്നു.

ഈ കച്ചവടക്കാരൻ മുറ്റത്തു ചെന്ന് നിന്നുകൊണ്ട് "ഇവിടെ ആരാ ഉള്ളത്? ഇവിടെയൊന്നു കാണട്ടെ' എന്ന് ഉറക്കെ വിളിച്ചുപറഞ്ഞു. അപ്പോൾ അവിടെ ഗൃഹസ്ഥനായ ഭട്ടതിരിക്കും അന്തർജനത്തിനും നാലഞ്ചു കിടാങ്ങൾക്കും കൂടി ഇരുനാഴി അരിയിട്ടു കഞ്ഞിവെച്ചുണ്ടാക്കി, ഗൃഹസ്ഥൻ കഞ്ഞി കുടിക്കാനായി ഇരിക്കാൻ ഭാവിക്കയായിരുന്നു. കച്ചവടക്കാരൻ വിളിക്കുന്നതുകേട്ടു ഉടനെ ഭട്ടതിരി പുറത്തേക്കു വന്നു. അപ്പോൾ കച്ചവടക്കാരൻ 'ഞാൻ ചീനത്തുകാ രനായ ഒരു കപ്പൽക്കച്ചവടക്കാരനാണ്. എന്റെ കപ്പൽ ചേതംവന്നുപോയി. കൂടെയുണ്ടായിരുന്ന വേലക്കാരും ഒക്കെ മരിച്ചുപോയി. ഞാൻ ഭക്ഷണം കഴി ച്ചിട്ടു നേരത്തോടുനേരം കഴിഞ്ഞിരിക്കുന്നു. അതിനാൽ എനിക്കു ഭക്ഷിപ്പാൻ വല്ലതും തന്നാൽ കൊള്ളാം' എന്നു പറഞ്ഞു. ഇപ്രകാരം ആ കച്ചവടക്കാരന്റെ ദീനവചനങ്ങളെ കേൾക്കുകയും പാരവശ്യത്തെ കാണുകയും ചെയ്തിട്ട് ആർദ്ര

മാനസനായി ഭവിച്ച ആ ഭട്ടതിരി ഉടനെ അകത്തേക്കുപോയി ആ ഉണ്ടായിരുന്ന കഞ്ഞി എടുത്തുകൊണ്ടുവന്ന് കച്ചവടക്കാരനു വിളമ്പിക്കൊടുത്തു. കച്ചവടക്കാരൻ കഞ്ഞികുടി കഴിഞ്ഞതിന്റെ ശേഷം ഭട്ടതിരിയോട് 'അവിടുന്ന് ഇപ്പോൾ എനിക്ക് കഞ്ഞി തന്നേഉള്ളൂ എന്നു വിചാരിക്കേണ്ട. ഇതുകൊണ്ട് എന്റെ പ്രാണരക്ഷ ചെയ്കയാണ് ചെയ്തത്. ഈ കഞ്ഞിയുടെ സ്വാദ് ഞാൻ ചത്താലും മറക്കുന്നതല്ല. ഈ ഉപകാരത്തിനു തക്കതായ പ്രതിഫലം തരുന്നതിനു ഞാൻ ശക്തനല്ല. എങ്കിലും ഞാൻ സ്വദേശത്തുപോയി തിരിച്ചുവരാൻ സംഗതിയായെങ്കിൽ എന്റെ ശക്തിക്കു തക്ക പ്രതിഫലം ഞാൻ തരും. പോരാത്തതു ദൈവവും അവിടേക്കു തന്നുകൊള്ളും. എന്നാൽ എനിക്കിനി ഇവിടുന്ന് ഒരു സഹായം കൂടി ചെയ്തുതരണം. എന്തെന്നാൽ എന്റെ സാമാനങ്ങളെല്ലാം നഷ്ടപ്പെട്ടുപോയി. എങ്കിലും പത്തു ചീനഭരണി കേടുകൂടാതെ കിട്ടീട്ടുണ്ട്. ഞാൻ നാട്ടിൽപ്പോയി തിരിച്ചുവരുന്നതുവരെ അവ ഇവിടെവെച്ചു സൂക്ഷിച്ചുതരണം' എന്നു പറഞ്ഞു. അപ്പോൾ ഭട്ടതിരി 'ഇവിടെ സ്ഥലം ചുരുക്കമാണ്. എങ്കിലും ഉള്ള സ്ഥലം കൊണ്ടു സൂക്ഷിച്ചുതരാം. ഭരണിയിൽ വിലപിടിപ്പുള്ള സാധനമൊന്നുമില്ലല്ലോ. അങ്ങനെ വല്ലതുമുണ്ടെങ്കിൽ ഇവിടെ വെക്കാൻ പാടില്ല. ഇല്ലം ഒട്ടും ഉറപ്പിലാത്തതാണ്" എന്നു പറഞ്ഞു.

കച്ചവടക്കാരൻ: വിലപിടിപ്പുള്ള സാമാനങ്ങളൊന്നുമില്ല. അതിലൊക്കെ തുവരപ്പരിപ്പു നിറച്ചിട്ടുണ്ട്, അത്രേ ഉള്ളൂ.'

ഭട്ടതിരി: എന്നാൽ വിരോധമില്ല.

ഉടനെ കച്ചവടക്കാരൻ ഭരണികൾ പത്തും അടച്ചുകെട്ടി മുദ്രയുംവെച്ച് എടുപ്പിച്ച് ഇല്ലത്തു പുരയ്ക്കകത്തു കൊണ്ടുചെന്നുവെപ്പിച്ചു.

ഭട്ടതിരിയോടു യാത്രയും പറഞ്ഞു പോവുകയും ചെയ്തു. പിന്നെ കുറഞ്ഞോരു ദിവസം കഴിഞ്ഞപ്പോൾ ഒരു ദിവസം ആ ഇല്ലത്തുള്ളവർക്കു ഭക്ഷണത്തിനു യാതൊരു നിവൃത്തിയുമില്ലാതെവന്നുകൂടി. ഉച്ചതിരിഞ്ഞപ്പോഴേക്കും കുട്ടികളെല്ലാം വിശപ്പു സഹിക്കാൻ പാടില്ലാതെ കരഞ്ഞുകൊണ്ടു കിടന്നുരുണ്ടുതുടങ്ങി. ഗൃഹസ്ഥനും അന്തർജനവും വിശപ്പുകൊണ്ടും കിടാങ്ങളുടെ പാരവശ്യം കണ്ടിട്ടും ആകപ്പാടെ വളരെ വിഷണ്ണരായിത്തീർന്നു. അപ്പോൾ അന്തർജനം 'ചീനത്തുകാരന്റെ ആ ഭരണികളിൽ തുവരപ്പരിപ്പാണെന്നല്ലേ പറഞ്ഞത്? നമുക്ക് ഒരു ഭരണിയിൽനിന്ന് കുറച്ച് പരിപ്പെടുത്തുവെച്ചു ഈ കുട്ടികൾക്ക് കുറേശ്ശെ കൊടുത്തെങ്കിലോ? ഇപ്പോൾ ഇവർക്കു എന്തു കൊടുത്താലും തിന്നോളും. ഇവർ അത്രയ്ക്കു വിഷമിച്ചു. നമുക്കൊന്നുമില്ലെങ്കിൽ വേണ്ട. ഒന്നും അറിയാറായിട്ടില്ലാത്ത ഈ കുട്ടികൾക്ക് ഇനിയും ഒന്നും കൊടുക്കാത്തതും കഷ്ടമല്ലേ? നേരം പത്തു നാഴികപ്പകലായല്ലോ?' എന്നു പറഞ്ഞു.

ഭട്ടതിരി: പറഞ്ഞതൊക്കെ ശരിയാണ്. എനിക്കും വിശപ്പ് സഹിക്കാൻ വഹിയാതെയായിരിക്കുന്നു. അവിടെയും അങ്ങനെതന്നെ ആയിരിക്കുമല്ലോ. എങ്കിലും മറ്റൊരാൾ നമ്മെ വിശ്വസിച്ചു സൂക്ഷിക്കാനായി വെച്ചിരിക്കുന്ന സാമാനം ഉടമസ്ഥന്റെ അനുവാദം കൂടാതെ നാമെടുക്കുന്നതു ശരിയാണോ? മരിച്ചാലും വിശ്വാസവഞ്ചന ചെയ്യരുത്.

അന്തർജനം: ഈ കുട്ടികളുടെ പ്രാണരക്ഷയ്ക്കായിട്ട് അതിൽനിന്ന് കുറച്ചു പരിപ്പെടുത്താൽ നമുക്ക് ഒരു പാപവും വരികയില്ല. പിന്നെ ആ കച്ചവടക്കാരൻ വരുമ്പോഴേക്കും അത്രയും പരിപ്പ് നമുക്ക് എങ്ങനെയെങ്കിലും

ഉണ്ടാക്കി അതിലിട്ട് നിറച്ചുവയ്ക്കുകയും ചെയ്യാം. അതില്ലെങ്കിൽതന്നെയും നമ്മുടെ പരമാർത്ഥം അറിഞ്ഞാൽ അവനൊരു വിരോധവും തോന്നുകയില്ല. അവനും ഒരു മനുഷ്യനല്ലേ? വിശന്നാലുള്ള ദണ്ഡം അവനും അറിഞ്ഞിട്ടുണ്ടല്ലോ..'

എന്തിനു വളരെപ്പറയുന്നു. ഇങ്ങനെ വളരെ നേരത്തെ വാഗ്വാദം കഴിഞ്ഞതിന്റെശേഷം ഭട്ടതിരി ഒരു ഭരണിയഴിച്ചു കുറച്ചു പരിപ്പ് എടുക്കുക തന്നെയെന്നു തീർച്ചപ്പെടുത്തി പുരയ്ക്കകത്തുചെന്ന് ഒരു ഭരണിയുടെ മുദ്ര പൊട്ടിച്ചു കെട്ടഴിച്ചു ഭരണിക്കകത്തു കയ്യിട്ടു പരിപ്പു വാരിയെടുത്തു. ഉടനെ അത് തുവരപ്പരിപ്പു മാത്രമല്ലെന്നു തോന്നുകയാൽ അദ്ദേഹം വെളിച്ചത്തു കൊണ്ടുവന്നുനോക്കി. അപ്പോൾ അത് തുവരപ്പരിപ്പും ചില സ്വർണ്ണനാണയങ്ങളുമായിരുന്നു. പിന്നെ പുരയ്ക്കകത്ത് ഇരുട്ടായതിനാൽ ഒരു വിളക്കു കൊളുത്തിക്കൊണ്ടുചെന്നു നോക്കിയപ്പോൾ ഭരണിനിറച്ചു സ്വർണ്ണനാണയങ്ങൾ ഇട്ടു മീതെ മാത്രം കുറേശ്ശെ തുവരപ്പരിപ്പ് ഇട്ടിട്ടേ ഉള്ളൂ എന്നു മനസ്സിലായി. പത്തു ഭരണികളും പരിശോധിച്ചപ്പോൾ എല്ലാം അങ്ങനെ തന്നെ ആയിരുന്നു. ഒമ്പതു ഭരണികളും അദ്ദേഹം പൂർവസ്ഥിതിയിൽത്തന്നെ അടച്ചു മുദ്രയിട്ടുവെച്ചു. ഒരു ഭരണിയിൽനിന്ന് ഒരു പവൻ എടുത്തുകൊണ്ടുപോയി വിറ്റു കുറെ അരിയും കറിക്കോപ്പുകളും ശേഷം പണവും വാങ്ങി ഇല്ലത്തു വന്നു. ഉടനെ അന്തർജനം എല്ലാം വെച്ചുണ്ടാക്കി കുട്ടികൾക്കൊക്കെ ചോറു കൊടുത്തു. പിന്നെ ആ ദമ്പതിമാരും ഊണുകഴിച്ചു.

ഇങ്ങനെ കുറച്ചു ദിവസം കഴിഞ്ഞപ്പോൾ ഭട്ടതിരി വിചാരിച്ചു. 'ഏതെങ്കിലും വിശ്വാസവഞ്ചന ചെയ്യുകയെന്നുള്ളത് ഇവിടെക്കഴിഞ്ഞു. ഇനി ഈ ദാരിദ്ര്യ ദുഃഖം അനുഭവിച്ചുകൊണ്ടിരുന്നിട്ടു പ്രയോജനമൊന്നുമില്ല. അതിനാൽ ഇനി സുഖമായിട്ടിരിക്കാനുള്ള മാർഗം നോക്കണം. ആ കച്ചവടക്കാരൻ വരാൻ കുറച്ചു താമസിച്ചു എങ്കിൽ എല്ലാം ശരിയാക്കിക്കൊടുക്കുകയും ചെയ്യാം' എന്നിങ്ങനെ വിചാരിച്ചു നിശ്ചയിച്ചിട്ട് ആ ഭരണിയിൽനിന്ന് ഏതാനും ദ്രവ്യമെടുത്ത് അതികേമമായി എട്ടുകെട്ടോടും മാളികയോടും കൂടി ഒരില്ലം പണിയിച്ചു. ശേഷം ആഭരണിയിലുണ്ടായിരുന്ന മുതലിനു വസ്തുക്കളും ഭരണി, പാത്രങ്ങൾ മുതലായവയും സമ്പാദിച്ചു. അങ്ങനെ കുറച്ചു ദിവസംകൊണ്ട് അദ്ദേഹം ഒരു വലിയ ദ്രവ്യസ്ഥനായിത്തീർന്നു. പരമാനന്ദമായി സകലചെലവും കഴിച്ചു പ്രതിവത്സരം പന്തീരായിരം രൂപ മിച്ചമുണ്ടായിത്തുടങ്ങി. ആ മിച്ചംവരുന്ന മുതലിനു സ്വർണനാണയങ്ങൾ വാങ്ങി താൻ എടുത്ത ഭരണി നിറച്ചു തുടങ്ങി. അങ്ങനെ അഞ്ചെട്ടുകൊല്ലം കൊണ്ട് അദ്ദേഹം ആ ഭരണി പൂർവ്വസ്ഥിതിയിൽ നിറച്ച് അടച്ചുകെട്ടി മുദ്രയിട്ടുവെച്ചു. പിന്നെ ആ പത്തു ഭരണികളുടെ വലിപ്പത്തിൽ ഒന്നുപാതി വീതം വലിപ്പമുള്ള പത്തു ഭരണികൾ കൂടി അദ്ദേഹം വിലയ്ക്കു വാങ്ങി. അവയിലും സ്വർണനാണയങ്ങൾ നിറച്ച് അവയും അടച്ചുകെട്ടി മുദ്രയിട്ടുവെച്ചു. അപ്പോഴേക്കും ആ കച്ചവടക്കാരൻ വേറെ ഒരു കപ്പലിൽ സാമാനങ്ങളും കയറ്റി ആ ദിക്കിൽ വന്നുടുത്തു. അപ്പോൾ അവൻ പോയിട്ടു പന്ത്രണ്ടുകൊല്ലം കഴിഞ്ഞിരുന്നു. അവൻ കരയ്ക്കിറങ്ങി, താൻ ഭരണികൾ സൂക്ഷിക്കാൻ വെച്ചിരുന്ന ഇല്ലം അന്വേഷിച്ചു പുറപ്പെട്ടു. ആ സ്ഥലത്തു വന്നു നോക്കിയപ്പോൾ ഇല്ലത്തിന്റെ സ്വഭാവം ആകപ്പാടെ മാറിക്കണ്ടതുകൊണ്ട് അവനു വളരെ സംശയമായിത്തീർന്നു. പിന്നെ ചിലരോടു ചോദിച്ചപ്പോൾ ആ ഇല്ലം ഇതുതന്നെയാണെന്നും അതിയ്യിടെ പുത്തനായി പണികഴിപ്പി

ച്ചതാണെന്നും ഭട്ടതിരിക്ക് ഒരു നിധി കിട്ടിയതിനാലാണ് ദാരിദ്ര്യം ഒക്കെ തീർന്നത് എന്നും ഇപ്പോൾ അവിടെ സ്വത്തു ധാരാളമായിപ്പോയി എന്നും മറ്റും പറഞ്ഞു. അതു കേട്ടപ്പോൾ നിധി കിട്ടിയെന്നു പറയുന്നതു ഭോഷ്കാണെന്നും ഇതെല്ലാം തന്റെ ഭരണിയിലുണ്ടായിരുന്ന മുതൽകൊണ്ട് സമ്പാദിച്ചതാണെന്നും കച്ചവടക്കാരൻ തീർച്ചപ്പെടുത്തി. ഈ സ്ഥിതിക്കു തന്റെ മുതൽ കിട്ടുന്ന കാര്യം പൂജ്യംതന്നെ എന്നും അവൻ നിശ്ചയിച്ചു. എങ്കിലും ഭട്ടതിരിയെക്കണ്ട് ഒന്നു ചോദിച്ചേക്കാം. തരുന്നു എങ്കിൽ തരട്ടെ, ഇല്ലെങ്കിൽ വേണ്ടാ എന്നു വിചാരിച്ച് ആ കച്ചവടക്കാരൻ ഇല്ലത്തു ചെന്ന് മുറ്റത്തു നിന്നുംകൊണ്ട് 'ഇവിടത്തെ തിരുമേനി ഇവിടെയുണ്ടോ?' എന്നു ചോദിച്ചു. അപ്പോൾ ഭട്ടതിരി മാളികയിൽ ഇരിക്കുകയായിരുന്നു. കച്ചവടക്കാരന്റെ ഒച്ച കേട്ടപ്പോൾ ആളറിയുകയാൽ ഉടനെ അദ്ദേഹം താഴെയിറങ്ങിവന്നു. കച്ചവടക്കാരനെ വളരെ ആദരവോടുകൂടി വിളിച്ചു തന്റെ പടിപ്പുര മാളികയിൽ കൊണ്ടുചെന്നു കസേര കൊടുത്തിരുത്തി, താനും ഇരുന്നിട്ടു കുശലപ്രശ്നാദികളെല്ലാം ചെയ്തു. പിന്നെ ആ കച്ചവടക്കാരനും കൂടെ വന്നിരുന്നവർക്കും അതികേമമായി ഒരു വിരുന്നുസല്ക്കാരവും കഴിച്ചതിന്റെ ശേഷം ഭട്ടതിരി പറഞ്ഞു, 'ഞാൻ നിങ്ങളുടെ അനുവാദം കൂടാതെ ഇവിടെ സൂക്ഷിക്കാനായി വെച്ചിരുന്ന മുതലിൽനിന്നു സ്വല്പമെടുത്തു ചില കൈകാര്യങ്ങൾ ചെയ്തു. അങ്ങനെ ചെയ്യാൻ സംഗതിയായത് എന്റെ ദാരിദ്ര്യദുഃഖത്തിന്റെ ശക്തി നിമിത്തമാണ്. എങ്കിലും എന്റെ പ്രവൃത്തി ന്യായവിരോധമായിട്ടുള്ളതാണെന്ന് ഞാൻ സമ്മതിക്കുന്നു. ആ തെറ്റിനെ നിങ്ങൾ ക്ഷമിച്ച് എനിക്ക് മാപ്പു തരണമെന്നു അപേക്ഷിക്കുന്നു. ഇപ്പോൾ നിങ്ങളുടെ മുതൽ പലിശയോടുകൂടി ഇവിടെ തയ്യാറുണ്ടുതാനും.' ഇത്രയും പറഞ്ഞതിന്റെശേഷം കച്ചവടക്കാരന്റെ പത്തു ഭരണികളും അതോടുകൂടി താൻ ശേഖരിച്ചുവെച്ചിരുന്ന ചെറിയ ഭരണികൾ പത്തും എടുപ്പിച്ചു പുറത്തു വരുത്തിവെച്ചു. അപ്പോൾ കച്ചവടക്കാരൻ 'ഞാനിവിടെ പത്തു ഭരണി മാത്രമേ വെച്ചിട്ടുണ്ടായിരുന്നുള്ളൂ. ഈ ചെറിയ ഭരണികൾ എന്റെ വകയല്ല. ഇതിന്റെ കൂടെ അതുകൂടി കൊണ്ടുവന്നു വെച്ചിരിക്കുന്നതെന്തിനാണ്?' എന്നു ചോദിച്ചു.

ഭട്ടതിരി: നിങ്ങൾ ഈ മുതൽ ഇവിടെ ഏല്പിച്ചിട്ടു പന്ത്രണ്ടുകൊല്ലം കഴിഞ്ഞിരിക്കുന്നു. മുതലിന് അരവാശി പലിശ കൂട്ടി തരേണ്ടതാണല്ലോ.

കച്ചവടക്കാരൻ: സൂക്ഷിക്കാൻ തന്ന മുതലിനു സൂക്ഷിപ്പുകൂലി അങ്ങോട്ടു തരികയല്ലാതെ പലിശ ഇങ്ങോട്ടുവാങ്ങുക ന്യായമല്ല. അതിനാൽ ഈ പലിശ ഞാൻവാങ്ങുന്നതല്ല.

ഭട്ടതിരി: എനിക്കിപ്പോൾ കൊല്ലത്തിൽ ചെലവു കഴിച്ചു പന്തീരയിരത്തിൽ ഉറുപ്പിക ബാക്കിയാകുന്നുണ്ട്. പന്തീരായിരത്തിൽ കുറയാതെ അത്രയുള്ള വസ്തുക്കളും ഈ കാണുന്ന ഇല്ലവും എന്നു വേണ്ടാ എന്റെ സർവസ്വവും നിങ്ങളുടെ മുതൽ കൊണ്ടുണ്ടായതാണ്. അനുവാദം കൂടാതെ നിങ്ങളുടെ മുതലെടുത്തു കൈകാര്യം ചെയ്തതിനായി ഒരു പ്രായശ്ചിത്തമായിട്ടെങ്കിലും ഈ ചെറിയ ഭരണികൾകൂടെ നിങ്ങൾ സ്വീകരിക്കണം. അല്ലെങ്കിൽ എനിക്കു വളരെ വ്യസനമാണ്.

കച്ചവടക്കാരൻ: ഞാനിവിടെ കൊണ്ടുവന്നുവെച്ച പത്തു ഭരണികളും പൂർവ സ്ഥിതിയിൽ ഇപ്പോഴും ഇരിക്കുന്നുണ്ട്. അതിൽ എനിക്കു യാതൊരു നഷ്ടവും വരുത്തിയിട്ടില്ല. പിന്നെ ഇവിടേക്കു കുറച്ചു സമ്പാദ്യമുണ്ടായത്

ഇവിടത്തെ ഭാഗ്യവും ഉത്സാഹവും കൊണ്ടെന്നല്ലാതെ വിചാരിപ്പാനില്ല. ഇവിടേക്ക് അപ്രകാരമുണ്ടായ മുതലെല്ലാം ഇവിടുത്തെ സ്വന്തം തന്നെയാണ്. അതിനാൽ ആ ബ്രഹ്മസ്വം ഒരിക്കലും ഞാൻ സ്വീകരിക്കുന്നതല്ല. വെറുതെ ഞാൻ ബ്രഹ്മസ്വം സ്വീകരിച്ചാൽ എനിക്കുള്ള ശേഷം മുതൽകൂടി നശിച്ചുപോകും.

ഇങ്ങനെ അവർ തമ്മിൽ വളരെ വാഗ്വാദം കഴിഞ്ഞതിന്റെ ശേഷം ചെറിയ ഭരണികൾ പത്തും ഭട്ടതിരി തിരിയെ എടുപ്പിച്ച് അകത്തുതന്നെ കൊണ്ടുചെന്നു വെപ്പിച്ചു. അതിന്റെ ശേഷം ആ കച്ചവടക്കാരൻ പൂവും നീരും വെറ്റിലയും പാക്കും കൂട്ടി തന്റെ സ്വന്തം ഭരണിയിൽ ഒന്നു ഭട്ടതിരിക്കു ദാനമായി കൊടുത്തു. അതു വാങ്ങുന്നതിനും ഭട്ടതിരി വളരെ വിസമ്മതിച്ചു. എങ്കിലും കച്ചവടക്കാരന്റെ നിർബന്ധം നിമിത്തം ഒടുക്കം വാങ്ങി. ആ ഭരണിയാണ് 'കോടൻഭരണി' അതിന്റെ വായല്പം കോടിട്ടുള്ളതിനാലാണ് അതിന് ഈ പേരു സിദ്ധിച്ചത്. ദാനം ചെയ്തു കഴിഞ്ഞതിന്റെ ശേഷം കച്ചവടക്കാരൻ 'അല്ലയോ മഹാ ബ്രാഹ്മണാ! ഈ ഭരണി കുറച്ചു കോട്ടമുള്ളതാണെങ്കിലും വളരെ ഐശ്വര്യവും വിശേഷവുമുള്ളതാണ്. ഈ ഭരണി ഇരിക്കുന്ന ദിക്കിൽ ദാരിദ്ര്യം എന്നുള്ളത് ഒരിക്കലും ഉണ്ടാവുകയില്ല. എന്നു മാത്രമല്ല ഇതിൽ മാങ്ങ ഉപ്പിലിട്ടാൽ അനിതരസാധാരണമായ ഒരു സ്വാദുണ്ടായിരിക്കയും ചെയ്യും എന്നും പറഞ്ഞ് തൊഴുത് അത്യന്തം സന്തോഷത്തോടുകൂടി ഒൻപതു ഭരണികളും എടുപ്പിച്ചുകൊണ്ട് കച്ചവടക്കാരൻ പോവുകയും ചെയ്തു.

ഭട്ടതിരി ആ ചെറിയ ഭരണികളും കോടൻഭരണിയിലുണ്ടായിരുന്ന ദ്രവ്യം മറ്റൊരു ഭരണിയിലാക്കി അതും തന്റെ നിലവറയിൽ സ്ഥാപിച്ചു. ആ പതിനൊന്നു നിക്ഷേപങ്ങളും ഇന്നും അവിടെയിരിക്കുന്നുണ്ടെന്നാണ് കേൾവി. പിന്നെ ആണ്ടുതോറും കോടൻഭരണിയിൽ മാങ്ങ ഉപ്പിലിടുകയും തുടങ്ങി. ആ ഭരണിയിൽ മാങ്ങ ഉപ്പിലിട്ടാൽ എത്രനാൾ കഴിഞ്ഞാലും മാങ്ങയുടെ പച്ചനിറം മാറുകയില്ല. അതിന്റെ സ്വാദ് ഇന്ന പ്രകാരമെന്ന് അനുഭവിച്ചിട്ടുള്ളവർക്കറിയാമെന്നല്ലാതെ പറഞ്ഞറിയിക്കുന്ന കാര്യം പ്രയാസം. അമൃതതുല്യമെന്നു പറഞ്ഞാൽ മതിയോ എന്നു സംശയമാണ്. രുചിക്ഷയം നിമിത്തം ജലപാനംപോലും കഴിക്കാൻ പാടില്ലാതെ കിടക്കുന്നവർക്ക് ആ മാങ്ങയുടെ ഒരു കഷണം കൊടുത്താൽ അപ്പോൾ നിശ്ചയമായിട്ടും മുന്നാഴിയരിയുടെ ചോറുണ്ണും. അത്രയുണ്ട് അതിന്റെ സ്വാദ്. ഈ മാങ്ങയെക്കുറിച്ച് കേട്ടിട്ടുള്ള ഒരു കഥകൂടി പറയാം.

കൊല്ലം തൊള്ളായിരത്തെഴുപത്തുമൂന്നാമാണ്ടു നാടുനീങ്ങിയ മഹാരാജാവു തിരുമനസ്സുകൊണ്ടു രാജ്യം വാണുകൊണ്ടിരിക്കുമ്പോൾ ഒരു മുറജപക്കാലത്ത് ഒരു ദിവസം നമ്പൂരിമാർ അത്താഴമുണ്ടുകൊണ്ടിരിക്കുന്ന സമയം അത്താഴത്തിന്റെ വെടിപ്പും കേമത്തവും കൊണ്ട് ഒരു നമ്പൂരി മറ്റൊരു നമ്പൂരിയോട് 'എടോ! എന്താ അത്താഴം കേമംതന്നെ, അല്ലേ? ഇങ്ങനെ മറ്റൊരു സ്ഥലത്തു നടക്കാൻ പ്രയാസമുണ്ട്. അങ്ങനെയല്ലോ?' എന്നു ചോദിച്ചു. അപ്പോൾ മറ്റേ നമ്പൂരി, 'അങ്ങനെ തന്നെ, അങ്ങനെതന്നെ, സംശയമില്ല. എങ്കിലും ആ പാണ്ടമ്പറത്തെ ഉപ്പുമാങ്ങയുടെ ഒരു കഷണം കൂടിയുണ്ടായിരുന്നു എങ്കിൽ ഒന്നുകൂടി ജാത്യമായേനേ. ആ ഒരു കുറവേ ഉള്ളൂ' എന്നു പറഞ്ഞു. ആ സമയം തിരുമനസ്സുകൊണ്ടു കോവിലെഴുന്നള്ളി പ്രദക്ഷിണമായി പോവു

കയായിരുന്നു. നമ്പൂരിമാർ തിരുമനസ്സിനെ കണ്ടില്ല. എങ്കിലും അവിടുന്ന് ഈ സംഭാഷണം കേൾക്കുകയും അതു പറഞ്ഞ നമ്പൂരി ഇന്നാരാണെന്നു മനസ്സിലാക്കുകയും ചെയ്തു.

അന്നു രാത്രിയിൽത്തന്നെ തിരുമനസ്സുകൊണ്ടു ഗൂഢമായി ഒരാളെ അയച്ച് പിന്നത്തെ മുറയായപ്പോഴേക്കും കോടൻഭരണിയിലെ ഉപ്പുമാങ്ങ വരുത്തി, ഒരു ദിവസം അത്താഴത്തിനു പുളി വിളമ്പിച്ചു. അവിടെ മുറജപംവകയ്ക്കായി പലവിധത്തിൽ ഉപ്പിലിട്ടിട്ടുള്ള മാങ്ങകൾ പുളി വിളമ്പിയ കൂട്ടത്തിലാണ് ഇതും വിളമ്പിയത്. കോടൻ ഭരണിയിലെ മാങ്ങ വരുത്തിയ കഥ യാതൊരുത്തരും അറിഞ്ഞിരുന്നുമില്ല. എങ്കിലും മേല്പറഞ്ഞ നമ്പൂരി ഈ മാങ്ങാ കഷണം എടുത്തു കഴിച്ച ഉടനെ 'ഓഹോ ആ കുറവും തീർന്നു. എടാ യോഗ്യാ! നീ ഇവിടെ വന്നുചേർന്നോ?' എന്നു പറഞ്ഞത്രെ. അപ്പോൾ അടുക്കലിരുന്ന വേറെ നമ്പൂരി 'ഈ മാങ്ങ സാക്ഷാൽ കോടൻഭരണിയിലേതാണ്'' എന്നു പറഞ്ഞു. തിരുമനസ്സുകൊണ്ട് ആ സമയവും കോവിലെഴുന്നെള്ളീട്ടുണ്ടായിരുന്നതിനാൽ അതും കേട്ടു. കൊട്ടാരത്തിൽ എഴുന്നള്ളിയ ഉടനെ ആ നമ്പൂരിയെ വരുത്തി, 'അങ്ങേപ്പോലെ സ്വാദറിഞ്ഞു ഭക്ഷിക്കുന്നവർ ചുരുക്കമാണ്'' എന്നും മറ്റും സന്തോഷപൂർവം കല്പിക്കുകയും നമ്പൂരിക്ക് ഒരു സമ്മാനം കൊടുത്ത് അയയ്ക്കുകയും ചെയ്തു.

ഇങ്ങനെയാണ് കോടൻഭരണിയുടെയും അതിലെ മാങ്ങയുടെയും വിശേഷം. ആ മാങ്ങ ഒരിക്കൽ കൂട്ടീട്ടുള്ളവർ അതിന്റെ സ്വാദ് ഒരിക്കലും മറക്കുകയില്ല. ആ കോടൻഭരണി ആ ഇല്ലത്ത് ഇന്നും ഇരിക്കുന്നുണ്ട്. അതിലെ മാങ്ങയ്ക്കുള്ള അനന്യസാധാരണമായ ആ വിശേഷം ഇന്നും കണ്ടുവരുന്നുമുണ്ട്.

●

മംഗലപ്പിള്ളി മൂത്തതും പുന്നയിൽ പണിക്കരും

തിരുവിതാംകൂറിൽ തിരുവല്ലാ താലൂക്കിൽ ചേർന്ന ആറന്മുളെ മംഗലപ്പിള്ളിയില്ലത്ത് പണ്ടു ജ്യോതിശ്ശാസ്ത്രപാരംഗതനും മഹാവിദ്വാനുമായിട്ട് ഒരു മൂത്തതുണ്ടായിരുന്നു. അദ്ദേഹം, കുട്ടമ്പേരൂർ നാലേക്കാട്ടിൽ ഇപ്പോഴുള്ള ശങ്കരനാരായണപിള്ള അവർകളുടെ പിതാമഹനും വലിയ വിദ്വാനും പ്രസിദ്ധ ജ്യോത്സ്യനുമായിരുന്ന സമ്പ്രതിപ്പിള്ള അവർകളുടെ സഹപാഠിയും ആപ്തമിത്രവുമായിരുന്നു. ഒരിക്കൽ അദ്ദേഹം എവിടെയോ പോകുംവഴി തന്റെ സ്നേഹിതനെക്കൂടി കണ്ടിട്ടു പോകാമെന്നു വിചാരിച്ചു നാലേക്കാട്ടിൽ കേറി. അപ്പോൾ ഒരു പോറ്റി തനിക്കൊന്നു വേളികഴിക്കണമെന്നു വിചാരിച്ചു പല സ്ത്രീജാതകങ്ങളും തന്റെ ജാതകവും കൊണ്ടു സമ്പ്രതിപ്പിള്ളയെക്കൊണ്ടു നോക്കിക്കാനായി അവിടെ വന്നു കൂടീട്ടുണ്ടായിരുന്നു. മൂത്തതു ചെന്നുകേറിയ ഉടനെ സമ്പ്രതിപ്പിള്ള സബഹുമാനം എഴുന്നേറ്റ് ആസനസത്കാരം ചെയ്തിരുത്തി, താനും യഥാസ്ഥാനം ഇരുന്നതിന്റെ ശേഷം രണ്ടുപേരും പരസ്പരം കുശല പ്രശ്നാദിസംഭാഷണം ചെയ്തുകൊണ്ടിരുന്നു. അനന്തരം സമ്പ്രതിപ്പിള്ള (പോറ്റിയെ ചൂണ്ടിക്കാണിച്ചിട്ട്) 'ഇദ്ദേഹം ഒന്നു വേളികഴിക്കണമെന്നു വിചാരിച്ചു ജാതകങ്ങൾ നോക്കിക്കാനായിട്ടാണു വന്നിരിക്കുന്നത്. സ്ത്രീജാതകങ്ങൾ ഒട്ടുവളരെ കൊണ്ടുവന്നിട്ടുണ്ട്. ഞാനാണെങ്കിൽ ഇതെല്ലാം പരിശോധിച്ച് ഒന്നു തിരഞ്ഞെടുക്കുന്നതിനും വളരെ ദിവസം വേണ്ടി വന്നേക്കും. അവിടുന്നായാൽ എളുപ്പമുണ്ടല്ലോ. അതിനാൽ അതൊന്നു നോക്കി തീർച്ചപ്പെടുത്തി അദ്ദേഹത്തെ അയച്ചേച്ചാൽ എനിക്കും അദ്ദേഹത്തിനും വലിയ സഹായമാകും. പിന്നെ വർത്തമാനങ്ങൾ പറയുന്നതിനു നമുക്കു മനസ്സിനു സുഖവുമുണ്ടായിരിക്കും' എന്നു പറഞ്ഞു. ഉടനെ മൂത്തത് 'ഓഹോ, ആ ജോലി ഇപ്പോൾ തീർത്തേക്കാമല്ലോ' എന്നു പറഞ്ഞു പോറ്റിയോടു ജാതകങ്ങളെല്ലാം വാങ്ങി. ആകപ്പാടെ തിരിച്ചും മറിച്ചും ഒന്നുനോക്കീട്ട് 'ഇതു കൊള്ളുകയില്ല' എന്നു പറഞ്ഞിട്ട് ഓരോന്നായിട്ടു താഴെയിട്ട് ഒടുക്കം ഒരു ജാതകം കയിൽ പിടിച്ചുകൊണ്ട് 'ഈ സ്ത്രീജാതകം ശാസ്ത്രപ്രകാരം നോക്കിയാൽ ഇദ്ദേഹത്തിനു നല്ലപോലെ ചേർന്നതായിരിക്കും. പക്ഷേ, ഈ കന്യകയെ ഇദ്ദേഹത്തിനു വിവാഹം കഴിക്കാൻ കിട്ടുകയില്ല എന്നേ ഒരു ദോഷമുള്ളു' എന്നു പറഞ്ഞു. മൂത്തതിന്റെ വാക്കു കേട്ട് പോറ്റി ആ ജാതകം എവിടത്തെ പെൺകിടാവിന്റേതാണെന്നു നോക്കീട്ട് 'ജാതകം ചേരുമെങ്കിൽ ഈ കന്യകയെ എനിക്കു കിട്ടാതിരിക്കുകയില്ല. ആ ഇല്ലക്കാരും ഞങ്ങളും

തമ്മിൽ പണ്ടേതന്നെ ചാർച്ചക്കാരും സ്നേഹിതരുമാണ്'' എന്നു പറഞ്ഞു. ഉടനെ മൂത്തത് 'പോയി പരീക്ഷിച്ചു നോക്കുക. ഒടുവിൽ ഫലം ഞാൻപറഞ്ഞതുപോലെയായിരിക്കും. വേറെ കന്യകയെ ആയിരിക്കുമെന്നേ ഉള്ളൂ. ആ വേളികൊണ്ട് ഫലമൊന്നുമില്ല താനും. പ്രസവിക്കുന്നതിനുമുമ്പ് ആ സ്ത്രീ മരിച്ചുപോകും. സന്തതിയുണ്ടാകണമെങ്കിൽ പിന്നെ ഒന്നുകൂടി വേളി കഴിക്കേണ്ടിവരും' എന്നു പറഞ്ഞു. ഇതൊക്കെക്കേട്ടിട്ട് പോറ്റിക്ക് ഒട്ടും വിശ്വാസമുണ്ടായില്ല. അദ്ദേഹം 'ഞാനൊന്നു പരീക്ഷിച്ചുനോക്കട്ടേ' എന്നു പറഞ്ഞു ജാതകങ്ങളും എടുത്തുകൊണ്ടുപോയി. കുറച്ചുനേരം സമ്പ്രതിപ്പിള്ളയോടു വർത്തമാനങ്ങളും പറഞ്ഞിരുന്നതിന്റെ ശേഷം യാത്ര പറഞ്ഞു മൂത്തതും പോയി.

ഉടനെ ഒരു പോറ്റി, 'അതിനെക്കുറിച്ച് അങ്ങൊട്ടും വ്യസനിക്കേണ്ട. എനിക്കു സ്ത്രീധനമായി ഒരു കാശുപോലും തരികയും വേണ്ടാ, എന്നാലും ഈ പെണ്ണിനെ ഇയ്യാൾക്കു കൊടുക്കാൻ പാടില്ല. അങ്ങേക്കു സമ്മതമുണ്ടെങ്കിൽ പറയണം. ഞാനിപ്പോൾ കുളിച്ചു വന്നേയ്ക്കാം' എന്നു പറഞ്ഞു. വേറെ നിവൃത്തിയൊന്നും കാണായ്കയാൽ അച്ഛൻപോറ്റി അതിനെസ്സമ്മതിച്ചു. വേളി കഴിക്കാമെന്നു പറഞ്ഞ പോറ്റി കുളിച്ചുവരികയും അച്ഛൻപോറ്റി കന്യാദാനം ചെയ്യുകയും ചെയ്തു. അപ്പോൾ പോറ്റി രുഗ്മിണീസ്വയംവരത്തിലെ ശിശുപാലനെപ്പോലെ ഏറ്റവും വിഷണ്ണനായിത്തീർന്നു. അതു കണ്ടു മറ്റേ കക്ഷിയിലുള്ള ഒരു പോറ്റി 'അങ്ങ് ഇതുകൊണ്ടൊട്ടും വ്യസനിക്കേണ്ടാ. ഈ മുഹൂർത്തത്തിൽത്തന്നെ അങ്ങേക്കൊണ്ടു ഞാൻവേളി കഴിപ്പിക്കാം. എന്റെ കൂടെ വന്നോളൂ. എന്റെ മകളെ ഞാൻ അങ്ങേക്കു തരാമെന്നു നിശ്ചയിച്ചു. ഇവിടെത്തരാമെന്നു പറഞ്ഞതിൽ ഇരട്ടി സ്ത്രീധനം തരാനും ഞാൻ തയ്യാറുണ്ട്'' എന്നുപറഞ്ഞു. അത് അദ്ദേഹവും സമ്മതിച്ചു. ആ കക്ഷിക്കാരെല്ലാംകൂടി ഇറങ്ങി മറ്റേ പോറ്റിയുടെ മഠത്തിലേക്കു പോവുകയും ആ മുഹൂർത്തത്തിനുതന്നെ രണ്ടു സ്ഥലത്തും വേളി നടക്കുകയും ചെയ്തു. ഈ ഭവിഷ്യത്ഫലങ്ങളെല്ലാം മംഗലപ്പിള്ളി മൂത്തതു മുമ്പേതന്നെ പറഞ്ഞിരുന്നതാണല്ലോ. എങ്കിലും അപ്പോഴത്തെ വാശിയും വഴക്കുംകൊണ്ടു തത്കാലം അതൊന്നും ആരുമോർത്തില്ല. വേളി കഴിഞ്ഞ ശേഷം, താൻ ജാതകം നോക്കിക്കാനായി ചെന്നപ്പോൾ നാലേക്കാട്ടിൽവെച്ചു മൂത്തതു പറഞ്ഞതെല്ലാം ആ പോറ്റിക്ക് ഓർമ്മവരികയും മനസ്സുകൊണ്ടു മൂത്തതിനെ വളരെ ബഹുമാനിക്കുകയും ചെയ്തു. എങ്കിലും ശേഷംകൂടി ഒക്കുമോ എന്നറിയട്ടെ എന്നു വിചാരിച്ച് അദ്ദേഹം സ്വസ്ഥമായിരുന്നു. ആറു മാസം കഴിയുന്നതിനുമുമ്പേ ആ പോറ്റിയുടെ അന്തർജനം മരിച്ചു. അപ്പോൾ മൂത്തതു പറഞ്ഞിരുന്നതു മുഴുവനും ഓർത്തതിനാൽ മൂത്തതിന്റെ പ്രശ്നത്തിൽ പോറ്റിക്കു വളരെ വിശ്വാസമായി.

അനന്തരം പോറ്റി ഒന്നുകൂടി വേളികഴിക്കണമല്ലോ എന്നു വിചാരിച്ചിട്ട് ഒട്ടുവളരെ സ്ത്രീജാതകങ്ങൾ ശേഖരിച്ചു. 'ഇനി മൂത്തതിനെക്കൊണ്ടുതന്നെ ജാതകം നോക്കിച്ചു നിശ്ചയിച്ചിട്ടു വേണം വേളി കഴിക്കാൻ' എന്നു വിചാരിച്ചു പോറ്റി ജാതകങ്ങളുംകൊണ്ട് ആറന്മുള മൂത്തതിന്റെ ഇല്ലത്തെത്തി. അപ്പോൾ മൂത്തത് അമ്പലത്തിൽ തൊഴാൻ പോയിരിക്കുകയായിരുന്നു. മൂത്തതു തൊഴീലും കഴിഞ്ഞ് ഇല്ലത്തു ചെന്നപ്പോൾ ജാതകക്കെട്ടുമായി പോറ്റി വന്നിരിക്കുന്നതു കണ്ടിട്ട് ''എന്താ ഞാൻപറഞ്ഞിരുന്നതൊക്കെ ഒത്തില്ലേ? ഇനി ഒന്നു വേളി കഴിക്കണം. അല്ലേ?'' എന്നു ചോദിച്ചു. അപ്പോൾ പോറ്റി 'പറഞ്ഞി

രുന്നതുപോലെ എല്ലാം സംഭവിച്ചു. ഇനി വേണ്ടതിനെ പറഞ്ഞുതരണം. സ്ത്രീജാതകങ്ങൾ പത്തുമുപ്പതെണ്ണം കൊണ്ടുവന്നിട്ടുണ്ട്. ഊണു കഴിഞ്ഞ് ഇതെല്ലാമൊന്നു പരിശോധിച്ച്, ഇതിൽ വല്ലതും കൊള്ളാവുന്നതുണ്ടെങ്കിൽ നിശ്ചയിച്ചു പറഞ്ഞയയ്ക്കണം' എന്നു പറഞ്ഞു. ഉടനെ മൂത്തത് 'എനിക്ക് പരിശോധിക്കാനും ആലോചിക്കാനുമൊന്നുമില്ല. വല്ലതും മനസ്സിൽ തോന്നു ന്നതിനെ പറയുക എന്നേയുള്ളൂ. ഈശ്വരകാരുണ്യംകൊണ്ടും ഗുരുകടാക്ഷം കൊണ്ടും പറഞ്ഞാലധികം തെറ്റാറില്ല. അതിനാൽ ഇതും ഇപ്പോൾത്തന്നെ പറഞ്ഞേക്കാം. ആ ജാതകക്കെട്ടിൽനിന്നും രണ്ടെണ്ണം മാറ്റീട്ടു മൂന്നാമതിരി ക്കുന്ന ജാതകം കാർത്തികനക്ഷത്രം ജനിച്ച ഒരു കന്യകയുടേതായിരിക്കും. അത് അങ്ങേക്കു ചേരും. ആ കന്യകയെ വിവാഹം കഴിച്ചോളൂ. ദോഷം വരികയില്ല. ആ ഭാര്യയിൽ അങ്ങേക്കു രണ്ടുണ്ണികളും ഒരു പെൺകിടാവും ഉണ്ടാകും. നാലാമത്തെ ഗർഭം അലസിപ്പോകും. പിന്നെ ആ അന്തർജനം പ്രസവിക്കുകയുമില്ല. ഇതിലധികമൊന്നും ഇപ്പോൾ അറിയണമെന്നില്ലല്ലോ. ഇനി പോകുന്നെങ്കിൽ പോകാം. ഇരിക്കുന്നെങ്കിൽ ഇവിടെയിരിക്കാം. ഞാൻ ഊണു കഴിച്ചു വേഗം വരാം' എന്നു പറഞ്ഞു. പോറ്റി പിന്നെ അവിടെ താമ സിച്ചില്ല. അപ്പോൾത്തന്നെ സസന്തോഷം യാത്രപറഞ്ഞുപോയി. മൂത്തത് ഉണ്ണാനായി അകത്തേക്കും പോയി. പോറ്റി പോയി മൂത്തതു പറഞ്ഞ കന്യ കയെത്തന്നെ വിവാഹം കഴിക്കുകയും രണ്ടുണ്ണികളും ഒരു പെൺകിടാവും ഉണ്ടാവുകയും അന്തർജനത്തിന്റെ നാലാമത്തെ ഗർഭം അലസുകയും ചെയ്തു. ഇത്രയും കഴിഞ്ഞപ്പോൾ പോറ്റിക്കു മൂത്തതിനെക്കുറിച്ചുള്ള ബഹുമാനവും സന്തോഷവും സഹിക്കവഹിയാതെയായി. പിന്നെ അദ്ദേഹം കേമമായി ട്ട് ഒരു സദ്യയ്ക്കു വേണ്ടുന്ന വട്ടങ്ങളുംകൂട്ടി ഒട്ടുവളരെ മുണ്ടുകളും പണവുമൊ ക്കെക്കൊണ്ടു കിടാങ്ങളോടുകൂടി ആറന്മുളെ മൂത്തതിന്റെ ഇല്ലത്തു ചെന്നു. അന്നുതന്നെ അദ്ദേഹം കിടാങ്ങളെയൊക്കെ അമ്പലത്തിൽ കൊണ്ടുപോയി തൊഴീക്കുകയും താൻ തൊഴുകയും വളരെ വഴിപാടുകൾ കഴിക്കുകയും ചെയ്തു. പിറ്റേ ദിവസം മൂത്തതിനെ സത്കരിക്കുന്നതിനായി ഇല്ലത്തുവെച്ച് അതി കേമമായി ഒരു സദ്യ നടത്തുകയും മൂത്തതിനും ഇല്ലത്തുള്ള സകലർക്കും ആബാലവൃദ്ധം വാലിയക്കാർ, അച്ചിമാർ മുതലായവർ വരെ ഓണപ്പുടവ കൊടുക്കുകയും മറ്റും ചെയ്തു മൂത്തതിനെ വളരെ സന്തോഷിപ്പിച്ചുപോരികയും ചെയ്തു. ഇപ്രകാരം ദൂതലക്ഷണജ്ഞന്മാരായ മഹാന്മാർ മുൻകാലങ്ങളിൽ കേരളത്തിൽ വളരെയുണ്ടായിരുന്നു. ഇപ്പോൾ ഇങ്ങനെയുള്ളവർ എങ്ങു മുള്ളതായി കേൾക്കുന്നുപോലുമില്ല. ദൂതലക്ഷണജ്ഞതയുടെ മാഹാത്മ്യം എത്രമാത്രമുണ്ടെന്നു മേല്പറഞ്ഞ ഐതിഹ്യങ്ങൾകൊണ്ടു സ്പഷ്ടമാകുന്നുണ്ട ല്ലോ. ദൂതലക്ഷണജ്ഞന്മാർക്കു ലക്ഷണം പറയുന്നതിനു പറലും പലകയു മൊന്നുമാവശ്യമില്ല. അവർ ദൂതന്മാരുടെ വാക്കും ഭാവവും നിലയും ചേഷ്ടയും സമയവും മറ്റും നോക്കി മാത്രമാണ് ഫലങ്ങൾ പറയുന്നത്. അതിനാൽ ദൂത ലക്ഷണം വളരെ അത്ഭുതകരവും സകൗര്യമുള്ളതുമാണെന്നു വിശേഷിച്ചു പറയണമെന്നില്ലല്ലോ.

കുമരനല്ലൂർക്കടുത്തു നെട്ടാശ്ശേരി എന്ന ദിക്കിൽ 'പുന്നയിൽ' എന്നൊരു ക്ഷുദ്രഭവനം ഇപ്പോഴുമുണ്ട്. ആ വീട്ടിൽ മഹാവിദ്വാനും പ്രസിദ്ധ ജ്യോത്സ്യനു മായിട്ട് ഒരാൾ മുമ്പൊരിക്കലുണ്ടായിരുന്നു. ആ തറവാട്ടേക്കു പണിക്കർസ്ഥാ നമുള്ളതിനാൽ അവിടെയുള്ള പുരുഷന്മാരെ പണിക്കന്മാരെന്നാണു പറയുക

പതിവ്. അതിനാൽ നമ്മുടെ കഥാനായകനായ ജ്യോത്സ്യനെയും പുന്നയിൽ പണിക്കരെന്നാണ് പറഞ്ഞുവന്നിരുന്നത്. കുമരനല്ലൂർ ഗ്രാമത്തിലുള്ള ഒരു നമ്പൂരി തന്റെ പുത്രനെ ഉപനയിക്കുന്നതിന് ഒരു മുഹൂർത്തം പറഞ്ഞുകൊടുക്കണമെന്നു പല ജ്യോത്സ്യന്മാരോടും ആവശ്യപ്പെട്ടിട്ടും ആരും മുഹൂർത്തം പറഞ്ഞു കൊടുത്തില്ല. അക്കാലത്തു തെക്കുംകൂറിൽ ഉൾപ്പെട്ട ചില തമ്പുരാക്കന്മാർ, വട്ടപ്പിള്ളി ശങ്കുമൂത്തതു മുതലായി ആ ദിക്കുകളിൽത്തന്നെ പല ജ്യോത്സ്യന്മാരുണ്ടായിരുന്നു. അവരെല്ലാം നോക്കീട്ടു ആ കൊല്ലത്തിൽ ആ ഉണ്ണിയെ ഉപനയിക്കാൻ കൊള്ളാവുന്ന മുഹൂർത്തമില്ലെന്നു പറയുക കൊണ്ടും ഉണ്ണിയെ ഉപനയിക്കുന്നതിനുള്ള കാലമായിരുന്നതുകൊണ്ടും നമ്പൂരി ഒടുക്കം പുന്നയിൽ പണിക്കരുടെ അടുക്കൽ ചെന്ന് ഒരു മുഹൂർത്തമുണ്ടാക്കിക്കൊടുക്കണമെന്ന് അപേക്ഷിച്ചു. പണിക്കർ ഉടനെ ഒരു പ്രയാസവും സംശയവും കൂടാതെ മുഹൂർത്തം ചാർത്തിക്കൊടുക്കുകയും ചെയ്തു. നമ്പൂരി ആ മുഹൂർത്തച്ചാർത്തുംകൊണ്ടു തെക്കുംകൂർ തമ്പുരാക്കന്മാർ മുതലായവരുടെ അടുക്കൽ ചെന്ന് 'നിങ്ങളൊക്കെ മുഹൂർത്തമില്ലെന്നു പറഞ്ഞുവെങ്കിലും പുന്നയിൽ പണിക്കർ ഒരു മുഹൂർത്തമുണ്ടാക്കിത്തന്നു' എന്നു പറഞ്ഞു. ഉടനെ അവർ 'അതുവ്വോ? എന്നാൽ ആ ചാർത്തൊന്നു കാണണമല്ലോ' എന്നു പറഞ്ഞ് അവർ ആ ചാർത്തു വാങ്ങി നോക്കി. അപ്പോൾ പണിക്കർ ചാർത്തിക്കൊടുത്തിരിക്കുന്ന മുഹൂർത്തം ഉപനയിക്കാനുള്ള ഉണ്ണിയുടെ അഷ്ടമരാശിക്കൂറു സമയത്തായിരുന്നതിനാൽ തമ്പുരാൻ ആളയച്ച് പണിക്കരെ അവിടെ വരുത്തി. പണിക്കർ അന്നുണ്ടായിരുന്ന ജ്യോത്സ്യന്മാരെ എല്ലാവരെയും ഓരോ വിധത്തിൽ ജയിച്ചിരുന്നതിനാൽ എല്ലാവർക്കും പണിക്കരുടെ പേരിൽ കിടമത്സരവും അസൂയയുമുണ്ടായിരുന്നു. അതിനാൽ ഈ അവസരത്തിൽ പണിക്കരെ ഒന്നു മധ്യമമാക്കാമെന്നു നിശ്ചയിച്ചുകൊണ്ടു ശങ്കു മൂത്തതു മുതലായവരും അവിടെക്കൂടി. എല്ലാവരും വന്നപ്പോഴേക്കും പണിക്കരും വന്നു ചേർന്നു. ഉടനെ എല്ലാവരുംകൂടി 'അഷ്ടമരാശിക്കൂറു സമയത്ത് ഉപനയനം കഴിക്കാമെന്ന് എന്തു പ്രമാണമാണുള്ളത്? എന്നു പണിക്കരോട് ചോദ്യമായി. അപ്പോൾ പണിക്കർ 'അഷ്ടമരാശിക്കൂറു മുഹൂർത്തങ്ങൾക്കു വർജ്യമാണെന്നാണ് പ്രമാണം. എങ്കിലും ഈ ഉണ്ണിയെ ഇക്കൊല്ലം ഉപനയിക്കാഞ്ഞാൽ വേറെ തരക്കേടു വരാനുള്ളതുകൊണ്ടും ഇക്കൊല്ലത്തിൽ ഉപനയനത്തിന് ഈയൊരു മുഹൂർത്തമല്ലാതെ ഇല്ലാത്തതുകൊണ്ടും ഇങ്ങനെ ചാർത്തിക്കൊടുത്തതാണ്'' എന്നു പറഞ്ഞു. ഉടനെ മറ്റവർ 'ഈ ഉണ്ണിയെ ഇക്കൊലത്തിൽത്തന്നെ ഉപനയിച്ചില്ലെങ്കിൽ എന്തു തരക്കേടാണു വരാനുള്ളത്?' എന്നു ചോദിച്ചു. അപ്പോൾ പണിക്കർ 'അടുത്ത കൊല്ലത്തിൽ ഉണ്ണിക്ക് അമ്മ മരിച്ച് ദീക്ഷയായിരിക്കും. പിന്നത്തെ കൊല്ലത്തിൽ ഉപനയനത്തിനു മുഹൂർത്തം തന്നെയില്ല. അതിന്റെ പിന്നത്തെ കൊല്ലത്തിൽ ഉണ്ണിയുടെ അച്ഛൻ മരിച്ച് ആ ദീക്ഷയുമായിരിക്കും. ദീക്ഷക്കാലത്ത് ഉപനയനം പാടില്ലല്ലോ. ഇങ്ങനെ മൂന്നു കൊല്ലം കഴിയുമ്പോൾ ഉപനയനത്തിന്റെ കാലവും കഴിയും. കാലം കഴിയുന്നതിനു മുമ്പ് ഉപനയിക്കാഞ്ഞാൽ ഉണ്ണി ബ്രാഹ്മണാചാരപ്രകാരം ഭ്രഷ്ടനായിപ്പോവുകയും ചെയ്യുമല്ലോ. അതിൽ ഭേദം അഷ്ടമരാശിക്കൂറു സമയത്ത് ഉപനയിക്കുന്നതല്ലയോ?' എന്നു ചോദിച്ചു. 'അങ്ങനെയൊക്കെ വരുമെങ്കിൽ ഈ മുഹൂർത്തത്തിനുതന്നെ ഉപനയിക്കുകയാണു വേണ്ടത്'' എന്ന് എല്ലാവരും സമ്മതിക്കുകയും ഉണ്ണിയെ ആ മുഹൂർത്തത്തിനുതന്നെ

ഉപനയിക്കുകയും പണിക്കർ പറഞ്ഞിരുന്നതുപോലെ ആ കൊല്ലങ്ങളിൽ ഉണ്ണിയുടെ മാതാപിതാക്കന്മാർ മരിക്കുകയും ചെയ്തു. അക്കാലം മുതൽ മറ്റുള്ള ജ്യോത്സ്യന്മാർക്കു പണിക്കരോടുള്ള മൽസരവും അസൂയയും അസ്തമിക്കുകയും എല്ലാവർക്കും പൂർവ്വാധികം ബഹുമാനമുദിക്കുകയും ചെയ്തു.

●

കാലടിയിൽ ഭട്ടതിരി

കാലടിയിൽ ഭട്ടതിരിയുടെ ഇല്ലം കുമാരനല്ലൂർ ഗ്രാമത്തിലുൾപ്പെട്ട നെട്ടാശ്ശേരി എന്ന ദിക്കിലാകുന്നു. ഈ ഇല്ലത്തുള്ളവർക്കു പാരമ്പര്യമായിട്ടുതന്നെ മന്ത്രവാദമുണ്ടെന്നും ഗണപതി പ്രത്യക്ഷമാണെന്നും പ്രസിദ്ധമാണല്ലോ. ഇവരുടെ മന്ത്രവാദത്തിന് അനന്യസാധാരണത്വം സിദ്ധിക്കുന്നതിനും ഗണപതി പ്രത്യക്ഷീഭവിക്കുന്നതിനുമുള്ള കാരണങ്ങൾ ചുരുക്കമായി ഇവിടെ വിവരിക്കുന്നു.

ഒരിക്കൽ ഈ ഇല്ലത്തുള്ള ഒരു ഭട്ടതിരിയും അദ്ദേഹത്തിന്റെ സ്നേഹിതനായ വേറെ ഒരു നമ്പൂതിരിയുംകൂടി തൃശ്ശിവപേരൂർ പൂരം കാണാനായി പുറപ്പെട്ടു. ഇരിങ്ങാലക്കുടയ്ക്കു സമീപമായപ്പോൾ നേരം വൈകിയതിനാൽ ഒരില്ലത്തുകയറി പകലെ ഊണും സന്ധ്യാവന്ദനവും കഴിച്ച് അവിടെനിന്നു പുറപ്പെട്ട് 'യക്ഷിപ്പറമ്പ്' എന്ന സ്ഥലത്തിനു സമീപമായപ്പോൾ സർവ്വാംഗസുന്ദരികളായ രണ്ടു മനുഷ്യസ്ത്രീകൾ വഴിയിൽ നില്ക്കുന്നതുകണ്ടു. ആ സ്ത്രീകൾ ഇവർ അടുത്തുചെന്നപ്പോൾ തിരുമേനികൾ എങ്ങോട്ടാണ് ഈ അസമയത്ത് എഴുന്നള്ളത്ത്? എന്നു ചോദിച്ചു. അപ്പോൾ ഭട്ടതിരി ഞങ്ങൾ പൂരത്തിനു പോവുകയാണ് എന്നു പറഞ്ഞു. ഉടനെ സ്ത്രീകൾ ഇവിടെ അങ്ങോട്ടുചെല്ലുമ്പോൾ യക്ഷിപ്പറമ്പെന്നു പറയുന്ന സ്ഥലമായി. ഇങ്ങനെയുള്ള അസമയങ്ങളിൽ ഇതിലേ മനുഷ്യരാരും നടക്കാറില്ല. ഇതൊരു വൈഷമ്യസ്ഥലമാണെന്ന് അവിടുന്ന് കേട്ടിട്ടില്ലായിരിക്കുമോ? എഴുന്നള്ളത്തു ഇന്നു വേണ്ടെന്നാണ് അടിയങ്ങൾക്ക് തോന്നുന്നത്. എഴുന്നള്ളിയാൽ എന്തെങ്കിലും ആപത്തുണ്ടാകും. അങ്ങനെ വളരെ കണ്ടിട്ടുണ്ട് എന്നു പറഞ്ഞു. അപ്പോൾ നമ്പൂരി, ഞങ്ങൾക്ക് ഈ ദിക്കിലെങ്ങും പരിചയമില്ല. ഞങ്ങൾ ഈ ദിക്കുകാരല്ല. ഇന്നു പോകേണ്ടെന്നുവച്ചാൽ കേറികിടക്കുന്നതിന് എവിടെയാണു സൗകര്യമുള്ളത്. ഇവിടെ അടുക്കലെങ്ങാനും വല്ല ശൂദ്രവീടുകളോ മറ്റോ ഉണ്ടോ? എന്നു ചോദിച്ചു. അടിയങ്ങളുടെ കുപ്പമാടം ഇവിടെ അടുക്കലാണ്. വിരോധമില്ലെങ്കിൽ അങ്ങൊട്ടെഴുന്നള്ളിയാൽ അവിടെ കിടക്കാം. എന്നു സ്ത്രീകൾ പറഞ്ഞു.

ഇങ്ങനെ ആ സ്ത്രീകളും ഈ ബ്രാഹ്മണരും കൂടി കുറഞ്ഞൊരു നേരത്തെ സംഭാഷണം കഴിഞ്ഞപ്പോഴേക്കും അസമയത്തു പോയാൽ വല്ലതും ആപത്തു സംഭവിച്ചെങ്കിലോ എന്നുള്ള ഭയംകൊണ്ടും ഈ സുന്ദരികളോടുകൂടി പോയാൽ അന്നു രാത്രി സുഖമായി കഴിച്ചുകൂട്ടാമെന്നുള്ള മോഹംകൊണ്ടും ഭട്ടതിരിയും നമ്പൂരിയും ആ സ്ത്രീകളുടെ വീട്ടിലേയ്ക്കു പോവുകയെന്നുതന്നെ

തീർച്ചയാക്കി. പിന്നെ അവർ നാലുപേരുംകൂടി അവിടെനിന്നു പോയി. കുറച്ചു ചെന്നപ്പോൾ വലിയതായിട്ട് ഒരു മാളിക കണ്ടു. ഈ സ്ത്രീകൾ ബ്രാഹ്മണരെ ആ മാളികയിൽ കൂട്ടിക്കൊണ്ടുപോയി. അവിടെ അടുത്തടുത്തു വിശാലമായ രണ്ടു മുറികൾ ഉണ്ടായിരുന്നു. അതിൽ ഒന്നിൽ ഭട്ടതിരിയെയും ഒന്നിൽ നമ്പൂരിയെയും കൊണ്ടുചെന്നു കിടത്തി. രണ്ടു മുറികളിലും ഓരോ സ്ത്രീകൾ ചെന്നുകൂടി. ഭട്ടതിരി കിടന്ന മുറിയിൽ ചെന്ന ആ സ്ത്രീ ഭട്ടതിരിയെ തൊട്ടപ്പോൾതന്നെ അദ്ദേഹത്തിനു ബോധമില്ലാതായി. ഉടനെ അവൾ അദ്ദേഹത്തെ ഭക്ഷിക്കാനും തുടങ്ങി. നമ്പൂരിക്കു പതിവായി 'ദേവീമാഹാത്മ്യം' പാരായണമുള്ളതിനാൽ അദ്ദേഹത്തിന്റെ കൈയ്യിൽ ദേവീമഹാത്മ്യം ഗ്രന്ഥമുണ്ടായിരുന്നു. ആ ഗ്രന്ഥം തലയ്ക്കൽ വച്ചുംകൊണ്ടാണ് കിടക്കുക പതിവ്. അന്നും ഗ്രന്ഥം തലയ്ക്കൽ വച്ചിട്ടുണ്ടായിരുന്നു. അതിനാൽ അദ്ദേഹത്തിന്റെ അടുക്കൽ ചെന്ന സ്ത്രീ 'ആ ഗ്രന്ഥം ഇവിടെ താഴെയെങ്ങാനും വെച്ചേക്കണം. അതെന്തിനു തലയ്ക്കൽ വെച്ചിരിക്കുന്നു' എന്നു ചോദിച്ചു. 'ഇതു താഴെ വയ്ക്കാൻ പാടില്ല. തലയ്ക്കൽ വച്ചുംകൊണ്ടാണ് ഞാൻകിടന്നുറങ്ങുക പതിവ്' എന്നു നമ്പൂരി പറഞ്ഞു. പിന്നെയും ഗ്രന്ഥം താഴെവയ്ക്കാൻ ആ സ്ത്രീ വളരെ നിർബന്ധിച്ചു. എങ്കിലും നമ്പൂരി സമ്മതിച്ചില്ല. അപ്പോഴേക്കും മറ്റേ മുറിയിൽ ഭട്ടതിരിയുടെ എല്ലുകൾ കടിച്ചുപൊട്ടിക്കുന്നതിന്റെയും ചോര കുടിക്കുന്നതിന്റെയും ശബ്ദം കലശലായിട്ട് ഈ മുറിയിൽ കേട്ടുതുടങ്ങി. നമ്പൂരിക്കു കുറേശ്ശെ ഭയവും ചില സംശയങ്ങളും തോന്നിത്തുടങ്ങി. അവിടെക്കിടന്നുംകൊണ്ടു ഭട്ടതിരിയെ വിളിച്ചു. ഭട്ടതിരിയെ അപ്പോഴേക്കും മുക്കാലും ഭക്ഷിച്ചുകഴിഞ്ഞിരുന്നു. പിന്നെ ആർ വിളി കേൾക്കുന്നു? ഭട്ടതിരി വിളി കേൾക്കാതിരിക്കുകയും അടുക്കൽ നിൽക്കുന്ന സ്ത്രീ ഗ്രന്ഥം താഴെ വയ്ക്കാൻ നിർബന്ധിക്കുകയും ചെയ്യുന്നതുകൊണ്ടും മറ്റും ആകപ്പാടെ കാര്യം നല്ല പന്തിയല്ലെന്നും ഈ സ്ത്രീകൾ കേവലം മനുഷ്യസ്ത്രീകൾ അല്ലെന്നും തോന്നുകയാൽ നമ്പൂരിക്കു ഭയം കലശലായിത്തീർന്നു. അദ്ദേഹം ഗ്രന്ഥം കയ്യിലെടുത്തുപിടിച്ചുകൊണ്ടു തന്നെ കിടന്നു അദ്ദേഹത്തിനു ലവലേശം ഉറക്കം വരികയും അദ്ദേഹം ഉറങ്ങുകയും ഉണ്ടായില്ലെന്നു പറയേണ്ടതില്ലല്ലോ. അന്ത്യയാമമാകുന്നതുവരെ ആ സ്ത്രീ അദ്ദേഹത്തിന്റെ അടുക്കൽ ആ മുറിയിൽ നിന്നു. പിന്നെ പുറത്തേക്കിറങ്ങിപ്പോയി. നമ്പൂതിരി നിശ്ചേഷ്ടനായി ആ കട്ടിലിൽതന്നെ ഉറങ്ങാതെ കിടക്കുകയും ചെയ്തു.

നേരം വെളുത്തപ്പോൾ അവിടെ മാളികയുമില്ല; സ്ത്രീകളുമില്ല. നമ്പൂരി ഒരു വലിയ കരിമ്പനയുടെ മുകളിൽ ഇരിക്കുന്നു. പിന്നെ അദ്ദേഹം വളരെ പ്രയാസപ്പെട്ട് ഒരു വിധത്തിൽ താഴെയിറങ്ങി. അപ്പോൾ അതിനടുത്തുള്ള മറ്റൊരു കരിമ്പനയുടെ ചുവട്ടിൽ ഭട്ടതിരിയുടെ നഖങ്ങളും കുടുമ്മയും മാത്രം കിടക്കുന്നതു കണ്ടു. അപ്പോൾ തലേദിവസം കാണപ്പെട്ട സ്ത്രീകൾ മനുഷ്യസ്ത്രീകൾ അല്ലെന്നും യക്ഷികളായിരുന്നു എന്നും അവരുടെ മായാബലംകൊണ്ട് അവരെ മനുഷ്യസ്ത്രീകളാണെന്നും കരിമ്പന മാളികയാണെന്നും തോന്നിച്ചതാണെന്നും ഭട്ടതിരിയെ യക്ഷി ഭക്ഷിക്കയായിരുന്നു എന്നും ദേവീമാഹാത്മ്യം എന്ന ഗ്രന്ഥം തന്റെ കൈയിലുണ്ടായിരുന്നതിനാൽ തന്നെത്തൊടാൻ പാടില്ലാഞ്ഞതിനാലാണ് മറ്റേ യക്ഷി തന്നെ ഭക്ഷിക്കാഞ്ഞതെന്നും മറ്റും നമ്പൂരിക്കു മനസ്സിലായി. ഉടനെ അദ്ദേഹം പൂരത്തിനു പോകാതെതന്നെ തിരിച്ചുപോന്നു.

അന്ന മരിച്ചപോയ ആ ഭട്ടതിരിയല്ലാതെ ആ ഇല്ലത്തു പുരുഷൻമാരാരും ഉണ്ടായിരുന്നില്ല. മരിച്ചപോയ ഭട്ടതിരിയുടെ അന്തർജനത്തിന്ന അന്ന ഗർഭമുണ്ടായിരുന്നു. നമ്പൂരി വന്ന ഭട്ടതിരിയുടെ മരണവൃത്താന്തം അന്തർജനത്തിന്റെ അടുക്കൽ അറിയിച്ചു. അപ്പോൾ വിധവയായിതീർന്ന ആ അന്തർജനം അത്യന്തം വിഷാദമഗ്നായി എന്നുള്ളതു പറയേണ്ടതില്ലല്ലോ. പിന്നെ ആ പതിവ്രതതന്നെ ഭർത്താവിന്റെ ശേഷക്രിയകളെല്ലാം കഴിച്ചു. അങ്ങനെയിരിക്കുന്ന കാലത്ത് ഏറ്റവും തേജോമയനായ ഒരു പുത്രനെ അന്തർജനം പ്രസവിച്ചു. ഉണ്ണിക്കു ജാതകർമ്മം, നാമകരണം, അന്നപ്രാശനം, ചൌളം, ഉപനയനം, സമാവർത്തനം മുതലായവ യഥാകാലം വേണ്ടതുപോലയെല്ലാം കഴിച്ചു. അതിനിടക്കു വിദ്യാഭ്യാസം ചെയ്യിക്കുകയും വേദാധ്യയനം ചെയ്യിക്കുകയുമെല്ലാം ചെയ്തു. അത്യന്തം ബുദ്ധിമാനായ ആ ബ്രാഹ്മണകുമാരൻ പതിനാറു വയസ്സു കഴിഞ്ഞപ്പോഴേക്കും അദ്ദേഹം വേദവേദാംഗതത്ത്വജ്ഞനായും സകലശാസ്ത്രപുരാണേതിഹാസ പാരംഗതനായും തീർന്നു.

അപ്പോൾ തന്റെ അച്ഛന്റെ മരണവൃത്താന്തം അമ്മ പറഞ്ഞു മനസ്സിലാവുകയാൽ അച്ഛനെക്കൊന്ന ആ യക്ഷിയുടെ കഥ കഴിച്ചേക്കുമെന്ന് അദ്ദേഹം നിശ്ചയിച്ച് ആ ഉദ്ദേശസിദ്ധിക്കായി സൂര്യനെ സേവിച്ചുതുടങ്ങി. അതികഠിനമായിരിക്കുന്ന തപസ്സുകൊണ്ട് അദ്ദേഹം സൂര്യഭഗവാനെ പ്രത്യക്ഷമാക്കി സൂര്യഭഗവാൻ ഒരു ബ്രാഹ്മണന്റെ രൂപം ധരിച്ച് ഭട്ടതിരിയുടെ അടുക്കൽ ചെന്നു ചില ദിവ്യമന്ത്രങ്ങൾ ഉപദേശിക്കുകയും 'പോരാത്തതെല്ലാം ഇതിൽ പറയുന്നുണ്ട്. ഇതിൽ നോക്കിച്ചെയ്തോളൂ' എന്നു പറഞ്ഞ് ഒരു ഗ്രന്ഥം കൊടുക്കുകയും ചെയ്തിട്ട് മറഞ്ഞുപോവുകയും ചെയ്തു. ആ ഭട്ടതിരിക്കു 'സൂര്യകാലടി' എന്നു നാമം സിദ്ധിക്കുകയും പ്രസിദ്ധനാവുകയും ചെയ്തു. അദ്ദേഹമാണ് വിശ്വവിശ്രുതനായ 'സൂര്യകാലടി' എന്നു പറയപ്പെടുന്ന ഭട്ടതിരി. അക്കാലം മുതൽ ആ ഇല്ലത്ത് ഓരോ തലമുറയിൽ ഓരോരുത്തർക്ക് 'സൂര്യൻ' എന്നുകൂടി പേരിട്ടു തുടങ്ങി. അതിന്നും നടന്നുവരുന്നു.

സൂര്യഭഗവാനിൽനിന്ന് ഉപദേശവും ഗ്രന്ഥവും കിട്ടിയതിന്റെ ശേഷം സൂര്യഭട്ടതിരി വിവാഹം കഴിച്ചു ഗൃഹസ്ഥനായിട്ടു താമസിച്ചു. അക്കാലത്തു സൂര്യദത്തമായ ഗ്രന്ഥം മുഴുവനും നോക്കി ഹൃദിസ്ഥമാക്കി. അതൊരു മന്ത്രവാദഗ്രന്ഥമായിരുന്നതിനാൽ ഭട്ടതിരി പ്രസിദ്ധനായ ഒരു മന്ത്രവാദിയായിത്തീർന്നു. അദ്ദേഹം പിന്നെ അദ്ദേഹത്തിനുണ്ടായ പുത്രന്മാർക്കും സൂര്യഭഗവാങ്കൽനിന്നു തനിക്കു കിട്ടിയ വിദ്യയെ ഉപദേശിച്ചുകൊടുത്തു. അങ്ങനെ തലമുറതോറുമുണ്ടായ ഉപദേശംകൊണ്ട് ആ പാരമ്പര്യം ഇന്നും ആ ഇല്ലത്തുള്ളവർക്കു കാണുന്നുണ്ട്. കാലടിയിൽ ഭട്ടതിരിമാരുടെ മന്ത്രവാദത്തിന് ഒരനന്യസാധാരണത്വമുണ്ടായത് ഇങ്ങനെയാണ്.

പിന്നെ സൂര്യഭട്ടതിരിയെ പല സ്ഥലങ്ങളിലും മന്ത്രവാദത്തിനായി കൊണ്ടുപോകുകയും അദ്ദേഹം പല ബാധകൾ ഒഴിക്കുകയുമുണ്ടായിട്ടുണ്ട്. അദ്ദേഹം മന്ത്രവാദം ചെയ്തിട്ട് ഒഴിയാതെ ഒരു ബാധയും ഉണ്ടായിരുന്നില്ല. അങ്ങനെ പല ദൃഷ്ടാന്തങ്ങൾ കണ്ടപ്പോൾ സൂര്യഭഗവാന്റെ ഉപദേശസാഫല്യത്തെക്കുറിച്ചു ഭട്ടതിരിയുടെ മനസ്സിൽത്തന്നെ നല്ല വിശ്വാസമുണ്ടായി. സൂര്യഭഗവാന്റെ ഉപദേശപ്രകാരം ചെയ്താൽ എല്ലാം ഫലിക്കുമെന്നു കണ്ടപ്പോൾ ഇനി ഒട്ടും താമസിയാതെ തന്റെ അച്ഛനെ ഭക്ഷിച്ച യക്ഷിയെ ശിക്ഷിക്കണമെന്ന് അദ്ദേഹം നിശ്ചയിച്ചു. പിന്നെ അതിനു വേണ്ടുന്ന ഉപകരണങ്ങളെല്ലാം

സമ്പാദിച്ച് അതികഠിനമായ ഒരു ഹോമം തുടങ്ങി. ശിക്ഷാർഹയായ യക്ഷി ഏതാണെന്നു നിശ്ചയമില്ലായ്കയാൽ അദ്ദേഹം ലോകത്തിലുള്ള സകലയക്ഷികളെയും ഒന്നായിട്ടാവാഹിച്ചു. ഇദ്ദേഹത്തിന്റെ മന്ത്രശക്തികൊണ്ടു നിവൃത്തിയില്ലാതെയായിട്ടു സകലയക്ഷികളും അദ്ദേഹത്തിന്റെ അടുക്കൽ വന്നു. അപ്പോൾ ഭട്ടതിരി 'എന്റെ അച്ഛനെ ഭക്ഷിച്ചതു നിങ്ങളിലാരാണ്?' എന്നു ചോദിച്ചു. അപ്പോൾ എല്ലാ യക്ഷികളും 'ഞാനല്ല, ഞാനല്ല' എന്നു പറഞ്ഞു. ഉടനെ ഭട്ടതിരി യക്ഷികളെ ഓരോരുത്തരെ ആയിട്ടു പൊന്നും വിളക്കും പിടിപ്പിച്ചു സത്യം ചെയ്യിച്ചു വിട്ടയച്ചു. അങ്ങനെ ശിക്ഷാർഹയായ ആ ഒരു യക്ഷി ഒഴികെ ശേഷമെല്ലാവരും പോയി. അപ്പോൾ ഭട്ടതിരി തന്റെ പുരോഭാഗത്തിങ്കൽ ഭയവിഹ്വലയായി വിറച്ചുകൊണ്ടു നിൽക്കുന്ന ആ യക്ഷിയോടും സത്യം ചെയ്യാൻ പറഞ്ഞു. താൻ അപരാധിനിയാകയാൽ സത്യം ചെയ്യുന്നതിനു നിവൃത്തിയില്ലാതെ ആ യക്ഷി തന്റെ അപരാധത്തെ ഏറ്റു പറഞ്ഞു. ഉടനെ ഭട്ടതിരി 'എന്നാൽ ഞാനിപ്പോൾ നിന്നെ ഹോമിക്കും' എന്നു പറഞ്ഞു. 'എന്നെ ഹോമിച്ചാൽ ഇന്നേക്കു നാല്പത്തൊന്നാം ദിവസം അങ്ങു ചക്രശ്വാസം വലിച്ചു മരിക്കും' എന്ന് യക്ഷി പറഞ്ഞു. അപ്പോൾ ഭട്ടതിരി 'അങ്ങനെ വരാതിരിക്കാൻ ഒരു മാർഗമില്ലെന്നു വരുമോ' എന്നു ചോദിച്ചു. 'നാൽപത്തൊന്നാം ദിവസം തിരുവാലൂർ പോയി ദർശനം കഴിക്കാൻ സംഗതിയായാൽ മരിക്കില്ല. അല്ലാതെ ശാപമോക്ഷമുണ്ടാകുന്നതല്ല' എന്ന് യക്ഷി പറഞ്ഞു. 'എന്തായാലും ഇനി ഞാൻനിന്നെ വിട്ടയയ്ക്കുന്നില്ല' എന്നു പറഞ്ഞു ഭട്ടതിരി ആ യക്ഷിയെ പിടിച്ചു ഹോമിക്കുകയും ചെയ്തു.

അതിന്റെ ശേഷം കുറച്ചു ദിവസം കഴിഞ്ഞപ്പോൾ അന്നു കേരളരാജ്യം വാണുകൊണ്ടിരുന്ന 'പള്ളിബാണപ്പെരുമാൾ' ഭട്ടതിരിയുടെ അടുക്കൽ ഒരാളയച്ചു. ഉടനെ ഭട്ടതിരി അവിടെ ചെന്നു. അപ്പോൾ പെരുമാൾ തന്റെ ഭാര്യയ്ക്ക് ഒരു ഗന്ധർവന്റെ ഉപദ്രവം തുടങ്ങീട്ടു വളരെക്കാലമായി എന്നും പല മന്ത്രവാദികളെക്കൊണ്ടും മന്ത്രവാദങ്ങൾ ചെയ്യിച്ചിട്ടും ഗന്ധർവ്വൻ ഒഴിഞ്ഞുപോയിട്ടില്ലെന്നും ആ ഉപദ്രവം നിമിത്തം ഭാര്യയ്ക്കുണ്ടാകുന്ന ഗർഭമെല്ലാം അലസിപ്പോകുന്നു എന്നും അതിനാൽ ഏതു വിധവും ആ ഉപദ്രവം ഒഴിച്ചുതരണമെന്നും ഭട്ടതിരിയോടു പറഞ്ഞു. ഭട്ടതിരി അങ്ങനെ ആവാമെന്നു സമ്മതിക്കുകയും, അതിലേക്കു വേണ്ടുന്ന ഉപകരണങ്ങൾക്ക് ഒരു ചാർത്തെഴുതിക്കൊടുക്കുകയും ചെയ്തു. ചാർത്തിൻപ്രകാരമുള്ള ഉപകരണങ്ങളെല്ലാം അന്നുതന്നെ തയ്യാറാക്കി. ഭട്ടതിരി മന്ത്രവാദവും തുടങ്ങി. ചക്രം വരച്ചു പിണിയാളുകളെയിരുത്തി ഭസ്മം ജപിച്ചിടുകയും പലവിധത്തിലുള്ള ഹോമകർമാദികൾ കഴിക്കുകയും ചെയ്തിട്ടും പിണിയാൾ തുള്ളിയില്ല. എന്തൊക്കെയായിട്ടും ഗന്ധർവൻ തന്റെ ആകർഷണത്തിൽ ഉൾപ്പെടുന്നില്ലെന്നു കണ്ടപ്പോൾ ഭട്ടതിരിക്കു വാശി കലശലായിത്തീരുകയാൽ ബ്രാഹ്മണർക്ക് വിഹിത മല്ലാത്ത പല കഠിന കർമങ്ങളും അദ്ദേഹം ചെയ്തു. പല ജന്തുക്കളെയും മറ്റും അദ്ദേഹം മുറിച്ചു മുറിച്ചു ഹോമിച്ചു തുടങ്ങി. ശീല നെയ്യിൽ മുക്കി നിലത്തു വിരിച്ച് അതു നിറച്ച് ഉറുമ്പാകുമ്പോൾ എടുത്തുഹോമിക്കും. ഇങ്ങനെയുള്ള കഠിനപ്രവൃത്തികൾ സംഖ്യയില്ലാതെ ചെയ്തപ്പോൾ ഗന്ധർവന് നിവൃത്തിയില്ലാതെയായിത്തീരുകയാൽ പ്രത്യക്ഷമായി ഭട്ടതിരിയുടെ മുമ്പിൽ വന്നു. പിന്നെ അവർ തമ്മിൽ മന്ത്രതന്ത്രങ്ങളെക്കുറിച്ച് ഒരു വലിയ വാദമുണ്ടായി. ആ വാദത്തിൽ ഭട്ടതിരി തന്നെ ജയിച്ചു. ഒരുവിധത്തിലും ഭട്ടതിരിയെ ജയിക്കുന്നതിനു നിവൃത്തി

യില്ലെന്നു തീർച്ചയായപ്പോൾ ഗന്ധർവൻ വളരെ താഴ്മയോടുകൂടി 'അതിവിശിഷ്ടനായിരിക്കുന്ന അങ്ങയെ ജയിക്കുന്നതിന് ആരു വിചാരിച്ചാലും കഴിയുന്നതല്ല. അങ്ങയുടെ അച്ഛനെ ഭക്ഷിച്ചവളും എന്റെ പ്രിയതമയുമായ ആ യക്ഷിയെ അങ്ങു സംഹരിച്ചുവല്ലോ.ഇനി സ്ത്രീയെയും വിട്ടു പോകണമെന്ന് അങ്ങു നിർബന്ധിക്കുന്നതു കഷ്ടമാണ്. എനിക്ക് ഈ സ്ത്രീയിൽ അധികമായിരിക്കുന്ന ആസക്തി ജനിക്കുകയാലാണ് ഞാൻവന്നു ബാധിച്ചത്. ഇവളെ ഉപേക്ഷിച്ചു പോകുന്ന കാര്യം എനിക്കു വളരെ വ്യസനമാണ്. അതിനാൽ അവിടുന്ന് കൃപയുണ്ടായി എന്നെ ഉപദ്രവിക്കാതിരിക്കണം' എന്നു പറഞ്ഞു. അപ്പോൾ ഭട്ടതിരി 'രാജാവിന്റെ ഭാര്യയ്ക്കു നേരിട്ടിരിക്കുന്ന ഉപദ്രവം നീക്കിക്കൊടുത്തുകൊള്ളാമെന്നു ഞാൻ രാജാവിന്റെ അടുക്കൽ പറഞ്ഞുപോയി. ഇനി അതിനെ ഭേദപ്പെടുത്തുന്നത് എനിക്കു വളരെ അപമാനവും നിവൃത്തിയില്ലാത്തതുമാണ്. അതിനാൽ വേഗത്തിൽ സത്യം ചെയ്ത് ഇവിടെനിന്ന് ഒഴിഞ്ഞുപൊയ്ക്കൊള്ളണം. അതാണു നല്ലത്. പോകാത്തപക്ഷം നിന്റെ യക്ഷി പോയവഴിക്കു നിന്നെ ഞാനയയ്ക്കും' എന്നു പറഞ്ഞു. അതു കേട്ടപ്പോൾ ഗന്ധർവനു ഭയവും വ്യസനവും സഹിക്കവഹിയാതായിട്ട് 'ഇന്നേക്കു പന്ത്രണ്ടാം ദിവസം അങ്ങ് മൂത്രം മുട്ടി മരിക്കട്ടെ' എന്നു ഭട്ടതിരിയെ ശപിച്ചു. അപ്പോൾ ഭട്ടതിരി വ്യസനത്തോടുകൂടി ശാപമോക്ഷത്തെ അപേക്ഷിക്കുകയും പന്ത്രണ്ടാം ദിവസം തിരുവാലൂർ പോയി ദർശനം കഴിച്ചാൽ മരിക്കയില്ലെന്നു ഗന്ധർവൻ ശാപമോക്ഷം കൊടുക്കുകയും ചെയ്തു. പിന്നെയും ഭട്ടതിരിയുടെ നിർബന്ധം നിമിത്തം ഗന്ധർവൻ സത്യംചെയ്ത് അവിടംവിട്ട് പോകുകയും ചെയ്തു. ബാണപെരുമാൾ ഭട്ടതിരിക്കു വളരെ സമ്മാനങ്ങളും മറ്റും കൊടുത്തു ബഹുമാനിച്ചയച്ചു. താമസിയാതെ പെരുമാളുടെ ഭാര്യ ഗർഭം ധരിക്കുകയും ഒന്നും അലസാതെ നാലഞ്ചു കുട്ടികൾ ഉണ്ടാവുകയും ചെയ്തു.

ഭട്ടതിരിയുടെ മരണത്തിന്റെ തലേദിവസം തിരുവാലൂർ ഒരു അശരീരിവാക്കു കേൾക്കപ്പെട്ടു. 'നാളെ ഇവിടെ ഒരപമൃത്യു സംഭവിക്കും; അതിനാൽ മൂന്നേമുക്കാൽ നാഴികപ്പകലിനുമുമ്പ് അത്താഴപ്പൂജയും കഴിച്ച് എല്ലാവരും പൊയ്ക്കൊള്ളണം' എന്നായിരുന്നു ആ അശരീരിവാക്ക്. മരണദിവസം പകൽ ആയപ്പോഴേക്കും ഭട്ടതിരി തിരുവാലൂരെത്തി. അതുവരെ അദ്ദേഹത്തിനു യാതൊരു ദീനവും ഉണ്ടായിരുന്നില്ല. അദ്ദേഹം ശുദ്ധം മാറിയിരുന്നതിനാൽ തിരുവാലൂർ ചെന്നയുടനെ കുളത്തിലിറങ്ങി കുളിച്ചു. കുളി കഴിഞ്ഞ് കരയ്ക്കു കയറിയപ്പോൾ മൂത്രമൊഴിക്കണമെന്നു തോന്നി. ഉടനെ അവിടെ അടുക്കൽത്തന്നെയുണ്ടായിരുന്ന മൂത്രക്കുഴിയിൽ ചെന്നിരുന്നു. അപ്പോൾ മൂത്രം ഒഴിക്കണ്ടെന്നു തോന്നി. ഉടനെ എണീറ്റു കുളത്തിലിറങ്ങി ശൗചിച്ചു കാലും മുഖവും ശുദ്ധിവരുത്തി കരയ്ക്കു കയറിയപ്പോൾ പിന്നെയും മൂത്രം മുട്ടിത്തുടങ്ങി. പിന്നെയും മൂത്രമൊഴിക്കാൻ ചെന്നിരുന്നു. അപ്പോൾ വേണ്ടെന്നു തോന്നി. ഇങ്ങനെ സന്ധ്യവരെ അദ്ദേഹം കുളത്തിലിറങ്ങുകയും കേറുകയുമായിട്ടു കഴിച്ചുകൂട്ടി. സന്ധ്യയായപ്പോഴേക്കും അദ്ദേഹം ക്ഷീണിച്ചു കുളപ്പുരയിൽ വീണു. ഉടനെ ചക്രശ്വാസവും വലിച്ചുതുടങ്ങി. അന്നു പ്രദോഷമായിരുന്നതിനാൽ വ്രതക്കാരായിട്ടും മറ്റും അസംഖ്യം ജനങ്ങൾ അവിടെ കൂടിയിരുന്നു. എങ്കിലും അശരീരിവാക്കിൻ പ്രകാരം മൂന്നേമുക്കാൽ നാഴികപ്പകലെ അത്താഴപ്പൂജയും കഴിച്ചു എല്ലാവരും പോയി. ഭട്ടതിരി മാത്രം ശ്വാസം വലിച്ചുംകൊണ്ട് അവിടെ കിടന്നു. മൂത്രം മുട്ടിയും ചക്രശ്വാസം വലിച്ചും മരണവേദനയോടുകൂടി

അദ്ദേഹം കിടന്നു വിഷമിക്കുമ്പോൾ 'ഈശ്വരാ! ഗ്രന്ഥത്തിൽ കണ്ടതാണല്ലോ ഞാൻ ചെയ്തത്' എന്നു പറഞ്ഞു എന്നും അപ്പോൾ അതിനു മറുപടിയായിട്ട് 'സൂര്യകാലടി വേണം ചെയ്യാൻ എന്നു ഗ്രന്ഥത്തിലുണ്ടായിരുന്നുവോ' എന്നൊരു അശരീരിവാക്കുണ്ടായെന്നും പ്രസിദ്ധമായി കേൾക്കുന്നുണ്ട്. ഇപ്പോഴും അതൊരു പഴഞ്ചൊല്ലുപോലെ ജനങ്ങൾ ഉപയോഗിച്ചു വരുന്നുമുണ്ട്. എന്നാൽ സമീപത്തെങ്ങും മറ്റാരുമില്ലാതിരുന്നപ്പോൾ ഉണ്ടായ ഈ വാക്ക് ഇത്ര പരസ്യമായിത്തീർന്നതെങ്ങനെയെന്നു നിശ്ചയമില്ല.

ഏതെങ്കിലും ഭട്ടതിരി ചക്രശ്വാസം വലിച്ചും മൂത്രം മുട്ടിയും അർധരാത്രിയായപ്പോഴേക്കും അവിടെക്കിടന്നു മരിച്ചു. അദ്ദേഹം ചക്രശ്വാസം വലിച്ചു ചുറ്റിത്തിരിഞ്ഞു നിലത്തുനിന്നു മേല്പോട്ടു പൊങ്ങിയപ്പോൾ മരണവേദനയോടുകൂടി ചാടിക്കടിച്ചിട്ടുള്ള പാടുകൾ ഇന്നും തിരുവാലൂർ കുളപ്പുരയുടെ തട്ടിന്റെ തുലാങ്ങളിന്മേലും മറ്റും കാണുന്നുണ്ട്. തിരുവാലൂർ ക്ഷേത്രം ആലങ്ങാട്ടു താലൂക്കിലാണ്. സൂര്യഭട്ടതിരി ജീവിച്ചിരുന്നതു പള്ളിബാണപ്പെരുമാളുടെ കാലത്താണെന്നു കാണുന്നതുകൊണ്ട് ഉദ്ദേശം കലിവർഷം മൂവായിരത്തി നാനൂറിനോടടുത്താണെന്നു വിചാരിക്കേണ്ടിയിരിക്കുന്നു.സൂര്യഭട്ടതിരിയുടെ കാലം കഴിഞ്ഞതിൽ പിന്നെയും ആ ഇല്ലത്തുള്ള ഭട്ടതിരിമാർ വളരെ തപശ്ശക്തിയുള്ളവരും വേദജ്ഞന്മാരും ശാസ്ത്രജ്ഞന്മാരും നല്ല മന്ത്രവാദികളുംതന്നെയായിരുന്നു.

ഒരു ദിക്കിൽ ഒരു വലിയ ജന്മിയുടെ വക ഒരു തെങ്ങിൻതോട്ടത്തിൽ കാവലായിട്ട് ഒരു മൂത്തചേകോൻ (തീയൻ) താമസിച്ചിരുന്നു. ആ തോട്ടത്തിൽ വളരെ തേങ്ങ വീഴുന്നതുകൊണ്ടു വലിയ വലിയ തേങ്ങാക്കൂട്ടങ്ങൾ വളരെയുണ്ടായിരുന്നു. മിക്ക സമയങ്ങളിലും കൂട്ടുകൾ ഒഴിയാതെ ഉണക്കത്തേങ്ങ കിടക്കുക പതിവാണ്. അവിടെ ഈ മൂത്തചേകോൻ ഒരു മാടം കെട്ടിയുണ്ടാക്കി അതിലാണ് അവന്റെ കിടപ്പു പതിവ്. രാത്രിയിൽ തീയിടാനായിട്ട് ആ മാടത്തിൽ ഒരു വലിയ നെരിപ്പോടുമുണ്ടായിരുന്നു. അവൻ തണുപ്പുള്ള കാലങ്ങളിൽ വരട്ടുതേങ്ങയെടുത്തു വെട്ടിക്കീറി അതിന്റെ ചകിരിയിട്ടു തീ കത്തിക്കുകയും തേങ്ങ തീയിലിട്ടു ചുട്ടെടുത്തു തിന്നുകയും ചെയ്തും തീയും കാഞ്ഞിരിക്കുക പതിവാണ്.

ഒരിക്കൽ ഒരു മഞ്ഞുകാലത്തു വെളുപ്പാൻകാലമായപ്പോൾ മൂത്തചേകോനു തണുപ്പു സഹിക്കാൻ പാടില്ലാതെയായിട്ട് എണീറ്റ് രണ്ടുമൂന്നു തേങ്ങയെടുത്തു വെട്ടിക്കീറി ചകിരിയിട്ടു തീയും കത്തിച്ചു തേങ്ങയും ചുട്ടുതിന്നു തീയും കാഞ്ഞുകൊണ്ടിരുന്നു. അപ്പോൾ ആ മാടത്തിന്റെ മെടയുടെ (തട്ടിയുടെ) ഇടയിൽക്കൂടി ഒരു കൊച്ചു തുമ്പിക്കൈ മൂത്തചേകോന്റെ അടുക്കലേക്കു നീട്ടുന്നത് അവൻ കണ്ടു. ഉടനെ ഒരു തേങ്ങാക്കഷണം അവൻ തുമ്പിക്കയ്യിലേക്കു വെച്ചുകൊടുത്തു. അതു വാങ്ങി തിന്നിട്ടു പിന്നെയും തുമ്പിക്കൈ നീട്ടി. മൂത്തചേകോൻ പിന്നെയും ഒരു കഷണം വെച്ചു കൊടുത്തു. അങ്ങനെ പല പ്രാവശ്യം കഴിഞ്ഞപ്പോഴേക്കും ചുട്ട തേങ്ങയെല്ലാം അവസാനിച്ചു. നേരവും വെളുത്തു. അപ്പോൾ തുമ്പിക്കൈ കാണാതെയുമായി. മൂത്തചേകോനെണീറ്റ് അവന്റെ ജോലിക്കും പോയി.

പിറ്റേദിവസം വെളുപ്പാൻകാലത്തു.മൂത്തചേകോൻ പതിവുപോലെ തേങ്ങ ചുട്ടു തിന്നുന്നതിനു തുടങ്ങി. അപ്പോൾ തലേദിവസത്തെപ്പോലെ ആ കൊച്ചു

തുമ്പിക്കയ്യും കണ്ടുതുടങ്ങി. അന്നും അവൻ ഓരോ കഷണം ആ തുമ്പിക്കയ്യിൽ വെച്ചുകൊടുക്കുകയും ആ കുട്ടിയാന മൂത്തചേകോന്റെ അടുക്കൽ വന്നുനിന്നു തേങ്ങ വാങ്ങിത്തിന്നും തുടങ്ങി. എന്തിനു വളരെ പറയുന്നു. അങ്ങനെ ഏതാനും ദിവസം കഴിഞ്ഞപ്പോഴേക്കും മൂത്ത ചേകോനും കുട്ടിയാനയും പരസ്പരം അത്യന്തം സ്നേഹമായിത്തീർന്നു. ഒരു സമയവും കുട്ടിയാന മൂത്തചേകോനെ പിരിഞ്ഞുപോകാതെയായി. മൂത്തചേകോൻ ഭക്ഷിക്കുന്ന സാധനങ്ങളിലെല്ലാം ഒരു ഭാഗം കുട്ടിയാനയ്ക്കും കൊടുക്കാതെ അവൻ ഭക്ഷിക്കുകയില്ല. എന്നാൽ കുട്ടിയാനയ്ക്കു ചുട്ട തേങ്ങപോലെ പ്രിയമായിട്ടു മറ്റൊന്നുമില്ല. മൂത്തചേകോൻ ദിവസംതോറും രണ്ടും മൂന്നും തേങ്ങവീതം ചുട്ടു കുട്ടിയാനയ്ക്കു കൊടുക്കും. അസംഖ്യം തേങ്ങ വീഴുന്ന സ്ഥലമായതു കൊണ്ട് ഈ കുറവ് ഉടമസ്ഥൻ അറിയുന്നതിനും ചോദ്യപ്പെടുന്നതിനും ഇടയായതുമില്ല. മൂത്തചേകോൻ വല്ലേടത്തും കൂലിവേലയ്ക്കു പോയാലും കുട്ടിയാന കൂടെ ഉണ്ടായിരിക്കും. എന്നുവേണ്ടാ, കുട്ടിയാനയും മൂത്തചേകോനുമായി പിരിഞ്ഞിട്ട് ഒരു സമയവുമില്ലെന്നു പറഞ്ഞാൽ മതിയല്ലോ. എന്നാൽ ഈ കുട്ടിയാനയെ ആ മൂത്തചേകോനല്ലാതെ മറ്റാർക്കും കാണ്മാൻ പാടില്ലായിരുന്നു താനും.

അങ്ങനെയിരിക്കുമ്പോൾ ഒരിക്കൽ ഒരു കാലടിയിൽ ഭട്ടതിരി എവിടെയോ മന്ത്രവാദത്തിനോ തന്ത്രത്തിനോ മറ്റോ പോയി തിരിച്ചുവരുമ്പോൾ നാട്ടുവഴി ഈ തോട്ടത്തിന്നടുക്കൽക്കൂടിയായിരുന്നതിനാൽ അതിലേ വന്നു. അപ്പോൾ അദ്ദേഹം ഈ കുട്ടിയാനയെ കണ്ടു. ഭട്ടതിരി ഒരു ദിവ്യനായിരുന്നതിനാൽ ഇതു കേവലമൊരു കുട്ടിയാനയല്ലെന്ന് അദ്ദേഹത്തിനു തോന്നുകയാൽ ഇതിനെ വിലയ്ക്കു തരാമോ എന്നു മൂത്തചേകോനോടു ചോദിച്ചു. മൂത്തചേകോന് ഈ ആനക്കുട്ടിയുടെ മേൽ വളരെ വാത്സല്യവും കൌതുകവും ഉണ്ടായിരുന്നതിനാൽ 'അയ്യോ അടിയൻ ഈ ഒറ്റക്കൊമ്പനെ (ആ കുട്ടിയാനയ്ക്ക് ഒരു കൊമ്പേ ഉണ്ടായിരുന്നുള്ളൂ) തരികയില്ല' എന്നു പറഞ്ഞു. എങ്കിലും ഭട്ടതിരിയുടെ നിർബന്ധംകൊണ്ടു നിവൃത്തിയില്ലാതെയായതുകൊണ്ടും പറയുന്ന വില കൊടുക്കാമെന്നു അദ്ദേഹം സമ്മതിച്ചതുകൊണ്ടും ഒടുക്കം കൊടുക്കാമെന്ന് അവൻ സമ്മതിച്ചു. പിന്നെ ഭട്ടതിരി മൂത്തചേകോൻ പറഞ്ഞതുപോലെയുള്ള സംഖ്യ എണ്ണിക്കൊടുത്തു കുട്ടിയാനയെ വാങ്ങി. എങ്കിലും കുട്ടിയാന ഭട്ടതിരിയുടെ കൂടെപ്പോകാതെ മൂത്തചേകോന്റെ അടുക്കൽത്തന്നെ നിന്നു. പിന്നെ ഭട്ടതിരി മൂത്തചേകോനോട് അവന്റെ നെരിപ്പോട്ടും രണ്ടുമൂന്നു വരട്ടു തേങ്ങയും വിലകൊടുത്തു വാങ്ങി. ആ തേങ്ങാ തല്ലിപ്പൊട്ടിച്ചു നെരിപ്പോടിലിട്ടു ചുട്ടു. അതിൽനിന്ന് ഒരു കഷണം തേങ്ങായെടുത്തു നീട്ടിയപ്പോൾ കുട്ടിയാന ഭട്ടതിരിയുടെ അടുക്കൽ വന്നു വാങ്ങിച്ചുതിന്നു. പിന്നെ ഭട്ടതിരി ആ നെരിപ്പോടുമെടുത്തുകൊണ്ടു നടന്നുതുടങ്ങി. കുട്ടിയാന അദ്ദേഹത്തിന്റെ പിന്നാലെയും ചെന്നു. ഇടയ്ക്കിടയ്ക്കു ഭട്ടതിരി ഓരോ കഷണം തേങ്ങയെടുത്തു കുട്ടിയാനയ്ക്കു കൊടുത്തുംകൊണ്ടാണ് നടന്നത്. കുട്ടിയാന അതെല്ലാം വാങ്ങിച്ചു തിന്നുംകൊണ്ടു പിന്നാലെതന്നെ ചെല്ലുകയും ചെയ്തു. അങ്ങനെ ഭട്ടതിരി കുട്ടിയാനയെയുംകൊണ്ട് ഇല്ലത്തെത്തി

മൂത്തചേകോന് ആ കുട്ടിയാനയുടെ സൂക്ഷ്മസ്ഥിതിയൊന്നും മനസ്സിലായില്ല. അതു ഭട്ടതിരിയുടെ പിന്നാലെ പോയതു തേങ്ങയുടെ കൊതികൊണ്ടുമാത്രമാണെന്നേ അവൻ വിചാരിച്ചുള്ളൂ. ഭട്ടതിരിക്ക് ആ കുട്ടിയാന സാക്ഷാൽ ഗണപതിയാണെന്നു കണ്ടപ്പോൾത്തന്നെ മനസ്സിലായി. അദ്ദേഹം തേങ്ങ

വാങ്ങിച്ച ഗണപതിഹോമം കഴിച്ച ഗണപതിയെ ആവാഹിച്ചുംകൊണ്ടാണ് പോന്നത്. അതൊന്നും മൂത്ത ചേകോൻ അറിഞ്ഞില്ല. ഭട്ടതിരി ഇല്ലത്തെത്തിയപ്പോഴേക്കും കുട്ടിയാന സാക്ഷാൽ ഗണപതിയുടെ രൂപത്തിൽ പ്രത്യക്ഷനായി. അദ്ദേഹം ആ ഗണപതിയെ തന്റെ മറ്റുള്ള തേവാരങ്ങളുടെ കൂട്ടത്തിൽ ഇല്ലത്തുതന്നെ പ്രതിഷ്ഠിക്കുകയും ചെയ്തു. അങ്ങനെയാണ് കാലടിയിൽ ഭട്ടതിരിമാർക്കു ഗണപതി പ്രത്യക്ഷമായിത്തീർന്നത്.

അക്കാലംമുതൽ അവിടെ എല്ലാവരും ഗണപതിയെ വേണ്ടുംവണ്ണം സേവിച്ചുകൊണ്ടിരുന്നു. എന്നുമാത്രമല്ല, സമാവർത്തനം കഴിഞ്ഞാൽ പിന്നെ ആ ഇല്ലത്തുള്ള എല്ലാവരും ദിവസവും ഗണപതിഹോമം കഴിക്കണമെന്നും ഇല്ലത്തു തേവാരവും ഗണപതിഹോമവും ഒരു ദിവസവും മുടങ്ങാതെ കഴിക്കേണ്ടതിലേക്കായി പുരുഷന്മാരിൽ ആരെങ്കിലും ഒരാൾ എന്നും ഇല്ലത്തുണ്ടായിരിക്കണമെന്നും ഏർപ്പാടു വെച്ചു. ആ ഇല്ലത്തുള്ള എല്ലാവർക്കും ഗണപതി പ്രത്യക്ഷമായിത്തീർന്നു എന്നുമാത്രമല്ല, അവർ വിചാരിക്കുന്ന സകല കാര്യങ്ങളും ഗണപതി സാധിച്ചുകൊടുത്തും തുടങ്ങി. അപ്പോഴേക്കും അവർക്കു മന്ത്രവാദത്തിൽ മുമ്പിനാലെ ഉണ്ടായിരുന്ന പ്രശസ്തി ശതഗുണീഭവിച്ചു. അപസ്മാരം, ബ്രഹ്മരക്ഷസ്സ് മുതലായി സകല ബാധോപദ്രവങ്ങളും ഒഴിവാക്കുന്നതിനു കാലടിയിൽ ഭട്ടതിരിമാർക്കു യാതൊരു പ്രയാസവുമില്ലാതെയായിത്തീർന്നു. എന്തെങ്കിലും ഉപദ്രവമുണ്ടായാൽ ജനങ്ങൾ ഭട്ടതിരിയെ സ്വസ്ഥാനത്തു വരുത്തീട്ടോ കാലടിയിൽ പോയി ഭജനമിരുന്നിട്ടോ മന്ത്രവാദം ചെയ്യിക്കുന്നതല്ലാതെ മറ്റൊരു മന്ത്രവാദിയെക്കൊണ്ടു മന്ത്രവാദം ചെയ്യിക്കുകയോ മറ്റൊരു സ്ഥലത്തുപോയി ഭജനമിരിക്കുകയോ അക്കാലത്തു പതിവില്ലായിരുന്നു. കാലടിയിൽ ഗണപതിയുടെ മാഹാത്മ്യങ്ങൾ പറഞ്ഞാൽ വളരെയുണ്ട്. വിസ്താരഭയത്താൽ അവയെല്ലാം ഇവിടെ വിവരിക്കുന്നില്ല. എങ്കിലും ദൃഷ്ടാന്തത്തിനായി ഒന്നുരണ്ടു സംഗതികൾ മാത്രം ചുരുക്കത്തിൽ പറഞ്ഞുകൊള്ളുന്നു.

തിരുവിതാംകൂർ സംസ്ഥാനത്തു ചങ്ങനാശ്ശേരിത്താലൂക്കിൽ കാടമുറി ഗ്രാമത്തിൽ 'കുഞ്ചമൺപോറ്റി' എന്നൊരു മന്ത്രവാദിയുണ്ടെന്നും ആ തറവാട്ടുകാർക്കു ചാത്തന്മാർ പ്രത്യക്ഷമാണെന്നും ഇന്നും പ്രസിദ്ധമാണല്ലോ. ഇപ്പോൾ ഇവിടെയുള്ളവർക്കു ചാത്തന്മാരെ പ്രത്യക്ഷമായി കാണാൻ പാടില്ലെങ്കിലും ചാത്തന്മാർ ഇന്നും അവരുടെ ആജ്ഞയെ അനുസരിക്കുന്നുണ്ട്. ഇപ്പോഴും അവർ പല സ്ഥലങ്ങളിൽ പോയി ചാത്തന്റെ ഉപദ്രവങ്ങൾ ഒഴിക്കുന്നുണ്ട്. കുഞ്ചമൺ പോറ്റി ഒഴിച്ചാൽ ഒഴിയാത്ത ചാത്തൻ എങ്ങുമില്ലെന്നുള്ളതു പ്രസിദ്ധമാണ്. ആവശ്യക്കാർ വന്ന് അപേക്ഷിച്ചാൽ തത്കാലം പോകുന്നതിനു സൗകര്യമില്ലെങ്കിൽ കുഞ്ചമൺ പോറ്റിമാർ അവധിവെച്ച് എഴുത്തുകൊടുത്ത് തത്കാലത്തേക്കു ചാത്തന്മാരെ ഒഴിച്ചുനിർത്തുക ഇന്നും പതിവുള്ളതാണ്. 'ഇന്ന മാസം ഇത്രാം തീയതി നാമവിടെ വരുന്നതാണ്. അതുവരെ നിങ്ങൾ ഇന്ന ഗൃഹത്തിൽ യാതൊരുപദ്രവവും ചെയ്തുപോകരുത്. ഇതു നമ്മുടെ കുട്ടിചാത്തന്മാർ ഗ്രഹിപ്പാൻ കുഞ്ചമൺപോറ്റി ഇന്നാര്.' ഇപ്രകാരമാണ് അവർ എഴുത്തു കൊടുത്തയയ്ക്കുന്നത്. ഇപ്രകാരം കുഞ്ചമൺപോറ്റിയുടെ എഴുത്തുവാങ്ങിച്ചുകൊണ്ടു പോയി ചാത്തന്റെ ഉപദ്രവമുള്ള ഗൃഹത്തിൽ വായിച്ചാൽ അവധി കഴിയുന്നതുവരെ ആ ഗൃഹത്തിൽ യാതൊരുപദ്രവവുമുണ്ടാവുകയില്ലെന്നുള്ളതു തീർച്ചയായിട്ടുള്ളതും ഇന്നും കണ്ടുവരുന്നതുമാണ്. ചാത്തന്മാരെ

സേവിച്ച പ്രത്യക്ഷമാക്കിയ കുഞ്ചമൺപോറ്റിയും ഗണപതിയെ പ്രത്യക്ഷ മാക്കിയ കാലടിയിൽ ഭട്ടതിരിയും ഒരു കാലത്തു ജീവിച്ചിരുന്നവരാണ്.

മുമ്പൊരിക്കൽ ഒരു കുഞ്ചമൺപോറ്റി കാലടിയിൽ ഭട്ടതിരിയെ കാണാനായി ചെന്നിരുന്നു. പോറ്റി പതിനെട്ടു തണ്ടുവെച്ച ഒരു ബോട്ടിലാണ് ചെന്നിരുന്നത്. ഭട്ടതിരിയുടെ ഇല്ലം പുഴവക്കത്താകയാൽ ബോട്ട് ആ കടവിൽ ത്തന്നെ ചെന്നടുത്തു. ഉടനെ പോറ്റി കരയ്ക്കിറങ്ങി ചെന്നു. അപ്പോൾ സന്ധ്യാ സമയമായിരുന്നതുകൊണ്ടു ഗൃഹസ്ഥനായ ഭട്ടതിരി ജപിച്ചുകൊണ്ടിരിക്കുക യായിരുന്നു. പോറ്റി മുറ്റത്തു ചെന്നപ്പോൾ ഭട്ടതിരി പുറത്തേക്കു വന്ന്, 'വേഗം കുളി കഴിഞ്ഞു വരാം' എന്നു പറഞ്ഞു പോറ്റിയെ കുളിക്കാനയച്ചിട്ട് അകത്തേ ക്കുതന്നെ പോയി. പോറ്റി ബോട്ടിലാണു വന്നതെന്നു മനസ്സിലാവുകയാൽ പോറ്റിക്കും ബോട്ടു കാർക്കും വേഗത്തിൽ അത്താഴം കാലമാക്കണമെന്നു ഭട്ടതിരി ശട്ടംകെട്ടി. ഭട്ടതിരി അന്തിമുടിച്ചു കഴിഞ്ഞപ്പോഴേക്കും പോറ്റിയും കുളി കഴിഞ്ഞു വന്നു. പിന്നെ ഭട്ടതിരിയും പോറ്റിയും കൂടി പുറത്തളത്തിലിരുന്നു രണ്ടുപേരുടെയും ജപങ്ങളും മറ്റും കഴിച്ചു. കുറച്ചുനേരം കുശലപ്രശ്നവും ചെയ്തു കൊണ്ട് അങ്ങനെയിരുന്നു. അപ്പോഴേക്കും അത്താഴം കാലമാവുകയാൽ രണ്ടുപേരും ഊണു കഴിച്ചു. ഊണു കഴിഞ്ഞു പിന്നെയും പുറത്തളത്തിൽ വന്നു വെടിയും പറഞ്ഞങ്ങനെ ഇരിക്കുന്ന മധ്യേ ഭട്ടതിരി മടപ്പിള്ളിക്കാരെ വിളിച്ച് പോറ്റിയുടെ ബോട്ടുകാർക്കുകൂടെ വേഗത്തിൽ ചോറുകൊടുക്കാൻ ശട്ടം കെട്ടി. അപ്പോൾ പോറ്റി 'അതൊന്നും വേണ്ട, നമ്മുടെ ബോട്ടുകാർക്കു ഭക്ഷണം ഞാൻ തന്നെ കൊടുത്തുകൊള്ളാം. മറ്റാരും കൊടുത്താൽ അവർക്കു തൃപ്തിയാവുകയില്ല' എന്നു പറഞ്ഞു. ഉടനെ ഭട്ടതിരി 'എന്നാൽ അങ്ങോട്ടു ചെന്നു വിളമ്പിക്കൊടുത്തേക്കണം; നമുക്കങ്ങോട്ടു പോകാം: ഞാൻകൂടി വരാം' എന്നു പറഞ്ഞു. അപ്പോൾ പോറ്റി 'അതൊന്നും വേണ്ട, ഞാനവർക്ക് അത്താഴം കൊടുത്തു. അവർ പോവുകയും ചെയ്തു. ഇനിയിപ്പോൾ അതിനായിട്ടുൽസാ ഹിക്കണമെന്നില്ല' എന്നു പറഞ്ഞു. ഇത്രയും കേട്ടപ്പോൾ ഭട്ടതിരിക്കു കാര്യം മനസ്സിലായി. 'ബോട്ടുകാരൊക്കെ ചാത്തന്മാരായിരിക്കും, അല്ലേ?' എന്നു ഭട്ടതിരി ചോദിച്ചു. 'അതേ, ഒരു മൂർത്തിയെ സേവിക്കയെന്നുവെച്ചാൽ ചാത്ത നെത്തന്നെ സേവിക്കണം. എങ്കിലേ എല്ലാത്തിനും ഉപയോഗപ്പെട്ടു' എന്നു പോറ്റി പറഞ്ഞു. വെറുതെ പത്തിരുപതുപേർക്കുകൂടി രാത്രികാലത്ത് അരി വയ്ക്കുന്നതിനിടയാക്കുകയും പോറ്റി ഇപ്രകാരം പറയുകയും ചെയ്തത് തന്നെ അപമാനിക്കയായിരുന്നു എന്നും ഗണപതിയെ സേവിച്ചാൽ എല്ലാത്തിനും ഉപയോഗപ്പെടുകയില്ലെന്നാണ് പോറ്റിയുടെ വാക്കിന്റെ സാരമെന്നും മനസ്സി ലാവുകയാൽ ഭട്ടതിരിയുടെ മനസ്സിൽ അല്പം വല്ലായ്മയുണ്ടായി. എങ്കിലും അതൊന്നും പുറത്തു കാണിക്കാതെ ചിരിച്ചുകൊണ്ട് 'അതു ശരിയാണ്' എന്നു സമ്മതിച്ചു. പിന്നെയും രണ്ടുപേരുംകൂടി വളരെ നേരം സംഭാഷണം ചെയ്തുകൊണ്ടിരുന്നശേഷം പോറ്റിക്കു കിടക്കുന്നതിനെല്ലാം തയ്യാറാക്കി കൊടുപ്പിച്ചിട്ടു ഭട്ടതിരി അകത്തേക്കുപോയി രണ്ടുപേരും കിടന്നുറങ്ങുകയും ചെയ്തു.

വെളുപ്പാൻകാലത്തു രണ്ടുപേരും ഉണർന്നെണീറ്റു പുറത്തളത്തിൽ വന്നു. പോറ്റി അപ്പോൾത്തന്നെ യാത്രയും പറഞ്ഞു ബോട്ടു കേറാൻ പോയി. ഭട്ടതിരി കുളിക്കാനും പോയി. പോറ്റി കടവിൽ ചെന്നു നോക്കിയപ്പോൾ ബോട്ടവിടെ കാണാനില്ലായിരുന്നു. ബോട്ടു കള്ളന്മാർ വല്ലവരും മോഷ്ടി

ച്ചതായിരിക്കുമെന്നു വിചാരിച്ച് പോറ്റിക്കു വളരെ വ്യസനമായിത്തീർന്നു. ബോട്ടു പൂട്ടിയിരുന്ന താഴും തുടലും ഒന്നും കാണാനില്ലായിരുന്നു. ഉടനെ പോറ്റി പരിഭ്രമിച്ചു ഭട്ടതിരി കളിക്കുന്നിടത്തു ചെന്നു വിവരം പറഞ്ഞു. അപ്പോൾ ഭട്ടതിരി 'ഇവിടെനിന്ന് ഒരു സാമാനവും കള്ളന്മാർ കൊണ്ടുപോകാറില്ല. ഇതും കള്ളന്മാർ കൊണ്ടുപോയതാണെന്നു തോന്നുന്നില്ല. ഇവിടെ ഒരൊറ്റക്കൊമ്പനുണ്ട്. ഇത് അയാളുടെ നേരമ്പോക്കായിരിക്കണം. ഏതായാലും പരിഭ്രമിക്കേണ്ടാ, നിവൃത്തിയുണ്ടാകും' എന്നു പറഞ്ഞു. പിന്നെ ഭട്ടതിരി അവിടെ നിന്നുംകൊണ്ടു മേല്പോട്ടു നോക്കിയപ്പോൾ ബോട്ട് ആ കടവിൽ നിൽക്കുന്ന ആലിന്റെ മുകളിൽ ഇരിക്കുന്നതു കണ്ടു. ഉടനെ പോറ്റിയോട് 'എന്നെ തൊട്ടുകൊണ്ട് മേല്പോട്ട് നോക്കൂ' എന്ന് ഭട്ടതിരി പറയുകയും പോറ്റി അപ്രകാരം നോക്കുകയും ചെയ്തു. അപ്പോൾ ആലിന്റെ മുകളിൽ ഒരു കൊമ്പത്തു ബോട്ടു കേറ്റിവെച്ച്, തുമ്പിക്കൈകൊണ്ടു താങ്ങിപ്പിടിച്ചുംകൊണ്ട് ഗണപതി ഇരിക്കുന്നതു പോറ്റിയും കണ്ടു. ഇതു താൻ തലേദിവസം പറഞ്ഞതിനു തന്നെ അബദ്ധമാക്കാനായിട്ടുള്ള വിദ്യയാണെന്നു പോറ്റിക്കു മനസ്സിലാവുകയാൽ പോറ്റി ഭട്ടതിരിയോടു മാപ്പുചോദിച്ചു. ഉടനെ ഭട്ടതിരി ഗണപതിയോട് 'അതിങ്ങ് കൊടുത്തേക്കൂ. അദ്ദേഹത്തിനു പോകാൻ വൈകിയെന്നു പറയുന്നു, വെറുതെ ബുദ്ധിമുട്ടിക്കേണ്ടാ' എന്നു പറഞ്ഞു. അപ്പോൾ ഗണപതി അവിടെയിരുന്നുംകൊണ്ട് ബോട്ടെടുത്തു പുഴയിലേക്ക് ഇട്ടുകൊടുത്തു. ആലിന്റെ മുകളിൽനിന്നും ബോട്ടു വെള്ളത്തിൽ വീഴുന്നതുകണ്ടപ്പോൾ ബോട്ടു പൊട്ടിപ്പോയി എന്നു പോറ്റിക്കു തോന്നി. എങ്കിലും യാതൊരു കേടും സംഭവിച്ചില്ല. പോറ്റിക്കു വളരെ ബഹുമാനവും അത്ഭുതവും ഉണ്ടായി. ബോട്ടു കിട്ടി എങ്കിലും ബോട്ടുകാരില്ലാതെ പോറ്റി പിന്നെയും വിഷണ്ണനായിത്തീർന്നു. ഗണപതിയെപ്പേടിച്ചു ചാത്തന്മാരും അടുത്തു വരികയില്ല. അതു ഭട്ടതിരിയോടു പറയാൻ പോറ്റിക്കു വളരെ ലജ്ജയും മടിയും തോന്നുകയാൽ ഒന്നും മിണ്ടാതെ കുറച്ചുനേരം അങ്ങനെ പരുങ്ങലായിട്ടു നിന്നു. ഒടുക്കം നിവൃത്തിയില്ലെന്നു തോന്നുകയാൽ ആ വിവരവും ഭട്ടതിരിയോടു പറഞ്ഞു. പിന്നെ ഭട്ടതിരി 'ഭയപ്പെടേണ്ടാ, അവർ വന്നോട്ടെ, അയാളൊന്നും ഉപദ്രവിക്കാതെ ഞാൻ നോക്കിക്കൊള്ളാം' എന്നു പറഞ്ഞു. പിന്നെ ചാത്തന്മാർ വന്നു ബോട്ടിൽകയറി. പോറ്റി വഴിപാടിനു പണവും കൊടുത്തു ഗണപതിയെ തൊഴുതുംവെച്ചു പോവുകയും ചെയ്തു.

പിന്നെ ഒരിക്കൽ ഒരു കാലടിയിൽ ഭട്ടതിരി കോഴിക്കോട്ടു താനത്തിനായിട്ടു പോയിരുന്നു. അവിടെ കൌണാറ്റിനു വടക്കേകരയുള്ളവർക്കല്ലാതെ താനം പതിവില്ല. കാലടിയിൽ ഭട്ടതിരിയുടെ ഇല്ലം അന്നു കൌണാറ്റിനു തെക്കേക്കര ആയിരുന്നതുകൊണ്ട് അവിടെചെന്നപ്പോൾ അദ്ദേഹത്തിനു താനം ചാർത്തുകയില്ലെന്നു വഴക്കായി. അപ്പോൾ താനത്തിനായിട്ട് അത്രത്തോളം ചെന്നിട്ട് വെറുതെ പോരുന്നത് തനിക്കവമാനമാണല്ലോ എന്നു വിചാരിച്ചു ഭട്ടതിരി 'എന്റെ ഇല്ലം കൌണാറ്റിനു വടക്കേക്കരയാണ്'' എന്നു പറഞ്ഞു. വാസ്തവത്തിൽ തെക്കേക്കരയാണെന്നു നല്ല നിശ്ചയമുള്ളവർ അവിടെ പലരുമുണ്ടായിരുന്നു. അവരെല്ലാവരും ഭട്ടതിരിയുടെ ഇല്ലം തെക്കേക്കരയാണെന്നു പറഞ്ഞു. ആരു പറഞ്ഞാലും ഭട്ടതിരി സമ്മതിക്കയില്ല. അദ്ദേഹം പിന്നെയും 'എന്റെ ഇല്ലം വടക്കേക്കരയാണ്'' എന്നു പറയും. ഇങ്ങനെ വഴക്കു കലശലായി. അപ്പോൾ വിവരം സാമൂതിരിപ്പാടു തിരുമന

സ്സുകൊണ്ടു കേട്ടു. അവിടുന്ന് ഒടുക്കം ഒരു തീർച്ച നിശ്ചയിച്ചു. എങ്ങനെയെന്നാൽ 'തത്ക്കാലം ഭട്ടതിരിയുടെ താനം ചാർത്തുകയും കിഴി കൊടുക്കുകയും ചെയ്യുകയും ഇവിടെനിന്ന് ഒരാളെ അയച്ച്, ഭട്ടതിരിയുടെ ഇല്ലം തെക്കേക്കരയോ വടക്കേകരയോ എന്നു നോക്കി തിട്ടംവരുത്തുകയും പോകുന്നയാൾ തിരിച്ചുവരുന്നതുവരെ ഭട്ടതിരിയെ ഇവിടെ താമസിപ്പിക്കുകയും ഭട്ടതിരി സത്യമാണ് പറഞ്ഞതെങ്കിൽ അദ്ദേഹത്തെ സബഹുമാനം വിട്ടയയ്ക്കുകയും വ്യാജമാണെങ്കിൽ കിഴി തിരിയെ വെപ്പിക്കുകയും യഥായോഗ്യം ശിക്ഷിക്കുകയും വേണ്ടതാണ്'' എന്നായിരുന്നു കല്പന. ആ കല്പനയെ ഭട്ടതിരിയും മറ്റെല്ലാവരും സമ്മതിക്കുകയും ഭട്ടതിരിയെക്കൂടെ താനം ചാർത്തുകയും ചെയ്തു. കല്പനപ്രകാരം കോഴിക്കോട്ടു നിന്ന് അയച്ചയാൾ വന്നു നോക്കിയപ്പോൾ ഭട്ടതിരിയുടെ ഇല്ലം വടക്കേക്കര ഇരിക്കുന്നതും കൗണാറു തെക്കുപുറെ പ്രവഹിക്കുന്നതും കണ്ടു. ആ വിവരം അവിടെച്ചെന്നു തിരുമനസ്സറിയിച്ചു. ഉടനെ സാമൂതിരിപ്പാടുതമ്പുരാൻ തിരുമനസ്സുകൊണ്ടു ഭട്ടതിരിയെ തിരുമുമ്പാകെ വരുത്തി വളരെ സമ്മാനങ്ങളും കൊടുത്തു ബഹുമാനിച്ചയക്കുകയും ചെയ്തു. വാസ്തവത്തിൽ ഭട്ടതിരിയുടെ ഇല്ലം മുമ്പു കൌണാറ്റിനു തെക്കേക്കരെത്തന്നെയായിരുന്നു. ഈ തർക്കമുണ്ടായ പ്പോൾ ഭട്ടതിരിക്ക് അവമാനം വരുമല്ലോ എന്നു വിചാരിച്ച് ഗണപതി തന്റെ ഒറ്റക്കൊമ്പുകൊണ്ടു കുത്തി ആറിനെത്തിരിച്ചു ഭട്ടതിരിയുടെ ഇല്ലത്തിനു തെക്കുപുറെ ആക്കിവിടുകയായിരുന്നു. ആറ് പണ്ട് ഭട്ടതിരിയുടെ ഇല്ലത്തിനു വടക്കുപുറെ ആയിരുന്നു എന്നുള്ളത് ഇപ്പോഴും അവിടെച്ചെന്നു നോക്കിയാൽ ആ സ്ഥലത്തിന്റെ കിടപ്പുകൊണ്ട് അറിയാവുന്നതാണ്.

കാലടിയിൽ ഭട്ടതിരിമാർക്കു പ്രത്യക്ഷമായിരുന്ന ഗണപതി പിന്നെ അങ്ങനെയല്ലാതെ ആയതിന്റെ കാരണംകൂടി പറയാതെ ഈ ഉപന്യാസം ഉപസംഹരിക്കുന്നതു വിഹിതമല്ലെന്നു വിചാരിച്ച് അതുകൂടിപ്പറഞ്ഞു കൊള്ളുന്നു. ഒരിക്കൽ ഒരു കപ്പൽക്കച്ചവടക്കാരൻ വിലപിടിച്ചവയായ അനേകം സാമാനങ്ങൾ കേറ്റിക്കൊണ്ടു വടക്കുനിന്നു തെക്കോട്ടു കൊണ്ടുപോയ ഒരു കപ്പൽ സമുദ്രത്തിൽ താണുപോയി. കപ്പലിലുണ്ടായി രുന്നവർ മിക്കപേരും ഒരുവിധം മരിക്കാതെ കരയ്ക്കു കയറി. കപ്പലിന്റെ ഉടമസ്ഥനും മരിച്ചില്ല. കപ്പൽചേതം കൊണ്ടു വളരെ നഷ്ടമുണ്ടായതിനാൽ കപ്പലിന്റെ ഉടമസ്ഥൻ വ്യസനിച്ചുകൊണ്ടു നടക്കുമ്പോൾ കാലടിയിൽ ഭട്ടതിരിക്കു ഗണപതി പ്രത്യക്ഷമാണെന്നും അവിടെച്ചെന്നു പറഞ്ഞാൽ ഇതിനെന്തെങ്കിലും നിവൃത്തിയുണ്ടാക്കിത്തരുമെന്നും ആരോ അവനോടു പറഞ്ഞു. ഉടനെ ആ കച്ചവടക്കാരൻ കാലടിയിലെത്തി. ഭട്ടതിരിയെക്കണ്ടു വിവരമെല്ലാം പറയുകയും സാമാനങ്ങൾക്കൊന്നും നഷ്ടവും കപ്പലിനു കേടും കൂടാതെ കപ്പൽ ഉയർത്തിക്കൊടുത്താൽ കപ്പലിലുള്ള സാമാനത്തിന്റെ പകുതി വില ഭട്ടതിരിക്കു കൊടുത്തേക്കാമെന്നു സമ്മതിക്കുകയും ചെയ്തു. പിന്നെ ഗണപതിയുടെ അടുക്കൽച്ചെന്ന് ഈ വിവരം പറഞ്ഞു. അപ്പോൾ ഗണപതി 'ഇങ്ങനെയുള്ള കാര്യങ്ങളൊക്കെ എനിക്കു പ്രയാസമാണ്'' എന്നു പറഞ്ഞു. അപ്പോൾ ഭട്ടതിരി 'ഈ കാര്യം സാധിച്ചുകൊടുക്കാമെന്നു ഞാൻ ഏറ്റുപറഞ്ഞുപോയതാണ്. ഇത് ഏതുവിധവും നിർവഹിച്ചുതരണമെന്നു നിർബന്ധിച്ചു പറഞ്ഞു. ഉടനെ ഗണപതി പോയി സമുദ്രത്തിൽ മുങ്ങി കപ്പൽ തന്റെ ഒറ്റക്കൊമ്പുകൊണ്ട് ഉയർത്തിക്കൊടുക്കുകയും കച്ചവടക്കാരൻ പറഞ്ഞിരുന്നതുപോലെയുള്ള ദ്രവ്യം ഭട്ടതിരിക്കു കൊടു

ക്കുകയും ചെയ്തു. അതിന്റെ ശേഷം ഗണപതി ഭട്ടതിരിയോട് 'നിങ്ങൾക്കു ദ്രവ്യത്തിങ്കലുള്ള അത്യാഗ്രഹംകൊണ്ട് ഇന്നതേ പറയാവൂ എന്നില്ലാതെയായിരിക്കുന്നു. അതു ഞാൻ നിങ്ങൾ പറയുന്നതുപോലെയെല്ലാം ചെയ്തുകൊണ്ടു പ്രത്യക്ഷമായിട്ടിരുന്നിട്ടുണ്ടായിട്ടുള്ള അഹമ്മതി നിമിത്തമാണ്. അതിനാൽ ഇനി നിങ്ങൾ എന്നെ പ്രത്യക്ഷമായി കാണുകയില്ല. എങ്കിലും നിങ്ങൾ വിചാരിക്കുന്ന കാര്യങ്ങളെല്ലാം ഞാൻ സാധിച്ചു തന്നുകൊള്ളാം. ദുസ്സാധ്യമായിട്ടുള്ള കാര്യങ്ങൾ അന്യന്മാർക്കു സാധിപ്പിച്ചുകൊടുക്കുന്നതിനായിട്ടും അത്യാഗ്രഹം നിമിത്തവും യാതൊന്നും എന്നോടപേക്ഷിക്കയുമരുത്' എന്നു പറഞ്ഞിട്ടു മറയുകയും ചെയ്തു. അതിൽപ്പിന്നെ ആ ഇല്ലത്തുള്ളവർ ഗണപതിയെ പ്രത്യക്ഷമായി കണ്ടിട്ടില്ല. എങ്കിലും അവർ വിചാരിക്കുന്ന കാര്യങ്ങളെല്ലാം സാധിച്ചുകൊണ്ടുതന്നെ ഇരുന്നു. കാലക്രമേണ ആ ഇല്ലത്തുള്ളവർക്കു മുമ്പുണ്ടായിരുന്നവരെപ്പോലെയുള്ള തപശ്ശക്തിയും ഗണപതിയെക്കുറിച്ചുള്ള ഭക്തിയും സേവയും കുറഞ്ഞുതുടങ്ങി. അപ്പോൾ കാര്യസിദ്ധികളും അങ്ങനെതന്നെയായിത്തീർന്നു. എങ്കിലും കാലടിയിൽ ഗണപതിയുടെ ശക്തിയും മാഹാത്മ്യവും ഇന്നും അശേഷമില്ലാതെയായി എന്നു പറഞ്ഞുകൂടാ. അപ്രകാരം തന്നെ കാലടിയിൽ ഭട്ടതിരിമാരുടെ മന്ത്രവാദവും മറ്റുള്ള പാരമ്പര്യക്കാരായ മന്ത്രവാദികളുടെ മന്ത്രവാദത്തേക്കാൾ ഇപ്പോഴും ഫലിച്ചുകാണുന്നുണ്ട്. കലിയുഗം മൂത്തിരിക്കുന്ന ഇക്കാലത്തു മുൻകാലങ്ങളിലെപ്പോലെ, ദൃഷ്ടാന്തങ്ങൾ കാണാൻ പ്രയാസമുണ്ടല്ലോ.

●

വെൺമണി നമ്പൂതിരിപ്പാടന്മാർ

വെൺമണിനമ്പൂരിപ്പാട്ടിലെ ഇല്ലം കൊച്ചി രാജ്യത്തു 'വെള്ളാരപ്പിള്ളി' എന്ന ദേശത്താണ്. ആ ഇല്ലത്ത് ഒരു കാലത്തു മന്ദബുദ്ധിയായിട്ട് ഒരു ബ്രാഹ്മണകുമാരൻ ഉണ്ടായിത്തീർന്നു. അദ്ദേഹത്തെ അദ്ദേഹത്തിന്റെ അച്ഛൻ യഥാകാലം ഉപനയനം, സമാവർത്തനം മുതലായവ കഴിച്ചു വേദാധ്യായനത്തിനായി തൃശ്ശിവപേരൂർ ബ്രഹ്മസ്വം മഠത്തിൽ കൊണ്ടുചെന്നാക്കി. അദ്ദേഹം വേദാധ്യയനം ചെയ്തു തൃശ്ശിവപേരൂർ താമസിച്ചിരുന്നതു സഹപാഠികളുടെ പരിഹാസപാത്രമായിട്ടാണ്. ഇദ്ദേഹം ഒരു ഭോഷനും സാധുവുമായിരുന്നതിനാൽ ദുസ്സാമർത്ഥ്യക്കാരായ ഉണ്ണിനമ്പൂരിമാർ ഇദ്ദേഹത്തെ പലവിധത്തിൽ ഭോഷങ്കളിപ്പിക്കുകയും പരിഹസിക്കുകയും ഉപദ്രവിക്കുകയും പല അപകടങ്ങളിൽ അകപ്പെടുത്തി ബുദ്ധിമുട്ടിക്കുകയും മറ്റും ചെയ്തു കൊണ്ടിരുന്നു.

അക്കാലത്തു തൃശ്ശിവപേരൂർ വടക്കുന്നാഥക്ഷേത്രത്തിൽ ശ്രീകോവിലിന്റെ ഭിത്തിയിൽ ഒരു ചിത്രമെഴുത്തുകാരൻ ഒരു യക്ഷിയുടെ രൂപം എഴുതുകയും ആ ചിത്രം സകല ലക്ഷണങ്ങളും തികഞ്ഞതായിത്തീരുകയാൽ അവിടെ ഒരു യക്ഷിയുടെ സാന്നിധ്യമുണ്ടാവുകയും ചെയ്തിരുന്നു. ആ യക്ഷി രാത്രികാലങ്ങളിൽ സഹശയനത്തിനായി ആ ദിക്കിലുള്ള യവൗനയുക്തന്മാരായ പുരുഷന്മാരുടെ അടുക്കൽ ചെല്ലുകയും അങ്ങനെ പലരെ ഉപദ്രവിക്കുകയും പതിവായിരുന്നു. അക്കാലത്ത് ആ ദിക്കിൽ യക്ഷിയാൽ ബാധിതരായി, ആ ദിവ്യരതിക്രീഡയെ അനുഭവിക്കാൻ അശക്തന്മാരായ പലർ പിറ്റേദിവസത്തേക്കു മരിച്ചുപോകുകയും ചിലർ എണീക്കാൻ പാടില്ലാത്തവണ്ണം ക്ഷീണിച്ച് അവശന്മാരായിത്തീരുകയും നല്ലപോലെ ദേഹബലവും ധൈര്യവുമുള്ള ചിലർ മാത്രം അപകടമൊന്നും കൂടാതെ സുഖമനുഭവിക്കുകയും ചെയ്തുകൊണ്ടിരുന്നു. യക്ഷി ആരെയാണു പിടികൂടുന്നതെന്നു നിശ്ചയമില്ലാതിരുന്നതിനാൽ അക്കാലത്ത് ആ ദിക്കിലുള്ള പുരുഷന്മാരെല്ലാം വളരെ ഭയപ്പെട്ടാണ് രാത്രികാലങ്ങൾ കഴിച്ചുകൂട്ടികൊണ്ടിരുന്നത്; മേൽപറഞ്ഞ ചിത്രത്തിന്റെ അടുക്കൽ പുരുഷന്മാരാരെങ്കിലും ചെന്ന് 'ഇന്ന് രാത്രിയിൽ എന്റെ അടുക്കൽ വരണം' എന്നു പറഞ്ഞാൽ അന്നു രാത്രിയിൽ ആ യക്ഷി ആ പുരുഷന്റെ അടുക്കലെത്തും. ആ യക്ഷിക്ക് അങ്ങനെ ഒരു വിശേഷം കൂടിയുണ്ടായിരുന്നു.

ഇങ്ങനെയിരിക്കുന്ന കാലത്ത് ഒരു ദിവസം വൈകുന്നേരം ചില ഉണ്ണിനമ്പൂരിമാരും വെൺമണി നമ്പൂരിപ്പാട്ടുംകൂടി വടക്കുന്നഥക്ഷേത്രത്തിൽ

തൊഴാനായിട്ടുപോയി. അവിടെചെന്ന് യഥാക്രമം ഓരോ ദേവന്മാരെ തൊഴുതുതൊഴുത് ആ യക്ഷിയുടെ ചിത്രത്തിന്റെ അടുക്കൽ ചെന്നപ്പോൾ ഉണ്ണിനമ്പൂരിമാരെല്ലാവരുംകൂടി പറഞ്ഞിളക്കി വെൺമണി നമ്പൂരിപ്പാടിനെക്കൊണ്ട് ആ യക്ഷിയുടെ അടുക്കൽ 'ഇന്നു രാത്രിയിൽ എന്റെ അടുക്കൽ വരണം' എന്നു പറയിച്ചു. എല്ലാവരുംകൂടി അങ്ങനെ പറയണമെന്നു നിർബന്ധിച്ചതുകൊണ്ട് അങ്ങനെ പറഞ്ഞു എന്നല്ലാതെ അങ്ങനെ പറയുന്നത് എന്തിനായിട്ടാണെന്നും അങ്ങനെ പറഞ്ഞാലുണ്ടാകുന്ന ഫലമെന്താണെന്നും ഒന്നും അദ്ദേഹത്തിന് അറിവില്ലായിരുന്നു. തൊഴുക കഴിഞ്ഞ് എല്ലാവരും കൂടി ബ്രഹ്മസ്വം മഠത്തിലേക്കു പോയി. സന്ധ്യാവന്ദനാദികളും അത്താഴവും കഴിഞ്ഞു പതിവുപോലെ എല്ലാവരും അവരവരുടെ കിടപ്പുസ്ഥലത്തു ചെന്നു കിടക്കുകയും ചെയ്തു. എല്ലാവരും ഉറക്കമായപ്പോൾ യക്ഷി ആ മഹൻ നമ്പൂരിപ്പാട്ടിലെ അടുക്കൽ എത്തി. യക്ഷി ചെന്നു തൊട്ട ഉടനെ അദ്ദേഹം ഉണർന്നു. പിന്നെ അവർ യഥേഷ്ടം സുഖാനുഭൂതിയോടുകൂടി സഹശയനം ചെയ്തു. ആ ദിവസംവരെ ബ്രഹ്മചര്യത്തോട്കൂടിയും സ്ത്രീസുഖമറിയാതെയും ഇരുന്നിരുന്ന നമ്പൂരിപ്പാട്ടിലേക്ക് ആ യക്ഷിയുടെ സഹശയനം പരമാനന്ദകരമായിഭവിച്ചു. അപ്രകാരം തന്നെ യക്ഷിയും അദ്ദേഹത്തിന്റെ സഹശയനം ഏറ്റവും തൃപ്തികരവും സന്തോഷാവഹവുമായിത്തീർന്നു. ആ യക്ഷിക്ക് അന്നത്തെപ്പോലെ ഒരു സുഖവും തൃപ്തിയും അതിനുമുമ്പ് ഒരിക്കലും ഉണ്ടായതായി തോന്നിയില്ല. സുഖാനുഭവങ്ങളെല്ലാം കഴിഞ്ഞ് അന്ത്യയാമം ആകാറായപ്പോൾ യക്ഷി, 'എനിക്ക് ഇവിടെ താമസിക്കാൻ പാടില്ല. മനുഷ്യസഞ്ചാരം തുടങ്ങുന്നതിനു മുമ്പ് എനിക്ക് സ്വസ്ഥാനത്ത് എത്തണം. അതിനാൽ ഇപ്പോൾ ഞാൻ പോകുന്നു' എന്നു പറഞ്ഞു. ഉടനെ നമ്പൂരിപ്പാട്'ഇന്നു രാത്രിയിലും വരാമോ?' എന്നു ചോദിച്ചു. അപ്പോൾ യക്ഷി 'അവിടേക്ക് അങ്ങനെ ആഗ്രഹവും എന്റെ പേരിൽ സന്തോഷവുമുണ്ടെങ്കിൽ ഞാൻ ഇന്നെന്നല്ലാ, എല്ലാ ദിവസം രാത്രിയിലും അവിടുത്തെ അടുക്കൽ വന്നുകൊള്ളാം. എന്നാൽ ഒരു കാര്യമുണ്ട്. അതുകൂടി പറഞ്ഞേക്കാം. അവിടുന്ന് എന്റെ സമ്മതം കൂടാതെ അന്യസ്ത്രീകളെ തൊടരുത്. വേറെ ഒരു സ്ത്രീയെ അവിടുന്നു തൊട്ടാൽപ്പിന്നെ ഞാൻ അവിടുത്തെ അടുക്കൽ വരികില്ല.'

നമ്പൂരിപ്പാട്: 'ഇല്ല; എന്റെ അച്ഛനാണ് ഇല്ല. നിന്റെ അനുവാദം കൂടാതെ ഞാൻ യാതൊരു സ്ത്രീയെയും തൊടുകയില്ല.'

ഇതു കേട്ടപ്പോൾ യക്ഷി സന്തോഷത്തോടുകൂടി 'എന്നാൽ ഞാൻ പതിവായി വന്നുകൊള്ളാം' എന്നു പറഞ്ഞു പോവുകയും പിന്നെ പതിവായി രാത്രിതോറും നമ്പൂരിപ്പാട്ടിലെ അടുക്കൽ വന്നുകൊണ്ടിരിക്കുകയും കുറച്ചു ദിവസം കഴിഞ്ഞപ്പോൾ അവർ പരസ്പരസ്നേഹാകുലരായിത്തീരുകയും ചെയ്തു.

അങ്ങനെ കുറച്ചുകാലം കഴിഞ്ഞപ്പോൾ മഹൻ നമ്പൂരിപ്പാട്ടിലെ വേദാധ്യയനം നിറുത്തി, ഇല്ലത്തേയ്ക്കു കൂട്ടിക്കൊണ്ടുപോകാനായി അച്ഛൻനമ്പൂരിപ്പാട് ഒരു ദിവസം ത്രിശ്ശിവപേരൂർ ചെന്നു. അച്ഛൻ തന്നെ കൂട്ടികൊണ്ടുപോകാനായിട്ടാണ് വന്നിരിക്കുന്നത് എന്നറിഞ്ഞപ്പോൾ, യക്ഷിയെ പിരിഞ്ഞു പോകണമല്ലോ എന്നു വിചാരിച്ചു മഹൻ നമ്പൂരിപ്പാട്ടിലേക്കു വളരെ വ്യസനമായി. അന്നു രാത്രിയിൽ യക്ഷി വന്നപ്പോൾ നമ്പൂരിപ്പാട്ടു വളരെ മനസ്താപത്തോടുകൂടി, 'എന്നെ ഇല്ലത്തേക്കു കൊണ്ടുപോകാൻ അച്ഛൻ വന്നിട്ടുണ്ട്. നാളെ രാവിലെ പോകണമെന്നാണ് പറഞ്ഞിരിക്കുന്നത്. ഞാനെന്താണു

വേണ്ടത്?' എന്നു ചോദിച്ചു. അപ്പോൾ യക്ഷി 'അവിടുന്ന് ഒട്ടും വ്യസനിക്കേണ്ട. അവിടുന്ന് ഇല്ലത്തേക്കു പോയാൽ പിന്നെ പതിവായി ഞാൻ അവിടെ വന്നുകൊള്ളാം' എന്നു പറഞ്ഞു. ഇതു കേട്ടപ്പോൾ നമ്പൂരിപ്പാട്ടിലേക്കു വ്യസനമെല്ലാം തീർന്നു, വളരെ സന്തോഷമായി. പിന്നെ പതിവുപോലെ അവർ സുഖമായി ഒരുമിച്ച് രമിക്കുകയും വെളുപ്പാൻ കാലമായപ്പോൾ പോവുകയും ചെയ്യുതു. രാവിലെ അച്ഛൻനമ്പൂരിപ്പാടു മഹനെ കൂട്ടികൊണ്ട് ഇലത്തേക്കു പോയി. മഹൻ നമ്പൂരിപ്പാട് ഇലത്തുചെന്നു താമസമായതിന്റെ ശേഷവും യക്ഷിരാത്രിതോറും പതിവായി അവിടെയും ചെന്നു കൊണ്ടിരുന്നു.

അങ്ങനെ കുറച്ചുകാലം കഴിഞ്ഞപ്പോൾ അച്ഛൻനമ്പൂരിപ്പാട് മകനെക്കൊണ്ട് ഒന്നു വേളികഴിപ്പിക്കണമെന്നു നിശ്ചയിച്ച് പില സ്ത്രീജാതകങ്ങൾ വരുത്തി നോക്കിക്കുക മുതലായ ചില ശ്രമങ്ങൾ തുടങ്ങി. ഈ വിവരമറിഞ്ഞപ്പോൾ, താൻ വേളികഴിച്ചാൽ പിന്നെ യക്ഷി തന്റെ അടുക്കൽ വരികില്ലല്ലോ എന്നു വിചാരിച്ചിട്ട് അതും മകൻനമ്പൂതിപ്പാട്ടിലേക്ക് അത്യന്തം വ്യസനകാരണമായിത്തീർന്നു. അതിനാൽ അദ്ദേഹം തനിക്കു വേളി കഴിക്കാൻ മനസ്സില്ലെന്നും അതിനായി അച്ഛൻ നിർബന്ധിക്കരുതെന്നും മറ്റൊരാൾ മുഖാന്തരം അച്ഛനെ ഗ്രഹിപ്പിച്ചു.

അച്ഛൻനമ്പൂരിപ്പാട്ടിലേക്ക് അതുകേട്ടപ്പോൾ വ്യസനവും കോപവും സഹിക്കവഹിയാതെയായിത്തീർന്നു. ഉടനെ അദ്ദേഹം മഹനെ വിളിച്ചു നേരിട്ടുതന്നെ 'എന്താ ഉണ്ണിക്കു വേളി കഴിക്കാൻ മനസ്സില്ല, അല്ലേ? നീ ഇത്ര കഥയില്ലാത്തവനായി തീർന്നല്ലോ. നീ ഒന്ന് വേളി കഴിച്ച്, അതിൽ ചില സന്താനങ്ങളുണ്ടായിക്കണ്ടിട്ടു നമ്മുടെ കാലം കഴിഞ്ഞാൽ കൊള്ളാമെന്നാണ് എന്റെ ആഗ്രഹം. അതൊന്നും സാധിച്ചില്ലെങ്കിലും ഈ തറവാടു നശിക്കാതെയിരിക്കണമല്ലോ. അതിനു നീ വേളി കഴിക്കാതിരുന്നാൽ പിന്നെ എന്താ മാർഗം?'

മഹൻ: 'അച്ഛൻ പറയുന്നതൊക്കെ കാര്യമാണ്. ഇതിനൊക്കെ സമാധാനം പറയാൻ എനിക്കറിഞ്ഞുകൂടാ. എന്തൊക്കെയായാലും ഞാൻ വേളി കഴിക്കയില്ല. അതിന് അച്ഛൻ എന്നൊടു നിർബന്ധിക്കയുമരുത്.'

അച്ഛൻ:'വേളി കഴിക്കയില്ല എന്നു പറഞ്ഞാൽ മതിയോ? കഴിക്കയില്ലാത്തതിന്റെ കാരണമെന്താണ്? അതു കേൾക്കട്ടെ'

മഹൻ: 'കാരണമൊന്നുമില്ല. എനിക്കതിന്നു മനസ്സില്ല എന്നേയുള്ളൂ.'

അച്ഛൻ: 'വേണ്ടുന്ന കാര്യം ചെയ്യാൻ മനസ്സില്ലെങ്കിൽ നീ ഈ തറവാട്ടിൽ കേറരുത്. എവിടെയെങ്കിലും പൊയ്ക്കൊള്ളണം. ഏഭ്യാ! നിനക്കു മനസ്സില്ല, അല്ലേ? എന്റെ മുമ്പിൽ നിന്നു നിനക്കിങ്ങനെ പറയാൻ ധൈര്യമുണ്ടായല്ലോ. പോ, എന്റെ മുമ്പിൽനിന്ന്. കൊശവനെ ഇനി ഇവിടെ കണ്ടാലറിയാം.'

ഇങ്ങനെ അച്ഛൻ കോപത്തോടുകൂടി ശകാരിച്ചതു കേട്ടപ്പോൾ സാധുവും ശുദ്ധഹൃദയനുമായ മഹൻ നമ്പൂതിരിപ്പാട്ടിലേക്കു വ്യസനം സഹിക്കവഹിയാതെയായി. ഈ സംഭാഷണമുണ്ടായതു രാത്രിയിൽ അത്താഴത്തിനു മുമ്പായിട്ടായിരുന്നു. അതിനാൽ മഹൻനമ്പൂതിരിപ്പാട്ടിലേക്കു വ്യസനം നിമിത്തം അത്താഴമുണ്ണാതെ കരഞ്ഞും കൊണ്ടു പോയിക്കിടന്നു. പതിവു സമയമായപ്പോൾ യക്ഷി അദ്ദേഹത്തിന്റെ അടുക്കൽവന്നു. അപ്പോൾ അദ്ദേഹം വ്യസനിച്ചു കരഞ്ഞുകൊണ്ടു കിടക്കുകയാണെന്നു യക്ഷിക്കു മനസ്സിലായതിനാൽ

വ്യസനകാരണമെന്താണെന്ന ചോദിച്ചു. ഈ സംഗതി യക്ഷിയോടു പറയാൻ അദ്ദേഹത്തിന്ന വളരെ മടിയും ലജ്ജയുമുണ്ടായിരുന്നതിനാൽ ആദ്യം ഒന്നും പറയാതെ ഉപായത്തിൽ കഴിച്ചുകൂട്ടാൻ അദ്ദേഹം കഴിയുന്നതും ശ്രമിച്ചുനോക്കി. എങ്കിലും യക്ഷിയുടെ നിർബന്ധം നിമിത്തം ഒടുക്കം പരമാർത്ഥമൊക്കെ അദ്ദേഹം യക്ഷിയോടു പറഞ്ഞു. അപ്പോൾ യക്ഷി. 'അവിടുന്ന് ഒട്ടും വ്യസനിക്കേണ്ടാ. വേളി കഴിക്കുന്നതിന്ന എനിക്കു യാതൊരു വിരോധവുമില്ല. അവിടുന്ന വേളി കഴിക്കാതെയിരുന്നാൽ ഈ തറവാട്ടു നശിച്ചു പോകുമല്ലോ. ഞാൻ നിമിത്തം അങ്ങനെ വരുന്നത് എനിക്കും വളരെ വ്യസനമാണ്. അവിടുന്ന വേളി കഴിച്ചാലും എന്നെ ഉപേക്ഷിക്കരുത് എന്ന മാത്രമേ എനിക്കു നിർബന്ധമുള്ളൂ. വേളി കഴിച്ചാൽ ഒന്നരാടൻ ദിവസം ആ അന്തർജനത്തിന്റെ അടുക്കൽ സഹശയനം ചെയ്തുകൊള്ളണം. ഒന്നരാടൻ മാറി വേറെ സ്ഥലത്തു കിടന്നുകൊള്ളണം. ആ ദിവസങ്ങളിൽ ഞാൻ അവിടുത്തെ അടുക്കൽ വന്നുകൊള്ളാം. അതിനാൽ നാളെ രാവിലെ അച്ഛന്റെ അടുക്കൽചെന്ന വേളി കഴിക്കാൻ സമ്മതമാണെന്ന പറയണം. അച്ഛൻ പറഞ്ഞതിനെ കേൾക്കാതിരിക്കുന്നതു ശരിയല്ല' എന്ന പറഞ്ഞു. ഇതു കേട്ടപ്പോൾ മഹൻ നമ്പൂരിപ്പാട്ടിലേക്കു വളരെ സന്തോഷമായി. പിന്നെ അവർ രണ്ടുപേരുംകൂടി രാത്രിയെ സുഖമായി നയിച്ചു. വെളുപ്പാൻ കാലമായപ്പോൾ യക്ഷി പോയി. മഹൻനമ്പൂതിരിപ്പാട് രാവിലെ എണീറ്റ് അച്ഛന്റെ അടുക്കൽ ചെന്നു വേളി കഴിച്ചുകൊള്ളാമെന്ന സമ്മതിച്ചു പറയുകയും അച്ഛൻ നമ്പൂതിപ്പാട് അതു കേട്ടു സന്തോഷിക്കുകയും താമസിയാതെ ഒരു മുഹൂർത്തത്തിൽ മഹന്റെ വേളിയും കുടിവെപ്പും കേമമായും ഭംഗിയായും നടത്തിക്കുകയും ചെയ്തു. വേളി കഴിച്ചതിന്റെ ശേഷം മഹൻ നമ്പൂതിരിപ്പാട് യക്ഷി പറഞ്ഞിട്ടുള്ളതുപോലെ ഒന്നരാടൻ ദിവസം അന്തർജനത്തിന്റെ അടുക്കലും ഒന്നരാടൻ വേറെയും കിടന്നുകൊണ്ടിരിക്കുകയും ദിവസ മുറയ്ക്കു യക്ഷി അദ്ദേഹത്തിന്റെ അടുക്കൽ ചെന്നുകൊണ്ടിരിക്കുകയും ചെയ്തു.

അങ്ങനെ കുറച്ചുകാലം കഴിഞ്ഞപ്പോൾ അന്തർജനം ഗർഭം ധരിക്കുകയും പത്തുമാസവും തികഞ്ഞ് ഒരു പുത്രനെ പ്രസവിക്കുകയും ചെയ്തു. മഹൻനമ്പൂരിപ്പാട്ടു പുത്രന്റെ ജാതകർമ്മം, നാമകരണം, അന്ന് പ്രാശനം മുതലായവ അച്ഛന്റെ സഹായത്തോടും ആജ്ഞപ്രകാരവും യഥാകാലം വേണ്ടതുപോലെ നടത്തി. അപ്പോഴേക്കും അച്ഛൻനമ്പൂരിപ്പാട് അദ്ദേഹത്തിന്റെ ആഗ്രഹംപോലെത്തന്നെ പുത്രമുഖം കണ്ടു സന്തോഷിച്ചുകൊണ്ടു ചരമഗതിയെ പ്രാപിച്ചു. പിന്നെ മഹൻനമ്പൂതിരിപ്പാട് അച്ഛന്റെ പിണ്ഡം, സംവൽസരദീക്ഷ, പന്ത്രണ്ടാം മാസം മുതലായവ യഥാശക്തി കഴിച്ചുകൂട്ടി.

അപ്പോഴേക്കും മഹനെ ഉപനയിക്കാനുള്ള കാലമായി. പിന്നെ അതിന്ന മുഹൂർത്തം നിശ്ചയിക്കുകയും ക്രിയാദികൾക്കും മറ്റും വേണ്ടുന്ന ആളുകളെ ഒക്കെ ക്ഷണിക്കുകയും സാമാനങ്ങളെല്ലാം വട്ടംകൂട്ടുകയും ചെയ്തു. ഉപനയനത്തിന്റെ തലേദിവസം രാത്രി യക്ഷിയുടെ മുറയായിരുന്നതിനാൽ യക്ഷി പതിവുപോലെ നമ്പൂരിപ്പാട്ടിലെ അടുക്കലെത്തി. അപ്പോൾ നമ്പൂരിപ്പാട്ടു പ്രസംഗവശാൽ 'നാളെ കാലത്തു കുംഭരാശി മുഹൂർത്തത്തത്തിന് ഉണ്ണിയുടെ ഉപനയനം കഴിച്ചാൽ കൊള്ളാമെന്ന വിചാരമുണ്ട്' എന്ന പറഞ്ഞു. അപ്പോൾ യക്ഷി, 'എന്നാൽ എനിക്ക് ഒരാഗ്രഹമുണ്ട്. അത് അവിടുന്ന സാധിപ്പിച്ചുതരണം. അവിടുത്തെ പ്രധാനഭാര്യ അഗ്നിസാക്ഷികമായി വിവാഹം ചെയ്തു

പ്പെട്ട് ആ അന്തർജനമാണെങ്കിലും ആദ്യഭാര്യ ഞാനാണല്ലോ. അതിനാൽ അവിടുത്തെ പുത്രനായ ആ ഉണ്ണിക്കു ഞാൻ വലിയമ്മയാണ്. അതുകൊണ്ട് നാളെ ഉപനയനസമയത്ത് ഉണ്ണി ക്രിയാംഗമായി ഭിക്ഷ യാചിക്കുമ്പോൾ ആദ്യം ഭിക്ഷ കൊടുക്കാൻ ഞാനായാൽ കൊള്ളാമെന്ന് എനിക്കു വളരെ ആഗ്രഹമുണ്ട്. അത് അവിടുന്ന് അനുവദിക്കുകയും എന്നെക്കൊണ്ടു നടത്തിക്കുകയും വേണം. സമയമാകുമ്പോൾ ഞാൻ ഒരന്തർജനത്തിന്റെ വേഷത്തിൽ ഇവിടെ വന്നുകൊള്ളാം'എന്നു പറഞ്ഞു. ഉടനെ നമ്പൂരിപ്പാട്, 'അതിനെന്തു വിരോധമാണ്? എനിക്കതു വളരെ സന്തോഷമാണ്. സമയമാകുമ്പോൾ ഇവിടെ വന്നോളൂ. കാര്യം ഞാൻ നടത്തിച്ചുകൊള്ളാം.' എന്നു സമ്മതിച്ചു പറയുകയും ചെയ്തു.

ക്രിയയ്ക്കു വേണ്ടുന്ന ആളുകളും ഓതിക്കോനും ചാർച്ചക്കാരും വേഴ്ചക്കാരും മറ്റുമായിട്ടുള്ള വേറെ അനേകം ബ്രാഹ്മണശ്രേഷ്ഠന്മാരും അന്തർജനങ്ങളും കിടാങ്ങളുമൊക്കെ തലേദിവസംതന്നെ എത്തീട്ടുണ്ടായിരുന്നു. പിറ്റേദിവസം നേരം വെളുത്തപ്പോഴേക്കും എല്ലാവരും കുളിച്ചു തറ്റുടുത്തു ഹാജരായി. ഉടനെ ക്രിയകൾ ആരംഭിക്കുകയും ചെയ്തു. ഭിക്ഷ കൊടുക്കാനുള്ള സമയമായപ്പോഴേക്കും മറക്കുടയും പുതപ്പും ധരിച്ച് അന്തർജനത്തിന്റെ വേഷമായി കുറെ അരിയും ഒരു പാത്രത്തിലെടുത്തു കൊണ്ട് യക്ഷിയും ആ സ്ഥലത്തെത്തി. യക്ഷി ചെന്നു യാതൊരു ശങ്കയുംകൂടാതെ അന്തർജനങ്ങളുടെ കൂട്ടത്തിൽ കേറി നിലയായി. അന്തർജനവേഷധാരിണിയായ യക്ഷിയെ കണ്ടപ്പോൾ തന്നെ നമ്പൂരിപ്പാട്ടിലേക്ക് ആളെ മനസ്സിലായി. എങ്കിലും ശേഷമുള്ള ബ്രാഹ്മണരുടേയും അന്തർജനങ്ങളുടേയും ഇടയിൽ 'ഈ അന്തർജനം ഏതാണ്, എവിടുത്തേതാണ്, എന്തിനാണ് വന്നത്?' എന്നും മറ്റും അപ്പോൾ സംസാരം തുടങ്ങി. 'ഏതായാലും തൊടരുത്' എന്നു പറഞ്ഞു ശേഷമുള്ള അന്തർജനങ്ങളെല്ലാം മാറിനിന്നു.

ഭിക്ഷ യാചിക്കുക എന്നുള്ള ക്രിയയായപ്പോൾ നമ്പൂരിപ്പാട് ഓതിക്കോനോട് 'ഇപ്പോൾ വിശേഷാൽ വന്നിരിക്കുന്ന ആ അന്തർജനത്തിന്റെ അടുക്കൽ വേണം ഭിക്ഷ യാചിക്കാൻ. ആദ്യം ഭിക്ഷയിടാനും ആ അന്തർജനം വേണം. ഉണ്ണിയുടെ അമ്മ രണ്ടാമതു ഭിക്ഷയിട്ടുകൊള്ളട്ടെ. അതു മതി' എന്നു പറഞ്ഞു.

ഓതിക്കോൻ: 'അതു വിഹിതമല്ല. ഉണ്ണിയുടെ അമ്മയാണ് ആദ്യം ഭിക്ഷയിടേണ്ടത്. അതു കഴിഞ്ഞല്ലാതെ മറ്റാർക്കും ഭിക്ഷയിടാൻ പാടില്ല.'

നമ്പൂരിപ്പാട്: 'ഇപ്പോൾ വന്നിരിക്കുന്നത് ഉണ്ണിയുടെ വലിയമ്മയാണ്. ഞാൻ ആദ്യം വേളി കഴിച്ചത് ഈ അന്തർജനത്തെയാണ്. അതിനാൽ ഈ അന്തർജനം വേണം ആദ്യം ഭിക്ഷയിടാൻ.'

ഇതു കേട്ടപ്പോൾ നമ്പൂരിപ്പാട്ടിലെ ചാർച്ചക്കാരായും സ്വജനങ്ങളായും മറ്റും അവിടെ വന്നുകൂടിയിരുന്ന നമ്പൂരിമാരും അന്തർജനങ്ങളും ഓതിക്കോനും എല്ലാവരും 'അങ്ങ് ഈ ഉണ്ണിയുടെ അമ്മയെ വേളി കഴിക്കുന്നതിനു മുമ്പ് ഒന്നുകൂടി വേളി കഴിച്ചിട്ടുണ്ടെങ്കിൽ അതു ഞങ്ങളാരും അറിയാതിരിക്കുമോ? അങ്ങ് ഈ പറഞ്ഞതു ശുദ്ധമേ ഭോഷ്കാണ്. അല്ലെങ്കിൽ പറയൂ, കേൾക്കട്ടെ; ഈ അന്തർജനം എവിടുത്തെ, ആരുടെ മകളാണ്?' എന്നും മറ്റും ചില ചോദ്യങ്ങളും വഴക്കുകളും തർക്കങ്ങളും കലശലായി. ഈ വന്നിരിക്കുന്നതു

തന്റെ സഹപത്നിയാണെന്നും തന്നെക്കൊണ്ട് ആദ്യം ഭിക്ഷയിടുവിക്കുക യില്ലെന്നും അറിഞ്ഞപ്പോൾ ആ ഉണ്ണിയുടെ അമ്മയായ അന്തർജനത്തിനു കോപവും മനസ്താപവും ദുസ്സഹമായിത്തീരുകയാൽ ആ അന്തർജനം, 'എനിക്ക് കാൺമാൻ കൊതിച്ച് ആദ്യമുണ്ടായ ഈ ഉണ്ണിക്ക് ആദ്യമെന്നല്ല, ഒരിക്കലും ഈ തെണ്ടിക്കേറിവന്ന വരത്തയെക്കൊണ്ടു ഭിക്ഷയിടീക്കാൻ ഞാൻ സമ്മതിക്കില്ല. എന്റെ ഉണ്ണിക്ക് ഞാൻ ഭിക്ഷയിട്ടാൽ മതി. ഈ പിശാച് വല്യമ്മ ചമഞ്ഞ് ഇപ്പോൾ എവിടുന്നാണ് കേറിവന്നത്? എന്റെ ഉണ്ണിക്ക് ഇവൾ ഭിക്ഷയിടുകയാണെങ്കിൽ ഇവളുടെ മുഖത്തു ഞാൻ ചൂലെടുത്ത ടിക്കും' എന്നും മറ്റും ശകാരവും വഴക്കും പൊടിപൊടിച്ചു തുടങ്ങി. എല്ലാവരും ഇങ്ങനെ തനിക്കു വിരോധമായി പറഞ്ഞുതുടങ്ങുകയാൽ നമ്പൂരിപ്പാട് ഒന്നും പറയാൻ ശക്തനല്ലാതെ അങ്ങനെ വല്ലാതെ അന്ധനായിത്തീർന്നു. അപ്പോൾ യക്ഷി, 'ഞാൻ ഉണ്ണിക്കു ഭിക്ഷയിടാനാണ് വന്നത്. ഉണ്ണിയുടെ അച്ഛന് അതു സമ്മതവുമാണ്. അതിനാൽ നിങ്ങളൊക്കെ എന്തെല്ലാം പറഞ്ഞാലും ഭിക്ഷ യിടാതെ ഞാൻ പോവുകയില്ല, നിശ്ചയംതന്നെ' എന്നു പറഞ്ഞു. ഉടനെ അന്തർജനം, 'നിനക്ക് അത്ര നിശ്ചയവും മിടുക്കുമുണ്ടോ? എന്നാലതുതന്നെ ഒന്നറിയണം. നിന്നെ ഇവിടെനിന്നു പുറത്തിറക്കിയല്ലാതെ ഇവിടെ ഇനി ഉപനയനത്തിന്റെ ക്രിയ യാതൊന്നും പാടില്ല. ഞാനാണ് പറഞ്ഞത്. ഭിക്ഷ യാചിക്കാനും ഭിക്ഷയിടാനും ഇവളെ ഇവിടെനിന്ന് ഇറക്കി വിട്ടിട്ടു വേണം. വരുവിൻ, ആത്തേമ്മാരുകളെല്ലാരും വരുവിൻ! നമുക്കിവളെപ്പിടിച്ച് ഇവിടെ നിന്നു പുറത്താക്കാം. പിന്നെ നമ്പൂരിമാരും വാലിയക്കാരുംകൂടി ഇവളെ പടിക്കു പുറത്താക്കി അയച്ചോളും' എന്നു പറഞ്ഞു ശേഷമുള്ള അന്തർജനങ്ങ ളുടെ സഹായത്തോടുകൂടി യക്ഷിയെ പിടിച്ച് ആ അകത്തുനിന്നു പുറത്താക്കി. നമ്പൂരിപ്പാട് 'അയ്യോ! സാഹസം പ്രവർത്തിക്കരുത്' എന്നു പറഞ്ഞു നിലവി ളിച്ചുകൊണ്ട് പിന്നാലെചെന്നു. പടിക്കു പുറത്ത് കൊണ്ടുപോയി തള്ളിയെ ഉടനെ ലജ്ജയും കോപവും സഹിക്കാൻ പാടില്ലാതെ യക്ഷി സ്വന്തമായ രൂപത്തെത്തന്നെ സ്വീകരിച്ച് അവിടെ നിന്നുകൊണ്ട് നമ്പൂരിപ്പാടിനോടായി ട്ട്, 'അവിടുന്ന് ഒട്ടും വ്യസനിക്കരുത്. ഇതൊന്നും അവിടുത്തെ ദോഷംകൊണ്ട ല്ലെന്ന് എനിക്കറിയാം. എനിക്ക് അവിടുത്തേപ്പേരിൽ ലേശംപോലും പരിഭ വവുമില്ല. എങ്കിലും ഈ സ്ഥലത്തും ഈ അടിയന്തരത്തിങ്കലുംവെച്ച് എന്നെ ഇപ്രകാരം അവമാനിച്ചതിനാൽ ഇനി മൂന്നു തലമുറ കഴിഞ്ഞാൽപിന്നെ ഈ തറവാട്ടിൽ ഉണ്ണിയുണ്ടായിട്ട് ഉപനയനം കഴിക്കാൻ സംഗതിയാവുകയില്ല, നിശ്ചയംതന്നെ. എന്നാൽ, ഇപ്പോൾ ഒരു വ്യാഴവട്ടത്തിലധികം കാലമായി എന്റെ സാന്നിധ്യം ഈ സ്ഥലത്ത് ഉണ്ടായിട്ടുള്ളതിന്റെ ഫലമാഹാത്മ്യം ഹേതുവായിട്ട് ഒടുവിൽ രണ്ടു തലമുറയ്ക്കുണ്ടാകുന്ന രണ്ടു പുരുഷന്മാർ സരസ്വതീ പ്രസാദംകൊണ്ട് വിശ്വവിശ്രുതന്മാരായിത്തീരുകയും ചെയ്യും. ഇത്രയും കാലം മനുഷ്യസഹവാസത്തോടുകൂടി ഞാൻ ഭൂലോകത്തിൽത്തന്നെ താമസിച്ചു പോയതുകൊണ്ട് ഇനി ഞാൻ ഞങ്ങളുടെ ലോകത്തിൽ ചെന്നാൽ എന്നെ അവിടെ യഥാപൂർവം സ്വീകരിക്കുമെന്നു തോന്നുന്നില്ല. എന്നുമാത്രമല്ല, ഈ അവമാനം അനുഭവിച്ചിട്ട് ഇനി ജീവിച്ചിരിക്കാൻ ഞാൻ ആഗ്രഹിക്കുന്നുമില്ല. അവിടുന്ന് എന്നെക്കുറിച്ച് വിചാരിച്ച് വ്യസനിക്കരുത്. അകത്ത് പോയി ഉപനയനത്തിന്റെ ശേഷം ക്രിയകൾകൂടി നടത്തി, ഇനിയും വളരെക്കാലം ഭാര്യാപുത്രാദികളോടുകൂടി സുഖമായി ജീവിച്ചിരുന്നാലും. ഞാൻ ഇതാ യോഗാ

ഗ്നിയിൽ എന്റെ ദേഹത്തെ ഭസ്മീകരിക്കുന്നു' എന്നു പറയുകയും ഉടനെ ആ യക്ഷി എല്ലാവർക്കും അദൃഷ്ടയായി ഭവിക്കുകയും ഒരു തേജസ്സു മേൽപ്പോട്ടു യർന്നു മേഘമണ്ഡലത്തിൽ കേറി മറയുന്നത് എല്ലാവരാലും കാണപ്പെടുകയും ചെയ്തു. യക്ഷിയുടെ ഈ വാക്കു കേൾക്കുകയും ഈ അത്ഭുതം കാണുകയും ചെയ്തപ്പോൾ തങ്ങൾ പ്രവർത്തിച്ചതു സാഹസവും അവിവേകവുമായി എന്ന് എല്ലാവർക്കും തോന്നി എങ്കിലും 'അതീത കാര്യാനുശയേന കിം സ്യാത്'.

വെൺമണിനമ്പൂരിപ്പാടന്മാരുടെ സാക്ഷാൽ തറവാട് ഇപ്പോൾ പുരുഷന്മാരില്ലാതെ ശൂന്യപ്രായമായിരിക്കുന്നത് ആ യക്ഷിയുടെ ശാപം കൊണ്ടും ഒടുവിലത്തെ തലമുറക്കാരും കൊല്ലം 1066ാമാണ്ടു വൃശ്ചികമാസത്തിലും 1068ാമാണ്ടു മകര മാസത്തിലുമായി ദേഹവിയോഗം ചെയ്തവരുമായ വെൺമണി അച്ഛൻ നമ്പൂരിപ്പാട്ടും മഹൻ നമ്പൂരിപ്പാട്ടു വിശ്വവിശ്രുതന്മാരായിത്തീർന്നത് ആ യക്ഷിയുടെ അനുഗ്രഹമാഹാത്മ്യം കൊണ്ടു മാത്രമാണെന്നുള്ളതു വിശേഷിച്ചു പറയണമെന്നില്ലല്ലോ. ഇപ്പോൾ! ഉള്ള വെൺമണിനമ്പൂരിപ്പാടന്മാർ പണ്ടേ തന്നെ ഈ കുടുംബത്തിൽനിന്നു പിരിഞ്ഞുപോയിട്ടുള്ള ഒരു അച്ഛൻ നമ്പൂരിപ്പാട്ടിലെ ശാഖയിലുണ്ടായിട്ടുള്ളവരാണ്.

●

വയസ്ക്കരെ അച്ഛൻ മൂസ്സ്

വൈദ്യന്മാർക്കു പ്രധാനമായി വേണ്ടതു ഗുരുത്വവും കൈപ്പുണ്യവുമാണെന്നു പ്രസിദ്ധവും സർവ്വസമ്മതവുമാണല്ലോ. വൈദ്യന്മാർ നല്ലപോലെ ശാസ്ത്രനൈപുണ്യവും ബുദ്ധിയും യുക്തിയുമുള്ളവരായിരുന്നാലും ഗുരുത്വവും കൈപ്പുണ്യവുമില്ലെങ്കിൽ അവരുടെ ചികിത്സ ഫലിക്കയില്ലെന്നുള്ളതു തീർച്ചയാണ്. ശാസ്ത്രജ്ഞാനവും യുക്തിയും ബുദ്ധിയുമില്ലാത്തവർക്കു ഗുരുത്വവും കൈപ്പുണ്യവും മാത്രമുണ്ടായിരുന്നതുകൊണ്ട് മതിയാകുന്നതല്ലെങ്കിലും ഗുരുത്വവും കൈപ്പുണ്യവുമുള്ളവർക്കു ശാസ്ത്രപരിചയവും മറ്റും കുറച്ചു കുറവായിരുന്നാലും അബദ്ധമൊന്നും വരുന്നതല്ല. ഗുരുത്വവും കൈപ്പുണ്യവുമുള്ളവർക്കു ശാസ്ത്രജ്ഞാനവും യുക്തിയും ബുദ്ധിയും കൂടിയുണ്ടായിരുന്നാൽ പിന്നത്തെക്കഥ പറയാനുമില്ലല്ലോ. അഷ്ടവൈദ്യന്മാരിൽ അദ്വിതീയന്മാരെന്നു പണ്ടേയ്ക്കുപണ്ടേ പ്രസിദ്ധന്മാരായിരുന്ന വയസ്ക്കരെ മൂസ്സന്മാർക്കു മേൽപറഞ്ഞവയെല്ലാം പൂർണ്ണമായിട്ടുള്ളതിനാലാണ് അവർ സർവോത്കർഷേണ വർത്തിക്കുന്നത്. ഇതിനു ദൃഷ്ടാന്തമായി കഴിഞ്ഞുപോയ ആര്യൻ നാരായണൻമൂസ്സ് അവർകളുടെ അച്ഛനായ അച്ഛൻമൂസ്സ് അവർകളുടെ ചില അത്ഭുതകർമ്മങ്ങളെ താഴെ പ്രസ്താവിക്കുന്നു. കേവലം കേട്ടുകേൾവിയെമാത്രം അടിസ്ഥാനപ്പെടുത്തിയെഴുതുന്ന ഈ വക ഐതിഹ്യങ്ങളുടെ വാസ്തവത്വത്തെപ്പറ്റി അധികം ആലോചിക്കണമെന്നില്ല. 'മഹാന്മാർക്കെന്തു ദുഷ്കരം?' എന്നു മാത്രം വിചാരിച്ചാൽ മതി.

1. ഒരാൾക്കു മലവും മൂത്രവും പോകാതെ വയറു വല്ലാതെ അടച്ചു വീർത്തു വേദന സഹിക്കവയ്യാതെയായിത്തീർന്നു. വേദനയുടെ ശക്തി കൊണ്ടു കിടക്കാനും ഇരിക്കാനും ഉണ്ണാനുമുറങ്ങാനും എന്നുവേണ്ട, യാതൊന്നും വയ്യാതെയായി. രോഗി ഉറക്കെ നിലവിളിച്ചുകൊണ്ടു കിടന്നുരുണ്ടുതുടങ്ങി. പല വൈദ്യന്മാർ വന്നു കാണുകയും പല പ്രയോഗങ്ങൾ ചെയ്തുനോക്കുകയുമൊക്കെ ചെയ്തിട്ടും ഒരു ഫലവുമുണ്ടായില്ല. മരിച്ചുപോകുമെന്നുതന്നെ രോഗിയും വൈദ്യന്മാരും ശേഷമുള്ളവരും എല്ലാം തീർച്ചപ്പെടുത്തി. എങ്കിലും വയസ്ക്കരെ അച്ഛൻമൂസ്സിന്റെ അടുക്കൽക്കൂടി ഒന്നു പോയി പറഞ്ഞുനോക്കാം എന്നു വിചാരിച്ചു രോഗിയുടെ അനന്തിരവൻ വയസ്ക്കരെ എത്തി. അതു ദീനം തുടങ്ങിയതിന്റെ പിറ്റേദിവസം രാവിലെയായിരുന്നു. അപ്പോൾ അച്ഛൻമൂസ്സ് വാലിയക്കാർ കറിക്കു നുറുക്കുന്നിടത്തു ചെന്ന് അവരോട് എന്തോ പറഞ്ഞുകൊണ്ടു നിൽക്കുകയായിരുന്നു. ഈ ചെന്നയാൾ അവിടെച്ചെന്നു കണ്ടു ദീനത്തിന്റെ വിവരമെല്ലാം അറിയിച്ചു. ഉടനെ അച്ഛൻമൂസ്സ് അവിടെക്കിടന്നിരുന്ന മത്തങ്ങായുടെ ഒരു ഞെട്ടി

(ഞെട്ടപ്പ്) എടുത്തു കൊടുത്തിട്ട് 'ഇതുകൊണ്ടുപോയി കാഞ്ഞവെള്ള ത്തിൽ അരച്ച് കലക്കിക്കൊടുത്താൽ മതി' എന്നു പറഞ്ഞു. അയാൾ അത് ഭക്തിയോട്ടുകൂടി വാങ്ങിക്കൊണ്ടുപോയി, അവിടുന്നു പറഞ്ഞതുപോലെ അതിൽ പകുതിയെടുത്തു കാഞ്ഞവെള്ളത്തിൽ അരച്ചുകലക്കി രോഗിക്കു കൊടുത്തു. അതു കുടിച്ച മാത്രനേരം കഴിഞ്ഞപ്പോൾ മലവും മൂത്രവും ഒഴിക്കുകയും സകലവേദനകളും മാറി രോഗിക്കു നല്ല സുഖമാകുകയും ചെയ്തു. എങ്കിലും മലവും മൂത്രവും പോയിത്തുടങ്ങിട്ടു മൂത്രപോക്കു നിന്നു. വയറിളകി പിന്നെയും പൊയ്ക്കൊണ്ടുതന്നെയിരുന്നു. അതും ക്രമേണ നിന്നോളുമെന്നു വിചാരിച്ചു അന്നത്തെ അങ്ങനെ കഴിഞ്ഞു. പിറ്റേദിവ സമായപ്പോഴേക്കും വയറ്റിൽനിന്നു പോക്കു കുറച്ചുകൂടി അധികമായി. അപ്പോഴേക്കും രോഗിക്കു ക്ഷീണവും പാരവശ്യവും കലശലായി. ഉടനെ രോഗിയുടെ അനന്തിരവൻ ഓടി പിന്നെയും അച്ഛൻമൂസ്സിന്റെ അടുക്കലെ ത്തി വിവരം അറിയിച്ചു. അപ്പോൾ അച്ഛൻമൂസ്സ് 'ആ തന്നയച്ച മരുന്നു മുഴുവനും അരച്ചു കലക്കിക്കൊടുത്തുവോ? എന്നു ചോദിച്ചു. 'ഇല്ല. പകുതിയേ കൊടുത്തുള്ളു. ശേഷം ഇരിക്കുന്നുണ്ട്' എന്ന് ഈ ചെന്നയാൾ അറിയിച്ചു. 'എന്നാൽ ശേഷമുള്ളതുകൂടി അരച്ചുകലക്കിക്കൊടുത്തേക്കു. സുഖമാവും എന്ന് അച്ഛൻമൂസ്സ് പറഞ്ഞു. ഉടനെ അയാൾ ചെന്നു മത്തങ്ങയുടെ ഞെട്ടി ശേഷമുണ്ടായിരുന്നതുകൂടി കാഞ്ഞവെള്ളത്തിൽ അരച്ചുകലക്കിക്കൊ ടുത്തു. അതു കുടിച്ചതോടുകൂടിത്തന്നെ വയറ്റിൽനിന്നു പോക്കു നിന്നു. ക്രമേണ മലമൂത്രങ്ങൾ പതിവുപോലെ പോയിത്തുടങ്ങുകയും ക്രമേണ രോഗിയുടെ ക്ഷീണം മാറി സുഖമാവുകയും ചെയ്തു.

2. ദേഹത്തിന്റെ സ്ഥൗല്യം നിമിത്തം ഇരിക്കാനും നിൽക്കാനും നടക്കാനും കിടക്കാനും നിവൃത്തിയില്ലാതായിത്തീർന്ന ഒരു മാപ്പിള ഒരിക്കൽ അച്ഛൻമൂസ്സവർകളുടെ അടുക്കൽ വരികയുണ്ടായി. അയാൾക്കു ശരീരം ക്രമത്തിലധികം തടിച്ചു പോയതുകൊണ്ടുള്ള അസ്വാധീനമല്ലാതെ വേറെ യാതൊരു സുഖക്കേടുമില്ല. സാമാന്യത്തിലധികം തടിച്ചുകഴിഞ്ഞിട്ടു പിന്നെയും ദിവസംപ്രതിയെന്നപോലെ സ്ഥൗല്യം വർദ്ധിച്ചുകൊണ്ടി രുന്നതിനാൽ അയാൾ പല വൈദ്യന്മാരെ കാണുകയും പല ചികിത്സ ചെയ്തിട്ടും ഒരു ഫലവും കാണാഞ്ഞതിനാലുമാണ് ഒടുക്കം വയസ്കരെ വന്നത്. 'കാർശ്യമേവ വരം സ്ഥൗല്യാന്ന ഹി സ്ഥൂലസ്യ ഭേഷജം' എന്നുള്ളതിൽ വൈദ്യന്മാരുടെ ചികിത്സകൾ ഫലിക്കാത്തതിനാൽ അത്ഭുതപ്പെടാനുമില്ല.

അച്ഛൻമൂസ്സവർകൾ വിവരമെല്ലാം കേട്ടതിന്റെ ശേഷം രോഗിയുടെ ആപാദചൂഡം ഒന്നുരണ്ടു പ്രാവശ്യം സൂക്ഷിച്ചുനോക്കിയിട്ട് 'നിനക്കി പ്പോൾ ചികിത്സയൊന്നും ചെയ്യണമെന്നില്ല. മുപ്പതു ദിവസത്തിനകം നീ മരിച്ചുപോകും. മരണലക്ഷണങ്ങൾ പൂർണ്ണമായിട്ടു കാണുന്നുണ്ട്. ഈശ്വര കാരുണ്യംകൊണ്ട് ആയുസ്സിന്റെ ബലംകൊണ്ടു ഒരുവേള മരിക്കാതെയിരിക്കുകയാണെങ്കിൽ ഒരു മാസം കഴിഞ്ഞിട്ട് ഇവിടെ വന്നാൽ വല്ലതും ചികിത്സ നിശ്ചയിക്കാം. അല്ലാതെ ഇപ്പോളൊന്നും നിശ്ചയിക്കാനില്ല' എന്നു പറഞ്ഞു. ഇതു കേട്ടപ്പോൾതന്നെ മാപ്പിളയുടെ മനസ്സിൽ വല്ലാതെ ഒരു വ്യസനവും ആധിയുമുണ്ടായി. പെട്ടെന്ന് അയാൾ മൂർച്ഛിച്ചുവീണു. വയസ്കരെ അച്ഛൻമൂസ്സവർകൾ പറഞ്ഞാൽ പിന്നെ അതിനു

കടുകിടയ്ക്കു വ്യത്യാസം വരികയില്ലെന്നുള്ളതു പ്രസിദ്ധവും എല്ലാവർക്കും അനുഭവസിദ്ധവുമാണ്. അങ്ങനെയിരിക്കുന്ന അവിടുന്ന് ഇപ്രകാരം പറഞ്ഞാൽ ആർക്കാണ് വ്യസനമുണ്ടാകാത്തത്? മരണഭയമെന്നത് എല്ലാവർക്കുമുള്ളതാണല്ലോ.

മൂന്നേമുക്കാൽ നാഴിക കഴിഞ്ഞപ്പോൾ മാപ്പിളയ്ക്കു ബോധം വീണു. ഉടനെ കൂടെയുണ്ടായിരുന്നവരിൽ അഞ്ചാറുപേരുകൂടി ഒരുവിധമെടുത്തു തോണിയിലാക്കി കൊണ്ടുപോവുകയും ചെയ്തു. വീട്ടിൽ എത്തിയതിന്റെ ശേഷം മാപ്പിളയ്ക്കു കഞ്ഞിക്കും ചോറിനും ഒന്നിനും രുചിയുമില്ല. ഉറക്കവുമില്ല. ഒരു കാര്യത്തിലും ഒരുത്സാഹവും മനസ്സുമില്ലെന്നുള്ള സ്ഥിതിയിലായിത്തീർന്നു. ഭാര്യയും പുത്രന്മാരും വളരെ നിർബന്ധിച്ചാൽ കുറച്ചു കഞ്ഞി കുടിക്കും. അല്ലാതെ അയാളുടെ മനസ്സാലെ സ്നാനാശനാദികൾ ഒന്നും തന്നെയില്ലാതായിത്തീർന്നു. ക്രമേണ ദേഹം ചടച്ചു തുടങ്ങുകയും ചെയ്തു. എന്തിനു വളരെപ്പറയുന്നു? ഒരു കുട്ടിയാനയെപ്പോലെയിരുന്ന ആ കൂറ്റൻ ഒരു മാസം കഴിഞ്ഞപ്പോഴേക്കും കൃശശരീരനായ ഒരു മനുഷ്യന്റെ ആകൃതിയായിത്തീർന്നു. ഒരു മാസം കഴിഞ്ഞപ്പോൾ ഇനി ഇപ്പോൾ മരിച്ചുപോവുകില്ലായിരിക്കുമെന്നുള്ള ഒരു വിചാരവും മാപ്പിളയുടെ മനസ്സിൽ ഉണ്ടായിത്തുടങ്ങി. ക്ഷീണം നല്ലപോലെയുണ്ടെങ്കിലും അയാൾക്ക് എണീറ്റു നടക്കുന്നതിനും മറ്റും യാതൊരുസ്വാധീനവും ഇല്ലാതെയാവുകയും ചെയ്തു. എങ്കിലും 'ഒരു മാസം കഴിഞ്ഞിട്ടു മരിച്ചില്ലെങ്കിൽ പിന്നെയും ചെല്ലണമെന്നാണല്ലോ വയസ്കരെത്തിരുമേനി കല്പിച്ചിരിക്കുന്നത്. അതിനാൽ ഒന്നുകൂടി പോകണം' എന്നു നിശ്ചയിച്ച് അയാൾ പരിവാരസമേതം വീണ്ടും അച്ഛൻമൂസ്സ് അവർകളുടെ അടുക്കലെത്തി വിവരമെല്ലാം അറിയിച്ചു. അപ്പോൾ അവിടുന്ന് 'നീ ഇനി ഇപ്പോഴെങ്ങും മരിച്ചുപോവുകയില്ല. ഞാനന്ന് അങ്ങനെ പറഞ്ഞത് മരിച്ചുപോകുമെന്നു വിചാരിച്ചിട്ടുമല്ല. ചടച്ചവരുടെ ദേഹം തടിക്കാനല്ലാതെ തടിച്ചവരുടെ ദേഹം ചടയ്ക്കാൻ ചികിത്സയൊന്നുമില്ല. പിന്നെ ദേഹം ചടപ്പിക്കുന്നതിനു മനോവിചാരം തന്നെയാണ് ചികിത്സ. മരണഭയം നിമിത്തം ഉണ്ടാകുന്നതിലധികം പ്രബലമായ മനോവിചാരമുണ്ടാകാൻ തരമില്ലല്ലോ. അതിനാൽ അന്ന് അങ്ങനെ പറഞ്ഞത് ഒരു ചികിത്സയാണെന്ന് വിചാരിച്ചാൽ മതി. ആ ചികിത്സ ഫലിക്കുകയും ചെയ്തുവല്ലോ. ഇപ്പോൾ ദേഹത്തിന്റെ സ്വാധീനക്കുറവൊക്കെ മാറിയില്ലേ? വേറെ ദീനമൊന്നുമില്ലാത്തതിനാൽ ഇനി ചികിത്സയൊന്നും വേണമെന്നില്ല. ഇനിയും പണ്ടത്തെപ്പോലെ ദേഹം തടിക്കാതെ സൂക്ഷിക്കുക മാത്രം ചെയ്താൽ മതി. അതിനു പതിവായി ദേഹം വിയർക്കത്തക്കവണ്ണം വല്ലതും അദ്ധ്വാനം ചെയ്തുകൊണ്ടിരുന്നാൽ മതിതാനും. സന്തതിയും സമ്പത്തും ധാരാളമുണ്ടായിരിക്കുക; മനോവിചാരത്തിനു കാരണമൊന്നുമില്ലാതെയിരിക്കുക; സുഖമായി യഥേഷ്ടം ഭക്ഷണവും കഴിച്ച് അദ്ധ്വാനമൊന്നും ചെയ്യാതെ സ്വസ്ഥമായിരിക്കുക ഇതൊക്കെക്കൊണ്ടാണ് ദേഹം ക്രമത്തിലധികം തടിക്കുന്നത്. ശക്തിക്കുതക്കവണ്ണം വ്യായാമം മനുഷ്യർക്ക് അത്യാവശ്യമാണ്. അതു പതിവായി ചെയ്തുകൊണ്ടാൽ സുഖമായിരിക്കാം. അതിനാൽ ഇനി പതിവായി അങ്ങനെ ചെയ്തുകൊണ്ടിരുന്നാൽ മതി' എന്നു പറഞ്ഞു. ഇതു കേട്ടു മാപ്പിള വളരെ സന്തോഷിച്ചു പോവുകയും പതിവായി വ്യായാമം ചെയ്തുകൊണ്ട്

ആജീവനാന്തം സുഖമായി ഇരിക്കുകയും ചെയ്തു.

3. ഒരിക്കൽ ഒരു സ്ത്രീയ്ക്കു പ്രസവവേദന ആരംഭിച്ചതിന്റെ ശേഷം നാലഞ്ചുദിവസം കഴിഞ്ഞിട്ടും പ്രസവിച്ചില്ല. അഞ്ചാം ദിവസം പ്രജയുടെ ഒരു കയ്യിന്റെ അറ്റം പുറത്തു കാണായി. സാധാരണ പ്രസവത്തിങ്കൽ ശിരസ്സാണല്ലോ ആദ്യം കാണപ്പെടുന്നത്. അങ്ങനെയല്ലാതെ ആദ്യം കൈപുറത്തേക്കു വന്നു കണ്ടതിനാൽ വയറ്റാട്ടികൾക്കും മറ്റും വളരെ പരിഭ്രമവും വ്യസനവുമുണ്ടായി. അക്കാലത്തു സൂതികർമിണികളും അപ്പാത്തിക്കിരിമാരും മറ്റും ഈ ദിക്കുകളിൽ ഇല്ലാതിരുന്നതിനാൽ ഇങ്ങനെയുള്ള സംഗതികളിൽ നാട്ടുകാർക്കു നാട്ടുവൈദ്യന്മാരല്ലാതെ ഒരു ശരണവുമില്ലായിരുന്നല്ലോ. അതിനാൽ സ്ത്രീയുടെ ഉടമസ്ഥന്മാർ ഓടി വയക്കരെ എത്തി, വിവരം അച്ഛൻമൂസ്സവർകളുടെ അടുക്കൽ അറിയിച്ചു. അച്ഛൻ മൂസ്സവർകൾ കുറച്ചാലോചിച്ചിട്ട് 'ഒരു ഇരുമ്പാണിയോ പിശ്ശാങ്കത്തിയോ വല്ലതും തീയത്തു കാണിച്ച് നല്ലപോലെ പഴുപ്പിച്ച് ആ കുട്ടിയുടെ കയ്യിന്മേൽ വച്ചാൽ മതി' എന്നു പറഞ്ഞു. സ്ത്രീയുടെ ഉടമസ്ഥന്മാർക്ക് അങ്ങനെ ചെയ്യാൻ നല്ല മനസ്സില്ലായിരുന്നു. എങ്കിലും വേറെ മാർഗമൊന്നും ഇല്ലാതിരുന്നതിനാലും അച്ഛൻമൂസ്സവർകൾ പറഞ്ഞിട്ട് ചെയ്താൽ ഒന്നും അപകടമായി വരികയില്ലെന്നുള്ള വിശ്വാസം കൊണ്ടും അവർ അങ്ങനെ ചെയ്തു. ഇരുമ്പു പഴുപ്പിച്ചുവച്ചു ഉടനെ ശിശു കൈ അകത്തേക്കു വലിച്ചു. മാത്രനേരം കഴിഞ്ഞപ്പോൾ സ്ത്രീ ക്രമപ്രകാരം പ്രസവിക്കുകയും ചെയ്തു. തള്ളയ്ക്കും പിള്ളയ്ക്കും യാതൊരുതരക്കേടും പറ്റിയില്ല. കുട്ടിയുടെ കൈ പൊള്ളിയിരുന്നു. ആ വിവരം പിന്നെ മൂസ്സവർകളുടെ അടുക്കൽ അറിയിക്കുകയും അതിനു ചില ചികിത്സകൾ അവിടുന്നു നിശ്ചയിച്ചു പറയുകയും അതിൻപ്രകാരം ചെയ്തപ്പോൾ കുട്ടിക്കു സുഖമാവുകയും ചെയ്തു.

4. ഒരിക്കൽ വാതരോഗിയും വയറ്റിൽവേദനക്കാരനുമായ ഒരാൾ പല ചികിത്സകൾ ചെയ്തിട്ടും സുഖം കാണായ്കയാൽ വയസ്കരെ അച്ഛൻമൂസ്സ് അവർകളുടെ അടുക്കൽ വന്നു വിവരം അറിയിച്ചു. ആ രോഗി ചെങ്ങന്നൂർക്കാരനോ മറ്റോ ആണെന്നാണ് കേട്ടിട്ടുള്ളത്. ദീനത്തിന്റെ വിവരമെല്ലാം കേട്ടപ്പോൾ അച്ഛൻമൂസ്സ് അവർകൾ 'നിങ്ങളുടെ ദിക്കിൽ മുതിര ധാരാളം കിട്ടുകയില്ലേ? എന്നു ചോദിച്ചു. രോഗി 'ധാരാളം കിട്ടും. അടിയനുതന്നെ ആണ്ടുതോറും ഇരുനൂറുപറ മുതിരയിൽ കുറയാതെ കിട്ടുന്നുണ്ട്'' എന്നു പറഞ്ഞു. 'എന്നാൽ മുതിര വറുത്തു കുത്തി പരിപ്പാക്കി, അതു കുറേശ്ശ പുഴുങ്ങി, ദിവസന്തോറും രാവിലെ അതും കൂട്ടി കഞ്ഞി കുടിച്ചാൽ മതി' എന്നു പറഞ്ഞു. ഇതു കേട്ടപ്പോൾ രോഗിക്ക് ഒട്ടും തൃപ്തിയായില്ല. എങ്കിലും അവിടുത്തെ അടുക്കൽ ഒന്നും മറുത്തുപറയാൻ പാടില്ലല്ലോ എന്നു വിചാരിച്ചു ഒന്നും പറയാതെ കുണ്ഠിതത്തോടുകൂടി തിരിച്ചുപോയി. വീട്ടിൽ ചെന്ന ഉടനെ അയാളുടെ ഭാര്യ ചികിത്സയുടെ വിവരം ചോദിച്ചു. അപ്പോൾ ആ രോഗി 'എന്റെ ദീനം ഭേദമാകുന്നതാണെന്നു തോന്നുന്നില്ല. കുതിരകളെപ്പോലെ ദിവസംതോറും ഞാൻ കാണം പുഴുങ്ങിത്തിന്നാനാണ് അവിടുന്ന് കല്പിച്ചത്. ഭേദപ്പെടുന്ന ദീനമാണെങ്കിൽ അവിടുന്ന് അങ്ങനെ കല്പിക്കുകയില്ലല്ലോ. ഞാൻ അവിടെ ചെന്നപ്പോൾ അനേകം രോഗികൾ അവിടെ കൂടിയിരുന്നു. അവർക്കൊക്കെ കഷായത്തിനും മറ്റും ചാർത്തിക്കൊടുക്കുകയും ചിലർക്കു മരുന്നുകൾ കൊടുക്കുകയും

മറ്റും ചെയ്തു. എന്നോടുമാത്രം ഇങ്ങനെ കല്പിച്ച സ്ഥിതിക്ക് എന്റെ ദീനം മാറുന്നതല്ലെന്നു നിശ്ചയിക്കാം' എന്നു പറഞ്ഞു. അപ്പോൾ ഭാര്യ 'അങ്ങനെ നിശ്ചയിക്കാൻ പാടില്ല. ഏതായാലും അവിടുന്നു കല്പിച്ചതുപോലെ കുറച്ചു ദിവസം ചെയ്തുനോക്കണം. ഭേദമായില്ലെങ്കിൽ വേണ്ടാ. ഇതു ചെയ്തതുകൊണ്ട് നമുക്കു നഷ്ടമൊന്നും വരാനില്ലല്ലോ' എന്നു പറഞ്ഞു. 'എന്നാലങ്ങനെയാവട്ടെ' എന്നു രോഗിയും സമ്മതിച്ചു. അച്ഛൻമൂസ്സ് അവർകൾ പറഞ്ഞയച്ചതുപോലെ പത്തുപന്ത്രണ്ടു ദിവസം ചെയ്തപ്പോൾ രോഗിക്കു കുറച്ചു സുഖമുണ്ടെന്നു തോന്നുകയാൽ നാൽപതു ദിവസം മുടങ്ങാതെ അങ്ങനെ ചെയ്തു. അപ്പോൾ രോഗി സകല സുഖക്കേടുകളും മാറി സ്വസ്ഥതയെ പ്രാപിക്കുകയും ചെയ്തു.

5. ഒരിക്കൽ ഒരു സ്ത്രീ തന്റെ ഗൃഹത്തിലുള്ള ഉത്തരത്തിൽനിന്ന് എന്തോ ഒരു സാധനം എടുക്കുന്നതിനായി വലത്തെ കയ്യുയർത്തി. പിന്നെ ആ കൈ എന്തായാലും മേൽപ്പോട്ടുതന്നെ നിൽക്കുന്നതല്ലാതെ കീഴ്പ്പോട്ടിടാൻ വയ്യാതെയായിത്തീർന്നു. പല വൈദ്യന്മാർ ചില ചികിത്സകൾ ചെയ്തു. ഞരമ്പിന്റെ നിശ്ചയമുള്ളവരായ തിരുമ്മുകാരെക്കൊണ്ടു തിരുമ്മിച്ചു നോക്കി. ചിലർ ഈ രോഗം വാതസംബന്ധമായിട്ടുള്ളതാണെന്നും മറ്റു ചിലർ ഞരമ്പു പിണങ്ങിപ്പോയതാണെന്നും വേറെ ചിലർ ഇതൊരു ദേവതാഗോഷ്ഠിയാണെന്നും മറ്റും അഭിപ്രായപ്പെട്ടു. പല ചികിത്സകളും മന്ത്രവാദങ്ങളുമൊക്കെ ചെയ്തിട്ടും ഒരു ഭേദവുമുണ്ടായില്ല. സ്ത്രീയുടെ കൈ നേരെ മേൽപ്പോട്ടുതന്നെ നിന്നതല്ലാതെ കീഴ്പ്പോട്ടു വന്നില്ല. ഒടുക്കം ആ സ്ത്രീയെ വയക്കരെ അച്ഛൻമൂസ്സവർകളുടെ അടുക്കൽ കൊണ്ടുവന്നു കാണിച്ചു വിവരമൊക്കെ പറഞ്ഞു. അച്ഛൻ മൂസ്സവർകൾ കുറച്ചു നേരം തന്റെ മനസ്സുകൊണ്ട് ആലോചിച്ചിട്ട്, ആ സ്ത്രീയെ ഇറയത്തു കേറ്റി നിർത്താൻ പറഞ്ഞു. സ്ത്രീയുടെ ഉടമസ്ഥന്മാർ അപ്രകാരം ചെയ്തു. പിന്നെ ആ സ്ത്രീയുടെ അസ്വാധീനമല്ലാത്ത ഇടത്തേ കൈ ഒരു കയറിട്ടു മുറുക്കി പുരയുടെ മുകളിലത്തെ വളയിൽ കെട്ടാൻ പറഞ്ഞു. അതും അങ്ങനെ ചെയ്തു. അപ്പോൾ വയസ്കരെ തെക്കുവശത്തു മുറ്റത്തു ദീനക്കാരായും മറ്റും വളരെ ആളുകൾ കൂടിട്ടുണ്ടായിരുന്നു. ഈ സ്ത്രീയുടെ കൂടെയും അവരുടെ ഭർത്താവ്, സഹോദരന്മാർ മുതലായി പലരുമുണ്ടായിരുന്നു. ഈ ആളുകളൊക്കെ നോക്കിക്കൊണ്ടു നിൽക്കുന്ന സ്ഥലത്തുവെച്ചാണ് ഈ വിദ്യ കാണിക്കുന്നതെന്നുകൂടി വായനക്കാർ ഓർത്തുകൊള്ളണം. സ്ത്രീയുടെ ഇടത്തെക്കൈ മേല്പോട്ടു പിടിച്ചുകെട്ടിക്കഴിഞ്ഞപ്പോൾ അച്ഛൻമൂസ്സവർകൾ സ്ത്രീയുടെ ഭർത്താവിനെ വിളിച്ച് അവൾ ഉടുത്തിരിക്കുന്ന വസ്ത്രം അഴിച്ചുകളയാൻ പറഞ്ഞു. ഇതു കേട്ടപ്പോൾ സ്ത്രീയുടെ ഉടമസ്ഥന്മാർക്കൊക്കെ വളരെ വ്യസനമായി. സ്ത്രീയുടെ കഥ പറയാനുമില്ലല്ലോ. ഈ ബഹുജനസമക്ഷം ഇങ്ങനെ പ്രവർത്തിക്കാനും ഇങ്ങനെ ചെയ്യാൻ മനസ്സില്ലെന്ന് അച്ഛൻ മൂസ്സവർകളോട് പറയാനും ധൈര്യമില്ലാതെ സ്ത്രീയുടെ ഭർത്താവും ഉടമസ്ഥന്മാരും അങ്ങനെ പരുങ്ങിക്കൊണ്ടുനിന്നു. അപ്പോൾ അച്ഛൻ മൂസ്സവർകൾ 'നിങ്ങൾക്കു മടിയുണ്ടെങ്കിൽ ഞാൻതന്നെയാവാം' എന്നു പറഞ്ഞു പെട്ടെന്നു സ്ത്രീയുടെ അടുക്കലേക്കു ചെന്നു വസ്ത്രത്തിന്റെ തുമ്പത്തു പിടിക്കാനായി ഭവിക്കയും സ്ത്രീയുടെ വലത്തേ കൈ കീഴ്പ്പോട്ടു വരികയും ഒരുമിച്ചു കഴിഞ്ഞു. വസ്ത്രമിപ്പോൾ അഴിച്ചുകളയുമെന്നുള്ള ദിക്കായപ്പോൾ

സ്ത്രീ 'അയ്യോ! അരുത്' എന്നു പറഞ്ഞുകൊണ്ട് വലത്തേക്കൈകൊണ്ട് വസ്ത്രത്തിന്റെ തുമ്പത്തു മുറുകേ പിടിച്ചു. അച്ഛൻ മൂസ്സവർകൾ പിന്നോക്കം പോന്നു യഥാസ്ഥാനം ഇരിക്കുകയും ചെയ്തു. സ്ത്രീയുടെ കൈ കീഴ്പ്പോട്ടു വന്നതിനോടുകൂടി അതിന്റെ അസ്വാധീനതയും തീർന്നു. പിന്നെ ആ കൈ പൊക്കുകയോ താഴ്ത്തുകയോ എന്തു വേണമെങ്കിലും ഇഷ്ടംപോലെ പ്രവർത്തിക്കാറായി. ഇതു കണ്ട് എല്ലാവരും വളരെ അത്ഭുതപ്പെട്ടു. സ്ത്രീയുടെ ഇടത്തെ കയിന്റെ കെട്ടഴിച്ചു കൊണ്ടുപോയ്ക്കൊള്ളുന്നതിന് അച്ഛൻമൂസ്സവർകൾ പറയുകയും അവർ കൊണ്ടുപോവുകയും ഇങ്ങനെ ആ സ്ത്രീ സ്വസ്ഥതയെ പ്രാപിക്കുകയും ചെയ്തു.

6. ഒരിക്കൽ ഒരു പുരുഷൻ കോട്ടുവായിടുന്നതിനായി വായ പൊളിച്ചിട്ടു പിന്നെ വായ പൂട്ടാൻ പാടില്ലാതെയായിത്തീർന്നു. എല്ലായ്പ്പോഴും വായ പൊളിച്ചുകൊണ്ടുതന്നെയിരുന്നു. മുക്കുട്ടും കുഴമ്പുമൊക്കെ പുരട്ടിത്തിരുമ്മിക്കുകയും മറ്റു പല ചികിത്സകൾ ചെയ്തിട്ടും അയാൾക്കു വായ പൊളിച്ചപടി തന്നെ ഇരുന്നതല്ലാതെ കൂട്ടാറായില്ല. ഒടുക്കം അയാളെ വയസ്കരെ അച്ഛൻമൂസ്സ് അവർകളുടെ അടുക്കൽത്തന്നെ കൊണ്ടുവന്നു. വിവരമെല്ലാം കേട്ടതിന്റെ ശേഷം അച്ഛൻമൂസ്സവർകൾ അടുത്തു ചെന്നു വലതുകൈകൊണ്ടു രോഗിയുടെ താടിക്ക് ഒരു തട്ടും ഇടതുകൈകൊണ്ട് മൂർധാവിൽ ഒരിടിയും ഒരുമിച്ചുകൊടുത്തു. അതോടുകൂടി അയാളുടെ സുഖക്കേടു ഭേദമായി. വായ യഥാപൂർവ്വം അടയ്ക്കുകയും തുറക്കുകയും ചെയ്യാറായി അയാൾ പോവുകയും ചെയ്തു. ഇങ്ങനെ അച്ഛൻമൂസ്സ അവർകളുടെ ദിവ്യത്വങ്ങളും അത്ഭുതകർമ്മങ്ങളും പറഞ്ഞാൽ അവസാനമില്ലാതെയുണ്ട്. ഇതെല്ലാം പ്രധാനമായി അവിടുത്തെ ഗുരുത്വവും കൈപ്പുണ്യവും കൊണ്ടാണെന്നുള്ളതു വിശേഷിച്ചു പറയണമെന്നില്ലല്ലോ. ഗുരുത്വമുള്ളവർക്കു തത്കാലോചിതങ്ങളായ പ്രവൃത്തികളും യുക്തികളും അപ്പപ്പോൾ തോന്നിക്കൊള്ളും. കൈപ്പുണ്യമുള്ളവർ എന്തു ചെയ്താലും ഫലിക്കാതെയിരിക്കുകയില്ലല്ലോ.

●

കോഴിക്കോട്ടങ്ങാടി

പണ്ടു കോഴിക്കോട്ടു രാജാവിനു രാജ്യാധിപത്യമുണ്ടായിരുന്ന കാലത്ത് ഒരിക്കൽ അന്നു നാടുവാണിരുന്ന സാമുതിരിപ്പാട്ടു തമ്പുരാന്റെ വലത്തേത്തോളിന് ഒരു വേദന തുടങ്ങി. അതു പ്രതിക്ഷണം വർദ്ധിച്ചു വർദ്ധിച്ചു തമ്പുരാന് സഹിക്കവയ്യാതെയായിത്തീർന്നു. അപ്പോഴേക്കും വൈദ്യന്മാരും മന്ത്രവാദികളും പ്രശ്നക്കാരുമൊക്കെ എത്തി അവരുടെ വിദ്യകളെ പലവിധം പ്രകടിപ്പിച്ചുതുടങ്ങി. സംഖ്യയില്ലാതെ വൈദ്യന്മാരും മന്ത്രവാദികളും വരികയും പഠിച്ച വിദ്യകളെല്ലാം പ്രയോഗിച്ചുനോക്കുകയും ചെയ്തിട്ടും തമ്പുരാനു വേദനയ്ക്ക് ഒരു കുറവും ഉണ്ടായില്ലെന്നു തന്നെയുമല്ല, ക്രമേണ കൂടുതലായിക്കൊണ്ടുമിരുന്നു. ഒടുക്കം വൈദ്യന്മാരും മന്ത്രവാദികളുമെല്ലാം അസാധ്യമെന്നു നിശ്ചയിച്ചു പിന്മാറി. ഒരു നിവൃത്തിയുമില്ലെന്നായിത്തീർന്നു. അങ്ങനെയിരിക്കുമ്പോൾ നല്ല ബുദ്ധിമാനും സൂക്ഷ്മഗ്രാഹിയും ആലോചനാശക്തിയുള്ളയാളുമായ ഒരു വിദ്വാൻ സാമുതിരിപ്പാട്ടിലെ തിരുമുമ്പാകെ ചെന്ന് ആലസ്യത്തിന്റെ വിവരമെല്ലാം ചോദിച്ചറിഞ്ഞു. ഉടനെ അയാൾ 'ഈ വേദന ഞാൻ ഭേദമാക്കാം. ഇതിനു വിശേഷിച്ചൊന്നും വേണ്ടാ. ഒരു തോർത്തുമുണ്ടു നനച്ചു പിഴിഞ്ഞ് ആ വേദനയുള്ള സ്ഥലത്ത് വെച്ചാൽ ക്ഷണത്തിൽ വേദന ദേദമാകും' എന്നു പറഞ്ഞു. ഇതു കേട്ടിട്ടു ഫലിക്കുന്ന പ്രയോഗമാണെന്നുള്ള വിശ്വാസം സാമുതിരിത്തമ്പുരാനെന്നല്ല, അവിടെ ആർക്കും തന്നെയുണ്ടായില്ല. എങ്കിലും വേദനയുടെ ദുസ്സഹത്വംകൊണ്ട് ഇതു ഒന്നു പരീക്ഷിച്ചു നോക്കിയേക്കാം എന്നു വിചാരിച്ച് തമ്പുരാൻ അപ്രകാരം ചെയ്തു. മുണ്ടു നനച്ചു പിഴിഞ്ഞു വലത്തേത്തോളിൽ വെച്ചു മാത്രനേരം കഴിഞ്ഞപ്പോൾ വേദന അശേഷം മാറി തമ്പുരാനു നല്ല സുഖമായി. അപ്പോൾ ആ വിദ്യ പറഞ്ഞുകൊടുത്ത വിദ്വാന്റെ പേരിൽ തമ്പുരാനു വളരെ സന്തോഷവും ബഹുമാനവും ഉണ്ടായി എന്നുള്ളതു പറയേണ്ടതില്ലല്ലോ. ഉടനെ തമ്പുരാൻ ആ വിദ്വാനെ വീരശൃംഖല മുതലായ സമ്മാനങ്ങൾ കൊടുത്തു സന്തോഷിപ്പിച്ചയച്ചു. കുറച്ചു സമയം കഴിഞ്ഞപ്പോൾ ഈ സംഗതികളെല്ലാം ദിവാൻജി കേട്ടു. ഏറ്റവും സ്വാമിഭക്തനും ബുദ്ധിമാനുമായ ദിവാൻജിക്ക് ഈ വർത്തമാനം കേട്ടപ്പോൾ ദുസ്സഹമായ മനസ്താപമാണുണ്ടായത്. ഉടനെ ദിവാൻജി 'അയ്യോ! കാര്യം തെറ്റിപ്പോയല്ലോ' എന്നു പറഞ്ഞ് ഏറ്റവും വിഷാദത്തോടുകൂടി പുറപ്പെട്ടു. ആരെയോ അന്വേഷിക്കുന്നതുപോലെ പല സ്ഥലങ്ങളിൽ ചുറ്റി നടന്ന് ഒടുക്കം സന്ധ്യയോടുകൂടി അങ്ങാടിയിൽ ചെന്നുചേർന്നു. അപ്പോൾ അവിടെ സർവാംഗസുന്ദരിയായ ഒരു യുവതി നിൽക്കുന്നതു കണ്ട്, അവളുടെ അടുക്കൽ ചെന്നു വിനയസമേതം 'എനിക്ക് നിങ്ങളോട് അത്യാവശ്യമായി

ഒരു സ്വകാര്യം പറയുവാനുണ്ട്' എന്നു പറഞ്ഞു. 'എന്താണെന്നുവെച്ചാൽ പറയാമല്ലോ' എന്നു സ്ത്രീ പറഞ്ഞു. അപ്പോൾ ദിവാൻജി ഒരു പരിഭ്രമഭാവത്തോടുകൂടി 'അയ്യോ! എന്റെ മുദ്ര ഞാൻ കച്ചേരിയിൽവെച്ചു മറന്നിട്ടാണ് പോന്നത്. ഞാൻ ചെന്ന് അതെടുത്തുകൊണ്ട് ക്ഷണത്തിൽ വന്നേക്കാം. അതുവരെ നിങ്ങൾ ദയവുചെയ്തു ഇവിടെ നിൽക്കണമെന്നു ഞാൻ അപേക്ഷിക്കുന്നു. എനിക്കു പറയാനുള്ളതു ഒരത്യാവശ്യകാര്യമാകയാൽ ഞാൻ വന്ന് അതു പറയാതെ നിങ്ങൾ പൊയ്ക്കളയരുത്' എന്നു പറഞ്ഞു. 'നിങ്ങൾ തിരിച്ചുവരുന്നതുവരെ ഞാനിവിടെത്തന്നെ നിൽക്കാം.' എന്നു സ്ത്രീ സമ്മതിച്ചു പറഞ്ഞു. 'അങ്ങനെ സാധാരണയായി പറഞ്ഞാൽ പോരാ. ഞാൻതിരിച്ചുവന്നല്ലാതെ പോവുകയില്ലെന്നു നിങ്ങൾ സത്യം ചെയ്യണം' എന്നു ദിവാൻജി വീണ്ടും നിർബന്ധിക്കയാൽ സ്ത്രീ അപ്രകാരം സത്യം ചെയ്യുകയും ദിവാൻജി പോവുകയും ചെയ്തു.

ഉടനെ ദിവാൻജി വിഷാദത്തോടുകൂടി സാമൂതിരിപ്പാട്ടുതമ്പുരാൻ തിരുമുമ്പാകെ ചെന്ന് 'ഇപ്പോൾ തിരുമേനിക്കു സുഖമായില്ലേ?' എന്നു ചോദിച്ചു. ഉടനെ തമ്പുരാൻ 'നല്ല സുഖമായി. ചികിത്സയുടെ വിവരമൊക്കെ കേട്ടിരിക്കുമല്ലോ. ആ കൗശലം പറഞ്ഞുതന്നയാൾ യോഗ്യൻതന്നെ, സംശയമില്ല' എന്നു കല്പിച്ചു. അപ്പോൾ ദിവാൻജി, 'അയാൾ യോഗ്യൻതന്നെ. കാര്യം പറ്റിച്ചുവല്ലോ. ആലോചിക്കാതെ അയാൾ പറഞ്ഞതുപോലെ കല്പിച്ചു ചെയ്തതു വലിയ കഷ്ടമായിപ്പോയി. ഇനി അതു പറഞ്ഞിട്ടും വിചാരിച്ചിട്ടും പ്രയോജനമില്ലല്ലോ. തിരുമേനിക്കുണ്ടായിരുന്ന ആലസ്യത്തിന്റെ കാരണം അവിടുന്ന് അറിഞ്ഞിരുന്നു എങ്കിൽ ഇങ്ങനെ ചെയ്യുകയില്ലായിരുന്നു. ഇവിടെ ഇത്രമാത്രം ഐശ്വര്യം വർദ്ധിച്ചതു തിരുമേനിയിൽ ലക്ഷ്മീഭഗവതിയുടെ അധിവാസമുണ്ടായിരുന്നതിനാലാണ്. മഹാലക്ഷ്മി അവിടുത്തെ വലത്തേത്തോളിൽ നൃത്തം ചെയ്തുകൊണ്ടിരുന്നതിനാലാണ് അവിടേക്കു സഹിക്കവയ്യാതെകണ്ടുള്ള വേദനയുണ്ടായത്. ഈറൻമുണ്ടു വലത്തേ തോളിൽ വെയ്ക്കുന്നതുപോലെ ആശ്രീകരമായിട്ടു മറ്റൊന്നുമില്ല. അങ്ങനെ ചെയ്താൽ ചെയ്യുന്ന ആളുടെ ദേഹത്തിൽനിന്നു ലക്ഷ്മീഭഗവതി ഉടനെ വിട്ടു മാറുകയും ജ്യേഷ്ഠാഭഗവതി ആ സ്ഥാനത്തു ബാധിക്കുകയും ചെയ്യും. ഈ തത്ത്വവും തിരുമേനിയുടെ ആലസ്യത്തിന്റെ കാരണവും അറിഞ്ഞിരുന്നതിനാലാണ് ആ വിദ്വാൻ ഈ ഉപായം പറഞ്ഞുതന്നത്. ഇതു നമ്മുടെ കാലദോഷം കൊണ്ടുണ്ടായതാണ്. ഇനി പറഞ്ഞിട്ടു കാര്യമില്ല. ലക്ഷ്മീദേവി ഇവിടെ നിന്നിറങ്ങിയെങ്കിലും രാജ്യം വിട്ടുപോകാതെയിരിക്കാൻ അടിയൻ ഒരുപായം പ്രയോഗിച്ചിട്ടുണ്ട്. അതിനാൽ അടിയനിനി ജീവിച്ചിരിക്കാൻ നിവൃത്തിയില്ല' എന്നു പറഞ്ഞ് ദിവാൻജീ തിരുമുമ്പാകെ നിന്നു വേഗത്തിൽ ഇറങ്ങിപ്പോവുകയും ഉടനെ ആത്മഹത്യചെയ്യുകയും ചെയ്തു. ദിവാൻജി സത്യം ചെയ്യിച്ച് അങ്ങാടിയിൽ നിർത്തിയ സ്ത്രീ സാക്ഷാൽ മഹാലക്ഷ്മി തന്നെ ആയിരുന്നുവെന്നുള്ളതു വിശേഷിച്ചു പറയണമെന്നില്ലല്ലോ. ദിവാൻജി തിരിച്ചുവന്നുകാണാതെ പോകാൻ പാടില്ലാതെ തീർന്നതിനാൽ ലക്ഷ്മീദേവി ഇന്നും കോഴിക്കോട്ടങ്ങാടിയിൽ നിൽക്കുന്നുണ്ടെന്നാണ് വിശ്വാസം. കോഴിക്കോട്ടങ്ങാടിയുടെ ഐശ്വര്യം ഇന്നും നശിക്കാതെ വർദ്ധിച്ചുകൊണ്ടിരിക്കുന്നതും സന്ധ്യാസമയത്ത് ചെന്നു നോക്കിയാൽ ആ സ്ഥലത്തിനു വിശേഷാൽ ഒരു ശ്രീയുണ്ടായിരിക്കുന്നതായി കാണപ്പെടുന്നതും അവിടെ ലക്ഷ്മീഭഗവതിയുടെ അധിവാ

സമുണ്ടായിട്ടാണെന്നുള്ള ഇതിഹാസത്തിൽ എന്തോ ചില വാസ്തവമുണ്ടെന്ന ആർക്കും തോന്നിപ്പോകത്തക്കവണ്ണം ഐശ്വര്യവും സന്ധ്യാസമയത്ത് ഒരു വിശേഷഭംഗിയും ആ അങ്ങാടിക്കു ഇന്നും കണ്ടുവരുന്നുണ്ട്.

കാര്യത്തിന്റെ സൂക്ഷ്മസ്ഥിതി ദിവാൻജി പറഞ്ഞു മനസ്സിലാക്കിയപ്പോൾ സാമൂതിരിത്തമ്പുരാൻ അത്യന്തം വ്യസനിക്കുകയും പശ്ചാത്തപിക്കുകയും ചെയ്തു. 'അതീതകാര്യാനുശയേന കിം സ്യാദശേഷ വിദ്വജ്ജനഗർഹിതേന.' ഈ സംഗതി നടന്നിട്ടു വളരെ താമസിയാതെതന്നെ സാമൂതിരിപ്പാട്ടുതമ്പുരാന്റെ രാജലക്ഷ്മി (രാജ്യാധിപത്യം) അന്യാധീനപ്പെട്ടുപോവുകയും ചെയ്തു.

●

കിടങ്ങൂർ കണ്ടങ്കോരൻ

തിരുവിതാംകൂർ സംസ്ഥാനത്തുള്ള പ്രസിദ്ധ ക്ഷേത്രങ്ങളിൽവെച്ച് ഒട്ടും അപ്രധാനമല്ലാത്തതായി, ഏറ്റുമാനൂർ താലൂക്കിൽ, കിടങ്ങൂർ ദേശത്ത് ഒരു സുബ്രഹ്മണ്യക്ഷേത്രമുണ്ട്. ഇതു കിടങ്ങൂർ ഗ്രാമത്തിലുൾപ്പെട്ട ചില നമ്പൂരിമാരുടെ ഊരാൺമക്ഷേത്രമാണ്. ഇവിടെ 'കണ്ടങ്കോരൻ' എന്ന പ്രസിദ്ധനായിട്ട് ഒരു കൊമ്പനാനയുണ്ടായിരുന്നു. ആകൃതികൊണ്ടും പ്രകൃതികൊണ്ടും തത്തുല്യനായ ഒരാന വേറെ ഒരു ദിക്കിലും ഉണ്ടായിരുന്നതായും ഉള്ളതായും കേട്ടുകേൾവിപോലുമില്ല. ഈ ആനയ്ക്ക് വലിപ്പവും ഭംഗിയും പ്രസിദ്ധനായിരുന്ന വൈക്കത്തു തിരുനീലകണ്ഠനെക്കാൾ വളരെ അധികമുണ്ടായിരുന്നു. തിരുനീലകണ്ഠനെക്കാൾ ഇവനു പൊക്കവും ഉടൽനീളവും ഒരു മുഴത്തിൽ കുറയാതെ ഉണ്ടായിരുന്നു എന്നാണ് കേട്ടിരിക്കുന്നത്. തലയെടുപ്പും ഒട്ടും കുറവല്ലായിരുന്നു. മുമ്പോട്ടു വളഞ്ഞുള്ള ആ വലിയ കൊമ്പുകളുടെ ഭംഗിയും തിരുനീലകണ്ഠനേക്കാൾ വളരെ അധികമുണ്ടായിരുന്നു. എഴുന്നള്ളിച്ചാലുള്ള ഭംഗിയും അങ്ങനെതന്നെ.

ഈ ആനയുടെ ബുദ്ധിവിശേഷമാണ് ഇതിലൊക്കെയും വിസ്മയനീയമായിട്ടുള്ളത്. സാധുത്വവും ശൂരത്വവും ഒന്നുപോലെ ഉള്ളതായി ഇങ്ങനെ വേറെയൊരാനയെ കാണുന്നതിനു പ്രയാസമുണ്ട്. അവൻ മദംപൊട്ടുന്ന സമയങ്ങളിൽപോലും യാതൊരുത്തരെയും കൊന്നിട്ടില്ല. കൂട്ടാനകളെ കുത്തുകയെന്നുള്ള സമ്പ്രദായവും കണ്ടങ്കോരനുണ്ടായിരുന്നില്ല. ഒന്നും അറിഞ്ഞുകൂടാത്ത കുട്ടികൾപോലും അടുത്തു ചെന്നാൽ യാതൊരു ഉപദ്രവവും അവൻ ചെയ്യിരുന്നില്ല. അത്ര സാധുവാണെങ്കിലും ഏതൊരാനക്കാരന്റെയും ആജ്ഞയെ അവൻ അനുസരിക്ക പതിവില്ല. ആനക്കാരന്മാരെല്ലാം അവന്റെ അഭിപ്രായം അറിഞ്ഞു നടന്നുകൊള്ളണം എന്നതായിരുന്നു അവന്റെ ചട്ടം. സാധാരണ ആനകളെപ്പോലെ കണ്ടങ്കോരനെ തളയ്ക്കുക പതിവില്ല. അതിനവൻ സമ്മതിക്കയുമില്ല. യഥേഷ്ടം നടക്കുന്നതിന് അവനെ വിട്ടേക്കുകയാണ് പതിവ്. എന്നാൽ രാത്രിസമയങ്ങളിൽ വല്ല എടവും പോയി കിടന്നു കൊള്ളും. അല്ലാതെ യാതൊരുപദ്രവും ചെയ്യാറില്ല. ക്ഷേത്രത്തിനു വടക്കുവശത്തുള്ള പുഴയിൽ ഒരു വലിയ കയമുണ്ട്. പകൽസമയം മിക്കവാറും ആ കയത്തിലാണ് അവന്റെ കിടപ്പ്. പോത്തുകളോടും എരുമകളോടു കണ്ടങ്കോരനു വളരെ സ്നേഹമായിരുന്നു. അവൻ കിടക്കുന്ന കയത്തിൽ വളരെ പോത്തുകളും എരുമകളും വന്നു കൂടുക പതിവായിരുന്നു. എന്നാൽ അവയ്ക്കു തിന്നാനൊന്നും കിട്ടാതെ വിശന്നിരിക്കുന്ന സമയങ്ങളിൽ കണ്ടങ്കോരൻ അവയെയെല്ലാം

കരയ്ക്കു കേറ്റിക്കൊണ്ടു പോകും. കിടങ്ങൂർ കരിമ്പുകൃഷി ധാരാളമുള്ള പ്രദേശമാകയാൽ, പുഴവക്കത്തു തന്നെ കരിമ്പുകൃഷിചെയ്യുന്ന സ്ഥലം ധാരാളമുണ്ട്. ഏതെങ്കിലും ഒരു വേലി കുറെ പൊളിച്ച്, പോത്തുകളെയും എരുമകളെയും വേലിക്കകത്തുകടത്തി, ആ വേലിമുറിക്കൽ കണ്ടങ്കോരനും നിൽക്കും. എരുമകളെയും മറ്റും അടിച്ചിറക്കാനായി വല്ലവനും വന്നാൽ അവരുടെ നേരെ കണ്ടങ്കോരൻ പാഞ്ഞെത്തും എങ്കിലും ആരെയും ഉപദ്രവിക്കയില്ലതാനും. കണ്ടങ്കോരൻ പാഞ്ഞടുക്കുമ്പോഴേക്കും എല്ലാവരും പേടിച്ചോടിക്കോളും. പോത്തുകളും എരുമകളും തിന്നു നിറഞ്ഞു കഴിഞ്ഞാൽ അവയെയെല്ലാം കൂട്ടിക്കൊണ്ട് ആ കയത്തിലേക്കുതന്നെ പോരികയും ചെയ്യും. എന്നാൽ കണ്ടങ്കോരൻ ഒരു കരിമ്പുപോലും തിന്നുകയില്ല. അവനു പതിവുള്ള തീറ്റി ആനക്കാരന്മാർ ഹാജരാക്കിക്കൊടുത്തുകൊള്ളണം. ദിവസംതോറും ക്ഷേത്രത്തിൽനിന്നും പതിവുള്ള ചോറും പായസവും കൊടുത്തേക്കുകയും വേണം. അല്ലാതെ പരോപദ്രവം ചെയ്ത് അവനൊന്നും തിന്നുക പതിവില്ല.

ഒരു ദിവസം രാത്രിയിൽ കണ്ടങ്കോരൻ ആ കയത്തിൽ കിടക്കുമ്പോൾ, ഇഞ്ചി, മഞ്ഞൾ, നാളികേരം, അടയ്ക്ക മുതലായ സാധനങ്ങൾ കയറ്റിയ ഒരു വഞ്ചി കിഴക്കുനിന്ന് ഒഴുക്കു താഴ്ത്തി വന്നു. അവൻ അവിടെ കിടക്കുന്നതു വഞ്ചിക്കാർ അറിഞ്ഞില്ല. വഞ്ചി കൊണ്ടുവന്നു കണ്ടങ്കോരന്റെ മീതെ കയറ്റി. അവൻ വഞ്ചി പിടിച്ചവിടെ മുക്കി, എല്ലാമടിച്ചു പൊളിച്ചുകളഞ്ഞു. വഞ്ചിക്കാരെല്ലാം പേടിച്ചു വെള്ളത്തിൽ ചാടി നീന്തിക്കേറി ഓടിക്കളഞ്ഞു. അവൻ അവരെ ഒന്നും ചെയ്തില്ല. അന്നുമുതൽ കണ്ടങ്കോരനു വഞ്ചികളോടും വഞ്ചിക്കാരോടും ബദ്ധവൈരമായിത്തീർന്നു. പിന്നെ അവൻ കയത്തിൽ കിടക്കുമ്പോൾ ആ പുഴയിൽക്കൂടി ഒരു വഞ്ചിയും കടത്തിവിടാതെയായി. വഞ്ചി കണ്ടാൽ അടിച്ചുപൊളിക്കും. അതിനാൽ പിന്നെ വഞ്ചിക്കാർ കണ്ടങ്കോരന്റെ കാലം കഴിയുന്നതുവരെ അവൻ കയത്തിൽ ഇല്ലാത്ത സമയംനോക്കിയല്ലാതെ വഞ്ചി കടത്തിക്കൊണ്ടു പോയിട്ടില്ല. കിഴക്കുനിന്നു പടിഞ്ഞാട്ടും പടിഞ്ഞാറുനിന്നു കിഴക്കോട്ടും പോകുന്ന വഞ്ചികൾ ആ കയത്തിന്റെ വളരെ ദൂരെ മുകളിലും താഴെയും വന്നടുത്തു കെട്ടി, വഞ്ചിക്കാർ കരയ്ക്കിറങ്ങി വന്നുനോക്കി, വിവരമറിഞ്ഞല്ലാതെ കടന്നുപോവുക പതിവില്ല. കണ്ടങ്കോരനെ കയത്തിൽ കാണാതെയിരിക്കാനായിട്ടു കിടങ്ങൂർ സുബ്രഹ്മണ്യസ്വാമിക്കു സകല വഞ്ചിക്കാരും അന്നു വഴിപാടുകൾ കൊടുക്കാറുണ്ട്. അങ്ങനെയുണ്ടായ മുതൽകൊണ്ടു കിഴക്കേനടയിൽ ഒരു ദീപസ്തംഭമുണ്ടാക്കീട്ടുള്ളത് ഇന്നും നിലനിൽക്കുന്നുണ്ട്.

ക്ഷേത്രത്തിൽ എഴുന്നള്ളിക്കാറാകുമ്പോൾ കണ്ടങ്കോരനെ ആനക്കാരന്മാർ വിളിച്ചോ പിടിച്ചോ കൊണ്ടുവരിക പതിവില്ല. എഴുന്നള്ളിക്കുന്നതിനു പാണികൊട്ടുന്നതുകേട്ടാൽ, അവൻ സ്വയമേവ, കയത്തിൽനിന്നു കയറി കൊടിമരത്തിന്റെ ചുവട്ടിൽ ഹാജരാകും. തലയിൽക്കെട്ടു കെട്ടിക്കുന്നതിനായി ആനക്കാരന്മാർ ചെന്നാൽ പിൻഭാഗത്തുകൂടി കയറിക്കൊള്ളുന്നതിനു കാൽ പൊക്കിക്കൊടുക്കും. അതിലേ കേറി, തലയിൽക്കെട്ടു കെട്ടിച്ച് അതിലെ തന്നെ ഇറങ്ങിക്കൊള്ളണം. അങ്ങനെയാണ് അവന്റെ ഏർപ്പാട്. എഴുന്നള്ളിക്കുന്ന ഒരാളല്ലാതെ വേറെയാരും മുൻവശത്തുകൂടി കേറുന്നതിന് അവൻ സമ്മതിക്കയില്ല. എഴുന്നള്ളിക്കുന്നതിന് ആരും പറയാതെ തന്നെ കാൽ മടക്കിക്കൊടുക്കുകയും ചെയ്യും. കുടയാലവട്ടം, വെൺചാമരം എന്നിതുകൾക്കായി കേറുന്നവരും പിറകിൽക്കൂടിവേണം കയറുവാൻ. ശീവേലി, വിളക്കു

മുതലായതിന് എഴുന്നള്ളിച്ചാൽ കുറച്ചു വേഗംനടക്കുന്നതിനോ പതുക്കെ നടക്കുന്നതിനോ ആനക്കാരന്മാർ ഉത്സാഹിച്ചാൽ ഒന്നും അവൻ അനുസരിക്കയില്ല. അവനൊരു നിശ്ചയമൊക്കെയുണ്ട്. അതുപോലെ ഒക്കെ നടക്കും. അവന്റെ നിശ്ചയം ഒട്ടും തരക്കേടുള്ളതല്ലായിരുന്നുതാനും. ചെണ്ടമേളത്തിനും മറ്റും ഓരോരോ നിലകൾക്കു ഇന്നിന്ന സ്ഥലങ്ങളിൽ ഇത്രയിത്ര താമസിക്കേണമെന്നവനറിയാം. അതുപോലെയൊക്കെ താമസിക്കും. അതുപോലെ നാഗസ്വരപ്രദക്ഷിണത്തിനും അവനൊരു പതിവുണ്ട്. അപ്രകാരംതന്നെ ഉത്സവത്തിന്റെ രണ്ടാംദിവസത്തേക്കാൾ മൂന്നാംദിവസം കുറച്ചധികം താമസിക്കും. അതിനേക്കാളധികം പിറ്റേ ദിവസം താമസിക്കും. അങ്ങനെ ഉത്സവത്തിന്റെ കേമത്തം കൂടിവരുന്ന ക്രമത്തിനു തക്കവണ്ണമൊക്കെ അവൻ നിൽക്കും. പള്ളിവേട്ട, ആറാട്ട് ഇങ്ങനെയുള്ള ദിവസങ്ങളിൽ യഥാക്രമം വെളുപ്പാൻകാലമാകുന്നതുവരെ നിൽക്കുന്നതിനു അവനൊരു വിരോധവുമില്ല. അതിനൊന്നും ആരും പറയേണ്ടാ. ഒക്കെ അവനറിയാം. എന്നാൽ ഒരു ദിവസം വിളക്കോ ശീവേലിയോ കുറച്ചു വേഗം കഴിച്ചുകളയാമെന്നു വിചാരിച്ചാൽ, അവൻ സമ്മതിക്കയില്ല. അവൻ നടക്കാതെ എന്തുചെയ്യും? അപ്രകാരംതന്നെ ഒരു ദിവസം പതിവിൽ കുറച്ചധികം വിസ്തരിച്ചുവേണമെന്നുവെച്ചു പതിവിൽ അധികം താമസിക്കാൻ കണ്ടങ്കോരൻ സമ്മതിക്കയില്ല. പതിവുള്ള സമയമായാൽ അവനങ്ങോട്ടു നടന്നുതുടങ്ങും. പിന്നെ വാദ്യക്കാർ മുതലായവർ നടക്കുകയല്ലാതെ എന്തുചെയ്യും? ഉത്സവത്തിൽ ഓരോ ദിവസത്തെ വിളക്കിനു പതിവിൻപടിയുള്ള വെളിച്ചെണ്ണ അളന്നെടുത്താൽ, പതിവുപോലെയുള്ള തീവെട്ടിയുണ്ടായാൽ വിളക്കു കഴിയുമ്പോൾ ശരിയായിട്ടിരിക്കും. വെളിച്ചെണ്ണ പതിവിൽ കുറച്ചധികമെടുത്താൽ വിളക്കു കഴിയുമ്പോൾ അധികമെടുത്തത് അധികമുണ്ടായിരിക്കും. കുറച്ചെടുത്താൽ കുറവുള്ളതുകൂടെ എടുക്കാതെ തികയുകയുമില്ല. അത്ര കണിശമാണ് കണ്ടങ്കോരന്റെ കാര്യം. കണ്ടങ്കോരനുണ്ടായിരുന്ന കാലത്തു വിളക്കു വകയ്ക്കുള്ള വെളിച്ചെണ്ണയ്ക്കു കള്ളക്കണക്കെഴുതാൻ ദേവസ്വശമ്പളക്കാർക്കു കഴിഞ്ഞിട്ടില്ല. എന്തെങ്കിലും വ്യത്യാസം ചെയ്താൽ ഉടനെ വെളിപ്പെട്ടുപോകും. കണ്ടങ്കോരൻ നേരനീക്കം വരുത്തുകയില്ലെന്നു സർവ്വസമ്മതമാണ്. കണ്ടങ്കോരന്റെ സ്വഭാവഗുണത്തിനു ദൃഷ്ടാന്തമായി അനേക സംഗതികളുണ്ടായിട്ടുള്ളതിൽ ഒന്നു പറയാം. ഒരു ദിവസം ശീവേലി കഴിഞ്ഞു കണ്ടങ്കോരൻ ഒരിടവഴിയിൽക്കൂടിപ്പോകുമ്പോൾ ഒരു കോണു തിരിയുന്ന ദിക്കിൽവെച്ച് ഒരു വയോധികയായ അന്തർജനവുമായി തൊട്ടുതൊട്ടില്ല എന്ന വിധത്തിൽ അടുക്കുന്നതിനിടയായി. ആനയെ അടുത്തു കണ്ടപ്പോഴേക്കും ആ വൃദ്ധയായ അന്തർജനം പേടിച്ചു വിറച്ച് അവിടെ വീണു. പിന്നാലേ തുണയായി വന്നിരുന്ന അച്ചിപ്പെണ്ണ് പേടിച്ചു പിന്നോക്കം ഓടിപ്പോയി. ആനയ്ക്കൊഴിഞ്ഞു പോകുന്നതിനും തിരിഞ്ഞു പോകുന്നതിനും ആ ഇടവഴിക്കു വിസ്താരമില്ലായിരുന്നു. കണ്ടങ്കോരൻ കുറച്ചുസമയം അവിടെ നിന്നു. എന്നിട്ടും അന്തർജനം എണീറ്റു മാറായ്കയാൽ അവൻ അവരെ പതുക്കെ എടുത്ത് ഒരുവശത്തുള്ള കയ്യാലയുടെ മുകളിലേക്കുവെക്കുകയും അന്തർജനത്തിന്റെ കുടയെടുത്തങ്ങോട്ടുവെച്ച് നേരേ പോവുകയും ചെയ്തു. ആനക്കാരന്മാർ ആരും കൂടെയില്ലായിരുന്നു എന്നു പറയേണ്ടതില്ലല്ലോ. ആ അന്തർജനത്തിനു ലവലേശം വേദനയുണ്ടായില്ല. ഇത്രയും ബുദ്ധി ഗുണം ഏതാനയ്ക്കുണ്ട്? ആന കടന്നുപോയി, കുറച്ചു കഴിഞ്ഞപ്പോൾ അന്തർജനം

പത്തുക്കെ എണീറ്റ് കുടയുമെടുത്ത് പോവുകയും ചെയ്തു. ഇങ്ങനെ അവന്റെ അത്ഭുതകർമ്മങ്ങൾ വളരെയുണ്ട്.

കണ്ടങ്കോരനെ തടി പിടിക്കുവാൻ പലരും കൊണ്ടുപോവുക പതിവുണ്ട്. എത്രവണ്ണവും എത്ര നീളവും ഉണ്ടായാലും അവനു പിടിക്കാൻ വയ്യാത്ത തടിയില്ല. വക്ക കെട്ടിക്കൊടുത്താൽ എത്ര തടിയും അവൻ കൊണ്ടുപോകും. എന്നാൽ അതും അവന്റെ മനസ്സുകൂടാതെ ആരു വിചാരിച്ചാലും പറ്റുകയുമില്ല. ആനക്കാരന്മാർക്കും ദേവസ്വത്തിലേക്കും വല്ലതും മുറപ്രകാരം കൊടുക്കുന്നതു കൂടാതെ, കണ്ടങ്കോരനുകൂടി വല്ലതും കൊടുക്കാതെ അവനെക്കൊണ്ടു തടിപിടിപ്പിക്കാൻ ആരു വിചാരിച്ചാലും സാധിക്കയില്ല. എന്നാൽ ആനക്കാരന്റെ മനസ്സുകൂടാതെ കഴിയുമോ. അതുമില്ല. അഞ്ചാറാനക്കാരന്മാരുണ്ടായിരുന്നു എങ്കിലും അവരിൽ പ്രധാനമായി ഒരുത്തനുണ്ട്. അവൻ കൂടെയില്ലാതെ കണ്ടങ്കോരൻ ആ കിടങ്ങൂർക്ഷേത്രത്തിൽ നിന്നു കാൽ നാഴിക തികച്ചു ദൂരേ പോവുകയില്ല; യാതൊരു തടിയും പിടിക്കയുമില്ല. അതിനാൽ ദേവസ്വക്കാരുടെ സമ്മതം വാങ്ങിയതിനുശേഷം ആനക്കാരനു വല്ലതും കൊടുത്ത് അവനെയും സമ്മതിപ്പിക്കണം. പിന്നെ കണ്ടങ്കോരന് ഇന്നതു കൊടുക്കാമെന്ന് ഒരു ഉടമ്പടിയും പറയണം. കണ്ടങ്കോരനുള്ളതു തടി പിടിച്ചു കഴിഞ്ഞാൽ ഉടനെ കൊടുത്തില്ലെങ്കിൽ തടി തിരിയെ പിടിച്ചു മുമ്പു കിടന്നിരുന്ന ദിക്കിൽ കൊണ്ടു ചെന്നിടും. അങ്ങനെയാണ് കണ്ടങ്കോരന്റെ പതിവ്. പിടിക്കാനുള്ള തടിയും നീളവും വണ്ണവും പിടിച്ചാൽ കൊടുക്കുന്ന പ്രതിഫലവും ആദ്യമേ പറയണം. അപ്പോൾ കണ്ടങ്കോരൻ സമ്മതിച്ചാലും ഇല്ലെങ്കിലും ശിരഃകമ്പനം, ഗർജ്ജിതം മുതലായവകൊണ്ട് അവൻ അറിയിക്കും. സമ്മതിച്ചില്ലെങ്കിൽ, കുറച്ചുകൂടി വല്ലതും കൊടുക്കാമെന്നു പറഞ്ഞാൽ അപ്പോൾ സമ്മതിച്ച് അവൻ നല്ലപോലെ തല കുലുക്കും.

കണ്ടങ്കോരന്റെ പ്രതിഫലം സാധാരണ പഴക്കുല, നാളികേരം, ശർക്കര, പായസം മുതലായവയാണ്. ഒരിക്കൽ ഒരാൾ ഒരു വലിയ തടി പിടിക്കുന്നതിനാവശ്യപ്പെട്ടു ചെന്നു പറഞ്ഞു. ദേവസ്വക്കാരും ആനക്കാരും സമ്മതിച്ചു. 'കണ്ടങ്കോരനെന്തു കൊടുക്കു'മെന്നാനക്കാരൻ ചോദിച്ചു. 'പത്തുകുല പൂവൻ പഴവും, പത്തു നാളികേരവും ഒരു തുലാം ശർക്കരയും കൊടുക്കാ'മെന്ന് ആവശ്യക്കാരൻ പറഞ്ഞു. ഉടനെ ആനക്കാരൻ പതിവുപ്രകാരം തടി കണ്ടങ്കോരനെക്കൊണ്ട് പിടിപ്പിച്ചു കൊടുത്തു. എന്നാൽ തടി പിടിച്ചപ്പോൾ തടിയുടെ ഉടമസ്ഥൻ അതു കൊടുത്തില്ല. എന്നു മാത്രമല്ല കുറച്ചു ദിവസം കഴിഞ്ഞു തരാമെന്നു പറഞ്ഞു. ഇതു കണ്ടങ്കോരൻ കേട്ടപ്പോൾ അവനു കോപം സഹിക്കവഹിയാഞ്ഞു തടി എടുത്ത സ്ഥലത്തുതന്നെ കൊണ്ടു ചെന്നിടുകയും ചെയ്തു. ആ സമയത്തു തടിയുടെ ഉടമസ്ഥൻ അവിടെ ഉണ്ടായിരുന്നില്ല. തടിയുടെ ഉടമസ്ഥൻ നോക്കിയപ്പോൾ തടി പൂർവസ്ഥത്തു തന്നെ കിടക്കുന്നതു കണ്ടു വളരെ വ്യസനപ്പെട്ടു. വേറെ പല ആനകളെയും അതിനായി വിളിച്ചു. എന്നാൽ മറ്റാനകൾക്കൊന്നിനും അതിനെ എള്ളിടപോലും നീക്കാൻ സാധിച്ചില്ല. അവസാനം വീണ്ടും ആ ഉടമസ്ഥൻ ചെന്നു പറഞ്ഞപ്പോൾ ദേവസ്വക്കാരും ആനക്കാരും സമ്മതിച്ചുവെങ്കിലും കണ്ടങ്കോരനെ വിളിച്ചപ്പോൾ അവൻ ചെയ്തില്ല.

●

കുമാരനല്ലൂർ ഭഗവതി

തിരുവിതാംകൂർ സംസ്ഥാനത്തുള്ള ഊരാൺമക്ഷേത്രങ്ങളിൽ പ്രഥമ ഗണനീയവും ഏറ്റുമാനൂർ താലൂക്കിലുള്ളതും സുപ്രസിദ്ധവുമായ കുമാരനല്ലൂർ ക്ഷേത്രത്തെപ്പറ്റി കേട്ടിട്ടില്ലാത്തവർ കേരളത്തിലധികമുണ്ടായിരിക്കുമെന്നു തോന്നുന്നില്ല. അവിടത്തെ ദേവിയെക്കുറിച്ചുള്ള,

'ശംഖുണ്ടിടത്തു വലമേയൊരു ചക്രമുണ്ടു
കാലിൽ ചിലമ്പു ചില മുത്തുപടം കഴുത്തിൽ
ഓടീട്ടു വന്നു കുടികൊണ്ട കുമാരനല്ലൂർ
കാർത്ത്യായനീ! ശരണമെന്നിത കൈതൊഴുന്നേൻ'

എന്ന സങ്കീർത്തനശ്ലോകം അത്ര ഭംഗിയുള്ളതല്ലെങ്കിലും പ്രസിദ്ധമാകയാൽ അതും പലരും കേട്ടിരിക്കാനിടയുണ്ട്. എങ്കിലും ആ ഭഗവതി 'ഓടീട്ടുവന്നു കുടികൊണ്ട'തേതു പ്രകാരമാണെന്ന് അറിഞ്ഞിട്ടുള്ളവർ ഇപ്പോൾ അധികമുണ്ടായിരിക്കുമെന്നു തോന്നുന്നില്ല. അതിനാൽ ആ സംഗതിയെപ്പറ്റി ചുരുക്കത്തിൽ പറഞ്ഞുകൊള്ളുന്നു.

'മധുരമീനാക്ഷി' എന്നു കേൾവിപ്പെട്ട് ദേവിയുടെ ക്ഷേത്രം പണ്ട് പാണ്ഡ്യരാജാക്കന്മാരുടെ വകയായിരുന്നു. പാണ്ഡ്യരാജാക്കന്മാരുടെ രാജധാനി മധുരയിലായിരുന്നതിനാൽ അവർ ആ ദേവിയെ അവരുടെ പരദേവതായയിട്ടാണ് വിചാരിക്കുകയും ആചരിക്കുകയും ചെയ്തുവന്നിരുന്നത്.

ഒരിക്കൽ ആ ദേവീവിഗ്രഹത്തിൽ ചാർത്തിയിരുന്നതും വളരെ വിലയുള്ളതും രത്നഖചിതവുമായ മൂക്കുത്തി എങ്ങനെയോ പോയി. ശാന്തിക്കാരൻ നിർമാല്യം (തലേദിവസത്തെ പൂവും മാലയും) വാരി പുറത്തിട്ടതിന്റെ കൂടെയോ അഭിഷേകവും മറ്റു കഴിച്ച സമയം ഓർക്കാതെ ശാന്തിക്കാരന്റെ കൈ മുട്ടിത്തെറിച്ചോ എങ്ങനെയാണ് അതു പോയതെന്നു ആർക്കും ഒരു നിശ്ചയവുമില്ലായിരുന്നു. മൂക്കുത്തി പോയി എന്നു കേട്ടു പാണ്ഡ്യരാജാവു പലവിധത്തിൽ അന്വേഷണങ്ങൾ നടത്തീട്ടും ഒരു തുമ്പുമുണ്ടായില്ല. ബിംബത്തിന്മേൽ ചാർത്തിയിരുന്ന സാധനം ശാന്തിക്കാരനറിയാതെ പോവുകയില്ലെന്നുതന്നെ ഒടുക്കം രാജാവു തീർച്ചപ്പെടുത്തി. ശ്രീകോവിലിനകത്തു ശാന്തിക്കാരനല്ലാതെ മറ്റാരും കയറുക പതിവില്ലാത്ത സ്ഥിതിക്കു രാജാവിന്റെ വിചാരം അന്യായമായി പ്പോയി എന്നു പറയാനുമില്ല. എങ്കിലും ശുദ്ധാത്മാവും ദേവിയെക്കുറിച്ചു വളരെ ഭക്തിയുള്ള ആളുമായിരുന്ന ആ പഴയ ശാന്തിക്കാരന് ഈ മൂക്കുത്തി പോയത് ഏതു പ്രകാരമാണെന്നു വാസ്തവത്തിൽ യാതൊരറിവുമുണ്ടായി

രുന്നില്ല. ദേവിക്കു പതിവായി ചാർത്തിവന്ന ഈ ആഭരണം പോയതു നിമിത്തം അദ്ദേഹത്തിനും അപാരമായ മനസ്താപ മുണ്ടായിരുന്നു. എങ്കിലും അതൊക്കെ ആരറിയുന്നു. ഉഗ്രശാസനനായ പാണ്ഡ്യരാജാവ് ശാന്തിക്കാരനെ പിടിപ്പിച്ചു വരുത്തി ചോദ്യം തുടങ്ങി. പലവിധത്തിൽ ചോദിച്ചിട്ടും മൂക്കുത്തി പോയതേതു പ്രകാരമാണെന്ന് അറിഞ്ഞുകൂടെന്നുതന്നെ അദ്ദേഹം പറഞ്ഞു. ഒടുക്കം രാജാവ്, നാല്പതു ദിവത്തിനകം ആ മൂക്കുത്തി ശാന്തിക്കരൻ എങ്കിനെ യെങ്ങിലും തേടി പ്പിടിച്ചു ഹാജരാക്കണമെന്നും അല്ലാത്തപക്ഷം ശാന്തിക്കാരന്റെ ശിരച്ഛേദം ചെയ്യിക്കുന്നതാണെന്നും കല്പിച്ചു. ഇതുകേട്ടു ശാന്തിക്കാരൻ ഒന്നും മറുപടി പറയാതെ വ്യസനത്തോടുകൂടി രാജസന്നിദ്ധിയിൽനിന്നു പോയി. ആ ബ്രാഹ്മണോത്തമൻ പലവിധത്തിൽ അന്വേഷിച്ചുനോക്കീട്ടു മൂക്കുത്തി കണ്ടുകിട്ടിയില്ല. അങ്ങനെ മുപ്പത്തൊമ്പതു ദിവസമായി. മുപ്പത്തൊമ്പതാം ദിവസം രാത്രിയിൽ പിറ്റേദിവസം തന്റെ തല പോകുമല്ലോ എന്നു വിചാരിച്ചു വിഷാദിച്ചുകൊണ്ട് അദ്ദേഹം കിടന്നു. കണ്ണടച്ച സമയം ആരോ അദ്ദേഹത്തിന്റെ അടുക്കൽ ചെന്ന്, 'അങ്ങിനി ഇവിടെ താമസിച്ചാലാപത്തുണ്ടാവും. ഇതാ കാവൽക്കാരെല്ലാം നല്ല ഉറക്കമായിരിക്കുന്നു. ഈ തരത്തിനു പുറത്തിറങ്ങി ഓടിക്കൊള്ളു. എന്നാൽ വല്ല ദിക്കിലും ചെന്നു രക്ഷപ്പെടാം' എന്നു പറഞ്ഞു. ഉടനെ അദ്ദേഹം കണ്ണുതുറന്നു നോക്കിയപ്പോൾ ആരെയും കണ്ടില്ല. 'ഇതാരാണ് ഇങ്ങനെ പറഞ്ഞത്? എന്തോ എനിക്കു മനോരാജ്യംകൊണ്ടു വെറുതെ തോന്നിയതായിരിക്കും' എന്നു വിചാരിച്ച് അദ്ദേഹം പിന്നെയും കണ്ണടച്ചു. അപ്പോൾ പിന്നെയും കണ്ണു തുറന്നു. ആരേയും കണ്ടില്ല. അദ്ദേഹം കണ്ണടച്ചപ്പോൾ മൂന്നാമതും മേൽപ്രകാരം പറഞ്ഞു. 'ഏതായാലും ഈ ഗുണദോഷവാക്കിനെ നിരസിക്കുന്നതു യുക്തമല്ല. ഇതു ദേവി അരുളിച്ചെയ്തതുതന്നെ ആയിരിക്കും. അതിനാൽ വേഗത്തിൽ പോവുകതന്നെ' എന്നു വിചാരിച്ചു നിശ്ചയിച്ചിട്ട് അദ്ദേഹം അവിടെനിന്നെണീറ്റു ക്ഷണത്തിൽ പുറത്തിറങ്ങി ഓടിത്തുടങ്ങി. അപ്പോൾ സർവാംഗസുന്ദരിയായ ഒരു ദിവ്യസ്ത്രീ 'വളരെക്കാലം എന്നെ സേവിച്ചു കൊണ്ടിരുന്ന അങ്ങു പോവുകയാണെങ്കിൽ ഞാനും പോരികയാണ്' എന്നു പറഞ്ഞുകൊണ്ട് അദ്ദേഹത്തിന്റെ പിന്നാലേ ഓടിയെത്തി. കുറച്ചു കഴിഞ്ഞപ്പോൾ ആ സ്ത്രീ മുൻപിൽക്കടന്ന് ഓടിത്തുടങ്ങി. അതു വലിയ കൂരിരുട്ടുള്ള കാലമായിരുന്നുവെങ്കിലും ആ സ്ത്രീയുടെ ശരീരശോഭയും ആഭരണങ്ങളുടെ പ്രകാശവും നിമിത്തം ആ ബ്രാഹ്മണനു വഴിയിൽ നല്ലപോലെ കണ്ണു കാണാമായിരുന്നു. അങ്ങനെ രണ്ടുപേരും കൂടി നാലഞ്ചുനാഴിക ദൂരംവരെ ഓടിയപ്പോൾ ആ സ്ത്രീ പെട്ടെന്നു മറഞ്ഞുകളഞ്ഞു. അപ്പോൾ വഴിയും ദിക്കുമെല്ലാം അന്ധകാരമയമായി. കണ്ണു തീരെ കാണാൻ പാടില്ലതെയായതിനാൽ ബ്രാഹ്മണന് ഓടാനെന്നല്ല, നടക്കാൻ പോലും നിവൃത്തിയില്ലാതെയായി. അപ്പോൾ അദ്ദേഹത്തിനു വളരെ ഭയവും വ്യസനവുമുണ്ടായി. എങ്കിലും തപ്പിത്തപ്പി പിന്നെയും കുറേശ്ശ നടന്നുതുടങ്ങി. ക്ഷീണംകൊണ്ടു നടക്കാനും അദ്ദേഹത്തിനു പ്രയാസമായിത്തീർന്നു. രാജാവിന്റെ ആളുകൾ പിന്നാലേ ഓടിയെത്തി പിടിച്ചെങ്കിലോ എന്നുള്ള ഭയവും അദ്ദേഹത്തിനില്ലായ്കയില്ല. എങ്കിലും ക്ഷീണം നിമിത്തം വല്ല ദിക്കിലും കുറച്ചിരിക്കുകയോ കിടക്കുകയോ ചെയ്യാതെ നിവൃത്തിയില്ലെന്ന് അദ്ദേഹത്തിനു തോന്നി. അപ്പോൾ ഇടിമിന്നലിന്റെ പ്രകാശംകൊണ്ട് അദ്ദേഹം ആ വഴിക്കു സമീപത്തായി ഉണ്ടായിരുന്ന വഴിയമ്പലം കണ്ടു. തപ്പിത്തടഞ്ഞ്

അദ്ദേഹം അവിടെ ചെന്നുകേറി. രണ്ടാംമുണ്ടു വിരിച്ചു കിടന്നു. മനസ്സിൽ വളരെ ഭയവും വിചാരങ്ങളുമുണ്ടായിരുന്നുവെങ്കിലും ക്ഷീണം കൊണ്ടോ എന്തോ കിടന്നയുടനെ അദ്ദേഹം ഉറങ്ങിപ്പോവുകയും ചെയ്തു.

അക്കാലത്തു കേരളരാജ്യം അടച്ചുവാണിരുന്ന ചേരമാൻ പെരുമാൾ ഒരു ഭഗവതിയെ പ്രതിഷ്ഠിക്കണമെന്നു വിചാരിച്ചു വൈക്കത്ത് ഉദയനാപുരത്തും, ഒരു സുബ്രഹ്മണ്യനെ പ്രതിഷ്ഠിക്കണമെന്നു വിചാരിച്ച് ഇപ്പോൾ കുമാരനല്ലൂരെന്നു പറഞ്ഞുവരുന്ന സ്ഥലത്തും ഓരോ അമ്പലം പണികഴിച്ചു പ്രതിഷ്ഠക്കു മുഹൂർത്തവും നിശ്ചയിച്ച് അതിലേക്കു വേണ്ടുന്നവയെല്ലാം വട്ടംകൂട്ടിക്കൊണ്ടിരിക്കുകയായിരുന്നു. വഴിയമ്പല ത്തിൽ കിടന്നുറങ്ങിയ ബ്രാഹ്മണൻ പിറ്റേ ദിവസം കാലത്തുണർന്നു കണ്ണുതുറന്നു നോക്കിയപ്പോൾ കുമാരസ്വാമിയെ (സുബ്രഹ്മണ്യനെ) പ്രതിഷ്ഠിപ്പിക്കാനായി ചേരമാൻ പെരുമാൾ പണിയിച്ച അമ്പലത്തിലായിരുന്നു. 'തെന്തൊരത്ഭുതം' എന്നു വിചാരിച്ച് അദ്ദേഹം ചുറ്റും നോക്കിയപ്പോൾ അവിടെ ശ്രീകോവിലിനകത്തു പീഠത്തിന്മേൽ സർവാംഗ സുന്ദരിയായ ഒരു ദിവ്യസ്ത്രീ ആ ബ്രാഹ്മണന്റെ മുൻപിൽ കടന്നോടിയ ആ ദേവി ഇരിക്കുന്നത് അദ്ദേഹം കണ്ടു. അതു സാക്ഷാൽ 'മധുര മീനാക്ഷി'യായിരുന്നുവെന്നുള്ളത് വിശേഷിച്ചു പറയണമെന്നില്ലല്ലോ.

ആ ബ്രാഹ്മണൻ അമ്പലത്തിൽനിന്നു പുറത്തിറങ്ങി അവിടെ കണ്ടവരോടെല്ലാം 'ഈ ക്ഷേത്രത്തിൽ മധുരമീനാക്ഷി കുടികൊണ്ടിരിക്കുന്നു' എന്നു പറഞ്ഞു. അതു കേട്ടവരെല്ലാം അമ്പലത്തിൽ ചെന്നു നോക്കി. ഒന്നും കണ്ടില്ല. 'എവിടെയിരിക്കുന്നു?' എന്ന് അവർ ചോദിച്ചു. ബ്രാഹ്മണൻ 'ഇതാ ആ ശ്രീകോവിലിനകത്ത്'' എന്നു ചൂണ്ടിക്കാണിച്ചു കൊണ്ടു പറഞ്ഞു. ദേവിയെ ആ ബ്രാഹ്മണനു പ്രത്യക്ഷമായി കാണാമായിരുന്നുവെങ്കിലും മറ്റാർക്കും കാൺമാൻ പാടില്ലായിരുന്നു. അതിനാൽ ആ ജനങ്ങൾ 'ഇദ്ദേഹം ഒരു ഭ്രാന്തനാണ്; അസംബന്ധം പറയുകയാണ്'' എന്നും മറ്റും പറഞ്ഞു പരിഹസിച്ചു. ഈ വർത്തമാനം കർണാകർണികയാ ചേരമാൻ പെരുമാളും കേട്ട് അവിടെച്ചെന്നുനോക്കി. ഒന്നും കാണായ്കയാൽ 'ഇവിടെ ആരെയും കാണുന്നില്ലല്ലോ' എന്നു ബ്രാഹ്മണനോടു പറഞ്ഞു. ബ്രാഹ്മണൻ 'എന്നാൽ എന്നെ തൊട്ടുംകൊണ്ടു നോക്കൂ' എന്നു പറഞ്ഞു. ചേരമാൻ പെരുമാൾ ആ ബ്രാഹ്മണനെ തൊട്ടുംകൊണ്ടു നോക്കിയപ്പോൾ ദേവി ശ്രീകോവിലിനകത്തു പീഠത്തിന്മേലിരിക്കുന്നതു പ്രത്യക്ഷമായിക്കണ്ടു. പിന്നെ പെരുമാൾ ഇങ്ങനെ വരുവാനുള്ള കാരണമെന്താണെന്ന് ആ ബ്രാഹ്മണനോടു ചോദിക്കുകയും ഉണ്ടായ സംഗതികളെല്ലാം ആ ബ്രാഹ്മണൻ വിസ്തരിച്ചു പറഞ്ഞ് ചേരമാൻ പെരുമാളെ ഗ്രഹിപ്പിക്കുകയും ചെയ്തു. സംഗതി കളെല്ലാം കേട്ടപ്പോൾ ചേരമാൻപെരുമാൾക്കു വിശ്വാസവും വിസ്മയവുമുണ്ടായെങ്കിലും സ്വല്പം കോപവും ഇച്ഛാഭംഗവുംകൂടി ഉണ്ടാകാതെയിരുന്നില്ല. 'ഞാൻ സുബ്രഹ്മണ്യസ്വാമിയെ പ്രതിഷ്ഠിക്കാനായി ഉണ്ടാക്കിച്ച സ്ഥലത്ത് അതിനിടയാകാതെയിരിക്കത്തക്കവണ്ണം മുൻകൂട്ടി കടന്നിരുന്നുകളയാമെന്നു വിചാരിച്ച ഈ തന്റേടക്കാരത്തിക്ക് ഇവിടെ ഞാൻ യാതൊന്നും കൊടുക്കുകയില്ല. അത്ര ഊറ്റമുണ്ടെങ്കിൽ വേണ്ടതൊക്കെ സ്വയമേവ ഉണ്ടാക്കിക്കൊള്ളട്ടെ. ഞാൻവിചാരിച്ച മുഹൂർത്തത്തിൽത്തന്നെ സുബ്രഹ്മണ്യസ്വാമിയെ പ്രതിഷ്ഠിക്കും. അതു ദേവിയെ പ്രതിഷ്ഠിപ്പിക്കേണമെന്നു വിചാരിച്ച സ്ഥലത്തായിക്കളയാം. ഇതാ ഞാൻ ഇപ്പോൾത്തന്നെ വൈക്കത്തിനു യാത്രയാണ്. ഇവളിവിടെയിരിക്കട്ടെ' എന്നു

പറഞ്ഞിട്ട് അദ്ദേഹം അപ്പോൾത്തന്നെ അവിടെനിന്ന് പോവുകയും ചെയ്തു.

ചേരമാൻപെരുമാൾ അവിടെനിന്നു പോയി ഒരഞ്ചെട്ടു നാഴിക വടക്കായപ്പോൾ ആ പ്രദേശത്തെല്ലാം അകസ്മാൽ അതികഠിനമായ മഞ്ഞു വന്നുനിറഞ്ഞു. അദ്ദേഹത്തിനും കൂടെയുണ്ടായിരുന്നവർക്കും കണ്ണു തീരെ കാണാൻ പാടില്ലാതെയായി. വഴി തിരിച്ചറിയാൻ പാടില്ലാതെ എല്ലാവരും കുഴങ്ങി വശായി. അപ്പോൾ ചേരമാൻപെരുമാളുടെ ഒരു സേവകൻ 'നമുക്കിപ്പോൾ ഈ ആപത്തു നേരിട്ടത് ആ ദേവിയുടെ മായാവൈഭവം കൊണ്ടുതന്നെയായിരിക്കണം. അല്ലാതെ ഇപ്പോൾ ഇങ്ങനെ വരാനിടയില്ല. ആ ദേവിയുടെ മാഹാത്മ്യം ഒട്ടും ചില്ലറയല്ല. ആ ദേവിയും ബ്രാഹ്മണനും ഇവിടെ വന്നെത്തിയ കഥകൊണ്ടുതന്നെ ഇതറിയാവുന്നതാണ്. അതിനാൽ നമുക്ക് മടങ്ങിപ്പോയി അവിടേക്കു വേണ്ടതെല്ലാം ചെയ്യുകയാണ് വേണ്ടതെന്നു തോന്നുന്നു' എന്നു പറഞ്ഞു. അതു കേട്ടു ചേരമാൻപെരുമാൾ 'ഇത് ആ ദേവിയുടെ മായാവൈഭവംകൊണ്ടാണെങ്കിൽ നമുക്കിപ്പോൾ കണ്ണുകാണാറാകട്ടെ. അങ്ങനെയാവുകയാണെങ്കിൽ ഇവിടെനിന്നു നോക്കിയാൽ കാണാവുന്ന ദേശമെല്ലാം ആ ദേവിക്ക് കൊടുത്തേക്കാം. അവിടെ വേണ്ടുന്നതെല്ലാം നടത്തുകയും ചെയ്യാം' എന്നു പറഞ്ഞു. ഉടനെ മഞ്ഞു മാറുകയും എല്ലാവർക്കും കണ്ണു കാണാറാവുകയും ചെയ്തു. ഉടനെ ചേരമാൻപെരുമാൾ ആ ദേശമെല്ലാം ആ ദേവിക്ക് വിട്ടുകൊടുത്തിരിക്കുന്നതായി പറയുകയും തിരിച്ചുപോരികയും ചെയ്തു. മഞ്ഞു നിറഞ്ഞ ആ പ്രദേശത്തിന് 'മഞ്ഞൂര്' എന്നു നാമം സിദ്ധിച്ചു. അതു ക്രമേണ 'മാഞ്ഞൂര്' ആയിത്തീർന്നു. മാഞ്ഞൂരെന്നു പറയുന്ന ദേശമെല്ലാം ഇപ്പോഴും കുമാരനല്ലൂർ ഭഗവതിയുടെ വകയായിട്ടുതന്നെയാണിരിക്കുന്നത്.

ചേരമാൻപെരുമാൾ ദേവീസാന്നിദ്ധ്യമുണ്ടായ ഈ സ്ഥലത്തു മടങ്ങിയെത്തി. ഇവിടെ ദേവീപ്രതിഷ്ഠതന്നെ കഴിപ്പിക്കാമെന്നു നിശ്ചയിച്ച് അതിൻ വേണ്ടുന്ന ഒരുക്കങ്ങളൊക്കെ ചെയ്തുകൊണ്ടു താമസിച്ച് ഇവിടെ പ്രതിഷ്ഠിപ്പിക്കുവാനായി ഉണ്ടാക്കിവച്ച സുബ്രഹ്മണ്യവിഗ്രഹം ചേരമാൻ പെരുമാൾ ഉദയനാപുരത്തേക്കു കൊടുത്തയയ്ക്കുകയും അതു നിശ്ചിത മുഹൂർത്തത്തിൽത്തന്നെ ഉദയനാപുരത്തു പ്രതിഷ്ഠിപ്പിക്കുന്നതിനും അവിടെ പ്രതിഷ്ഠിപ്പിക്കുന്നതിനായി ഉണ്ടാക്കിവെച്ചിരിക്കുന്ന ദേവീ വിഗ്രഹം ഇങ്ങോട്ടു കൊടുത്തയയ്ക്കുന്നതിനും പ്രതിപുരുഷന്മാരെ ചട്ടംകെട്ടി അയയ്ക്കുകയും ചെയ്തു.

ഉദയനാപുരത്തുണ്ടാക്കിവെച്ചിരുന്ന ദേവീവിഗ്രഹം സമയത്തിനു വന്നുചേരുകയില്ലെന്നു മുഹൂർത്തദിവസമടുത്തപ്പോൾ അറിവു കിട്ടുകയാൽ ചേരമാൻ പെരുമാൾക്കു വളരെ വ്യസനമായി. വേറെ ഒരു വിഗ്രഹം പണിയിക്കുന്നതിനു മാത്രം ദിവസമില്ല. ഈ മുഹൂർത്തത്തിനു പ്രതിഷ്ഠ കഴിപ്പിക്കാഞ്ഞാൽ വളരെ മുതൽ നഷ്ടവും കുറച്ചിലുമുണ്ടാകുമെന്നു തന്നെയല്ല, ഇത്ര നല്ലതായ ഒരു ശുഭ മുഹൂർത്തം പിന്നെയുണ്ടാകാനും അത്ര എളുപ്പമല്ല. ആകപ്പാടെ വിചാരിച്ചിട്ടു ചേരമാൻപെരുമാൾ ഏറ്റവും വിഷണ്ണനായിത്തീർന്നു.

അന്നു രാത്രിയിൽ കിടന്നുറങ്ങിയ സമയം ചേരമാൻപെരുമാൾ, 'ഒട്ടും വ്യസനിക്കേണ്ട, ഇവിടെനിന്നു രണ്ടു നാഴിക വടക്കുകിഴക്കായിട്ടുള്ള മലയിൽ ഒരു കിണറ്റിൽ എന്റെ ഒരു ബിംബം കിടക്കുന്നുണ്ട്. അതെടുത്തു കൊണ്ടുവന്നു പ്രതിഷ്ഠ കഴിപ്പിച്ചാൽ മതി' എന്ന് ആരോ തന്റെ അടുക്കൽ വന്നു പറഞ്ഞതായി ഒരു സ്വപ്നം കണ്ടു. പിറ്റേ ദിവസം രാവിലെ ഇതു

വാസ്തവമാണോ എന്നറിയണമെന്നു നിശ്ചയിച്ച് ചേരമാൻ പെരുമാൾ വളരെ ആളുകളോടുകൂടി ആ മലയിലേക്കു പോയി. അവിടമെല്ലാം വലിയ കാടായിരുന്നു. ആ കാടെല്ലാം വെട്ടിത്തെളിച്ചു നോക്കിച്ചെന്നപ്പോൾ ഒരു കിണറു കണ്ടു. ആ കിണറ്റിൽ ആളെയിറക്കി നോക്കിയപ്പോൾ യാതൊരു കേടുമില്ലാത്തതും ഏറ്റവും വിശേഷപ്പെട്ടതും ലക്ഷണമൊത്തതുമായ ഒരു ബിംബം കണ്ടുകിട്ടുകയും ചേരമാൻപെരുമാൾ അതെടുപ്പിച്ചുകൊണ്ടുവന്നു നിശ്ചിതമുഹൂർത്തത്തിൽത്തന്നെ യഥാവിധി പ്രതിഷ്ഠ കഴിപ്പിക്കുകയും കുമാര (സുബ്രഹ്മണ്യ) സ്വാമിയെ പ്രതിഷ്ഠിപ്പിക്കുന്നതിനായി പണികഴിപ്പിച്ചിരുന്ന ആ ക്ഷേത്രത്തിനു മുൻനിശ്ചയപ്രകാരം 'കുമാരനല്ലൂർ' എന്നുള്ള പേരുതന്നെ സ്ഥിരപ്പെടുത്തുകയും ചെയ്തു. പിന്നീട് ചേരമാൻപെരുമാൾ മാഞ്ഞൂർ ദേശം വിട്ടുകൊടുത്തതിനുപുറമേ അവിടെ നിത്യനിദാനം, മാസവിശേഷം, ആട്ട വിശേഷം മുതലായവയ്ക്കെല്ലാം വേണ്ടുന്ന വസ്തുവഹകൾ വെച്ചുകൊടുക്കുകയും പതിവുകൾ നിശ്ചയിക്കുകയും ചെയ്തതിന്റെ ശേഷം ആ ദേവസ്വം ആ ദേശക്കാരായ ചില നമ്പൂരിമാർക്കായി വിട്ടുകൊടുക്കുകയും ചെയ്തു. അങ്ങനെ അതൊരു ഊരാൺമക്ഷേത്രമായിത്തീർന്നു.

ചേരമാൻപെരുമാൾ കുമാരനല്ലൂർ ക്ഷേത്രത്തിൽ തുലാമാസത്തിൽ രോഹിണി മുതൽ വൃശ്ചികമാസത്തിൽ രോഹിണിവരെ ഇരുപത്തെട്ടു ദിവസത്തെ ഉത്സവമാണ് നിശ്ചയിച്ചിരുന്നത്. ആ ക്ഷേത്രം ഊരാൺമക്കാരുടെ വകയായിത്തീർന്നിട്ടും വളരെക്കാലം അങ്ങനെതന്നെ നടന്നിരുന്നു. പിന്നീട് അത് കുറച്ച് വൃശ്ചികമാസത്തിൽ കാർത്തിക ഒൻപതാമുത്സവമാകത്തക്കവണ്ണം പത്തുദിവസത്തെ ഉത്സവം മതിയെന്നു നിശ്ചയിച്ചു. ഇപ്പോഴും അപ്രകാരം നടന്നുവരുന്നു. ദേവിയുടെ മാഹാത്മ്യവും ശക്തിയും കൊണ്ടു കാലക്രമേണ അവിടെ വസ്തുവഹകൾ വളരെ വർദ്ധിച്ചു. ഇപ്പോഴും ആ ദേവസ്വത്തിൽ അഭിവൃദ്ധിയല്ലാതെ ഒട്ടും ക്ഷയമുണ്ടാകുന്നില്ല. സ്ത്രീനായകത്വം സർവത്ര ദോഷകരമാണെന്നാണല്ലോ പറഞ്ഞുവരുന്നത്. എന്നാൽ കുമാരനല്ലൂര് അത് വളരെ ഗുണപ്രദമായിട്ടാണ് കണ്ടുവരുന്നത്.

ആ ഭഗവതിയുടെ മാഹാത്മ്യങ്ങൾ പറഞ്ഞുതുടങ്ങിയാൽ വളരെയുണ്ട്. ഇപ്പോഴും ദേവീസാന്നിദ്ധ്യം അവിടെ വിളങ്ങിക്കൊണ്ടുതന്നെയിരിക്കുന്നു.

ദേവിയോടുകൂടി മധുരയിൽനിന്നു പോന്ന ബ്രാഹ്മണന്റെ വംശജന്മാർ ഇപ്പോഴും കുമാരനല്ലൂരുണ്ട്. അവരുടെ ഇല്ലപ്പേര് 'മധുര' എന്നും അവിടെയുള്ളവരെ 'മധുരനമ്പൂരിമാർ' എന്നുമാണ് പറഞ്ഞുവരുന്നത്.

●

തിരുനക്കര ദേവനും അവിടുത്തെ കാളയും

തിരുവിതാംകൂറിൽ കോട്ടയം പട്ടണത്തിന്റെ മദ്ധ്യഭാഗത്തുള്ള തിരുനക്കര ക്ഷേത്രത്തെപ്പറ്റി പലരും കേട്ടിരിക്കാനിടയുണ്ട്. അവിടത്തെ സ്വയംഭൂവായ ശിവനെയും കാളയെയും പറ്റിയുള്ള ഐതിഹ്യങ്ങൾ വായനക്കാർക്കു രസാവഹങ്ങളായിരിക്കുമെന്നു വിശ്വസിക്കുന്നു.

പണ്ടൊരു തെക്കുംകൂർ രാജാവിനു തൃശ്ശിവപേരൂർ വടക്കുന്നാഥക്ഷേത്രത്തിൽ തിങ്ങൾ ഭജനം (മാസന്തോറും തൊഴുക) പതിവുണ്ടായിരുന്നു. ഒരു മാസത്തിന്റെ അവസാനദിവസം അവിടെയെത്തിയാൽ അന്നും പിറ്റേദിവസവുമായി രണ്ടുമാസത്തെ തൊഴുക കഴിച്ചു പോരാമല്ലോ. അങ്ങനെയാകുമ്പോൾ ആണ്ടിൽ ആറു യാത്ര കൊണ്ടു കഴിക്കാമല്ലോയെന്നു വിചാരിച്ച് ആ തമ്പുരാൻ അപ്രകാരമാണ് അതു നടത്തിപ്പോന്നത്. അങ്ങനെ വളരെക്കാലം അദ്ദേഹം അതു മുടക്കം കൂടാതെ നടത്തിക്കൊണ്ടിരുന്നു. കാലക്രമേണ ആ തമ്പുരാനു പ്രായാധിക്യവും രോഗപീഡകളും നിമിത്തം അന്യദേശസഞ്ചാരം ദുസ്സാദ്ധ്യമായിത്തീർന്നു. പരസഹായം കൂടാതെ ഒന്നും ചെയ്‌വാൻ ശക്തനല്ലാതെയായിട്ടും ഈശ്വരഭക്തനായ അവിടേക്കു തൃശ്ശിവപേരൂർ വടക്കുന്നാഥക്ഷേത്രത്തിലെ തിങ്ങൾഭജനം മുടക്കുന്നതിനു ധൈര്യമുണ്ടായില്ല.

അങ്ങനെയിരിക്കുമ്പോൾ ഒരിക്കൽ, ഒരു മാസാന്ത്യദിവസം ആ തമ്പുരാൻ പരിവാരസമേതം തൃശ്ശിവപേരൂരെത്തി. വളരെ പ്രയാസപ്പെട്ട് ഒരുവിധം കുളികഴിച്ച് പരസഹായത്തോടുകൂടി വടക്കുന്നാഥന്റെ നടയിൽച്ചെന്നു തൊഴുതുകൊണ്ട്, 'അല്ലയോ ഭക്തവത്സലനായ ഭഗവാനേ! എന്റെ ഈ നിയമം മുടങ്ങീട്ടു ജീവിച്ചിരിക്കുകയെന്നുള്ളത് എനിക്കു വളരെ സങ്കടമാണ്. ഇവിടെ വന്നു ദർശനം കഴിച്ചു പോകാൻ ഞാൻ ശക്തനല്ലാതെയും തീർന്നിരിക്കുന്നു. അതിനാൽ കഴിയുന്നതും വേഗത്തിൽ എന്നെ അവിടുത്തെ തൃപ്പാദാരവിന്ദങ്ങളിൽ ചേർത്തുകൊള്ളണേ' എന്നു പ്രാർത്ഥിച്ചു. അന്ന് അത്താഴം കഴിഞ്ഞ് തമ്പുരാൻ കിടന്നുറങ്ങിയ സമയം ആരോ അദ്ദേഹത്തിന്റെ അടുക്കൽച്ചെന്ന്, 'ഇനി എന്നെക്കാണാനായി ഇങ്ങോട്ടു വന്നു ബുദ്ധിമുട്ടണമെന്നില്ല. ഞാൻ തിരു'നക്കര'ക്കുന്നിൽ വന്നേക്കാം. എന്റെ പുരോഭാഗത്തു വൃഷഭനും എന്റെ പശ്ചാൽഭാഗത്ത് ഒരുവെളുത്ത ചെത്തിയും കാണപ്പെടും' എന്നു പറഞ്ഞതായി തോന്നി. ഉടനെ തമ്പുരാൻ കണ്ണു തുറന്നു നോക്കി. അപ്പോൾ ആരെയും കണ്ടില്ല. ഇതു വടക്കുന്നാഥൻതന്നെ തന്നെക്കുറിച്ചു പ്രസാദിച്ചിട്ട് അടുക്കൽ വന്ന് അരുളിച്ചെയ്തതാണെന്ന് അദ്ദേഹം വിശ്വസിച്ചുകൊണ്ടു പിന്നെയും

കിടന്നുറങ്ങുകയും ചെയ്തു. പിറ്റേദിവസം പതിവുപോലെ ദേവദർശനവും ഭക്ഷണവും കഴിച്ചു തമ്പുരാൻ തൃശ്ശിവപേരൂർനിന്നു പോന്നു. മടങ്ങിപ്പോരുംവഴി തമ്പുരാൻ വൈക്കത്തു പെരുംതൃക്കോവിലപ്പനെക്കൂടി തൊഴുതിട്ടു പോരാമെന്നു വിചാരിച്ച് അവിടെയിറങ്ങി. തൊഴാനായി അമ്പലത്തിൽ ചെന്നപ്പോൾ താടിയും തലയും വളർത്തി, രുദ്രാക്ഷമാലകളും ഭസ്മവും ധരിച്ച് പരവശനായ ഒരു ബ്രാഹ്മണനെ അവിടെ കണ്ടിട്ട് അദ്ദേഹം ആരാണെന്നും മറ്റും തമ്പുരാൻ അവിടെയുണ്ടായിരുന്നവരിൽ ചിലരോടു ചോദിച്ചു. അപ്പോൾ ഒരാൾ, അദ്ദേഹം ഒരു നമ്പൂരിയാണെന്നും ഇല്ലം വൈക്കത്തുതന്നെയാണെന്നും ഇല്ലപ്പേരു 'പേരേപ്പറമ്പ്' എന്നാണെന്നും ദാരിദ്ര്യദുഃഖം സഹിക്കാൻ വയ്യാതെയായിട്ടു വൈക്കത്തപ്പനെ സേവിക്കുകയാണെന്നും സംവത്സരഭജനം കഴിഞ്ഞിട്ടു രണ്ടുമൂന്നു ദിവസമായെന്നും അദ്ദേഹത്തിനു നിത്യവൃത്തിക്കുതന്നെയാതൊന്നുമില്ലെന്നു തന്നെയല്ല, നാലഞ്ചു പെൺകിടാങ്ങളെ വേളികഴിച്ചു കൊടുക്കാൻ വൈകിയിരിക്കുന്നുണ്ടെന്നും മറ്റുമുള്ള വിവരം തമ്പുരാനെ ഗ്രഹിപ്പിക്കുകയും ചെയ്തു. അതുകേട്ടു തമ്പുരാൻ ആ നമ്പൂരിയെ അടുക്കൽ വിളിച്ച്, 'എന്റെ കൂടെ പോരാമെങ്കിൽ ഒന്നോ രണ്ടോ പെൺകൊടയ്ക്കുവേണ്ടുന്ന വക ഉണ്ടാക്കിത്തന്നേക്കാം' എന്നു പറഞ്ഞു. അതു കേട്ട് ഏറ്റവും സന്തുഷ്ടമാനസനായി ഭവിച്ച നമ്പൂരി 'കല്പനപോലെ ചെയ്യാം' എന്നു പറയുകയും തമ്പുരാൻ പോന്നപ്പോൾ ഒരുമിച്ചു പോരികയും ചെയ്തു.

അന്നു തെക്കുംകൂർ രാജാക്കന്മാർക്കു രാജവാഴ്ചയുള്ള കാലമായിരുന്നു. അവരുടെ രാജധാനി അന്ന് ഇപ്പോൾ തിരുനക്കരക്ഷേത്രമിരിക്കുന്ന സ്ഥലത്തിനു ഒരു നാഴിക വടക്കുമാറി 'തളിയിൽ' എന്നസ്ഥലത്തായിരുന്നു. അതിനാൽ പേരേപ്പറമ്പ് നമ്പൂരി തെക്കുംകൂർ രാജാവിനോടുകൂടി അവിടെ വന്നു താമസിച്ചു. അങ്ങനെ താമസിച്ചിരുന്ന കാലത്തു പേരേപ്പറമ്പ് നമ്പൂരി ഒരു ദിവസം തമ്പുരാന്റെ അടുക്കൽ അറിയിച്ചുംകൊണ്ടു തിരുനക്കര സ്വാമിയാരുമഠത്തിലേക്ക് പോന്നു. സ്വാമിയാരെക്കണ്ട് തന്റെ സ്ഥിതി അറിയിച്ചാൽ വല്ലതും സഹായമുണ്ടായെങ്കിലോ എന്നു വിചാരിച്ചാണ് നമ്പൂരി പോയത്. അപ്രകാരം അദ്ദേഹം സ്വാമിയാരെക്കണ്ടു വിവരമറിയിക്കുകയും ചാതുർമ്മാസ്യം അടുത്തിരിക്കുന്നതിനാൽ നമ്പൂരി അതു കഴിഞ്ഞിട്ടു പോയാൽ മതിയെന്നും വല്ലതും സ്വല്പമായിട്ടെങ്കിലും സഹായിക്കാമെന്നും സ്വാമിയാർ അരുളിച്ചെയ്യുകയും ചെയ്തു. അതിനാൽ നമ്പൂരി അവിടെ താമസിച്ചു.

ഇപ്പോൾ തിരുനക്കരക്ഷേത്രമിരിക്കുന്ന സ്ഥലം അന്നു വെറും കാടായിട്ടു കിടക്കുകയായിരുന്നു. 'നക്കരക്കുന്ന്' എന്നാണ് ആ സ്ഥലത്തിന് അന്നു പേരു പറഞ്ഞുവന്നിരുന്നത്. അവിടെ ദേവസാന്നിദ്ധ്യവും ക്ഷേത്രവുമുണ്ടായതിന്റെ ശേഷമാണ് നക്കര തിരുനക്കരയായത്. നക്കര തന്നെ 'നൽക്കര' ലോപിച്ചുണ്ടായതുമാണ്. സ്വാമിയാർ മഠത്തിലെ ഭൃത്യന്മാർ ആ കുന്നിൻപുറത്തു ചേന, ചേമ്പ് മുതലായവ കൃഷിചെയ്യുക പതിവായിരുന്നു. ചാതുർമാസ്യം കഴിയുന്ന ദിവസം സ്വാമിയാർ മഠത്തിൽ ചുരുക്കത്തിലൊരു സദ്യ പതിവുള്ളതിനാൽ അന്നു രാവിലെ ആ വാലിയക്കാരിൽ രണ്ടുപേർ ചേന പറിക്കാനായി ഒരു മൺവെട്ടി (തൂമ്പ) എടുത്ത് ഒന്നു വെട്ടിയപ്പോൾ അവിടെനിന്നു രക്തപ്രവാഹമുണ്ടാവുകയും അതുകണ്ട് അവർ ഭയപ്പെട്ട് ഓടിച്ചെന്നു വിവരം സ്വാമിയാരുടെ അടുക്കൽ അറിയിക്കുകയും ചെയ്തു. സ്വാമിയാർ അതു കേട്ട് അവിടെച്ചെന്നു മണ്ണു മറിച്ചുനോക്കിയപ്പോൾ അവിടെ ഒരു ശിവലിംഗം മുളച്ചിരിക്കുന്നതായി

കണ്ടു. ഇങ്ങനെ സ്വയംഭൂവായിട്ടുള്ള ബിംബം കണ്ടാൽ ഉടനെ നിവേദ്യം കഴിപ്പിക്കാഞ്ഞാൽ അതു മറഞ്ഞുപോകുമെന്നുള്ളതിനാൽ സ്വാമിയാർ സ്വാമിയാർമഠത്തിൽനിന്നു തന്നെ ഉണക്കലരി, പൂവ് മുതലായ സാധനങ്ങൾ വരുത്തി പേരേപ്പറമ്പു നമ്പൂരിയെക്കൊണ്ടു നിവേദ്യം വെപ്പിച്ച് ഉടനെ ഒരു പൂജ കഴിപ്പിച്ചു.അതിന്റെശേഷം സ്വാമിയാർ ഈ വിവരം തെക്കുംകൂർ രാജാവിന്റെ അടുക്കൽ എഴുതിയയച്ച് അറിയിക്കുകയും ചെയ്തു.

ഈ വർത്തമാനം കേട്ടപ്പോൾ തനിക്കു തൃശ്ശിവപേരൂരിൽ വെച്ചുണ്ടായ സ്വപ്നം ശരിയായയല്ലോ എന്നു വിചാരിച്ച് തെക്കുംകൂർ രാജാവിനു വളരെ സന്തോഷമുണ്ടാവുകയും അദ്ദേഹം ഉടനെ നക്കരക്കുന്നിലെത്തുകയും ചെയ്തു. തമ്പുരാൻ വന്നു നോക്കിയപ്പോൾ ശിവലിംഗവും അതിന്റെ മുൻവശത്തായി ഒരു വൃഷഭനും സ്വല്പം വടക്കോട്ടുമാറി വായുകോണിലായി ഒരു വെളുത്ത ചെത്തിയും മുളച്ചിരിക്കുന്നതായി കാണുകയും ഇതു തൃശ്ശിവപേരൂർ വടക്കുന്നാഥൻ ഇളകൊണ്ടതുതന്നെയാണെന്നു തീർച്ചപ്പെടുത്തുകയും ചെയ്തു. പിന്നെ തെക്കുംകൂർ രാജാവ് അവിടെ നാലു ഗോപുരങ്ങളും മാളികയായിട്ടും കൂത്തമ്പലം മുതലായവയോടുകൂടിയും ഒരു മഹാക്ഷേത്രത്തിനു വേണ്ടുന്ന ലക്ഷണങ്ങളെല്ലാമൊപ്പിച്ച് അമ്പലം പണികഴിപ്പിക്കയും നിത്യനിദാനം, മാസവിശേഷം, ആട്ടവിശേഷം മുതലായ വകയ്ക്കെല്ലാം വേണ്ടുന്ന വസ്തുവഹകൾ, ദേവസ്വംവകയായി തിരിച്ചുവെക്കുകയും ചെയ്തു. അതിൻപ്രകാരം അവിടെ പ്രതിദിനം അഞ്ചു പൂജ, മൂന്നുശീവേലി, നവകം, പഞ്ചഗവ്യം മുതലായവയും ആണ്ടിൽ തുലാം, മീനം, മിഥുനം ഈ മാസങ്ങളിലായി മൂന്നുൽസവങ്ങളും പതിവായിത്തീർന്നു. ഒരു മഹാക്ഷേത്രത്തിൽ വേണ്ടുന്നവയെല്ലാം ഈ ക്ഷേത്രത്തിലും ആ തമ്പുരാൻ ഏർപ്പെടുത്തി. അങ്ങനെ തിരുനക്കരക്ഷേത്രം പ്രസിദ്ധമായിത്തീരുകയും ചെയ്തു. അവിടെ പേരേപ്പറമ്പു നമ്പൂരിയെത്തന്നെ ശാന്തിക്കാരനാക്കി. ചെങ്ങഴശ്ശേരി, പുന്നശ്ശേരി ഇങ്ങനെ രണ്ടില്ലങ്ങളിലുള്ള മൂത്തതിന്മാരെ ദേവന്റെ പരിചാരകപ്രവൃത്തികൾക്കും സ്വാമിയാർമഠത്തിലെ വാലിയക്കാരായിരുന്ന നെടുമങ്ങാടൻ, പാലക്കോടൻ എന്നിവരുടെ തറവാട്ടേക്കു ക്ഷേത്രത്തിൽ വിളക്കെടുപ്പും നെല്ലുകുത്തും നടത്തുന്നതിനുള്ള സ്ഥാനം കൊടുത്ത് അവരെ ആ വകയ്ക്കും നിയമിക്കുകയും ചെയ്തു.

ഇത്രയൊക്കെക്കഴിഞ്ഞപ്പോൾ ഈ ദിക്കുകാർക്ക് ഒരു വലിയ ഉപദ്രവം നേരിട്ടു. തിരുനക്കര ദേശത്തും അടുത്ത പ്രദേശങ്ങളിലും നെല്ലോ സസ്യാദികളോ കൃഷി ചെയ്താൽ എല്ലാം രാത്രികാലങ്ങളിൽ ഒരു വെള്ളക്കാള വന്നു വേലി പൊളിച്ച് അകത്തുകടന്നു തിന്നു നശിപ്പിച്ചു തുടങ്ങി. ഈ കാള ആരുടെയാണെന്നും എവിടെ നിന്നുവരുന്നുവെന്നും എങ്ങോട്ടു പോകുന്നുവെന്നും ആർക്കും നിശ്ചയമില്ല! അവനെ പിടിക്കാൻ കിട്ടുകയുമില്ല. നല്ല നിലാവുള്ള കാലത്തു ദൂരെനിന്നു നോക്കിയാൽ അവൻ നിന്നു തിന്നുന്നതുകാണാം. ആളുകൾ അടുത്തു ചെല്ലുമ്പോൾ എങ്ങനെയോ അവൻ ചാടിപ്പൊയ്ക്കളയും. ഇങ്ങനെയായിട്ടു ജനങ്ങൾ വളരെ ക ഷ്ടപ്പെട്ടു. ഇങ്ങനെയിരിക്കുമ്പോൾ ഒരു ദിവസം രാത്രിയിൽ നല്ല നിലാവുള്ള കാലത്തു തിരുനക്കരെനിന്ന് ഏകദേശം രണ്ടു നാഴിക പടിഞ്ഞാറ് 'വേളൂർ' എന്ന ദേശത്ത് ഒരു കണ്ടത്തിൽവെച്ച് ഒരു പറയൻ ഈ കാളയെ കല്ലെടുത്തെറിയുകയും മറ്റും ചെയ്തു. ആ രാത്രിയിൽ ത്തന്നെ ഒരു കാള തന്റെ അടുക്കൽ വന്ന് 'അങ്ങ് ദേവനു വേണ്ടുന്നതെല്ലാം പതിവുവെച്ചല്ലോ.എനിക്കെന്താണ് പതിവൊന്നും വെക്കാഞ്ഞത്? ഞാൻആ

ദേവന്റെ വാഹനമാണല്ലോ. ഞാൻ കണ്ടവരുടെ വിളവുകൾ കട്ടുതിന്നു കാലം കഴിക്കേണ്ടതായി വന്നുവല്ലോ. അതു നിമിത്തം ഞാനിന്ന് ഒരു പറയന്റെ ഏറുകൊള്ളേണ്ടതായിട്ടും വന്നു. ഇതു വലിയ സങ്കടം തന്നെ' എന്നു പറഞ്ഞതായി തെക്കുംകൂർ രാജാവിന് ഒരു സ്വപ്നമുണ്ടായി. ഇതിനെക്കുറിച്ചു തമ്പുരാൻ പ്രശ്നംവെപ്പിച്ചു നോക്കിയപ്പോൾ സ്വപ്നത്തിൽ കാണപ്പെട്ട കാള തിരുനക്കര ദേവന്റെ കാളതന്നെ ആണെന്നും അതിനുകൂടി പതിവായി നിവേദ്യത്തിൽ ഒരു വഹ വെയ്ക്കേണ്ടതാണെന്നും വിധിക്കുകയും കാളയെ വേളൂരുവെച്ച് ഒരു പറയൻ കല്ലെടുത്തെറിഞ്ഞ വിവരം അറിയുകയും ചെയ്യുകയാൽ തമ്പുരാൻ, വേളൂർവെച്ചു കാള ഏതു നിലത്തിൽനിന്നു തിന്നപ്പോൾ ഏറു കൊണ്ടുവോ ആ നിലം ആ വൃഷഭന്റെ നിവേദ്യം വകയ്ക്കാക്കി ദേവസ്വത്തിലേക്കു വിട്ടുകൊടുത്തു. ആ നിലത്തിന് ഇപ്പോഴും 'കാളക്കണ്ടം' എന്നാണ് പറഞ്ഞുവരുന്നത്. ഇപ്രകാരം തെക്കുംകൂർ രാജാവ് തിരുനക്കരക്ഷേത്രത്തിനു വേണ്ടുന്ന പുഷ്ടികളെല്ലാം വരുത്തുകയും അവിടെ തന്റെ തിങ്ങൾഭജനം നിർവിഘ്നമായി നടത്തിക്കൊണ്ടു തന്നെയിരിക്കുകയും അതിനു മുടക്കം വരാതെ അദ്ദേഹം ചരമഗതിയെ പ്രാപിക്കുകയും ചെയ്തു.

തിരുനക്കരദ്ദേവന്റെ ചൈതന്യവും പ്രസിദ്ധിയും അസാമാന്യമായി വർദ്ധിക്കുകയാൽ അവിടെ അവസാനമില്ലാതെ വഴിപാടുകൾ വന്നുതുടങ്ങി. പ്രതിദിനം അഞ്ചുമാറും ചതുശ്ശതവും എട്ടും പത്തും പന്തിരുനാഴിയും മറ്റുമുണ്ടായിത്തുടങ്ങിയതിനാൽ ശാന്തിക്കു തന്നെക്കൊണ്ടു മതിയാകാതെ വരികയാൽ പേരേപ്പറമ്പു നമ്പൂരി തിരുനക്കരെനിന്നു മൂന്നു നാഴിക കിഴക്കു 'മാങ്ങാനം' എന്ന ദേശത്തുള്ള 'മടപ്പള്ളി' എന്നില്ലപ്പേരായ ഒരു നമ്പൂരിയെക്കൂടി കീഴ്ശാന്തിയായിച്ചേർത്തു. അങ്ങനെ രണ്ടുപേരും കൂടി ശാന്തി കുറച്ചുകാലം ശാന്തി നടത്തിയപ്പോഴേക്കും അതുകൊണ്ടുണ്ടായ സമ്പാദ്യം നിമിത്തം പേരേപ്പറമ്പു നമ്പൂരിയുടെ ദാരിദ്ര്യം അശേഷം നീങ്ങുകയും അദ്ദേഹം നല്ല സമ്പന്നനായിത്തീരുകയും ചെയ്തു. അതിനാൽ അദ്ദേഹം ശാന്തി മടപ്പള്ളിനമ്പൂരിയെത്തന്നെ ഏൽപ്പിച്ചിട്ടു വൈക്കത്തുതന്നെ സ്ഥിരതാമസമാക്കുകയും ചെയ്തു. എങ്കിലും ആ ഇല്ലത്തുനിന്ന് ഒരാൾ മാസത്തിലൊരിക്കൽ തിരുനക്കരെ വന്ന് ഒരു ദിവസം ഒരു പന്തീരടിപ്പൂജ കഴിക്കുക പതിവാണ്. അതിപ്പോഴും നടത്തിവരുന്നുണ്ട്.

മടപ്പള്ളി നമ്പൂരി ശാന്തികഴിച്ചുകൊണ്ടിരുന്ന കാലത്തും മുൻ പതിവനുസരിച്ച് ശീവേലികൾക്ക് എഴുന്നള്ളിക്കുക മൂത്തതിന്മാരായിരുന്നു. എന്തോ കാരണവശാൽ തെക്കുംകൂർ രാജാവിന് ഒരു മൂത്തതിന്റെപേരിൽ വിരോധം ജനിക്കുകയാൽ ആ മൂത്തതിനെ വെടിവെച്ചുകൊന്നു കളയുന്നതിനു രാജഭടന്മാർക്ക് കല്പനകൊടുത്തു. അവർ മൂത്തതെന്നു വിചാരിച്ച് മടപ്പള്ളി നമ്പൂരിയെ വെടിവെച്ചുകൊന്നു. അതിനാൽ ആ നമ്പൂരിയുടെ അന്തർജനം തിരുനക്കര നടയിൽവെച്ചു പ്രാണത്യാഗം ചെയ്തു കളഞ്ഞു. അതോടുകൂടി ആ നമ്പൂരിയുടെ ഇല്ലം അന്യം നിൽക്കുകയും ചെയ്തു. അന്നുമുതൽ തിരുനക്കരെ മതിൽക്കകത്ത് അന്തർജനങ്ങൾ കടന്നു കൂടെന്നും മൂത്തതിന്മാർ എഴുന്നള്ളിച്ചുകൂടെന്നും ഏർപ്പാടു വെയ്ക്കുകയും ചെയ്തു. അതു രണ്ടു കൂട്ടവും ഇവിടെ പതിവില്ല. തിരുനക്കരദ്ദേവന്റെ കാളയ്ക്കു ചില കാലങ്ങളിൽ നീര് (വലിയ കുരു) ഉണ്ടായി പൊട്ടുമെന്നും അതു രാജ്യത്തു വലിയ ആപത്തുണ്ടാകുന്ന കാലങ്ങളിലാണ് പതിവെന്നുമുള്ളതു പ്രസിദ്ധമാണല്ലോ. മഹാരാജാക്കന്മാർ നാടുനീങ്ങിയതായ

933, 973, 986, 1004, 1022, 1036, 1055 ഈ ആണ്ടുകളിൽ ഈ കാളയ്ക്കു നീരുണ്ടാവുകയും പൊട്ടുകയും ചെയ്തിട്ടുണ്ടെന്നാണ് കേട്ടിട്ടുള്ളത്. ഇങ്ങനെ നീരുണ്ടാകുന്ന കാലങ്ങളിൽ ദോഷപരിഹാരാർഥമായി ഈ ക്ഷേത്രത്തിൽ വിശേഷാൽ ചില അടിയന്തിരങ്ങൾ പതിവുണ്ട്. ആ വകയ്ക്ക് ആയിരത്തിച്ചില്വാനം പണം വീതമാണ് സർക്കാരിൽനിന്നു ചെലവു ചെയ്തുവന്നത്. ജനങ്ങൾക്ക് പരിഷ്കാരവും ഈവക സംഗതികളിൽ വിശ്വാസമില്ലായ്കയും വന്നു പോയത് കൊണ്ടോ എന്തോ അടുത്ത കാലങ്ങളിലെങ്ങും നീരുണ്ടാവുകയും പൊട്ടുകയുമൊന്നും പതിവില്ല. ഇനിയുള്ള കാലത്ത് അതൊന്നുമുണ്ടാകുമെന്നു തോന്നുന്നില്ല.

●

ഭവഭൂതി

ഉത്തരരാമചരിതം, മാലതീമാധവം മുതലായ നാടകങ്ങളുടെയും മറ്റും കർത്താവും ഒരു മഹാകവിയുമായിരുന്ന ഭ്രവഭ്രതിയെക്കുറിച്ചു കേട്ടിട്ടില്ലാത്തവരായി ഒരുവിധം അക്ഷരജ്ഞാനമുള്ളവരിലാരുമുണ്ടായിരിക്കുമെന്നു തോന്നുന്നില്ല.അദ്ദേഹത്തിന്റെ സാക്ഷാൽ പേര് 'ശ്രീകണ്ഠൻ' എന്നായിരുന്നു. അദ്ദേഹം ഒരിക്കൽ

'തപസ്വീ കാം ഗതോവസ്ഥാമിതി സ്മേരാനനാവിവ

ഗിരിജായാ സ്തനൗ വന്ദേ ഭവഭ്രതിസിതാനനൗ'

എന്നൊരു ശ്ലോകമുണ്ടാക്കി ഒരു വിദ്വൽസമാജത്തിൽവെച്ചു ചൊല്ലുകയും അതിലെ 'ഭവഭ്രതി' ശബ്ദത്തിന്റെ ചമൽക്കാരം നിമിത്തം സന്തുഷ്ടഹൃദയന്മാരായിത്തീർന്ന ആ സഭാവാസികൾ അദ്ദേഹത്തിനു 'ഭവഭ്രതി' എന്നുതന്നെ ഒരു പേരു കൊടുക്കുകയും ആ പേരു പ്രസിദ്ധമായിത്തീരുകയുമാണ് ചെയ്തത്. ഒരിക്കൽ ശ്രീപാർവതി ശ്രീപരമേശ്വരനോട്, 'കവിത്വത്തിൽ കാളിദാസനോ ഭവഭ്രതിക്കോ അധികം യോഗ്യത?' എന്നുചോദിച്ചു. അതിനു ഭഗവാൻ, 'വലിയ വ്യത്യാസമൊന്നുമില്ല. ഇന്നിന്നപ്രകാരമേ വരികയുള്ളൂ എന്നു കാളിദാസനു നല്ല നിശ്ചയം ഉണ്ട്. ഭവഭ്രതിക്ക് അത്രതന്നെ ഇല്ല എന്നുള്ള ഭേദമേ ഉള്ളൂ. അതു വേണമെങ്കിൽ ഒന്നു പരീക്ഷിച്ചുനോക്കിയാലറിയാം' എന്നു മറുപടി കല്പിക്കുകയും പരീക്ഷിക്കാനുള്ള കൗശലം പറഞ്ഞുകൊടുക്കുകയും ചെയ്തു. ഭഗവാന്റെ ഉപദേശപ്രകാരം സുബ്രഹ്മണ്യസ്വാമി ഒരു മരിച്ച ശിശുവായിത്തീരുകയും ശ്രീപാർവ്വതി വിധവയും വൃദ്ധയുമായ ഒരു ബ്രാഹ്മണസ്ത്രീയുടെ വേഷം ധരിച്ച് ഈ ശിശുവിനെയെടുത്തു ഭോജരാജാവിന്റെ ഗോപുരദ്വാരത്തിങ്കൽ കൊണ്ടുചെന്നു കിടത്തിക്കൊണ്ട് അവിടെ നിൽക്കുകയും ചെയ്തു. അപ്പോൾ അവിടെ സഭപിരിഞ്ഞ് ഓരോ കവിശ്രേഷ്ഠൻമാർ അതിലേ വന്നുതുടങ്ങി. അവരിൽ ഓരോരുത്തരോടും ശ്രീപാർവ്വതി, 'ഇതാ ഇങ്ങോട്ടൊന്നു നോക്കണേ! എന്റെ കുട്ടി ഒരു ശാപത്തിൽ മരിച്ചുപോയിരിക്കുന്നു. 'പുരോ നിസ്സരണേ രണഃ' എന്നൊരു സമസ്യയുണ്ട്. അതു വേണ്ടതുപോലെ പൂരിപ്പിച്ചാൽ ഈ കുട്ടി ജീവിക്കും. അങ്ങനെയാണ് ശാപമോക്ഷം. അതിനാൽ ഇതൊന്നു വേണ്ടതുപോലെ പൂരിപ്പിക്കണേ' എന്നു പറഞ്ഞു. അതുകേട്ട് ആ കവികളെല്ലാം ആ സമസ്യ ഓരോ വിധം പൂരിപ്പിച്ചു. അപ്പോൾ ശ്രീപാർവതി 'എന്റെ കുട്ടി ജീവിച്ചില്ലല്ലോ' എന്നു പറഞ്ഞു. 'അതെന്തോ ഞങ്ങൾക്കറിഞ്ഞുകൂടാ' എന്നു പറഞ്ഞ് അവരെല്ലാം പോയി. ഉടനെ ഭവഭ്രതി അതിലേ വന്നു. അദ്ദേഹത്തോടും ദേവി മേൽപറ

ഞ്ഞ പ്രകാരം പറഞ്ഞു. ഭവഭൂതി ആ സമസ്യയെ,

'യാമീതി പ്രിയപൃഷ്ടായാഃ പ്രിയായാഃ കണ്ഠസക്തയോഃ

അശ്രുജീവിതയോരാസീത് പുരോനിസ്സരണേ രണഃ'

എന്നു പൂരിപ്പിച്ചു. അപ്പോഴും ശ്രീപാർവ്വതി 'എന്റെ കുട്ടി ജീവിച്ചില്ലല്ലോ' എന്നു പറഞ്ഞു. 'അതെന്തോ, എനിക്കറിഞ്ഞുകൂടാ. ഞാൻ വിചാരിച്ചാൽ ഈ സമസ്യ ഇതിലധികം ഭംഗിയായിട്ടു പൂരിപ്പിക്കാൻ കഴിയുകയില്ല. ഇനിയൊരാൾ വരുന്നുണ്ട്. അദ്ദേഹത്തോടു പറഞ്ഞാൽ ശരിയായി പൂരിപ്പിക്കുമായിരിക്കും' എന്നു പറഞ്ഞു ഭവഭൂതിയും പോയി. ഒടുവിൽ കാളിദാസരുടെ വരവായി. അപ്പോഴും ദേവി മേൽപറഞ്ഞപ്രകാരം പറയുകയും കാളിദാസരും സമസ്യ പൂരിപ്പിക്കുകയും ചെയ്തു. കാളിദാസപൂരണവും ഭവഭൂതിയുടെ പൂരണവും ഒരുപോലെതന്നെയായിരുന്നു. ഒരക്ഷരത്തിൽപോലും വ്യത്യാസമുണ്ടായിരുന്നില്ല. കാളിദാസനോടും ദേവി 'എന്റെ കുട്ടി ജീവിച്ചില്ലല്ലോ' എന്നു പറഞ്ഞു. അതു കേട്ടു കാളിദാസൻ 'എന്നാൽ നിങ്ങളുടെ കുട്ടി ജീവിക്കുന്നതല്ല, അല്ലെങ്കിൽ മരിച്ചിട്ടില്ല. മരിക്കാതെ ജീവിക്കുന്നതെങ്ങനെ? ഈ സമസ്യ ഇതിലധികം ഭംഗിയായി പൂരിപ്പിക്കാൻ ആരു വിചാരിച്ചാലും സാധിക്കുന്നതല്ല' എന്നു പറഞ്ഞു പോവുകയും ചെയ്തു.

ഭവഭൂതിയുടെയും കാളിദാസരുടെയും പൂരണങ്ങൾ ഒരുപോലെ തന്നെ ഇരിക്കുകയും കാളിദാസൻ മേൽപറഞ്ഞപ്രകാരം തീർച്ചയായി പറയുകയും ചെയ്തതുകൊണ്ട് ഭഗവാൻ അരുളിചെയ്തതു വാസ്തവം തന്നെ എന്ന് ശ്രീപാർവ്വതിക്കു ബോധ്യപ്പെടുകയും സുബ്രഹ്മണ്യനോടുകൂടി കൈലാസത്തിങ്കൽച്ചെന്നു ദേവി ഈ ഉണ്ടായ വിവരമെല്ലാം ഭഗവാനെ ഗ്രഹിപ്പിക്കുകയും ചെയ്തു.

●

വാക്ഭടാചാര്യർ

ഒരുകാലത്ത് മുഹമ്മദീയരുടെ അക്രമവും പ്രാബല്യവും നിമിത്തം വൈദ്യശാസ്ത്രഗ്രന്ഥങ്ങളെല്ലാം അവരുടെ കൈവശത്തിലായിത്തീർന്നു. ബ്രാഹ്മണരുടെ കൈവശം ഗ്രന്ഥങ്ങളൊന്നുമില്ലാതെയായതിനാൽ ആ ശാസ്ത്രം അഭ്യസിക്കുന്നവരും അഭ്യസിപ്പിക്കുന്നവരുമില്ലാതെയായി. അങ്ങനെ കുറച്ചു കഴിഞ്ഞപ്പോൾ ബ്രാഹ്മണരുടെ ഇടയിൽ വൈദ്യൻമാർ തന്നെ ഇല്ലാതെയായി. ആർക്കെങ്കിലും ഒരു ദീനമുണ്ടായാൽ മുഹമ്മദീയരുടെ അടുക്കൽ ചെന്നു ചോദിച്ച് അവർ പറയുന്നതു ചെയ്യുകയെന്നുള്ള ദിക്കായിത്തീർന്നു. ഈ സ്ഥിതി ബ്രാഹ്മണർക്ക് ആകപ്പാടെ വലിയ വ്യസനകാരണമായിത്തീർന്നു. അതിനാൽ പരദേശത്ത് ഒരു സ്ഥലത്തു യോഗ്യന്മാരായ അനേകം ബ്രാഹ്മണർ യോഗംകൂടി ഈ കഷ്ടത നീക്കാൻ എന്താണു വേണ്ടതെന്ന് ആലോചിച്ചു. 'മുഹമ്മദീയരെ ജയിച്ചു ഗ്രന്ഥങ്ങൾ കൈയ്ക്കലാക്കാൻ അവരുടെ പ്രബലതയുടെ സ്ഥിതിക്കു സാധിക്കുകയില്ല. അവരുടെ അടുക്കൽച്ചെന്നു പഠിക്കാമെങ്കിൽ അവർ അവരുടെ ജാതിക്കാരെ അല്ലാതെ വൈദ്യശാസ്ത്രം പഠിപ്പിക്കുകയില്ല. അതിനാൽ ആരെങ്കിലും മുഹമ്മദീയവേഷം ധരിച്ചു നല്ല വൈദ്യനായ ഒരു മുഹമ്മദീയന്റെ അടുക്കൽ ചെന്ന് ഉപായത്തിൽ പഠിച്ചുവരണം. അല്ലാതെ നിവൃത്തിയൊന്നുമില്ല' എന്ന് എല്ലാവരുംകൂടി ആലോചിച്ചു തീർച്ചയാക്കി. പിന്നെ അതിനാരാണു പോകേണ്ടത് എന്നുള്ള ആലോചനയായി. 'അതിനു നമ്മുടെ കൂട്ടത്തിൽ വാക്ഭടനോളം ബുദ്ധിയും സാമർഥ്യവുമുണ്ടായിട്ടു മറ്റാരുമില്ല' എന്നും എല്ലാവരും ഐകകണ്ഠ്യേനഅഭിപ്രായപ്പെട്ടു. അപ്പോൾ ആ സദസ്സിൽത്തന്നെ ഉണ്ടായിരുന്ന വാക്ഭടാചാര്യർ 'നിങ്ങളുടെയൊക്കെ അനുഗ്രഹമുണ്ടെങ്കിൽ ഞാൻ പോയി ഇതു സാധിച്ചുവരാം' എന്നു സമ്മതിച്ചു പറഞ്ഞു. വാക്ഭടാചാര്യർക്ക് അന്നു വളരെ ചെറുപ്പമായിരുന്നു. ഒരിരുപതു വയസ്സിലധികമായിരുന്നില്ല. എങ്കിലും അദ്ദേഹം വേദശാസ്ത്രപുരാണേതിഹാസങ്ങളിൽ അതിനിപുണനായിത്തീർന്നിരുന്നു. അദ്ദേഹം ആ ബ്രാഹ്മണശ്രേഷ്ഠൻമാരുടെ അനുഗ്രഹം വാങ്ങിക്കൊണ്ടു സദസ്സിൽനിന്നിറങ്ങി. ബ്രാഹ്മണർ യോഗം കൂടിയത് ഒരു നദീതീരത്തുള്ള ശാലയിലായിരുന്നു. ആ സ്ഥലത്തിന്റെ മറുകരയിൽത്തന്നെ വൈദ്യശാസ്ത്രത്തിൽ അതിനിപുണനും പ്രസിദ്ധവൈദ്യനും പഠിപ്പിക്കുന്നതിന് ഏറ്റവും സമർത്ഥനും വലിയ ധനവാനുമായ ഒരു മുഹമ്മദീയൻ താമസിക്കുന്നുണ്ടായിരുന്നു. അവന്റെ അടുക്കൽ തന്നെ ചെന്ന് പഠിക്കാമെന്നു വാക്ഭടാചാര്യർ തീർച്ചപ്പെടുത്തി. പിന്നെ അദ്ദേഹം മുഹമ്മദീയവേഷത്തിനു വേണ്ടുന്ന ഉടുപ്പ്, തൊപ്പി മുതലായവയെല്ലാം ശേഖരിച്ചുകൊണ്ട് ഒരു ദിവസം രാവിലെ കുളിയും നിത്യകർമാനുഷ്ഠാ

നാദികളും ഭക്ഷണവും കഴിച്ചു ബ്രാഹ്മണശ്രേഷ്ഠൻമാരെ വീണ്ടും വന്ദിച്ചിട്ട് വേഷം മാറി അവിടെനിന്നും പുറപ്പെട്ടു. കാര്യസിദ്ധിക്കായി ഈശ്വരപ്രാർത്ഥന ചെയ്തുകൊണ്ട് ആ ബ്രാഹ്മണോത്തമൻമാർ അവിടെത്തന്നെ താമസിക്കുകയും ചെയ്തു.

വാക്ഭടാചാര്യർ മുഹമ്മദീയവേഷം ധരിച്ചുകൊണ്ട് ആ മുഹമ്മദീയവൈദ്യന്റെ അടുക്കൽ ചെന്നു വന്ദിച്ചു. അപ്പോൾ വൈദ്യൻ അനേകം ശിഷ്യൻമാരെ അടുക്കലിരുത്തി വൈദ്യശാസ്ത്രം പഠിപ്പിച്ചു കൊണ്ടിരിക്കുകയായിരുന്നു. ഇദ്ദേഹത്തിന്റെ വേഷം കണ്ടു സ്വജാതീയനാണെന്നു തീർച്ചപ്പെടുത്തിക്കൊണ്ട് വൈദ്യൻ 'നീ എവിടെനിന്നു വരുന്നു? എന്തിനു വന്നു?' എന്നു ചോദിച്ചു.

വാക്ഭടൻ: ഞാൻ കുറച്ചു വടക്കുനിന്നാണ് വരുന്നത്. അവിടുത്തെ പേരു ഞങ്ങളുടെ ദിക്കിലൊക്കെ പ്രസിദ്ധമാണ്. ഇതുപോലെ ഒരു വൈദ്യൻ ഭൂലോകത്തിൽ വേറെയില്ലെന്നാണ് എല്ലാവരും പറയുന്നത്. അതിനാൽ അവിടുത്തെ അടുക്കൽ കുറച്ചു വൈദ്യശാസ്ത്രം പഠിച്ചാൽകൊള്ളാമെന്നു വിചാരിച്ചാണ് വന്നത്. അതിന് അവിടേക്കു കൃപയുണ്ടാകണം.

വൈദ്യൻ: ഓ! ഇതു നമുക്കു വളരെ സന്തോഷം. നാം നിന്നെ ഒന്നു പരീക്ഷിച്ചുനോക്കട്ടെ. പഠിക്കാൻ ബുദ്ധിയുള്ളവനെന്നു കണ്ടാൽ നാം നിന്നെ പഠിപ്പിക്കാം. ബുദ്ധിയില്ലാത്ത മടിയൻമാർക്കുവേണ്ടി ബുദ്ധിമുട്ടാൻ നമുക്കു മനസ്സില്ല. ഇവിടെ പഠിക്കുന്നവർക്കെല്ലാം ചെലവിനു നാം കൊടുക്കും. അങ്ങനെയാണ് പതിവ്. അതിനാൽ നീ അകത്തുചെന്ന് ഊണു കഴിച്ചു വരണം. പിന്നെ നോക്കാം.

വാക്ഭടൻ: ഞാനിപ്പോൾ ഊണുകഴിച്ചതാണ്. അതിനാൽ ഇനി ഇപ്പോൾ വേണമെന്നില്ല.

വൈദ്യൻ: അതു നിന്റെ ഇഷ്ടംപോലെ, ഞാൻ പറയാനുള്ളതു പറഞ്ഞു. ഊണുവേണ്ടെങ്കിൽ ഇപ്പോൾതന്നെ പഠിപ്പിച്ചുനോക്കാം. നിനക്കു ഗ്രന്ഥം വല്ലതുമുണ്ടോ?

വാക്ഭടൻ: എന്റെ കയ്യിലൊരു ഗ്രന്ഥവുമില്ല.

ഇതുകേട്ടു വൈദ്യൻതന്നെ ഒരു ഗ്രന്ഥമെടുത്തുകൊണ്ടുവന്നു കൊടുത്തു പഠിപ്പിച്ചുനോക്കി. സ്വല്പം പഠിപ്പിച്ചുനോക്കിയപ്പോൾ വൈദ്യനു വളരെ സന്തോഷവും വിസ്മയവും തോന്നി. ഇത്രയും ബുദ്ധിയും ശ്രദ്ധയും പഠിക്കാനുള്ള വാസനയുമുള്ള ഒരാളെ അയാൾ അതിനുമുമ്പ് കണ്ടിരുന്നില്ല. അതിനാൽ വൈദ്യൻ 'നീ മിടുക്കൻതന്നെ. നിന്നെ പഠിപ്പിക്കാൻ നമുക്കു വളരെ സന്തോഷമുണ്ട്. നിനക്ക് ഇവിടെത്തന്നെ താമസിക്കാം. ചെലവിനെല്ലാം നാം തരും. നീ ഒരു കാശുപോലും ചെലവു ചെയ്യണമെന്നില്ല. ശരിയായി പഠിക്കുക മാത്രം ചെയ്താൽ മതി' എന്നു പറഞ്ഞു.

വാക്ഭടൻ: എനിക്ക് ഈ നദിയുടെ അക്കരെയിൽ ഒരു ബന്ധുഗൃഹമുണ്ട്. അവിടെ ഒരു ചാർച്ചയും വേഴ്ചയുമൊക്കെയുള്ളതിനാൽ ഞാനവിടെ താമസിച്ചുകൊള്ളാം. അവിടുന്നു ചെലവിനൊന്നും തരണമെന്നില്ല. കൃപയുണ്ടായി പഠിപ്പിക്കുകമാത്രം ചെയ്താൽ മതി എന്നു പറഞ്ഞു.

വൈദ്യൻ: അതു നാം ചെയ്യാമെന്നു പറഞ്ഞുവല്ലോ. പിന്നെയൊക്കെ നിന്റെ ഇഷ്ടംപോലെ. ഞാൻ പറയാനുള്ളതു പറഞ്ഞു.

പകലെ ആകുന്നതുവരെ പഠിച്ചതിന്റെശേഷം വാക്ഭടാചാര്യർ തിരിയെപ്പോന്നു. സന്ധ്യാവന്ദനാദികളും അത്താഴവും കഴിഞ്ഞു കിടന്നുറങ്ങുകയും

ചെയ്യു. പിറ്റേദിവസം കുളിയും ജപവും ഭക്ഷണവും മറ്റും കഴിഞ്ഞു മുഹമ്മദീയവേഷത്തിൽ വൈദ്യന്റെ അടുക്കൽചെന്നു പഠിക്കുകയും തിരിച്ചുപോരുകയും ചെയ്യു. ഇങ്ങനെ ഏതാനും ദിവസം കഴിഞ്ഞപ്പോൾ ആ ഗുരുവിന് ആ ശിഷ്യനെ പഠിപ്പിക്കാനുള്ള ഉത്സാഹവും സന്തോഷവും സാമാന്യത്തിലധികം വർദ്ധിച്ചുവശായി. അതിനാൽ ഒരു ദിവസം വൈകുന്നേരം വാക്ഭടാചാര്യർ പഠിത്തം നിർത്തിപ്പോരാൻ ഭാവിച്ച സമയം ആ വൈദ്യൻ, 'നിനക്കു മനസ്സുണ്ടെങ്കിൽ അത്താഴം കഴിഞ്ഞു വന്നാലും പഠിപ്പിക്കാൻ ഞാൻ തയ്യാറാണ്. നിന്റെ ഇഷ്ടം പോലെയാവാം' എന്നു പറഞ്ഞു. കഴിയുന്നതും വേഗത്തിൽ പഠിക്കാനുള്ളതു പഠിച്ചുകൊണ്ടു തന്റെ കളവു പുറത്താകാതെ അവിടെനിന്നു കടക്കണമെന്നായിരുന്നു വാക്ഭടാചാര്യരുടെ വിചാരവും. അതിനാൽ ഗുരുവിന്റെ ഈ വാക്ക് അദ്ദേഹത്തിന് ഏറ്റവും സന്തോഷാവഹമായിത്തീർന്നു. 'എന്നാൽ ഞാനത്താഴം കഴിഞ്ഞു വരാം. പഠിക്കാനുള്ളതും പഠിച്ചുകൊണ്ട് കഴിയുന്നതും വേഗത്തിൽ നാട്ടിലേക്കു മടങ്ങിപ്പോയാൽ കൊള്ളാമെന്ന് എനിക്കുമുണ്ട്. വീട്ടിലുള്ളവർ എന്നെക്കാണാഞ്ഞിട്ടു വ്യസനിച്ചിരിക്കുകയായിരിക്കും. എന്റെ മോഹംകൊണ്ടു ഞാനിതിനായിച്ചാടിപ്പോന്നു എന്നേയുള്ളൂ' എന്നു പറഞ്ഞ് അദ്ദേഹം മടങ്ങിപ്പോരുകയും അത്താഴം കഴിഞ്ഞു വീണ്ടും അവിടെ എത്തുകയും ചെയ്യു. അപ്പോഴേക്കും വൈദ്യനും അത്താഴം കഴിഞ്ഞു തന്റെ ശിഷ്യന്റെ വരവിനെ പ്രതീക്ഷിച്ചുകൊണ്ടു തയ്യാറായി ഇരിക്കുന്നുണ്ടായിരുന്നു. രാത്രിയിലെ പഠിത്തം വൈദ്യന്റെ ശയനഗൃഹത്തിലായിരുന്നു. അതൊരു ഏഴുനിലമാളികയായിരുന്നു. രാത്രിയിൽ ഈ ഒരു ശിഷ്യനെ അല്ലാതെ മറ്റാരെയും ആ ഗുരു പഠിപ്പിച്ചിരുന്നില്ല.

പഠിത്തം തുടങ്ങിയാൽ ഗുരു മതിയെന്നു പറഞ്ഞിട്ടു മതിയാക്കാമെന്നു വിചാരിച്ചു ശിഷ്യനും, ശിഷ്യനു മതിയെന്നു തോന്നുന്നതുവരെ പഠിപ്പിച്ചേക്കാമെന്നു ഗുരുവും വിചാരിച്ചു. രാത്രിയിലും പകലും അവർ വളരെനേരം പഠിക്കുകയും പഠിപ്പിക്കുകയും ചെയ്യുകൊണ്ടിരുന്നു. ചില ദിവസം രാത്രിയിൽ പഠിത്തം തുടങ്ങിയാൽ കോഴി കൂകുന്നതു കേട്ടാണ് പഠിത്തം മതിയാക്കുക പതിവ്. ഉത്സാഹവും സന്തോഷവുംകൊണ്ട് അതുവരെ നേരം പോകുന്നതു രണ്ടുപേരും അറിയാറില്ല. ഇങ്ങനെ കുറച്ചു കാലം കഴിഞ്ഞപ്പോഴേക്കും വൈദ്യശാസ്ത്രങ്ങളെല്ലാം വാക്ഭടാചാര്യർ പഠിച്ചുതീർത്തു. എങ്കിലും ഗുരുവിനു തൃപ്തിയായിക്കഴിഞ്ഞില്ല. പിന്നെ ആ ഗുരു വൈദ്യസംബന്ധങ്ങളായ ഓരോ പ്രയോഗങ്ങളെപ്പറ്റി വാക്കാൽ ഉപദേശിച്ചുതുടങ്ങി. വാക്ഭടാചാര്യർ അവയും കേട്ടു ധരിച്ചുകൊണ്ടിരുന്നു. ഗുരു രാത്രികാലങ്ങളിൽ കട്ടിലിൽ കിടന്നുകൊണ്ട് ഓരോന്നു പറയുകയും ശിഷ്യൻ താഴെയിരുന്ന് എല്ലാം കേട്ടു ധരിക്കയുമാണ് പതിവ്.

അങ്ങനെയിരിക്കുമ്പോൾ ഒരു ദിവസം രാത്രിയിൽ ഗുരു 'എന്റെ കാലു കഴയ്ക്കുന്നു. നീയീ കട്ടിലിൽക്കയറിയിരുന്ന് എന്റെ കാലു കുറച്ചു തലോട്'' എന്നു പറഞ്ഞു. വാക്ഭടാചാര്യർ ഒട്ടും മടിക്കാതെ അപ്രകാരം ചെയ്യു. രാത്രി അധികമായിരുന്നതുകൊണ്ടും വാക്ഭടാചാര്യർ കാലു തടവുന്നതിന്റെ സുഖംകൊണ്ടും കുറച്ചുകഴിഞ്ഞപ്പോൾ വൈദ്യൻ ഉറങ്ങിത്തുടങ്ങി. അപ്പോൾ വാക്ഭടാചാര്യരുടെ മനസ്സിൽ ഒരു വിചാരമുണ്ടായി. 'കഷ്ടം! എന്റെ വിധി ഇപ്രകാരമായിത്തീർന്നുവല്ലോ. ഞാൻ ഒരുത്തമബ്രാഹ്മണകുലത്തിലാണ് ജനിച്ചത്. വേദശാസ്ത്രപുരാണേതിഹാസങ്ങളെല്ലാം ഗ്രഹിച്ചു. ഇങ്ങനെയൊക്കെയാ

യിട്ടും ഒരു നീചന്റെ കാൽ പിടിക്കാനാണല്ലോ എനിക്കു സംഗതിയായത്.' ഈ വക വിചാരംകൊണ്ട് അദ്ദേഹത്തിന്റെ മനസ്സിൽ സഹിക്കവയ്യാതെ കണ്ടുള്ള വ്യസനമുണ്ടായി. പെട്ടെന്ന് അദ്ദേഹമറിയാതെ കുറെ കണ്ണുനീര് പുറപ്പെട്ടുപോവുകയും ചെയ്തു. വാക്ഭടാചാര്യരുടെ നാലഞ്ചുതുള്ളി കണ്ണുനീര് ആ മുഹമ്മദീയന്റെ കാലിൻമേൽ വീണു. അയാൾ പെട്ടെന്നു കണ്ണുതുറന്നു നോക്കി. അപ്പോൾ ശിഷ്യന്റെ മുഖം അശ്രുപൂർണേക്ഷണമായിരിക്കുന്നതുകണ്ട്, 'ഇവൻ നമ്മെച്ചതിച്ചു. ഇവൻ നമ്മുടെ ജാതിക്കാരനല്ല. ഇവനെ വിട്ടയയ്ക്കാൻ പാടില്ല. ഇവന്റെ കഥ ഇപ്പോൾ കഴിക്കണം' എന്നിങ്ങനെ വിചാരിച്ചുകൊണ്ട് അയാൾ പെട്ടെന്നെണീറ്റ് ഒരു വാൾ കൈയ്യിലെടുത്തു. അതു കണ്ടു വാക്ഭടാചാര്യർ, 'കാര്യം തെറ്റി. ഇവൻ ഇപ്പോളെന്റെ കഥ കഴിക്കും. നീചന്റെ വെട്ടുകൊണ്ടു മരിക്കുന്നതു കഷ്ടമാണ്. അതു കൂടാതെ കഴിക്കണം. നാലുവേദങ്ങളും ആറുശാസ്ത്രങ്ങളും ഈശ്വരൻ എന്നൊരാളുണ്ടെന്നു പറയുന്നതും സത്യമാണെങ്കിൽ എനിക്ക് തരക്കേടൊന്നും പറ്റുകയില്ല' എന്നിങ്ങനെ വിചാരിച്ചുകൊണ്ട് ആ ഏഴുനില മാളികയുടെ ഒരു കിളിവാതിലിൽകൂടി പെട്ടെന്നു കീഴ്പ്പോട്ടു ചാടി വളരെ പൊക്കമുള്ള ആ മാളികയുടെ മുകളിൽ നിന്നു താഴെച്ചെന്നു വീണിട്ടു വാക്ഭടാചാര്യർക്കു കാലിനൽപം മുടവു (മുടന്ത്) പറ്റിയതല്ലാതെ വേറെ യാതൊരു തരക്കേടും പറ്റിയില്ല. അദ്ദേഹം അവിടെനിന്നെണീറ്റ് ഒരുവിധം ഓടി ശത്രുക്കളുടെ കയ്യിലകപ്പെടാതെ പുഴ അക്കരെ കടന്നു. ഉടനെ കുളിയും കഴിച്ചു ബ്രാഹ്മണസദസ്സിലെത്തി. അപ്പോൾ അദ്ദേഹത്തിന്റെ കാലിനു സ്വല്പം അസ്വാധീനമുള്ളതായിക്കണ്ടിട്ടു ബ്രാഹ്മണർ കാരണം ചോദിച്ചു. അപ്പോൾ ഉണ്ടായ വർത്തമാനമെല്ലാം വാക്ഭടാചാര്യർ വിസ്തരിച്ചു പറഞ്ഞുകേൾപ്പിച്ചു. ഉടനെ ബ്രാഹ്മണർ 'എന്തു സങ്കല്പത്തോടുകൂടിയാണ് മാളികയിൽനിന്നു ചാടിയത്?' എന്നു ചോദിച്ചു. അതിനു മറുപടിയായി വാക്ഭടാചാര്യർ 'നാലുവേദങ്ങളും ആറു ശാസ്ത്രങ്ങളും ഈശ്വരൻ എന്നൊരാളുമുണ്ടെന്നു പറയുന്നതും സത്യമാണെങ്കിൽ എനിക്കു തരക്കേടൊന്നും പറ്റുകയില്ല എന്നു സങ്കല്പിച്ചുകൊണ്ടാണ് ഞാൻചാടിയത്'' എന്നു പറഞ്ഞു. അതു കേട്ടു ബ്രാഹ്മണർ 'എന്നാൽ അങ്ങനെ വന്നത് ഒരത്ഭുതമല്ല. 'സത്യമാണെങ്കിൽ' എന്നായിപ്പോയതെന്താണ്? അപ്പോൾ അതിൽ വിശ്വാസമില്ല, അല്ലേ? 'നാലുവേദങ്ങളും ആറുശാസ്ത്രങ്ങളും ഈശ്വരനും ഉള്ളതുകൊണ്ട്'' എന്നായിരുന്നുവെങ്കിൽ ഈ വിധം അബദ്ധം പറ്റുകയില്ലായിരുന്നു. അങ്ങനെ തോന്നിയില്ലല്ലോ. അതിനാൽ അങ്ങു ഭ്രഷ്ടനായിരിക്കുന്നു. ഇനി ഞങ്ങളുടെ കൂട്ടത്തിലിരിക്കാൻ അങ്ങു യോഗ്യനല്ല. പുറത്തേക്കു പോകാം' എന്നു പറഞ്ഞു. അതു കേട്ടു വാക്ഭടാചാര്യർ 'ശരിതന്നെയാണ്. ഇനി ഞാൻ നിങ്ങളുടെ കൂട്ടത്തിലിരിക്കുന്നില്ല' എന്നു പറഞ്ഞു സമാജശാലയിൽനിന്നു പുറത്തിറങ്ങി. പിന്നെ അദ്ദേഹം 'ഇനി എന്താണ് വേണ്ടത്? ഏതായാലും ഇനി ഈ ദിക്കിൽ താമസിക്കാൻ സുഖമില്ല. ഇപ്പോൾ തന്നെ വല്ലവഴിക്കും പൊയ്ക്കളയാമെന്നുവെച്ചാൽ എന്റെ പ്രയത്നം മുഴുവനും നിഷ്ഫലമാകും ഇനിയൊരാൾ വിചാരിച്ചാൽ ഈ മുഹമ്മദീയരുടെ അടുക്കൽനിന്ന് ഈ വിദ്യ തട്ടിയെടുക്കാനത്ര എളുപ്പമല്ല. അതിനാൽ എന്റെ പ്രയത്നത്തിന്റെ ഫലം ഇവർക്ക് അനുഭവയോഗ്യമാക്കിക്കൊടുത്തിട്ടുവേണം ഇവിടെനിന്നും പോകാൻ' എന്നിങ്ങനെ വിചാരിച്ചു നിശ്ചയിച്ചിട്ട് അദ്ദേഹം കുറച്ചുകാലം അവിടെത്തന്നെ താമസിച്ചു. ബ്രാഹ്മണരുമായി യാതൊരുവിധത്തിലും സ്പർ

ശത്തിനിടവരാതെ അദ്ദേഹം പ്രത്യേകമൊരു സ്ഥലത്തു സ്വയം പാകം ചെയ്തു ഭക്ഷണം കഴിച്ചുകൊണ്ടാണ് താമസിച്ചത്.

വാക്ഭടൻ അങ്ങനെ താമസിച്ചുകൊണ്ട് ആദ്യംതന്നെ 'അഷ്ടാംഗ സംഗ്രഹം' എന്നൊരു വൈദ്യശാസ്ത്രഗ്രന്ഥമെഴുതിയുണ്ടാക്കി. അത് മറ്റുള്ള വൈദ്യശാസ്ത്രഗ്രന്ഥങ്ങളുടെയെല്ലാം സാരാംശങ്ങളെ സംഗ്രഹിച്ചും വളരെ ചുരുക്കിയുമാണുണ്ടാക്കിയത്. എങ്കിലും അദ്ദേഹത്തിന്ന് അതുകൊണ്ടു തൃപ്തിയായില്ല. മറ്റുള്ള വൈദ്യശാസ്ത്രഗ്രന്ഥങ്ങളെക്കാളൊക്കെ ചുരുക്കമായിട്ടാണതുണ്ടാക്കിയതെങ്കിലും ചുരുങ്ങിയതു മതിയായില്ലെന്നാണ് അദ്ദേഹത്തിനു തോന്നിയത്. എന്നു മാത്രമല്ല, അതു ഗദ്യവും പദ്യവുംകൂടിയായതുകൊണ്ടു പഠിക്കുന്നവർക്കു ഹൃദിസ്ഥമാക്കുന്നതിനു പ്രയാസമായിരിക്കുമെന്നും അദ്ദേഹത്തിനു തോന്നി. സംഗ്രഹത്തെക്കാൾ ചുരുക്കമായിട്ടും എന്നാൽ സംഗതികളെല്ലാം അടക്കിയും പദ്യങ്ങൾ മാത്രമായിട്ടും ഒരു ഗ്രന്ഥമുണ്ടാക്കണമെന്ന് അദ്ദേഹം നിശ്ചയിച്ചു. ആ നിശ്ചയത്തോടുകൂടി വാക്ഭടാചാര്യരുണ്ടാക്കിയതാണ് അഷ്ടാംഗഹൃദയം. അതിന്റെ ശേഷം അദ്ദേഹം ജനോപകാരാർത്ഥം 'അമരകോശം' എന്ന അഭിധാനഗ്രന്ഥവുമുണ്ടാക്കി. അതു വേറെയുള്ള അഭിധാനഗ്രന്ഥങ്ങളുടെ സാര സംഗ്രഹവുമാണ്. ഇങ്ങനെ മൂന്നു ഗ്രന്ഥങ്ങളുണ്ടാക്കി ബ്രാഹ്മണസന്നിധിയിൽ സമർപ്പിച്ചിട്ടു വാക്ഭടാചാര്യർ അവിടെനിന്നു പോവുകയും ചെയ്തു. പിന്നീട് അദ്ദേഹത്തെ ആരും കണ്ടിട്ടുള്ളതായി ഒരു കേൾവിയുമില്ല. അതിനാൽ അതിൽപ്പിന്നെ അദ്ദേഹം എവിടെ, ഏതു സ്ഥിതിയിൽ താമസിച്ചിരുന്നുവെന്നും, എവിടെവച്ച് ഏതുവിധത്തിൽ, എന്ന് ചരമഗതിയെ പ്രാപിച്ചുവെന്നും മറ്റുമുള്ള യാതൊരു കഥയും ആർക്കും അറിവില്ല.

വാക്ഭടാചാര്യർ പോയതിന്റെ ശേഷം 'ഭ്രഷ്ടനാലുണ്ടാക്കപ്പെട്ട ഗ്രന്ഥങ്ങൾ സ്വീകരിക്കാമോ' എന്നു ബ്രാഹ്മണർക്കു വലിയ സംശയമായി. ഇവ ഭ്രഷ്ടനാലുണ്ടാക്കപ്പെട്ടവയാണെന്നുള്ള ഓർമക്കായി ഏകാദശിനാൾ ഈ മൂന്നു ഗ്രന്ഥങ്ങളും പഠിച്ചുകൂടായെന്നുകൂടി അവർ നിശ്ചയിച്ചു. അതിനാൽ ഇന്നും അഷ്ടാംഗസംഗ്രഹം, അഷ്ടാംഗഹൃദയം, അമരകോശം ഈ മൂന്നു ഗ്രന്ഥങ്ങൾ ഏകാദശിനാൾ പഠിക്കുകയും പഠിപ്പിക്കുകയും പതിവില്ല.

●

പ്രഭാകരൻ

ശ്രീകൃഷ്ണവിലാസകാവ്യത്തിന്റെ കർത്താവായ പ്രഭാകരകവിയെക്കുറിച്ചു കേട്ടിട്ടില്ലാത്തവർ സംസ്കൃതഭാഷാപരിജ്ഞാനം അല്പമെങ്കിലും സിദ്ധിച്ചിട്ടുള്ളവരിൽ ആരുമുണ്ടായിരിക്കുമെന്നു തോന്നുന്നില്ല. പ്രഭാകര കവിക്ക് 'സുകുമാരൻ' എന്നൊരു പേരുകൂടി നടപ്പുണ്ട്. അദ്ദേഹത്തിന് ഇങ്ങനെ രണ്ടു പേരുകളുണ്ടാവാനുള്ള കാരണമെന്താണെന്നു നിശ്ചയമില്ല. ഇദ്ദേഹം ജാതിയിൽ ബ്രാഹ്മണനായിരുന്നു എന്നാണ് കേട്ടിട്ടുള്ളത്.

പ്രഭാകരൻ അത്യന്തം ബുദ്ധിമാനും വിദ്യാഭ്യാസത്തിൽ ശ്രദ്ധയുള്ള ആളുമായിരുന്നതിനാൽ അദ്ദേഹത്തിന്റെ ഗുരുനാഥന് അദ്ദേഹത്തെക്കുറിച്ചു മനസ്സിൽ സീമാതീതമായ സ്നേഹവും വാത്സല്യവും ഉണ്ടായിരുന്നു. എങ്കിലും ഗുരുനാഥൻ സദാനേരവും പ്രഭാകരനെ അതികഠിനമായി അടിക്കുകയും ശകാരിക്കുകയും ചെയ്തുകൊണ്ടിരുന്നു. പ്രഭാകരന്റെ സഹപാഠികളായിട്ടു വേറെയും പല ബാലൻമാരുണ്ടായിരുന്നു. അവർക്കാർക്കും പ്രഭാകരനോളം ബുദ്ധിയും പഠിത്തത്തിൽ ശ്രദ്ധയുമുണ്ടായിരുന്നില്ല. എന്നാലും അവരെ ആരെയും ഗുരുനാഥൻ ഇതുപോലെ അടിക്കുകയും ശകാരിക്കുകയും പതിവില്ല. അവർക്കൊക്കെ ഗുരുനാഥൻ ഒരു ശ്ളോകത്തിന്റെയോ ഒരു പദത്തിന്റെയോ അർത്ഥം നൂറു പ്രാവശ്യം വേണമെങ്കിലും പറഞ്ഞുകൊടുക്കും. പ്രഭാകരൻ പഠിക്കുന്നതിന്റെ അർത്ഥമെല്ലാം തന്നെത്താൻ വിചാരിച്ചു പറയണം. അഥവാ ഗുരുനാഥൻ പറഞ്ഞു കൊടുക്കുകയാണെങ്കിലും ഒരു പ്രാവശ്യമല്ലാതെ പതിവില്ല. അതികഠിനമായ ഒരു ശ്ലോകത്തിന്റെ ഭാവാർത്ഥം പോലും ഒരു പ്രാവശ്യം പറഞ്ഞു കൊടുത്താൽ പ്രഭാകരൻ മനസ്സിലാക്കിക്കൊള്ളും. പിന്നെ അതൊരിക്കലും മറക്കുകയുമില്ല. എങ്കിലും പ്രഭാകരൻ ശുദ്ധമേ വിഡ്ഢിയാണെന്നും പഠിത്തത്തിൽ ജാഗ്രത വളരെക്കുറവാണെന്നുമല്ലാതെ ഗുരുനാഥൻ ഒരിക്കലും പറയുക പതിവില്ല. സദാനേരവും കോപഭാവമല്ലാതെ ആ ഗുരുനാഥൻ പ്രഭാകരന്റെ നേരേ സന്തോഷഭാവം ഒരിക്കലും പ്രകടിപ്പിക്കാറില്ല. ഗുരുനാഥന്റെ ഈ ക്രൂരതയെക്കുറിച്ച് പ്രഭാകരനു വളരെ മനസ്താപമുണ്ടായി. എങ്കിലും അതൊന്നും പുറത്തു പ്രകടിപ്പിക്കാതെ വിനയാദരഭക്തിപുരസ്സരം പഠിച്ചും കൊണ്ടിരുന്നു. കാലക്രമേണ അദ്ദേഹം കാവ്യനാടകാലങ്കാരങ്ങളിലും വേദശാസ്ത്രപുരാണേതിഹാസങ്ങളിലും അനിതരസാധാരണമായ പാണ്ഡിത്യത്തെ സമ്പാദിച്ചു. എങ്കിലും വിദ്യാഭ്യാസം മതിയാക്കുന്നതിന് അദ്ദേഹത്തിനും ഗുരുനാഥനും മനസ്സായില്ല. അതിനാൽ അദ്ദേഹം വീണ്ടും ഓരോവക ശാസ്ത്രങ്ങൾ സശ്രദ്ധം പഠിച്ചുകൊണ്ടും ഗുരുനാഥൻ പഠിപ്പിച്ചുകൊണ്ടുമിരുന്നു. അങ്ങനെ പ്രഭാകരൻ

ഒരു നല്ല വിദ്വാനും യൗവനയുക്തനുമായിത്തീർന്നു. പിന്നെയും പ്രഭാകരന്റെ പഠിത്തത്തിനും ഗുരുനാഥന്റെ ശകാരത്തിനും അടിക്കും യാതൊരു കുറവും വന്നില്ല. പ്രഭാകരന്റെ പഠിത്തവും പ്രായവും വർദ്ധിക്കുന്തോറും ഗുരുനാഥന്റെ അടിയും ശകാരവും വർദ്ധിച്ചു വന്നു.

ഒരു ദിവസം പഠിച്ചുകൊണ്ടിരിക്കുമ്പോൾ പ്രഭാകരൻ എന്തോ ഒരു സംശയം വരികയാൽ അതെങ്ങനെയാണെന്നു ഗുരുനാഥനോടു ചോദിച്ചു. ഗുരുനാഥൻ 'എടാ ഏഭ്യാ! ഇനിയും നിനക്ക് അതറിയാറായില്ലേ?' എന്നു ചോദിച്ചുകൊണ്ടു പ്രഹരിക്കാൻ തുടങ്ങി. അടികൊണ്ടു തുടപൊട്ടി രക്തം പ്രവഹിച്ചുതുടങ്ങി. പിന്നെയും ഗുരുനാഥൻ അടി മതിയാക്കാനുള്ള ഭാവമില്ല. ഒടുക്കം സഹിക്കവയ്യാതായപ്പോൾ പ്രഭാകരൻ ഓടിയൊളിച്ചു. അന്നു പ്രഭാകരനു സാമാന്യത്തിലധികം വേദനയും മനസ്താപവുമൊക്കെയുണ്ടായി. അതിനാൽ ഏതുവിധവും ഗുരുനാഥന്റെ കഥ ഇന്നു കഴിക്കണം. ഇനി ഈ ദുഷ്ടൻ ജീവിച്ചിരുന്നിട്ട് ഇങ്ങനെ ഒരുത്തനെ അടിക്കരുത് എന്നു നിശ്ചയിച്ചു. ഗുരുനാഥൻ സന്ധ്യാവന്ദനത്തിനു പോയ തരത്തിനു പ്രഭാകരൻ ഒരു വലിയ കരിങ്കല്ല് വലിച്ചെടുത്തുംകൊണ്ട് ഗുരുനാഥന്റെ തട്ടിൻപുറത്തു കേറിയിരുന്നു. ഗുരുനാഥൻ വന്നു കിടന്ന് ഉറക്കമാകുന്ന സമയം തട്ടിന്റെ പലകയിളക്കിമാറ്റി, കരിങ്കല്ല് ഗുരുനാഥന്റെ മാറത്തിട്ട് കൊല്ലണമെന്നായിരുന്നു പ്രഭാകരന്റെ വിചാരം.

ഗുരുനാഥൻ സന്ധ്യാവന്ദനാദിനിയമങ്ങളെല്ലാം കഴിഞ്ഞു ഗൃഹത്തിൽ വന്നപ്പോഴേക്കും അത്താഴത്തിന് കാലമായിരുന്നു. എങ്കിലും അദ്ദേഹം 'എനിക്കിന്നു നല്ല സുഖമില്ല. അതുകൊണ്ട് അത്താഴം വേണമെന്നു തോന്നുന്നില്ല' എന്നു പറഞ്ഞിട്ടു ശയനഗൃഹത്തിലേക്കു പോയി. അവിടെച്ചെന്ന ഉടനെ കട്ടിലിൽക്കേറി അത്യന്തം വിചാരമഗ്നനെന്നതു പോലെ കിടപ്പുമായി. ഗുരുനാഥൻ അത്താഴമുണ്ണാഞ്ഞതുകൊണ്ടു ഗുരുപത്നിയും ഉണ്ടില്ല. ഗുരു ശയനഗൃഹത്തിൽ ഉറങ്ങാതെ കിടക്കുന്നതു കണ്ടിട്ട് പത്നി 'ഇന്നെന്താണ് അവിടേക്ക് ഒരു വലിയ മനോവിചാരമുള്ളതുപോലെയിരിക്കുന്നത്? അത്താഴവുമുണ്ടില്ലല്ലോ. സുഖമില്ലെന്നു പറഞ്ഞതെന്താണ്?' എന്നു ചോദിച്ചു.

ഗുരുനാഥൻ: എനിക്കു വിശേഷിച്ചു സുഖക്കേടൊന്നുമില്ല. ഞാനിന്നു നമ്മുടെ പ്രഭാകരനെ സാമാന്യത്തിലധികം അടിച്ചു. അപ്പോൾ ദേഷ്യംകൊണ്ട് അടിച്ചുപോയി. പിന്നെ അതു വിചാരിച്ചിട്ട് എനിക്കു വളരെ വ്യസനമുണ്ടായി. ആ വ്യസനം ഇപ്പോഴും എന്റെ മനസ്സിൽനിന്നു പോകുന്നില്ല. ഞാനെത്ര അടിച്ചാലും അവൻ അതെല്ലാം കൊണ്ടുംകൊണ്ട് ഇരിക്കുകയാണ് പതിവ്. ഇന്ന് അവൻ എണീറ്റ് ഓടിപ്പൊയ്ക്കളഞ്ഞു. സഹിക്കവയ്യാതെ വേദനയുണ്ടായതുകൊണ്ടാണ് അവൻ പോയത്. എന്റെ ക്രൂരതയെക്കുറിച്ചു വിചാരിച്ചിട്ട് എന്റെ ഹൃദയം പൊടിയുന്നു. അതുകൊണ്ടാണ് ഞാൻ അത്താഴമുണ്ണാത്തത്. ഇന്ന് എനിക്ക് മനസ്സിന്റെ അസ്വാസ്ഥ്യം തീരുകയില്ല.

ഗുരുപത്നി: ഇതു വലിയ കഷ്ടംതന്നെയാണ്. ഇതിനെക്കുറിച്ച് പറയണമെന്നു ഞാൻ പലപ്പോഴും വിചാരിക്കാറുണ്ട്. ഞാൻ പറഞ്ഞാൽ അവിടേക്കു രസമായില്ലെങ്കിലോ എന്നു വിചാരിച്ചാണ് ക്ഷമിക്കുന്നത്. പ്രഭാകരനെപ്പോലെ ബുദ്ധിയും പഠിത്തത്തിൽ ശ്രദ്ധയും ഗ്രഹണശക്തിയും ധാരണാശക്തിയും സൗശീല്യാദി ഗുണങ്ങളുമുണ്ടായിട്ട് ഇവിടെ പഠിക്കുന്ന

കുട്ടികളിലെന്നല്ല ലോകത്തിൽത്തന്നെ ആരുമുണ്ടെന്ന തോന്നുന്നില്ല. എന്നാൽ ഇവിടെ അവനെ അടിക്കയും ശകാരിക്കയും ചെയ്യുന്നതുപോലെ മറ്റാരെയുമില്ലതാനും. അവന്റെ ശരീരം കണ്ടാൽ പ്രഭാകരൻ എന്നും സുകുമാരൻ എന്നുമുള്ള നാമങ്ങൾ യഥാർത്ഥങ്ങളാണെന്ന് ഏവരും സമ്മതിക്കും. ഇപ്രകാരം ആകൃതിക്കും പ്രകൃതിക്കും ഒന്നുപോലെ ഗുണം തികഞ്ഞിരിക്കുന്ന ഒരു ബാലനോട് ഇപ്രകാരം കഠിനത പ്രവർത്തിക്കാമെന്ന് ഇവിടേക്കു തോന്നുന്നതെന്തു കൊണ്ടാ? കുട്ടികൾക്കു യവൗനാരംഭമായാൽ പിന്നെ അവരെ അടിക്കുകയും ശകാരിക്കുകയും ചെയ്യുന്നതു യുക്തമല്ല. അന്യന്റെ കുട്ടിയായാൽ പിന്നെ പറയാനുമില്ലല്ലോ.

ഗുരുനാഥൻ: ഭവതി പറഞ്ഞതൊക്കെ വാസ്തവമാണ്. എന്നാൽ എന്റെ പ്രഭാകരനെ ഒരന്യബാലനായി ഞാൻവിചാരിച്ചിട്ടില്ല. അവന് എത്ര പ്രായമായാലും എനിക്കവൻ എന്നും കുട്ടിതന്നെ. അവന്റെ ഗുണഗണങ്ങളൊന്നും എനിക്ക് അറിഞ്ഞുകൂടായ്കയുമില്ല. എനിക്ക് അവനെക്കുറിച്ച് സ്നേഹവും വാത്സല്യവും ഇല്ലായ്കയുമില്ല. എനിക്ക് അവനെക്കുറിച്ചു നമ്മുടെ സീമന്തപുത്രനിലുള്ളധിലധികം സ്നേഹവും വാത്സല്യവുമുണ്ട്. എന്നാൽ അതൊന്നും ഞാൻപുറത്തു കാണിക്കാത്തത് അവൻ ബുദ്ധിമാനും സമർത്ഥനുമാണെന്നു ഞാൻവിചാരിക്കുന്നു എന്ന് അവനറിഞ്ഞാൽ അവൻ അഹങ്കാരിയായിപ്പോവും. തന്നിമിത്തം പഠിത്തത്തിൽ ജാഗ്രത കുറഞ്ഞുപോയിയെങ്കിലോ എന്നു വിചാരിച്ചുമാത്രമാണ് ഞാൻ അവനോടു സ്നേഹഭാവം കാണിക്കാതെ ഇരിക്കുന്നത്. അല്ലാതെ മറ്റൊന്നു കൊണ്ടുമല്ല. ഞാൻ ശാസിക്കുന്നതിന്റെ ഗുണം ഒടുക്കം അവനിൽ കാണാറാകും. എന്റെ പ്രഭാകരൻ ലോകൈകവിദ്വാനായിത്തീരുമെന്നുള്ളതിനു സംശയമില്ല. ഇങ്ങനെയൊക്കെ ആണെങ്കിലും ഇന്നു ഞാൻ പ്രവർത്തിച്ചതു വലിയ സാഹസമായിപ്പോയിതാനും. ഇനി ഞാൻ ഒരിക്കലും അവനെ ഇങ്ങനെ വേദനപ്പെടുത്തുകയില്ല. നിശ്ചയംതന്നെ. കഷ്ടം! എന്റെ പ്രഭാകരൻ ഇന്നനുഭവിച്ച വേദനയെക്കുറിച്ചു വിചാരിച്ചിട്ടു എന്റെ ഹൃദയം പൊടിയുന്നു.

ഇപ്രകാരം ഗുരുവും പത്നിയും കൂടിയുള്ള സംഭാഷണം കേട്ടപ്പോൾ പ്രഭാകരനു ഗുരുനാഥനെക്കുറിച്ചുണ്ടായ വൈരം മുഴുവനും പോയി എന്നു മാത്രമല്ല അത്യന്തം ഭക്തിയും ബഹുമാനവും വർദ്ധിക്കുകയും താൻ പ്രവർത്തിക്കാൻ വിചാരിച്ച കഠിനപ്രവൃത്തിയെക്കുറിച്ചു വളരെ പശ്ചാത്താപം ജനിക്കുകയും ചെയ്തു. 'കഷ്ടം! എന്റെ പേരിൽ ഇത്രയും സ്നേഹവും വാത്സല്യവുമുള്ള ഗുരുനാഥനെ കൊല്ലണമെന്നു ഞാൻ വിചാരിച്ചുപോയല്ലോ. ഈശ്വരാ! ഈ മഹാപാപം ഇനി എന്തു ചെയ്താൽ തീരും' എന്നിങ്ങനെ വിചാരിച്ചു വ്യസനിച്ചു കരഞ്ഞും കൊണ്ടു പ്രഭാകരൻ താഴെ ഇറങ്ങിവന്നു ഗുരുനാഥന്റെ പാദത്തിങ്കൽ വീണു നമസ്കരിച്ചു. ഗുരുനാഥൻ 'അയ്യോ ഇതെന്റെ പ്രഭാകരനല്ലേ' എന്നു പറഞ്ഞുകൊണ്ടു പെട്ടെന്നു കട്ടിലിൽ നിന്നെഴുന്നേറ്റു പ്രഭാകരന്റെ തലയിൽ തൊട്ട് അനുഗ്രഹിച്ചു, പിടിച്ചെഴുന്നേൽപ്പിച്ചു ഗാഢമായി ആലിംഗനം ചെയ്തു. സന്താപംകൊണ്ടോ സന്തോഷംകൊണ്ടോ എന്തോ രണ്ടുപേരും കണ്ണീരൊലിപ്പിച്ചുകൊണ്ടു നിശ്ചേഷ്ടൻമാരായി നിന്നതല്ലാതെ കുറച്ചു നേരത്തേക്ക് ഒരക്ഷരം പോലും മിണ്ടുന്നതിന് അവർക്കു ശക്തിയുണ്ടായില്ല. പിന്നെ കുറഞ്ഞൊരുനേരം കഴിഞ്ഞതിന്റെ ശേഷം ഗുരുനാഥൻ 'പ്രഭാകരൻ എന്റെ അടിയുടെ ദുസ്സഹത്വം കൊണ്ട് ഇവിടെ കേറി ഒളിച്ചിരിക്കുകയായിരുന്നു,

അല്ലേ? നീ നന്നായിവരണമെന്നുള്ള ആഗ്രഹംകൊണ്ടും പ്രായാധിക്യം നിമിത്തം കോപത്തെ അടക്കുന്നതിന് എനിക്കു ശക്തി മതിയാകാതെ വന്നതുകൊണ്ടും ഞാൻ നിന്നെ ക്രമത്തിലധികം തല്ലിപ്പോയതാണ്. നിനക്ക് എന്നോടിതുകൊണ്ടു പരിഭവമൊന്നും തോന്നരുത്. ഇനി ഞാനൊരിക്കലും നിന്നെ ഇങ്ങനെ ഉപദ്രവിക്കുകയില്ല.' പ്രഭാകരൻ: അവിടുന്ന് ഇങ്ങനെ പറയുകയും ഇതിനെക്കുറിച്ച് ലേശംപോലും വ്യസനിക്കുകയും വേണ്ട. അവിടുന്ന് ഇനിയും എത്രയടിച്ചാലും ശകാരിച്ചാലും അതൊക്കെ അനുഭവിക്കുന്നത് എനിക്ക് സന്തോഷമാണ്. അടി കൊണ്ടു വേദന സഹിക്കവയ്യാതെ ആയപ്പോൾ എന്റെ മനസ്സിൽ കുറച്ചു വല്ലായ്മയുണ്ടായി. അതിനെക്കുറിച്ചു തന്നെ എനിക്കിപ്പോൾ വളരെ പശ്ചാത്താപമുണ്ട്. എന്റെ അറിവില്ലായ്മകൊണ്ടും വേദനയുടെ ദുസ്സഹത്വംകൊണ്ടും ഗുരുനാഥനെ കൊല്ലണമെന്ന് എന്റെ ഹൃദയത്തിൽ തോന്നിപ്പോയി. അതിനായിട്ടാണ് ഞാൻ ഇവിടെക്കേറി ഒളിച്ചിരുന്നത്. ഈ ബാലചാപല്യത്തെ അവിടുന്നു കൃപാപൂർവം ക്ഷമിച്ച് എനിക്കു മാപ്പുതരുകയും ഈ ദുർവിചാരം നിമിത്തമുണ്ടായിട്ടുള്ള മഹാപാപം തീരുന്നതിനു ഞാനെന്തു ചെയ്താൽ മതിയാകുമെന്ന് അവിടുന്നെനിക്കു പറഞ്ഞുതരികയും വേണം.

ഗുരു: പശ്ചാത്താപത്തിനെക്കാൾ വലിയതായ പ്രായശ്ചിത്തം ഒരു പാപകർമത്തിനുമില്ല. നിനക്കിപ്പോൾ അതിയായ പശ്ചാത്താപമുണ്ടായിരിക്കുന്നതുകൊണ്ടു നിന്റെ സകല പാപങ്ങളും തീർന്നിരിക്കുന്നു. ഞാൻ നിന്റെ തെറ്റുകളെ ക്ഷമിച്ചു മാപ്പും തന്നിരിക്കുന്നു. ഇനി ഇതിലേക്കായി നീ ഒരു പ്രായശ്ചിത്തവും ചെയ്യണമെന്നില്ല.

പ്രഭാകരൻ: അതുകൊണ്ടു മതിയായില്ല. എന്റെ ഈ ദുർവിചാരത്തിന് അതികഠിനമായ മഹാപാപമുണ്ട്. അതു തീരണമെങ്കിൽ അതിനു തക്കതായ എന്തെങ്കിലും പ്രായശ്ചിത്തം ചെയ്യണം. അല്ലാതെ എന്റെ മനസ്സിനു സമാധാനം വരുന്നതല്ല.

ഗുരു: എന്നാൽ നാളെ ബ്രാഹ്?മണസഭയിൽ ചെന്നു ചോദിച്ചിട്ട് ഉഭയകുലപരിശുദ്ധൻമാരായി, ദേവജ്ഞൻമാരായി, ശാസ്ത്രജ്ഞൻമാരായിരിക്കുന്ന ആ മഹാബ്രാഹാ?മണർ വിധിക്കുന്നതുപോലെ ചെയ്യണം. അല്ലാതെ എനിക്കൊന്നും തോന്നുന്നില്ല.

ഇങ്ങനെ പറഞ്ഞു വ്യസനിച്ചുംകൊണ്ടുതന്നെ അവർ അന്നത്തെ രാത്രി ഒരുവിധം കഴിച്ചുകൂട്ടി. അരുണോദയമായപ്പോൾ പ്രഭാകരൻ കുളിച്ചു നിത്യകർമാനുഷ്ഠാനാദികൾ കഴിച്ചുകൊണ്ട് ബ്രാഹ്മണസഭയിലെത്തി വിവരമെല്ലാം പറഞ്ഞു. ആ മഹാബ്രാഹ്മണരെല്ലാം കൂടി ആലോചിച്ച് 'ഗുരുനാഥനെ കൊല്ലണമെന്നു വിചാരിച്ചവന്റെ പാപം തീരണമെങ്കിൽ അവൻ ഉമിത്തീയിൽ നിന്നു നീറി ദഹിച്ചു മരിക്കണം. അല്ലാതെ തീരുന്നതല്ല' എന്നു വിധിച്ചു. ഉടനെ പ്രഭാകരൻ വന്ന് ഒരു സ്ഥലത്തുനിന്നുകൊണ്ട് ഉമി വരുത്തി തന്റെ കഴുത്തുവരെ കൂട്ടിച്ച് അതിന്റെ നാലുഭാഗത്തും തീയുംവെപ്പിച്ചു. 'ഏതെങ്കിലും എന്റെ ഈ ജന്മം ഇങ്ങനെയായി. എന്റെ പേരു ഭൂലോകത്തിൽ എന്നും നിലനില്ക്കുന്നതിനും ഭഗവൽസ്മൃതിയോടുകൂടി മരിക്കുന്നതിനുമായിട്ട് ഇപ്പോൾ ഒരുകാവ്യമുണ്ടാക്കണം' എന്നു നിശ്ചയിച്ച് പ്രഭാകരൻ അവിടെനിന്നുകൊണ്ട് ഒരു കാവ്യമുണ്ടാക്കി ചൊല്ലിത്തുടങ്ങി. അങ്ങനെ മഹാനായ ആ പ്രഭാകരകവി ഉമിത്തീയിൽ നിന്നു ദഹിച്ചുകൊണ്ടുണ്ടാക്കിയതാണ് സാക്ഷാൽ 'ശ്രീകൃഷ്ണ

വിലാസം' കാവ്യം. പ്രഭാകരന്റെ ഈ ചരിത്രം ഗുരുശിഷ്യ ഭാവത്തോടുകൂടി വർത്തിക്കുന്നവരായ സകലജനങ്ങളും സദാ ഓർത്തു പ്രവർത്തിക്കുന്നതായിരുന്നാൽ വളരെ ഗുണം സിദ്ധിക്കാനുണ്ടെന്നുള്ളതു പറയേണ്ടതില്ലല്ലോ.

പ്രഭാകരൻ അങ്ങനെ ശ്രീകൃഷ്ണവിലാസമുണ്ടാക്കി പന്ത്രണ്ടാം സർഗം മുഴുവനാക്കുന്നതിനു മുമ്പേ അദ്ദേഹത്തിന്റെ ദേഹം മുഴുവനും ദഹിച്ചുപോയതിനാൽ അതു മുഴുവനാക്കാൻ കഴിഞ്ഞില്ല. പന്ത്രണ്ടാം സർഗത്തിലെ ഒരു ശ്ലോകത്തിൽ 'പശ്യ പ്രിയേ! കൊങ്കണ' ഇത്രയും പറഞ്ഞപ്പോഴേക്കും അഗ്നി അദ്ദേഹത്തിന്റെ തൊണ്ടയിൽ പിടികൂടിപ്പോയതിനാൽ ആ ശ്ലോകംതന്നെ മുഴുവനാക്കാൻ അദ്ദേഹത്തിനു സാധിച്ചില്ല. അങ്ങനെ അതിയോഗ്യനായിരുന്ന പ്രഭാകരൻ ഭസ്മാവശേഷനായി ത്തീരുകയും ചെയ്തു.

അനന്തരം കവികുലശിരോമണിയായ സാക്ഷാൽ കാളിദാസൻ പ്രഭാകരന്റെ ശ്രീകൃഷ്ണവിലാസകാവ്യം വായിച്ചുകേട്ട് അതു മുഴുവനാക്കണമെന്നു നിശ്ചയിച്ചു. 'പശ്യപ്രിയേ! കൊങ്കണ' എന്നുള്ളതിന്റെ ശേഷമായി 'ഭൂമിഭാഗാൻ' എന്ന് എഴുതിയപ്പോഴേക്കും 'പട്ടുനൂലിനോടുകൂടി വാഴനാര് ഏച്ചുകെട്ടാൻ പുറപ്പെടേണ്ട' എന്നൊരു അശരീരിവാക്കുണ്ടായി. അതിനാൽ കാളിദാസനും പിന്നെ അതിന്റെ ശേഷം മുഴുവനാക്കാൻ ശ്രമിച്ചിട്ടില്ല. ശ്രീകൃഷ്ണവിലാസകാവ്യത്തിന്റെ ഗുണം എത്രമാത്രമുണ്ടെന്ന് ഇതിൽനിന്ന് ഊഹിക്കാവുന്നതാണല്ലോ.

ഈ അശരീരി കേട്ടപ്പോൾ കാളിദാസരുടെ മനസ്സിൽ കുറച്ച് അസൂയയും കോപവും വാശിയും തോന്നി. എന്നാൽ 'ഇതിനോടുകൂടി ഞാനൊന്നും ഏച്ചുകെട്ടാൻ പോകുന്നില്ല. ഇതുപോലെ ഒന്നുണ്ടാക്കാമോ എന്നു ഞാനും നോക്കാം' എന്നു പറഞ്ഞാണ് കാളിദാസൻ 'കുമാര സംഭവം' കാവ്യം ഉണ്ടാക്കിയത്. 'അസ്തിശ്രീയസ്സത്മ സുമേരു നാമാ' എന്നാണല്ലോ പ്രഭാകരൻ ശ്രീകൃഷ്ണവിലാസത്തിന്റെ ആദ്യം തുടങ്ങിയിരിക്കുന്നത്. അതിനു പകരമായിട്ടാണ് കാളിദാസൻ തന്റെ കുമാരസംഭവത്തിന്റെ ആദ്യത്തിൽ 'അസ്ത്യുത്തരസ്യാം ദിശി ദേവതാത്മാ ഹിമാലയോ നാമ നഗാധിരാജഃ' എന്നു തുടങ്ങിയിരിക്കുന്നത്. എന്നാൽ ഈ സംഗതിയിൽ ചില പക്ഷാന്തരങ്ങളും ഇല്ലെന്നില്ല.

●

പാതായിക്കര നമ്പൂരിമാർ

പാതായിക്കര എന്ന ഇല്ലം അങ്ങാടിപ്പുറം ദേശത്താണ്. ഈ ഇല്ലത്ത് ഒരു കാലത്ത് അതിശക്തന്മാരും ജ്യേഷ്ഠാനുജന്മാരുമായി രണ്ടു നമ്പൂരിമാരുമുണ്ടായിരുന്നു. ഇവർക്കു പ്രതിദിനം രണ്ടുനേരവും ഭക്ഷണത്തിന് ഓരോ പന്തിരുനാഴി (പന്ത്രണ്ടേകാലിടങ്ങഴി അരി) വീതമായിരുന്നു പതിവ്. ഇവർ കൂട്ടാനും മോരും കൂട്ടി ഊണു കഴിക്കുക പതിവില്ലായിരുന്നു. അതിനു പകരം തേങ്ങാപ്പാലാണ് അവർ കൂട്ടിവന്നത്. ജ്യേഷ്ഠനും അനുജനും പന്ത്രണ്ടേകാൽ വീതവും ജ്യേഷ്ഠന്റെ അന്തർജനത്തിനു മൂന്നാഴിയും ഇങ്ങനെ ഇരുപത്തഞ്ചേകാലിടങ്ങഴി അരി ആ അന്തർജനം വെച്ചുവാർത്ത് അതിൽ നിന്നു തനിക്കുള്ള മൂന്നാഴിയരിയുടെ ചോറെടുത്തു കൊണ്ടു ശേഷമുള്ളത് പപ്പാതി രണ്ടുപേർക്കും വിളമ്പികൊടുക്കയും രണ്ടുപേരുടേയും ഇടത്തുവശത്തു പൊളിക്കാത്ത പന്ത്രണ്ടു തേങ്ങാവീതം കൊണ്ടുചെന്നു വെയ്ക്കുകയും ചെയ്യും. നമ്പൂരിമാർ വന്നിരുന്ന് ഇടത്തു കൈകൊണ്ട് ഓരോ തേങ്ങാ എടുത്തു പിഴിഞ്ഞുകൂട്ടി ഊണുകഴിക്കും. ആ ചോറവസാനിക്കുമ്പോൾ നാളികേരവും തീർന്നിരിക്കും. അന്തർജനത്തിന്റെ ഊണും അങ്ങനെതന്നെ. അവർക്കു ചോറു കുറവാകയാൽ പിഴിഞ്ഞു കൂട്ടാൻ ഒരു നാളികേരമേ പതിവുള്ളൂ. അവരും ആ ഒരു തേങ്ങാ പൊളിക്കാതെതന്നെ ഇടത്തുകൈകൊണ്ടു പിഴിഞ്ഞു കൂട്ടിയുണ്ണുകയാണ് പതിവ്.

ഒരു ദിവസം ആ ഇല്ലത്തു പതിവുപോലെ അരിവെപ്പു കഴിഞ്ഞു നമ്പൂരിമാർ ഉണ്ണാനിരിക്കാൻ ഭാവിച്ചപ്പോൾ സമീപസ്ഥനും ചാർച്ചക്കാരനുമായ ഒരു നമ്പൂരി ഓടിവന്ന് ഈ നമ്പൂരിമാരോട് 'ഇന്നു നമ്മുടെ ജന്മനക്ഷത്രമാണ്. നിങ്ങൾ രണ്ടുപേരും ഭക്ഷണത്തിന് ഇല്ലത്തേക്കു വരണം. ഇന്നലെ തന്നെ ഇവിടെ ക്ഷണിക്കണമെന്നും മഹനോടു പറഞ്ഞിരുന്നു. ഇതുവരെ നിങ്ങളെ കാണായ്കയാൽ ഇപ്പോൾ മഹാനെ വിളിച്ചു ഞാൻ ചോദിച്ചപ്പോൾ ഇവിടെ പറയാൻ അന്ധാളിച്ചുപോയെന്ന് അയാൾ പറഞ്ഞു. എന്നാൽ കാര്യം തെറ്റിയല്ലോ എന്നു വിചാരിച്ചു ഞാൻ പരിഭ്രമിച്ചു വരികയായിരുന്നു. ഈ സമയത്തു വല്ലവരെയും പറഞ്ഞയച്ചാൽ നിങ്ങൾ അമാന്തിച്ചെങ്കിലോ എന്നു വിചാരിച്ചാണ് ഞാൻ തന്നെ ഓടിവന്നത്. അതിനാൽ നമുക്കു വേഗത്തിൽ പോകാം. അവിടെ എല്ലാം കാലമായിരിക്കുന്നു. ഇലവയ്ക്കാൻ ഇനി നമ്മൾ ചെല്ലാത്ത താമസമേ ഉള്ളൂ' എന്നു പറഞ്ഞു. ചാർച്ചക്കാരന്റെ ഈ ക്ഷണം സ്വീകരിക്കാതിരിക്കുന്നതു ലൗകികത്തിനു പോരാത്തതാണല്ലോ എന്നു വിചാരിച്ചു നമ്പൂരിമാർ രണ്ടുപേരും അദ്ദേഹത്തോടുകൂടി സദ്യയ്ക്കു പോയി.

ഈ വെച്ചുണ്ടാക്കിയ ചോറു വൈകുന്നേരത്തേക്കിരുന്നാൽ ആറിത്തണുത്തു പോകുമല്ലോ എന്നു വിചാരിച്ചു അന്തർജനം ആ രണ്ടു പന്തിരുനാഴിയും തനിക്കു പതിവുള്ള മൂന്നാഴിയും കൂടി ഊണുകഴിക്കുകയും ചെയ്തു. സന്ധ്യ കഴിഞ്ഞപ്പോൾ നമ്പൂരിമാർ പതിവുപോലെ അത്താഴത്തിനു വന്നിരുന്നു. അത്താഴത്തിന് ആറിത്തണുത്ത ചോറായിരിക്കുമെന്നാണ് അവർ കരുതിയിരുന്നത്. എന്നാൽ നല്ല ചൂടുള്ള ചോറാണ് അവിടെ വിളമ്പിയിരുന്നത്. അതു കണ്ടിട്ടു മൂസ്സാമ്പൂരി 'കാലത്തെ ചോറ് എന്തു ചെയ്തു' എന്നു ചോദിച്ചു. അപ്പോൾ അന്തർജനം 'അത് ആറിത്തണുത്തു ചീത്തയാകുമല്ലോ എന്നു വിചാരിച്ചു ഞാനുണ്ടു' എന്നു പറഞ്ഞു. അതു കേട്ടു മൂസ്സാമ്പൂരി 'അതുവ്വോ? എന്നാൽ നല്ല ശിക്ഷയായി. ഒട്ടും തരക്കേടില്ല. നാളെമുതൽ ഓരോ പന്തിരുനാഴി കൂടി വെച്ചോളൂ' എന്നു പറഞ്ഞു. പിറ്റേ ദിവസം മുതൽ രണ്ടുനേരവും മുമ്മൂന്നു പന്തിരുനാഴി പതിവാക്കുകയും ചെയ്തു.

അങ്ങനെയിരിക്കെ ഒരു ദിവസം ഈ നമ്പൂരിമാർക്ക് ഒരിടത്ത് ഒരു സദ്യയ്ക്കു ചെല്ലുന്നതിനു ക്ഷണം വന്നു. സദ്യയ്ക്കു പോകാറായപ്പോൾ മൂസ്സാമ്പൂരി അവിടെ നാലുകെട്ടിന്റെ നടുമുറ്റത്തു കിടന്നിരുന്ന ആട്ടുകല്ലെടുത്ത് അങ്കണത്തിന്റെ ഉത്തരത്തിൻമേൽ വെച്ചിട്ടാണു പോയത്. അന്നു കറുത്തവാവായിരുന്നു. വാവിൻനാൾ അവിടെ ആർക്കും അത്താഴം പതിവില്ല. എല്ലാവർക്കും വൈകുന്നേരം പലഹാരമാണ് പതിവ്. പലഹാരത്തിന് അരിയുടെ കണക്കു പഴയതുപോലെതന്നെ. മൂന്നു പേർക്കും കൂടി മുപ്പത്താറേമുക്കാലിടങ്ങഴിയരി ആ അന്തർജനം തന്നെയാണ് ആ ആട്ടുകല്ലിലരച്ചു പലഹാരമുണ്ടാക്കുക പതിവ്. ആ ആട്ടു കല്ലിൽ പന്ത്രണ്ടേകാലിടങ്ങഴി അരിയിട്ടരയ്ക്കായിരുന്നു വെന്നു പറഞ്ഞാൽ അതിന്റെ വലിപ്പം ഏകദേശം ഊഹിക്കാമല്ലോ. ആ കല്ലെടുത്തുത്തരത്തിന്മേൽ വെച്ചാൽ അന്തർജനം എന്തുചെയ്യുമെന്നറിയാമല്ലോ എന്നു വിചാരിച്ചു മൂസ്സാമ്പൂരി തന്റെ ധർമപത്നിയുടെ ബലം പരീക്ഷിക്കാനാണ് അങ്ങനെ ചെയ്തത്. അരി അരയ്ക്കാറായപ്പോൾ അന്തർജനം പതിവുപോലെ അരിയും കൊണ്ടു നടുമുറ്റത്തു ചെന്നു. അപ്പോൾ ആട്ടുകല്ല് അവിടെക്കാണായ്കയാൽ അവർ 'ഇതാരുകൊണ്ടുപോയി?' എന്നു വിചാരിച്ച് അവിടെയൊക്കെ നോക്കിത്തുടങ്ങി. അങ്ങനെ നോക്കിച്ചെന്നപ്പോൾ കല്ല് ഉത്തരത്തിലിരിക്കുന്നതായി കണ്ടു. 'ഇതെടുത്തിവിടെ വെച്ചതാരാണ്? മറ്റാരുമായിരിക്കില്ല. അവരിൽ ജ്യേഷ്ഠനോ അനുജനോ ആയിരിക്കണം. എന്തിനാണാവോ? എന്തിനെങ്കിലുമാവട്ടെ. അരി അരയ്ക്കാതിരിക്കാൻ നിവൃത്തിയില്ലല്ലോ' എന്നിങ്ങനെ വിചാരിച്ച് ആ അന്തർജനം ആ ആട്ടുകല്ലെടുത്തു താഴെവെച്ച് അരിയരയ്ക്കുകയും യഥാപൂർവം മുകളിൽ വെയ്ക്കുകയും ചെയ്തു. നമ്പൂരിമാർ സന്ധ്യാവന്ദനാദികൾ കഴിഞ്ഞു വന്നപ്പോൾ പലഹാരം വിളമ്പിയിരിക്കുന്നതു കണ്ടു മൂസ്സാമ്പൂരി 'ഇന്നരിയരച്ചതെങ്ങനെയാണ്?' എന്നു ചോദിച്ചു. അപ്പോൾ അന്തർജനം 'ആട്ടുകല്ലെടുത്തു തന്നെയാണ്. അത് അവിടെത്തന്നെ വെച്ചിട്ടുണ്ട്. എന്നാൽ പോരേ?' എന്നു ചോദിച്ചു. ഇതു കേട്ടു മൂസ്സാമ്പൂരി 'എന്നാൽ മതി' എന്നു പറയുകയും തന്റെ സഹധർമമിണി തനിക്കനുരൂപതന്നെ എന്നു വിചാരിക്കുകയും ചെയ്തു.

ഒരിക്കൽ പാതായിക്കരയില്ലത്തു കോഴിക്കോട്ടുകാരൻ ഒരു നമ്പൂരി വന്നിരുന്നു. അദ്ദേഹം വലിയ ശക്തിമാനും അഭ്യാസിയുമായിരുന്നു. അദ്ദേഹത്തെപ്പോലെ ശക്തിയുണ്ടായിട്ടു ഭൂലോകത്തിലാരുമില്ലെന്നായിരുന്നു അദ്ദേ

ഹത്തിന്റെയും ആ നാട്ടു(കോഴിക്കോട്ടു)കാരുടെയും വിശ്വാസം. അദ്ദേഹം ദിവസംപ്രതി രണ്ടുനേരവും നാലിടങ്ങഴിയരിയുടെ ചോറുവീതമുണ്ണുമായിരുന്നു. പാതായിക്കര നമ്പൂരിമാരുടെ സ്ഥിതി വിചാരിച്ചാൽ ഇതിലത്ഭുതപ്പെടാനൊന്നുമില്ലെങ്കിലും ഇതു സാധാരണമല്ലല്ലോ. അതിനാൽ അദ്ദേഹവും ആ നാട്ടുകാരും അപ്രകാരം വിശ്വസിച്ചിരുന്നത് ഒരു തെറ്റായി വിചാരിക്കാനില്ല. ഈ നമ്പൂരി പാതായിക്കര നമ്പൂരിമാരെക്കുറിച്ചു കേട്ടിട്ട് അവരുടെ ബലമൊന്നു പരീക്ഷിച്ചറിയണമെന്നും നിവൃത്തിയുണ്ടെങ്കിൽ അവരെ ജയിക്കണമെന്നും വിചാരിച്ചാണ് വന്നത്. അദ്ദേഹം വന്ന സമയം പാതായിക്കര നമ്പൂരിമാർ ഇല്ലത്തുണ്ടായിരുന്നില്ല. അവർ എവിടെയോ ഒരു സദ്യയ്ക്കു പോയിരിക്കുകയാണെന്നും വൈകുന്നേരം മടങ്ങിവരുമെന്നുമറിയുകയാൽ കോഴിക്കോട്ടുകാരൻ നമ്പൂരി, താൻ ആ നമ്പൂരിമാരെക്കാണാനായിട്ടാണ് വന്നിരിക്കുന്നതെന്നും അവർ വന്നു കണ്ടല്ലാതെ പോകുന്നില്ലെന്നും തനിക്കു ഭക്ഷണം കഴിക്കണമെന്നും തനിക്ക് ഒരു നേരത്തേക്കു നാലിടങ്ങഴിയരിയുടെ ചോറാണ് പതിവെന്നും വൃഷലി മുഖാന്തരം അറിയിച്ചു. 'ആട്ടെ, അതിനു വിരോധമില്ല. കുളി കഴിഞ്ഞു വരുമ്പോൾ ചോറു കൊടുക്കാം' എന്ന് അന്തർജനത്തിന്റെ മറുപടി കേട്ടു നമ്പൂരി കുളിക്കാൻ പോയി. അദ്ദേഹം കുളിയും തേവാരവുമൊക്കെ കഴിഞ്ഞു വന്നപ്പോൾ നാലുകെട്ടിൽ നാലിടങ്ങഴിയരിയുടെ ചോറുവിളമ്പി, ഒരു കിണ്ടി വെള്ളവും ഒരു പലകയും പൊളിക്കാത്ത നാലു നാളികേരവും അതിനടുക്കൽ വെച്ചു വടക്കിനിയിലേക്കു കടന്നു. നാലുകെട്ടിലേക്കുള്ള വാതിൽ ചാരിക്കൊണ്ട് 'ഇനികടന്നിരുന്നോളാൻ പറ' എന്നു വൃഷലിയോടെന്ന ഭാവത്തിൽ പറഞ്ഞു. ഇതുകേട്ടു കോഴിക്കോട്ടുകാരൻ നമ്പൂരി നാലുകെട്ടിൽ കടന്ന് ഉണ്ണാനിരുന്നു. അവിടെക്കൂട്ടാനും മോരുമൊന്നും കാണായ്കയാൽ അദ്ദേഹം 'കൂട്ടാനും മോരുമൊന്നുമില്ലായിരിക്കുമോ?' എന്ന് ആരോടുമല്ലാത്ത വിധത്തിൽ ചോദിച്ചു. അതിനു മറുപടിയായി അന്തർജനം 'ഇവിടെ അതൊന്നും പതിവില്ല. ഇവിടെ എല്ലാവരും തേങ്ങാപ്പാൽ കൂട്ടിയാണ് ഊണു കഴിക്കുക പതിവ്. നാളികേരം അവിടെ വെച്ചിട്ടുണ്ടെന്ന് പറഞ്ഞേക്ക്' എന്നു വൃഷലിയോടായിട്ടെന്നവിധത്തിൽ പറഞ്ഞു. അതു കേട്ടു നമ്പൂരി 'നാളികേരം പിഴിയാതെ പാലുകൂട്ടിയുണ്ണുന്നത്?' എന്ന് ആത്മഗതംപോലെ പറഞ്ഞു. അപ്പോൾ അന്തർജനം വടക്കിനിയുടെ വാതിൽ സ്വല്പം തുറന്ന് ഒരു പാത്രവുമെടുത്തു നാലുകെട്ടിലേക്ക് വെച്ചിട്ടു വേറെ നാലു നാളികേരവുമെടുത്തു കൊണ്ടുവന്നു രണ്ടു കയ്യിലും ഓരോന്നു വാതിൽപ്പിറകിനു മറഞ്ഞുനിന്നുകൊണ്ടു കൈനീട്ടി രണ്ടു പ്രാവശ്യമായി ആ പാത്രത്തിലേക്കു മാമ്പഴം പിഴിയുന്നതുപോലെ പിഴിഞ്ഞുകൊടുത്തു. അതു കണ്ടു കോഴിക്കോട്ടുകാരൻ നമ്പൂരിക്കു വളരെ വിസ്മയവും ഭയവും ഉണ്ടായി. പൊളിക്കാത്ത തേങ്ങായെടുത്ത് ഈ അന്തർജനം പിഴിഞ്ഞിട്ട് അതിന്റെ ചിരട്ടയും ചകിരിയും പഞ്ഞി പോലെയാവുകയും പാൽ മുഴുവൻ പുറത്തുവരികയും ചെയ്തു. ഈ സ്ഥിതിക്ക് ആ നമ്പൂരിമാർ എത്രമാത്രം ശക്തന്മാരായിരിക്കും. ഞാനവരെ ജയിക്കാൻ ശക്തനല്ല. തീർച്ചതന്നെ. ക്ഷണത്തിൽ ഇവിടെനിന്നു പോകണം. അതാണ് നല്ലത് എന്നിങ്ങനെ വിചാരിച്ച് അദ്ദേഹം ഒരുവിധം ഊണുകഴിച്ചുവെന്നു വരുത്തി, അവിടെനിന്നു പോവുകയും ചെയ്തു. പാതായിക്കര നമ്പൂരിമാരുടെ ഇല്ലത്തിന് സമീപം ഒരു ക്ഷേത്രം ഉണ്ട്. അവിടെ നമ്പൂരിമാർ എല്ലാ ദിവസവും രാവിലെ ചെന്നു തൊഴുതു പോരുക പതിവായിരുന്നു.

ആ പതിവിൻ പ്രകാരം മൂസ്സാമ്പൂരി നേരത്തെ കുളിച്ച് തേവാരവും കഴിഞ്ഞു തൊഴാൻ പോയി. പാതായിക്കരയില്ലത്തുനിന്നിറങ്ങിയാൽ അമ്പലത്തിൽ ചെല്ലുന്നതിനിടയ്ക്കു കുറേയിട ഒരിടവഴിയാണ്. ഇളയ നമ്പൂരി ആ ഇടവഴിയിലെത്തിയപ്പോൾ ആ വഴിയിൽക്കൂടി ഒരു വലിയ ആന വരുന്നുണ്ടായിരുന്നു. അന്നു ക്ഷേത്രത്തിൽ ഉത്സവമായിരുന്നതിനാൽ ശീവേലി കഴിഞ്ഞ് അതിനെ തളയ്ക്കാൻ കൊണ്ടുപോവുകയായിരുന്നു. ആ ആനയുടെ പിന്നാലെയായിട്ടു മൂസ്സാമ്പൂരിയും വരുന്നുണ്ടായിരുന്നു. എങ്കിലും വഴിയുടെ വിസ്താരക്കുറവും ആനയുടെ ദേഹപുഷ്ടിയും നിമിത്തം നമ്പൂരിമാർക്കു പരസ്പരം കാണാൻ പാടില്ലായിരുന്നു. അതിനാൽ ആനയുടെ മുൻവശത്ത് അനുജനെത്തീട്ടുണ്ടെന്നു ജ്യേഷ്ഠനും പിൻവശത്തു ജ്യേഷ്ഠനെത്തീട്ടുണ്ടെന്ന് അനുജനും അറിഞ്ഞില്ല. പാതായിക്കര നമ്പൂരിമാർ എവിടെപ്പോകുമ്പോഴും ആരുവന്നാലും വഴിമാറിക്കൊടുക്കുക പതിവില്ല. ആനയെ തിരിച്ചുകൊണ്ടുപോകുവാൻ തക്കവണ്ണം വഴിക്കു വിസ്താരമില്ല. 'പിന്നോക്കം നടത്തിക്കൊണ്ടുപോ' എന്ന് ആനക്കാരനോട് പറഞ്ഞു കൊണ്ട് അനുജൻ നമ്പൂരി ആനയുടെ മസ്തകത്തിൽപ്പിടിച്ചു പുറകോട്ടു തള്ളി. അപ്പോൾ ആന പുറകോട്ടു മാറി. അതുകണ്ടു മൂസ്സാമ്പൂരി 'മുമ്പോട്ടു കൊണ്ടുപോ' എന്നു പറഞ്ഞുകൊണ്ട് ആനയുടെ പിൻവശത്തു പിടിച്ചു മുമ്പോട്ടു തള്ളി. അനുജൻനമ്പൂരി മുൻവശത്തു തള്ളിപ്പിടിച്ചിരുന്നതിനാൽ മൂസ്സാമ്പൂരി തള്ളീട്ട് ആന മുമ്പോട്ടു പൊയില്ല. അപ്പോൾ സംശയം തോന്നുകയാൽ മൂസ്സാമ്പൂരി 'മുൻവശത്താരാണ് അനുജനുണ്ടോ?' ഇളയനമ്പൂരി 'ഉണ്ട്' എന്നു പറഞ്ഞു. അപ്പോൾ മൂസ്സാമ്പൂരി 'എന്നാൽ പിടിച്ചോളൂ' എന്നു പറഞ്ഞു ശക്തിയോടുകൂടി മുമ്പോട്ടു തള്ളിപ്പിടിച്ചു. അനുജൻനമ്പൂരി പിറകോട്ടും തള്ളിപ്പിടിച്ചു. അപ്പോൾ ആന ആകപ്പാടെ ഒന്നു ഞെരിഞ്ഞു. ആ സമയം അവർ രണ്ടുപേരും ഒരുപോലെ ഞെക്കിപ്പിടിച്ച് ആ ആനയെ മേല്പോട്ടു പൊക്കി ഒരുവശത്തുള്ള കയ്യാലയുടെ മുകളിൽക്കൂടി കയ്യാലപ്പുറത്തേക്കു മറിച്ചിട്ടിട്ടു രണ്ടുപേരും അങ്ങോട്ടുമിങ്ങോട്ടും കടന്നുപോകുകയും ചെയ്തു.

ഇങ്ങനെ പാതായിക്കര നമ്പൂരിമാരുടെ അത്ഭുതകർമ്മങ്ങൾ പറഞ്ഞാൽ വളരെയുണ്ട്. ഇത്രയും പറഞ്ഞതുകൊണ്ടുതന്നെ അവരുടെ ശക്തി എത്രമാത്രമാണെന്നുള്ളത് ഊഹിക്കാവുന്നതാകയാൽ അധികം വിസ്തരിക്കുന്നില്ല.

●

വിഡ്ഢി കൂശ്മാണ്ഡം

പണ്ട് കാരാട്ടു നമ്പൂരിയുടെ ശിഷ്യനായി കോഴിക്കോട്ട് ഏറ്റവും പ്രസിദ്ധനായ ഒരു വിഷവൈദ്യനുണ്ടായിരുന്നു. അദ്ദേഹം വിഷമിറക്കാനായി ഒരു സ്ഥലത്തും പോവുക പതിവില്ല. വിഷഭയമുണ്ടാകുന്നവരെ അദ്ദേഹത്തിന്റെ അടുക്കൽ കൊണ്ടു വന്നു വിഷമിറക്കിച്ചു കൊണ്ടുപോവുകയാണു പതിവ്. അദ്ദേഹം അതിനായിട്ടു യാതൊന്നും വാങ്ങുകയും പതിവില്ല. എങ്കിലും ജനങ്ങൾ മറ്റു വല്ല കാരണവും പറഞ്ഞ് അദ്ദേഹത്തിന് ധാരാളം പണം കൊടുത്തുവന്നിരുന്നു. അദ്ദേഹം കാലക്രമേണ വലിയ ധനവാനായിത്തീരുകയും ചെയ്തു. അദ്ദേഹത്തിന്റെ അടുക്കൽ വിഷവൈദ്യം പഠിക്കാനായിട്ടും വളരെ ആളുകൾ ചെന്നുകൊണ്ടിരുന്നു. ചെല്ലുന്നവർക്കെല്ലാം അദ്ദേഹം ഓരോ ദിവ്യമന്ത്രങ്ങൾ ഉപദേശിച്ചയയ്ക്കുകയാണ് പതിവ്.

ആ വിഷവൈദ്യൻ താമസിച്ചിരുന്ന സ്ഥലത്തിന്റെ തെക്കേതായി ഒരു വീടുണ്ടായിരുന്നു. അവിടെ കൊച്ചുരാമൻ എന്നു പേരുള്ള ബാലനുണ്ടായിരുന്നു. ആ വീട്ടുകാർ കാലക്ഷേപത്തിനു യാതൊരു മാർഗവു മില്ലാതെ വളരെ കഷ്ടപ്പെട്ടാണ് നിത്യവൃത്തി കഴിച്ചുവന്നിരുന്നത്. അങ്ങനെയിരിക്കുമ്പോൾ ദാരിദ്ര്യദുഃഖം സഹിക്കവയ്യാതായിട്ടു തനിക്കും വിഷവൈദ്യം പഠിക്കണമെന്ന് കൊച്ചുരാമൻ നിശ്ചയിച്ചു. അവൻ അക്ഷരജ്ഞാനംപോലുമില്ലാത്ത ഒരു വിഡ്ഢിയായിരുന്നു. ആ കൊച്ചുരാമൻ ഒരു ദിവസം ആ വൈദ്യന്റെ ശിഷ്യൻമാരെ കണ്ടു വിഷവൈദ്യം പഠിക്കുന്നത് എങ്ങനെയെല്ലാമാണെന്ന് ചോദിച്ചു. അതിനവർ വിഷവൈദ്യം പഠിക്കണമെന്ന് ആഗ്രഹമുള്ളവർ ഗുരുവിന്റെ അടുക്കൽച്ചെന്നു തങ്ങളെക്കൂടെ വിഷവൈദ്യം പഠിപ്പിക്കണമെന്നു പറയണം. യഥാശക്തി വല്ലതുമൊരു ദക്ഷിണയും ചെയ്യണം. എന്നാൽ അദ്ദേഹം ഒരു മന്ത്രം ഉപദേശിച്ചു തരും. ആ മന്ത്രം ഭക്തിയോടുകൂടി അക്ഷരലക്ഷം ഉരുക്കഴിക്കണം. പിന്നെ ആ മന്ത്രം കൊണ്ടു വെള്ളമോതിയൊഴിക്കുകയോ ഭസ്മം ജപിച്ചിടുകയോ എന്തെങ്കിലും ചെയ്താൽ വിഷമിറങ്ങും. അങ്ങനെയാണ് പതിവ്, എന്നു മറുപടി പറഞ്ഞു. ഇതു കേട്ടപ്പോൾ കൊച്ചുരാമന് വളരെ സന്തോഷമായി. ഇതിനു പ്രയാസമൊന്നുമില്ലല്ലോ. എങ്കിലും തൽക്കാലമൊരു ദക്ഷിണചെയ്യുന്നതിനു കൈവശമൊന്നുമില്ലാതിരുന്നതിനാൽ അവനു വളരെ വിഷാദമുണ്ടായി. അവരുടെ പുരപ്പുറത്ത് ഒരു കുമ്പളം കയറിപ്പടർന്നു കിടപ്പുണ്ടായിരുന്നു. അതിൻമേലഞ്ചാറു കായുമുണ്ടായിരുന്നു. തൽക്കാലം ഗുരുവിന് ഇതുകൊണ്ടു ചെന്നു കൊടുക്കാമെന്നു നിശ്ചയിച്ചു. അവൻ അന്നുതന്നെ അതെല്ലാം പറിച്ചു കെട്ടിവെച്ചു. പിറ്റേദിവസം ശിഷ്യരും മറ്റും വന്നു കൂട

ന്നതിനു മുമ്പ് ഉപദേശം വാങ്ങണമെന്നു നിശ്ചയിച്ച് കൊച്ചുരാമൻ വെളുപ്പാൻ കാലത്തു കുമ്പളങ്ങാച്ചുമട്ടുമെടുത്തു വൈദ്യന്റെ ഗൃഹത്തിലെത്തി. വൈദ്യൻ ഉണർന്നെണീറ്റു പുറത്തു വന്നപ്പോൾ കൊച്ചുരാമൻ കുമ്പളങ്ങച്ചുമട്ടു വൈദ്യന്റെ മുമ്പിൽവെച്ചു താണു തൊഴുതു. 'നീ എന്തിനാണ് വന്നത്?' എന്നു വൈദ്യർ ചോദിച്ചു. 'എന്നെക്കൂടി വിഷവൈദ്യം പഠിപ്പിക്കണമെ'ന്നു കൊച്ചുരാമൻ പറഞ്ഞു. അതുകേട്ടു വൈദ്യൻ 'അതിന് വിഡ്ഢീ! കുശ്മാണ്ഡം എന്തിനാണ്' എന്നു ചോദിച്ചു. വിഷവൈദ്യം പഠിക്കാനുള്ള ധൃതിയും പരിഭ്രമവുംകൊണ്ട് കൊച്ചുരാമൻ, വൈദ്യൻ പറഞ്ഞതു മുഴുവൻ കേട്ടില്ല. 'വിഡ്ഢീകുശ്മാണ്ഡം' എന്നു മാത്രമേ അവൻ കേട്ടുള്ളൂ. അത് മന്ത്രമാണെന്നും അതുകൊണ്ട് ഉപദേശം കഴിഞ്ഞുവെന്നും തീർച്ചപ്പെടുത്തി അവൻ ഉത്തരമൊന്നും മിണ്ടാതെ വൈദ്യനെ ഒന്നുകൂടി തൊഴുതിട്ട് അവിടെനിന്ന് ഇറങ്ങിപ്പോവുകയും ചെയ്തു. 'നേരം വെളുത്തപ്പോഴേ വിഡ്ഢി എന്നു വിളിച്ചതുകൊണ്ട് അവൻ മുഷിഞ്ഞു പോയതായിരിക്കും' എന്നാണ് വൈദ്യൻ വിചാരിച്ചത്. കൊച്ചുരാമന് ഒരു മുഷിച്ചിലുമുണ്ടായില്ല എന്നു തന്നെയല്ല, മന്ത്രം ക്ഷണത്തില് ഉപദേശിച്ചു കൊടുത്തതിനാൽ അവനു വളരെ സന്തോഷമുണ്ടാവുകയും ചെയ്തു. അവൻ ഉടനെ വീട്ടിലെത്തി. കുളിച്ചുവന്ന് ഒരു വിളക്കുകൊളുത്തിവെച്ച് അതിന്റെ മുമ്പിലിരുന്നു മന്ത്രം ജപിച്ചുതുടങ്ങി.അങ്ങനെ അക്ഷരലക്ഷം (ഈ മന്ത്രം അഞ്ചക്ഷരമുള്ളതാകയാൽ അഞ്ചു ലക്ഷം) ഉരുക്കഴിച്ചു തീർത്തു. താൻ നല്ല വിഷവൈദ്യനായിത്തീർന്നു എന്നവൻ ദൃഢമായി വിശ്വസിക്കുകയും ചെയ്തു.

സാധാരണ വിഷവൈദ്യൻ വിഷമിറക്കാനായി എങ്ങും പോവുക പതിവി ല്ലല്ലോ. ചെന്നു കടിക്കയില്ലെന്നും ചെന്നു വിഷമിറക്കുകയില്ലെന്നും സർപ്പങ്ങ ളും വിഷവൈദ്യൻമാരും തമ്മിൽ സത്യം ചെയ്തിട്ടുണ്ടെന്നാണല്ലോ പറയുന്നത്. എന്നാൽ നമ്മുടെ കൊച്ചുരാമൻ അതു കേട്ടിട്ടില്ലായിരുന്നു. എവിടെയെങ്കിലും വിഷഭയമുണ്ടായെന്നു കേട്ടാൽ അപ്പോൾ കൊച്ചുരാമൻ അവിടെയെത്തുക യും മേൽപ്പറഞ്ഞ മന്ത്രംകൊണ്ടു വെള്ളമോതിയൊഴുക്കി വിഷമിറക്കുകയും പതിവായി. ആദ്യം കുറച്ചു ദിവസത്തേക്ക് അവന്റെ വിഷവൈദ്യത്തിൽ ആർക്കുമത്ര വിശ്വാസമുണ്ടായിരുന്നില്ല. ക്രമേണ എല്ലാവർക്കും അനുഭവപ്പെട്ടു തുടങ്ങുകയും വിശ്വാസം ജനിക്കുകയും ചെയ്തു. അങ്ങനെ കുറച്ചു കഴിഞ്ഞപ്പോൾ കൊച്ചുരാമന് വൈദ്യനെന്നുള്ള പേരു സർവ്വത്ര പ്രസിദ്ധമായിത്തീർന്നു. വിഷഭയമുണ്ടാകുന്ന ദിക്കിലെല്ലാം അവനെ ആളുകൾ വന്നു വിളിച്ചു കൊണ്ടു പോയിത്തുടങ്ങി. അവന് ആ വിഷയത്തിൽ ധാരാളം പണം കിട്ടിത്തുടങ്ങു കയും ചെയ്തു. വിഷമിറക്കിയാൽ അതിനൊന്നും വാങ്ങരുതെന്നുള്ള പ്രമാണം നമ്മുടെ കൊച്ചുരാമവൈദ്യൻ അത്ര വകവെച്ചിരുന്നില്ല. ഈ വിധത്തിൽ കുറച്ചുകാലം കഴിഞ്ഞപ്പോൾ അവന്റെ ദാരിദ്ര്യം തീരെ തീർന്നുവെന്നല്ല, അവൻ വലിയ സമ്പന്നനായിത്തീരുകയും ചെയ്തു. അവൻ ഒരു വലിയ വീടു പണിയിക്കുകയും വളരെ നിലവും പുരയിടങ്ങളും വീട്ടിൽ വേണ്ടുന്ന ഭരണി, പാത്രങ്ങൾ, ആഭരണങ്ങൾ മുതലായവയെല്ലാം സമ്പാദിക്കുകയും ചെയ്തു.

അങ്ങനെയിരിക്കുമ്പോൾ കോഴിക്കോട്ട് അന്നു നാടുവാണിരുന്ന സാമൂ തിരിപ്പാട്ടു തമ്പുരാനു വിഷഭയമുണ്ടായി. അനേകം വിഷവൈദ്യന്മാർ പഠിച്ച പണിയെല്ലാം നോക്കീട്ടും വിഷമിറങ്ങിയില്ല. മൂന്നാം ദിവസം തമ്പുരാനെ നിലത്തിറക്കി ശവസംസ്കാരത്തിനു വേണ്ടുന്ന വട്ടങ്ങൾ കൂട്ടിത്തുടങ്ങി. അപ്പോഴാണ് അവിടെച്ചിലർക്ക് കൊച്ചുരാമവൈദ്യനെ ഓർമ്മവന്നത്.

അയാളെക്കൂടെ ഒന്നു വരുത്തിക്കണമെന്നു ചിലർ അഭിപ്രായപ്പെട്ടു. 'ഇനി ആരെയും കാണിച്ചിട്ടു പ്രയോജനമില്ല. ഇവിടെ കഥ കഴിഞ്ഞു' എന്നു മറ്റു ചിലരും പറഞ്ഞു. ഏതെങ്കിലും ഒടുക്കം അയാളെക്കൂടെ ഒന്നു വരുത്തണമെന്ന് തീർച്ചപ്പെടുത്തി. ഒരു ഡോലി(മേനാവ്)യും കൊടുത്തു. ചില ഹരിക്കാരന്മാരോടുകൂടി ആളുകളെ അയച്ചു. അവർ ചെന്നു കൊച്ചുരാമവൈദ്യനെക്കണ്ടു വിവരം പറയുകയും വൈദ്യൻ ക്ഷണത്തിൽ വരികയും ചെയ്തു. വൈദ്യൻ വന്നു തമ്പുരാനെക്കണ്ടു ഉടനെ കോവിലകത്തു മടപ്പള്ളിക്കാരനായ കുട്ടിപ്പട്ടരെ വിളിച്ചു ക്ഷണത്തിൽ കുറച്ചു കഞ്ഞിയു ണ്ടാക്കാൻ പറഞ്ഞു. അതുകേട്ട് അവിടെക്കൂടിയിരുന്ന മറ്റു വിഷവൈദ്യൻമാരെല്ലാം 'അതെന്തിനാണ്?' എന്നു ചോദിച്ചു. 'തിരുമനസ്സുകൊണ്ട് അമൃതേത്തു കഴിച്ചിട്ടു രണ്ടുമൂന്നു ദിവസമായല്ലോ വിഷമിറങ്ങുമ്പോൾ അവിടേക്കു വളരെ ക്ഷീണവും വിശപ്പുമുണ്ടായിരിക്കും. അപ്പോൾ അവിടേക്കു കൊടുക്കാനാണ് കഞ്ഞി' എന്നു കൊച്ചുരാമവൈദ്യൻ മറുപടി പറഞ്ഞു. അതു കേട്ട് എല്ലാവരും പുച്ഛരസത്തോടുകൂടി പുഞ്ചിരിയിട്ടു. തമ്പുരാന്റെ കഥ കഴിഞ്ഞുവെന്നായിരുന്നു അവരുടെ വിശ്വാസം അല്ലെങ്കിൽ നിലത്തിറക്കുകയില്ലല്ലോ. കൊച്ചുരാമവൈദ്യൻ കുറച്ചുവെള്ളമെടുത്തു 'വിഡ്ഢി കൂശ്മാണ്ഡം' എന്നു നൂറ്റെട്ടുരു ജപിച്ചു തമ്പുരാന്റെ മുഖത്തു തളിച്ചു. ഉടനെ തമ്പുരാൻ കണ്ണുതുറന്നു. വൈദ്യൻ പിന്നെയും ഒരു പ്രാവശ്യം കൂടി അപ്രകാരം വെള്ളം ജപിച്ചു തളിച്ചു. തമ്പുരാൻ കയ്യും കാലും ഇളക്കിത്തുടങ്ങി. മൂന്നാമതും വൈദ്യൻ വെള്ളം തളിച്ചു. ഉടനെ തമ്പുരാൻ എണീറ്റിരുന്നു കഞ്ഞി കുടിക്കണമെന്നു കല്പിച്ചു. തൽക്ഷണം കഞ്ഞി കൊണ്ടുവരികയും തമ്പുരാൻ വയറു നിറച്ചു കഞ്ഞി അമൃതേത്തു കഴിക്കുകയും ചെയ്തു. പിന്നെ സ്വല്പം കഴിഞ്ഞു ക്ഷീണമെല്ലാം മാറിയപ്പോൾ 'വിഷമിറക്കിയതാരാണ്' എന്നു കല്പിച്ചു ചോദിച്ചു. 'ഈയിരിക്കുന്ന കൊച്ചുരാമവൈദ്യനാണ്' എന്നു സേവകരിലൊരാൾ അറിയിച്ചു.തമ്പുരാൻ സന്തോഷിച്ചു.കൊച്ചു രാമവൈദ്യനു രണ്ടു കൈയ്യും വീരശൃംഖലയും പതിനായിരം പവനും പത്തു കുത്തു പട്ടും സമ്മാനമായി കല്പിച്ചുകൊടുക്കുകയും വൈദ്യനെ പല്ലക്കിൽ കയറ്റിയെടുത്തു വാദ്യഘോഷങ്ങളോടുകൂടി അയാളുടെ വീട്ടിൽക്കൊണ്ടുന്നൊക്കുന്നതിനു കല്പിക്കുകയും ചെയ്തു. ഇതെല്ലാം കണ്ടും കേട്ടുകൊണ്ടു നിന്ന മറ്റുള്ള വൈദ്യൻമാർക്കുണ്ടായ ലജ്ജയും അത്ഭുതവും എത്രമാത്രമാണെന്നു പറയാൻ പ്രയാസം. ആ വൈദ്യൻമാരുടെ കൂട്ടത്തിൽ നമ്മുടെ കൊച്ചുരാമവൈദ്യരുടെ ഗുരുവുമുണ്ടായിരുന്നു. പക്ഷേ അയാൾ ഇതു തന്റെ ഉപദേശം കൊണ്ടു സാധിച്ചതാണെന്നു വിചാരിച്ചില്ല. 'വിഡ്ഢി!' എന്നു വിളിച്ചതു നിമിത്തം ഇയ്യാൾ എവിടെയോ പോയി ഈ ദിവ്യത്വം വശമാക്കി വന്നതാണെന്നാണ് അയാൾ വിചാരിച്ചത്. കൊച്ചുരാമവൈദ്യൻ ആൾക്കൂട്ടം നിമിത്തം തന്റെ ഗുരുവിനെ അപ്പോൾ കണ്ടതുമില്ല. കൊച്ചുരാമവൈദ്യനെ കല്പനപ്രകാരം പല്ലക്കിൽ കയറ്റിയെടുത്തു പട്ടാളക്കാർ മുതലായവരുടെ അകമ്പടിയോടും വാദ്യഘോഷത്തോടുകൂടി വീട്ടിലേക്കു പുറപ്പെട്ടു. പിന്നാലെ അസംഖ്യം ജനങ്ങളും കോവിലകത്തു കൂടിയിരുന്ന വിഷവൈദ്യൻമാരും നടന്നു. അങ്ങനെ പോകുമ്പോൾ ഒരിക്കൽ കൊച്ചുരാമ വൈദ്യൻ തിരിഞ്ഞുനോക്കിയപ്പോൾ ആ ആൾക്കൂട്ടത്തിൽ തന്റെ ഗുരുവിനെയും കണ്ടു. ഉടനെ പല്ലക്ക് ഇറക്കിവെയ്ക്കാൻ വൈദ്യൻ പറയുകയും ചുമട്ടുകാർ ഇറക്കിവെക്കുകയും ചെയ്തു. ഉടനെ കൊച്ചുരാമവൈദ്യൻ പല്ലക്കിൽ നിന്ന് ഇറങ്ങി, തനിക്കു കിട്ടിയ സമ്മാനങ്ങളെല്ലാം എടുത്തു ഗുരുവിന്റെ പാദ

ത്തുങ്കൽ കൊണ്ടു ചെന്നു വെച്ചു നമസ്കരിച്ചു. ഇതു കണ്ട് അയാൾ അത്ഭുതപ്പെട്ട് ഇതിന്റെ കാരണം ചോദിച്ചു. അപ്പോൾ കൊച്ചുരാമവൈദ്യൻ 'ഇതെല്ലാം അവിടുത്തെ ഉപദേശവും അനുഗ്രഹവും കൊണ്ടു കിട്ടിയതാണ്. ഇതിനു മുമ്പും എനിക്കു വളരെ പണവും സമ്മാനങ്ങളും അവിടുത്തെ കാരുണ്യം കൊണ്ടു കിട്ടിയിട്ടുണ്ട്. ഇതുവരെ അവിടെ ഒന്നും കൊണ്ടു വന്നുതരാൻ സാധിച്ചില്ല. അതിനെക്കുറിച്ച് കൃപകേടുണ്ടാകരുത്. എന്റെ പേരിലുള്ള വീഴ്ചകൾ എല്ലാം ക്ഷമിച്ച് ഇതിനെ അവിടുന്നു സ്വീകരിക്കണം' എന്നു പറഞ്ഞു.

ഗുരു: ഞാൻ നിങ്ങൾക്ക് ഒന്നും ഉപദേശിച്ചു തന്നിട്ടില്ലല്ലോ. മരിച്ചവരെ ജീവിപ്പിക്കുന്നതായ ഈ വിദ്യ നിങ്ങൾ എനിക്കുപദേശിച്ചു തരണമെന്നു ഞാൻഅപേക്ഷിക്കുന്നു.

കൊച്ചുരാമവൈദ്യൻ: എനിക്കവിടുന്നുപദേശിച്ചുതന്നിട്ടുള്ള മന്ത്രമല്ലാതെ വേറെ യാതൊരു വിദ്യയുമില്ല. അതുകൊണ്ടാണ് ഞാൻ ഇതെല്ലാം സാധിക്കുന്നത്.

ഗുരു: ഏതു മന്ത്രം?

കൊച്ചുരാമവൈദ്യൻ: (ഗുരുവിന്റെ ചെവിയിൽ സ്വകാര്യമായിട്ട്) 'വിഡ്ഢി കുശ്മാണ്ഡം' എന്ന മന്ത്രം തന്നെ.

ഇതു കേട്ടപ്പോൾ ഗുരുവിനു വളരെ അത്ഭുതമുണ്ടാവുകയും ഗുരുത്വവും ഭക്തിയും വിശ്വാസവുംതന്നെയാണ് പ്രധാനമായി വേണ്ടതെന്നും അവയുണ്ടായാൽ സകലതും സിദ്ധമാകുമെന്നും ബോധം വരികയും ചെയ്തു.

●

കുഞ്ചൻനമ്പ്യാരുടെ ഉത്ഭവം

വന്നേരിദേശക്കാരനും കേവലം നിസ്വനുമായ ഒരു നമ്പൂരി തന്റെ പെൺകിടാങ്ങളെ വിവാഹം കഴിച്ചുകൊടുക്കുന്നതിനു നിവൃത്തിയില്ലായ്കയാൽ വല്ലവരേയും കണ്ടു യാചിച്ചു കുറെ പണം സമ്പാദിക്കണമെന്നു നിശ്ചയിച്ച് സ്വദേശത്തുനിന്നു പുറപ്പെട്ടു. അദ്ദേഹം കോഴിക്കോട്, കൊച്ചി, അമ്പലപ്പുഴ, തിരുവിതാംകൂർ മുതലായ രാജ്യങ്ങളിൽ സഞ്ചരിച്ച് രാജാക്കന്മാർ, പ്രഭുക്കന്മാർ മുതലായവരെക്കണ്ടു സങ്കടം പറഞ്ഞ് അവരിൽ നിന്നു കിട്ടിയ ഏതാനും പണവുംകൊണ്ട് ഒരിക്കൽ ഒരു ദിവസം മദ്ധ്യാഹ്നമായ സമയം കിള്ളിക്കുറിശ്ശിമംഗലത്തു ചെന്നുചേർന്നു. അദ്ദേഹം ഭക്ഷണം കഴിക്കാതെ വഴിനടന്നും വെയിലുകൊണ്ടും വളരെ ക്ഷീണിച്ചാണ് അവിടെയെത്തിയത്. ക്ഷേത്രത്തിനു പുറത്തുചെന്നു നിന്നുകൊണ്ട് 'ഇവിടെ ഉച്ചപൂജയും മറ്റും കഴിഞ്ഞുവോ' എന്ന് അദ്ദേഹം വിളിച്ചു ചോദിച്ചു. അതു കേട്ടു ശാന്തിക്കാരൻ നമ്പൂരി പുറത്തുവന്ന് 'ഉച്ചപൂജ കഴിഞ്ഞു എങ്കിലും വേഗത്തിൽ കുളിച്ചുവന്നാൽ ഊണു കഴിക്കാം' എന്നു പറഞ്ഞു. ഉടനെ ഈ നമ്പൂരി കുളക്കടവിൽ ചെന്ന് അരയിൽ കെട്ടിയിരുന്ന മടിശ്ശീലയഴിച്ചു കടവിൽ വെച്ചിട്ട് ഇറങ്ങി ക്ഷണത്തിൽ കുളിയും ജപവുമെല്ലാം കഴിച്ചു നോക്കിയ സമയം മടിശ്ശീല കണ്ടില്ല. നമ്പൂരിക്കുണ്ടായ വ്യസനം എത്രമാത്രമെന്നു പറയാൻ പ്രയാസം. ആ പണം കൊണ്ടു രണ്ടുമൂന്നു പെൺകൊടയെങ്കിലും കഴിച്ചുകൂട്ടാമെന്നായിരുന്നു അദ്ദേഹം വിചാരിച്ചിരുന്നത്. മടിശ്ശീല കാണാതായതിനോടുകൂടി അദ്ദേഹത്തിന്റെ വിശപ്പും ദാഹവും മാത്രമല്ല, പാതി പ്രാണനും പോയെന്നു തന്നെ പറയാം. അദ്ദേഹം ഓടി അമ്പലത്തിൽച്ചെന്ന് അവിടെയെല്ലാവരോടും വിവരം പറഞ്ഞു. അവരാരും കുളക്കടവിലേക്കു ചെല്ലുകതന്നെ ചെയ്തില്ലെന്നു പറഞ്ഞു. ഒടുക്കം അതെങ്ങനെയോ പോയതുതന്നെ. തന്റെ വിധി ഇങ്ങനെയാണ് എന്നു തീർച്ചപ്പെടുത്തിക്കൊണ്ടു നമ്പൂരി ഉണ്ണാൻ ചെന്നിരുന്നു. വ്യസനംകൊണ്ട് അദേഹത്തിനു ചോറിറങ്ങുന്നില്ലായിരുന്നു. എങ്കിലും വിശപ്പും ദാഹവും കലശലായിട്ടുണ്ടായിരുന്നതിനാൽ കുറെ ചോറു വാരിത്തിന്നു കുറെ വെള്ളവും കുടിച്ച് ഒരുവിധം ഊണു കഴിച്ചെന്നു വരുത്തിയെന്നേ പറയാനുള്ളു. വ്യസനവും ക്ഷീണവും നിമിത്തം നടക്കാൻ ശക്തനല്ലാതെ അദ്ദേഹം അമ്പലത്തിൽത്തന്നെ മുണ്ടും വിരിച്ചു കിടന്നു. വെയിലൊട്ടാറിയപ്പോൾ, 'ഞാനിങ്ങനെ വ്യസനിച്ച് ഇവിടെക്കിടന്നതുകൊണ്ട് എന്തു പ്രയോജനമാണുള്ളത്?' ലിഖിതമപി ലലാടേ പ്രോഝിതും കസ്സമർത്ഥഃ' എന്നു വിചാരിച്ച് ഒരുവിധം സമാധാനപ്പെട്ടുകൊണ്ട് അവിടെനിന്നെണീറ്റു പോവുകയും ചെയ്തു.

പിന്നെയും കുറച്ചുകാലം കഴിഞ്ഞപ്പോൾ ആ നമ്പൂരി യഥാപൂർവം ദേശസഞ്ചാരത്തിനായി ഇല്ലത്തു നിന്നു പുറപ്പെട്ടു ചില സ്ഥലങ്ങളിലെല്ലാം സഞ്ചരിച്ചു ക്രമേണ അദ്ദേഹം കിള്ളിക്കുറിശ്ശിമംഗലത്തുതന്നെ വന്നു ചേർന്നു. അത് ഒരു ദിവസം വൈകുന്നേരമായിരുന്നു. കുളികഴിഞ്ഞ് അദ്ദേഹം അമ്പലത്തിൽച്ചെന്ന് ശാന്തിക്കാരനെക്കണ്ട് തനിക്കുകൂടി അത്താഴം വേണമെന്നു പറഞ്ഞു. ശാന്തിക്കാരൻ ഇദ്ദേഹത്തെക്കണ്ടപ്പോൾത്തന്നെ അറിയുകയും മുമ്പുണ്ടായ കഥ ഓർക്കുകയും ചെയ്യുകയാൽ, 'ഓഹോ! അത്താഴം ഇവിടെയാവാം. എനിക്കും ഇവിടെതതന്നെയാണ് അത്താഴം. ഇന്നു മടിശ്ശീല കുളക്കടവിൽ വെച്ചു മറക്കുകയോ മറ്റോ ചെയ്തുവോ? എന്നാൽ ചോറധികം വേണ്ടി വരികയില്ലല്ലോ' എന്നു പറഞ്ഞു. അതിനുത്തരമായി നമ്പൂരി, 'ഈ പ്രാവശ്യം അതിനൊന്നും തരമില്ല. ഞാൻ ഇല്ലത്തുനിന്നു പുറപ്പെട്ട് ഇത്രത്തോളമായേ ഉള്ളൂ. അധികമൊന്നും സഞ്ചരിക്കാനും ഒട്ടും സമ്പാദിക്കാനും ഇടയായില്ല. മടിശ്ശീലവെച്ചു മറക്കുകയും മറ്റും മടക്കത്തിലാവാമെന്നാണ് വിചാരിക്കുന്നത്'' എന്നു പറയുകയും ചെയ്തു.

അത്താഴം കഴിഞ്ഞപ്പോൾ വന്നേരിക്കാരൻ നമ്പൂരി 'ഇനിയൊന്നു കിടക്കണമല്ലോ, അതെവിടെയാണു വേണ്ടത്?' എന്നു ചോദിച്ചു. 'അതിനൊക്കെ തരമാക്കാം. നമുക്കിവിടെ ഒരു കിടപ്പിന്റെ വട്ടമൊക്കെയുണ്ട്. അങ്ങോട്ടു പോകാം. അവിടെ സ്ഥലം ധാരാളമുണ്ട്'' എന്നു ശാന്തിക്കാരൻ നമ്പൂരി മറുപടി പറയുകയും അവർ രണ്ടുപേരും കൂടി അങ്ങോട്ടു പോവുകയും ചെയ്തു.

കിള്ളിക്കുറിശ്ശിമംഗലത്തു ക്ഷേത്രത്തിലെ ശാന്തിക്കാരൻ നമ്പൂരി തിരുവിതാംകൂറിൽ ഏറ്റുമാനൂർ താലൂക്കിൽ കിടങ്ങൂർ ദേശത്തുള്ള ആളായിരുന്നു. അദ്ദേഹത്തിന് അവിടെ 'കലക്കത്ത്'' എന്നു പ്രസിദ്ധമായ നമ്പ്യാർമഠത്തിൽ സംബന്ധമുണ്ടായിരുന്നു. അങ്ങോട്ടാണ് അവർ പോയത്. അവിടെച്ചെന്നപ്പോഴേക്കും ശാന്തിക്കാരൻ നമ്പൂരിയുടെ ഭാര്യ ഇവർക്കു രണ്ടുപേർക്കും കാൽ കഴുകുന്നതിനുള്ള വെള്ളം കൊണ്ടുചെന്നു കൊടുക്കുകയും നാലുകെട്ടിൽ ഒരു വിളക്കു കൊണ്ടുവന്നുവെച്ച്, ഒരു പുല്ലുപായ് വിരിച്ചു കൊടുക്കുകയും മുറുക്കാനുള്ള സാമാനങ്ങളെല്ലാം കൊണ്ടു വന്നു തയ്യാറാക്കി വെയ്ക്കുകയും ചെയ്തു. നമ്പൂരിമാർ കാൽ കഴുകിത്തോർത്തി, പുല്ലുപായയിൽ ചെന്നിരുന്നു മുറുക്കി ഓരോ വെടികൾ പറഞ്ഞുതുടങ്ങി. അതൊക്കെക്കേട്ടു രസിച്ചുകൊണ്ടു ശാന്തിക്കാരൻ നമ്പൂരിയുടെ ഭാര്യയും അടുക്കൽ ചെന്നുകൂടി. വന്നേരിക്കാരൻ നമ്പൂരിയുടെ പ്രധാനവിഷയം അദ്ദേഹത്തിന്റെ കഷ്ടപ്പാടുകളും മറ്റുമായിരുന്നു. ശാന്തിക്കാരൻ നമ്പൂതിരി പറഞ്ഞത് ആ നമ്പ്യാർമഠത്തിലെ സ്ഥിതിയെപ്പറ്റിയും മറ്റുമായിരുന്നു. ആ നമ്പ്യാർമഠത്തിൽ വളരെക്കാലമായി സ്ത്രീകളല്ലാതെ പുരുഷൻമാരാരുമില്ലാതെയിരിക്കുകയായിരുന്നു. ഒരാൺകുട്ടിയുണ്ടായാൽ ക്കൊള്ളാമെന്ന് വിചാരിച്ച് അവർ വളരെ സൽക്കർമ്മങ്ങളൊക്കെ നടത്തിയെന്നും ഇപ്പോഴും ഓരോന്നു നടത്തിക്കൊണ്ടാണിരിക്കുന്നതെന്നും എന്നിട്ടും ഫലമൊന്നും കാണുന്നില്ലെന്നും മറ്റും ശാന്തിക്കാരൻ നമ്പൂരി പറഞ്ഞപ്പോൾ തനിക്കും പുരുഷസന്താനമൊന്നും ഉണ്ടായിട്ടില്ലെന്നും നാലഞ്ചുപെൺകിടാങ്ങളാണുണ്ടായിട്ടുള്ളതെന്നും അവരെ വേളികഴിച്ചു കൊടുക്കാൻ നിവൃത്തിയില്ലാഞ്ഞിട്ടാണ് താനിങ്ങനെ കഷ്ടപ്പെട്ട് അലഞ്ഞു നടക്കുന്നതെന്നും മറ്റും വന്നേരിക്കാരൻ നമ്പൂരിയും പറഞ്ഞു. ആ കൂട്ടത്തിൽ താൻ കുളക്കടവിൽ മടിശ്ശീലവെച്ചു മറന്ന കഥയുംകൂടി അദ്ദേഹം പ്രസ്താവിച്ചു. മടിശ്ശീലയുടെ കാര്യം

പറഞ്ഞപ്പോൾ ശാന്തിക്കാരൻ നമ്പൂരിയുടെ ഭാര്യ അതിനെപ്പറ്റി ചിലതെല്ലാം ചോദിക്കുകയും വന്നേരിക്കാരൻ നമ്പൂരി എല്ലാം വിസ്തരിച്ചു പറഞ്ഞുകേൾപ്പിക്കുകയും ചെയ്തു. ഉടനെ ആ സ്ത്രീ അവിടെനിന്നെണീറ്റുപോയി അറ തുറന്ന് ഒരു മടിശ്ശീലയെടുത്തു കൊണ്ടുവന്ന്, 'ഇതായിരിക്കുമോ അവിടത്തെ മടിശ്ശീല?' എന്നു ചോദിച്ചുകൊണ്ടു വന്നേരിക്കാരൻ നമ്പൂരിയുടെ മുമ്പിൽ വെച്ചു. നമ്പൂരി അതെടുത്തുനോക്കി. 'ഇതുതന്നെ. ഞാൻകെട്ടിയ കെട്ട് അഴിച്ചിട്ടുകൂടിയില്ല' എന്നു പറഞ്ഞുകൊണ്ടു മടിശ്ശീല അഴിച്ചു പണം എണ്ണിനോക്കിയപ്പോൾ ശരിയായിരുന്നു. ആ സമയം നമ്പൂരിക്കുണ്ടായ സന്തോഷം എത്രമാത്രമാണെന്നു പറണ്ടേതില്ലല്ലോ. അദ്ദേഹം 'ഇതെങ്ങനെ കിട്ടി?' എന്നു ചോദിച്ചു. അപ്പോൾ ആ സ്ത്രീ 'മുമ്പൊരിക്കൽ ഒരു ദിവസം ഉച്ചയ്ക്കു ഞാൻ ശുദ്ധംമാറിപ്പോവുകയാൽ കുളിക്കാനായി കുളക്കടവിൽ ചെന്നപ്പോൾ അവിടെ കുറെ ചാണകം കിടക്കുന്നതു കണ്ടു. കുളി കഴിഞ്ഞു പോന്നപ്പോൾ അതുകൂടി കൊണ്ടുപോരാമെന്നു വിചാരിച്ചു വാരിയെടുത്തപ്പോൾ അതിനിടയിൽ ഈ മടിശ്ശീല ഇരുന്നിരുന്നു. ഞാനിവിടെക്കൊണ്ടുവന്നു ചാണകമൊക്കെ തുടച്ചുകളഞ്ഞു. മടിശ്ശീല പെട്ടിയിൽവെച്ചു സൂക്ഷിച്ചു. ആരെങ്കിലും ഉടമസ്ഥൻമാരന്വേഷിച്ചു വന്നാൽ കൊടുക്കണമെന്നും വിചാരിച്ചിരുന്നു. ഇതുവരെ ഉടമസ്ഥനെ കണ്ടില്ല. ഇപ്പോൾ ഇത് ഇവിടുത്തേതാണെന്നറിയാനിടയായതു വലിയ ഭാഗ്യമായി. ഇത് ഉടമസ്ഥനെ ഏല്പിച്ചുകൊടുക്കാനിടയാകാഞ്ഞിട്ടു ഞാൻ വളരെ വ്യസനിച്ചുകൊണ്ടിരിക്കുകയായിരുന്നു' എന്നു പറഞ്ഞു. ഇത്രയും കേട്ടപ്പോൾ സംഗതിയൊക്കെ വെളിവായി. നമ്പൂരി കുളിച്ചുജപിച്ചു കൊണ്ടുനിന്ന സമയം അവിടെ ഒരു പശു പുല്ലു തിന്നുകൊണ്ടു നിന്നിരുന്നു. ആ പശു ഈ മടിശ്ശീലയുടെ മുകളിൽ ചാണകമിട്ടു. അതു നമ്പൂരി കണ്ടില്ല. ചാണകത്തിനടിയിൽ മടിശ്ശീലയുണ്ടായിരിക്കുമെന്നോ പശു അതിന്റെ മീതെ ചാണകമിട്ടിരിക്കുമെന്നോ അദ്ദേഹം വിചാരിച്ചുമില്ല. അദ്ദേഹം നോക്കിയത് ചാണകം കിടന്നതിന്റെ അടുക്കലൊക്കെ യായിരുന്നു. ഊണു കഴിക്കാനുള്ള പരിഭ്രമംകൊണ്ടു മടിശ്ശീലവെച്ചത് എവിടെയായിരുന്നുവെന്ന് അദ്ദേഹത്തിന് അത്ര നിശ്ചയമുണ്ടായിരുന്നില്ല. ഈ സ്ത്രീ കുളിക്കാൻ ചെന്നതും ചാണകം വാരിക്കൊണ്ടു പോന്നതും നമ്പൂരി കുളികഴിഞ്ഞ് അമ്പലത്തിലേക്ക് പോയതിന്റെ ശേഷമായിരുന്നു. ഇങ്ങനെയൊക്കെയാണ് കാര്യം പറ്റിയതെന്ന് അപ്പോൾ എല്ലാവർക്കും മനസ്സിലായി. ഉടനെ ആ നമ്പൂരി ആ പണത്തിൽ പകുതി മാറ്റിവെച്ചിട്ട് 'ഇതെനിക്കിപ്പോൾ വെറുതേ തന്നതുപോലെയാണിരിക്കുന്നത്. അതിനാൽ എനിക്കു പകുതി മതി. പകുതി നിനക്കുമിരിക്കട്ടെ' എന്ന് സ്ത്രീയോടു പറഞ്ഞു. അപ്പോൾ ആ സ്ത്രീ 'ഞാനിതിലൊരു കാശുപൊലും വാങ്ങുകയില്ല. ഞാനങ്ങനെ ആഗ്രഹിച്ചല്ല ഇതു സൂക്ഷിച്ചുവെച്ചിരുന്നത്. അന്യന്റെ മുതൽ വല്ല സ്ഥലത്തുമിരുന്നു കിട്ടിയാൽ അതുടമസ്ഥനെ ഏല്പിക്കുക മര്യാദക്കാരുടെ ധർമമാണ്. അതിനു പ്രതിഫലം വാങ്ങുക കേവലം നീചത്വവുമാണ്. എനിക്കു വേണമെങ്കിൽ പകുതിയല്ല, മുഴുവനും തന്നെ എടുക്കാമായിരുന്നുവല്ലോ. അതു കൊണ്ടു ഞാനവിടുത്തെ സന്തോഷവും അനുഗ്രഹവും മാത്രമേ ഇതിനു പ്രതിഫലമായി ആഗ്രഹിക്കുന്നുള്ളു' എന്നു പറഞ്ഞു. ഇതു കേട്ടു സന്തുഷ്ടമാനസനായ ആ ബ്രാഹ്മണോത്തമൻ അവിടെനിന്നെണീറ്റു രണ്ടു കയ്യുമുയർത്തി ആ സ്ത്രീയുടെ ശിരസ്സിൽ വെച്ചുകൊണ്ട് ആനന്ദാശ്രുക്കളോടുകൂടി സഗൽഗദം 'അടുത്തയാണ്ടിൽ ഈ കാലത്തിനു മുമ്പായി നിനക്ക് അതിയോഗ്യനായ

ഒരു പുത്രനുണ്ടാകട്ടെ' എന്നു പറഞ്ഞ് അനുഗ്രഹിച്ചു. അപ്രകാരം തന്നെ ആ സ്ത്രീ അചിരേണ ഗർഭം ധരിക്കുകയും അതികോമളാംഗനായ ഒരു പുത്രനെ പ്രസവിക്കുകയും ചെയ്തു. ആ പുത്രനാണ് കലക്കത്തു കുഞ്ചൻനമ്പ്യാരെന്നു വിശ്വവിശ്രുതനായ സരസകവികുലാഗ്രസരനായിത്തീർന്നതെന്നുള്ളത് ഇനി വിശേഷിച്ചു പറയണമെന്നില്ലല്ലോ.

●

വിജയാദ്രീമാഹാത്മ്യം

‘വിജയാദ്രി’ യെന്നും അതിന്റെ പരിഭാഷയായി ‘വെന്നിമല’എന്നും പറഞ്ഞുവരുന്ന പുണ്യപർവതം സ്ഥിതി ചെയ്യുന്നത് തിരുവിതാംകൂർ സംസ്ഥാനത്ത് ചങ്ങനാശ്ശേരിത്താലൂക്കിലുൾപ്പെട്ട പുതുപ്പള്ളിപ്പകുതിയിലാണ്. കോട്ടയം പട്ടണത്തിൽനിന്ന് ഈ സ്ഥലത്തേക്ക് ഏകദേശം ഏഴ നാഴിക മാത്രമേ ദൂരമുള്ളു. ഈ പുണ്യസ്ഥലത്തേയും ഇവിടെയുള്ള ‘ഇരവിപുരം’ എന്ന ക്ഷേത്രത്തെയും കുറിച്ച കേട്ടിട്ടില്ലാത്തവരായി കേരളത്തിൽ അധികം പേരുണ്ടായിരിക്കുമെന്ന തോന്നുന്നില്ല. എങ്കിലും ഈ സ്ഥലത്തിന്റെ മാഹാത്മ്യത്തേയും ഈ ക്ഷേത്രത്തിന്റെ ആഗമത്തേയും പറ്റി അറിഞ്ഞിട്ടുള്ളവർ ചുരുക്കമാകയാൽ അങ്ങനെയുള്ള ജനങ്ങളുടെ അറിവിലേക്കായി എന്റെ അറിവിൽപ്പെട്ടിടത്തോളം സംഗതികൾ ചുരുക്കത്തിൽ താഴെ കുറിക്കുന്നു.

പണ്ട് പരദേശങ്ങളിൽനിന്നു ചില പെരുമാക്കന്മാർ വന്നു പന്ത്രണ്ടുകൊല്ലംവീതം കേരളരാജ്യത്തെ ഭരിച്ചിരുന്നുവെന്നുള്ളതു ചരിത്രപ്രസിദ്ധമാണല്ലോ. അങ്ങനെ വന്നു കേരളചക്രവർത്തികളായി വാണിരുന്ന പെരുമാക്കന്മാരിൽ ഒടുവിൽ വന്നയാളും പ്രജാവത്സലനും ഭരണനിപുണനും വലിയ വിദ്വാനും മഹാകവിയും വിഷ്ണുഭക്തനും തന്റെ കാലാവധി (പന്ത്രണ്ടു കൊല്ലം) കഴിഞ്ഞിട്ടും, ജനങ്ങളുടെ അപേക്ഷപ്രകാരം മുപ്പത്താറു സംവത്സരം കേരളം ഭരിച്ചുകൊണ്ടു കൊടുങ്ങല്ലൂർ തിരുവഞ്ചിക്കുളത്തെന്ന സ്ഥലത്തു താമസിച്ചിരുന്ന മഹാനും ‘കുലശേഖരവർമ്മാ’വെന്നു പ്രസിദ്ധനുമായിരുന്ന ചേരമാൻ പെരുമാൾ ഒരിക്കൽ തിരുവഞ്ചിക്കുളത്തുനിന്നു ജലമാർഗ്ഗമായി തെക്കൻ ദിക്കുകളിലേക്കു പുറപ്പെട്ടു. കോട്ടയത്തിനു പടിഞ്ഞാറുവശം വേമ്പനാട്ടുകായലിൽ എത്തിയപ്പോൾ കിഴക്കുഭാഗത്തായി ഒരു സ്ഥലത്ത് ആകാശത്തിൽ നക്ഷത്രസ്വരൂപികളായ സപ്തർഷികൾ നൃത്തംചെയ്തു കൊണ്ട് പ്രദക്ഷിണം വയ്ക്കുന്നതായിക്കണ്ട് അവിടെ ഭൂഭാഗത്ത് എന്തെങ്കിലും ഒരു വിശേഷമുണ്ടായിരിക്കണമെന്നു വിചാരിച്ച് വഞ്ചി കൊടൂരാറുവഴി നേരെ കിഴക്കോട്ടു വയ്ക്കാൻ കല്പിക്കുകയും വഞ്ചിക്കാർ അപ്രകാരം ചെയ്യുകയും ചെയ്തു.

അങ്ങനെ ഏതാനും നാഴിക കിഴക്കോട്ടു ചെന്നപ്പോൾ വഞ്ചി പുതുപ്പള്ളി ദേശത്തു പാലൂർപ്പണിക്കർ എന്നു പ്രസിദ്ധനായിരുന്ന നായരുടെ കടവിൽ ചെന്നടുത്തു. അവിടെ കൊടൂരാറ് അവസാനിക്കുകയും അവിടെനിന്നു കിഴക്കോട്ട് കരപ്രദേശമാകയാൽ വഞ്ചിയിൽപ്പോകുവാൻ നിവൃത്തിയില്ലാതെ വരികയും ചെയ്തതുകൊണ്ട് ചേരമാൻ പെരുമാളും അനുചരന്മാരും അവിടെ

കരയ്ക്കിറങ്ങി. ആ വിവരമറിഞ്ഞു പാലൂർ മൂത്തപണിക്കർ വീട്ടിൽനിന്ന് ഇറങ്ങിച്ചെന്നു പെരുമാളെക്കണ്ടു വന്ദിച്ച് അവിടെ എഴുന്നള്ളിയതിന്റെ ഉദ്ദേശ്യമെന്താണെന്നു ചോദിക്കുകയും പെരുമാൾ താൻ നക്ഷത്രങ്ങൾ പ്രദക്ഷിണം വെയ്ക്കുന്നതായിക്കണ്ട് ആ സ്ഥലത്ത് എന്തെങ്കിലും വിശേഷമുണ്ടായിരിക്കുമെന്നു വിചാരിച്ച് അവിടെപ്പോയി നോക്കാനായിട്ടു വന്നിരിക്കയാണെന്നുള്ള പരമാർത്ഥം പണിക്കരെ ഗ്രഹിപ്പിക്കുകയും ചെയ്തു. അപ്പോൾ വിദ്യാവൃദ്ധനും വയോവൃദ്ധനുമായിരുന്ന ആ പണിക്കർ പെരുമാളെ വീണ്ടും വന്ദിച്ചുകൊണ്ടു താഴെ വരുന്ന പ്രകാരം പറഞ്ഞു:

'അല്ലയോ എന്റെ തമ്പുരാനേ! ഇവിടെനിന്നു രണ്ടുമൂന്നു നാഴിക കിഴക്ക് ഒരു പുണ്യസ്ഥലമുണ്ട്. അതൊരു മലയാണ് അതിനു സംസ്കൃത പണ്ഡിതന്മാർ 'വിജയാദ്രി' എന്നും സാധാരണ ജനങ്ങൾ 'വെന്നിമല' എന്നും പേർ പറഞ്ഞുവരുന്നു. ആ മലയിൽ പണ്ട് 'കപിലൻ' മുതലായി അനേകം മഹർഷിശ്രേഷ്ഠന്മാർ തപസ്സു ചെയ്തുപാർത്തിരുന്നു. ആ മലയുടെ ഉപരിഭാഗത്തായി മഹാവിഷ്ണുവിന്റെ ഒരു ബിംബവുമുണ്ടായിരുന്നു. ആ ബിംബം അവിടെ ആരും പ്രതിഷ്ഠിച്ചതല്ലായിരുന്നു, സ്വയംഭൂവായിരുന്നു. ആ ബിംബത്തിങ്കൽ ദേവന്മാരും ഋഷീശ്വരന്മാരുമല്ലാതെ മറ്റാരും പൂജയും മറ്റും ചെയ്തിരുന്നില്ല. ആ വിഷ്ണുഭഗവാനെ സേവിച്ചു കൊണ്ടാണ് കപിലാദികൾ അവിടെത്താമസിച്ചിരുന്നത്.

'ആ താപസന്മാർ അവിടെത്താമസിച്ചിരുന്ന കാലത്ത് എവിടെനിന്നോ ഏതാനും രാക്ഷസന്മാർ അവിടെച്ചെന്നുചേരുകയും ഈ മഹർഷിമാരെ പലവിധത്തിൽ ഉപദ്രവിച്ചുതുടങ്ങുകയും ചെയ്തു. ദുഷ്ടന്മാരായ രാക്ഷസന്മാരുടെ ഉപദ്രവം ദുസ്സഹമായിത്തീരുകയാൽ ആ താപസശ്രേഷ്ഠന്മാർ ആ പുണ്യസ്ഥലം വിട്ടു പ്രാണഭീതിയോടുകൂടി കിഴക്കോട്ടോടി ശബര്യാശ്രമത്തിങ്കൽ ചെന്നെത്തി. അപ്പോൾ ദശരഥപുത്രനായ സാക്ഷാൽ ശ്രീരാമചന്ദ്രൻ അവിടെയെത്തി ശബരിക്ക് മോക്ഷം കൊടുത്തിട്ടു തന്റെ സഹോദരനായ ലക്ഷ്മണനോടുകൂടി പമ്പാതീരത്തിങ്കലെത്തിത്താമസിക്കുന്നതായിക്കേട്ട് ഈ മഹർഷിശ്രേഷ്ഠന്മാർ അവിടെച്ചെന്നു ശ്രീരാമനെ ശരണം പ്രാപിച്ചു തങ്ങളുടെ സങ്കടമറിയിച്ചു. അക്കാലത്തു സീതാവിരഹദുഃഖാക്രാന്തനായിരുന്നുവെങ്കിലും കരുണാനിധിയും ആശ്രിതവത്സലനുമായ ശ്രീരാമചന്ദ്രൻ മഹർഷിമാരുടെ സങ്കടം കേട്ട ക്ഷണത്തിൽ അവരുടെ സങ്കടം തീർത്തുകൊടുക്കുന്നതിനു ലക്ഷ്മണനെ നിയോഗിച്ചു. ഉടനെ ലക്ഷ്മണൻ വില്ലുമമ്പും ധരിച്ച് തന്റെ ജ്യേഷ്ഠന്റെ ആജ്ഞാപുഷ്പത്തെ ശിരസാവഹിച്ചുകൊണ്ട് മഹർഷിമാരോടു കൂടിപ്പോയി ചെറുഞാണൊലിയിട്ടുകൊണ്ട് ആ മലയിൽചെന്നു കയറി. ലക്ഷ്മണന്റെ ചെറുഞാണൊലി കേട്ടക്ഷണത്തിൽ കാലചോദിതന്മാരായ ആ രാക്ഷസന്മാർ ആയുധങ്ങൾ ധരിച്ചുകൊണ്ടു ലക്ഷ്മണനോടു നേരിട്ടു. ക്ഷണനേരംകൊണ്ട് ലക്ഷ്മണൻ ആ രാക്ഷസന്മാരെയെല്ലാം നിഗ്രഹിച്ചു മഹർഷിമാരുടെ സങ്കടം തീർത്തിട്ടു പൂർവ്വസന്നിധിയിലേക്കുതന്നെ തിരിച്ചു പോവുകയും ചെയ്തു. ലക്ഷ്മണനു വിജയം സിദ്ധിച്ച സ്ഥലമായതിനാലാണ് ആ മലയ്ക്കു 'വിജയാദ്രി' എന്ന നാമം സിദ്ധിച്ചത്. അതിന്റെ പരിഭാഷയായിട്ടാണ് ജനങ്ങൾ 'വെന്നിമല' എന്നു പറയുന്നത്. 'വെന്നി' എന്ന വാക്കിനു ജയം എന്നും അർത്ഥമുണ്ടായിരിക്കാം. 'ജയഭേരി' എന്ന സംസ്കൃതവാക്കിന്റെ പരിഭാഷയായിട്ടു മലയാളത്തിൽ 'വെന്നിപ്പറ' എന്നു പറയാറുണ്ട്.

'ആ മലയിൽ പണ്ടു തപസ്സുചെയ്തുകൊണ്ടു താമസിച്ചിരുന്ന മഹർഷി

ശ്രേഷ്ഠന്മാരെല്ലാം ഇപ്പോഴും അവിടെത്തന്നെ ഉണ്ടെന്നാണ ജനങ്ങൾ പറയുകയും വിശ്വസിക്കുകയും ചെയ്തുപോരുന്നത്. എന്നാലിപ്പോൾ കലിയുഗമായതുകൊണ്ട് അവരെ മനുഷ്യർക്കു പ്രത്യക്ഷമായി കാൺമാൻ കഴിയുന്നില്ല. എന്നുമാത്രമല്ല, മഹർഷിമാരിപ്പോൾ താമസിക്കുന്നത് അവിടെയുള്ള വലിയ ഗുഹകളിലാണ്. ഇപ്പോഴും അവരുടെ മനസ്സിൽ രാക്ഷസഭയവും ജനോപദ്രവുമുണ്ടാകരുതെന്നുള്ള വിചാരമുള്ളതിനാൽ അവർ ഗുഹകളുടെ പ്രവേശനദ്വാരങ്ങൾ ആരും കണ്ടുപിടിക്കാതെയിരിക്കത്തക്കവണ്ണം ആച്ഛാദിച്ചുകൊണ്ടാണ് താമസിക്കുന്നത്. എന്നാലവർ പണ്ടു പർണ്ണശാലകൾ കെട്ടി അവിടെത്താമസിച്ചിരുന്ന സ്ഥലങ്ങൾ കണ്ടുപിടിക്കുന്നതിനു ചില ലക്ഷ്യങ്ങൾ ഇപ്പോഴും അവിടെ കാൺമാനുണ്ട്. ആ മലയിൽ ഏഴു വലിയ സരസ്സുകളും എഴുപത്തിരണ്ട് അൽപസരസ്സുകളുമുണ്ട്. ജനങ്ങൾ വലിയ സരസ്സുകളെ 'ചിറ'കളെന്നും അൽപസരസ്സുകളെ 'ഓലി'കളെന്നുമാണ് പറഞ്ഞുവരുന്നത്. അവയെല്ലാം പുണ്യതീർത്ഥങ്ങളാണ്. അവയിൽ വേനലെന്നും വർഷമെന്നുമുള്ള വ്യത്യാസം കൂടാതെ സദാ സ്ഫടികസദൃശമായ നിർമ്മലജലം പരിപൂർണ്ണമായിരിക്കുന്നു. മലയിൽനിന്നു തീർത്ഥം ഒലിച്ചുവന്ന് സദാ ആ സരസ്സുകളെ നിറച്ചു കൊണ്ടാണിരിക്കുന്നത്. അതിനാൽ ഒരിക്കലുമവയിൽ ജലം കുറഞ്ഞു പോകുന്നില്ല എന്നാൽ ഒരു കാലത്തും കര കവിഞ്ഞ് ഒഴുകുന്നുമില്ല അവിടെച്ചെന്നുകണ്ടാൽ അവ ദിവ്യങ്ങളായിട്ടുള്ള പുണ്യസരസ്സുകളാണെന്ന് ആരും സമ്മതിക്കും. ആ പുണ്യ തീർത്ഥങ്ങളിൽ സ്നാനതർപ്പണങ്ങളും പിതൃക്രിയകളും ചെയ്താൽ മോക്ഷവും പിതൃപ്രീതിയും സിദ്ധിക്കുമെന്നാണ് ജനങ്ങളുടെ വിശ്വാസം.

'വിജയാചലതീർത്ഥേഷു സ്നാത്വാ ഭക്ത്യാ പിതൃക്രിയാം
കരോതി മനേജോ യസ്തു ഗയാ ശ്രാദ്ധഫലം ലഭേൽ'

എന്നു സ്ഥലപുരാണത്തിൽപ്പറഞ്ഞിട്ടുമുണ്ട്. അതിനാൽ അർദ്ധോദയം, മഹോദയം, അമാവാസി മുതലായ പുണ്യദിവസങ്ങളിൽ അവിടെ സ്നാനതർപ്പണാദികൾക്കായി അസംഖ്യം ജനങ്ങൾ പല സ്ഥലങ്ങളിൽ നിന്നുമായി ഇപ്പോഴും അവിടെ വരുന്നുണ്ട്. പുണ്യദിവസങ്ങളിൽ ദേവന്മാരും അവിടെ വരുന്നുണ്ടെന്നാണ് ജനശ്രുതി. ഈ മലയുടെ അന്തർഭാഗത്തും തീർത്ഥങ്ങളുണ്ടെന്നും അവിടെയിരിക്കുന്ന താപസശ്രേഷ്ഠന്മാർ പുണ്യദിനങ്ങളിൽ അവയിൽ സ്നാനനതർപ്പണാദികൾ ചെയ്യുന്നുണ്ടെന്നുമുള്ള കാര്യം തീർച്ചയാണ്. എന്തെന്നാൽ, പുണ്യദിനങ്ങളിൽ മലയിൽനിന്ന് ഒലിച്ചുവരുന്ന തീർത്ഥത്തോടുകൂടി ദർഭപ്പുല്ലും പൂക്കളും അക്ഷതവും മറ്റും ഇപ്പോഴും പതിവായിക്കണ്ടുവരുന്നുണ്ട്. ഇവ ആ മഹർഷിമാരുടെ തർപ്പണത്തിന്റെ വകയായിരിക്കണമല്ലോ.

'എന്നാൽ ആ മലയുടെ മുകളിൽ പണ്ടുണ്ടായിരുന്ന വിഷ്ണുവിഗ്രഹം ഇപ്പോൾ അവിടെ പ്രത്യക്ഷമായി കാൺമാനില്ല. അതു മണ്ണിനടിയിൽ മറഞ്ഞുപോയിരിക്കുന്നു. എങ്കിലും ആ ബിംബമുണ്ടായിരുന്ന സ്ഥലം കണ്ടുപിടിക്കാൻ മാർഗ്ഗമുണ്ട്. ആ മലയിൽ ഇപ്പോഴും ചില വേടന്മാർ കുടുംബസഹിതം താമസിക്കുന്നുണ്ട്. അവരിൽ പ്രാധനന്റെ പേർ 'ഇരവി' എന്നാണ്. അവൻ ഒരു ദിവസം പാരകൊണ്ട് കാട്ടുകിഴങ്ങുകൾ മാന്തിപ്പറിച്ചപ്പോൾ ഒരു സ്ഥലത്തുനിന്നു രക്തപ്രവാഹമുണ്ടായി. അവൻ അതു കണ്ടു പേടിക്കുകയും അവനു മോഹാലസ്യമുണ്ടാവുകയും ചെയ്തു. പിന്നെ മൂന്നേമുക്കാൽ നാഴിക

കഴിഞ്ഞതിന്റെ ശേഷമാണ് അവന് ബോധം വീണത്. അവന്റെ പാര ആ വിഷ്ണുബിംബത്തിൽ കൊണ്ടതിനാലാണ് രക്തപ്രവാഹമുണ്ടായത്. ആ ഇരവിയോടു പറഞ്ഞാൽ അവൻ സ്ഥലം കാണിച്ചുതരും. അവന്റെ കൂട്ടുകാരോ മറ്റോ ഇനിയും ആ സ്ഥലത്തു മാന്തുകയോ കുഴിക്കുകയോ ചെയ്യാനിടയാകാതെ സൂക്ഷിച്ചുകൊണ്ട് അവൻ ആ സ്ഥലത്തിനു സമീപിച്ചുതന്നെയാണ് കുടികെട്ടി താമസിച്ചു വരുന്നത്'.

ചേരമാൻ പെരുമാൾ: എനിക്ക് ആ സ്ഥലംതന്നെയാണ് കാണേണ്ടത്. താഴെയിരിക്കുന്ന വിഷ്ണുവിഗ്രഹത്തെ ഉദ്ദേശിച്ചു സപ്തർഷികൾ ആ സ്ഥലത്തിന്റെ ഉപരിഭാഗത്തുതന്നെയായിരിക്കണം പ്രദക്ഷിണം വയ്ക്കുന്നതായി ഞാൻകണ്ടത്. അതുകൊണ്ട് നമുക്ക് അങ്ങോട്ടു പോകാം. പണിക്കരും ഒരുമിച്ചു തന്നെ വരണം.

പണിക്കർ: എഴുന്നള്ളത്തോടുകൂടി വരുന്നതിന് അടിയനു വിരോധമൊന്നുമില്ല; സന്തോഷമാണ്. പക്ഷേ എഴുന്നള്ളുന്ന കാര്യമാണ് വലിയ വിഷമമായിട്ടിരിക്കുന്നത്. ഒറ്റയടിവഴി മാത്രമേ ഉള്ളൂ. അതുതന്നെ വലിയ കാട്ടിൽക്കൂടിയാണ്. വാഹനങ്ങളിൽ പോകാനും നിവൃത്തിയില്ല. കാൽനടയായിത്തന്നെ പോകേണ്ടിയിരിക്കുന്നു. അമാവാസി ദിവസങ്ങളിലും മറ്റും അടിയങ്ങൾ പോകുന്നതുതന്നെ വളരെ പ്രയാസപ്പെട്ടാണ്. പിന്നെ തിരുമേനി എഴുന്നള്ളുന്നതെങ്ങനെയാണെന്നാണ് അടിയൻ വിചാരിക്കുന്നത്.

പെരുമാൾ: അതിനെക്കുറിച്ചു വിചാരിക്കേണ്ട. ഞാൻ നടന്നു കൊള്ളാം. എനിക്ക് ഇതൊന്നും പ്രയാസമായി തോന്നുന്നില്ല.

'എന്നാൽ കല്പനപോലെ' എന്നു പറഞ്ഞു പണിക്കർ മാർഗ്ഗദർശിയായിട്ടു മുൻപേയും പെരുമാളും സഹചരന്മാരും പിന്നാലെയുമായിട്ട് അവിടെനിന്ന് പുറപ്പെട്ടു.

ഇവർ മലയിലേക്കു പുറപ്പെട്ടതു മരംകോച്ചുന്ന മഞ്ഞുള്ള മകരമാസത്തിലൊരു ദിവസം വെളുപ്പാൻകാലത്തായിരുന്നു. അപ്പോൾ മഞ്ഞിന്റെ തണുപ്പു സാമാന്യത്തിലധികമുണ്ടായിരുന്നതിനാൽ ചേരമാൻ പെരുമാൾ പാലൂർ പണിക്കരോട്, 'ഇവിടെത്തന്നെ മഞ്ഞിന്റെ ശൈത്യം ദുസ്സഹമായിരിക്കുന്നു. മലയിൽ ചെല്ലുമ്പോൾ ഇത് ഇതിലധികമായിരിക്കുമല്ലോ' എന്നു പറഞ്ഞു. അപ്പോൾ പണിക്കർ, 'മലകളിൽ മഞ്ഞ് മറ്റുള്ള സ്ഥലങ്ങളിലുള്ളതിൽ അധികമായിരിക്കുന്നതു സാധാരണമാണ്. എന്നാൽ ഈ മലയിലങ്ങനെയല്ല. ഇവിടെ മഞ്ഞും തണുപ്പും ലേശംപോലുമില്ല. അടിയൻ അറിയിച്ചതു പരമാർത്ഥമാണെന്ന് അവിടെച്ചെല്ലുമ്പോൾ തിരുമനസ്സിലേക്കു ബോദ്ധ്യപ്പെടും. അവിടെ മരങ്ങളുടെ ഇലകളിൽപോലും മഞ്ഞുവെള്ളം കാണുകയില്ല. പണ്ട് ഇവിടെയും മഞ്ഞ് മറ്റുള്ള മലകളിലെപ്പോലെ ഉണ്ടായിരുന്നുവെന്നും മഹർഷിമാരുടെ അപേക്ഷപ്രകാരം രാക്ഷസനിഗ്രഹത്തിനായി വന്നിരുന്ന ലക്ഷ്മണസ്വാമിക്കു മഞ്ഞിന്റെ ശൈത്യം ദുസ്സഹമായിത്തീരുകയാൽ കപില മഹർഷി 'ഈ മലയിൽ മഞ്ഞില്ലാതെയായിപ്പോകട്ടേ' എന്നു ശപിക്കുകയാലാണ് ഇവിടെ മഞ്ഞില്ലാതെയായിപ്പോയതെന്നുമാണ് ഐതിഹ്യം. അതെങ്ങനെയായാലും ഇവിടെ മഞ്ഞില്ലെന്നുള്ള കാര്യം വാസ്തവം തന്നെ' എന്നു പറഞ്ഞു.

ഇങ്ങനെ ഓരോന്നു പറഞ്ഞുകൊണ്ട് നടന്ന് അവർ വിജയാദ്രിയുടെ

ഉപരിഭാഗത്തെത്തി. ആ കാട്ടുവഴിയിൽക്കൂടി കാൽനടയായി കയറ്റം കയറി മലയുടെ മുകളിലെത്തുന്നതിനു ചേരമാൻ പെരുമാൾക്കു സഹചരന്മാരോളം തന്നെ പ്രയാസവും ക്ഷീണവുമുണ്ടായില്ല. അദ്ദേഹത്തിന്റെ ദേഹം അങ്ങനെയുള്ളതായിരുന്നുവല്ലോ.

> 'ഔന്നത്യം ചേർന്ന മൂക്കം പൃഥുഗളവുമുയർന്നുള്ളൊരാംഗങ്ങൾ തന്നിൽ
> ച്ചേർന്നീടും പൊന്മണികർണ്ണിക വിലസിടുമാക്കർണ്ണപാശങ്ങൾ രണ്ടും
> നന്നായ് മുട്ടോളവും തൂങ്ങിയ കരയുഗവും നല്ല പൊൻവർണ്ണവും പൂണ്ട-
> ന്യൂനായാമമേവന്നുടലതു ജനതയ്ക്കുള്ള ദുഃഖങ്ങൾതീർക്കും'

എന്നാണല്ലോ 'സുഭദ്രാധനഞ്ജയം' നാടകത്തിൽ അദ്ദേഹത്തിന്റെ ആകാരത്തെ വർണ്ണിച്ചിരിക്കുന്നത്.

അവർ മലയുടെ ഉപരിഭാഗത്തെത്തിയതിന്റെ ശേഷം പാലൂർ പ്പണിക്കർ ഇരവിയെ വിളിച്ച് അവൻ കാട്ടുകിഴങ്ങു മാന്തിയ സമയം രക്തപ്രവാഹമുണ്ടായ സ്ഥലം കാണിച്ചുകൊടുക്കുവാൻ പറയുകയും അവൻ കാണിച്ചുകൊടുക്കുകയും ചെയ്തു. ചേരമാൻ പെരുമാൾ ആ സ്ഥലത്തിനു മൂന്നു പ്രദക്ഷിണം വെച്ചു നമസ്കരിച്ചതിന്റെ ശേഷം ഇരവിയെ വിളിച്ച് "ഈ സ്ഥലത്തിനു 'കോട്ട' എന്നു പേരിട്ടിരിക്കുന്നു. അതിനാൽ മേലിൽ ഈ സ്ഥലത്തിനു 'വെന്നിമലക്കോട്ട' എന്നു നാമമായിരിക്കുന്നതാണ്. പണ്ടു സ്വയംഭൂവായ ബിംബമുണ്ടായിരുന്ന സ്ഥലത്ത് ഒരു ക്ഷേത്രം പണിയിച്ചു ദേവപ്രതിഷ്ഠ നടത്തിക്കണമെന്നു നാം വിചാരിക്കുന്നു. അതിനാൽ നീയും നിന്റെ ജാതിക്കാരായ വേടന്മാരിൽ ആരുംതന്നെ മേലാൽ ഈ മലയുടെ ഉപരിഭാഗത്തു താമസിക്കരുത്. എന്നാൽ വളരെക്കാലമായി ഇവിടെ താമസിച്ചുവരുന്ന നിങ്ങൾ ഇവിടംവിട്ടു പോകണമെന്നു നാം ആജ്ഞാപിക്കുന്നില്ല. ഈ മലയുടെ നാലു വശങ്ങളിലും അടിവാരങ്ങളിൽ കുടിൽ കെട്ടി ഈ കോട്ടയ്ക്കു കാവലായി നിങ്ങൾ താമസിച്ചുകൊള്ളണം. നിങ്ങളിലാരും ഈ കോട്ടയിലുള്ള പക്ഷിമൃഗാദികളെ ഹിംസിക്കുകയോ കാടുകളും മരങ്ങളും വെട്ടിയഴിക്കുകയോ ചെയ്തുപോകരുതെന്നു മാത്രമല്ല, അന്യന്മാർ വന്ന് അപ്രകാരമൊന്നും ചെയ്യാതെ നിങ്ങൾ സൂക്ഷിക്കുകയും വേണം. ഇതിലേക്ക് എന്തെങ്കിലും ചെറുതായ ഒരു പ്രതിഫലം നാം നിങ്ങൾക്കു തരികയും ചെയ്യാം. ഈ സ്ഥലം പണ്ട് മഹർഷിമാരുടെ തപോവനമായിരുന്നുവല്ലോ. ആ സ്ഥിതിയിൽതന്നെ ഇവിടം, മേലാൽ ഇവിടെ പ്രതിഷ്ഠിക്കപ്പെടുന്ന ദേവന്റെ സങ്കേതമായിരിക്കണമെന്നാണ് നാം ആഗ്രഹിക്കുന്നത്" എന്ന് പറഞ്ഞു. ഇതു കേട്ട് ഇരവി താണുതൊഴുതുകൊണ്ട്, 'പൊന്നുതമ്പുരാനേ! അടിയങ്ങൾ കല്പനയ്ക്കു വിരോധമായി യാതൊന്നും പ്രവർത്തിക്കുന്നവരല്ല. കല്പനപോലെയെല്ലാം ഇവിടുത്തെ അടിമകളായി അടിയങ്ങൾ കോട്ടയുടെ നാലുവശത്തും അടിവാരങ്ങളിൽ മാടങ്ങൾ കെട്ടിപ്പാർത്തു കൊള്ളാം. ഈ മല തപോവനമായിരുന്നതുകൊണ്ട് ഇവിടെ ദുഷ്ടമൃഗങ്ങളൊന്നുംതന്നെ ഇല്ല. ഇവിടെ മൃഗങ്ങളെന്നു പറയാൻ മരഞ്ചാടികൾ മാത്രമേയുള്ളു. അവർ ശ്രീരാമഭക്തന്മാരാണെന്നുള്ള വിശ്വാസം നിമിത്തം അവരെ ആരും ഹിംസിക്കാറുമില്ല. പിന്നെ, ഇവിടെയുള്ള കാടും മരങ്ങളും ആരും വെട്ടി നശിപ്പിക്കാതെ അടിയങ്ങൾ പ്രത്യേകം സൂക്ഷിച്ചുകൊള്ളുകയും ചെയ്യാം' എന്നുണർത്തിച്ചു.

ഇത്രയും കഴിഞ്ഞപ്പോഴേക്കും ജനങ്ങൾ കേട്ടുകേൾപ്പിച്ചു ചേരമാൻ പെരുമാൾ എഴുന്നള്ളിയിരിക്കുന്ന വിവരമറിയുകയും അരിയും കറിക്കോപ്പുകളും

മറ്റും ശേഖരിച്ച് ആ മലയുടെ മുകളിൽ എത്തിക്കുകയും സമീപസ്ഥന്മാരും 'മലമേൽക്കാവുസമൂഹ'ത്തിലുൾപ്പെട്ടവരുമായ ചോഴിയപ്പട്ടന്മാരെ വരുത്തി ചതുർവ്വിധവിഭവങ്ങളോടുകൂടി അമൃതേത്തിനെല്ലാം തയ്യാറാക്കിക്കുകയും ചെയ്തു. കേരളചക്രവർത്തിയായിരുന്ന മഹാരാജാവെഴുന്നള്ളിയിരിക്കുന്ന തായി അറിഞ്ഞാൽ അമൃതേത്തും മറ്റും തയ്യാറാക്കുന്നതിന് എല്ലാവരും സന്നദ്ധരായിരിക്കുമല്ലോ. ഭക്ഷണത്തിന് വേണ്ടുന്നതെല്ലാം തയ്യാറായി എന്നറിഞ്ഞു ചേരമാൻ പെരുമാൾ മുതലായവർ ഓരോ ചിറകളിൽപ്പോയി സ്നാനം മുതലായവ കഴിച്ചുവന്നു പ്രത്യേകം പ്രത്യേകം മാറിയിരുന്ന് യഥാക്രമം ഊണുകഴിച്ചു. ആ വനഭോജനം അവർക്കെല്ലാവർക്കും ഏറ്റവും സന്തോഷ പ്രദവും സുഖവുമായി എന്ന് അവരിൽ നിന്നുതന്നെ അന്യന്മാർക്കും അറി യാനിടയാവുകയും ചെയ്തു.

പിന്നെ ജനങ്ങൾകൂടി ചേരമാൻ പെരുമാളുടെ തത്കാലതാമസത്തി നായി ആ മലയുടെ പടിഞ്ഞാറെച്ചരുവിൽ ഒരു പുര അന്നു വൈകുന്നേര ത്തേക്കുതന്നെ കെട്ടിയുണ്ടാക്കി. അപ്പോൾ മുതൽ അദ്ദേഹത്തിന്റെ താമസം അവിടെയാക്കി. അവിടെ വേണ്ടുന്ന സകലസാധനങ്ങളും മുറയ്ക്ക് ഇടപ്രഭുക്ക ന്മാരും നാട്ടുവാഴികളും മറ്റും ശേഖരിച്ചു കൊടുത്തുകൊണ്ടിരുന്നു. പാചകവൃത്തി മലമേൽക്കാവു സമൂഹക്കാർതന്നെ നടത്തി. ഭൃത്യന്മാരും മറ്റും പെരുമാളുടെ കൂടെത്തന്നെ ധാരാളമുണ്ടായിരുന്നു. പിന്നെ പാലൂർപ്പണിക്കർ മുതലായി മൂന്നുപേർ വിശേഷാൽ ചെന്നുകൂടുകയും ചെയ്തു. ചേരമാൻ പെരുമാൾ ഇങ്ങനെ അവിടെത്താമസിച്ചുകൊണ്ടു മുറയ്ക്കു ക്ഷേത്രം പണി നടത്തിച്ചു. അമ്പലം ഒട്ടും മോശമല്ലായിരുന്നു. നാലമ്പലം, ബലിക്കല്പുര, വാതിൽമാടം മുതലായവയോ ടുകൂടിത്തന്നെയാണ് പണിയിച്ചത്. പശ്ചിമാഭിമുഖമായ ആ ക്ഷേത്രത്തിന്റെ വടക്കെ വഴിയമ്പലം കൂത്തമ്പലമായിട്ടും ഉപയോഗിക്കുവാൻ തക്കവണ്ണം അതിൽ അരങ്ങും അണിയറയുംകൂടി ഉണ്ടാക്കിച്ചു. ശ്രീകോവിൽ, മണ്ഡപം, തിടപ്പള്ളി, മുളയറ മുതലായവയെല്ലാം പണിക്കുറ തീർന്നപ്പോഴേക്കും കൃഷ്ണ ശിലകൊണ്ടു ചതുർബ്ബാഹുവായിട്ടുള്ള ഒരു വിഷ്ണുവിഗ്രഹമുണ്ടാക്കിച്ചു ജ്യോ ത്സ്യന്മാരെ വരുത്തി ആലോചിച്ചു പ്രതിഷ്ഠയ്ക്കു മുഹൂർത്തം നിശ്ചയിക്കുകയും മുഹൂർത്തച്ചാർത്ത് എഴുതിച്ചു വാങ്ങുകയും പ്രസിദ്ധ തന്ത്രിയായ താഴമൺ പോറ്റിയുടെ അടുക്കൽ ആളയച്ചു വിവരം ഗ്രഹിപ്പിക്കുകയും പ്രതിഷ്ഠ, കലശം, ഉത്സവം മുതലായവയ്ക്ക് അദ്ദേഹത്തിന്റെ ചാർത്തു വരുത്തുകയും സകല സാധ നങ്ങളും ശേഖരിക്കുകയും ചെയ്തു. പ്രതിഷ്ഠയ്ക്കുള്ള ക്രിയകൾ തുടങ്ങുന്നതിനു രണ്ടു ദിവസം മുമ്പേ തന്നെ തന്ത്രിയേയും ശാന്തി, പരികർമ്മം, കഴകം, വാദ്യഘോഷം മുതലായവയ്ക്കു വേണ്ടുന്ന ബ്രാഹ്മണരെയും വാരിയന്മാരെയും മാരാന്മാരെയും മറ്റും സ്ഥലത്തു വരുത്തി താമസിപ്പിക്കുകയും ചെയ്തു.

ഇങ്ങനെ വേണ്ടുന്ന സാധനങ്ങളെല്ലാം തയ്യാറാക്കിവെക്കുകയും വരേ ണ്ടുന്നവരെല്ലാം വന്നുചേരുകയും ചെയ്തതിന്റെശേഷം ക്രിയകളാരംഭിക്കു ന്നതിന്റെ തലേദിവസം സന്ധ്യ കഴിഞ്ഞപ്പോൾ ഒരാൾ അവിടെച്ചെന്നു ചേർന്നു. ജടയും താടിയും വളർത്തിയും ദേഹമെല്ലാം ഭസ്മംപൂശിയും കഴുത്തിൽ രുദ്രാക്ഷമാല കളഞ്ഞും മരവുരിയുടുത്തുമിരുന്ന ആ ആളെക്കണ്ടാൽ തന്നെ ഒരു സന്യാസിയോ താപസനോ മറ്റോ ആണെന്നു തോന്നുമായിരുന്നു. അദ്ദേഹം അവിടെച്ചെന്ന് എന്തൊക്കെയോ സംസാരിച്ചു. അതെല്ലാം ഗീർ വ്വാണഭാഷയിലായിരുന്നതിനാൽ അവിടെ നിന്നിരുന്നവർക്കു കാര്യമൊന്നും

മനസ്സിലായില്ല. ഈ വിവരമറിഞ്ഞു ചേരമാൻ പെരുമാൾതന്നെ അവിടെ ച്ചെന്നു. ആ താപസനെ കണ്ടപ്പോൾത്തന്നെ അദ്ദേഹം ഒരു ദിവ്യനാണെന്നു തോന്നുകയാൽ ചേരമാൻ പെരുമാൾ അദ്ദേഹത്തിന്റെ പാദത്തിങ്കൽ വീണു നമസ്കരിച്ചു. ചേരമാൻ പെരുമാളും ഗീർവ്വാണഭാഷാഭിജ്ഞനായിരുന്നതിനാൽ അവർ തമ്മിൽ സംഭാഷണമാരംഭിച്ചു. അതിന്റെ പരിഭാഷ താഴേച്ചേർക്കുന്നു:

താപസൻ: ഇവിടെ പ്രതിഷ്ഠിപ്പിക്കാനായി ഒരു ബിംബമുണ്ടാക്കിച്ചു വെച്ചിട്ടുണ്ടല്ലോ. അതു കേടുള്ളതാകയാൽ പ്രതിഷ്ഠിപ്പിക്കരുത്. അതു പ്രതിഷ്ഠിപ്പിച്ചാൽ രാജാവിനു ഗുണത്തിനു പകരം ദോഷമാണുണ്ടാകുന്നത്.

പെരുമാൾ: ആ ബിംബത്തിനു യാതൊരു കേട്ടം ഞങ്ങളാരും കണ്ടില്ല. പിന്നെ അവിടുന്ന് ഇങ്ങനെ പറയുന്നതെന്താണാവോ?

താപസൻ: ആ ബിംബം എന്നെ ഒന്നു കാണിച്ചുതന്നാൽ കേടെവിടെയാണെന്നു ഞാൻ കാണിച്ചുതരാം.

ഇതുകേട്ടു ചേരമാൻപെരുമാൾ താപസനെ വിളിച്ചുകൊണ്ടുപോയി ബിംബം കാണിച്ചുകൊടുത്തു. ഉടനെ താപസൻ അദ്ദേഹത്തിന്റെ കൈയിലിരുന്ന ഇരുമ്പുവടികൊണ്ട് ആ ബിംബത്തിന്റെ ഉദരമദ്ധ്യത്തിങ്കൽ ഒരു കുത്തു കൊടുത്തു. അപ്പോൾ ആ ഭാഗം പൊട്ടിത്തുറക്കുകയും അവിടെ നിന്നു കൃമികളോടുകൂടിയ വെള്ളമൊലിക്കുകയും ഒരു ചെറിയ തവള പുറത്തേക്കു ചാടുകയും ചെയ്തു. ഇതു കണ്ട് എല്ലാവരും അത്ഭുതപരവശന്മാരായിത്തീർന്നു. ചേരമാൻ പെരുമാൾക്ക് അത്ഭുതത്തെക്കാളധികം വ്യസനമാണുണ്ടായത്. വട്ടം കൂട്ടേണ്ടതെല്ലാം കൂട്ടിക്കഴിഞ്ഞു. വരേണ്ടുന്നവരെല്ലാം വന്നു ചേരുകയും ചെയ്തു. ഒന്നോ രണ്ടോ ദിവസം കൊണ്ട് ഒരു വിഷ്ണുവിഗ്രഹമുണ്ടാക്കിച്ച് നിശ്ചിതമുഹൂർത്തത്തിൽത്തന്നെ പ്രതിഷ്ഠ നടത്തിക്കാൻ സാധിക്കയില്ലല്ലോ. അതു വിചാരിച്ചിട്ടു പെരുമാൾക്കുണ്ടായ ഇച്ഛാഭംഗവും വ്യസനവും സീമാതീതമായിരുന്നു. അദ്ദേഹം ആ താപസന്റെ പാദത്തിങ്കൽ വീണ്ടും വീണു നമസ്കരിച്ചിട്ട്,'അല്ലയോ സ്വാമിൻ! കേടുള്ളതായ ഈ ബിംബം പ്രതിഷ്ഠിപ്പിക്കാനിടയാകാത്തതിനെക്കുറിച്ച് അപാരമായ സന്തോഷമുണ്ട്. എങ്കിലും നിശ്ചിതമുഹൂർത്തത്തിൽ പ്രതിഷ്ഠ നടത്തിക്കാൻ സാധിക്കയില്ലല്ലോ എന്നു വിചാരിച്ച് ഞങ്ങൾക്കു അളവറ്റ വ്യസനവുമുണ്ട്. ഇനി ഒന്നോ രണ്ടോ ദിവസംകൊണ്ട് ഒരു വിഗ്രഹമുണ്ടാക്കിച്ചു പ്രതിഷ്ഠ നടത്തിക്കാൻ സാധിക്കയില്ലല്ലോ' എന്നു പറഞ്ഞു.

താപസൻ: അല്ലയോ രാജാവേ! അങ്ങ് ഇതിനെക്കുറിച്ച് ഒട്ടും വ്യസനിക്കേണ്ടാ. ഇതിലേക്ക് ഒരു നിവൃത്തിമാർഗ്ഗം ഞാൻപറഞ്ഞുതരാം. ഈ മലയുടെ കിഴക്കേച്ചെരിവിലുള്ള ഒരു ചിറയിൽ മഹാവിഷ്ണുകലാ സംഭൃതനായ ലക്ഷ്മണസ്വാമിയുടെ ഒരു വിഗ്രഹം കിടക്കുന്നുണ്ട്. അതു ബ്രാഹ്മണരെക്കൊണ്ടു മുങ്ങിയെടുപ്പിച്ചു കൊണ്ടുവന്നു നിശ്ചിതമുഹൂർത്തത്തിൽത്തന്നെ പ്രതിഷ്ഠ നടത്തിച്ചുകൊള്ളുക. അവിടെ ചിറകളും ഓലികളും പലതുണ്ടെങ്കിലും ബിംബം കിടക്കുന്ന ചിറയ്ക്ക് ഒരടയാളം കൂടി പറയാം. ബിംബമെടുക്കാനായി ചെല്ലുന്ന സമയം ഒരു ചിറയിൽ ഒരു താമരപ്പൂവ് വികസിച്ച് നിൽക്കുന്നതായിക്കാണും. ആ സ്ഥലത്തു മുങ്ങിത്തപ്പിയാൽ ബിംബം കണ്ടുകിട്ടും. ആ ബിംബത്തിന് ഇനി ജലാധിവാസം മുതലായ ക്രിയകളൊന്നും ആവശ്യമില്ല. എടുത്തുകൊണ്ടുവന്ന് യഥാവിധി പ്രതിഷ്ഠയും കലശം മുതലായവയും നടത്തിയാൽ മതി.

ഇത്രയും പറഞ്ഞുകഴിഞ്ഞതിന്റെ ശേഷം ആ താപസൻ

അവിടെക്കൂടിനിന്നിരുന്ന ജനങ്ങളുടെ ഇടയിലേക്കു മാറിമറഞ്ഞു. പിന്നെ അദ്ദേഹത്തെ അവിടെയെങ്ങും ആരും കണ്ടില്ല. ആ താപസൻ സാക്ഷാൽ കപിലമഹർഷിതന്നെയാണെന്നാണ് പിന്നീടെല്ലാവരും തീർച്ചപ്പെടുത്തിയത്. ആരായാലും ഒരു ദിവ്യനായിരുന്നു എന്നുള്ളതിനു സംശയമില്ല.

ആ താപസൻ പിരിഞ്ഞുപോയപ്പോഴേക്കും രാത്രി വളരെയധികമായിരുന്നതുകൊണ്ടു മലയുടെ കിഴക്കുഭാഗം വലിയ കാടായിരുന്നതിനാലും ബിംബം മുങ്ങിയെടുക്കാനും മറ്റും അന്ന് ആരും പോയില്ല. പിറ്റേ ദിവസം രാവിലെ ചേരമാൻ പെരുമാൾ പാലൂർപ്പണിക്കർ മുതലായ ചില നായന്മാരെ നാലഞ്ചു ബ്രാഹ്മണരോടുകൂടി കിഴക്കേക്കോട്ടയിലേക്കയച്ചു. അവർ കാടും മുള്ളുമൊന്നും വകവെയ്ക്കാതെ കിഴക്കേക്കോട്ടയിൽ വളരെ നേരം ചുറ്റിനടന്നുനോക്കീട്ടും താമരപ്പൂവുള്ള ചിറകണ്ടില്ല. അപ്പോൾ ഒരു കൃഷ്ണപ്പരുന്ത് ആകാശമാർഗ്ഗത്തിങ്കൽ ഒരു സ്ഥലത്തു പ്രദക്ഷിണമായി പറന്നുകൊണ്ടിരിക്കുന്നതു കണ്ടിട്ട് അതിന്റെ അധോഭാഗത്തായിരിക്കണം ബിംബം കിടക്കുന്നതെന്ന് അവർക്കൊരു ഭ്രതോദയമുണ്ടായി. ഉടനെ അവർ ആ പരുന്തു പറന്നുകൊണ്ടിരുന്ന സ്ഥലത്തിനു താഴെച്ചെന്നു. അപ്പോൾ അവിടെ ഒരു ചിറയും അതിന്റെ മദ്ധ്യഭാഗത്തു വികസിച്ചുനിൽക്കുന്ന ഒരു ചെന്താമരപ്പൂവും കണ്ടു. ഉടനെ രണ്ടുമൂന്നു ബ്രാഹ്മണർ ചിറയിൽ ഇറങ്ങി മുങ്ങാനായി അടുത്തുചെന്നു. ആ സമയം ചിറയുടെ കിഴക്കുഭാഗത്തുള്ള കൊടുകാട്ടിൽനിന്ന് അതിഭയങ്കരമായ ഒരട്ടഹാസവും 'ചിറയിൽ ആരും ഇറങ്ങിക്കൂടാ' എന്ന് ആരോ വിളിച്ചു പറയുന്നതായും കേട്ടു. ഇതു കേട്ടപ്പോൾ പാലൂർപ്പണിക്കർ മുതലായവരെല്ലാവരും ഏറ്റവും ഭയവിഹ്വലന്മാരായിത്തീർന്നു. പിന്നെ ആ ചിറയിലിറങ്ങാൻ ആ കൂട്ടത്തിലുണ്ടായിരുന്ന ബ്രാഹ്മണർക്കാർക്കും ധൈര്യമുണ്ടായില്ല. അതിനാൽ പാലൂർപ്പണിക്കർ ഉടനെ ഓടിച്ചെന്ന് ഈ സംഗതികളെല്ലാം ചേരമാൻ പെരുമാളുടെ അടുക്കൽ അറിയിച്ചു. ഇതു കേട്ടപ്പോൾ പെരുമാളും ഏറ്റവും വിഷണ്ണനായിത്തീർന്നു. ബിംബം കൊണ്ടുവരാതെയിരുന്നാൽ നിശ്ചിതമുഹൂർത്തത്തിൽ പ്രതിഷ്ഠ നടത്തുവാൻ സാധിക്കയില്ലല്ലോ. അതിനാൽ ഏതു പ്രകാരമെങ്കിലും ആ ബ്രാഹ്മണരെക്കൊണ്ടുതന്നെ ബിംബമെടുപ്പിച്ചു കൊണ്ടുവരണമെന്ന് നിശ്ചയിച്ച് അദ്ദേഹവും ചിറയുടെ സമീപത്തെത്തി. അപ്പോൾ തലേദിവസം അദ്ദേഹത്തിന്റെ അടുക്കൽ ചെന്നിരുന്ന താപസനും അവിടെച്ചെന്നു ചേർന്നു. താപസനെ കണ്ടയുടനെ പെരുമാൾ അദ്ദേഹത്തിന്റെ പാദത്തിങ്കൽ വീണു നമസ്കരിച്ചിട്ടു ബിംബമെടുക്കുന്നതിൽ നേരിട്ടിരിക്കുന്ന പ്രതിബന്ധത്തെക്കുറിച്ചറിയിച്ചു. ഉടനെ താപസൻ, 'അല്ലയോ രാജാവേ! ഒരു സംഗതി ഇന്നലെപ്പറയാൻ ഞാൻമറന്നുപോയി. അതുംകൂടി ഇപ്പോൾ പറഞ്ഞേക്കാം. ഈ ബിംബം പണ്ടു ചില മഹർഷിമാർ ഇവിടെവെച്ചു പൂജിച്ചിരുന്നതാണ്. അവർ ഇവിടെനിന്ന് അന്തർദ്ധാനം ചെയ്ത സമയത്താണ് ഈ ബിംബം ഈ സരസ്സിൽ നിക്ഷേപിച്ചത്. ആ മഹർഷിമാർ ലക്ഷ്മണസ്വാമിയോടുകൂടി ഒരു ഭഗവതിയേയും വെച്ചു പൂജിച്ചിരുന്നു. ആ ഭഗവതിയുടെ അട്ടഹാസവും കല്പനയുമാണ് മുമ്പെ ഇവിടെ കേൾക്കപ്പെട്ടത്. ആ ദേവി മഹർഷിമാരുടെ അപേക്ഷപ്രകാരം ഈ ബിംബം സൂക്ഷിച്ചുകൊണ്ട് ഈ സരോവര തീരവനങ്ങളിൽ സഞ്ചരിക്കുന്നുണ്ട്. ഈ ബിംബത്തിന്റെ സമീപത്തുനിന്ന് ഈ ദേവി വിട്ടുമാറുകയില്ല. ഈ ദേവിയെ കൂടാതെ ഈ ബിംബം കൊണ്ടുപോകാൻ സാധിക്കയുമില്ല.

അതിനാൽ തന്ത്രിയെ ഇവിടെ വരുത്തി, ഈ ദേവിയേയും ഇവിടെനിന്ന് ആവാഹിപ്പിച്ച് കൊണ്ടു പോകണം. ഈ ചിറയുടെ കിഴക്കുഭാഗത്തു സ്വല്പം തെക്കോട്ടുമാറി വേറെ ഒരു ചെറിയ ചിറയുണ്ട്. ആ ചിറയിൽ ഒരു കണ്ണാടിബിംബം കിടക്കുന്നുണ്ട്. ആദ്യംതന്നെ ആ കണ്ണാടിബിംബമെടുപ്പിച്ച് ദേവിയെ ആ കണ്ണാടിബിംബത്തിന്മേലാവാഹിപ്പിക്കണം. പിന്നെ ബിംബം മുങ്ങിയെടുക്കുന്നതിനു ഒരു വിരോധവും കാണുകയില്ല. രണ്ടു ബിംബങ്ങളും ഒരുമിച്ച് കൊണ്ടുപോകണം. ലക്ഷ്മണസ്വാമിയെ പ്രതിഷ്ഠിക്കുന്ന മുഹൂർത്തത്തിൽത്തന്നെ ദേവിയെ കിഴക്കേച്ചുറ്റമ്പലത്തിൽ തെക്കുഭാഗത്തായി കുടിയിരുത്തുകയും വേണം. മുഹൂർത്തം തെറ്റാതെയിരിക്കുന്നതിന് ഞാനൊരു അടയാളംകൂടി പറയാം. മുഹൂർത്തസമയമാകുമ്പോൾ ഒരു കൃഷ്ണപ്പരുന്ത് ചുറ്റിപ്പറന്ന് ശ്രീകോവിലിന്റെ സ്തൂപാഗ്രത്തിൽ വന്നിരിക്കും. ഉടനെ പ്രതിഷ്ഠ നടത്തിക്കൊള്ളണം'. ഇങ്ങനെ പറഞ്ഞിട്ട് ആ താപസൻ കാട്ടിൽക്കയറി മറഞ്ഞുപോവുകയും ചെയ്തു.

അനന്തരം ചേരമാൻപെരുമാൾ ആദ്യംതന്നെ കണ്ണാടിബിംബം എടുപ്പിക്കുകയും തന്ത്രിയെ വരുത്തി ഭഗവതിയെ അതിന്മേൽ ആവാഹിപ്പിക്കുകയും ഉടനെ തന്നെ മറ്റേ ബിംബവും എടുപ്പിക്കുകയും രണ്ടു ബിംബങ്ങളും ബ്രാഹ്മണരെക്കൊണ്ടെടുപ്പിച്ച് ക്ഷേത്രസന്നിധിയിൽ കൊണ്ടുവരികയും ചെയ്തു. അപ്പോഴേക്കും അവിടെ പ്രതിഷ്ഠയ്ക്കുവേണ്ടുന്ന ആളുകളും ഉപകരണങ്ങളുമെല്ലാം തയ്യാറായിരുന്നതിനാൽ ഉടനെതന്നെ ക്രിയകളാരംഭിച്ചു. മലമേൽക്കാവിൽ സമൂഹമെന്നുകൂടിപ്പേരുള്ള ചോഴിയസമൂഹത്തിലെ കിഴിക്കാരനായ പരദേശബ്രഹ്മണനെ സമുദായമായി നിയമിച്ച് ചേരമാൻ പെരുമാൾ അദ്ദേഹത്തെക്കൊണ്ട് തന്ത്രിക്കു കൂറയും പവിത്രവും കൊടുപ്പിച്ചാണ് ക്രിയകൾ തുടങ്ങിയത്. പ്രതിഷ്ഠയ്ക്ക് നിശ്ചയിച്ചിരുന്ന ദിവസമായപ്പോഴേക്കും അതിനു മുൻപു വേണ്ടുന്ന സകല ക്രിയകളും നടത്തി മുഹൂർത്തം വരാനായി എല്ലാവരും കാത്തുകൊണ്ടിരുന്നു. മുഹൂർത്തം നിശ്ചയിച്ച ജ്യോത്സ്യൻ മുൻകൂട്ടി അവിടെയെത്തുകയും മുഹൂർത്തസമയം തെറ്റാതെ പറഞ്ഞുകൊടുക്കുന്നതിനായി കൂടെക്കൂടെ അടിയളന്നു നോക്കിക്കൊണ്ടിരിക്കുകയും ചെയ്തു. മുഹൂർത്തസമയം ഏകദേശം അടുത്തപ്പോഴേക്കും ഒരു കൃഷ്ണപ്പരുന്ത് വന്നു ശ്രീകോവിലിന്റെ ഉപരിഭാഗത്തു ചുറ്റപ്പറന്നുകൊണ്ടിരുന്നു. അങ്ങനെയിരുന്നപ്പോൾ ജ്യോത്സ്യൻ അടിയളന്നുനോക്കീട്ട്, 'ഓഹോ! മുഹൂർത്തമായിരിക്കുന്നു. ഇനി പ്രതിഷ്ഠ നടത്തണം. ഇനിയും താമസിച്ചാൽ മുഹൂർത്തം കഴിഞ്ഞു പോകും'എന്നു പറഞ്ഞു. അപ്പോൾ ചേരമാൻ പെരുമാൾ 'ആ പരുന്തു സ്തൂപാഗ്രത്തിൽ വന്നിരിക്കുമെന്നും ആ സമയത്ത് പ്രതിഷ്ഠ നടത്തിക്കൊള്ളണമെന്നുമാണല്ലോ ആ താപസൻ പറഞ്ഞിരിക്കുന്നത്'' എന്നു പറഞ്ഞു. 'താപസൻ പറഞ്ഞത് നോക്കിയിരുന്നാൽ മുഹൂർത്തം കഴിഞ്ഞുപോകും' എന്നു ജ്യോത്സ്യനും 'താപസന്മാരുടെ വാക്കും മറ്റും ഇക്കാലത്ത് ഏകദേശമൊക്കെ ഒക്കുമെന്നല്ലാതെ നല്ല ശരിയായിരിക്കുന്ന കാര്യം സംശയമാണ്. കൃഷ്ണപ്പരുന്ത് ഉപരിഭാഗത്തു വന്നുവല്ലോ. അതു കൊണ്ട് ഇനി പ്രതിഷ്ഠ നടത്തുകയാണ് വേണ്ടത്'' എന്നു മറ്റു പലരും പറയുകയാൽ 'എന്നാൽ എല്ലാവരുടെയും ഇഷ്ടംപോലെയാവട്ടെ' എന്നു ചേരമാൻ പെരുമാൾ സമ്മതിക്കുകയും ഉടനെ തന്ത്രി പ്രതിഷ്ഠ നടത്തുകയും ചെയ്തു. കിഴക്കേച്ചുറ്റമ്പലത്തിൽ മുളയറയിൽ ആ രാശിക്കു തന്നെ ഭഗവതിയെ കുടിയിരുത്തുകയും കഴിച്ചു. ഇതു രണ്ടും

കഴിഞ്ഞപ്പോൾ കൃഷ്ണപ്പരുന്ത് മന്ദം മന്ദം പറന്നു സ്തൂപാഗ്രത്തിൽ വന്നിരുന്നു. അപ്പോൾ ചേരമാൻ പെരുമാൾക്കു മറ്റും വളരെ കുണ്ഠിതമുണ്ടായി. മുഹൂർത്ത മാകുന്നതിന് മുൻപാണ് പ്രതിഷ്ഠ നടത്തിയതെന്ന് എല്ലാവർക്കും തോന്നി. 'ഏതെങ്കിലും കാര്യം കഴിഞ്ഞുപോയ സ്ഥിതിക്ക് പിന്നെ വളരെ വിചാരിക്കു കയും വിഷാദിക്കുകയും ചെയ്തുകൊണ്ട് പ്രയോജനമൊന്നുമില്ലല്ലോ' എന്നു വിചാരിച്ച് യോഗ്യന്മാരെല്ലാവരും കൂടിയാലോചിച്ച് ഇതിലേക്കു തൽക്കാലം ചില പ്രായശ്ചിത്തങ്ങൾ ചെയ്തിട്ടു മുറയ്ക്ക് കലശം മുതലായവയും നടത്തി. നാലാം കലശം കഴിഞ്ഞ ദിവസം തന്ത്രിയും ചേരമാൻ പെരുമാളും മഴവഞ്ചേ രിപ്പണിക്കർ മുതലായവരും മറ്റും കൂടി ക്ഷേത്രത്തിൽ മേലാൽ നടക്കേണ്ടുന്ന പതിവുകളെല്ലാം നിശ്ചയിച്ചു. പ്രതിദിനം അഞ്ചു പൂജയും മൂന്നു ശീവേലിയും ആണ്ടുതോറും മകരമാസത്തിൽ രോഹിണിനാൾ കൊടിയേറ്റം കുംഭമാസ ത്തിൽ രോഹിണിനാൾ ആറാട്ടുമായിട്ട് ഇരുപത്തെട്ടു ദിവസത്തെ ഉത്സവവും വേണമെന്നും മറ്റുമാണ് നിശ്ചയിച്ചത്. ഈ ചേരമാൻപെരുമാൾ ചാക്യാർ കൂത്തിൽ വളരെ പ്രതിപത്തിയുള്ള ആളായിരുന്നതിനാൽ ക്ഷേത്രത്തിൽ എന്നും ചാക്യാർകൂത്തു വേണമെന്നും കൂത്തു വല്ല കാരണവശാലും ഒരു ദിവസമെങ്കിലും മുടങ്ങി പ്പോയാൽ ചാക്യാർ അതിനു പ്രായശ്ചിത്തമായി ഒരു കൂടിയാട്ടം നടത്തണമെന്നും ഇതിനുപുറമേ ആണ്ടിലൊരിക്കൽ ഒരംഗു ലീയാങ്കം കൂത്തുകൂടി നടത്തണമെന്നും അത് ആണ്ടുതോറും ഉത്സവത്തിനു മുമ്പായിരിക്കണമെന്നും ഇതു കൂടാതെ ആണ്ടുതോറും ഉത്സവകാലത്തു മുള യറമ്പഭഗവതിയുടെ പ്രീതിക്കായീ മൂന്നു ദിവസം (കുംഭമാസത്തിൽ രേവതി, അശ്വതി, ഭരണി) തീയാട്ടുകൂടി വേണമെന്നും നിശ്ചയിച്ചു. ഇവയെല്ലാം എന്നും ശരിയായി നടത്തുന്നതിനു വേണ്ടുന്ന വസ്തുക്കൾ ദേവസ്വം പേരിൽ പതിച്ചു കൊടുക്കുകയും ക്ഷേത്രത്തിൽ കഴകത്തിനും, പൂജകൊട്ട്, പാട്ട് മുത ലായവയ്ക്കും വാരിയന്മാരെയും മാരന്മാരേയും അടുത്ത സ്ഥലങ്ങളിൽനിന്നു വരുത്തി അവർക്കു ഇവിടെ താമസിക്കുന്നതിന് ഗൃഹങ്ങൾ പണിയിച്ചുകൊ ടുത്തു കോട്ടയ്ക്കകത്തു തന്നെ സ്ഥിരതാമസമാക്കുകയുംചെയ്തു. മഴവഞ്ചേരി പ്പണിക്കർ, ചേരിപ്പണിക്കർ, പുല്ലമ്പിലായിക്കയ്മൾ എന്നീ നായന്മാർക്കും കോട്ടയ്ക്കകത്തുതന്നെ ഗൃഹങ്ങളുണ്ടാക്കിച്ചുകൊടുത്ത് അവരുടെയും കുടുംബസ ഹിതമുള്ള സ്ഥിരവാസം അവിടെത്തന്നെയാക്കിയിരുന്നുവല്ലോ. എങ്കിലും കോട്ടയ്ക്കകത്തുള്ള ഗൃഹങ്ങളിൽവെച്ച് ആരും മരിക്കാനും പ്രസവിക്കാനും പാടില്ലെന്നുകൂടി നിശ്ചയിക്കുകയും ആ വകയ്ക്കായി കോട്ടയ്ക്കു പുറത്തും മേൽപ റഞ്ഞവർക്കെല്ലാം ഓരോ ഭവനങ്ങൾ ഉണ്ടാക്കിച്ചുകൊടുക്കുകയും ചെയ്തു. ക്ഷേ ത്രത്തിൽ കൂത്തു പതിവായി നടത്തുന്നതിനു പൊതിയിൽ ചാക്യാരെ കുടും ബസഹിതം ഇവിടെ വരുത്തി, വെന്നിമല ക്ഷേത്രത്തിൽ നിന്ന് ഏകദേശം നാലു നാഴിക പടിഞ്ഞാറ് 'ഉമ്പുകാട്'' എന്ന ദേശത്തു ഭവനമുണ്ടാക്കിച്ചു കൊടുത്ത് അവിടെത്താമസിപ്പിച്ചു. കൂത്തു നടത്തുന്ന വകയ്ക്ക് അനുഭോഗമായി ആ ഉമ്പുകാട് എന്ന ദേശവും മറ്റനേകം വസ്തുക്കളും അവർക്കു പതിച്ചുകൊടു ക്കുകയും ചെയ്തു. അതിനുമുമ്പ് ഈ ചാക്യാർ താമസിച്ചിരുന്നത് ആലങ്ങാട് താലൂക്കിൽ 'പൊതി' എന്ന ദേശത്തായിരുന്നു. അതിനാലാണ് ഇവർക്കു പൊതിയിൽ ചാക്യാരെന്നുള്ള നാമം സിദ്ധിച്ചത്. അവർ ആ ദേശം വിട്ട് ഇവിടെപ്പോന്നിട്ടും ആ പൂർവനാമത്തെ ഉപേക്ഷിച്ചില്ല. എങ്കിലും ഇപ്പോൾ ഇവരെ 'ഉമ്പുകാട്ടുചാക്യാർ' എന്നും ചിലർ പറയാറുണ്ട്.

ക്ഷേത്രത്തിൽ ഓരോ പ്രവൃത്തികൾ നടത്തുന്നവർക്കും ചേരമാൻ പെരുമാൾ യഥായോഗ്യം ഓരോരൊ അനുഭവങ്ങൾ കല്പിച്ചുകൊടുത്ത കൂട്ടത്തിൽ തീയാട്ടു നടത്തുന്നതിലേക്ക് ആ തീയാട്ടുണ്ണിയുടെ കുടുംബത്തിലേക്കും ഒൻപതു പറ പുഞ്ചനിലം അനുഭോഗമായി പതിച്ചുകൊടുത്തു. അത് ഇതെഴുതുന്ന എന്റെ കുടുംബത്തിലേക്കാണെന്നുകൂടി ഇവിടെ കൃതജ്ഞതാപൂർവം പറഞ്ഞുകൊള്ളുന്നു.

ഉത്സവം, കലശം മുതലായവയ്ക്ക് തന്ത്രിക്കു കൂറപവിത്രം കൊടുക്കുന്നതിന് അധികാരമുള്ള ഒരു ബ്രാഹ്മണൻ ഉണ്ടായിരിക്കേണ്ടത് അത്യാവശ്യമാകയാൽ ചേരമാൻ പെരുമാൾ ക്ഷേത്രത്തിലെ സമുദായസ്ഥാനം മേൽപ്പാഴൂർ നമ്പൂരിപ്പാട്ടിലേക്കു കൊടുക്കുകയും കൂറപവിത്രം കൊടുക്കുക എന്ന കൃത്യം അദ്ദേഹം നടത്തുന്നതിന് ഏർപ്പാടു ചെയുകയും ചെയ്തു.

ഇത്രയുമൊക്കെ ചെയ്തിട്ടും ആ ക്ഷേത്രത്തിൽ ശാന്തിക്കു ചേരമാൻ പെരുമാൾ ആരെയും സ്ഥിരപ്പെടുത്തിയില്ല. അതിന് അപ്പോളപ്പോൾ രണ്ടോ മൂന്നോ കൊല്ലത്തേക്കു മാത്രമായിട്ട് ആളുകളെ നിയമിച്ചാൽ മതിയെന്നാണ് അദ്ദേഹം നിശ്ചയിച്ചത്.

ക്ഷേത്രകാര്യങ്ങളൊക്കെ നിശ്ചയിക്കുകയും അവയ്ക്കു വേണ്ടുന്ന വസ്തുക്കൾ പതിച്ചുകൊടുക്കുകയും ചെയ്തതിന്റെ ശേഷം കുറച്ചു കാലം കൂടി ചേരമാൻ പെരുമാൾ അവിടെത്താമസിച്ചിരുന്നു. പിന്നെ അദ്ദേഹം കേരളരാജ്യം തന്റെ ബന്ധുക്കൾക്കും സ്നേഹിതന്മാർക്കും ആശ്രിതന്മാർക്കും മറ്റുമായി വിഭജിച്ചുകൊടുത്തു പരദേശത്തേക്കു യാത്രയായ കാലത്തു വെന്നിമലക്ഷേത്രം സംബന്ധിച്ചുള്ള സകല കാര്യങ്ങളും തന്നെപ്പോലെ സമുദായവുമായി യോജിച്ചു നടത്തിക്കൊള്ളുന്നതിനു പറഞ്ഞ് തെക്കുംകൂർ രാജാവിനെ ഏൽപിച്ചിട്ടാണ് പോയത്. അതിനാൽ ചേരമാൻ പെരുമാൾ കേരളം വിട്ടുപോയതിന്റെ ശേഷം അവിടെ ക്ഷേത്രകാര്യങ്ങളെല്ലാം അന്വേഷിച്ചുനടത്തുകയും നടത്തിക്കുകയും ചെയ്തിരുന്നത് തെക്കുംകൂർ രാജാവായിരുന്നു. എങ്കിലും ഈ സ്ഥലം കണ്ടുപിടിക്കുകയും ഇപ്രകാരമെല്ലാമാക്കിത്തീർക്കുകയും ചെയ്ത പെരുമാളിനെക്കുറിച്ചുള്ള സ്മരണ ജനങ്ങളുടെ മനസ്സിൽനിന്നു വിട്ടുപോകാതെയിരിക്കാനായിട്ട് സംഭാഷണങ്ങളിലും എഴുത്തുകുത്തുകളിലും ദേവന്റെ നാമം ഉപയോഗിക്കുന്നതു 'പെരുമാൾ' എന്നുള്ള ശബ്ദംകൂടി ചേർത്തുവേണമെന്നുതീർച്ചപ്പെടുത്തുകയും അതു നടപ്പാവുകയും ചെയ്തു. ഇപ്പോഴും ആ ദേവനെ ജനങ്ങൾ സാധാരണമായിപ്പറയുന്നത് 'വെന്നിമലപ്പെരുമാൾ' എന്നാണ്.

വെന്നിമല ദേവസ്വകാര്യങ്ങൾ ഭരിക്കുന്നതിനുള്ള അധികാരം തെക്കുംകൂറിൽ അന്നന്നു മൂപ്പായിട്ടുള്ള രാജാവിനും സമുദായസ്ഥാനം മേൽപ്പാഴൂർ മനയ്ക്കൽ അന്നന്നു മൂപ്പായിട്ടുള്ള നമ്പൂരിപ്പാട്ടിലേക്കുമായിരുന്നു. ദേവസ്വകാര്യങ്ങളെല്ലാം രാജാവും സമുദായവും കൂടിച്ചേർന്നും യോജിച്ചും നടത്തിക്കൊള്ളണമെന്നാണല്ലോ ചേരമാൻപെരുമാളുടെ കല്പന. അതിനാൽ തെക്കുംകൂർ വലിയ രാജാവും സമുദായവും മിക്ക സമയത്തും ക്ഷേത്രസന്നിധിയിൽതന്നെ താമസിക്കേണ്ടിയിരുന്നു. വിശേഷിച്ചും കൂറപവിത്രം കൊടുക്കുന്നതിനും കൊടിയേറ്റിനും മറ്റും ചോദ്യാനുവാദം അത്യാവശ്യമായിരുന്നതിനാൽ ഉത്സവമടുത്താൽപ്പിന്നെ ആറാട്ടു കഴിയുന്നതുവരെ അവർക്കു രണ്ടുപേർക്കും ക്ഷേത്രസന്നിധി വിട്ടുപോകാൻ ഒരു നിവൃത്തിയുമില്ലായിരുന്നു. അതിനും പുറമേ

ഉത്സവത്തിൽ ആറാട്ടിന്റെ തലേ ദിവസം ദേവനെ പള്ളിവേട്ടയ്ക്കെഴുന്നള്ളിച്ചു കൊണ്ടുപോകുമ്പോൾ എഴുന്നള്ളത്തിനു മുമ്പിൽ വില്ലുമമ്പും ധരിച്ചുകൊണ്ട് നടക്കുകയും പള്ളിവേട്ടയ്ക്കുള്ള സ്ഥലത്തു ചെന്നാൽ ദേവന്റെ പ്രതിപുരുഷനായി ആദ്യം കാണുന്ന മൃഗത്തെ ലക്ഷ്യമാക്കി ശരം പ്രയോഗിക്കുകയും ചെയ്യുന്നതിനു രാജാവുതന്നെ വേണമെന്നായിരുന്നു നിശ്ചയിച്ചിരുന്നത്. ഇവ മുമ്പു നടത്തിയിരുന്നതു ചേരമാൻപെരുമാൾ തന്നെയായിരുന്നു. അതിനാൽ അദ്ദേഹത്തിന്റെ പ്രതിനിധിയായ തെക്കുംകൂർ രാജാവും അപ്രകാരമെല്ലാം നടത്തിപ്പോന്നിരുന്നു. അങ്ങനെയിരുന്ന കാലത്തു തെക്കുംകൂറിൽ മൂപ്പ് 'മണികണ്ഠൻ' എന്നു പ്രസിദ്ധനായ രാജാവായിത്തീർന്നു. അദ്ദേഹവും വെന്നിമലപ്പെരുമാളുടെ ക്ഷേത്രകാര്യങ്ങളെല്ലാം തന്റെ പൂർവന്മാർ നടത്തിപ്പോന്നിരുന്നതുപോലെതന്നെ നടത്തിക്കൊണ്ടിരുന്നു.

വെന്നിമലപ്പെരുമാളെ പള്ളിവേട്ടയ്ക്കു എഴുന്നള്ളിച്ചുകൊണ്ടുപോകുന്നത് ക്ഷേത്രത്തിൽനിന്ന് ഏകദേശം അഞ്ചുനാഴിക തെക്കു പടിഞ്ഞാറു 'നാലുന്നാക്കൽ' എന്ന സ്ഥലത്തായിരുന്നു പതിവ്. മുൻകാലങ്ങളിൽ അവിടം ഒരു വനപ്രദേശമായിരുന്നതിനാൽ അവിടെച്ചെന്നാൽ എന്തെങ്കിലും കാട്ടുമൃഗത്തെക്കാണുക സാധരണമായിരുന്നു. മണികണ്ഠരാജാവിന്റെ കാലത്ത് ഒരാണ്ടിൽ പള്ളിവേട്ടയ്ക്കെഴുന്നള്ളിച്ച് അവിടെച്ചെന്നപ്പോൾ ആദ്യം കണ്ടത് ഒരു പശുവിനെയായിരുന്നു. ഗോഹത്യ മഹാപാപമാണെങ്കിലും ആദ്യം കാണുന്ന മൃഗത്തെ ലക്ഷ്യമാക്കി ശരം പ്രയോഗിച്ചു കൊള്ളണമെന്നാണല്ലോ നിശ്ചയം ചെയ്തിരിക്കുന്നത്. അത് ദേവകാര്യമാകയാൽ അതിനെ ഭേദപ്പെടുത്തിയൽ ദേവകോപമുണ്ടായെങ്കിലോ എന്നു ഭയപ്പെട്ട് രാജാവ് ആ പശുവിനെ ലക്ഷ്യമാക്കിത്തന്നെ ശരം പ്രയോഗിച്ചു. ശരമേറ്റ പശു മരണവേദനയോടുകൂടി നിലവിളിച്ചുകൊണ്ട് കുറച്ചുദൂരം വടക്കോട്ട് ഓടിട്ട് അവിടെ ഒരു സ്ഥലത്തു വീണു കൈയും കാലുമടിച്ചു മരിച്ചു. രാജാവിന് ഇതു നിമിത്തം ദുസ്സഹമായ ദുഃഖവും പശ്ചാത്തപവുമുണ്ടായി. അതിനാലദ്ദേഹം ഉത്സവം കഴിഞ്ഞതിന്റെ പിറ്റേ ദിവസംതന്നെ ഉഭയകുലപരിശുദ്ധന്മാരും രാഗദ്വേഷാദിരഹിതന്മാരും വേദശാസ്ത്രനിപുണന്മാരുമായ അനേകം മഹാബ്രാഹ്മണരെ വരുത്തി യോഗം കൂട്ടി താൻ ചെയ്തുപോയി മഹാപാപത്തിനു പ്രതിവിധി എന്താണു ചെയ്യേണ്ടത് എന്നു ചോദിച്ചു. ആ മഹാബ്രാഹ്മണർ എല്ലാവരുംകൂടി ആലോചിച്ചിട്ട്, 'മരിച്ച പശുവിന്റെ ശരീരം ഒരു വൃക്ഷശാഖാഗ്രത്തിൽക്കെട്ടിത്തൂക്കണം. അതിന്റെ നേരെ താഴെയായിട്ടു രാജാവിരിക്കണം. ആ പശുവിന്റെ ശരീരം മുഴുവനും ദ്രവിച്ചു മുറിഞ്ഞുമുറിഞ്ഞു രാജാവിന്റെ തലയിൽ വീഴണം. അതു മുഴുവനും കഴിഞ്ഞാൽപിന്നെ ആ പശു വീണു മരിച്ച സ്ഥലത്ത് ഒരു ക്ഷേത്രം പണിയിച്ചു വിഷ്ണുപ്രതിഷ്ഠ കഴിപ്പിക്കണം. അവിടെ പൂജാദികളും മറ്റും എന്നും ശരിയായി നടക്കത്തക്കവണ്ണം വേണ്ടുന്ന വസ്തുവകകൾ ആ ദേവസ്വത്തിലേക്കു പതിച്ചുകൊടുത്തിട്ട് പോയി ഗംഗാസ്നാനവും സേതുസ്നാനവും നടത്തണം. ഇത്രയും ചെയ്താൽ ഈ മഹാപാപം തീരും എന്നു വിധിച്ചു. മണികണ്ഠരാജാവ് ബ്രാഹ്മണ വിധി പ്രകാരം ക്ഷേത്രം പണിയും പ്രതിഷ്ഠയും കഴിപ്പിച്ചതിന്റെ ശേഷം ഈ വിഷ്ണുക്ഷേത്രം തന്റെ ഒരു സ്മാരകമായിരിക്കണമെന്നു നിശ്ചയിച്ച് അതിനു 'മണികണ്ഠപുരം' എന്നു പേരിട്ടു. ആ ക്ഷേത്രത്തിന് ഇപ്പോഴും പറഞ്ഞുവരുന്ന പേർ അതു തന്നെയാണ്.

അനന്തരം മണികണ്ഠരാജാവ് തീർത്ഥസ്നാനത്തിനായി യാത്രയായ സമയം തന്റെ ഗുരുനാഥനായ ചിത്രകൂടത്തിൽപ്പിഷാരടിയുടെ അടുക്കൽ ച്ചെന്ന് 'ഞാൻഗംഗാസ്നാനത്തിനായി പോകുന്നു. ഗംഗാസ്നാനവും സേതു സ്നാനാവും കഴിഞ്ഞാൽ ആയുശ്ശേഷത്തെ നയിക്കണമെന്നല്ലാതെ ഇങ്ങോട്ടു മടങ്ങിവരണമെന്നു ഞാൻ വിചാരിക്കുന്നില്ല. വെന്നിമലക്ഷേത്രത്തിന്മേലു ള്ള അധികാരം മേലാൽ നമ്മുടെ കുടുംബത്തിലേക്കു ആവശ്യമില്ലെന്നാണ് ഞാൻ വിചാരിക്കുന്നത്. അതിനാൽ ആ ക്ഷേത്രത്തിന്മേൽ എനിക്കും എന്റെ കുടുംബത്തേക്കുമുള്ള സകലാധികാരങ്ങളും അവകാശങ്ങളും കർത്തവ്യങ്ങളുമെല്ലാം എന്റെ ഗുരുനാഥനായ അവിടേക്കു ഞാൻ പൂർണ്ണസമ്മതത്തോടു കൂടി ഒഴിഞ്ഞുതന്നിരിക്കുന്നു. ദേവസ്വകാര്യങ്ങളെല്ലാം എന്റെ പൂർവന്മാരും ഞാനും നടത്തിവന്നിരുന്നതുപോലെ അവിടുന്നും അവിടുത്തെ അനന്തരവരും സമുദായവും കൂടിച്ചേർന്നു നടത്തിക്കൊള്ളുമെന്നു ഞാൻ പൂർണ്ണമായി വിശ്വസിക്കുന്നു. അവിടേക്കു ദേവസ്വത്തിലുള്ള സ്ഥാനത്തിന്റെ പേർ 'കോയിമ്മ' എന്നായിരിക്കട്ടെ. ഈ സ്ഥാനം അവിടുത്തെ കുടുംബത്തിൽ അന്നന്നു മൂപ്പായിട്ടുള്ളവർക്കായിരിക്കുന്നതാണ്'' എന്നു പറഞ്ഞ് വന്ദിച്ച് ഗുരുനാഥന്റെ അനുഗ്രഹവും വാങ്ങിക്കൊണ്ട് അദ്ദേഹം ഉടൻതന്നെ പോവുകയും ചെയ്തു.

മണികണ്ഠരാജാവ് ഏതാനും ദിവസത്തെ വഴി വടക്കോട്ടു പോയതിന്റെ ശേഷം ഒരു ദിവസം രാത്രിയിൽ അദ്ദേഹം ഒരു സത്രത്തിലെത്തിക്കിടന്നു. ആ സമയം വഴിപോക്കരായ ചില ബ്രാഹ്മണരും അവിടെ വന്നു കൂടി. അവർ തമ്മിലുള്ള സംഭാഷണത്തിൽ ഒരു ബ്രാഹ്മണൻ ശേഷമുണ്ടായിരുന്നവരോട് 'തെക്കുംകൂറിൽ മൂപ്പായിരുന്ന മണികണ്ഠരാജാവ് ഒരു ഗോഹത്യ ചെയ്തുപോകയാൽ തദ്ദോഷപരിഹാരാർത്ഥം മഹാബ്രാഹ്മണവിധിപ്രകാരം ഒരു ക്ഷേത്രം പണിയിച്ചു. വിഷ്ണു പ്രതിഷ്ഠയും കഴിപ്പിച്ചിട്ട് അദ്ദേഹം തീർത്ഥസ്നാനത്തിനായിട്ടു പോയി. ക്ഷേത്രം വളരെ രസികനായി. പക്ഷേ അവിടെച്ചെല്ലുന്നവർക്കു കുളിക്കണമെങ്കിൽ വേറെ വല്ലിടത്തും പോകണം. രാജാവ് അവിടെ ഇത്രയുമൊക്കെ ചെയ്ത സ്ഥിതിക്കു ഒരു ജലാശയം കൂടി ഉണ്ടാക്കിക്കേണ്ടതായിരുന്നു. അതു ചെയ്യാത്തതു വലിയ മോശമായിപ്പോയി. ഒരു ക്ഷേത്രമുണ്ടായാൽ അതിനടുത്ത് ഒരു കുളവുമുണ്ടായിരിക്കേണ്ടതത്യാവശ്യമാണ്. കുളമുണ്ടായാൽ ബ്രാഹ്മണർ കുളിച്ചു സന്ധ്യവന്ദനം കഴിക്കുകയും പശുക്കളിറങ്ങി വെള്ളം കുടിക്കുകയും ചെയ്യുമല്ലോ. അതും പാപശാന്തിക്കു കൊള്ളാവുന്നതായിരുന്നു. അക്കാര്യം പറയാൻ ആ മഹാബ്രാഹ്മണർക്കും ചെയ്യാൻ രാജാവിനും തോന്നാഞ്ഞത് എന്താണാവോ?' എന്നു പറഞ്ഞു. ബ്രാഹ്മണർ ഇങ്ങനെ പറഞ്ഞത് രാജാവവിടെക്കിടക്കുന്നുണ്ടെന്ന് അറിഞ്ഞുകൊണ്ടല്ലായിരുന്നു. എങ്കിലും രാജാവ് അതെല്ലാം കേൾക്കുകയും ഉടനെ എണീറ്റ് തെക്കോട്ട് നടന്നു തുടങ്ങുകയും ചെയ്തു. ഏതാനും ദിവസങ്ങൾകൊണ്ട് അദ്ദേഹം വീണ്ടും മണികണ്ഠപുരത്തു ക്ഷേത്രസന്നിധിയിലെത്തി. അവിടെ വടക്കെ നടയിൽ വലുതായിട്ട് ഒരു ചിറ കുഴിപ്പിച്ചു. മനുഷ്യർക്കു കുളിക്കാനും കന്നുകാലികൾക്കു വെള്ളം കുടിക്കാനും സൗകര്യപ്പെടത്തക്ക വിധത്തിൽ പണിക്കുറ തീർപ്പിച്ചിട്ട് പിന്നെയും അദ്ദേഹം വടക്കോട്ടുതന്നെ പോയി. അദ്ദേഹത്തിന്റെ പിന്നത്തെക്കഥയൊന്നും ആർക്കും അറിയാൻ കഴിഞ്ഞിട്ടില്ല. മണികണ്ഠരാജാവ് ക്ഷേത്രം പണിയിച്ചു പ്രതിഷ്ഠ കഴിപ്പിച്ചതും മറ്റും കൊല്ലം 350ാമാണ്ടിടയ്ക്കാണെന്നുള്ളതിനു ചില ലക്ഷ്യങ്ങൾ കാണുന്നുണ്ട്.

ചിത്രകൂടത്തിൽപ്പിഷാരടിക്കു വെന്നിമലക്ഷേത്രത്തിലെ കോയിമ്മസ്ഥാനം കിട്ടിയതിന്റെ ശേഷം അദ്ദേഹം ക്ഷേത്രസമീപത്തുതന്നെ ഒരു ഭവനം പണികഴിപ്പിച്ചു സ്ഥിരവാസം അവിടെയാക്കി. അതിനുമുമ്പ് അവർ താമസിച്ചിരുന്നതു മൂവാറ്റുപുഴത്താലൂക്കിലൊരു സ്ഥലത്തായിരുന്നു. ഇവരുടെ ശാഖാകുടുംബങ്ങൾ കിടങ്ങൂർ മുതലായ പല സ്ഥലങ്ങളിൽ ഇപ്പോഴുമുണ്ട്.

തെക്കുംകൂർരാജാവ് ദേവസ്വാധികാരം ഒഴിഞ്ഞുപോയതിന്റേശേഷം മേൽപ്പാഴൂർ നമ്പൂരിപ്പാട്ടും തനിക്കു പകരം ഓരോ നമ്പൂരിമാരെ ഓരോ കാലാവധിവെച്ചു സമുദായമായി നിയമിച്ചു കാര്യങ്ങൾ നടത്തിച്ചുതുടങ്ങി. അങ്ങനെയല്ലാതെ താൻതന്നെ പോയി കാര്യങ്ങൾ നടത്താതെയായി. തെക്കുംകൂർ രാജ്യം തിരുവിതാംകൂറിലേക്ക് ഒതുക്കിയ കാലം മുതൽ ചിത്രകൂടത്തിൽപ്പിഷാരടിയുടെ കുടുംബത്തിൽ അന്നന്നു മൂപ്പായിട്ടുള്ളവരെ മഹാരാജാവുതിരുമനസ്സിലെ കല്പനപ്രകാരം കോയിമ്മയായി നിയമിക്കുകയും ആ കോയിമ്മയും മേൽപ്പാഴൂർ നമ്പൂരിപ്പാട്ടു നിയമിക്കുന്ന സമുദായവും കൂടി ദേവസ്വകാര്യങ്ങൾ അന്വേഷിച്ചു നടത്തുകയും ചെയ്തുതുടങ്ങി. ഇപ്പോഴും അങ്ങനെതന്നെ നടന്നുവരുന്നു.

വെന്നിമലക്ഷേത്രത്തിൽ കൂത്ത് വളരെ പ്രധാനമായ ഒരു കാര്യമായിട്ടാണ് ചേരമാൻ പെരുമാൾ നിശ്ചയിച്ചിരുന്നത്. അദ്ദേഹം കേരളരാജ്യം വിട്ടുപോയിതിനോടുകൂടിത്തന്നെ അക്കാര്യം വളരെ മോശമായി. പ്രതിദിനം കൂത്തുവേണമെന്നുള്ള ഏർപ്പാട് അദ്ദേഹം പോയതിനോടുകൂടിത്തന്നെ അസ്തമിച്ചു. പിന്നെ ആണ്ടിലൊരിക്കൽ ഒരംഗുലീയങ്കം കൂത്തും ഉത്സവത്തിൽ ഇരുപത്തെട്ടു ദിവസത്തെ കൂത്തുംമാത്രം നടത്തിയിരുന്നു. അതും ചിലപ്പോൾ ചില കാരണങ്ങളാൽ മുടങ്ങുകയും അതിനു പ്രായശ്ചിത്തമായി ഓരോ കൂടിയാട്ടം നടത്തുകയും ചെയ്തിരുന്നു. അങ്ങനെ പത്തു പതിനഞ്ചു കൂടിയാട്ടംവരെ നടത്തിയിരുന്നത് ഇതെഴുതുന്ന എനിക്കുതന്നെ ഓർമ്മയുണ്ടെന്നല്ല, പലതും ഞാൻ കണ്ടിട്ടുമുണ്ട്. കൂടിയാട്ടം എന്നാൽ സാധാരണ കൂടിയാട്ടങ്ങൾക്കുള്ളതുപോലെ പുരുഷാർത്ഥങ്ങൾ പറയുകയും നിർവ്വഹണമാടുകയും മറ്റും അവിടെപ്പതിവില്ല. ഒരു ദിവസം കൊണ്ടു കഴിയത്തക്കവണ്ണം ഏതെങ്കിലും ഒരു നാടകത്തിലെ ഒരങ്കത്തിന്റെ ഒരംശം അഭിനയിക്കമാത്രമേ അവിടെ പതിവുള്ളൂ. ആശ്ചര്യചൂഡാമണി, തപതീസംവരണം മുതലാവ ചില നാടകങ്ങളിലെ ദൂതഘടോൽകചാങ്കം, ശൂർപ്പണഖാങ്കം, ബാലിവധം മുതലായ ചില ഭാഗങ്ങളാണ് അവിടെ അഭിനയിച്ചുകണ്ടിട്ടുള്ളത്. ഇതിലൊക്കെ ഒന്നോ രണ്ടോ വേഷത്തിലധികം ഉണ്ടായിരിക്കാറില്ല. അവിടെ അഭിനയിക്കുന്ന ശൂർപ്പണാഖാങ്കത്തിൽ ശൂർപ്പണഖയുടെയും ശ്രീരാമന്റെയും വേഷംമാത്രമേ പതിവുള്ളൂ. ലക്ഷ്മണന്റെ വേഷം പതിവില്ല. അങ്ങയായതിനെക്കുറിച്ചു കേട്ടിട്ടുള്ള ഐതിഹ്യം താഴെ ചേർക്കുന്നു.

പണ്ടൊരിക്കൽ ശൂർപ്പണഖാങ്കം അഭിനയിച്ചപ്പോൾ ശൂർപ്പണഖ സീതയുടെ നേരെ പാഞ്ഞടുക്കുന്നതു കണ്ട് ശ്രീരാമൻ ലക്ഷ്മണനെ വിളിച്ചു. അപ്പോൾ ശ്രീകോവിലിനകത്തുനിന്ന് 'ഇതാ ഞാൻവരുന്നു' എന്നു വിളിച്ചുപറഞ്ഞതായി കേൾക്കപ്പെട്ടു. അപ്പോഴേക്കും ലക്ഷ്മണന്റെ വേഷം ധരിച്ചിരുന്ന ആൾ പെട്ടെന്ന് അരങ്ങത്തു പ്രവേശിക്കുകയും ശൂർപ്പണഖയുടെ കർണ്ണനാസികാച്ഛേദനം ചെയ്കയും ചെയ്തു. അതു കൊണ്ട് ശ്രീകോവിലിനകത്തുനിന്ന് ആരും പുറത്തേക്കു വന്നില്ല. എങ്കിലും പിന്നെയും ശ്രീകോവിലനകത്തുനിന്ന്

'ഇനി മേലാൽ ഇവിടെ എന്റെ വേഷം ആരും ധരിക്കരുത്'' എന്നുംകൂടി വിളിച്ചുപറഞ്ഞതായി കേൾക്കപ്പെട്ടു. പിറ്റേദിവസം കാലത്ത് ശാന്തിക്കാരൻ കുളിച്ചു വന്നു നട തുറന്ന് അകത്തു ചെന്നപ്പോൾ ബിംബത്തിന്റെ ഒരു കാൽ മുമ്പോട്ടുവെച്ചിരിക്കുന്നതായിക്കണ്ടു. അത് ഇപ്പോഴും അങ്ങനെതന്നെയാണി രിക്കുന്നത്. ഇപ്രകാരമെല്ലാമുണ്ടായ കാലംമുതൽക്കാണ് അവിടെ ലക്ഷ്മണ ന്റെ വേഷം വേണ്ടെന്നു വെച്ചത്. അവിടെ പ്രതിഷ്ഠിച്ചിരിക്കുന്നത് സാക്ഷാൽ ലക്ഷ്മണസ്വാമിയെയാണല്ലോ.

മേൽപറഞ്ഞ അത്ഭുതസംഭവങ്ങൾക്കുശേഷം അവിടെ ശൂർപ്പണഖാങ്കം അഭിനയിച്ചപ്പോൾ ശൂർപ്പണഖയുടെ കർണ്ണനാസികാച്ഛേദത്തിനു ലക്ഷ്മണൻ പ്രവേശിക്കേണ്ടുന്ന ഘട്ടമായപ്പോൾ ശൂർപ്പണഖാവേഷധാരി യായ ചാക്യാർ നടയിൽചെന്നുനിന്നു സ്വയമേവ മൂക്കും മുലയുമൊക്കെ ച്ഛേദിച്ചു നിണവുമ ണിഞ്ഞ് അവിടെനിന്നു തല്ലിയലച്ചു നിലവിളിച്ചുകൊണ്ട് അരങ്ങത്തേക്കു വരികയായിരുന്നു പതിവ്. സ്വാമിതന്നെ കർണ്ണനാസികാച്ഛേദനം ചെയ്തുവിട്ടു എന്നാണ് സങ്കല്പം.

ഇപ്രകാരമെല്ലാം മാഹത്മ്യമേറിയതായ ആ സ്ഥലത്തിന്റെ ഇപ്പോഴ ത്തേ സ്ഥിതി വിചാരിച്ചാൽ മഹാകഷ്ടമെന്നല്ലാതെ മറ്റൊന്നും പറയാൻ കാണുന്നില്ല. ദേവസ്വാധികാരികളുടെ അജ്ഞതയും അനൈക മത്യവും തന്തോന്നിത്തവുംകൊണ്ട് ആ ദേവസ്വമിപ്പോൾ ഏകദേശം ശൂന്യപ്രായമാ യിരിക്കുന്നു എന്നുതന്നെ പറയേണ്ടിയിരിക്കുന്നു. ദേവന്റെ സങ്കേതസ്ഥലവും ഋഷ്യാശ്രമതുല്യവുമായിരുന്ന കോട്ട ആരും വെട്ടിയഴിക്കരുതെന്നായിരുന്നു വല്ലോ പൂർവ്വനിശ്ചയം. ആ സ്ഥലം മിക്കവാറും ദേവസ്വക്കാർ അന്യന്മാർക്കു കാണപ്പാട്ടമായി എഴുതിക്കൊടുക്കയാൽ ആ സ്ഥലത്തു കുടിയാന്മാർ തെങ്ങ്, പിലാവു മുതലായ വൃക്ഷങ്ങൾ വെച്ചുപിടിപ്പിച്ച് ആദായമെടുത്തുതുടങ്ങിയി രിക്കുന്നു. വേറെയും അനേകം വസ്തുക്കൾ അന്യാധീനപ്പെടുത്തിക്കളഞ്ഞു. ആകപ്പാടെ ദേവസ്വത്തിലേക്കുള്ള ആദായമിപ്പോൾ മുമ്പുണ്ടായിരുന്ന തിൽ വളരെക്കുറഞ്ഞു പോയിട്ടുണ്ട്. എങ്കിലുമിവിടെ പൂജയും മറ്റും മുട്ടിയ തായി ഇതുവരെ കേട്ടുതുടങ്ങീട്ടില്ല. നാമമാത്രമായിട്ടെങ്കിലും ആണ്ടു തോറും ഉത്സവവും കഴിഞ്ഞുകൂട്ടുന്നുണ്ട്. ഉത്സവകാലത്തു പതിവുള്ളവയിൽ തീയാട്ടു മാത്രമേ ഇപ്പോളവിടെ ശരിയായി നടക്കുന്നുള്ളൂ. കൂത്ത് അവിടെയിപ്പോൾ ആകപ്പാടെയുള്ള കൂത്തുതന്നെ. ചാക്യാരുടെ ഒരു കൂത്തും അവിടെ ഒരു ദിവസം പോലുമില്ലാതായിട്ട് ഇപ്പോൾ ഏകദേശം പന്തീരാണ്ടു കഴിഞ്ഞിരിക്കുന്നു.

തെക്കുംകൂർ രാജാവ് ഗോഹത്യ ചെയ്തതിൽപ്പിന്നെ പള്ളിവേട്ടയ്ക്കു ദൂരസ്ഥല ത്തേക്കു എഴുന്നള്ളിച്ചുപോകാറില്ല. അക്കാലം മുതൽ ക്ഷേത്രത്തിൽനിന്ന് എഴു ന്നള്ളിച്ചു സ്വല്പം പടിഞ്ഞാട്ടുപോയിട്ട് അവിടെ പള്ളിവേട്ട ബലിതൂവുകയും അമ്പിടുകയും ചെയ്താൽ മതിയെന്നു തീർച്ചപ്പെടുത്തി അതിനൊരു സ്ഥലവും നിശ്ചയിച്ചു. ഇപ്പോഴും ആ സ്ഥലം വരെ എഴുന്നള്ളിച്ചുപോയി അവിടെ ബലി തൂവുകയാണ് പതിവ്. ഇവിടെ പള്ളിവേട്ടബലി തന്ത്രി തൂവിക്കഴിഞ്ഞാൽ മഴവഞ്ചേരി മൂത്തപണിക്കരും തറ്റുടുത്ത് ഉത്തരീയവുമിട്ടുവന്ന് കൈവട്ടകയും പൂപ്പാലികയുമെടുത്തു തൂവണം എന്നൊരു ചട്ടം ചേരമാൻ പെരുമാൾ നിശ്ച യിച്ചിട്ടുള്ളതാണ്. അതും ഇപ്പോഴും നടന്നുവരുന്നുണ്ട്. ഈ ബലി തൂവാനുള്ള മന്ത്രം പണിക്കർക്കു തന്ത്രിയാണ് ഉപദേശിച്ചു കൊടുക്കേണ്ടത്. അതു മൂത്ത പണിക്കാരെയല്ലാതെ മറ്റാരെയും ഗ്രഹിപ്പിക്കാറില്ല; തന്ത്രിയല്ലാതെ മറ്റാരും

ഉപദേശിക്കാറുമില്ല. ഒരു മൂത്ത പണിക്കർ കഴിഞ്ഞാർ പിന്നത്തെ മൂത്തപണിക്കർക്ക് ഉപദേശിച്ചുകൊടുക്കും. അങ്ങനെയാണ് ഇപ്പോഴും നടന്നുവരുന്നത്.

ഇതു കൂടാതെ ക്ഷേത്രത്തിൽ വിശേഷവിധിയായി ഒരു പതിവുകൂടിയുണ്ട്. ചേരമാൻ പെരുമാൾ വെന്നിമലത്താമസിച്ചിരുന്ന കാലത്ത് ദേവനെ ശീവേലിക്കും മറ്റും പുറത്തെഴുന്നള്ളിക്കുന്ന സമയങ്ങളിൽ എഴുന്നള്ളത്തിന്റെ പിന്നാലെ അദ്ദേഹവുംകൂടി നടക്കാറുണ്ടായിരുന്നു. അപ്പോൾ മഴവഞ്ചേരിപ്പണിക്കർ മുതലായ മൂന്നു വീട്ടിൽ നായന്മാരുടെ കുടുംബങ്ങളിലേ ഓരോ സ്ത്രീകൾ ഓരോ കുത്തുവിളക്കുമെടുത്തുകൊണ്ടു പെരുമാളുടെ മുമ്പിലും നടക്കാറുണ്ടായിരുന്നു. ചേരമാൻ പെരുമാൾ ഇവിടം വിട്ടുംപോയിട്ടും ആ സ്ത്രീകൾ ദേവനെ എഴുന്നള്ളിക്കുന്നതിന്റെ പിന്നാലെ കുത്തുവിളക്കെടുത്തുകൊണ്ട് നടക്കുകയെന്നുള്ള പതിവു വേണ്ടെന്നു വെച്ചില്ല. ദേവന്റെ പിന്നിൽ ചേരമാൻപെരുമാളിപ്പോഴുമുണ്ടെന്നാണ് സങ്കൽപം.

ഈ ദേവസ്വം നാമവശേഷമായിപ്പോകാതെ യഥാപൂർവ്വം പുഷ്ടിപ്പെടുത്തുന്നതിനു കോയിമ്മയും സമുദായവും സ്ഥാനികളായ നായന്മാരും യോജിച്ച് ഐകമത്യത്തോടും ഈശ്വരവിചാരത്തോടും നല്ല മനസ്സോടുംകൂടി മനഃപൂർവം ശ്രമിച്ചാൽ കാലക്രമേണ അതു സാധിക്കാവുന്നതാണ്. വെന്നിമലപ്പെരുമാൾതന്നെ അവർക്കതിനു നല്ല മനസ്സുണ്ടാക്കിക്കൊടുക്കട്ടെ.

●

നടുവിലേപ്പാട്ട് ഭട്ടതിരി

വികടത്വംകൊണ്ടു വിശ്വവിശ്രുതനും അപകടത്വംകൊണ്ട് അദ്വിതീയനമായിരുന്ന നടുവിലേപ്പാട്ടു ഭട്ടതിരിയുടെ ഇല്ലം ബ്രിട്ടീഷുമലബാറിലുൾപ്പെട്ട പൊന്നാനിത്താലൂക്കിൽ വന്നേരി എന്ന ദേശത്താണെന്നാണ് കേട്ടിട്ടുള്ളത്. ഇദ്ദേഹം ചെറുപ്പത്തിൽ വേദാധ്യായനം ചെയ്തു താമസിച്ചിരുന്നത് തൃശ്ശിവപേരൂർ ബ്രഹ്മസ്വം മഠത്തിലായിരുന്നു. അതിനുശേഷവും പല കാരണവശാൽ ഇദ്ദേഹം ബ്രഹ്മസ്വംമഠത്തിൽ വന്നു പലപ്പോഴും താമസിക്കാറുണ്ടായിരുന്നു. അതുകൂടാതെ കൊച്ചി രാജ്യത്തുതന്നെ തലപ്പിള്ളിത്താലൂക്കിൽ വടക്കാഞ്ചേരിക്കു സ്വൽപം പടിഞ്ഞാറുള്ള ചിറ്റണ്ട ദേവസ്വത്തിലെ ഊരാളൻമാരിലൊരാളെന്ന നിലയിൽ പലതവണയായി അവിടെയും വളരെക്കാലം താമസിച്ചിരുന്നുവത്രേ.ഇദ്ദേഹത്തിന്റെ വികടത്വങ്ങൾ വിവരിക്കുകയാണെങ്കിൽ വളരെയുണ്ട്. പക്ഷെ അവയിൽ അധികവും അസഭ്യങ്ങളാകയാൽ അവയെ ഉപേക്ഷിച്ച് ഒരുവിധം സഭ്യങ്ങളായിട്ടുള്ളവ മാത്രം താഴെപ്പറഞ്ഞു കൊള്ളുന്നു.

നമ്മുടെ കഥാനായകന്റെ അച്ഛനും നല്ല വികടൻതന്നെയായിരുന്നു. ആ പാരമ്പര്യപ്രകാരമാണ് ഇദ്ദേഹം ഇങ്ങനെയായിത്തീർന്നത്. ഇദ്ദേഹത്തിനു ചെറുപ്പത്തിൽതന്നെ അച്ഛന്റെ അനുഗ്രഹവും കിട്ടീട്ടുണ്ടായിരുന്നു. പ്രസ്തുത ഭട്ടതിരി ഉപനയനം കഴിഞ്ഞു ബ്രഹ്മചാരിയായിരുന്ന കാലത്തു ചാർച്ചയുള്ള ഒരില്ലത്ത് എന്തോ കേമമായിട്ട് ഒരടിയന്തിരമുണ്ടായി. അങ്ങോട്ടു പോകാനായി ഇവർ അച്ഛനും മകനുംകൂടി യാത്രയായപ്പോൾ അങ്ങോട്ടു പോകാനായിട്ടുതന്നെ വേറെയും ചില നമ്പൂരിമാർ അവിടെ ചെന്നുകൂടി. പിന്നെ എല്ലാവരുംകൂടിപ്പോയി. ഒന്നുരണ്ടു നാഴിക ദൂരം ചെന്നപ്പോൾ വഴിക്ക് ഒരു പുഴയുണ്ടായിരുന്നു. വേനൽക്കാലമായിരുന്നതിനാൽ പുഴയിൽ വെള്ളമധികമുണ്ടായിരുന്നില്ല. ഇറങ്ങിക്കടക്കാമായിരുന്നു. എങ്കിലും നടുക്കു ചെല്ലുമ്പോൾ നനച്ചേയ്ക്കുമോ എന്നു ചിലർക്കു സംശയം. അതുകൊണ്ട് ആരും വെള്ളത്തിലിറങ്ങാതെ എല്ലാവരും സംശയിച്ചു കരയ്ക്കു നിന്നു. അപ്പോൾ നമ്മുടെ കഥാനായകൻ 'നിങ്ങൾക്കെല്ലാവർക്കും സംശയമാണെങ്കിൽ ആദ്യം ഞാനിറങ്ങി നോക്കാം. അപ്പോൾ സംശയം തീരുമല്ലോ?' എന്നു പറഞ്ഞു അദ്ദേഹം വെള്ളത്തിലിറങ്ങി നടന്നുതുടങ്ങി. കുറച്ചു നടന്നതിന്റെ ശേഷം ക്രമേണ താണു നടുക്കു ചെന്നപ്പോൾ അവിടെ ഇരുന്നു. അപ്പോൾ വെള്ളം അദ്ദേഹത്തിന്റെ കഴുത്തോളമായി. പിന്നെ കുറച്ചിട നിരങ്ങി നിരങ്ങിപ്പോയി. അപ്പോളൊക്കെ കരയ്ക്കു നിന്നിരുന്നവർക്ക് അദ്ദേഹം നടന്നുപോകുന്നു എന്നു

തന്നെയാണ തോന്നിയത്. അങ്ങനെ തോന്നത്തക്കവിധത്തിലായിരുന്ന അദ്ദേഹത്തിന്റെ പോക്ക്. പിന്നെ ക്രമേണ പൊങ്ങിപ്പൊങ്ങിയെണീറ്റ നടന്ന് അക്കരെച്ചെന്ന കയറി. അപ്പോൾ 'ഈ ഉണ്ണിക്കു കഴുത്തോളം വെള്ളമുള്ള സ്ഥിതിക്കു നമുക്കു നനയ്ക്കമെന്നുള്ള കാര്യം തീർച്ചതന്നെ' എന്ന പറഞ്ഞു നമ്പൂരിമാരെല്ലാവരും ഉടുത്തിരുന്ന മുണ്ടഴിച്ച തലയിൽ കെട്ടിക്കൊണ്ടു പുഴയിലിറങ്ങി നടന്നുതുടങ്ങി. അക്കരെച്ചെന്ന കയറുന്നതുവരെ അവർക്കാർക്കും ഒരിടത്തും മുട്ടോളം തന്നെ വെള്ളമുണ്ടായിരുന്നില്ല. അപ്പോളാണ് ഈ ബ്രഹ്മചാരി സൂത്രം കാണിച്ച തങ്ങളെ വിഡ്ഢികളാക്കുകയാണ ചെയ്തതെന്ന നമ്പൂരിമാർക്ക് മനസ്സിലായത്. മുട്ടോളംതന്നെ വെള്ളമില്ലാതിരുന്ന പുഴയിൽ പകൽ സമയത്ത് ഒട്ടു വളരെപ്പേർ ഉടുത്തതും പറിച്ച തലയിൽക്കെട്ടിക്കൊണ്ടു നടക്കുന്നതു കണ്ടിട്ടു രണ്ടു കരയിലും നിന്നിരുന്ന ആളുകൾ കൈകൊട്ടിച്ചിരിച്ചു. നമ്പൂരിമാർ സാമാന്യത്തിലധികം മധ്യമമായിയെന്നുള്ളതു പറയേണ്ടതില്ലല്ലോ. അക്കരെച്ചെന്ന കയറിയപ്പോൾ നമ്പൂരിമാർ 'ഉണ്ണി ഞങ്ങളെയെല്ലാവരെയും മധ്യമമാക്കിയല്ലോ. ചെറുപ്പത്തിലേതന്നെ അപകടമാണല്ലേ പഠിക്കുന്നത്? തരക്കേടില്ല' എന്ന പറഞ്ഞു. അപ്പോൾ അച്ഛൻ ഭട്ടതിരി 'ആവൂ! മനസ്സിനു സമാധാനവും സന്തോഷവുമായി. എന്റെ കാലം കഴിഞ്ഞാൽ പിന്നെ ഈ പാരമ്പര്യം പുലർത്തിക്കൊണ്ടുപോകുന്നതിന് ആരുമില്ലാതെവന്നേക്കുമോ എന്നുള്ള വിചാരം എനിക്കു വളരെയുണ്ടായിരുന്നു. ഇപ്പോൾ അതു തീർന്നു. എന്റെ ഉണ്ണി നന്നായ് വരട്ടെ!' എന്നും 'അവനിങ്ങനെതന്നെ ഓരോന്ന തോന്നട്ടെ!' എന്നും പറഞ്ഞു. അക്കാലം മുതൽക്കാണ നമ്മുടെ കഥാനായകൻ പ്രസിദ്ധനായിത്തീർന്നത്. പിന്നെ അധികം താമസിയാതെ അച്ഛൻ ഭട്ടതിരി മരിച്ചു. അച്ഛന്റെ ദീക്ഷയും സമാവർത്തനവും കഴിഞ്ഞയുടനെ കഥാനായകൻ വേദാധ്യയനത്തിനായി തൃശ്ശിവപേരൂർ ബ്രഹ്മസ്വംമഠത്തിൽ ചെന്നുചേർന്നു. പിന്നെ അദ്ദേഹം അവിടെവച്ച കാണിച്ചിട്ടുള്ള കുണ്ടാമണ്ടികൾക്കും കുസൃതികൾക്കും അവസാനമില്ല.

ഭട്ടതിരി ചെന്നുചേർന്ന കൊല്ലം അക്ഷയതൃതീയദിവസം ബ്രഹ്മസ്വം മഠത്തിൽ കേമമായിട്ട് ഒരു സദ്യയുണ്ടായിരുന്നു. മേടമാസം കാലമായിരുന്നതിനാൽ സദ്യയ്ക്ക് മാമ്പഴപ്പുളിശ്ശേരിയും മാമ്പഴവും ധാരാളമുണ്ടായിട്ടുണ്ടായിരുന്നു. മാമ്പഴമുള്ള കാലത്ത് മോരു കൂട്ടിയാൽ മാമ്പഴംകൂടെ പിഴിഞ്ഞുകൂട്ടുക എല്ലാവർക്കുംതന്നെ പ്രായേണ രസമായിട്ടുള്ളതാണല്ലോ. വിശേഷിച്ചും നമ്പൂരിമാർക്ക് അതു ബഹുരസമായിട്ടുള്ളതാണ്. മാമ്പഴം ധാരാളമായിട്ടുണ്ടെങ്കിൽ നൂറും നൂറ്റമ്പതും മാമ്പഴം വീതം പിഴിഞ്ഞു കൂട്ടുക നമ്പൂരിമാരുടെയിടയിൽ സാധാരണമാണ്. അന്ന സദ്യയ്ക്ക് മാമ്പഴം ധാരാളമായിട്ടുണ്ടായിരുന്നുവെന്നുമാത്രമല്ല, നമ്പൂരിമാരും പതിവിൽ വളരെയധികം വന്നുകൂടീട്ടുണ്ടായിരുന്നു. എല്ലാവരും മാമ്പഴം ധാരാളമായി പിഴിഞ്ഞുകൂട്ടി. ഊണ് ഏകദേശം കഴിയാറായപ്പോൾ ഭട്ടതിരി ഒരു മാമ്പഴം പിഴിഞ്ഞ് അതിന്റെ അണ്ടി തെറിപ്പിച്ചു(തെറ്റിച്ചു). ആ അണ്ടി ചാടിച്ചാടി ആ പന്തിയിലിരുന്ന പത്തുപതിനഞ്ചു നമ്പൂരിമാരുടെ ഇല അശുദ്ധപ്പെടുത്തി. ഉടനെ അവരൊക്കെ കൈ കുടഞ്ഞ് എണീറ്റു. ഭട്ടതിരി അവിടെയിരുന്ന കരഞ്ഞുതുടങ്ങി. അപ്പോൾ ചില നമ്പൂരിമാർ 'നടുവിലേപ്പാട് ഒട്ടും വിഷാദിക്കേണ്ട. ഞങ്ങൾക്കാർക്കും ഇതുകൊണ്ട് ഒരു പരിഭവവുമില്ല. ഇങ്ങനെയൊക്കെ അബദ്ധം എല്ലാവർക്കും വരുന്നതാണ്. നടുവിലേപ്പാടിനു ചെറുപ്പമല്ലേ? മേലാൽ ഇങ്ങനെ

വരാതെയിരിക്കാൻ സൂക്ഷിക്കണം' എന്നു പറഞ്ഞു. അതുകേട്ടിട്ടു ഭട്ടതിരി 'ഇനി ഇങ്ങനെ വരാതിരിക്കാൻ ഞാൻകഴിയുന്നതും കരുതിക്കൊള്ളാം. പക്ഷെ ഞാൻ വിഷാദിക്കുന്നതിന്റെ കാരണം നിങ്ങൾ വിചാരിക്കുന്നതല്ല. എന്റെ അച്ഛൻ ഇങ്ങനെ അണ്ടി തെറിപ്പിച്ചാൽ ആ അണ്ടി ആ പന്തിയിലുള്ള ഇലകളിലൊക്കെച്ചാടീട്ടു മറുപന്തിയിലും ചെന്ന് ഏതാനുമിലകൾ ശുദ്ധം മാറ്റുമായിരുന്നു എന്നാണ് കേട്ടിട്ടുള്ളത്. ഞാൻ അണ്ടി തെറിപ്പിച്ചിട്ട് ഈ പന്തിയിൽത്തന്നെ മുഴുവനുമെത്തിക്കാൻ കഴിഞ്ഞില്ലല്ലോ. അതു വിചാരിച്ചാണു ഞാൻ വിഷാദിക്കുന്നത്. എങ്കിലും നിങ്ങൾ പറഞ്ഞതുപോലെ മേലാൽ ഇങ്ങനെയായിപ്പോകാതിരിക്കാൻ ഞാൻ നല്ലപോലെ സൂക്ഷിച്ചു കൊള്ളാം' എന്നാണ് പറഞ്ഞത്. ഇതു കേട്ടപ്പോൾ നമ്പൂരിമാരിൽ ചിലർക്കു ദ്വേഷ്യവും ചിലർക്കു ചിരിയും വന്നു. എല്ലാവരും 'അമ്പടാ!വീരാ!' എന്നു മാത്രം പറഞ്ഞിട്ടു കൈ കഴുകാൻ പോയി.

ഒരിക്കൽ ഭട്ടതിരി തൃശ്ശിവപേരൂർ പടിഞ്ഞാറേ പ്രദക്ഷിണവഴിയിൽ നിന്നിരുന്നപ്പോൾ ഒരു പട്ടരുടെ ശവം ചിലർകൂടി കെട്ടിയെടുത്തു ശ്മശാനസ്ഥലത്തേയ്ക്കു കൊണ്ടുപോകുന്നതു കണ്ടിട്ടു ഭട്ടതിരി 'ഈ പട്ടർക്കു ദീനമെന്തായിരുന്നു?' എന്നു ചോദിച്ചു. അപ്പോൾ കൂട്ടത്തിലുണ്ടായിരുന്നതിലൊരാൾ 'ദീനം വിശേഷിച്ചൊന്നുമുണ്ടായിരുന്നില്ല. വിഷംതീണ്ടി മരിച്ചതാണ്'' എന്നു പറഞ്ഞു. ഉടനെ ഭട്ടതിരി 'എന്നാൽ എനിക്കുകൂടി ഒന്നു നോക്കണം. മരിച്ചുപോയിയെന്നുള്ള കാര്യംതന്നെ എനിക്കത്ര വിശ്വാസമായിട്ടില്ല. ശവം അവിടെ താഴെ വെയ്ക്കാൻ പറയുക' എന്നു പറഞ്ഞു. അപ്പോൾ ഒരാൾ 'വാസുനമ്പ്യാർ, മാളിയേക്കൽക്കർത്താവ്,കാക്കരനമ്പൂരി മുതലായ യോഗ്യൻമാരൊക്കെ പഠിച്ച വിദ്യകളെല്ലാം പരീക്ഷിച്ചു നോക്കീട്ടും ഫലമുണ്ടായില്ല. മരിച്ചുപോയി എന്ന് അവരെല്ലാവരും തീർച്ചപ്പെടുത്തുകയും ചെയ്തു. ഇനി ഇദ്ദേഹമെന്തിനാണ് നോക്കുന്നത്? ഒന്നും വേണ്ട. നടക്കുവിൻ' എന്നു പറഞ്ഞു. ഉടനെ മറ്റൊരാൾ 'അങ്ങനെ തീർച്ചപ്പെടുത്തേണ്ട. അവരൊക്കെ നോക്കീട്ടു ഫലമുണ്ടായില്ലെന്നുവെച്ച് ഇദ്ദേഹം നോക്കീട്ട് ഫലമുണ്ടാകരുതെന്നില്ലല്ലോ. ഉണ്ടായില്ലെങ്കിൽ വേണ്ട. അതുകൊണ്ടു നമുക്കു നഷ്ടമൊന്നും വരാനില്ലല്ലോ. ഒരു സമയം ഇദ്ദേഹത്തിന്റെ പ്രയോഗം ഫലിച്ചുവെങ്കിൽ വലിയ കാര്യമായല്ലോ. ഇല്ലെങ്കിൽപ്പിന്നെ നമുക്കു കൊണ്ടുപോയി ദഹിപ്പിക്കാം' എന്നു പറഞ്ഞു. ഏതെങ്കിലും ശവം താഴെയിറക്കിവെച്ചു. ഉടനെ ഭട്ടതിരി അടുത്തുചെന്നു കുനിഞ്ഞു ചെവിയിൽ 'പെരുമനത്തമ്പലത്തിൽ തിരുവിതാംകൂർ മഹാരാജാവിന്റെ തിരുനാൾസംബന്ധിച്ചുള്ള അമ്പലംകുലുക്കി വാരം നാളെയാണ്. ഇക്കൊല്ലം വിശേഷാൽ ഓരോ ഉറുപ്പിക പ്രതിഗ്രഹവുമുണ്ട്'' എന്നു മൂന്നു പ്രാവശ്യം പറഞ്ഞു. ശവത്തിനു ഒരിളക്കവുമുണ്ടായില്ല. ഉടനെ ഭട്ടതിരി 'ഇനി കൊണ്ടുപോയി ദഹിപ്പിക്കാം. മരിച്ചുപോയതുതന്നെ. തീർച്ചയായി. പട്ടരുടെ ഒരു തലയ്ക്കെങ്കിലും സ്വൽപ്പം ജീവനുണ്ടെങ്കിൽ സദ്യയും പ്രതിഗ്രഹവുമുണ്ടെന്നു കേട്ടാൽ തല പൊക്കാതിരിക്കയില്ല. നിങ്ങൾ ഇനി ഒരു കാര്യംകൂടി ചെയ്യണം.വിഷമിറക്കാൻ ശ്രമിച്ചവരുടെ പേരു പറയുന്ന കൂട്ടത്തിൽ നടുവിലേപ്പാട്ട് ഭട്ടതിരിയും നോക്കി എന്നുകൂടി പറഞ്ഞേയ്ക്കണം. അത്രതന്നെ' എന്നു പറഞ്ഞു. ശവം കൊണ്ടുവന്നവർ അതു ദഹിപ്പിക്കാൻ കൊണ്ടുപോവുകയും ചെയ്തു.

വാധ്യാൻ നമ്പൂരിക്കു തൃശ്ശിവപേരൂർ ഒരിടത്ത് ഉപായത്തിൽ ഒരു

കിടപ്പിന്റെ വട്ടമുണ്ടായിരുന്നു. അദ്ദേഹം വേളികഴിച്ചിരുന്ന ആളായിരുന്നതിനാൽ ഇത് ഏറ്റവും ഗോപ്യമായിട്ടായിരുന്നു. വേളി കഴിച്ചിട്ടുള്ളവർ വേറെ ഒരു കിടപ്പിന്റെ വട്ടം കൂടിയുണ്ടാക്കുന്നത് ഏറ്റവും നിഷിദ്ധമായിട്ടാണ് അക്കാലത്ത് എല്ലാവരും വിചാരിച്ചിരുന്നത്. അതിനാൽ ഇത് ആരും അറിയരുതെന്നും അറിഞ്ഞിട്ടില്ലെന്നുമായിരുന്നു വാധ്യാൻ നമ്പൂരിയുടെ വിചാരം. എങ്കിലും ഇത് എല്ലാവരും അറിഞ്ഞിട്ടുമുണ്ടായിരുന്നു. ഇത് ഇല്ലത്തറിഞ്ഞാൽ അന്തർജ്ജനം മനസ്താപപ്പെടുകയും ശണ്ഠകൂടുകയും ചെയ്തെങ്കിലോ എന്നുള്ള വിചാരം അദ്ദേഹത്തിനുണ്ടായിരുന്നു.അതിനാൽ പതിവായി കിടപ്പ ബ്രഹ്മസ്വം മഠത്തിൽത്തന്നെയാണെന്നാണ് അദ്ദേഹം എല്ലാവരോടും പറഞ്ഞിരുന്നത്. അത്താഴം കഴിഞ്ഞാൽ അദ്ദേഹം ബ്രഹ്മസ്വംമഠത്തിൽ കിടക്കാറുമുണ്ടായിരുന്നു. പക്ഷേ അവിടെ എല്ലാവരും ഉറക്കമാകുമ്പോൾ അദ്ദേഹം പതുക്കെയെണീറ്റു പുറത്തിറങ്ങിപ്പോകുമെന്നേ ഉള്ളൂ. ആരും കാണാതെയിരിക്കാനായി ഇരുട്ടത്താണ് വാധ്യാൻ നമ്പൂരിയുടെ എഴുന്നള്ളത്ത് പതിവ്.

വാധ്യാൻ നമ്പൂരി പുറത്തിറങ്ങിപ്പോയാലുടനെ ഭട്ടതിരിയും പോകും. ഭട്ടതിരിയുടെ കിടപ്പ് ഇന്ന സ്ഥലത്തെന്നു നിശ്ചയമില്ല. തരമുള്ളിടത്തെന്നേ അദ്ദേഹം നിശ്ചയിച്ചിരുന്നുള്ളൂ. അതിനാൽ ഓരോ ദിവസം ഓരോ സ്ഥലത്തു മാറിമാറിയതായിരിക്കും അദ്ദേഹത്തിന്റെ കിടപ്പ്. എവിടെയായിരുന്നാലും വാധ്യാൻ നമ്പൂരി തിരിച്ചുവരുന്നതിനുമുമ്പ ഭട്ടതിരി ബ്രഹ്മസ്വം മഠത്തിലെത്തും. അങ്ങനെയാണു പതിവ്. എന്നാൽ ചില ദിവസങ്ങളിൽ മുൻപേ മഠത്തിലെത്തുന്നതു വാധ്യാൻ നമ്പൂരിയായിരിക്കും. അങ്ങനെയുള്ള ദിവസങ്ങളിൽ വാധ്യാൻനമ്പൂരി ഭട്ടതിരിയെ ദേഷ്യപ്പെടുകയും ശകാരിക്കുകയും മറ്റും ചെയ്യുകയും പതിവായിരുന്നു. അതുകൂടാതെയിരിക്കുന്നതിനു ഭട്ടതിരി ഒരു കൗശലം കണ്ടുപിടിച്ചു. കിടപ്പെവിടെയായിരുന്നാലും വെളുപ്പാൻകാലത്തേ പോയി കുളിച്ചു വടക്കുന്നാഥനെ ദർശനം കഴിക്കുക എന്നൊരു പതിവുവെച്ചു. മഠത്തിൽ ചെല്ലാൻ സ്വല്പം താമസിച്ചു പോയാലും 'എവിടെപ്പോയിരുന്നു?' എന്നു വാധ്യാൻ നമ്പൂരി ചോദിച്ചാൽ 'കുളിച്ചുതൊഴാൻ പോയിരുന്നു' എന്നു പറയാമല്ലോ. ഇതായിരുന്നു ഭട്ടതിരി കണ്ടുപിടിച്ച കൗശലം!

അക്കാലത്തു ജനങ്ങൾക്കു ഈശ്വരഭക്തി ഇക്കാലത്തുള്ളതിൽ വളരെയധികമുണ്ടായിരുന്നു. അക്കാലത്തു തൃശ്ശിവപേരൂരുണ്ടായിരുന്ന സ്ത്രീകളിലും വെളുപ്പാൻകാലത്തേ പോയി ചിറയിൽച്ചെന്നു കുളിച്ചു വടക്കുന്നാഥദർശനം കഴിക്കാത്തവർ അധികമുണ്ടായിരുന്നില്ല. ഭട്ടതിരിക്കും ഇതൊരു വലിയ ഭാഗ്യമായിട്ടാണ് തോന്നിയിരുന്നത്. കാലത്തേ കുളിച്ച് അമ്പലത്തിലെത്തി, മണ്ഡപത്തിൽ കയറി ജപിച്ചുകൊണ്ടിരുന്നതിനാൽ തൊഴാനായി നടയിൽ ഇരിപ്പും ജപവുമൊക്കെ കണ്ടാൽ അദ്ദേഹം ഇഹലോകത്തിൽ നടക്കുന്ന കാര്യങ്ങളൊന്നും കാണുകയും കേൾക്കുകയും അറിയുകയും ചെയ്യുന്നില്ലെന്നും അദ്ദേഹത്തിന്റെ മനസ്സു സാക്ഷാൽ പരമാത്മാവിങ്കൽ ലയിച്ചിരിക്കുകയാണെന്നും തോന്നുമായിരുന്നു. എന്നാൽ അദ്ദേഹത്തിന്റെ കണ്ണും ചെവിയും മനസ്സുമെല്ലാം നടയിൽ തൊഴാൻ ചെല്ലുന്നവരിൽത്തന്നെയായിരുന്നു. അതിനാൽ ഒരു സ്ത്രീ തനിച്ചു പതിവായി വടക്കുന്നാഥന്റെ നടയിൽ ചെന്നു തൊഴുതു വളരെ പതുക്കെ പ്രാർത്ഥിച്ചിരുന്നതുകൂടി എന്താണെന്നു അദ്ദേഹം മനസ്സിലാക്കി. ആ സ്ത്രീ പതിവായി പ്രാർത്ഥിച്ചിരുന്നത് 'എന്റെ വടക്കുന്നാഥ!

എനിക്ക് ഉടലോടുകൂടി സ്വർഗ്ഗത്തിൽ പോകാൻ സംഗതിയാക്കിത്തരണേ' എന്നായിരുന്നു. ഒരു ദിവസം ആ സ്ത്രീ തൊഴാൻ വരുന്ന സമയത്ത് ആരും കാണാതെ ശ്രീകോവിലിനകത്തു കടന്നു ബിംബത്തിന്റെ പുറകിൽചെന്ന് ഒളിച്ചിരുന്നു. സ്ത്രീ വന്നു പതിവുപോലെ തൊഴുതു പ്രാർത്ഥിച്ചപ്പോൾ ഭട്ടതിരി ശബ്ദം മാറ്റി 'അങ്ങനെതന്നെ. അടുത്ത കറുത്തവാവുന്നാൾ അർദ്ധരാത്രി സമയത്തു ശ്രീമൂലസ്ഥാനത്തുള്ള ആൽത്തറയിൽ വന്നാൽ മതി. അവിടെ വിമാനം വരും' എന്നു പറഞ്ഞു. സ്ത്രീ അതുകേട്ടു 'ഇതു വടക്കുന്നാഥൻ തന്നെ ക്കുറിച്ചു പ്രസാദിച്ച് അരുളിച്ചെയ്തതാണ്'' എന്നു വിശ്വസിച്ചു സന്തോഷസമേതം വീണ്ടും വന്ദിച്ചുകൊണ്ട് വീട്ടിലേയ്ക്കു മടങ്ങിപ്പോയി. സ്ത്രീ പോയയുടനെ ഭട്ടതിരി പുറത്തിറങ്ങി ബ്രഹ്മസ്വംമഠത്തിലേയ്ക്കും പോയി.

തനിക്കുണ്ടാകാൻ പോകുന്ന അഭ്യുദയത്തെക്കുറിച്ചു സ്ത്രീയും താൻ നിശ്ചയിച്ചിരിക്കുന്ന വിദ്യയെക്കുറിച്ചു ഭട്ടതിരിയും ആരോടും പറഞ്ഞില്ല. രണ്ടുപേരും കറുത്തവാവു വരാനായി കാത്തിരുന്നു. വാവുന്നാൾ രാത്രിയിൽ ബ്രഹ്മസ്വംമഠത്തിൽ എല്ലാവരും ഏകദേശമുറക്കമായപ്പോൾ ഭട്ടതിരി അവിടെ നിന്നിറങ്ങി, ഒരു സ്ഥലത്തുനിന്ന് ഒരു തൊട്ടിൽ കൈവശപ്പെടുത്തി, ഭംഗിയായി അലങ്കരിച്ച് അതും ഒരു കപ്പിയും കയറുമെടുത്തുകൊണ്ട് ശ്രീമൂലസ്ഥാനത്തു ചെന്ന് ആലിൻമേൽ കയറിയിരുന്നുകൊണ്ട് കപ്പിയും കയറുമിട്ടു തൊട്ടിൽ മേൽപോട്ടു വലിച്ചുകയറ്റാനും കീഴ്പോട്ട് ഇറക്കാനും സൗകര്യപ്പെടുത്തി ആലിന്റെ ഒരു കൊമ്പത്തു കെട്ടിത്തൂക്കിയുറപ്പിച്ചു. പറഞ്ഞിരുന്ന സമയത്തു തന്നെ സ്ത്രീ അവിടെ ചെന്നുചേർന്നു. ഉടനെ ഭട്ടതിരി കയറയച്ചു തൊട്ടിൽ മന്ദം മന്ദം ഇറക്കിക്കൊടുത്തു. ഇരുട്ടായിരുന്നുവെങ്കിലും നക്ഷത്രപ്രകാശം കൊണ്ടു സ്ത്രീ അതു കണ്ടു വിമാനംതന്നെ എന്നു തീർച്ചപ്പെടുത്തി. അതിൽ കയറാനായി ഭാവിച്ചപ്പോൾ ഭട്ടതിരി വല്ലാത്ത ഒരു ശബ്ദത്തിൽ 'വസ്ത്രമെല്ലാം അഴിച്ചു താഴെയിട്ടിട്ടു വേണം കയറാൻ' എന്നു പറഞ്ഞു. സ്ത്രീ അപ്രകാരം ചെയ്തു. സ്ത്രീ തൊട്ടിലിൽ കയറി ഇരുന്നുകഴിഞ്ഞപ്പോൾ ഭട്ടതിരി കയറു പിടിച്ചു സാവധാനത്തിൽ മേൽപോട്ടു വലിച്ചു. സ്ത്രീക്കു കീഴ്പോട്ടു ചാടാനും മേൽപോട്ടു കയറാനും ആലിന്റെ കൊമ്പത്തു പിടിക്കാനും ഒട്ടും വയ്യാത്ത സ്ഥിതിയിലായപ്പോൾ കയറ് ആലിന്റെ കൊമ്പത്തു കെട്ടിയുറപ്പിച്ചു. പിന്നെ ഭട്ടതിരി 'ഇനി അവിടെയിരുന്നു സുഖിക്കാം. ഇതുതന്നെ സ്വർഗ്ഗം' എന്നു പറഞ്ഞിട്ട് ഇറങ്ങിപ്പോയി.

നേരം വെളുത്തപ്പോൾ സ്വാമിദർശനത്തിനായിട്ടു വന്നവരും മറ്റുമായി ശ്രീമൂലസ്ഥാനത്തു അസംഖ്യമാളുകൾ കൂടി. എല്ലാവരും മേൽപോട്ടു നോക്കി. 'ഇതെന്താരത്ഭുതം' എന്നു പറഞ്ഞുകൊണ്ടു കൊട്ടുകയും ചിരിക്കുകയും ആർത്തുവിളിക്കുകയും മറ്റും ചെയ്തു കലശൽകൂട്ടി. അപ്പോൾ ആ സ്ത്രീക്കുണ്ടായ ലജ്ജയും വ്യസനവും എത്രമാത്രമെന്നു പറയുവാൻ പ്രയാസം. കുറച്ചു കഴിഞ്ഞപ്പോൾ സ്ത്രീയുടെ വീട്ടുകാർ ഇതറിഞ്ഞു ആളുകളെ അയച്ചു സ്ത്രീയെ താഴെയിറക്കി വസ്ത്രം ധരിപ്പിച്ചു കൂട്ടിക്കൊണ്ടുപോയി. അതോടുകൂടി ആ സ്ത്രീ ഉടലോടുകൂടി സ്വർഗ്ഗത്തിൽ പോകണമെന്നുള്ള ആഗ്രഹവും പ്രാർത്ഥനയും വേണ്ടെന്നുവെച്ചു എന്നുമാത്രമല്ല ലജ്ജ കൊണ്ടു അധികം പുറത്തിറങ്ങി സഞ്ചരിക്കാതെയുമായി.

ഭട്ടതിരി ആ സ്ത്രീയെ സ്വർഗ്ഗത്തിലാക്കാൻ പോയ സമയത്തു വാധ്യാൻ നമ്പൂരി അദ്ദേഹത്തെ അന്വേഷിക്കുകയും കാണാഞ്ഞിട്ടു വളരെ

ദേഷ്യപ്പെടുകയും ചെയ്തു. രാത്രി ഏകദേശം ഒരു മണി കഴിഞ്ഞപ്പോഴേക്കും ഭട്ടതിരി മഠത്തിലെത്തി. അപ്പോഴും വാധ്യാൻ നമ്പൂരി ഉണർന്നു കിടക്കുക യായിരുന്നു. അതിനാൽ ഭട്ടതിരി ചെന്നതറിഞ്ഞു ഉടനെ വിളിച്ച് വീണ്ടും വളരെ ദേഷ്യപ്പെട്ടിട്ട് 'നടുവിലേപ്പാട് ഇനി പതിവായി ഞാൻകിടക്കുന്ന കട്ടിലിന്റെ ചുവട്ടിൽതന്നെ കിടക്കണം മാറിക്കിടന്നിട്ടാണ് ഞാനറിയാതെ ഇറങ്ങിപ്പോകാനിടയാകുന്നത്. കുളിക്കാനും തൊഴാനുമൊന്നും വെളുപ്പാൻ കാലത്തു പോകണമെന്നില്ല. അതൊക്കെ നേരം വെളുത്തിട്ടു മതി. വെളു പ്പാൻകാലത്തു കിടക്കുന്ന സ്ഥലത്തുതന്നെ ഇരുന്നു വല്ല സങ്കീർത്തനങ്ങളോ മറ്റോ ചൊല്ലിയാൽ മതി' എന്നു പറഞ്ഞു. ഭട്ടതിരി 'ഈ പതിവു വലിയ ഉപദ്രവമാണ്. ഇതൊന്നു ഭേദപ്പെടുത്തണം. ആട്ടെ, തരമുണ്ടാക്കാം' എന്നു മനസ്സുകൊണ്ട് ആലോചിച്ചു തീർച്ചയാക്കി തരംനോക്കിക്കൊണ്ടിരുന്നു. ആയിടയ്ക്ക് വാധ്യാൻ നമ്പൂരിയും അത്താഴം കഴിഞ്ഞാൽ ബ്രഹ്മസ്വംമഠത്തിൽ തന്നെ കിടക്കുകയല്ലാതെ പുറത്തേയ്ക്കിറങ്ങാറില്ലായിരുന്നു. അതിനാൽ ഭട്ട തിരിക്കു തരമൊന്നും കിട്ടിയില്ല.

അങ്ങനെ പത്തുപതിനഞ്ചു ദിവസം കഴിഞ്ഞപ്പോൾ ഒരു ദിവസം രാത്രിയിൽ മഠത്തിൽ എല്ലാവരും ഉറക്കമായ സമയം വാധ്യാൻ നമ്പൂരി 'നടു വിലേപ്പാട് ഉറക്കമായോ?' എന്നു ചോദിച്ചു. ഭട്ടതിരി അപ്പോൾ ഉറക്കമായി ട്ടില്ലായിരുന്നു. എങ്കിലും മിണ്ടാതെ ഉറങ്ങിയതുപോലെ കിടന്നു. എല്ലാവരും ഉറക്കമായി എന്നു തീർച്ചപ്പെടുത്തി വാധ്യാൻ നമ്പൂരി പതുക്കെയെണീറ്റു വാതിൽ തുറന്നു, പുറത്തിറങ്ങി വാതിൽചാരിക്കൊണ്ട് അവിടെ നിന്നു യാത്രയായി. വാധ്യാൻ നമ്പൂരി പോയി സ്വൽപം കഴിഞ്ഞപ്പോൾ ഭട്ടതിരിയും പിന്നാലെ പോയി. വാധ്യാൻ നമ്പൂരി പോകുന്നത് ഇന്ന സ്ഥലത്തേയ്ക്കാണെ ന്നു നിശ്ചയമുണ്ടായിരുന്നതിനാൽ ഭട്ടതിരി ഒരെളുപ്പവഴിയിൽക്കൂടിപ്പോയി വാധ്യാൻ നമ്പൂരിയെത്തുന്നതിനു മുൻപേ അവിടെയെത്തി ഒരു സ്ഥലത്ത് ഒളിച്ചിരുന്നു. അപ്പോൾ കറുത്തപക്ഷമായിരുന്നതിനാൽ ആരും കാണുക യില്ലെന്നുള്ള നിശ്ചയമുണ്ടായിരുന്നു. വാധ്യാൻ നമ്പൂരി അവിടെയെത്തി വാതിലിനു മുട്ടിയപ്പോൾ അദ്ദേഹത്തിന്റെ ഭാര്യ വാതിൽ തുറന്നു. അകത്തു കടന്നയുടനെ കാൽ തേച്ചുകഴുകാനും മറ്റുമായി ഓവറയിലേയ്ക്കു പോയി. വെള്ളം അവിടെ ഉണ്ടായിരുന്നതുകൊണ്ടു തികഞ്ഞില്ലെങ്കിലോ എന്നു വിചാരിച്ചു ഒരു തമല വെള്ളമെടുത്തുകൊണ്ടു പിന്നാലെ ഭാര്യയും പോയി. വാതിൽ അടച്ചില്ല. തുറന്നുതന്നെ കിടന്നിരുന്നു. അതിനാൽ ആ തരത്തിനു ഭട്ടതിരി അകത്തു കടന്നു കട്ടിൽച്ചുവട്ടിൽ ചെന്നു കിടന്നു. അവിടെ പിന്നെയും വിളക്കു കൊളുത്തുകയുണ്ടായില്ല. അതിനാൽ അദ്ദേഹത്തെ കാണാനിടയായുമില്ല.

വെളുപ്പാൻകാലമായപ്പോൾ ഭട്ടതിരി എണീറ്റിരുന്നു 'തുമ്പിക്കയ്യിലമർന്ന പൊൻകലശവും മറ്റുള്ള കൈപത്തിലും' ഇത്യാദി സങ്കീർത്തനം ചൊല്ലിത്തു ടങ്ങി. അന്ന് ഉറങ്ങാൻ താമസിച്ചതുകൊണ്ട് ആ സങ്കീർത്തനം കേട്ടാണ് വാധ്യാൻനമ്പൂരി ഉണർന്നത്. ഉടനെ അദ്ദേഹം ദേഷ്യത്തോടും ലജ്ജയോടും കൂടി 'ആരാണത്, കട്ടിൽച്ചുവട്ടിൽ സങ്കീർത്തനം തുടങ്ങിയിരിക്കുന്നത്?' എന്നു ചോദിച്ചു.

ഭട്ടതിരി: ഞാൻതന്നെ

വാധ്യാൻ: ആര് നടുവിലേപ്പാടോ?

ഭട്ടതിരി: അതെ.

വാധ്യാൻ: എന്തോ അപകടം. താനെന്തിനാണ് ഇവിടെ വന്നത്?

ഭട്ടതിരി: ഞാൻ വാധ്യാൻ കിടക്കുന്ന കട്ടിലിന്റെ ചുവട്ടിൽത്തന്നെ കിടക്കണമെന്നും വെളുപ്പാൻകാലത്തു സങ്കീർത്തനം ചൊല്ലണമെന്നുമല്ലേ പറഞ്ഞിരുന്നത്? ഗുരുനാഥൻ പറയുന്നതുപോലെ ചെയ്യാതിരിക്കുന്നത് ഗുരുത്വത്തിനു പോരായ്കയാണല്ലോ എന്നു വിചാരിച്ചു ഞാനിവിടെ വന്നു കിടന്നു. വെളുപ്പാൻ കാലമായതുകൊണ്ടു സങ്കീർത്തനം ചൊല്ലിത്തുടങ്ങിയതാണ്.

വാധ്യാൻ: വെളുപ്പാൻകാലമായോ?

ഭട്ടതിരി: ഉവ്വ്

ഇതു കേട്ടപ്പോൾ വാധ്യാൻ നമ്പൂരിക്കു പരിഭ്രമമായി. 'എന്നാൽ വേഗം പോകാം' എന്നു പറഞ്ഞു രണ്ടുപേരുംകൂടി അവിടെ നിന്നുപോയി. വഴിക്കുവെച്ചു വാധ്യാൻ നമ്പൂരി ഭട്ടതിരിയോട് "മേലാൽ നടുവിലേപ്പാടിന്റെ ഇഷ്ടംപോലെ എവിടെയെങ്കിലും കിടക്കുകയോ പോവുകയോ ഒക്കെ ചെയ്തോളൂ. എന്നെ ഇങ്ങനെയൊക്കെ ഉപദ്രവിക്കാതിരുന്നാൽ മാത്രം മതി. നടുവിലേപ്പാടിനു ഞാൻ സ്വാതന്ത്ര്യം തന്നിരിക്കുന്നു' എന്നു പറഞ്ഞു. 'എനിക്ക് സ്വാതന്ത്ര്യം വേണമെന്നും മറ്റുമില്ല എല്ലാം വാധ്യാന്റെ ഇഷ്ടംപോലെ മതി' എന്നു ഭട്ടതിരിയും പറഞ്ഞു. ഏതെങ്കിലും അന്നു മുതൽ ഭട്ടതിരി സ്വതന്ത്രനായിത്തീർന്നു. എവിടെക്കിടന്നാലും എവിടെപ്പോയാലും എന്തായാലും ഒരു ചോദ്യവുമില്ലാതെയുമായി. അതിനാൽ ഭട്ടതിരി പിന്നെ വേദാധ്യയനം മതിയാക്കി കുറച്ചുകാലം ദേശസഞ്ചാരം ചെയ്തിരുന്നു.

ഒരിക്കൽ ഭട്ടതിരി കോഴിക്കോട്ടെത്തി താമസിച്ചിരുന്ന കാലത്തു 'കോപ്പാട്ടാട്ടി' എന്ന പ്രസിദ്ധയായിരുന്ന സ്ത്രീ എങ്ങനെയോ അബദ്ധത്തിൽ കിണറ്റിൽ വീണുപോകുന്നതിനിടയായി. കോപ്പാട്ടാട്ടിക്ക് ഇരുപത്തേഴു ഭർത്താക്കൻമാരും പിന്നെ ഒട്ടുവളരെ ഇഷ്ടൻമാരും അസംഖ്യം സേവൻമാരും അനവധി വേഴ്ചക്കാരുമുണ്ടായിരുന്നു. ആട്ടി കിണറ്റിൽച്ചാടിയെന്നു കേട്ട ക്ഷണത്തിൽ അവരെല്ലാവരും അവിടെ ഓടിയെത്തി. ചെന്നവരെല്ലാം ആട്ടിയെ പിടിച്ചു കയറ്റാനായി കിണറ്റിലേക്കു ചാടി. അങ്ങനെ ആളുകളെക്കൊണ്ടു കിണറു നിറഞ്ഞു. ആ സമയത്തു നടുവിലേപ്പാട്ടു ഭട്ടതിരിയും അവിടെയെത്തി. അപ്പോൾ ആളുകളെക്കൊണ്ടു കിണറു നിറഞ്ഞിരിക്കുന്നതായി കണ്ട് അദ്ദേഹം അവിടെനിന്നു പോയി അതിനടുത്ത വീട്ടിലെ കിണറ്റിൽച്ചെന്നു ചാടി. കോപ്പാട്ടാട്ടിയെ എല്ലാവരുംകൂടി കരയ്ക്കു കയറ്റിക്കഴിഞ്ഞപ്പോൾ അടുത്ത വീട്ടിൽ ഒരു നിലവിളി കേൾക്കുകയാൽ അതിന്റെ കാരണമറിയുന്നതിനായി എല്ലാവരും അങ്ങോട്ടോടി. അവിടെയും കിണറ്റിൽ തന്നെയായിരുന്നു നിലവിളി. ചെന്നു നോക്കിയപ്പോൾ കിണറ്റിൽ നടുവിലേപ്പാട്ടു ഭട്ടതിരിയായിരുന്നു. എല്ലാവരുംകൂടി അദ്ദേഹത്തെയും കരയ്ക്കു കയറ്റിയിട്ട് 'അവിടെയ്ക്കെന്താണിങ്ങനെ അബദ്ധം പറ്റിയത്?' എന്നു ചോദിച്ചപ്പോൾ ഭട്ടതിരി 'എനിക്ക് അബദ്ധമൊന്നും പറ്റിയില്ല. ഞാൻ കോപ്പാട്ടെ കിണറ്റിൽ ച്ചെന്നു നോക്കിയപ്പോൾ അവിടെ സ്ഥലമൊട്ടുമുണ്ടായിരുന്നില്ല. കോപ്പാട്ടാട്ടിയുടെ സേവ നമുക്കുണ്ടായാൽ കൊള്ളാമല്ലോ എന്നു വിചാരിച്ചു ഞാൻ പിന്നെ ഇവിടെ വന്ന് ഈ കിണറ്റിൽ ചാടി അത്രേയുള്ളൂ' എന്നു പറഞ്ഞു. അപ്പോൾ കാര്യമൊന്നുമില്ലാതെ സേവയ്ക്കുവേണ്ടി മാത്രം കിണറ്റിൽ ചാടിയവരെല്ലാം സാമാന്യത്തിലധികം മധ്യമമായിയെന്നുള്ളതു വിശേഷിച്ചു

പറയണമെന്നില്ലല്ലോ.

ഇങ്ങനെ ഓരോ മന്നത്തങ്ങൾ കാണിച്ചുകൊണ്ടു കോഴിക്കോട്ടു കുറച്ചു ദിവസം താമസിച്ചതിനുശേഷം ഭട്ടതിരിയുടെ യാത്ര നേരെ തിരുവനന്തപുരത്തേയ്ക്കായിരുന്നു. തിരുവനന്തപുരത്തു ചെന്നു മഹാരാജാവു തിരുമനസ്സിലെ മുഖം കാണിച്ചതിന്റെ ശേഷം ഏതാനും ദിവസം അവിടെത്താമസിച്ചു. അതിനിടയ്ക്ക് ഭട്ടതിരി അനേകം മന്നത്തങ്ങൾ കാണിക്കുകയും പറയുകയുമുണ്ടായി. അച്ഛൻ അനുഗ്രഹിച്ചിട്ടുള്ളതിന്റെ ഫലമോ എന്തോ ഭട്ടതിരിയുടെ ഫലിതപ്രയോഗങ്ങളും വാക്കുകളുമെല്ലാം തിരുമനസ്സിലേയ്ക്കു വളരെ രസിക്കുകയാണു ചെയ്തത്. കുറച്ചു ദിവസംകൊണ്ടു ഭട്ടതിരി അവിടെ ഒരുവിധം സേവൻമാരുടെ കൂട്ടത്തിലായിത്തീർന്നു. സമയം ചോദിക്കാതെ തിരുമുമ്പിൽ ചെല്ലാം, വെടിപറയാം, ചിരിക്കാം ഇതിനൊന്നും വിരോധമില്ലാതെയായി. അവിടെയുള്ള സേവൻമാരും ഉദ്യോഗസ്ഥൻമാരും മറ്റുമൊക്കെ ഭട്ടതിരിക്കു പരിചിതൻമാരായിത്തീരുകയും ചെയ്തു.

ഇത്രയുമൊക്കെ ആയതിന്റെ ശേഷം ഒരു ദിവസം ഭട്ടതിരി പത്മതീർത്ഥത്തിന്റെ തെക്കേക്കരെ നിന്നിരുന്നപ്പോൾ സർവ്വാധികാര്യക്കാർ അതിലെക്കൂടി കടന്നു വലിയ കൊട്ടാരത്തിലേക്കു പോയി. അദ്ദേഹം പൊന്നാരഞ്ഞാണവും അരനിറച്ചു പൊന്നേലസ്സും ധരിച്ചു നേര്യമുണ്ടു മുട്ടത്ത് മാർത്താണ്ഡവർമ്മയിലെ പപ്പുത്തമ്പിയുടെ വേഷത്തിലായിരുന്നു പോയത്. അതു കണ്ടിട്ടു ഭട്ടതിരി പഞ്ചപുച്ഛമൊതുക്കി വാപൊത്തി ഓച്ഛാനിച്ചുകൊണ്ടു പിന്നാലെ ചെന്നു. അപ്പോൾ സർവ്വാധികാര്യക്കാർ തിരിഞ്ഞുനോക്കീട്ടു ഗൗരവത്തോടുകൂടി 'എന്താ?' എന്നു ചോദിച്ചു. അപ്പോൾ ഭട്ടതിരി ആരും കേൾക്കാത്തവിധത്തിൽ പതുക്കെ 'ആസനം കടിക്കാമോ?' എന്നു ചോദിച്ചു. അതു കേട്ടു സർവ്വാധികാര്യക്കാർ ദേഷ്യപ്പെട്ടു മുഖം വീർപ്പിച്ചുകൊണ്ട് ഒന്നും മിണ്ടാതെ ക്ഷണത്തിൽ പോയി. തിരുമുമ്പാകെച്ചെന്നയുടനെ വളരെ സങ്കടത്തോടുകൂടി 'ഒരു വടക്കൻപട്ടേരി കുറച്ചു ദിവസമായി ഇവിടെ താമസിക്കുന്നുണ്ടല്ലോ. അദ്ദേഹത്തിന്റെ ശകാരംകൊണ്ട് അടിയന് ഇവിടെ കഴിച്ചുകൂട്ടാൻ നിവൃത്തിയില്ലാതെയായി. അദ്ദേഹത്തിന് ഇന്നതേ പറയാവൂ എന്നില്ല. ശുദ്ധമേ അസഭ്യം തന്നെയാണ് പറയുന്നത്. അടിയൻ ഇപ്പോൾ ഇങ്ങോട്ടു വിടകൊണ്ടപ്പോൾത്തന്നെ അദ്ദേഹം ഒരു ചീത്തവാക്കു പറയുകയുണ്ടായി. ഇതൊക്കെ തിരുമനസ്സറിയിക്കാവുന്നതല്ലാത്തതുകൊണ്ട് അറിയിക്കുന്നില്ല. ഇവിടെ അദ്ദേഹത്തെ വേണ്ടതിലധികം കല്പിച്ചു ബഹുമാനിക്കുന്നുണ്ട്. അതുകൊണ്ടാണ് അദ്ദേഹത്തിന് ആരെയും ഭയവും ബഹുമാനവും ഇല്ലാതെയാവുകയും അധികപ്രസംഗം വർദ്ധിക്കുകയും ചെയ്യുന്നത്'' എന്നും മറ്റും തിരുമനസ്സറിയിച്ചു. ഉടനെ കല്പിച്ചു ഒരു ഹരിക്കാരനെ അയച്ചു വിളിപ്പിച്ചു ഭട്ടതിരിയെ തിരുമുമ്പാകെ വരുത്തി. 'ഭട്ടതിരി സർവ്വാധികാര്യക്കാരെ ശകാരിച്ചു എന്നും മറ്റും പറയുന്നുവല്ലോ എന്താ അത്?' എന്നു കല്പ്പിച്ചു ചോദിച്ചു. അപ്പോൾ ഭട്ടതിരി 'ഞാൻ ശകാരിക്കുകയും മറ്റുമുണ്ടായില്ല. അങ്ങനെ അറിയിച്ചുവെങ്കിൽ അതു ഭോഷ്ക്കാണ്. ഉണ്ടായ സംഗതി ഞാനിവിടെ അറിയിക്കാം. സർവ്വാധികാര്യക്കാർ ഈ നേര്യമുണ്ടുമുടുത്തു ഇങ്ങോട്ടു പോന്നപ്പോൾ ഈ പൊന്നേലസ്സും പൊന്നരഞ്ഞാണവും വെളുത്തു ചുമന്ന് ഉരുണ്ടുതടിച്ച ഈ ആസനവും ഒക്കെപ്പാടെ കണ്ടപ്പോൾ ഈ ആസനമൊന്നു കടിച്ചാൽ കൊള്ളാമെന്ന് എനിക്കൊരു മോഹം തോന്നി. അദ്ദേഹത്തിന്റെ അനുവാദവും

സമ്മതവും കൂടാതെ പിടിച്ചു കടിക്കുന്നതു ന്യായമല്ലല്ലോ എന്നു വിചാരിച്ചു ഞാൻ'ആസനം കടിക്കാമോ' എന്നു ചോദിച്ചു. അതിന് ഇത്രമാത്രം ദേഷ്യപ്പെടാനും സങ്കടപ്പെടാനും തിരുമനസ്സറിയിക്കാനും മറ്റുമുള്ള കാര്യമൊന്നുമില്ല. മനസ്സുണ്ടെങ്കിൽ സമ്മതിക്കണം ഇല്ലെങ്കിൽ മനസ്സില്ലെന്നു പറഞ്ഞേയ്ക്കണം. അല്ലാതെ വല്ലതുമുണ്ടോ' എന്നു തിരുമനസ്സറിയിച്ചു. ഉടനെ തിരുമനസ്സുകൊണ്ട് 'ഇതിനെക്കുറിച്ചാലോചിച്ചു വേണ്ടതുപോലെ ചെയ്തുകൊള്ളാം. ഇപ്പോൾ നിങ്ങൾക്കു പോകാം' എന്നു കല്പ്പിച്ചു രണ്ടുപേരെയും അയച്ചു.

സർവ്വാധികാര്യക്കാരൻ നേര്യമുണ്ടുമുടുത്തു തിരുമുമ്പിൽ ചെല്ലുന്നതു തിരുമനസ്സിലേയ്ക്കും ഒട്ടും രസമില്ലായിരുന്നു. അതിനെക്കുറിച്ച് ഒന്നും കല്പിക്കാറില്ലായിരുന്നു എന്നേ ഉള്ളൂ. അങ്ങനെയിരുന്നപ്പോൾ ഭട്ടതിരി ഈ വഴക്കുണ്ടാക്കിത്തീർത്തതു തിരുമനസ്സിലേയ്ക്കു വളരെ സന്തോഷമായി. അതിനാൽ, 'മേൽമുണ്ടുകൂടാതെ ഒറ്റമുണ്ടുമാത്രം ഉടുത്തു മേലാൽ ആരും തിരുമുമ്പിൽച്ചെന്നുകൂടാ' എന്നു അന്നുതന്നെ കല്പന പ്രസിദ്ധപ്പെടുത്തി. ഇതു ഭട്ടതിരിക്കും മറ്റും പലർക്കും വളരെ സന്തോഷകരമായിയെങ്കിലും സർവ്വാധികാര്യക്കാർക്കു ഒട്ടും രസമായില്ല. എങ്കിലും കല്പന അനുസരിക്കാതെയിരിക്കാൻ നിവൃത്തിയില്ലാത്തതിനാൽ അടുത്ത ദിവസം മുതൽ സർവ്വാധികാര്യക്കാരും മേൽമുണ്ടുപയോഗിച്ചുതുടങ്ങി. ആ കല്പന പിന്നീടാരും ഭേദപ്പെടുത്തിയില്ല അത് അങ്ങനെതന്നെ സ്ഥിരപ്പെട്ടു. ഇപ്പോഴും അങ്ങനെതന്നെ നടന്നുവരുന്നുമുണ്ടല്ലോ.

ആ സംഗതി ഇങ്ങനെ അവസാനിച്ചുവെങ്കിലും സർവ്വാധികാര്യക്കാർക്കു ഭട്ടതിരിയോടുള്ള വിരോധം തീർന്നില്ല. പക്ഷെ അതു ഫലിപ്പിക്കാൻ മാർഗ്ഗമൊന്നുമില്ലാതെയിരുന്നതുകൊണ്ട് അദ്ദേഹമതു മനസ്സിൽവെച്ചുകൊണ്ടിരുന്നു. അതു ഭട്ടതിരി മനസ്സിലാക്കി എങ്കിലും കൂട്ടാക്കിയില്ല. ഭട്ടതിരി ആരെയും കൂട്ടാക്കുന്ന ആളല്ലല്ലോ. തരം കിട്ടിയാൽ ഇനിയും സർവ്വാധികാര്യക്കാരെ മധ്യമമാക്കണമെന്നു ഭട്ടതിരിയും നിശ്ചയിച്ചു.

ഒരു ദിവസം രാത്രിയിൽ ഭട്ടതിരി ഒരു റോഡരികിൽ മലവിസർജ്ജനം ചെയ്തുകൊണ്ടിരിന്ന സമയം സർവ്വാധികാര്യക്കാർ ഗൂഢമായി ഒരു സ്ഥലത്തു പോകുന്നതിനായി ആ റോഡിൽക്കൂടിചെന്നു.അദ്ദേഹത്തിന്റെ കൂടെ ആരുമുണ്ടായിരുന്നില്ല. അടുത്തുചെന്നപ്പോൾ റോഡരികിൽ ഒരാൾ ഇരിക്കുന്നതായിത്തോന്നീട്ട് അദ്ദേഹം 'ആരത്' എന്നു ചോദിച്ചു. ഉടനെ ഭട്ടതിരി 'ആളറിഞ്ഞിട്ടെന്തുവേണം' എന്ന് അങ്ങോട്ടും ചോദിച്ചു. ഇരുട്ടുകൊണ്ടു കാണാൻ വയ്യായിരുന്നുവെങ്കിലും ഒച്ചകേട്ടു പരസ്പരം അറിഞ്ഞു. അതിനാൽ സർവാധികാര്യക്കാർ 'മതി മതി, മനസ്സിലായി' എന്നു പറഞ്ഞു. അപ്പോൾ ഭട്ടതിരി 'മതിയെങ്കിൽ ഇനി പ്രയാസപ്പെടണമെന്നില്ല. അധികമുള്ളത് അവിടെ കിടന്നോട്ടെ. പട്ടി തിന്നു കൊള്ളും' എന്നു പറഞ്ഞിട്ട് എണീറ്റുപോയി. 'ഈ മന്നനോട് ഇനിയും സംസാരിച്ചാൽ വല്ലവരും കേട്ടേയ്ക്കും അതു കുറച്ചിലാണ്' എന്നു വിചാരിച്ചു സർവ്വാധികാര്യക്കാരും പോയി. എങ്കിലും അദ്ദേഹം സാമാന്യത്തിലധികം മധ്യമമായിയെന്നുള്ളതു പറയണമെന്നില്ലല്ലോ.

ഈ വിരോധമെല്ലാം മനസ്സിൽവെച്ചുകൊണ്ടു സർവ്വാധികാര്യക്കാർ പിറ്റേ ദിവസം ഒരു കാര്യം ചെയ്തു. തിരുവനന്തപുരത്തു നമ്പൂരിമാർ എത്രപേരു ചെന്നാലും അവരെയൊക്കെ മണ്ഡപത്തിൽ ജപത്തിനു ചാർത്തുകയും

ജപക്കാർക്കു പ്രതിദിനം ഒരു പണം വീതം ദക്ഷിണ കൊടുക്കുകയും പതിവാണ്. അതനുസരിച്ചു ഭട്ടതിരിയും തിരുവനന്തപുരത്തു ചെന്ന ദിവസംതന്നെ ജപം ചാർത്തിച്ചിട്ടുണ്ടായിരുന്നു. ആ പണം ഭട്ടതിരിക്കു പൂജ്യമാക്കണമെന്നു നിശ്ചയിച്ചു സർവ്വാധികാര്യക്കാർ ജപം ചാർത്തുന്ന പിള്ളയെ വരുത്തി ഭട്ടതിരിയുടെ പേരു കുത്തിക്കളയാൻ ചട്ടംകെട്ടുകയും പിള്ള കുത്തിക്കളയുകയും ചെയ്തു. ഭട്ടതിരി അതറിഞ്ഞിട്ടു പിന്നെ മൂന്നുദിവസം കൊട്ടാരത്തിൽ പോയില്ല. നാലാം ദിവസം തിരുമുമ്പാകെച്ചെന്നപ്പോൾ 'എന്താ ഭട്ടതിരി ഇയ്യിടെ ഇങ്ങോട്ട് കാണാതിരുന്നത്?' എന്നു കല്പിച്ചു ചോദിച്ചു.

ഭട്ടതിരി: മൂന്നു ദിവസത്തേയ്ക്ക് ഒരശുദ്ധിയുണ്ടായിരുന്നു.

മഹാരാജാവ്: ആരാണ് മരിച്ചത്?

ഭട്ടതിരി: സാരമില്ല, എന്റെ പേരാണ്

മഹാരാജാവ്: പേരോ? പേരു മരിക്കുമോ? അസംബന്ധം പറയുന്നതെന്താണ്?

ഭട്ടതിരി: അസംബന്ധമല്ല, വാസ്തവമാണ്. സർവ്വാധികാര്യക്കാർ എന്റെ പേരു കുത്തി. അദ്ദേഹം വലിയ താപ്പാനയാണെന്നാണ് എല്ലാവരും പറയുന്നത്. അദ്ദേഹം കുത്തിയാൽ മരിക്കാതെയിരിക്കുമോ?

ഇതു കേട്ടപ്പോൾ തിരുമനസ്സിലേയ്ക്കു കാര്യം മനസ്സിലായി. ഉടനെ ഭട്ടതിരിയുടെ പേരു വീണ്ടും ചാർത്തുന്നതിനും പേരു കുത്തിയ ദിവസങ്ങളിലെ ദക്ഷിണകൂടി കൊടുക്കുന്നതിനും കല്പിച്ചു ചട്ടം കെട്ടി. അതിലും സർവ്വാധികാര്യക്കാർ മധ്യമമാവുകതന്നെ ചെയ്തു. അങ്ങനെ കുറച്ചു ദിവസം കഴിഞ്ഞപ്പോൾ മഹാരാജാവു തിരുമനസ്സുകൊണ്ടു കല്പിച്ചു അമ്മച്ചിക്കു പുത്തനായിപ്പണിയിച്ചു കൊടുത്ത അമ്മവീട്ടിന്റെ വാസ്തുബലിയും പാലുകാച്ചുമായി. പുണ്യാഹവും പാലുകാച്ചും അവിടെവച്ചു കേമമായിട്ടു ഒരു ബ്രാഹ്മണസ്സദ്യയും കഴിച്ച് ഗൃഹപ്രവേശം നടത്തുകയെന്നാണു തീർച്ചപ്പെടുത്തിയത്. ജപത്തിനായും പള്ളിത്തേവാരത്തിനായും മറ്റും തിരുവനന്തപുരത്തു താമസിച്ചിരുന്ന നമ്പൂരിമാരെയും സദ്യയ്ക്കു ക്ഷണിച്ചു. അപ്പോൾ നമ്പൂരിമാർക്കു വലിയ സംശയമായിത്തീർന്നു. 'പുത്തനായിപ്പണിയിച്ചതാണെങ്കിലും അമ്മവീടെന്നു സങ്കൽപിച്ചിരിക്കുന്ന സ്ഥലത്തു പോയി ഊണു കഴിക്കാമോ?' എന്നായിരുന്നു അവരുടെ സംശയം. പോകാതെയിരുന്നാൽ മഹാരാജാവു തിരുമനസ്സിലേയ്ക്കു തിരുവുള്ളക്കേടുണ്ടായേയ്ക്കുമോ എന്നുള്ള ശങ്കയും അവർക്കുണ്ടാകാതെയിരുന്നില്ല. ആകപ്പാടെ നമ്പൂരിമാർ വലിയ പരുങ്ങലിലായിത്തീർന്നു. ഒടുക്കം അവരെല്ലാവരുംകൂടി നടുവിലേപ്പാടിനോടുകൂടി ആലോചിച്ചിട്ട് തീർച്ചയാക്കാം എന്നു നിശ്ചയിച്ചു. അവരെല്ലാം ഒരു സ്ഥലത്തു കൂടിയിരുന്നുകൊണ്ടു ഭട്ടതിരിയെ വരുത്തി ഈ വസ്തുതകളെല്ലാം പറഞ്ഞു. ഭട്ടതിരി മനസ്സുകൊണ്ടു സ്വൽപമാലോചിച്ചിട്ട്, 'ഇതിനു ഞാൻ വല്ലതും സമാധാനമുണ്ടാക്കാം. നമ്മുടെ അവസ്ഥയ്ക്കു കുറവു വരികയുമില്ല. തിരുവുള്ളക്കേടുണ്ടാവുകയുമില്ല. എന്നാൽപ്പോരേ? പക്ഷേ ഒരു കാര്യം വേണം. തൽക്കാലം നിങ്ങളിലാരെങ്കിലും രണ്ടോ മൂന്നോ ഉറുപ്പിക ഇങ്ങോട്ടു തരണം. ഇന്നുതന്നെ വൈകുന്നേരം അതു മടക്കിത്തരികയും ചെയ്യാം. സദ്യ നാളെയാണല്ലോ.അതുകൊണ്ട് ഇനിയും ഒട്ടും താമസിക്കാൻ പാടില്ല' എന്നു പറഞ്ഞു.

അതുകേട്ടു സന്തോഷിച്ച് ഉടനെ ഒരു നമ്പൂരി മൂന്നു രൂപാ കൊടുത്തു. ഭട്ടതിരി അതു ചാലക്കടയിൽ കൊണ്ടു ചെന്നു കൊടുത്തു ഒരു കോളാമ്പി

മേടിച്ചു. അപ്പോൾത്തന്നെ കച്ചവടക്കാരോട് 'ഇത് എനിക്കല്ല മറ്റൊരാൾക്കു വേണ്ടിയാണ്. ഇതുകൊണ്ടുചെന്ന് അയാളെക്കാണിച്ചിട്ട് കോളാമ്പിയുടെ ഭാഷയും വിലയും അയാൾക്കു സമ്മതമായെങ്കിൽ കോളാമ്പിയെടുക്കും. അയാൾ സമ്മതിച്ചില്ലെങ്കിൽ ഞാൻ കോളാമ്പി തിരിയെ കൊണ്ടുവരും. അപ്പോൾ പണം മടക്കിത്തരണം' എന്നു ഭട്ടതിരി പറയുകയും അങ്ങനെ ചെയ്യാമെന്നു കച്ചവടക്കാരൻ സമ്മതിക്കുകയും ചെയ്തിട്ടാണ് കോളാമ്പി വാങ്ങിയത്.

ഭട്ടതിരി കോളാമ്പി ഒരു മുണ്ടിൽ പൊതിഞ്ഞു കക്ഷത്തിൽ വെച്ചു കൊണ്ട് ഉടനെ തിരുമുമ്പാകെച്ചെന്നു. അപ്പോൾ തിരുമനസ്സുകൊണ്ട് 'കക്ഷത്തിലെന്താണ്?' എന്നു കല്പിച്ചു ചോദിച്ചു.

ഭട്ടതിരി: ഇത് ഇവിടെ അറിയിക്കാൻ തക്കവണ്ണമുള്ളതൊന്നുമല്ല. രണ്ടുമൂന്നു ദിവസത്തിനകം വടക്കോട്ടു പോയാൽ കൊള്ളാമെന്നുണ്ട്. അപ്പോൾ കൊണ്ടുപോകാനായിട്ട് ഇപ്പോൾ ചാലക്കടയിൽ നിന്നു വാങ്ങിയതാണ്.

മഹാരാജാവ്: അതുകൊണ്ട് നമുക്കു കാണാൻ പാടില്ലെന്നുണ്ടോ?

ഭട്ടതിരി: എന്നെന്നൊന്നുമില്ല. ഒരു നിസ്സാര സാധനമാണ് എന്നേ ഉള്ളൂ.

മഹാരാജാവ്: ആട്ടെ, എങ്കിലും കാണട്ടെ; എടുക്കൂ

ഭട്ടതിരി പിന്നെയും വളരെ മടി ഭാവിച്ചു. ഒടുക്കം തിരുമനസ്സിലെ നിർബന്ധംകൊണ്ടു കോളാമ്പി മുണ്ടിനകത്തുനിന്നെടുത്തു താഴെവെച്ചു.

മഹാരാജാവ്: ഹേ! കോളാമ്പിയോ! നല്ല ശിക്ഷയായി. നാം തന്നെ ഒന്നു മുറുക്കി ആദ്യം ഇതിൽത്തുപ്പാം.

ഭട്ടതിരി: അങ്ങനെയാവാം. പക്ഷേ അത് ഇന്നു പാടില്ല. ഒരു വഴിപാട് നിശ്ചയിച്ചിട്ടുണ്ട്. അതു കഴിഞ്ഞിട്ടേ ഇതിൽത്തുപ്പാവൂ എന്നാണു വെച്ചിരിക്കുന്നത്.

മഹാരാജാവ്: എന്തു വഴിപാടാണ്?

ഭട്ടതിരി: ആദ്യം ഇതിൽ പാൽപ്പായസം വെച്ചു പത്മനാഭസ്വാമിക്കു നിവേദിക്കുക. പിന്നെത്തുപ്പിത്തുടങ്ങുക എന്നാണു നിശ്ചയിരിക്കുന്നത്.

മഹാരാജാവ്: (തിരുമനസ്സിൽ സ്വൽപമൊന്നാലോചിച്ചിട്ട്) മനസ്സിലായി, പൊയ്ക്കോളൂ.

ഇതു കേട്ടു ഭട്ടതിരി ഇറങ്ങിപ്പോയി, കോളാമ്പി ചാലക്കടയിൽ കൊണ്ടുചെന്നു കൊടുത്തു രൂപാ വാങ്ങി, അതു കൊടുത്ത നമ്പൂരിക്കു മടക്കിക്കൊടുത്തു. ഭട്ടതിരി പോയയുടനെ തിരുമനസ്സുകൊണ്ട് അമ്മവീട്ടിലേക്കു കല്പിച്ചാളയച്ചു ബ്രാഹ്മണസദ്യ അമ്മവീട്ടിൽവെച്ചു വേണ്ടെന്നും അമ്പലങ്ങളിൽ എവിടെയെങ്കിലും വെച്ചു നടത്തികൊള്ളാമെന്നും ചട്ടംകെട്ടി. അമ്മവീട്ടിൽ ആദ്യം ബ്രാഹ്മണസ്സദ്യ നടത്തുകയും പിന്നീട് അമ്മച്ചി പാർക്കുകയും ചെയ്യുന്നതു കോളാമ്പിയിൽ നിവേദ്യംവെച്ച് ആദ്യം ദേവനു നിവേദിക്കുകയും പിന്നീട് തുപ്പുകയും ചെയ്യുന്നതുപോലെയാണെന്നാണ് ഭട്ടതിരിയുടെ വാക്കിന്റെ സാരമെന്നു തിരുമനസ്സിലേയ്ക്കു അതു കേട്ടപ്പോൾത്തന്നെ മനസ്സിലായി എന്നു പിന്നീടുണ്ടായ ചട്ടംകെട്ടുകൊണ്ടു സ്പഷ്ടമാകുന്നുണ്ടല്ലോ.

ഭട്ടതിരി ഒരിക്കൽ ഒരു വഴിയാത്രയിൽ ഒരു ദിവസം നേരം വൈകിയപ്പോൾ അത്താഴം കഴിച്ചുപോകണമെന്നു വിചാരിച്ച് ഒരമ്പലത്തിങ്കൽ ചെന്നുചേർന്നു. നേരം സന്ധ്യയാകാറായിട്ടും അവിടെ ശാന്തിക്കാരൻ വന്നു

നട തുറക്കുകയോ വിളക്കു വെയ്ക്കുകയോ ചെയ്തിരുന്നില്ല. നട തുറന്നു തൊഴുതിട്ടു പോയാൽ കൊള്ളാമെന്നു വിചാരിച്ച് അവിടെ ഒരാൾ കാത്തുനിൽക്കുന്നുണ്ടായിരുന്നു. അയാളല്ലാതെ അവിടെയെങ്ങും വേറെ ആരുമുണ്ടായിരുന്നില്ല. അതിനാൽ ഭട്ടതിരി ആ മനുഷ്യനോടുതന്നെ ആ ക്ഷേത്രം ആരുടെ വകയാണെന്നും അവിടുത്തെ പതിവുകളെങ്ങനെയൊക്കെയാണെന്നും മറ്റും ചോദിച്ചു. അപ്പോൾ ആ മനുഷ്യൻ 'അമ്പലം ഇവിടെ അടുക്കൽത്തന്നെയുള്ള ഒരു മനയ്ക്കലെ വകയാണ്. ഇവിടെ കാലത്തു രണ്ടേകാലും വൈകുന്നേരം ഒന്നേകാലും ഇടങ്ങഴി അരിവീതമാണ് പൂജാനിവേദ്യത്തിനു വകവെച്ചിരിക്കുന്നത്. അതുകൂടാതെ കാലത്തും വൈകുന്നേരവും ഈരണ്ടു നമസ്കാരത്തിനും വകവെച്ചിട്ടുണ്ട്. നമസ്കാരം വഴിപോക്കരായി വരുന്ന ബ്രാഹ്മണർക്കു കൊടുക്കണമെന്നാണ് വെച്ചിരിക്കുന്നത്. ഈ വകയ്ക്കെല്ലാമുള്ള നെല്ലു മനയ്ക്കൽനിന്നു കഴകക്കാരൻ വാരിയരെ ഏൽപ്പിച്ചുകൊടുക്കും. വാരിയർ പതിവായി കണക്കുപ്രകാരമുള്ള അരി കൊടുത്തുകൊള്ളണമെന്നാണ് ഏർപ്പാട്. എന്നാൽ ഇവിടെ ബ്രാഹ്മണർക്കു നമസ്കാരം (ഭക്ഷണം) കൊടുക്കുകയാകട്ടെ കണക്കുപ്രകാരമുള്ള അരി മുഴുവനും വെച്ച് ദേവനു നിവേദിക്കുകയാകട്ടെ ഒരിക്കലും പതിവില്ല. നമസ്കാരത്തിനുള്ള അരി മുഴുവനും ശാന്തിക്കാരൻ അദ്ദേഹത്തിന്റെ മഠത്തിൽക്കൊണ്ടുപോയിവെച്ച് ഊണു കഴിക്കും. നിവേദ്യത്തിനു രണ്ടു നേരവും ഒഴക്കരിയിലധികം വാരിയർ കൊടുക്കാറില്ല. നെല്ലു മുഴുവനും പുഴുങ്ങിയുണക്കിക്കുത്തിവെച്ചു വാര്യത്തുള്ളവരുണ്ണുകഴിക്കും. ഒഴക്കരിയിൽ കൂടുതലിട്ടു നിവേദ്യം വെയ്ക്കണമെങ്കിൽ വഴിപാടുകാരാരെങ്കിലും കൊണ്ടുവരണം. ഇങ്ങനെയൊക്കെയാണ് ഇവിടുത്തെ പതിവ്. സന്ധ്യ കഴിയാതെ ഇവിടെ ഒരു ദിവസവും നടതുറന്നു വിളക്കുവെയ്ക്കാറില്ല. പ്രതിദിനം മൂന്നാഴിയെണ്ണവീതം ഇവിടെ വിളക്കുവകയ്ക്കു മനയ്ക്കൽനിന്നു കൊടുക്കുന്നുണ്ട്. അതു മുഴുവനും ശാന്തിക്കാരനും കഴകക്കാരനുംകൂടി പങ്കുവെച്ച് എടുക്കുകയാണ് പതിവ്. ഇവിടെ വിളക്കിനു വഴിപാടുകാർ കൊണ്ടുവരുന്ന എണ്ണ തന്നെ മുഴവൻ വേണ്ടാ. രണ്ടുനേരവും മിന്നാമിനുങ്ങിന്റെ പൃഷ്ഠം പോലെ ഓരോ തിരി കൊളുത്തിവെച്ചാൽ മതിയല്ലോ. മനയ്ക്കലേക്ക് ഇതുപോലെ നാൽപതു ക്ഷേത്രങ്ങളുണ്ട്. എല്ലാ സ്ഥലങ്ങളിലും ദിവസംതോറും ചെന്നു കാര്യങ്ങളന്വേഷിക്കുക പ്രയാസമാവുകയാൽ ഇവിടുത്തെ കാര്യങ്ങൾക്കെല്ലാം ശാന്തിക്കാരനെയും കഴകക്കാരനെയും ചുമതലപ്പെടുത്തിയിരിക്കുകയാണ്. മനയ്ക്കൽനിന്ന് ഒന്നും അന്വേഷിക്കാറില്ല. എല്ലാം ശരിയായി നടക്കുന്നുണ്ടെന്നാണ് അവിടുത്തെ വിശ്വാസം. അതുകൊണ്ടാണ് ഇവരുടെ അഴിമതിയും അക്രമവും ഇത്രത്തോളം വർദ്ധിച്ചത്. ചിലപ്പോൾ മനയ്ക്കൽ നിന്നു വലിയ തിരുമേനി ഇവിടെ എഴുന്നള്ളുകയും ഇവരുടെ ചില കളവുകൾ കണ്ടുപിടിക്കുകയും കഴകക്കാരനെ പിടിച്ചു പ്രഹരിക്കുകയും ശാന്തിക്കാരനെ ബ്രാന്തിരിക്കു രണ്ടും നാലും പണവും മറ്റും പ്രായശ്ചിത്തം നിശ്ചയിക്കുകയും ചെയ്യാറുണ്ട്. എങ്കിലും ഇവിടെ ഇവരുടെ അക്രമങ്ങൾക്ക് ഇതുവരെ യാതൊരു കുറവും വന്നിട്ടില്ല' എന്നു പറഞ്ഞു. ഭട്ടതിരി ഇതെല്ലാം കേട്ടുധരിച്ചതിന്റെ ശേഷം 'ആട്ടെ, എങ്കിലും കുളി കഴിക്കാമല്ലോ' എന്നു പറഞ്ഞ് അമ്പലക്കുളത്തിൽത്തന്നെയിറങ്ങി കുളികഴിച്ച് അമ്പലത്തിൽച്ചെന്നു മുണ്ടുകൾ രണ്ടും ഉണങ്ങാനിട്ടിട്ടു കൗപീനമാത്രധാരിയായി അവിടെയിരുന്നു. അപ്പോഴേയ്ക്കും ഒരു ചെറിയ പാത്രത്തിൽ ഒഴക്കരിയും ഒരു തീക്കൊള്ളിയുമെടുത്തുകൊണ്ടു

കഴകക്കാരനുമവിടെയെത്തി. ഉടനെ ഭട്ടതിരി 'വാരിയരേ! നമുക്ക് അത്താഴം കഴിച്ചു പോയാൽക്കൊള്ളാമെന്നുണ്ട് അതിവിടെ തരമാകുമോ?' എന്നു ചോദിച്ചു. അതിനുത്തരമായി വാരിയർ 'എന്തോ എനിക്കറിഞ്ഞുകൂടാ. ശാന്തിക്കാരനോടു ചോദിക്കണം' എന്നു പറഞ്ഞു.

ഭട്ടതിരി: അങ്ങനെ പറഞ്ഞാൽപ്പോരാ. നമുക്കിവിടെച്ചില വഴിപാടുകളും നടത്തേണ്ടിയിരിക്കുന്നു. അതിനൊക്കെ വാരിയരുടെ സഹായമാണ് നമുക്കു പ്രധാനമായി വേണ്ടത്.

വാരിയർ: റാൻ, വഴിപാട് എന്തൊക്കെയാണാവോ

ഭട്ടതിരി: വിളക്ക്, മാല, പഞ്ചസാരപ്പായസനിവേദ്യം, പിന്നെ ഒരു രണ്ടേ കാലിടങ്ങഴി വെള്ളനിവേദ്യം ഇതൊക്കെ വേണം. വ്യാഴാഴ്ചതോറും ഇവയൊക്കെ ഒരു വിഷ്ണുക്ഷേത്രത്തിൽ നടത്താറുണ്ട്. ഒരു ബ്രാഹ്മണനെ കാൽകഴുകിച്ച് ഊട്ടുകയുംവേണം. അതിനു ശാന്തിക്കാരനായാലും മതി. സാമാന്യംപോലെ ഒരു ഭക്ഷണത്തിന്റെ വട്ടമൊക്കെ വേണം. അതൊട്ടും മോശമാകരുത്. നമ്മുടെ കയ്യിൽ പണമുണ്ട് അതെത്ര വേണമെങ്കിലും ചെലവുചെയ്യാൻ തയ്യാറാണ്. എങ്കിലും വാരിയരുടെ സഹായംകൂടാതെ ഒന്നും നടക്കുകയില്ലല്ലോ.

വാരിയർ: പണമുണ്ടെങ്കിൽ ഒക്കെ നടക്കും. അടിയൻ എല്ലാം ശരിയാക്കാം.

ഭട്ടതിരി: എന്നാൽ മതി. ഒടുക്കം വാരിയർ പറയുന്ന സംഖ്യ ബോധ്യപ്പെടുത്താം.

വാരിയർ : എന്നാൽ വേണ്ടതെല്ലാം ഇപ്പോൾകൊണ്ടു വിടകൊള്ളാം.

എന്നു പറഞ്ഞു വാരിയർ ഓടിപ്പോയി. പോകുന്ന വഴിക്കു ശാന്തിക്കാരനെക്കണ്ട് 'ഇന്നു വിശേഷാൽച്ചില വഴിപാടുകളുണ്ട്. ക്ഷണത്തിൽക്കുളിച്ച് അമ്പലത്തിലേയ്ക്ക് ചെല്ലണം' എന്നു കൂടി പറഞ്ഞിട്ടാണ് വാരിയർ പോയത്. വാരിയരുടെ വാക്കു കേട്ടു തനിക്കും വല്ലതുമാദായമുണ്ടാകുമെന്നു വിചാരിച്ചു ശാന്തിക്കാരനും ക്ഷണത്തിൽ 'കുളിച്ച് കുറ്റിത്തലയും കുടഞ്ഞ്' അമ്പലത്തിലെത്തി. തന്റെ പതിവും ആവശ്യങ്ങളുമെല്ലാം ഭട്ടതിരി ശാന്തിക്കാരനോടു പറഞ്ഞു. അതു കേട്ടു ശാന്തിക്കാരനും സന്തോഷിച്ച് ഓടിപ്പോയി അദ്ദേഹത്തിന്റെ മഠത്തിൽനിന്ന് അരിയും കറിക്കോപ്പുകളും പാലും മറ്റും കൊണ്ടുവന്ന് എല്ലാം തയ്യാറാക്കിത്തുടങ്ങി. കുറച്ചു കഴിഞ്ഞപ്പോൾ സകല സാധനങ്ങളും കൊണ്ടു വാരിയരും അമ്പലത്തിലെത്തി. അപ്പോഴേയ്ക്കും ശാന്തിക്കാരൻ നിവേദ്യങ്ങൾ അടുപ്പത്താക്കുകയും കറിക്കു നുറുക്കുകയും കഴിച്ചിരുന്നു. അതു കണ്ടിട്ട് എമ്പ്രാൻ തന്നെ നഷ്ടപ്പെടുത്താൻ ഭാവിക്കുകയാണല്ലോ എന്നു വിചാരിച്ചു വാരിയർക്കും വാരിയർ സാമാനങ്ങളെല്ലാം കൊണ്ടുവന്നിരിക്കുന്നതു തന്നെ നഷ്ടപ്പെടുത്താനാണല്ലോ എന്നു വിചാരിച്ചു എമ്പ്രാനും ദേഷ്യം കലശലായി. വാരിയർ എമ്പ്രാനോട് 'സാമാനങ്ങളെല്ലാം വട്ടം കൂട്ടിക്കൊണ്ടുവരണമെന്ന് ആവശ്യക്കാരൻ എന്നോടാണ് ആദ്യം പറഞ്ഞത്. അതുകൊണ്ട് ഞാൻ കൊണ്ടുവന്നിരുക്കുന്ന സാമാനങ്ങൾതന്നെ എടുത്തു ഉപയോഗിക്കണം. അങ്ങേടെ സാമാനമൊന്നും ഇവിടെ ഉപയോഗിക്കാൻ പാടില്ല' എന്നു പറഞ്ഞു. അതുകേട്ട് എമ്പ്രാൻ 'വാരിയരുടെ സാമാനങ്ങളൊന്നും ഇവിടെക്കൊള്ളുകയില്ല. പാൽ വെള്ളം ചേർത്തതാണ്. അരി വെളുത്തിട്ടില്ല' എന്നും മറ്റും പറഞ്ഞുതുടങ്ങി. അമ്പലത്തിൽ ജപിച്ചു കൊണ്ടിരുന്ന ഭട്ടതിരി ഇവരുടെ വഴക്കുകേട്ടിട്ട്, 'നിങ്ങൾ തമ്മിൽ ശണ്ഠ കൂടേണ്ട. രണ്ടുപേരുടെ സാമാനങ്ങളും

ഉപയോഗപ്പെടുത്തിക്കൊള്ളണം. അതുകൊണ്ടു ദോഷമൊന്നും വരാനില്ലല്ലോ. നിങ്ങൾക്കു രണ്ടുപേർക്കും പണം കിട്ടണമെന്നല്ലേ ഉള്ളൂ? അതു ബോധ്യപ്പെടുത്താൻ ഞാനുണ്ടല്ലോ. വഴക്കും ശണ്ഠയും കൂടാതെ കാര്യം നടക്കട്ടെ' എന്നു പറഞ്ഞു. അതു കേട്ടു രണ്ടുപേരും സമാധാനപ്പെടുകയും ചെയ്തു.

എമ്പ്രാന്തിരി വെപ്പെല്ലാം കഴിച്ചു പൂജയ്ക്കു പോയി. പ്രസന്ന പൂജയ്ക്ക് നടയടച്ചപ്പോൾ ഭട്ടതിരി തിടപ്പള്ളിയിലെത്തി ഒരിലയെടുത്തു വെച്ചു താനേ വിളമ്പി ഊണു തുടങ്ങി. എമ്പ്രാന്തിരി 'അല്ലാ! ഇങ്ങനെയാണോ കാൽകഴുകിച്ചൂട്ടുന്നത്?' എന്നു ചോദിച്ചു. അതിനു മറുപടിയായി ഭട്ടതിരി 'കാൽകഴുകിച്ചൂട്ടുക എന്നു പറഞ്ഞാൽ തന്റെ മുതൽ ചെലവുചെയ്ത് ഒരു ബ്രാഹ്മണനു ഭക്ഷണം കൊടുക്കുക എന്നേ അർത്ഥമുള്ളൂ. പൊരുൾ പോകുന്നിടത്താണല്ലോ പുണ്യം. എമ്പ്രാന്റെ ഊണു കഴിയുമ്പോൾ കാൽകഴുകിച്ചൂട്ടിയതിന്റെ ഫലം എനിക്കു കിട്ടും. എമ്പ്രാനും ഒരിയിലയെടുത്തുവെച്ചു വിളമ്പിയുണ്ടോളൂ' എന്നു പറഞ്ഞു. ഉടനെ എമ്പ്രാന്തിരിയും ഉണ്ണാനിരുന്നു. പിന്നെ ഭട്ടതിരി എമ്പ്രാന്തിരിയുടെ കൈപ്പുണ്യത്തെ വർണ്ണിച്ചുതുടങ്ങി.

'ഹേ! എമ്പ്രാൻ ദേഹണ്ഡമൊക്കെ വളരെ നന്നായി. ഈ അമ്പലക്കിണറ്റിലെ വെള്ളം വളരെ മാഹാത്മ്യമുള്ളതുതന്നെ. എന്നും കോരി ദേവന്റെ തലയിലൊഴിക്കുന്നതല്ലേ? അങ്ങനെയല്ലാതെയിരിക്കുമോ? അതോടുകൂടി എമ്പ്രാന്റെ കൈപ്പുണ്യവുംകൂടി ചേർന്നപ്പോൾ മുഴുവനായി. പഞ്ചസാരപ്പായസത്തിനെന്നല്ല, സകലവിഭവങ്ങൾക്കും ഈ വെള്ളത്തിന്റെ സ്വാദാണു മുമ്പിട്ടുനിൽക്കുന്നത്. കുറേശ്ശെ അമൃതിന്റെ സ്വാദുമുണ്ട്. അതു എമ്പ്രാന്റെ കൈപ്പുണ്യംകൊണ്ടു വന്നതായിരിക്കും' എന്നും മറ്റുമായിരുന്നു ഭട്ടതിരി പറഞ്ഞത്. ഈ ശകാരമെല്ലാം സ്തുതിയാണെന്നാണ് എമ്പ്രാന്തിരി മനസ്സിലാക്കിയത്. അതിനാൽ ഇതിനു മറുപടിയായി എമ്പ്രാന്തിരി പറഞ്ഞത് 'ഇതൊന്നും നമ്മുടെ സാമർത്ഥ്യംകൊണ്ടല്ല. എല്ലാം ഭഗവാന്റെ കൃപകൊണ്ടാണ്'' എന്നായിരുന്നു.

ഭട്ടതിരിയും എമ്പ്രാന്തിരിയും ഊണു കഴിഞ്ഞു കൈ കഴുകി ബലിക്കല്പുരയിൽ പോയിരുന്നു പണത്തിന്റെ കണക്കു പറഞ്ഞു തുടങ്ങി. വാരിയർ തിടപ്പള്ളിയിൽക്കയറി ഉണ്ണാനുമിരുന്നു. എമ്പ്രാന്തിരി പറഞ്ഞ കണക്കൊന്നും ഭട്ടതിരി സമ്മതിച്ചില്ല. ഒടുക്കം ഭട്ടതിരി 'ഇവിടെ രണ്ടു നേരവും ഈരണ്ടുപേർക്കു നമസ്കാരത്തിനു വകവെച്ചിട്ടുണ്ടല്ലോ. അതെല്ലാം താൻ മോഷ്ടിച്ചെടുക്കുകല്ലേ പതിവ്? ഇന്ന് ഒരു നേരം ഞാനുണ്ടതിനു തനിക്കു പണം തരണമോ? ഞാനൊരു കാശും തരാൻ ഭാവമില്ല. താനെന്തു ചെയ്യും?' എന്നു ചോദിച്ചു. അതു കേട്ട് എമ്പ്രാന്തിരി കോപിച്ചു വിറച്ചു ഭട്ടതിരിയെ തല്ലാനായി കൈയോങ്ങിക്കൊണ്ട് അടുത്തു ചെന്നു. ഉടനെ ഭട്ടതിരി എണീറ്റു എമ്പ്രാന്തിരിയുടെ കൈക്ക് ഒരു തട്ടും ചെകിട്ടത്ത് ഒരടിയും വെച്ചുകൊടുക്കുകയും 'അയ്യോ!' എന്ന് ഉറക്കെ ഒന്നു നിലവിളിക്കുകയും ഒരുമിച്ചുകഴിഞ്ഞു. അടികൊണ്ട ക്ഷണത്തിൽ എമ്പ്രാന്തിരി ബോധം കെട്ടു നിലത്തു വീണു. നിലവിളി കേട്ടു വാരിയർ പരിഭ്രമിച്ചു എച്ചിൽക്കൈ മടക്കിപ്പിടിച്ചുകൊണ്ടു ബലിക്കല്പുരയിലേയ്ക്ക് ഓടിച്ചെന്നു. 'ഇവിടെ എന്താണ് ഒരു നിലവിളി കേട്ടത്? ആരാണു നിലവിളിച്ചത്?' എന്നു വാരിയർ ചോദിച്ചു. അപ്പോൾ ഭട്ടതിരി കരഞ്ഞുംകൊണ്ട് 'ഈ എമ്പ്രാൻ ഞാൻ പണം കൊടുത്തത് പോരെന്നും പറഞ്ഞ് എന്നെത്തല്ലി. ഞാനാണു നിലവിളിച്ചത്. ഇതിനെല്ലാം സാക്ഷി

വാരിയരാണ്. ഈ ഉണ്ടായ സംഗതികളെല്ലാം ക്ഷേത്രത്തിന്റെ ഉടമസ്ഥ നോട് ഇപ്പോൾത്തന്നെ പറയണം. സാക്ഷി പറയാൻ വാരിയരും എന്റെ ക്കൂടെ വരണം. ഊണു കഴിച്ചുവരൂ. വാരിയരുടെ പണം ഞാൻ ഒട്ടും കുറയ്ക്കുക യില്ല എന്നെത്തല്ലിയതുകൊണ്ട് എമ്പ്രാന് ഇനി ഞാൻ ഒരു കാശുപോലും കൊടുക്കയില്ല. എമ്പ്രാനു കൊടുക്കാനുള്ളതുംകൂടി വാര്യർക്കു തന്നേയ്ക്കാം' എന്നു പറഞ്ഞു. ഇതു കേട്ടു സന്തോഷിച്ചു വാരിയർ ഊണു മുഴുവനാക്കാനാ യിട്ട് തിടപ്പള്ളിയിലേക്കു പോയി. ക്ഷണത്തിൽ ഊണു കഴിച്ചു കൈയും കഴുകി വാരിയർ വീണ്ടും ബലിക്കല്പുരയിലെത്തി. എമ്പ്രാന്തിരി അപ്പോഴും പൂർവ്വസ്ഥിതിയിൽ ബോധരഹിതനായി അവിടെത്തന്നെ കിടന്നിരുന്നു. ഭട്ടതിരിയെ അവിടെയെങ്ങും കണ്ടുമില്ല. അദ്ദേഹം വാരിയർ വരുന്നതിനു മുമ്പേ പമ്പകടന്നിരിക്കുന്നു.

പിന്നെയൊരിക്കൽ ഭട്ടതിരി ഒരു വഴിയാത്രയിൽ ഒരു ദിവസം മധ്യാഹ്ന സമയത്ത് ഊണുകഴിച്ചു പോകണമെന്നുള്ള ഉദ്ദേശത്തോടുകൂടി ത്തന്നെ ഒരി ല്ലത്തു കയറിച്ചെന്നു. അപ്പോൾ അവിടെ പുരയുടെ വാതിലുകളൊക്കെ അടച്ചി രുന്നതിനാൽ മുറ്റത്തു നിന്നുകൊണ്ടു രണ്ടുമൂന്നു ചുമച്ചു. എന്നിട്ടും ആരെയും പുറത്തേയ്ക്കു കാണാതെയിരുന്നതിനാൽ ഇറയത്തു കയറിയിരുന്നുകൊണ്ട് 'ഹേ ഹേ! ഇവിടെ ആരുമില്ലയോ? ഈ വാതിലൊന്നു തുറക്കണം' എന്ന് ഉറക്കെ വിളിച്ചു പറഞ്ഞു. അങ്ങനെ നാലഞ്ചു പ്രാവശ്യം പറഞ്ഞപ്പോൾ ഗൃഹസ്ഥൻ നമ്പൂരി വന്നു വാതിൽ തുറന്നു ദുർമുഖം കാണിച്ചുകൊണ്ടു പുറത്തേ യ്ക്കു വന്ന് ഉച്ചസ്വരത്തിൽ 'ആരാണിവിടെക്കയറിവന്നു കലശൽകൂട്ടുന്നത്? പടിക്കു പുറത്തു പോകണം' എന്നു പറഞ്ഞു. അതു കേട്ടിട്ടും ഭട്ടതിരി 'അയ്യോ! അങ്ങനെ പറയരുതേ. ഞാൻവഴിപോക്കനായ ഒരു ബ്രാഹ്മണനാണ്. വഴി നടന്നും വെയിലു കൊണ്ടും ഞാൻ ഏറ്റവും അവശനായിരിക്കുന്നു. വിശപ്പും ദാഹവും സഹിക്കവയ്യാതെയായിട്ടാണ് ഇവിടെക്കയറി വന്നത്. എനിക്കി പ്പോൾ കുറച്ചു കഞ്ഞിയോ ചോറോ വല്ലതും തന്നാൽ അതൊരു വലിയ സുകൃതമായിരിക്കും. ഒന്നും കഴിക്കാതെ ഇനി ഇവിടെനിന്ന് ഒരടിപോലും നടക്കാൻ ഞാൻ ശക്തനല്ല' എന്ന് ഏറ്റവും താണ സ്വരത്തിൽപ്പറഞ്ഞു. ഇതുകേട്ടിട്ടും ഗൃഹനാഥന്റെ മനസ്സിന് ഒരലിവുമുണ്ടായില്ല. അദ്ദേഹം വീണ്ടും ഉച്ചത്തിൽത്തന്നെ 'പോകാനല്ലേ പറഞ്ഞത്. നടക്കാൻ വയ്യെങ്കിൽ പടിക്കു പുറത്തു പോയിക്കിടന്നോളൂ. ഇവിടെ ഇരിക്കാൻ പാടില്ല. വരുന്നവർക്കൊക്കെ കഞ്ഞിയോ ചോറോ കൊടുക്കാൻ ഇവിടെ വഴിയൂട്ടും മറ്റുമില്ല. ആരും കാണമി ട്ടിട്ടുമില്ല. ഇങ്ങനെ തട്ടിപ്പും പറഞ്ഞ് ഉണ്ണാനായിട്ടു കയറിവരുന്നവർക്കൊക്കെ ചോറു കൊടുത്തിട്ടുള്ള പുണ്യം ഇവിടെ ആവശ്യമില്ല' എന്നു പറഞ്ഞു. ഉടനെ ഭട്ടതിരി 'എന്നാൽ വെറുതേ വേണ്ട. ഞാൻ പണം തരാം. ഏതുവിധത്തി ലായാലും സ്വൽപം വല്ലതും കഴിക്കാതെ പോകാൻ നിവൃത്തിയില്ല. ഞാൻ സാമാന്യത്തിലധികം വലഞ്ഞു. അതുകൊണ്ട് പറയുന്നതാണ്. കൃപയുണ്ടാ കണം' എന്ന് പിന്നെയും പറഞ്ഞു. അതു കേട്ടിട്ടും ഗൃഹസ്ഥന്റെ മനസ്സിനു ഒരിളക്കവുമുണ്ടായില്ല. 'എടോ തന്റെ ജാടയൊന്നും ഇവിടെപ്പറ്റുകയില്ലെന്ന് ആദ്യമേ ഞാൻ പറഞ്ഞില്ലേ? അങ്ങോട്ടു പറയുന്നതൊന്നും മനസ്സിലാക്കാ ത്തതെന്താണ്? തന്റെ മർക്കടമുഷ്ടിയുംകൊണ്ടു താനിറങ്ങിപ്പോവൂ. ഇവിടെ

പറ്റുകയില്ല. പണത്തിനു ചോറുകൊടുക്കാൻ ഇതു ഹോട്ടലും മറ്റുമല്ല.പടിക്കു പുറത്തിറങ്ങിപ്പോവാനല്ലേ പറഞ്ഞത്? ഇനിയും പോകാത്തപക്ഷം ഞാൻ തീക്കനൽ കോരിക്കൊണ്ടുവന്നു തന്റെ തലയിലിടും. അതിനിടയാക്കാതെ താനിറങ്ങിപ്പോവൂ' എന്നാണു ഗൃഹസ്ഥൻ പറഞ്ഞത്. ഇത്രയും കേട്ടിട്ടും ഭട്ടതിരി ഒഴിച്ചുപോയില്ല. അദ്ദേഹം പിന്നെയും താണു തൊഴുതുകൊണ്ട് 'അയ്യോ മൂസ്സ്, ഇതു കഠിനമാണ്. ഇങ്ങനെ പറയരുത്. ഒരു നിവൃത്തിയുമില്ലാതെയായിട്ടു ഞാൻ പറയുന്നതാണ്. ഒരു പിടിച്ചോറെങ്കിലും തരുന്നതിനു ദയവുണ്ടാകണം. അതിനൊന്നിനും മനസ്സില്ലെങ്കിൽ കുറച്ചു പച്ചവെള്ളം തന്നാലും മതി. ഒന്നും കഴിക്കാതെ എനിക്ക് എണീക്കാൻപോലും വയ്യ. ഞാൻവല്ലാതെ ക്ഷീണിച്ചുപോയി' എന്നു പറഞ്ഞു. ഇതിനു മറുപടിയായി ഗൃഹസ്ഥൻ പറഞ്ഞത്''തനിക്കു വെള്ളം കോരിക്കൊണ്ടു വന്നു തരാൻ തന്റെ ശമ്പളക്കാരാരും ഇവിടെയില്ല. വെള്ളം കുടിക്കണമെങ്കിൽ പുഴയിൽച്ചെന്നു കോരിക്കുടിക്കു. ഇവിടെ അതൊന്നും സാദ്ധ്യമല്ല. താനിവിടെ നിന്ന് ഇറങ്ങിപ്പോവൂ. ഇനിയും താനിറങ്ങിപ്പോവാത്തപക്ഷം ഇവിടെപ്പാർക്കുന്ന വൃഷലിപ്പെണ്ണിനെ ഞാനിങ്ങോട്ടുവിളിക്കും. അവൾ മുറ്റമടിക്കുന്ന ആയുധവും കൊണ്ടിങ്ങോട്ടു വന്നാൽ തന്നെ ഇവിടെനിന്നോടിക്കും. അതിനിടയാക്കാതെ ഇറങ്ങിപ്പോവുകയാണു നല്ലത്'' എന്നാണ്. ഇത്രയും കേട്ടപ്പോൾ ഭട്ടതിരി 'ഇവിടെ മര്യാദകൊണ്ടു കാര്യമൊന്നും പറ്റുകയില്ല ഏതെങ്കിലും ഒരു പൊടിക്കൈക്കൂടി പ്രയോഗിച്ചു നോക്കാം' എന്നുവിചാരിച്ചു. കോപഭാവത്തോടുകൂടി എണീറ്റു രണ്ടാംമുണ്ട് അരയിൽ മുറുക്കിക്കെട്ടി കണ്ണും ചുവത്തി വിറച്ചുകൊണ്ടു ഗൃഹസ്ഥനോടു 'എടോ! താൻ മഹാദുഷ്ടൻതന്നെ. തന്നെമാത്രം വിചാരിച്ചാൽ പോരല്ലോ, ഇവിടെ ഒരന്തർജ്ജനവും രണ്ടുമൂന്നു കിടാങ്ങളുമുണ്ടല്ലോ. പുരാതനമായ ഒരു ബ്രാഹ്മണഗൃഹവുമാണല്ലോ എന്നു വിചാരിച്ചു ഞാനിതുവരെ ക്ഷമിച്ചു. ഞാനൊരു കട്ടംകൈ പ്രയോഗിച്ചാൽ അതു പ്രതിവിധി ഇല്ലാത്തതായിരിക്കും. നാലഞ്ചു ദിവസം മുൻപ് ഇതുപോലെ ഞാനൊരില്ലത്തു പോയിരുന്നു. അവിടുത്തെ ഗൃഹസ്ഥനും തന്നെപ്പോലെ ഒരു ദുഷ്ടനായിരുന്നു. അവിടെയും ഞാൻ ആദ്യം വളരെ ക്ഷമിച്ചു. ഒടുക്കം അതുകൊണ്ടൊന്നും പറ്റുകയില്ലെന്നു തോന്നുകയാൽ ഞാനൊരു കട്ടംകൈ അവിടെ പ്രയോഗിച്ചു. അതുതന്നെ ഇവിടെയും പ്രയോഗിക്കാനാണു ഞാൻ ഭാവിക്കുന്നത്. അതു സമ്മതമാണോ എന്ന് അകത്തു ചെന്ന് അന്തർജ്ജനമിത്തോടുകൂടി ചോദിക്കു. പിന്നെ പശ്ചാത്തപിച്ചാൽ ഫലമൊന്നുമുണ്ടാവുകയില്ല. അതും ഞാനാദ്യമേ പറഞ്ഞേയ്ക്കാം' എന്നു പറഞ്ഞു. ഇവരുടെ സംവാദങ്ങളെല്ലാം കേട്ടുകൊണ്ട് അകത്തു നിന്നിരുന്ന അന്തർജ്ജനം ഭട്ടതിരിയുടെ അപ്പോഴത്തെ ഭാവം കാണുകയും ഒടുക്കം പറഞ്ഞ വാക്കു കേൾക്കുകയും ചെയ്തു വല്ലാതെ ഭയപ്പെട്ടു നമ്പൂരിയെ അകത്തേക്കു വിളിച്ചു. 'ഇയ്യാൾ സാമാന്യക്കാരനല്ലെന്നാണു തോന്നുന്നത്. എന്തെല്ലാമനർത്ഥങ്ങളാണാവോ ഉണ്ടാക്കിത്തീർക്കുന്നത്? രണ്ടുമൂന്നു കിടാങ്ങളുള്ളവർക്കെങ്കിലും ആപത്തൊന്നും വരാതെ സൂക്ഷിക്കണമല്ലോ. അതുകൊണ്ട് ക്ഷണത്തിൽച്ചെന്ന് അദ്ദേഹത്തെ സമാധാനപ്പെടുത്തി ഭക്ഷണം കൊടുത്തു സന്തോഷിപ്പിച്ചയയ്ക്കണം. അല്ലെങ്കിൽ വലിയ

ആപത്തു വല്ലതും വന്നു കൂടുമെന്നാണു തോന്നുന്നത്'' എന്നു പറഞ്ഞു. ഭട്ടതിരിയും ഗൃഹസ്ഥൻ നമ്പൂരിയും തമ്മിൽ അത്യുച്ചത്തിലുണ്ടായ സംവാദം കേട്ട് അതിന്റെ കാരണമറിയുന്നതിനായി അയൽവാസികളായ ഒട്ടുവളരെ ജനങ്ങളും അവിടെ വന്നുകൂടിയിരുന്നു. അവരുമെല്ലാവരും അന്തർജ്ജനം പറഞ്ഞതു പോലെ തന്നെ പറഞ്ഞു. അതെല്ലാംകൂടി കേൾക്കുകയും കോപിച്ചു സംഹാരരുദ്രനെപ്പോലെയുള്ള ഭട്ടതിരിയുടെ നില കാണുകയും ചെയ്തപ്പോൾ ഗൃഹസ്ഥൻനമ്പൂരിയും ഭയവിഹ്വലനായിത്തീർന്നു. ഉടനെ അദ്ദേഹം ഭട്ടതിരിയുടെ അടുക്കൽച്ചെന്നു പാദങ്ങളിൽ വീണു നമസ്കരിച്ചിട്ട് 'അല്ലയോ ബ്രഹ്മണോത്തമ! ക്ഷമിക്കണേ, ക്ഷമിക്കണേ. അങ്ങയുടെ മാഹാത്മ്യമറിയാതെ ഞാൻ പറഞ്ഞുപോയതെല്ലാം സദയം ക്ഷമിക്കണേ. കോപത്തെ അടക്കിയാലും. ആപത്തൊന്നുമുണ്ടാക്കിത്തീർക്കാതെ എന്നെയും ഈ കുടുംബത്തെയും അവിടുന്നു രക്ഷിക്കണം. ക്ഷണത്തിൽ കുളിച്ചുവരിക. ഇവിടെ ഊണിനെല്ലാം കാലമായിരിക്കുന്നു. കുളിച്ചുവരാത്ത താമസമേ ഉള്ളൂ. അങ്ങേയ്ക്കു കുടിക്കുനീർ വീഴ്ത്തീട്ടു വേണം എനിക്കും ഉണ്ണാൻ' എന്നു പറഞ്ഞു. അതു കേട്ടു ഭട്ടതിരി തന്റെ കൗശലം ഫലിച്ചുവല്ലോ എന്നു വിചാരിച്ചു ഉള്ളുകൊണ്ട് ചിരിച്ച് 'ഇപ്പോളെങ്കിലും നല്ല ബുദ്ധിയുണ്ടായല്ലോ. ഭാഗ്യംതന്നെ. ഇവിടെ മറ്റേതിന്റെ കാലമായില്ലെന്നാണ് തോന്നുന്നത്. ഇനി എനിക്കു കോപവും ദേഷ്യവുമൊന്നുമില്ല. അതൊക്കെത്തീർന്നിരിക്കുന്നു. ഞാൻ ക്ഷണത്തിൽ കുളിച്ചുവന്നേയ്ക്കാം. എന്റെ ഒരു കുളിയും തേവാരവുമൊക്കെ രാവിലെ കഴിഞ്ഞിരിക്കുന്നു. വഴി ശുദ്ധമായതുകൊണ്ടു ഒന്നു കുളിക്കണമെന്നേ ഉള്ളൂ. രണ്ടാംകുളിക്കു താമസത്തിനു വകയില്ലല്ലോ. ഇപ്പോൾ വന്നേയ്ക്കാം' എന്നു പറഞ്ഞു പോയി ക്ഷണത്തിൽ കുളി കഴിച്ചുവന്നു. ഭട്ടതിരി കുളിച്ചുവന്നപ്പോഴേയ്ക്കും ഇലയും പലകയും വെച്ച് എല്ലാം തയ്യാറാക്കിയിരിക്കുന്നു. ഗൃഹസ്ഥൻതന്നെ സാദരം വിളമ്പിക്കൊടുത്തു. ഭട്ടതിരി സുഖമായി ഊണു കഴിക്കുകയും ചെയ്തു. ഊണു കഴിഞ്ഞു കൈ കഴുകിക്കഴിഞ്ഞയുടനെ ഭട്ടതിരിയെ ഗൃഹസ്ഥൻ നമ്പൂരി പുറന്തളത്തിൽ കൊണ്ടുപോയി ഒരു പായയും തലയിണയും മുറുക്കാനുള്ള സാധനങ്ങളും കൊണ്ടുചെന്നു കൊടുക്കുകയും 'ഇനി ഇവിടെ ഇരിക്കുകയോ കിടക്കുകയോ മുറുക്കുകയോ ഒക്കെയാവാം. ഞാനുംപോയി ഊണു കഴിച്ചുവരാം' എന്നു പറയുകയും ചെയ്തിട്ട് ഉണ്ണാൻ പോയി.

ഗൃഹസ്ഥൻ നമ്പൂരി ഊണുകഴിച്ചു ഭട്ടതിരിയുടെ അടുക്കലെത്തിയപ്പോഴേയ്ക്കും അവിടെ ദിവ്യനായിട്ട് ഒരാൾ വന്നിരിക്കുന്നു എന്നു കേട്ടു വേറെയും പലർ വന്നുകൂടി. അപ്പോൾ ഗൃഹസ്ഥൻനമ്പൂരി ഭട്ടതിരിയോട് 'ഇപ്പോൾ ഒക്കെ സാമാധാനമായല്ലോ ഇനി വർത്തമാനമൊക്കെ പറയുക. ഇല്ലം എവിടെയാണ്? ഇല്ലപ്പേരെന്താണ്? നാലഞ്ചു ദിവസം മുമ്പ് ഒരില്ലത്തു ഒരു കുടുംകൈ പ്രയോഗിച്ചതായിപ്പറഞ്ഞുവല്ലോ അതെന്താണ്? ഇതൊക്കെ അറിഞ്ഞാൽ കൊള്ളാമെന്നുണ്ട്'' എന്നു പറഞ്ഞു. ഉടനെ ഭട്ടതിരി 'എന്റെ ഇല്ലം കുറച്ചു തെക്കാണ്. ഇല്ലപ്പേരു 'നടുവിലേപ്പാട്ട്' എന്നാണ് സാധാരണയായി പറഞ്ഞു വരുന്നത്. ഞാൻപ്രയോഗിച്ച കുടുംകൈയിനെക്കുറിച്ചു ചോദിക്കേണ്ട. അതു കേൾക്കാതെയിരിക്കുകയാണു നല്ലത്. കേട്ടാൽ നിങ്ങളെല്ലാവരും മൂക്കത്തു

കൈവിരൽ വെച്ചുപോകും. അതുകൊണ്ട് അതു പറയാൻ നിർബന്ധിക്കരുത്' എന്നു പറഞ്ഞു. അതു കേട്ട് എല്ലാവരും 'അവിടുന്ന് അങ്ങനെ പറയുന്നത് സങ്കടമാണ്. അതു കേട്ടാൽക്കൊള്ളാമെന്ന് ഞങ്ങൾക്കൊക്കെ വളരെ ആഗ്രഹമുണ്ട്. അതു കൊണ്ട് അതു നിശ്ചയമായിപ്പറയണമെന്നു ഞങ്ങളെല്ലാവരും നിർബന്ധപൂർവം അപേക്ഷിച്ചുകൊള്ളുന്നു' എന്നു പറഞ്ഞു. ഉടനെ ഭട്ടതിരി 'അത്ര നിർബന്ധമാണെങ്കിൽപ്പറയാം. കേട്ടോളൂ. ഞാൻആ ഇല്ലത്തു ചെന്നിട്ട് ആദ്യം ഇവിടെപ്പറഞ്ഞതുപോലെയൊക്കെ വളരെപ്പറഞ്ഞുനോക്കി. ഒടുക്കം അവിടെ പച്ചവെള്ളംപോലും കിട്ടുകയില്ലെന്നു തീർച്ചയായപ്പോൾ ഞാനെന്റെ രണ്ടാംമുണ്ടും കുടയുമെടുത്തു പടിക്കലിറങ്ങി എന്റെ വഴിക്കങ്ങു പോയി. അതാണു ഒടുക്കം പ്രയോഗിച്ച കടുംകൈ. അതു തന്നെയാണ് ഞാനിവിടെയും പ്രയോഗിക്കാൻ ഭാവിച്ചത്. അല്ലാതെ ഞാനെന്തു ചെയ്യും? ഞാനും നിങ്ങളെപ്പോലെ ഒരു മനുഷ്യനാണല്ലോ' എന്നു പറഞ്ഞു ഇതു കേട്ടു നമ്പൂരിയെ നോക്കി എല്ലാവരും ചിരിച്ചു. തനിക്കു പറ്റിയ വിഡ്ഢിത്തം വിചാരിച്ചു ഗൃഹസ്ഥൻ നമ്പൂരി സാമാന്യത്തിലധികം ഇളിഭ്യനായി. ഭട്ടതിരി അവിടെ നിന്നിറങ്ങിപ്പോവുകയും ചെയ്തു.

●

മുണ്ടേമ്പിള്ളി കൃഷ്ണമാരാർ

മുണ്ടേമ്പിള്ളി മാരാരുടെ ഗൃഹം കൊച്ചിരാജ്യത്തു തൃപ്പൂണിത്തുറെയാണ്. എന്നു മാത്രമല്ല, തൃപ്പൂണിത്തുറ ക്ഷേത്രത്തിൽ പതിവായിട്ടുള്ള കൊട്ട്, പാട്ട് മുതലായ അടിയന്തിരങ്ങൾ നടത്താനുള്ള സ്ഥാനവും ആ കുടുംബത്തേക്കായിരുന്നു.

ഇക്കാലത്തു കുലവിദ്യയായ ചെണ്ടകൊട്ടും മറ്റും അഭ്യസിക്കുന്നതും ക്ഷേത്രപ്രവൃത്തി നടത്തുന്നതും മാത്രമല്ല, മാരാന്മാരെന്നു പറയുന്നതു തന്നെ വലിയ കുറച്ചിലാണെന്നുള്ള വിചാരം അവരിൽ പലർക്കുമുണ്ടായിട്ടുണ്ട്. അതിനാലവർ ജാതിപ്പേരുമാറ്റി നായർ, പിള്ള, പണിക്കർ ഇത്യാദി നാമങ്ങൾ സ്വീകരിച്ചു തുടങ്ങിയിരിക്കുന്നു. കൊച്ചിരാജ്യത്തുള്ള ഈ ജാതിക്കാർ ആധാരങ്ങളിലും മറ്റും എഴുതുന്നത് മാരാർ എന്നുതന്നെയാണെങ്കിലും അവരോടാരെങ്കിലും ജാതിയെന്താണെന്നു ചോദിച്ചാൽ 'അമ്പലവാസി' എന്നാണ് അവർ മറുപടി പറയുന്നത്. എങ്കിലും അമ്പലത്തിലെ പ്രവൃത്തികൾ നടത്താൻ അവരുടെ ദുരഭിമാനം അവരെ അനുവദിക്കുന്നുമില്ല. അമ്പലത്തിലെ വാസമെന്നല്ല, അമ്പലത്തിൽ പോകുന്നതുതന്നെ അപമാനകരമാണെന്നു വിചാരിക്കുന്നവർ അമ്പല വാസികളാവുന്നതെങ്ങനെയാണാവോ? കുലവിദ്യയായ ചെണ്ടകൊട്ട്, പാണികൊട്ട് മുതലായവ അഭ്യസിച്ചിട്ടുള്ളവർക്കു ആഭിജാത്യം കുറയും എന്നുള്ള നാട്യവും ഇവരിൽ പലർക്കും കണ്ടുവരുന്നുണ്ട്. ജാതിത്തൊഴിൽ അഭ്യസിക്കാതെയും പാരമ്പര്യമുറയ്ക്ക് നടത്തിവന്നിരുന്ന ക്ഷേത്രപ്രവൃത്തികൾ നടത്താതെയുമിരിക്കുക നിമിത്തം പതിവായി കിട്ടിവന്നിരുന്ന ചോറു കിട്ടാതെയും ക്ഷേത്രദർശനത്തിനുപോലും സംഗതിയാകാതെയും കഷ്ടപ്പെട്ട് അലഞ്ഞു നടക്കുന്നവർ ഇവരുടെ കൂട്ടത്തിലിപ്പോൾ ധാരാളമായിരിക്കുന്നു.

എന്നാൽ കൃഷ്ണമാരാർ ഇക്കൂട്ടത്തിലുള്ള ഒരാളല്ലായിരുന്നു. കുലവിദ്യ അഭ്യസിക്കുകയും അതു സാമാന്യംപോലെ പ്രവർത്തിക്കാറാവുകയും പ്രവർത്തിക്കുകയും ചെയ്യുന്നതു കുറച്ചിലല്ലെന്നും പ്രത്യുത അതു മാന്യതയാണെന്നുമായിരുന്നു അദ്ദേഹത്തിന്റെ അഭിപ്രായം. അതിനാൽ കൃഷ്ണമാരാർ അക്ഷരാഭ്യാസത്തോടുകൂടിത്തന്നെ കുലവിദ്യയും അഭ്യസിച്ചു തുടങ്ങുകയും സാമാന്യംപോലെ എഴുതാനും വായിക്കാനും പഠിച്ചു കഴിഞ്ഞപ്പോഴേക്കും ചെണ്ട, തിമില, മദ്ദളം എടയ്ക്ക മുതലായവ കൊട്ടാനും സോപാനത്തിങ്കൽ സാധാരണമായി പാടാറുള്ള കീർത്തനങ്ങൾ, അഷ്ടപദി മുതലായവ പാടാനും ശീലമാക്കി. കൃഷ്ണമാരാർ ചെണ്ട കൊട്ട് മുതലായവ അഭ്യസിച്ചത് അദ്ദേഹത്തിന്റെ മാതുലന്മാരുടെ അടുക്കൽത്തന്നെ ആയിരുന്നു. അവരും മാരാന്മാർക്കു

വേണ്ടുന്ന തൊഴിലുകളെല്ലാം പഠിച്ചിരുന്നവരും പ്രവർത്തിക്കുന്നവരുമായിരുന്നു. കുലവിദ്യ പ്രവർത്തിക്കുന്നത് അപമാനകരമാണെന്നുള്ള വിചാരവും അതിനെക്കുറിച്ചു നിന്ദയും അവർക്കുമുണ്ടായിരുന്നില്ല. അവരെ ജാതിപ്പേരു ചേർത്തു വിളിക്കുന്നതിൽ സന്തോഷമല്ലാതെ വിരോധവും അവർ ഭാവിച്ചിരുന്നില്ല.

കൃഷ്ണമാരാർ കൊട്ട്, പാട്ട് മുതലായവ പഠിക്കുകയും അവയെല്ലാം സാമാന്യം പോലെ പ്രയോഗിക്കാറാവുകയും ചെയ്തതിന്റെ ശേഷം എവിടെയെങ്കിലും ചെന്നു സ്വവിദ്യകൾക്കു സ്വൽപം കൂടി നൈപുണ്യം സമ്പാദിക്കണമെന്നു നിശ്ചയിച്ച് സ്വദേശം വിട്ടുപോയി. അങ്ങനെ ഒന്നു രണ്ടു ദിവസത്തെ വഴി വടക്കോട്ടു ചെന്നപ്പോൾ വഴിക്കുവെച്ചു ചില മലയാളികളെ കാണുകയും അവർ മൂകാംബിയിൽ ഭജനത്തിനു പോകുന്നവരാണെന്നും പറയുകയും ചെയ്യുകയാൽ അവരോടുകൂടി കൃഷ്ണമാരാരും മൂകാംബിയിലെത്തി ഭജനം തുടങ്ങി.

മൂകാംബിയിൽ ചില വിശേഷങ്ങളുണ്ട്. അവിടെ അത്താഴപ്പൂജ കഴിഞ്ഞു നടയടയ്ക്കുന്ന സമയം ത്രിമധുരനിവേദ്യത്തിനു വേണ്ടുന്ന തേനും കദളിപ്പഴവും പഞ്ചസാരയും കൂടി ഒരു പാത്രത്തിലാക്കി ബിംബത്തിന്റെ മുൻപിൽ വെച്ചിട്ടു വേണം നടയടയ്ക്കാൻ. അതു ദേവിക്കു നിവേദിക്കുന്നത് ദേവന്മാരാണ്. ദേവന്മാർ രാത്രികാലങ്ങളിൽ പതിവായി അവിടെ വരികയും ഈ ത്രിമധുരം നിവേദിച്ചു ദേവിയെ വന്ദിച്ചു പോവുകയും ചെയ്യുന്നുണ്ട്. അതിനാൽ മിക്ക ദിവസങ്ങളിലും കല്പവൃക്ഷസുമങ്ങൾ ബിംബത്തിങ്കൽ കാണും. അതൊന്നും ശാന്തിക്കാർ ആരെയും കാണിക്കുകയും ആരോടും പറയുകയും ചെയ്യാറില്ല. 'അകത്തു കണ്ടതു പുറത്തു പറയുകയില്ല' എന്നു സത്യം ചെയ്യിച്ചിട്ടാണ് അവിടെ ശാന്തിക്കാരെ അവരോധിക്കുന്നത്. ഏഴര നാഴിക വെളുപ്പാനുള്ളപ്പോൾ ശാന്തിക്കാർ കുളിച്ചുചെന്നു നടതുറന്നു നിർമ്മാല്യം (തലേദിവസത്തെ പൂവും മാലയും) വാങ്ങി അതും ദേവന്മാർ നിവേദിക്കുന്ന ത്രിമധുരവും കൊണ്ടുപോയി ഒരു കിണറ്റിലിടുകയാണ് പതിവ്. ആ ത്രിമധുരം ആർക്കും കൊടുക്കാറില്ല. ആ ത്രിമധുരം സേവിച്ചാൽ മലയാളികൾ ഏറ്റവും ബുദ്ധിമാന്മാരും വലിയ വിദ്വാന്മാരുമായിത്തീരും. പരദേശികൾ സേവിച്ചാൽ ഒരു വിശേഷവുമുണ്ടാവുകയില്ല.

കൃഷ്ണമാരാർ ഭജനം തുടങ്ങി രണ്ടുമൂന്നു ദിവസം കഴിഞ്ഞപ്പോൾ ഈ വിശേഷങ്ങളെല്ലാം ആരോ പറഞ്ഞറിയുകയാൽ ഏതു വിധവും ആ ത്രിമധുരം സ്വൽപമെങ്കിലും സേവിക്കണമെന്ന് തീർച്ചപ്പെടുത്തി. പക്ഷേ അതത്ര ക്ഷിപ്രസാദ്ധ്യമായ കാര്യമല്ലായിരുന്നു. ശാന്തിക്കാർ മനസ്സറിഞ്ഞ് അതാർക്കും കൊടുക്കുകയില്ല. ത്രിമധുരം കൊണ്ടുചെന്നിടുന്ന കിണറ്റിന് അടപ്പും പൂട്ടും അവിടെ കാവൽക്കാരുമുണ്ട്. ശാന്തിക്കാർ ത്രിമധുരം കൊണ്ടുചെല്ലുന്ന സമയം കാവൽക്കാർ പൂട്ടു തുറന്ന് അടപ്പു മാറ്റുകയും ശാന്തിക്കാർ ത്രിമധുരം കിണറ്റിലിട്ടു പോവുകയും ഉടനെ കാവൽക്കാർ കിണറടച്ചു പൂട്ടുകയുമാണ് പതിവ്. ഈ സ്ഥിതിയിൽ മാരാരുടെ ആഗ്രഹം സാധിക്കുന്നതെങ്ങനെയാണ്? എങ്കിലും പ്രകൃത്യാതന്നെ അപകടനും വക്രബുദ്ധിയുമായിരുന്ന ആ മനുഷ്യൻ ഈ വിവരങ്ങളൊക്കെ അറിഞ്ഞിട്ടു നിരുത്സാഹനായില്ല. പതിവായി ശാന്തിക്കാരൻ കുളിച്ചുവന്നു നട തുറക്കുമ്പോഴേക്കും കൃഷ്ണമാരാരും കുളിച്ചു നിർമാല്യം തൊഴാനായി അമ്പലത്തിലെത്തും. അത് ഏഴര നാഴിക വെളുപ്പിനായിരി

ക്കമല്ലോ. ആ സമയത്തു ശാന്തിക്കാർക്കു കിണറ്റിൻ കരയിലേക്കു വെളിച്ചം കാണിച്ചുകൊടുക്കാൻ ക്ഷേത്രത്തിലെ നടകാവൽക്കാരനും കുളിച്ച് അവിടെ എത്തിയിരിക്കണമെന്നാണ് ചട്ടം. എന്നാൽ ചില ദിവസം അയാൾ വരാൻ സ്വൽപം താമസിച്ചു പോകും. അങ്ങനെ വരുന്ന ദിവസങ്ങളിൽ വിളക്കു കാണിച്ചു കൊടുക്കാൻ ശാന്തിക്കാരൻ കൃഷ്ണമാരാരോടു പറയുകയും ആ മനുഷ്യൻ സസന്തോഷം വിളക്കു കാണിച്ചുകൊടുക്കുകയും ചെയ്തു തുടങ്ങി. അങ്ങനെ രണ്ടുമൂന്നു ദിവസം കഴിഞ്ഞപ്പോൾ കുശാഗ്രബുദ്ധിയായ മാരാർ ഒരു കൗശലം കണ്ടുപിടിച്ചു. വെളുപ്പാൻകാലത്തു കിടന്നുറങ്ങാതെ ശാന്തിക്കാർ ത്രിമധുരവുംകൊണ്ടു ചെല്ലുന്നതുവരെ കാത്തു നിൽക്കുന്ന കാര്യം വലിയ ബുദ്ധിമുട്ടായിട്ടുള്ളതാകയാൽ കിണറു കാവൽക്കാർ ഒരുറക്കം കഴിഞ്ഞുണരുമ്പോൾ പന്ത്രണ്ടു മണിക്കോ, ഒരു മണിക്കോ, രണ്ടു മണിക്കോ എപ്പോഴെങ്കിലും കിണറ്റിന്റെ പൂട്ടു തുറന്നിട്ടേക്കും. പിന്നെയത് പൂട്ടുന്നത്, അവർ രണ്ടാമത് ഉണരുമ്പോളാണ്. അതു ചിലപ്പോൾ നേരം വെളുത്തിട്ടായിയെന്നും വരും. ഇത് ഏറ്റവും രഹസ്യമായിട്ടുള്ള ഒരേർപ്പാടാണ്. ഈ പതിവ് ശാന്തിക്കാർക്കും കാവൽക്കാർക്കുമല്ലാതെ മറ്റാർക്കും അറിഞ്ഞുകൂടായിരുന്നു. എങ്കിലും രണ്ടുമൂന്നു ദിവസത്തെ സഹകരണംകൊണ്ട് സൂക്ഷ്മഗ്രാഹിയായ മാരാർ അതു മനസ്സിലാക്കി. അതിനാൽ ആ മനുഷ്യൻ പിന്നെ തക്കം നോക്കിത്തുടങ്ങി. ഒരു ദിവസം വെളുപ്പാൻകാലത്തു കുളിയും നിർമ്മാല്യം തൊഴുകയും കഴിഞ്ഞ്, ത്രിമധുരമിടുന്ന കിണറ്റിൻകരെ ചെന്ന് ഇരുട്ടത്ത് മാറി ഒളിച്ചിരുന്നു. ആ സമയം ശാന്തിക്കാർ പതിവുപോലെ ത്രിമധുരവും പൂവും മാലയും എല്ലാം കൂടെ കിണറ്റിലിട്ടിട്ട് പോയതു കാണുകയും കാവൽക്കാർ നല്ല ഉറക്കമാണെന്ന് അറിയുകയും ചെയ്യുകയാൽ മാരാർ പെട്ടന്നു ചെന്നു കിണറ്റിലിറങ്ങി തപ്പി നോക്കിയപ്പോൾ വെള്ളത്തിൽ പൊങ്ങിക്കിടന്നിരുന്ന മാലയിന്മേൽ പറ്റിയിരുന്ന ഒരു കദളിപ്പഴക്കഷണം കൈയിൽ കിട്ടിയതു വായിലാക്കി ഇറക്കികൊണ്ട് ഉടനെ കയറി അമ്പലത്തിലേക്കു പോയി. ആ കദളിപ്പഴക്കഷണത്തിന്മേൽ കുറേശ്ശ തേനും പഞ്ചസാരയും പുരണ്ടിട്ടുണ്ടായിരുന്നതുകൊണ്ട് മാരാർ ത്രിമധുരം സേവിച്ചു എന്നുതന്നെ പറയാം. പക്ഷേ ഇങ്ങനെ കള്ളക്കശൗലം പ്രയോഗിച്ചു ത്രിമധുരം സേവിച്ചൽ ഉണ്ടാകുന്ന വിദ്വത്വത്തോടുകൂടി സ്വൽപമൊരപകടത്തവും സംഭവിക്കും. വൈക്കത്തു മുട്ടസ്സനമ്പൂരിക്കു പറ്റിയ അബദ്ധവും അതാണല്ലോ. എങ്കിലും ആ ത്രിമധുരത്തിന്റെ മാഹത്മ്യം ഒട്ടും ഇല്ലാതെ പോവുകയില്ല. കൃഷ്ണമാരാർ ചെണ്ടകൊട്ട്, മദ്ദളംകൊട്ട്, തിമിലകൊട്ട്, എടയ്ക്കകൊട്ട്, മൃദംഗവായന, നാഗസ്വരവായന, വീണവായന, ഫിഡിൽവായന, പാട്ട് മുതലായവയിൽ അദ്വിതീയനും അതിപ്രസിദ്ധനുമായിത്തീർന്നത് ആ ത്രിമധുരത്തിന്റെ മാഹാത്മ്യംകൊണ്ടുതന്നെയാണ്. ഗുരു മുഖേനയുള്ള അഭ്യാസം മാരാർക്കു ബാല്യത്തിലുണ്ടായിട്ടുള്ളതുകൂടാതെ അധികമൊന്നുമുണ്ടായിട്ടില്ല. ദേവി പ്രസാദവും വാസനാബലവും തന്നെയായിരുന്നു ആ മഹാനു പ്രധാനമായിട്ടുണ്ടായിരുന്നത്.

ഇപ്രകാരം വിശ്വവിശ്രുതനായിത്തീർന്ന കൃഷ്ണമാരാർക്കു ശിഷ്യസമ്പത്തു വളരെ ചുരുക്കമായിരുന്നു. ഗുരുക്കന്മാർ പറഞ്ഞുകൊടുത്തിട്ടു പഠിക്കുന്നവർക്കു മാത്രമേ ശിഷ്യന്മാർക്കു പറഞ്ഞുകൊടുത്തു പഠിപ്പിക്കാൻ കഴിയുകയുള്ളൂ. കൃഷ്ണമാരാരുടെ പ്രയോഗങ്ങളെല്ലാം അപ്പോളപ്പോൾ പുത്തൻപുത്തനായിത്തോന്നുന്ന മനോധർമ്മപ്രകാരമുള്ളവയായിരുന്നു. ഒരിക്കൽ പ്രയോഗി

ക്കുന്നതുപോലെ പിന്നെയൊരിക്കൽക്കൂടി പ്രയോഗിക്കുന്ന കാര്യം ആ മനുഷ്യനു സാധ്യമല്ലായിരുന്നു. അങ്ങനെയുള്ള ഒരാൾക്കു ശിഷ്യന്മാരുണ്ടാകുന്നതെങ്ങനെയാണ്?

മൂകാംബിയിലെ ഭജനം കഴിഞ്ഞതിന്റെശേഷം കൃഷ്ണമാരാർ കുറച്ചു കാലം പരദേശങ്ങളിൽ സഞ്ചരിച്ചിരുന്നു. അക്കാലത്തു വലിയ സംഗീത വിദ്വാന്മാരായ പലരുടെ പാട്ടും നാഗസ്വരവായനയും കേൾക്കാനിടയായതു കൊണ്ട് മാരാർക്കു ആ വിഷയത്തിലുണ്ടായിരുന്ന പാണ്ഡിത്യത്തിനു പൂർണ്ണത സിദ്ധിച്ചു. അതുകൂടാതെ അദ്ദേഹം ആ ദിക്കുകളിൽനിന്നു പലരോടുമായി ചെപ്പടിവിദ്യ, ആൾമാറാട്ടം (അന്യാനുകരണം) മുതലായവയിലും നൈപുണ്യം സമ്പാദിച്ചു.

കൃഷ്ണമാരാർ സ്വദേശത്തു മടങ്ങിയെത്തിയതു മേൽമീശയും പിൻകുടുമയും ധരിച്ചു സോമനുമുടുത്തു കേവലം പാണ്ടിക്കാരന്റെ വേഷത്തിലായിരുന്നു. സ്വദേശത്തെത്തി കുലവിദ്യകൾ പ്രയോഗിച്ചു തുടങ്ങിയപ്പോൾ നാട്ടുകാർക്കു മാരാരെക്കുറിച്ചുണ്ടായിരുന്ന ബഹുമാനം ശതഗുണീഭവിച്ചു. കൃഷ്ണമാരാരുടെ കൊട്ടോ പാട്ടോ ഉണ്ടെന്നു കേട്ടാൽ ജനങ്ങൾ ഊണും ഉറക്കവുമുപേക്ഷിച്ചു ചെന്നുകൂടിത്തുടങ്ങി.

ചെണ്ട കൊട്ടുന്നതിനു കൃഷ്ണമാരാർക്കു തുല്യനായിട്ട് ഒരാൾ അക്കാലത്ത് ഒരിടത്തുമുണ്ടായിരുന്നില്ലെന്നല്ല, അതിനു മുൻപും പിന്നെയും ഉണ്ടായിട്ടുമില്ല. ഇനി ഉണ്ടാകുന്ന കാര്യം അസാധ്യവുമാണ്. കൃഷ്ണമാരാരുടെ മേളംപറ്റു മുതലായ ചെണ്ടപ്രയോഗങ്ങൾ എല്ലാംതന്നെ അന്യാദൃശങ്ങളായിരുന്നു. വിശേഷിച്ചും തായമ്പക അത്യത്ഭുതകരവുമായിരുന്നു. ആ വിദ്വാൻ തായമ്പകയ്ക്കു കൊട്ടുന്നത് അന്യന്മാർ കൊട്ടുന്ന എണ്ണങ്ങളൊന്നുമല്ലെന്നു മാത്രമല്ല, ഒരിക്കൽ കൊട്ടുന്ന എണ്ണങ്ങളൊന്നുമായിരിക്കയില്ല പിന്നെയൊരിക്കൽ കൊട്ടുന്നത്. അദ്ദേഹത്തിന്റെ പ്രയോഗങ്ങളൊക്കെ അപ്പോളപ്പോൾ പുത്തൻ പുത്തനായി തോന്നുന്ന മനോധർമ്മ പ്രകാരമാണെന്നു മുൻപു പറഞ്ഞിട്ടുണ്ടല്ലോ. ചിലപ്പോൾ അദ്ദേഹത്തിന്റെ അടുക്കൽ ചെന്ന് 'ഇന്നലെ തായമ്പകയ്ക്കു കൊട്ടിയ എണ്ണങ്ങൾ കേട്ടിട്ടു മതിയായില്ല. ഇന്നുകൂടി അവതന്നെ കൊട്ടിക്കേട്ടാൽ കൊള്ളാമെന്നുണ്ട്'' എന്നു പറഞ്ഞിട്ട് 'എന്റെ കുട്ടികളെ! അതുമാത്രം എന്നോടു പറയരുത്. അത് എന്നാൽ സാദ്ധ്യമല്ല. ഇതൊന്നും ഞാൻ അഭ്യസിച്ചു പഠിച്ചിട്ടുള്ളവയല്ല ഇന്നലെ കൊട്ടിയവ എന്തെല്ലാമായിരുന്നു എന്നും ഇന്നിനി കൊട്ടുന്നത് എന്തെല്ലാമായിരിക്കുമെന്നും എനിക്കു നിശ്ചയമില്ല' എന്നു പറഞ്ഞതായി കേട്ടിട്ടുണ്ട്.

കൃഷ്ണമാരാർ പരദേശത്തുനിന്നു തിരിച്ചുവന്ന് സ്വദേശത്തു താമസിച്ചിരുന്ന കാലത്ത് ബ്രിട്ടീഷു മലബാറിൽ ചെർപ്പുളശ്ശേരി ദേശത്തു ചെണ്ട കൊട്ടിനു പ്രസിദ്ധരായ ചില പുതുവാളന്മാരുണ്ടായിരുന്നു. അവരെക്കുറിച്ചു പലരും പുകഴ്ത്തുന്നതു കേട്ടിട്ട് തൃശ്ശിവപേരുണ്ടായിരുന്ന ചില മേളപ്രിയന്മാർ ഒരു കൊല്ലം പൂരത്തിന് അവരെ വരുത്തി കൊട്ടിച്ചു. അന്നു കൃഷ്ണമാരാരും അവിടെയെത്തിയിരുന്നു. പുതുവാളന്മാരുടെ കൊട്ടിനെക്കുറിച്ച് കൃഷ്ണമാരരുടെ അഭിപ്രായമറിയുന്നതിനായി ചിലർ ചോദിച്ചിട്ട് 'ചെണ്ടയിന്മേൽ ''പുതോം' 'പുതോം' എന്ന് ഒച്ച കേൾപ്പിക്കാനവർക്കറിയാം. അതുകൊണ്ടല്ലേ അവരെ 'പുതു'വാൾ 'പുതു'വാൾ എന്നെല്ലാവരും പറയുന്നതു?' എന്നായിരുന്നു അദ്ദേഹ

ത്തിന്റെ മറുപടി. കൃഷ്ണമാരാർക്ക് സമ്മതന്മാരായ കൊട്ടുകാരും പാട്ടുകാരും അക്കാലത്ത് എങ്ങുമുണ്ടായിരുന്നില്ല. ആ കൊട്ടുകാരായ പൊതുവാളന്മാരിൽ കൃഷ്ണൻ എന്നു പേരായിട്ട് ഒരാൾ ഉണ്ടായിരുന്നു. അവരിൽ പ്രധാനൻ ആ കൃഷ്ണപ്പുതുവാളായിരുന്നു. ആ മനുഷ്യനെക്കുറിച്ചുള്ള അഭിപ്രായം പ്രത്യേകം ചോദിച്ചപ്പോൾ കൃഷ്ണമാരാർ പറഞ്ഞ മറുപടി:

'മാരഃ കൃഷ്ണഃ പുതുഃ കൃഷ്ണഃ കോ ഭേദഃ പുതുമാരായോഃ

ഇണ്ടിണ്ടികാലേ സമ്പ്രാപ്തേ മാരോ മാരഃ പുതുഃ പുതുഃ'

എന്നായിരുന്നു. ഇതിൽ സ്വൽപം ആത്മപ്രശംസകൂടി സ്ഫുരിക്കുന്നുണ്ടെങ്കിലും കൃഷ്ണമാരാർ ഒരു രസികനും സരസനും ഫലിതക്കാരനുമായിരുന്നുവെന്നും സ്പഷ്ടമാണല്ലോ. സംഗീതവിഷയത്തിൽ അതിപ്രസിദ്ധനായിരുന്ന മഹാവൈത്തി ഭാഗവതർ ഒരിക്കൽ തൃശ്ശിവപേരൂർ ചെന്നിരുന്നപ്പോൾ ആ ദിക്കിലുണ്ടായിരുന്ന ചില സംഗീതരസികന്മാരുത്സാഹിച്ച് ഒരു പാട്ടുകച്ചേരി നടത്തുകയുണ്ടായി. അന്നവിടെ കേൾവിക്കാരുടെ കൂട്ടത്തിൽ കൃഷ്ണമാരാരുമുണ്ടായിരുന്നു. ഭാഗവതർക്കു അധികം നൈപുണ്യമുണ്ടായിരുന്നത് രാഗവിസ്താരത്തിലായിരുന്നു. താളത്തിനു സ്വൽപം വലിവുണ്ടായിരുന്നതിനാൽ പല്ലവി പാടിയത് കൃഷ്ണമാരാർക്ക് അത്ര രസിച്ചില്ല. പാട്ടുകച്ചേരി പിരിഞ്ഞതിന്റെ ശേഷം ഭാഗവതരുടെ പാട്ടിനെക്കുറിച്ച് ചിലർ കൃഷ്ണമാരാരോട് അഭിപ്രായം ചോദിച്ചപ്പോൾ 'ഭാഗവതരുടെ പേർ യഥാർത്ഥമാണ്. അദ്ദേഹം മഹാ പൈത്തിതന്നെ' എന്നാണു മറുപടി പറഞ്ഞത്. ഇതുകൊണ്ട് കൃഷ്ണമാരാർക്കു സകലവിദ്വാന്മാരെക്കുറിച്ചും പുച്ഛമായിരുന്നു എന്ന് ആരും തെറ്റിദ്ധരിക്കരുത്. അദ്ദേഹത്തിനു തോന്നുന്നതു മറച്ചുവെയ്ക്കാതെ നേരെ തുറന്നു പറയും എന്നേ ഉള്ളൂ.

പാട്ടിനു രാഘവഭാഗവതരും വീണവായനയ്ക്ക് കല്യാണകൃഷ്ണ ഭാഗവതരും കഴിഞ്ഞല്ലാതെ ആരുമില്ലെന്നായിരുന്നു കൃഷ്ണമാരാരുടെ അഭിപ്രായം. അവരെ രണ്ടുപേരെയും കുറിച്ചു മാരാർക്കുണ്ടായിരുന്ന ബഹുമാനം സീമാതീതമായിരുന്നു. അപ്രകാരംതന്നെ കല്യാണകൃഷ്ണ ഭാഗവതർക്കു കൃഷ്ണമാരാരെക്കുറിച്ചും വളരെ ബഹുമാനമുണ്ടായിരുന്നു. 'കൃഷ്ണമാരാർ ചെണ്ടകൊട്ടുകയല്ല, വായിക്കുകയാണ് ചെയ്യുന്നത്' എന്നാണ് കല്യാണകൃഷ്ണഭാഗവതർ പറയാറുള്ളത്.

കൃഷ്ണമാരാർക്കു കൊട്ട്, പാട്ട് മുതലായവയിൽ മാത്രമല്ല അഭിജ്ഞതയുണ്ടായിരുന്നത്. മാതംഗലീല, വസൂരിചികിത്സ, തച്ചുശാസ്ത്രം, തന്ത്ര സമുച്ചയം മുതലായവയിലും നല്ല പരിജ്ഞാനമുണ്ടായിരുന്നു. മദമിളകിപ്പാഞ്ഞു നടക്കുന്ന വലിയ കൊലകൊമ്പൻമാരെപ്പോലും യാതൊരു ദേഹോപദ്രവവും ഏൽപിക്കാതെ പിടിച്ചു ബന്ധിക്കാൻ കൃഷ്ണമാരാർക്കു യാതൊരു പ്രയാസവുമുണ്ടായിരുന്നില്ല. തൃപ്പൂണിത്തുറ ക്ഷേത്രത്തിൽ ഉത്സവകാലത്ത് ആനപ്പിണക്കമുണ്ടാവുക സാധാരണമാണ്. എന്നാൽ കൃഷ്ണമാരാരവിടെയുണ്ടായിരുന്ന കാലങ്ങളിലെങ്ങും അതുകൊണ്ട് ആർക്കും യാതൊരുപദ്രവവും ഉണ്ടാകാറില്ല. ആന പിണങ്ങാൻ ഭാവിക്കുന്നുവെന്നറിഞ്ഞാൽ ഏതാനയായാലും ഉടനെ കൃഷ്ണമാരാർ ചെന്നു പിടിച്ചു ബന്ധിക്കും. പിന്നെ ഉപദ്രവങ്ങളുണ്ടാവാൻ സംഗതിയാവുകയില്ലല്ലോ. ഇത് എവിടെയായാലും പതിവാണ്.

കാശിയിൽവെച്ച് കഴിഞ്ഞുപോയ പാലിയത്തു വലിയച്ചനും കൃഷ്ണമാരാരും തമ്മിൽ വലിയ സ്നേഹമായിരുന്നു. അതിനാൽ കൃഷ്ണമാരാർ ചിലപ്പോൾ

ചേന്നമംഗലത്തു ചെന്നു താമസിക്കാറുണ്ടായിരുന്നു. ഒരിക്കൽ കൃഷ്ണമാരാർ അങ്ങനെ അവിടെച്ചെന്നു താമസിച്ചിരുന്നപ്പോൾ പാലിയം വക 'കുട്ടി' എന്നു പേരായിരുന്ന കൊമ്പനാന മദഭ്രാന്തിളകി ആനക്കാരനെ കുത്തിക്കൊന്നതിന്റെ ശേഷം അവിടെയെല്ലാം ഓടി നടന്നു പലവിധത്തിലുള്ള ഉപദ്രവങ്ങൾ ചെയ്തുതുടങ്ങി. ആ ആന മഹാവികൃതിയായിരുന്നുവെങ്കിലും കണ്ടാൽ നല്ല ഭംഗിയും ദേഹപുഷ്ടിയുമുള്ളതായിരുന്നതിനാൽ വലിയച്ചന് അവനെക്കുറിച്ച് വളരെ വാത്സല്യമുണ്ടായിരുന്നു. ആ ആനയെ ദേഹോപദ്രവമേൽപിക്കുന്ന കാര്യം വലിയച്ചന് വലിയ സങ്കടവുമായിരുന്നു. ആന ഓടിനടന്നു കലശൽ കൂട്ടിത്തുടങ്ങിയപ്പോഴേക്കും അവിടെയെല്ലാവരും അലയും മുറയും തുടങ്ങുകയും പേടിച്ചു പലരും പുരയ്ക്കകത്തു കയറി വാതിലടച്ചിരിപ്പാവുകയും ചെയ്തു. അപ്പോൾ വലിയച്ചൻ കൃഷ്ണമാരാരോട് 'ഈ ആനയെ ഒന്നു പിടിച്ചുകെട്ടാൻ വല്ല വിദ്യയുമുണ്ടോ? ഉണ്ടെങ്കിൽ അങ്ങനെ ചെയ്താൽ കൊള്ളാം. അവനെ വേദനപ്പെടുത്താതെ സാധിക്കണം' എന്നു പറഞ്ഞു. ഉടനെ മാരാർ 'ഞാനൊന്നു പരീക്ഷിച്ചു നോക്കട്ടെ'എന്നു പറഞ്ഞിട്ട് ഒരു ചെറിയ കോലെടുത്ത് അതുകൊണ്ട് ആനയുടെ നേരെ ചില ആംഗ്യങ്ങൾ കാണിച്ചു. ആന തൽക്ഷണം മാരാരുടെ മുൻപിൽ ചെന്നു കൊമ്പുകുത്തി. മാരാർ ഉടനെ ആനയെ പിടിച്ചു ബന്ധിക്കുകയും ചെയ്തു.

കൃഷ്ണമാരാർ പ്രകൃത്യാ ദീനദയാലുവും ഉദാരശീലനുമായിരുന്നു. അദ്ദേഹത്തിനു വസൂരീ ദീനമുണ്ടായിട്ടില്ലെങ്കിലും അഗതികളായിട്ടുള്ളവർ ആ ദീനം പിടിപെട്ടു രക്ഷകരില്ലാതെ കഷ്ടപ്പെടുന്നതായി അറിഞ്ഞാൽ അദ്ദേഹം ചെന്ന് അവരെ വേണ്ടതുപോലെ ശുശ്രൂഷിച്ചു രക്ഷിക്കുക പതിവായിരുന്നു. അതിലേക്ക് അദ്ദേഹം യാതൊരു പ്രതിഫലവും ആഗ്രഹിക്കുകയില്ലെന്നു മാത്രമല്ല, വേണ്ടിവന്നാൽ സാധുക്കൾക്കു വേണ്ടി യഥാശക്തി വല്ലതും ചെലവുചെയ്യാനും അദ്ദേഹം സന്നദ്ധനായിരുന്നു. മാരാരുടെ വസൂരിചികിത്സയ്ക്ക് ഒരു വിശേഷവിദ്യകൂടിയുണ്ടായിരുന്നു. സാധാരണ വസൂരിചികിത്സകന്മാർ അപഥ്യമെന്നു വിചാരിച്ചുവരുന്നവ ചെയ്താണ് മാരാർ ദീനക്കാരെ രക്ഷിക്കുക പതിവ്. അതിനെക്കുറിച്ചു പലരും അത്ഭുതപ്പെടാറുണ്ട്.

മാന്യന്മാരെ മാനിക്കുന്നതിന് കൃഷ്ണമാരാർക്കു ഒട്ടും മടിയുണ്ടായിരുന്നില്ല. എങ്കിലും ആൾഭേദം വിചാരിക്കാതെ എല്ലാവരോടും ഒരു പോലെ സംസാരിക്കുകയും പ്രവർത്തിക്കുകയും ചെയ്യുന്ന സ്വഭാവം അദ്ദേഹത്തിനു ധാരാളമുണ്ടായിരുന്നു. ചിലപ്പോൾ അദ്ദേഹത്തിന്റെ വാക്കുകളും പ്രവൃത്തികളും കേൾക്കുകയും കാണുകയും ചെയ്താൽ അദ്ദേഹം ഒന്നാന്തരം മുട്ടാളനാണെന്നും ചിലപ്പോൾ വലിയ വിനയ ശാലിയാണെന്നും തോന്നുമായിരുന്നു. ആകപ്പാടെ വിചാരിച്ചാൽ വലിയ ഒരപരിച്ഛേദ്യ സ്വഭാവനായിരുന്നുവെന്നു തന്നെ പറയേണ്ടിയിരിക്കുന്നു.

മാരാർ പരദേശത്തിനിന്നു തിരിച്ചുവന്ന കാലത്ത് അന്നത്തെ കൊച്ചി വലിയ തമ്പുരാൻ തിരുമനസ്സുകൊണ്ട് മാരാരെ തിരുമുമ്പാകെ വരുത്തി, 'കൃഷ്ണന്റെ ഈ വേഷം മാറ്റണം. പിൻകുടുമയും മേൽമീശയും മലയാളികൾക്കു ചേർന്നതല്ല. ഈ വേഷത്തിൽ ക്ഷേത്രപ്രവൃത്തികൾ നടത്തുന്നതു തന്നെ ശരിയല്ല' എന്നു കല്പിച്ചു. ഇതിനു മറുപടിയായി കൃഷ്ണമാരാർ അറിയിച്ചത്, 'കല്പന അനുസരിക്കേണ്ടത് അടിയന്റെ കൃത്യമാണ്. ആശ്രിതന്മാരുടെ അഭീഷ്ടം അനുവദിച്ചുകൊടുക്കുകയെന്നുള്ളത് ഇവിടുത്തെ ധർമ്മവുമാണ്.

അതിനാൽ ഇക്കാര്യം രാജിയായിട്ടു തീർത്താൽ കൊള്ളാമെന്നാണ് അടിയന്റെ അപേക്ഷ. പിൻകുടുമ മാറ്റണമെന്നുള്ള കല്പന സാദരം അടിയൻ സമ്മതിച്ചിരിക്കുന്നു. ഉടനെ അതു കളഞ്ഞു മുൻകുടുമ വെച്ചുകൊള്ളാം. മേൽമീശ ശൂരത്വമുള്ള പുരുഷന്മാർക്കു അവശ്യം വേണ്ടതാകയാൽ അത് ഇരുന്നുകൊള്ളട്ടെ എന്നു കല്പിച്ചനുവദിക്കുകയും വേണം. ഇതാണ് രാജിയുടെ സ്വഭാവം' എന്നായിരുന്നു. മാരാരോടു നിർബന്ധിച്ചാൽ ഫലിക്കുകയില്ലെന്നു തിരുമനസ്സിലേക്കു നല്ല നിശ്ചയമുണ്ടായിരുന്നതിനാൽ ഒടുക്കം 'എന്നാൽ കൃഷ്ണന്റെ ഹിതംപോലെയാവട്ടെ' എന്നു കല്പിച്ചു. കൃഷ്ണമാരാർ അന്നുതന്നെ പിൻകുടുമ മാറ്റി മുൻകുടുമയാക്കുകയും ചെയ്തു. കൃഷ്ണമാരാരുടെ വീടു പഴക്കംകൊണ്ടു വളരെ ജീർണ്ണപ്പെട്ടിരുന്നതിനാൽ ആ വിവരം ഒരിക്കൽ കൊച്ചി വലിയ തമ്പുരാൻ തിരുമനസ്സിലെ അടുക്കൽ അറിയിക്കുകയാൽ പുരപണിക്കായി രണ്ടായിരം രൂപാ കല്പിച്ചു കൊടുത്തു. അതുകൊണ്ടു പോയി കൃഷ്ണമാരാർ പറമ്പിനു മതിൽ കെട്ടിച്ചുതുടങ്ങി. തിരുമനസ്സുകൊണ്ട് ആ വിവരമറിഞ്ഞ് അതിനെക്കുറിച്ചു കല്പിച്ചു ചോദിച്ചപ്പോൾ 'പറമ്പിനകത്താണല്ലോ പുര. പറമ്പിനു രക്ഷയില്ലാഞ്ഞാൽ പുരയ്ക്കുറപ്പു മതിയാവുകയില്ലല്ലോ എന്നു വിചാരിച്ചാണ്'' എന്നു തിരുമനസ്സറിയിച്ചു. കല്പിച്ചുകൊടുത്ത പണം തീർന്നപ്പോൾ മതിൽകെട്ടും മതിയാക്കി. ഒടുക്കം മതിൽ മുഴുവനുമായില്ല. പുര പണിയിച്ചുമില്ല. അക്കാര്യം അങ്ങനെ തീർന്നു. കൊച്ചിയിലെ, മിഥുനമാസത്തിൽ തീപ്പെട്ട വലിയ തമ്പുരാൻ തിരുമനസ്സു കൊണ്ടു കൃഷ്ണമാരാരും സമപ്രായക്കാരായിരുന്നു. കൃഷ്ണമാരാരുടെ കൊട്ട്, പാട്ട് മുതലായവയുടെ ഗുണമറിഞ്ഞ് രസിക്കുന്നതിനും യോഗ്യതാനുരൂപം ബഹുമാനിക്കുന്നതിനും വേണ്ടുന്ന ജ്ഞാനം ആ തിരുമനസ്സിലേക്കു ധാരാളമായിട്ടുണ്ടായിരുന്നു. എങ്കിലും അവിടുത്തെ സേവന്മാർമാരാരുടെ യോഗ്യതയ്ക്കുതക്കവണ്ണമുള്ള സംഭാവനകൾ കല്പിച്ചുചെയ്യാൻ ഇടയാക്കാതെയിരിക്കുകയും തരംപോലെ ചില ഏഷ്ണികൾ പ്രയോഗിച്ചു കൂടെക്കൂടെ മാരാരുടെ പേരിൽ തിരുവുള്ളക്കേടുണ്ടാക്കിത്തീർക്കുകയും ചെയ്തിരുന്നു. സേവന്മാർക്കു മാരാരോടു വിരോധത്തിനു കാരണം അവരെ മാരാർ ക്രമത്തിലധികം ബഹുമാനിക്കാതെയിരുന്നതാണ്. മാരാർ തമ്പുരാനെയല്ലാതെ സേവന്മാരെ അത്ര വകവെയ്ക്കാറില്ല. ദേവനെയല്ലാതെ ബലിക്കല്ലുകളെക്കൂടി വന്ദിക്കാൻ കഴികയില്ല എന്നായിരുന്നു മാരാരുടെ അഭിപ്രായം. ഏഷണിമൂലമുണ്ടാകുന്ന കല്പനയേയും മാരാരത്ര വകവെയ്ക്കാറില്ല. അങ്ങനെ വല്ല കല്പനയുമുണ്ടായാൽ ഉടനെ എന്തെങ്കിലും അപകടം കാണിക്കുകയോ പറയുകയോ ആണ് മാരാരുടെ പതിവ്.

ഒരിക്കൽ തൃപ്പൂണിത്തുറക്ഷേത്രത്തിൽ ഉത്സവകാലത്ത് കൃഷ്ണമാരാർ ക്ഷേത്രത്തിൽ മതിൽക്കകത്തു കടക്കരുതെന്നൊരു കല്പനയുണ്ടായി. ഇതു സേവകന്മാരുടെ ഏഷണി നിമിത്തമുണ്ടായതാണെന്നു അറിയാമായിരുന്നതുകൊണ്ട് മാരാർ മദ്ദളപ്പറ്റിന്റെ സമയത്ത് ഒരു മദ്ദളമെടുത്തുകൊണ്ട് മതിലിന്മേൽ കയറിനിന്ന് കൊട്ടിത്തുടങ്ങി. അതു കണ്ട് കാരണമെന്തന്ന് ചിലർ ചോദിച്ചപ്പോൾ 'ഞാൻ മതിൽക്കകത്തു കടക്കരുതെന്നു കല്പനയുണ്ടായിട്ടുണ്ട്. കല്പന അനുസരിക്കാതെയിരിക്കാൻ നിവൃത്തിയില്ലല്ലോ. എന്നാൽ എന്റെ ക്ഷേത്രപ്രവൃത്തി കല്പിച്ചു വിരോധിച്ചിട്ടുമില്ല. അതു കൊണ്ട് എന്റെ തൊഴിൽ നടത്താതെയിരിക്കാനും എനിക്കു നിവൃത്തിയില്ല. അതുകൊണ്ട് ഇവിടെ നിന്നു കൊട്ടുന്നതാണ്'' എന്നായിരിരുന്നു മറുപടി പറഞ്ഞത്. ഈ

വർത്തമാനങ്ങളെല്ലാം അപ്പോൾതന്നെ സേവന്മാർ മുഖാന്തരം തിരുമനസ്സിലേക്കറിവു കിട്ടുകയാൽ കല്പിച്ച് ഒരാളെ അയച്ചു വിളിപ്പിച്ച് മാരാരെ തിരുമുമ്പാകെ വരുത്തീട്ട്, 'ഇനി കൃഷ്ണനെ നമ്മുടെ രാജ്യത്ത് കാണരുത്' എന്നു കല്പിച്ചു. ഇതിനു മറുപടിയായി മാരാർ തിരുമനസ്സറിയിച്ചത് 'റാൻ, ഒരു വിരൽ നീളത്തിൽ ഒരു മുറിത്തിരികൂടി തരാൻ കല്പനയുണ്ടാകണം' എന്നായിരുന്നു. മാരാരുടെ വാക്കിന്റെ സാരം കൊച്ചിരാജ്യം ഒരു മുറിത്തിരികൊണ്ട് മറുരാജ്യത്തെത്താവുന്ന വിധത്തിൽ ഏറ്റവും ചെറിയതാണെന്നും ഭൂമി വിപുലമായതുകൊണ്ട് എവിടെയെങ്കിലും പോയി കാലക്ഷേപം ചെയ്തുകൊള്ളാമെന്നുമാണല്ലോ. രാജഭക്തനായിരുന്ന കൃഷ്ണമാരാർ ഇപ്രകാരം തിരുമനസ്സറിയച്ചത് തമ്പുരാനെക്കുറിച്ചുള്ള വൈരസ്യംകൊണ്ടോ ധിക്കാരം കൊണ്ടോ അല്ലായിരുന്നു. സേവകന്മാരെക്കുറിച്ചുള്ള പുച്ഛം കൊണ്ട് അവരെ മദ്ധ്യമമാക്കാനായിട്ടു മാത്രമായിരുന്നു.

തിരുമനസ്സിലേക്കു തിരുവുള്ളക്കേടുണ്ടായാൽ അതു മാറ്റുന്നതിനു മാരാർക്കു ഒരു നല്ല കൗശലമുണ്ടായിരുന്നു. അക്കാലത്തു കോവിലകത്തു കഥകളിയില്ലാത്ത ദിവസം ചുരുക്കമായിരുന്നു. എന്നാൽ കഥകളിക്കു കൊട്ടാൻ കൃഷ്ണമാരാർ അധികം പോകാറില്ല. കളി തൃക്കൺപാർക്കുന്നതിന് തിരുമനസ്സുകൊണ്ട് തോടയം, പുറപ്പാട്, മഞ്ജുതര മുതലായവയൊക്കെക്കഴിഞ്ഞ് കഥ തുടങ്ങിയതിന്റെ ശേഷമേ പുറത്ത് എഴുന്നള്ളിയിരിക്കാറുള്ളൂ. മാരാരോടു തിരുവുള്ളക്കേടുണ്ടായിരിക്കുന്ന കാലങ്ങളിൽ മാരാർ മഞ്ജുതരയാകുമ്പോൾ അരങ്ങത്തെത്തി ചെണ്ടയെടുത്തു തോളത്തിട്ടു കൊട്ടിത്തുടങ്ങും. ഉടനെ പുറത്തെഴുന്നള്ളും. കൃഷ്ണമാരാരുടെ ഇടംകൈ ചെണ്ടപ്പുറത്തു വീണാലുള്ള ശബ്ദം തിരുമനസ്സിലേക്കു പ്രത്യേകമറിയാമായിരുന്നു. തിരുമനസ്സുകൊണ്ട് എഴുന്നള്ളിയിരുന്നാൽ കളി കഴിയുന്നതുവരെ മാരാർ കൊട്ടുകയും മാരാർ കൊട്ടാനുണ്ടായാൽ തിരുമനസ്സുകൊണ്ട് കളി കഴിയുന്നതുവരെ എഴുന്നള്ളിയിരുന്ന് തൃക്കൺപാർക്കുകയും പതിവാണ്. ഒടുക്കം എന്തെങ്കിലും ഒരു സമ്മാനം മാരാർക്കു കല്പിച്ചുകൊടുക്കുകയും അതോടുകൂടി തിരുവുള്ളക്കേടു തീരുകയും ചെയ്യും. ഇതാണു മാരാരുടെ കൗശലം. ഇതിൽ സേവകന്മാരുടെ സൂത്രമൊന്നും പറ്റാറുമില്ല.

ഒരിക്കൽ തൃപ്പൂണിത്തുറ ക്ഷേത്രത്തിൽ കൃഷ്ണമാരാർ ഉച്ചപ്പൂജയ്ക്കു കൊട്ടുകയും പാടുകയും ചെയ്തുകൊണ്ടിരുന്നു. പതിവിൽ ഇരട്ടി സമയമായിട്ടും തന്ത്രി നടതുറക്കായ്കയാൽ മാരാർ ഇടയ്ക്കു അവിടെത്തുക്കീട്ടു വീട്ടിലേക്കു പോയി. അന്ന് ഉച്ചതിരിഞ്ഞപ്പോൾ തന്ത്രി ചെന്നു വിവരം തിരുമനസ്സറിയിച്ചു. ഉടനെ മാരാരെ തിരുമുമ്പാകെ വരുത്തി, 'പൂജ കഴിഞ്ഞു നട തുറക്കുന്നതിനു മുമ്പു കൊട്ടു നിറുത്തി പൊയ്ക്കളഞ്ഞതെന്താണ്'എന്ന് കല്പിച്ചു ചോദിച്ചു. അതിനു മാരാരുടെ മറുപടി, 'പ്രസന്നപൂജയ്ക്ക് ഇത്ര സമയം വേണമെന്ന് അടിയനു നിശ്ചയമുണ്ട്. അത് അടിയൻ പ്രമാണസഹിതം ഇവിടെ ബോധ്യപ്പെടുത്താം. ആവശ്യമുള്ളതിൽ ഇരട്ടി സമയം അടിയൻ കൊട്ടുകയും പാടുകയും ചെയ്തു. പിന്നെയും നട തുറക്കാതെയിരുന്നത് അടിയന്റെ കുറ്റമല്ല' എന്നായിരുന്നു. മാരാരറിയിച്ചതു വാസ്തവമാണെന്നു തിരുമനസ്സിലേക്കു തോന്നി. എങ്കിലും തന്ത്രിയുടെ പരാതി അവിടെ വകവെച്ചില്ലെന്നു വരുത്തുന്നതു ശരിയില്ലല്ലോ എന്നു വിചാരിച്ച് 'ഇങ്ങനെ സമാധാനം പറഞ്ഞാലും മറ്റും പോരാ; ഇന്നത്തേതേതെങ്കിലും കഴിഞ്ഞുവല്ലോ. ഇനി അതിനെക്കുറിച്ചൊന്നും പറയു

ന്നില്ല. മേലാൽ ഇങ്ങനെ വരരുത്. തന്ത്രി അകത്തു കയറി വാതിലടച്ചാൽ ഉറക്കുന്നതുവരെ കൊട്ടിക്കൊള്ളണം' എന്നു കല്പിച്ചു. 'റാൻ, മേലാലങ്ങനെ ചെയ്തുകൊള്ളാം' എന്നറിയിച്ചിട്ട് മാരാർ പോയി.

തന്ത്രിക്കു ഉച്ചയ്ക്കു ഊണു കഴിഞ്ഞാൽ ഉടനെ കിടന്ന് ഒരു രണ്ടു നാഴിക നേരമെങ്കിലും ഉറങ്ങാഞ്ഞാൽ വലിയ സുഖക്കേടാണ്. അദ്ദേഹം ആ പകലുറക്കം ഒരു നിത്യകർമ്മംപോലെ പതിവായി നടത്തിയിരുന്നു. അതിനു വിഘ്നമുണ്ടാക്കുന്നതു അദ്ദേഹത്തിനു പരമസങ്കടമായിരുന്നു. മാരാരെക്കുറിച്ചു പരാതി തിരുമനസ്സറിയിച്ചതിന്റെ പിറ്റേ ദിവസം ഉച്ചയ്ക്ക് തന്ത്രി ഊണു കഴിഞ്ഞു പുരയ്ക്കകത്തു കയറി വാതിലടച്ചു കിടന്നു നല്ല ഉറക്കമായപ്പോൾ കൃഷ്ണമാരാർ ഒരു ചെണ്ടയും കൊണ്ട് അവിടെയെത്തി പുറത്തുനിന്നു കേമമായിട്ടു കൊട്ടി തുടങ്ങി. കൊട്ടു കേട്ടു തന്ത്രി ഉണർന്നു ശുണ്ഠികടിച്ചുകൊണ്ടെണീറ്റു വാതിൽ തുറന്നു. ഉടനെ മാരാർ കൊട്ടും നിർത്തി. തന്ത്രി ദേഷ്യപ്പെട്ട് പല്ലുകടിച്ചുകൊണ്ട് 'എന്താ കൃഷ്ണാ! ഇങ്ങനെ ഉപദ്രവിക്കുന്നത്?' എന്നു ചോദിച്ചു. അതിനു മാരാരുടെ മറുപടി, 'വലിയതമ്പുരാൻ തിരുമനസ്സിലെ കല്പന അവിടുന്നും കേട്ടില്ലേ? തന്ത്രി അകത്തു കയറി വാതിലടച്ചാൽ ഉറക്കുന്നതുവരെ കൊട്ടണം എന്നല്ലേ കല്പിച്ചത്? കല്പന പ്രകാരം ചെയ്യാതിരിക്കാൻ എനിക്കു നിവൃത്തിയുണ്ടോ?' എന്നായിരുന്നു. ഉച്ചസമയത്ത് അകാരണമായിക്കേട്ട കൊട്ടിന്റെ കാരണമറിയുന്നതിനായി അവിടെ വന്നുകൂടിയിരുന്നവരെല്ലാം മാരാരുടെ ഈ മറുപടി കേട്ടു പൊട്ടിച്ചിരിച്ചു. തന്ത്രി ഏറ്റവും ഇളിഭ്യനായിത്തീരുകയും ചെയ്തു. പിന്നെ ഒരിക്കലും തന്ത്രി പൂജയടച്ചാൽ ഉറക്കുന്നതിനു ക്രമത്തിലധികം താമസിപ്പിച്ചു മാരാരെ ബുദ്ധിമുട്ടിച്ചിരുന്നില്ല.

കൃഷ്ണമാരാർ പരദേശങ്ങളിൽ സഞ്ചരിച്ചിരുന്നപ്പോൾ ചെപ്പടിവിദ്യയും ആൾമാറാട്ടവും പഠിച്ചതായി മുമ്പു പറഞ്ഞിട്ടുണ്ടല്ലോ. ആ രണ്ടു വിദ്യകളും മാരാർ തൃപ്പൂണിത്തുറ ഉത്സവകാലത്ത് കാണിക്കാറുണ്ടായിരുന്നു. തൃപ്പൂണിത്തുറ ക്ഷേത്രത്തിൽ ആണ്ടുതോറും പതിവുള്ള മൂന്നുത്സവങ്ങളിൽ പ്രാധാന്യം വൃശ്ചികമാസത്തിലേതിനാണ്. വൃശ്ചികമാസത്തിൽ ചോതി കൊടിയേറ്റും തിരുവോണം ആറാട്ടുമാണ് പതിവ്. അതിൽ നാലാമുത്സവം തൃക്കേട്ട അവിടെ വളരെ പ്രധാനമാണ്. അന്ന് അവിടെ ദേവദർശനം വളരെ പ്രധാനമാകയാൽ മറ്റുള്ള ദിവസങ്ങളിലേക്കാൾ വളരെയധികം ആൾക്കൂട്ടമുണ്ടാകും. അന്നത്തെ എഴുന്നള്ളിപ്പിനു 'തൃക്കേട്ടപ്പുറപ്പാട്' എന്നാണ് പറഞ്ഞുവരുന്നത്. വലിയ തമ്പുരാൻ തിരുമനസ്സുകൊണ്ട് എഴുന്നള്ളത്തു തൃക്കൺപാർക്കുന്നതിന് എഴുന്നള്ളിയിരിക്കുന്നതു പടിഞ്ഞാറെത്തട്ടിന്മേൽ (മതിൽമാളികയിൽ) ആണ് പതിവ്. എഴുന്നള്ളിപ്പു തിരുമനസ്സിലെ തിരുമുമ്പിലാകുന്ന സമയത്താണ് മാരാന്മാർ മേളം പൊടിപൊടിക്കുന്നത്. അതിനു പറഞ്ഞുവരുന്ന പേരുതന്നെ 'തിരുമുമ്പിൽ മേളം' എന്നാണ്. ഒരു കൊല്ലം നാലാമുത്സവദിവസം വിളക്കിന്റെ തിരുമുമ്പിൽ മേളസമയത്ത് ഒരു കുറുങ്കുഴൽക്കാരൻ അവിടെയെത്തി കുഴലൂതിത്തുടങ്ങി. ഈ കുഴൽക്കാരൻ അവിടെയെല്ലാവർക്കും അപരിചിതനും ആദ്യംതന്നെ ചെന്നു ചാർത്തിക്കാതെ നാലാമുത്സവദിവസം രാത്രിയിൽ ചെന്നു ചേർന്നായാളുമായതിനാൽ അവിടെയുണ്ടായിരുന്ന മറ്റു കുഴൽക്കാർ ഈ പുതിയ മനുഷ്യനു മാന്യസ്ഥാനം കൊടുത്തില്ല. അതിനാൽ ആ മനുഷ്യൻ സ്വല്പം പിന്നോക്കം മാറിനിന്നാണ് ഊതിയത്. ആ കുഴലൂത്തിന്റെ രസികത്വം തിരുമനസ്സിലേക്കു സർവ്വോപരി കർണ്ണാനന്ദ കരവും

മനസ്സമാകർഷകവുമായിത്തീരുകയാൽ ആ കുഴൽക്കാരനെക്കുറിച്ച് അപ്പോൾ തന്നെ കല്പിച്ചന്വേഷിക്കുകയും വിളക്കിനെഴുന്നള്ളിച്ചതിന്റേ ശേഷം വന്നു ചേർന്ന ഒരു പുതിയ ആളാണെന്നു മനസ്സിലാക്കുകയും ചെയ്തു. തിരുമുമ്പിൽ മേളം കലാശിച്ചയുടനെ ഒരാളെ അയച്ച് ആ കുഴൽക്കാരനെ തിരുമുമ്പാകെ വരുത്തി, 'കുഴൽ ഇന്നേ ചാർത്തിയുള്ളു, അല്ലേ? എന്നു കല്പിച്ചു ചോദിച്ചു.

കുഴൽക്കാരൻ: റാൻ.

തമ്പുരാൻ: ആദ്യംതന്നെ വരാഞ്ഞതെന്താണ്?

കുഴൽക്കാരൻ: കുഴൽക്കാരുടെ കൂട്ടത്തിൽ കാണാറില്ലല്ലോ.

കുഴൽക്കാരൻ: ഇന്നലെവരെ ചെണ്ടകൊട്ടുകയായിരുന്നു.

തമ്പുരാൻ: സ്വദേശം എവിടെയാണ്?

കുഴൽക്കാരൻ: ഇവിടെയടുത്തുതന്നെയാണ്.

തമ്പുരാൻ: 'പേരെന്താണ്?

കുഴൽക്കാരൻ: മുണ്ടേമ്പിള്ളി കൃഷ്ണൻ.

തമ്പുരാൻ: 'ഹേ നമ്മുടെ കൃഷ്ണനോ? അത്ഭുതം തന്നെ! കണ്ടിട്ട് നാം അശേഷമറിഞ്ഞില്ല. കൃഷ്ണൻ ഇങ്ങനെ ചില വിദ്യകൾ പഠിച്ചിട്ടുണ്ടെന്നു നാം ധരിച്ചിട്ടുണ്ട്. അനുഭവപ്പെട്ടതിന്നാണ്. സന്തോഷമായി'

എന്നു കല്പിക്കുകയും ചില സമ്മാനങ്ങൾ കല്പിച്ചുകൊടുക്കുകയും ചെയ്തു. ഇങ്ങനെ കൃഷ്ണമാരാർ വേഷമാറ്റവും മോടി (ചെപ്പടി) വിദ്യകളും കാണിച്ചു തിരുമനസ്സിലെ തൃക്കൈയിൽനിന്നു കൂടെക്കൂടെ സമ്മാനങ്ങൾ വാങ്ങിയിരുന്നു. വിസ്തരഭയത്താൽ അവയൊന്നും വിവരിക്കുന്നില്ല.

കൃഷ്ണമാരാർ കൂടെക്കൂടെ ദേശസഞ്ചാരം ചെയ്യുകയും ചെല്ലുന്ന ദിക്കുകളിലെല്ലാം പണി ധാരാളമായി കിട്ടുകയും ചെയ്തിരുന്നു. എന്നാൽ വല്ലതും സ്വൽപം സമ്പാദിക്കണമെന്നുള്ള വിചാരം ആ മനുഷ്യനു ലേശംപോലുമുണ്ടായിരുന്നില്ല. കിട്ടുന്നതെല്ലാം ചെലവുതന്നെ. ഒരിക്കലും കൈവശം പണമുണ്ടായിരിക്കാറില്ല.

ഒരിക്കൽ മാരാർ ദേശസഞ്ചാരത്തിനു പുറപ്പെട്ടപ്പോൾ ഉടുത്തിരുന്നതുൾപ്പെടെ രണ്ടു മുണ്ടല്ലാതെ പണമായിട്ട് കൈവശം അധികമൊന്നു മുണ്ടായിരുന്നില്ല. ഒരു ഭൃത്യനെക്കൂടെ കൊണ്ടുപോയിട്ടുമുണ്ടായിരുന്നു. അതിനാൽ കോയമ്പത്തൂരെത്തിയെപ്പോഴേക്കും കൈവശമുണ്ടായിരുന്ന പണം മുഴുവനും തീർന്നു. അന്ന് അവിടെ ഒരു ബ്രാഹ്മണഗൃഹത്തിൽ കെങ്കേമമായിട്ടുള്ള ഒരു വിവാഹമടിയന്തിരമായിരുന്നു. മാരാരും ഭൃത്യനും കൂടി അവിടെചെന്നു കയറി. അപ്പോൾ അവിടെ മഹായോഗ്യന്മാരായ ഭാഗവതർമാരും മൃദംഗക്കാരും കൂടിയിരുന്നുള്ള ഒരു പാട്ടുകച്ചേരിയായിരുന്നു. കൃഷ്ണമാരാർ ഒരു മൃദംഗക്കാരന്റെ അടുക്കൽചെന്നുകൂടി കുറച്ചു കഴിഞ്ഞപ്പോൾ മാരാർ ആ മൃദംഗക്കാരനോട്, 'ക്ഷീണമായെങ്കിൽ ഇനി കുറച്ചുനേരം ഞാനാവാം' എന്നു പറഞ്ഞു. മൃദംഗവായനയ്ക്കു തന്നോളം യോഗ്യതയുണ്ടായിട്ടു ലോകത്തിലാരുമില്ലെന്നായിരുന്നു ആ മൃദംഗക്കാരന്റെ വിചാരം. അതിനാൽ മാരാർ പറഞ്ഞത് അയാൾക്കു രസിച്ചില്ല. 'ഇയാൾ ഒരു വിഡ്ഢ്യാനാണ്. അല്ലെങ്കിൽ എന്നോടിങ്ങനെ പറയുമോ? ഇയ്യാളുടെ വിഡ്ഢിത്തമൊന്നു പുറത്താക്കണം. ഇയ്യാൾ മൃദംഗം

വായിച്ച തുടങ്ങുമ്പോൾ ഇയ്യാളെ ജനങ്ങൾ ഇവിടെ നിന്ന ആട്ടിയോടിക്കും. അപ്പോൾ ഇയ്യാളുടെ ഗർവ്വ ശമിക്കും' എന്നൊക്കെ വിചാരിച്ച് ആ മൃദംഗക്കാരൻ 'എന്നാലാട്ടെ' എന്ന പറഞ്ഞു മൃദംഗം മാറ്റി വെച്ച കൊടുത്തു. മാരാർ ഉടനെ വായനയും തുടങ്ങി. മാരാരുടെ മൃദംഗപ്രയോഗം സ്വൽപം കേട്ടപ്പോഴേക്കും അവിടെയുണ്ടായിരുന്നവരെല്ലാം ആനന്ദാത്ഭുതപരവശന്മാരായിത്തീർന്നു. ഇത്രയും സരസവും സുഖവഴിയിലുള്ളതുമായ മൃദംഗവായന അതിനുമുമ്പ് അവരാരും കേട്ടിരുന്നില്ല. ഉടനെ പ്രധാനന്മാർ ചെന്ന മാരാരെ കളഭം പൂശിച്ച വെറ്റിലപാക്ക കൊടുത്തു മാന്യസ്ഥാനത്തു മാറ്റിയിരുത്തി. പാട്ടുകച്ചേരി കഴിഞ്ഞയുടനെ മാരാരെയും ഭൃത്യനേയും ചതുർവ്വിധ വിഭവങ്ങളോടുകൂടി ഊണ കഴിപ്പിക്കുകയും വിവാഹത്തിന്റെ ചടങ്ങുകൾ നാലു ദിവസത്തേക്കുണ്ടായിരുന്നതിനാൽ നാലു ദിവസം താമസിക്കുന്നതിനു മാരാരെ ക്ഷണിക്കുകയും ചെയ്തു. മാരാർ സുഖമായിട്ടു നാലു ദിവസം അവിടെ താമസിച്ചു. ഒടുക്കം മാരാർക്കും വളരെ സമ്മാനങ്ങളും ഭാഗവതന്മാരോടൊപ്പം പണവും കൊടുത്താണ് അവർ അവിടെ നിന്നയച്ചത്.

മാരാർ പിന്നെയും പല സ്ഥലങ്ങളിൽ സഞ്ചരിക്കുകയും ഒട്ടു വളരെ സമ്മാനങ്ങളും പണവും കിട്ടുകയും ചെയ്തു. എങ്കിലും തിരിച്ച സ്വദേശത്തു വന്നപ്പോൾ പോയ സമയം കൊണ്ടുപോയ രണ്ടു മുണ്ടും ആ ഭൃത്യനുമല്ലാതെ യാതൊന്നുമുണ്ടായിരുന്നില്ല. മാരാർക്കു സ്ത്രീവിഷയത്തിൽ ക്രമത്തിലധികം ഭ്രമമുണ്ടായിരുന്നുവെന്നും കിട്ടുന്നതെല്ലാം ചെലവുചെയ്തിരുന്നത് ആ വിഷയത്തിലായിരുന്നുവെന്നുമാണ് കേൾവി. ഇതല്ലാതെ വേറെ ഒരു ദുർന്നടപ്പും മാരാർക്കുണ്ടായിരുന്നതായി ആരും പറഞ്ഞു കേട്ടിട്ടില്ല.

യോഗ്യന്മാരായിട്ടുള്ളവരെ മധ്യമമാക്കുന്നത് ഒരു യോഗ്യതയാണെന്നുള്ള വിചാരം മാരാർക്കു ധാരാളമായിട്ടുണ്ടായിരുന്നു. യോഗ്യന്മാരായിട്ടുള്ള പലരെ മധ്യമമാക്കുന്നതിനു മാരാർ ശ്രമിക്കുകയും പലപ്പോഴും അതു സാധിക്കുകയും എന്നാൽ ചിലപ്പോൾ സാധിക്കാതെ പോവുകയും ചെയ്തിട്ടുണ്ട്.

ശങ്കരപ്പണിക്കർ എന്ന പ്രസിദ്ധനായിട്ട് ഒരു കുറുങ്കുഴൽക്കാരനുണ്ടായിരുന്നു. അയാളോട് കൃഷ്ണമാരാർക്കു സാമാന്യത്തിലധികം സ്പർദ്ധയും അയാളെ ഒന്ന് അബദ്ധമാക്കിയാൽ കൊള്ളാമെന്നു വളരെ മോഹവുമുണ്ടായിരുന്നു. അതിനു തരം നോക്കിക്കൊണ്ടിരുന്നപ്പോൾ ഒരിക്കൽ തൃപ്പൂണിത്തുറ ക്ഷേത്രത്തിൽ സന്ധ്യ വേലയ്ക്ക് അവർ രണ്ടുപേരും കൂടി കൂടാനിടയായി. മാരാർ ചെണ്ടയും പണിക്കർ കുറുങ്കുഴലുമായിരുന്നു എടുത്തിരുന്നത്. ഇടക്കലാശങ്ങളിൽവെച്ച പണിക്കരെ താളം പിഴപ്പിക്കാനായിട്ടു മാരാർ വളരെ ശ്രമിച്ചുനോക്കി. പണിക്കർക്കു താളത്തിനു നല്ല നിശ്ചയവും ഉറപ്പുമുണ്ടായിരുന്നതിനാൽ മാരാരുടെ വിദ്യയൊന്നും ഫലിച്ചില്ല. അയാളെ താളംതെറ്റിക്കാൻ സാധിക്കയില്ലെന്നു തീർച്ചയായപ്പോൾ മാരാർ 'ഈ ചെണ്ട അങ്ങോട്ടു തരാം, കുഴൽ ഇങ്ങോട്ടു തരിക, എന്നിട്ട് നമുക്കൊന്നു നോക്കാം' എന്നു പറഞ്ഞു. അപ്പോൾ പണിക്കർ, 'അതു ഞാൻഅഭ്യസിച്ചിട്ടില്ല. ഇതു ഞാൻഅഭ്യസിച്ചിട്ടുണ്ട്. ഇതിൽ എന്നെ തെറ്റിക്കാമെങ്കിൽ താൻ യോഗ്യനെന്നു ഞാൻസമ്മതിക്കാം. പഠിച്ചിട്ടില്ലാത്തതു പ്രയോഗിക്കണമെന്നു പറയുന്നതു യോഗ്യതയല്ല' എന്നു പറഞ്ഞു. അതിനാൽ മാരാർ ഇച്ഛാഭംഗത്തോടുകൂടി പിരിയേണ്ടതായി വന്നു. മാരാർക്കു ഇങ്ങനെ ഒരു തോൽവിയല്ലാതെ വേറെ ഒന്നും ഒരിക്കലും ഉണ്ടായിട്ടില്ല.

കൃഷ്ണമാരാർ പല ദേശങ്ങളിലും സഞ്ചരിക്കാറുണ്ടായിരുന്നുവെങ്കിലും തിരുവനന്തപുരത്തു പോകാറില്ലായിരുന്നു. തിരുവനന്തപുരം മുതലായ സ്ഥലങ്ങളിൽ ഉത്സവങ്ങൾക്കും മറ്റും സർവ്വപ്രധാനമായിട്ടുള്ളത് പാണ്ടി വാദ്യവും നാഗസ്വരവുമാണ്. കൊമ്പ്, കുഴൽ മുതലായവയോടു കൂടിയുള്ള ചെണ്ടമേളവും തായമ്പകയും മറ്റും ആ ദിക്കുകളിൽ അത്ര പ്രധാനങ്ങളല്ല. അതിനാൽ ചെണ്ട മുതലായ വാദ്യങ്ങളിൽ പ്രതിപത്തിയും അവയിലുള്ള പ്രയോഗചാതുര്യമറിയുന്നതിനുള്ള ശക്തിയും തെക്കൻ ദിക്കുകളിലുള്ളവർക്കു ഇല്ലെന്നായിരുന്നു മാരാരുടെ ധാരണ. അതുകൊണ്ടായിരുന്നു ആ മനുഷ്യൻ തിരുവിതാംകൂറിൽ സഞ്ചരിക്കാതെയിരുന്നത്.

കൊല്ലം 1036ാമാണ്ടു നാടുനീങ്ങിയ മാർത്താണ്ഡവർമ്മ മഹാരാജാവു തിരുമനസ്സുകൊണ്ടു കഥകളിയിൽ വളരെ പ്രതിപത്തിയുള്ള ആളായിരുന്നുവല്ലോ. അക്കാലത്തു കൊട്ടാരത്തിൽ കഥകളിയില്ലാത്ത ദിവസം വളരെ ചുരുക്കമായിരുന്നു. 'കഥകളിക്കു ചെണ്ട കൊട്ടുന്നതിനു മുണ്ടേമ്പിള്ളി കൃഷ്ണനു ശരിയായിട്ടു ലോകത്തിലാരുമില്ല' എന്നും മറ്റും ചില നമ്പൂരിമാർ തിരുമനസ്സറിയിക്കുകയാൽ കല്പനപ്രകാരം എഴുതി അയച്ച് ഒരിക്കൽ കൃഷ്ണമാരാരെ തിരുവനന്തപുരത്തു വരുത്തിയിരുന്നു. കൃഷ്ണമാരാർ തിരുവനന്തപുരത്തെത്തിയ ദിവസംതന്നെ മുഖം കാണിക്കുകയും കല്പനപ്രകാരം കഥകളിക്കു ചെണ്ടകൊട്ടുകയും ചെയ്തു. മഹാരാജാവു തിരുമനസ്സിലെ സേവന്മാരിലും കഥകളിയോഗത്തിലും പ്രധാനൻ ഈശ്വരപിള്ള വിചാരിപ്പുകാരദ്ദേഹമായിരുന്നുവല്ലോ. അതിനാൽ അദ്ദേഹത്തെത്തന്നെ ഒന്നബദ്ധമാക്കണമെന്നു മാരാർ നിശ്ചയിച്ചു. എന്നാൽ മാരാർക്കു ഇങ്ങനെയൊരപകടസ്വഭാവവും കരുതലുമുണ്ടെന്നുള്ളതു വിചാരിപ്പുകാരദ്ദേഹം അറിഞ്ഞിരുന്നില്ല. അതുകൊണ്ടും മാരാർ കരുതിക്കൂട്ടിക്കൊണ്ട് അപകടമായിട്ടു കൊട്ടിയതിനാലും വിചാരിപ്പുകാരദ്ദേഹത്തിന്റെ ഒരെടുത്തുകലാശം അവതാളത്തിലായിപ്പോയി. കഥകളി തൃക്കൺപാർത്തുകൊണ്ട് തിരുമനസ്സുകൊണ്ടു എഴുന്നള്ളിയിരിക്കുന്നുണ്ടായിരുന്നു. മാരാർ മനഃപൂർവ്വമായി വിചാരിപ്പുകാരദ്ദേഹത്തെ അബദ്ധത്തിലാക്കുകയാണു ചെയ്തതെന്ന് തിരുമനസ്സിലേക്ക് അപ്പോൾതന്നെ മനസ്സിലായി. എങ്കിലും അപ്പോൾ അതിനെക്കുറിച്ചൊന്നും കല്പിച്ചില്ല. ഒരിക്കൽ അബദ്ധം പറ്റിയതിനാൽ പിന്നെ വിചാരിപ്പുകാരദ്ദേഹം നല്ല പോലെ കരുതിയതുകൊണ്ടും, 'ഒന്നു പറ്റിയല്ലോ, അതു മതി' എന്നു വിചാരിച്ചു മാരാർ പിന്നെ അപകടമായിട്ടു കൊട്ടാതെയിരുന്നതിനാലും വിചാരിപ്പുകാരദ്ദേഹത്തിന് ആ ഒരു പ്രാവശ്യമല്ലാതെ പിന്നെ അബദ്ധമൊന്നും പറ്റിയില്ല. പിന്നെ മാരാർ അപകടമൊന്നും കൂടാതെ കൊണ്ടു പിടിച്ചുകൊട്ടുകയും ചെയ്തു. വിചാരിപ്പുക്കാരദ്ദേഹത്തെ അവതാളത്തിലാക്കിയതു കൊണ്ട് തിരുമനസ്സിലേക്ക് ആദ്യം സ്വൽപം തിരുവുള്ളക്കേടുണ്ടായെങ്കിലും പിന്നെ മാരാരുടെ കൊട്ടു കേട്ട് അവിടുന്നു വളരെ സന്തോഷിക്കയും ചെയ്തു.

പിറ്റേ ദിവസം ഉച്ചതിരിഞ്ഞ സമയം മാരാർ തിരുമുമ്പാകെ ചെന്നു. അപ്പോൾ വിചാരിപ്പുകാരദ്ദേഹവും അവിടെയുണ്ടായിരുന്നു. മാരാരെ കണ്ടയുടനെ തിരുമനസ്സുകൊണ്ട് 'ഇന്നലെ കൃഷ്ണൻ ഈശ്വരന്റെ ഒരു കലാശം പിഴപ്പിച്ചു, ഇല്ലേ?' എന്നു കല്പിച്ചു ചോദിച്ചു. അതിനു മറുപടിയായി മാരാർ തിരുമനസ്സിറിയിച്ചത് 'ഗുരുക്കന്മാരുടെ അടുക്കൽ അഭ്യസിച്ചു പഠിപ്പിച്ചുള്ളവർക്കും മറ്റൊരാൾ പിഴപ്പിച്ചാലും ഒന്നും പിഴയ്ക്കുകയില്ല' എന്നായിരുന്നു.

അതു തിരുമനസ്സിലേക്കു നല്ല രസ മായില്ല. എങ്കിലും തിരുവുള്ളക്കേടായിട്ടു ഒന്നും കല്പിച്ചില്ല. 'ആട്ടെ, കൃഷ്ണൻ കുറച്ചു ദിവസംകൂടി ഇവിടെ താമസിച്ചിട്ടേ പോയ്ക്കൂളയാവൂ, കൃഷ്ണന്റെ കൊട്ടു കേട്ടിട്ടു മതിയായില്ല' എന്നാണ് അവിടുന്ന് കല്പിച്ചത്.

കല്പനപ്രകാരം മാരാർ ഏതാനും ദിവസം തിരുവനന്തപുരത്തു താമസി ക്കുകയും പതിവായി കഥകളിക്കു വിചാരിപ്പുകാരദ്ദേഹം മുതലായ പ്രധാന വേഷക്കാരുടെ ആട്ടത്തിനു കൊട്ടുകയും ചെയ്തിരുന്നു. ഒടുക്കം മാരാർ യാത്ര യറിയിച്ച സമയം ഒരു വീരശൃംഖലയെടുത്തു തൃക്കൈയിൽ പിടിച്ചുകൊണ്ട് കൈ നീട്ടാൻ കല്പിച്ചപ്പോൾ മാരാർ ഇടത്തുകൈ നീട്ടി. ഉടനെ വലത്തുകൈ നീട്ടാൻ കല്പിച്ചു. അപ്പോൾ മാരാർ, 'അത് അടിയന്റെ തമ്പുരാൻ വല്ലതും കല്പിച്ചുതരുമ്പോഴത്തേക്കിരിക്കട്ടെ' എന്നറിയിച്ചു. ഉടനെ തിരുമനസ്സുകൊണ്ട് ഒരു വീരശൃംഖലകൂടി തൃകൈ യിലെടുത്തു. അപ്പോൾ മാരാർ രണ്ടുകൈയും നീട്ടിക്കൊടുത്തു. തിരുമനസ്സുകൊണ്ട് മാരാരുടെ രണ്ടു കൈയ്ക്കും വീരശൃംഖല ഇട്ടുവിച്ചു കൊടുക്കുകയും മാരാർക്കു വഴിച്ചെലവിനായി നിത്യച്ചെലവുവക യിൽനിന്നു നൂറു ഉറുപ്പിക കല്പിച്ചു കൊടുപ്പിച്ചു സന്തോഷിപ്പിച്ചയയ്ക്കുകയും ചെയ്തു.

പിന്നെ കൃഷ്ണമാരാർ 1055ാമാണ്ടു നാടുനീങ്ങിയ ആയില്യം തിരുനാൾ തിരുമനസ്സിലെക്കാലത്തും 60ാമാണ്ടു നാടുനീങ്ങിയ വിശാഖം തിരുനാൾ തിരുമനസ്സിലെക്കാലത്തും തിരുവനന്തപുരത്തു പോവുകയും മാരാരുടെ കൊട്ട്, പാട്ട് മുതലായവ കേട്ടു സന്തോഷിച്ച് ആ രണ്ടു മഹാരാജാക്കന്മാരും മാരാർക്കു പല സമ്മാനങ്ങൾ കല്പിച്ചു കൊടുക്കുകയുമുണ്ടായി. കൃഷ്ണമാരാർ ക്കു സാമൂതിരിപ്പാട്ടു തമ്പുരാക്കന്മാരും വീരശൃംഖല മുതലായ സമ്മാനങ്ങൾ കല്പിച്ചുകൊടുക്കുകയുണ്ടായിട്ടുണ്ട്. ഇങ്ങനെ മൂന്നു സംസ്ഥാനത്തു നിന്നും രാജസംഭാവനകൾ ലഭിച്ചിട്ടുള്ള മാരാന്മാർ വേറെ ഉണ്ടായിരുന്നതായി കേട്ടി ട്ടില്ല. ഇപ്പോൾ ഇല്ലെന്നുള്ള കാര്യം തീർച്ചയും ഇനി ഉണ്ടാകുന്ന കാര്യം സംശയവുമാണ്.

●

മണ്ണാറശ്ശാല മാഹാത്മ്യം

കേരളഭൂമിയുടെ ഉത്ഭവവും അതിനെ സംബന്ധിച്ചുള്ള ചരിത്രവും ഏതു വിധമെങ്കിലും ആയിരുന്നുകൊള്ളട്ടെ. അതിനെക്കുറിച്ചു ചിന്തിക്കുകയോ തീർച്ചപ്പെടുത്തുകയോ ചെയ്യണമെന്ന് ഇവിടെ വിചാരിക്കുന്നില്ല. മേൽപ്പറഞ്ഞിരിക്കുന്ന ക്ഷേത്രത്തെ സംബന്ധിച്ചു പഴമ പരിചയമുള്ള വയോവൃദ്ധന്മാരിൽനിന്നു കേട്ടിട്ടുള്ള ഐതിഹ്യങ്ങൾ മാത്രം ചുരുക്കത്തിൽ വിവരിക്കണമെന്നേ ഇപ്പോൾ ഉദ്ദേശിക്കുന്നുള്ളൂ.

ശ്രീപരശുരാമൻ പരദേശങ്ങളിൽനിന്നു ബ്രാഹ്മണരെ കൊണ്ടുവന്നു കേരളത്തിൽ താമസിപ്പിച്ച കാലത്ത് ഇവിടെ സർവത്ര സർപ്പങ്ങളുടെ ഉപദ്രവമുണ്ടായിരുന്നു എന്നുമാത്രമല്ല, ഓരില്ലാത്ത നല്ല വെള്ളം കേരളഭൂമിയിൽ ഒരിടത്തും കിട്ടുകയുമില്ലായിരുന്നു. അതിനാൽ ഇവിടെ താമസിക്കുന്ന കാര്യം പ്രയാസമാണെന്നു തോന്നുകയാൽ ബ്രാഹ്മണരെല്ലാവരും വന്ന വഴിയേ പരദേശങ്ങളിലേക്കുതന്നെ മടങ്ങിപ്പോയി. അപ്പോൾ പരശുരാമൻ ഏറ്റവും വിഷണ്ണനായിത്തീർന്നു. പിന്നെ അദ്ദേഹം കൈലാസത്തിൽച്ചെന്നു സർവ്വജ്ഞനും സർപ്പഭൂഷണനും തന്റെ ഗുരുനാഥനുമായ ശ്രീപരമേശ്വരനെ കണ്ടു വിവരമറിയിച്ചപ്പോൾ ശിഷ്യവത്സലനായ ഭഗവാൻ ശ്രീപരമേശ്വരൻ 'സർപ്പരാജാവായ വാസുകിയെ സേവിച്ചു പ്രസാദിപ്പിച്ചാൽ ഇതിനൊക്കെ സമാധാനമുണ്ടാക്കിത്തരും' എന്നരുളിച്ചെയ്തു. അതുകേട്ടു പരശുരാമൻ വീണ്ടും കേരളത്തിൽ വന്നു വാസുകിയെക്കുറിച്ച് തപസ്സുചെയ്തുകൊണ്ടിരുന്നു. പരശുരാമന്റെ തപസ്സ് അതികഠിനമായിരുന്നതിനാൽ വാസുകി അചിരേണ സന്തുഷ്ടനായിത്തീരുകയും പ്രത്യക്ഷമായി പരശുരാമന്റെ അടുക്കൽചെന്ന്, 'അല്ലയോ മഹാത്മൻ! ഭവാന്റെ അതിഘോരമായ ഈ തപസ്സുകൊണ്ട് ഞാൻ അത്യന്തം പരിതുഷ്ടനായിരിക്കുന്നു. അവിടുത്തെ അഭീഷ്ടമെന്താണെന്നു പറഞ്ഞാൽ അപ്രകാരം ചെയ്യാൻ ഞാൻ സന്നദ്ധനായിരിക്കുന്നു' എന്നു പറഞ്ഞു. വാസുകിയുടെ ഈ വാക്കുകേട്ടു പരശുരാമൻ,'അല്ലയോ സർപ്പകുലാധിപതേ! ഈ കേരളഭൂമിയിൽ ഭവാന്റെ വംശന്മാരും പരിജനങ്ങളും മറ്റുമായ സർപ്പങ്ങളുടെ സാർവ്വത്രികമായ സഞ്ചാരംകൊണ്ടും ഇവിടെയുള്ള വെള്ളമെല്ലാം ലവണരസപൂർണ്ണമായിരിക്കുന്നതിനാലും ഈ പ്രദേശത്തു മനുഷ്യർക്കു നിവസിക്കുവാൻ നിവൃത്തിയില്ലാതെയിരിക്കുന്നു. അതിനാൽ ഈ രണ്ടു സംഗതികൾക്കും പരിഹാരമുണ്ടാക്കി ഭവാൻ ഈ ഭൂഭാഗം മനുഷ്യവാസയോഗ്യമാക്കിത്തരണമെന്നാണ് എന്റെ അപേക്ഷ' എന്നു പറഞ്ഞു.

വാസുകി: ഭവാന്റെ ഇഷ്ടം പോലെ, ഈ കേരളഭൂമിയിലുള്ള വെള്ളത്തിൽ

കലർന്നിരിക്കുന്ന ലവണരസമെല്ലാം ഞാൻആകർഷിച്ചു സമുദ്രത്തിലും അതോടുചേർന്നുള്ള ജലാശയങ്ങളിലുമാക്കാം. സർപ്പങ്ങൾ മിക്കവയും ഭവാൻ തപസ്സുചെയ്തു കൊണ്ടിരുന്ന ഈ വനപ്രദേശത്തു വന്നു മനുഷ്യോപദ്രവം ചെയ്യാതെ താമസിച്ചുകൊള്ളുന്നതിനും അന്യത്ര താമസിക്കുന്നതായാലും ഭൂദ്വാരങ്ങളിൽ ഇരുന്നു കൊള്ളുന്നതിനും ചട്ടം കെട്ടാം. എന്നാൽ കേരളവാസികൾ അവരുടെ വാസഗൃഹങ്ങളുടെ സമീപത്ത് ഓരോ കാവിൻകൂട്ടങ്ങളുണ്ടാക്കി, അതാതു സ്ഥലങ്ങളിലുള്ള സർപ്പങ്ങളെ ആ കാവുകളിൽ കുടിയിരുത്തുകയും തങ്ങളുടെ കുലദൈവങ്ങളെന്നു വിചാരിച്ച് അവരെ ആദരിക്കുകയും ആചരിക്കുകയും പൂജിക്കുകയും ചെയ്തുകൊണ്ടിരിക്കുന്നതിനു കേരളത്തിൽ താമസിക്കുന്ന മനുഷ്യരോടു ഭവാനും ആജ്ഞാപിക്കണം. അവരെ ആദരിക്കുകയും ആചരിക്കുകയും പൂജിക്കുകയും ചെയ്യാതിരിക്കുകയോ ഏതെങ്കിലും വിധത്തിൽ ഉപദ്രവിക്കുകയോ ചെയ്താൽ അവർ ഉപദ്രവിക്കുമെന്നും സർപ്പങ്ങൾ സന്തോഷിച്ചാൽ സർവൈശ്വര്യങ്ങളും ഉണ്ടാക്കിക്കൊടുക്കുന്നതിനും കോപിച്ചാൽ സകലവിധത്തിലുള്ള അനർത്ഥങ്ങളും ആപത്തുകളും ഉണ്ടാക്കിത്തീർക്കുന്നതിനും ശക്തിയുള്ള വകക്കാരാണെന്നും ഭവാൻ മനുഷ്യരെ ഗ്രഹിപ്പിക്കയും വേണം. ഇപ്രകാരമെല്ലാം ചെയ്താൽ ഈ ഭൂഭാഗം മനുഷ്യവാസയോഗ്യമായിത്തീരും.

ഇപ്രകാരം വാസുകി പറഞ്ഞതിനെ കേട്ട് അപ്രകാരമെല്ലാം ചെയ്തുകൊള്ളാമെന്നു പരശുരാമൻ സമ്മതിച്ചു. ഇങ്ങനെ അവർ തമ്മിൽ പറഞ്ഞു സമ്മതിച്ചതിന്റെ ശേഷം പരശുരാമൻ പിന്നെയും പരദേശങ്ങളിൽ പോയി ബ്രാഹ്മണരെയും മറ്റും കൂട്ടികൊണ്ടു കേരളത്തിൽ വന്നു. അപ്പോഴേക്കും ഇവിടെ വെള്ളത്തിനുണ്ടായിരുന്ന ലവണരസം മാറി സാർവ്വത്ര ശുദ്ധജലം കാണപ്പെട്ടു. സർപ്പങ്ങൾ മിക്കവയും പരശുരാമൻ തപസ്സുചെയ്തിരുന്ന വനത്തിൽച്ചെന്നു താമസമായി. ശേഷമുണ്ടായിരുന്നവ വിലേശയങ്ങളായും (വിലങ്ങളിൽ പൊത്തുകളിൽ കിടക്കുന്നവ) തീർന്നിരുന്നു. അതിനാൽ പരദേശങ്ങളിൽനിന്നു വന്നവരാരും മടങ്ങിപ്പോകാതെ കേരളത്തിൽത്തന്നെ ഗൃഹങ്ങളുണ്ടാക്കി താമസ മുറപ്പിച്ചു. പരശുരാമന്റെ ആജ്ഞപ്രകാരം എല്ലാവരും ഒന്നും രണ്ടും അതിലധികവും കാവുകളുണ്ടാക്കി അവിടെയെല്ലാം സർപ്പങ്ങളെ കുടിയിരുത്തി (നാഗപ്രതിമകൾ പ്രതിഷ്ഠിച്ച്) പൂജയും മറ്റും നടത്തിത്തുടങ്ങുകയും ചെയ്തു. അനന്തരം പരശുരാമൻ താൻ തപസ്സുചെയ്തുകൊണ്ടിരുന്ന സ്ഥലത്തു ചെന്ന് അവിടെ നാഗരാജാവിനെ (വാസുകിയെ)യും നാഗയക്ഷിയെയും പ്രതിഷ്ഠിക്കുകയും പരിവാരങ്ങളായ മറ്റനേകം സർപ്പങ്ങളെ കുടിയിരുത്തുകയും ചെയ്തു. ആ സർപ്പങ്ങൾ വസിക്കുന്ന ഏതാനും സ്ഥലം (ഇപ്പോഴത്തെ അളവുപ്രകാരം 14 ഏക്കർ) സർപ്പക്കാവാക്കി നിശ്ചയിച്ച് അതിരിട്ടു തിരിക്കുകയും, ശേഷം സ്ഥലത്തു കാടു വെട്ടിത്തെളിച്ച് ഗൃഹങ്ങളുണ്ടാക്കി ജനങ്ങൾ നിവസിച്ചുകൊള്ളാനനുവദിക്കുകയും ചെയ്തു. ഈ സർപ്പങ്ങൾക്കു പതിവായി പൂജ നടത്തുന്നതിനും ഈ കാവ് ആരും വെട്ടിയഴിക്കാതെ സൂക്ഷിക്കുന്നതിനും മറ്റുമായി കാവിന്റെ അതിരിനകത്തുതന്നെ ഒരു ഗൃഹം പണിയിച്ചു ഒരു ബ്രാഹ്മണകുടുംബക്കാരെ അവിടെ താമസിപ്പിച്ചു. ഈ കാവുസംബന്ധിച്ചുള്ള സർവ്വാധികാരങ്ങളും അവകാശങ്ങളും ഈ കുടുംബക്കാർക്കായി കൊടുക്കുകയും ചെയ്തു. അവർ അക്കാലം മുതൽ സർപ്പങ്ങളെ തങ്ങളുടെ പരദേവതമാരാക്കി വെച്ചു പൂജിക്കുകയും സേവിക്കുകയും ചെയ്തുതുടങ്ങി. അതിന് ഇപ്പോഴും

യാതൊരു ഭേദഗതിയും അവർ വരുത്തീട്ടില്ല. ആ ഇല്ലക്കാരെയാണ് ഇപ്പോൾ 'മണ്ണാർശാല നമ്പ്യാതിരിമാർ' എന്നു പറഞ്ഞുവരുന്നത്.

മേൽപറഞ്ഞപ്രകാരം കേരളത്തിൽ സർപ്പങ്ങൾ നിമിത്തമുണ്ടായിരുന്ന ഉപദ്രവങ്ങൾ തീർക്കുകയും ജനങ്ങൾക്കു സുഖമായി താമസിക്കുന്നതിനു വേണ്ടുന്ന സകല സകൗര്യങ്ങളും ഉണ്ടാക്കിക്കൊടുക്കുകയും ചെയ്തതിന്റെ ശേഷം പരശുരാമൻ തപസ്സിനായി പോയി. അനന്തരം അനേകകാലങ്ങൾ കഴിഞ്ഞതിന്റെ ശേഷം യുഗാന്തരത്തിലുണ്ടായ ചില സംഗതികളാണ് ഇനിയിവിടെ പറയാൻ ഭാവിക്കുന്നത്.

ഇപ്പോൾ അമ്പലപ്പുഴത്താലൂക്കിലുൾപ്പെട്ടിരിക്കുന്ന മിക്ക ഭാഗവും പണ്ടു വലിയ വനമായിരുന്നു. ആ വനത്തെയാണ് 'ഖാണ്ഡവ' വനമെന്നുപറഞ്ഞി രുന്നത്. ഖാണ്ഡവവനം മധ്യമപാണ്ഡവനായ അർജ്ജുനൻ ചുട്ടു ദഹിപ്പിച്ചതി നാൽ ആ പ്രദേശത്തിനു 'ചുട്ടനാട്' എന്നു പേരുണ്ടായി. അതു കാലക്രമേണ 'കുട്ടനാട്' എന്നായിത്തീർന്നു. ഖാണ്ഡവവനത്തിനു പിടിച്ച തീയ് അവിടെ നിന്നു കിഴക്കോട്ട് പടർന്നുപിടിച്ചു പരശുരാമൻ പ്രതിഷ്ഠിച്ച സർപ്പങ്ങളുടെ വാസസ്ഥലമായ കാവുവരെയെത്തി. ആ കാവിന്റെ രക്ഷയ്ക്കായി അവിടെ പരശുരാമൻ സ്ഥാപിച്ച ഇല്ലത്തുണ്ടായിരുന്ന അമ്മമാർ അതു കണ്ടു കാവിന് അഗ്നി ബാധയുണ്ടാകാതെയിരിക്കാൻ അടുക്കലുള്ള കുളത്തിൽനിന്നു വെള്ളം കോരിയൊഴിച്ചുകൊണ്ടിരുന്നു. അതിനാൽ ആ കാവു നശിക്കാനിടയാ യില്ല. എങ്കിലും അഗ്നിജ്വാല തട്ടി മണ്ണിനു ചൂടുപിടിക്കുകയും ചൂടു ദുസ്സഹ മായിത്തീരുകയാൽ സർപ്പങ്ങൾ വളരെ കഷ്ടപ്പെടുകയും ചെയ്തു. അഗ്നി ശമിച്ചിട്ടും മണ്ണിന്റെ ചൂടാറുന്നതുവരെ അമ്മമാർ വെള്ളം കോരിയൊഴിച്ചു കൊണ്ടിരുന്നു. മണ്ണിന്റെ ചൂടാറിയപ്പോൾ 'ഇപ്പോൾ മണ്ണാറി. അതിനാൽ ഈ സ്ഥലത്തിന്റെ നാമം മേലാൽ 'മണ്ണാറിശാല' എന്നായിരിക്കട്ടെ' എന്ന് ആരോ വിളിച്ചു പറഞ്ഞത് എല്ലാവരും കേട്ടു. അതു പറഞ്ഞത് ആരാണെന്ന് ആർക്കും അറിഞ്ഞുകൂടായിരുന്നു. എങ്കിലും ഇത് സാക്ഷാൽ വാസുകിയുടെ അരുളപ്പാടാണെന്നാണ് എല്ലാവരുംകൂടി തീർച്ചയാക്കിയത്. അതിനാൽ അക്കാലം മുതൽ ആ സ്ഥലത്തെ എല്ലാവരും 'മണ്ണാറിശാല' എന്നുതന്നെ പറഞ്ഞുവന്നിരുന്നു; കാലക്രമേണ അതു 'മണ്ണാർശാല' എന്നായിത്തീർന്നു. ഈ സ്ഥലം തിരുവിതാംകൂർ സംസ്ഥാനത്തു കാർത്തികപ്പള്ളിത്താലൂക്കിൽ അരിപ്പാട്ടു സുബ്രഹ്മണ്യക്ഷേത്രത്തിൽനിന്നു സ്വല്പം പടിഞ്ഞാറു മാറിയാണ്.

ഖാണ്ഡവദാഹാനന്തരം ഒരു കാലത്തു മണ്ണാർശാലയില്ലത്തു സഭർത്തൃക യായ ഒരമ്മയ്ക്കു പുരുഷസന്താനമുണ്ടാകാതെയിരുന്നതിനാൽ ഒരു പുത്രനുണ്ടാ കണമെന്നുള്ള ആഗ്രഹത്തോടുകൂടി കുടുംബപരദേവതകളായ സർപ്പങ്ങളെ ഭക്തിപൂർവ്വം ഭജിച്ചുകൊണ്ടിരുന്നു. അങ്ങനെ കുറച്ചു കാലം കഴിഞ്ഞപ്പോൾ ആ അമ്മ ഗർഭം ധരിക്കുകയും യഥാകാലം രണ്ട് ആൺകുട്ടികളെ ഒരുമിച്ചു പ്രസ വിക്കുകയും ചെയ്തു. പക്ഷേ, അതിൽ ഒന്നു മാത്രമെ മനുഷ്യക്കുട്ടിയായിരുന്നുള്ളൂ. ആ സർപ്പശിശു മാത്രയ്ക്കിടയിൽ വളർന്നു സംസാരിച്ചു തുടങ്ങി. അത് അതിന്റെ മാതാവിനോട് താഴെക്കാണുന്നപ്രകാരം പറഞ്ഞു: 'അല്ലയോ മാതാവേ! സർപ്പങ്ങൾക്കെല്ലാം ഈ കുടുംബക്കാരോട് ആകപ്പാടെ വളരെ സന്തോഷവും സ്നേഹവും വാൽസല്യവുമുണ്ട്. എന്നാൽ ഇവിടെയുള്ള സ്ത്രീജനങ്ങളോടാണു സർപ്പങ്ങൾക്കു അധികം സന്തോഷം. ഇവിടെയുള്ള സർപ്പങ്ങളെയെല്ലാം അഗ്നിബാധയിൽനിന്നു രക്ഷിച്ചത് ഈ കുടുംബത്തിലുള്ള സ്ത്രീകളാണല്ലോ.

പ്രാണരക്ഷ ചെയ്യവരോടുണ്ടാകുന്ന കൃതജ്ഞതയും സന്തോഷവും എത്രമാത്രമായിരിക്കുമെന്നുള്ളതു വിശേഷിച്ചു പറയണമെന്നില്ലല്ലോ. അതിനാൽ ഇവിടെ സർപ്പങ്ങളുടെ പൂജയും മറ്റും അമ്മമാരിൽ അന്നന്നു മൂത്തയാൾ നടത്തണം. അങ്ങനെയാകുന്നതാണ് സർപ്പങ്ങൾക്കും അധികം സന്തോഷകരമായിരിക്കുന്നത്. എന്നാൽ മൂപ്പു സിദ്ധിച്ചു പൂജ നടത്താൻ അർഹകളായിത്തീരുന്ന അമ്മമാർ സഭർത്തൃകകളായിരുന്നാലും അവർ മൂപ്പുസിദ്ധിക്കുന്ന ദിവസം മുതൽ ബ്രഹ്മചര്യവ്രതത്തോടുകൂടി ഇരിക്കുകയും വേണം. സർപ്പങ്ങളുടെ പൂജയും മറ്റും ഇപ്പോൾ നടത്തിവരുന്ന രീതിക്കു സ്വൽപം ചില ഭേദഗതികൾ വരുത്താനുണ്ട്. അവയെല്ലാം എന്റെ അമ്മയ്ക്ക് ഞാൻ ഉപദേശിച്ചുതരാം. ഇവിടെയുള്ള അമ്മമാരിൽ ഇപ്പോൾ മൂപ്പ് എന്റെ അമ്മയ്ക്കാണല്ലോ. അമ്മയ്ക്കു പ്രസവ ചികിത്സകളെല്ലാം കഴികയും ശരീരം ശുദ്ധമാവുകയും ചെയ്താൽ പിന്നെ അമ്മതന്നെ സർപ്പങ്ങളുടെ പൂജയും മറ്റും നടത്തിത്തുടങ്ങണം. അമ്മയ്ക്കു പൂജയും മറ്റു നടത്താൻ വയ്യാതെയാകുന്ന കാലത്ത് അടുത്ത മൂപ്പുസ്ഥാനം ആർക്കാണെന്നു വെച്ചാൽ അവർക്കു ഞാൻ അമ്മയ്ക്കു ഉപദേശിച്ചു തരുന്നതെല്ലാം അമ്മ ഉപദേശിച്ചുകൊടുക്കണം. അങ്ങനെ തലമുറതോറും ചെയ്തുകൊണ്ടിരിക്കണം. ഈ കുടുംബത്തിൽ ജനിച്ച ഞാൻ ഈ സ്ഥലം വിട്ടു കാവിലും മറ്റും പോയിരിക്കുകയില്ല. ഈ കുടുംബത്തിന്റെ രക്ഷയ്ക്കായി ഞാൻ ഇവിടെത്തന്നെ ഇരിക്കും. എന്നെ ആരും ഉപദ്രവിക്കരുത്. ഞാൻ ഇരിക്കുന്ന സ്ഥലത്ത് ആരും കയറിവരികയുമരുത്' എന്ന് പറഞ്ഞ്, ആ സർപ്പബാലൻ പൂജാക്രമങ്ങളും മന്ത്രങ്ങളുമെല്ലാം തന്റെ അമ്മയ്ക്ക് ഉപദേശിച്ചുകൊടുത്തിട്ട് ഇല്ലത്തിന്റെ നിലവറയിൽ കയറി ഇരിപ്പായി.

ആ സർപ്പബാലന്റെ ഉപദേശപ്രകാരമുള്ള മന്ത്രതന്ത്രങ്ങളോടുകൂടി അക്കാലം മുതൽ അവിടെ അന്നന്നു മൂപ്പായിട്ടുള്ള അമ്മമാർ സർപ്പങ്ങളുടെ പൂജാദികളെല്ലാം നടത്തുകയും അവർ ബ്രഹ്മചര്യവ്രതത്തോടുകൂടി ഇരിക്കുകയും ചെയ്തുതുടങ്ങി. അതിന് ഇപ്പോഴും അവിടെ യാതൊരു വ്യത്യാസവും വരുത്തീട്ടില്ല.

സർപ്പബാലൻ കയറിയിരുന്ന നിലവറയ്ക്കകത്ത് അതിൽപിന്നെ മനുഷ്യരാരും കടന്നിട്ടില്ല. നിലവറയുടെ വാതിൽ അത്യാവശ്യപ്പെട്ട ചില പൂജാകർമ്മാദികൾക്കല്ലാതെ തുറക്കാറില്ല. എല്ലായ്പ്പോഴും അടച്ചിട്ടേക്കുകയാണ് പതിവ്. ഇപ്പോൾ വാതിൽ തുറന്നു നോക്കിയാൽ അവിടെ പുറ്റുകളല്ലാതെ മറ്റൊന്നും കാൺമാനില്ല. ഇല്ലത്തിനു പഴക്കംകൊണ്ടു കേടുകൾ സംഭവിക്കുന്ന കാലങ്ങളിൽ ജീർണ്ണോദ്ധാരണം ചെയ്യിക്കാറുണ്ടെങ്കിലും നിലവറ ഇളക്കാറില്ല. അടുത്ത കാലത്തുതന്നെ ഇല്ലം പുതുക്കിപ്പണിയിക്കുകയും അവിടെ ചില പരിഷ്കാരങ്ങളെല്ലാം വരുത്തുകയും ചെയ്തു. എങ്കിലും നിലവറ പൂർവ്വസ്ഥിതിയിൽ വെച്ചുകൊണ്ടാണ് അവയെല്ലാം നടത്തിയത്.

സർപ്പശിശുവിനോടുകൂടി ജനിച്ച ബാലൻ പുരുഷപ്രായമായതിന്റെ ശേഷം നാഗരാജാവിനും നാഗയക്ഷിക്കും മറ്റും പ്രത്യേകം അമ്പലങ്ങൾ പണിയിച്ചു കലശം മുതലായവ നടത്തിച്ചു. ആ അമ്പലത്തിനാണു 'മണ്ണാർശ്ശാലക്ഷേത്ര'മെന്നു പറഞ്ഞുവരുന്നത്. ആ അമ്പലവും ചില കാലങ്ങളിൽ ജീർണ്ണോദ്ധാരണം ചെയ്യിക്കുക ഉണ്ടായിട്ടുണ്ട്. എങ്കിലും ബിംബങ്ങൾ ഇളക്കി പ്രതിഷ്ഠിക്കുക ഒരിക്കലും ഉണ്ടായിട്ടില്ലെന്നാണ് കേട്ടിട്ടുള്ളത്. അതു വാസ്തവമാണെന്നു അവ കണ്ടാൽ തോന്നുകയും ചെയ്യും. എന്തെന്നാൽ പ്രധാന

ബിംബങ്ങളുടെ പീഠങ്ങൾ ബിംബങ്ങൾക്കു ചേർന്നവയായിട്ടല്ല അവിടെ കാണുന്നത്. ബിംബങ്ങൾ എപ്പോഴെങ്കിലും ഇളക്കി പ്രതിഷ്ഠിച്ചിരുന്നുവെങ്കിൽ ആ പീഠങ്ങൾ മാറാതെയിരിക്കാനിടയില്ലല്ലോ.

മണ്ണാർശ്ശാലയില്ലത്തുനിന്നു പണ്ടൊരിക്കൽ ഒരു കന്യകയെ കായംകുളത്തുത്തിനു സമീപം വെട്ടിക്കോട്ടു ദേശത്തുള്ള മേപ്പള്ളി നമ്പ്യാതിരിയുടെ ഇല്ലത്തേക്കു വിവാഹം കഴിച്ചുകൊടുത്തു. അതിനു മണ്ണാർശ്ശാലയില്ലത്തുനിന്നു സ്ത്രീധനമായി കൊടുത്തത് ഒരു സർപ്പത്തെയായിരുന്നു. സർപ്പത്തെ ഒരു ഓലക്കുടയുടെ മുളങ്കാലിനകത്തു കയറ്റിയാണത്രേ കൊടുത്തത്. വധുവിനായി കൊടുത്തതിനെ വരൻ സന്തോഷസമേതം സ്വീകരിച്ചു കൊണ്ടുപോയി. മേപ്പള്ളിയില്ലത്തു ചെന്നപ്പോൾ ആ സർപ്പം അവിടുത്തെ നിലവറയിൽ കയറിയിരിപ്പായി. എന്നു മാത്രമല്ല, ആ സ്ഥലത്തും മണ്ണാർശ്ശാലയിലെപ്പോലെ കാവും കുളവുമെല്ലാം ഉണ്ടാക്കി സർപ്പപ്രതിഷ്ഠകൾ നടത്തണമെന്നു നിർബന്ധപൂർവം ആ സർപ്പം ആവശ്യപ്പെടുകയും ചെയ്തു. അതിനാൽ ആ ഇല്ലക്കാർ അപ്രകാരമെല്ലാം ചെയ്തു. അതിനാൽ മേപ്പള്ളി മണ്ണാർശ്ശാലയുടെ ഒരു പ്രതിബിംബം പോലെയായിത്തീർന്നു. നൂറും പാലും കൊടുക്കുക, സർപ്പബലി, സർപ്പപ്പാട്ട് മുതലായവ നടത്തുക എന്നിവയൊന്നും ഇപ്പോൾ ഒരു സ്ഥലത്ത് (മണ്ണാർശ്ശാലയിലോ, മേപ്പള്ളിയിലോ) മാത്രമായി നടത്താൻ പാടില്ല. മേൽപ്പറഞ്ഞവയിലെന്തെങ്കിലും ഒരു സ്ഥലത്തു നടത്തുകയാണെങ്കിൽ മറ്റേ സ്ഥലത്തും നടത്തണം. അത് ഒരു ദിവസംതന്നെയായിരിക്കുകയും വേണം. ഒരു സ്ഥലത്തുമാത്രമായി വിശേഷിച്ചെന്തെങ്കിലും നടത്തിയാൽ സർപ്പകോപവും തന്നിമിത്തം വലിയ അനർത്ഥങ്ങളുമുണ്ടാവുക പതിവാണ്. അതിനാൽ ഇപ്പോൾ സർപ്പങ്ങളെ ഉദ്ദേശിച്ചു വിശേഷാൽ എന്തെങ്കിലും നടത്തുന്നുണ്ടെങ്കിൽ രണ്ടില്ലക്കാരും കൂടിയാലോചിച്ചു ദിവസം നിശ്ചയിച്ച് രണ്ടു സ്ഥലത്തും ഒരേ ദിവസം തന്നെ നടത്തുകയാണ് പതിവ്.

ഇനി മണ്ണാർശ്ശാലയിലെ ചില മാഹാത്മ്യവിശേഷങ്ങൾകൂടി പറഞ്ഞിട്ട് ഈ ഉപന്യാസം അവസാനിപ്പിക്കാമെന്നു വിചാരിക്കുന്നു.

സർപ്പങ്ങൾക്കു നൂറും പാലും കൊടുക്കുന്നതിനു പാത്രങ്ങളിൽ നൂറും പാലും (അരിപ്പൊടിയും മഞ്ഞൾപ്പൊടിയും കൂടി പാലിൽ) കലക്കിവെച്ചു പൂജിച്ചിട്ടു തർപ്പിക്കുകയും തർപ്പിച്ചു കഴിഞ്ഞാൽ പാത്രങ്ങൾ കമഴ്ത്തുകയുമാണല്ലോ പതിവ്. എന്നാൽ മണ്ണാർശ്ശാലയിലെ നിലവറയിലുള്ള സർപ്പങ്ങൾക്കും നൂറും പാലും കൊടുക്കുമ്പോൾ തർപ്പിക്കുകയും പാത്രങ്ങൾ കമഴ്ത്തുകയും പതിവില്ല പൂജ കഴിഞ്ഞാൽ വാതിലടച്ചിട്ട് എല്ലാവരും പോരും. പിറ്റേദിവസം വാതിൽ തുറന്നു നോക്കുമ്പോൾ പാത്രങ്ങളിൽ യാതൊന്നും കാണുകയില്ല. ഇത് ഇപ്പോഴും കണ്ടുവരുന്ന ഒരത്ഭുതമാണ്. ആ നിലവറയിൽ ആദ്യം ഒരു സർപ്പം മാത്രമേ കയറിയിരുന്നുള്ളുവെങ്കിലും അവിടെയിപ്പോൾ അസംഖ്യം പുറ്റുകൾ കാണുന്നതു കൊണ്ട് അവിടെ വേറെയും ചില സർപ്പങ്ങൾ പിന്നീടു വന്നുചേരുകയും അവയ്ക്കു ക്രമേണ സന്തതികൾ വർദ്ധിക്കുകയും ചെയ്തിട്ടുണ്ടെന്നു വിചാരിക്കേണ്ടിയിരിക്കുന്നു.

മണ്ണാർശ്ശാലയില്ലത്തുള്ളവരെ സർപ്പങ്ങൾ കാരണം കൂടാതെ ദംശിക്കാറില്ല. അഥവാ ദംശിച്ചാലും അവരിൽ വിഷം വ്യാപിക്കുകയോ അതിന് എന്തെങ്കിലും പ്രതിവിധി ചെയ്യുകയോ പതിവില്ല. ചില കാരണങ്ങളാൽ അവിടെ

യുള്ളവരെ ചിലപ്പോൾ സർപ്പങ്ങൾ ദംശിക്കുകയുണ്ടായിട്ടുണ്ട്. ഒരിക്കൽ ഒരു സർപ്പം കാവിലുള്ള കാട്ടിൽ സഞ്ചരിച്ചപ്പോൾ ഒരു വൈയ്യങ്കത മരത്തിന്മേൽ ചെന്നുകയറി. അപ്പോൾ ഒരു മുള്ള് അതിന്റെ വയറ്റത്തു കുത്തിക്കയറുകയാൽ അതിന് അവിടെനിന്നു പോകാനെന്നല്ല, ഇളകാൻപോലും വയ്യാതായി. ആ വിധത്തിൽ ആ സർപ്പം അവിടെ എത്ര ദിവസം കിടന്നുവെന്നു നിശ്ചയമില്ല. ഒരു ദിവസം ആ ഇല്ലത്തുള്ള ഒരാൾ സർപ്പം ഇപ്രകാരം അകപ്പെട്ടു കിടക്കുന്നതു കണ്ടിട്ട് ഒരു വിധത്തിൽ ആ മരത്തിന്മേൽ കയറിച്ചെന്നു മുള്ളിൽ നിന്നു സർപ്പത്തെ വലിച്ചെടുത്തു. അപ്പോൾ സർപ്പത്തിനു വേദനയുണ്ടായിട്ടോ എന്തോ ഏതെങ്കിലും അതു നമ്പ്യാതിരിയെ ഒന്നു കടിച്ചിട്ടു താഴെ ചാടി ഓടിപ്പോയി. നമ്പ്യാതിരിയും താഴെയിറങ്ങി ഇല്ലത്തേക്കു പോയി. സർപ്പദർശനംകൊണ്ട് അദ്ദേഹത്തിനു യാതൊരു സുഖക്കേടുമുണ്ടായില്ല. ഇങ്ങനെ ഓരോ കാരണവശാൽ ആ ഇല്ലത്തുള്ളവരെ പലപ്പോഴും സർപ്പം ദംശിച്ചിട്ടുണ്ട്. അടുത്തകാലത്തു തന്നെ ചില കാരണവശാൽ ആ ഇല്ലത്തുള്ള ചിലർക്കു സർപ്പദംശനമുണ്ടായി. അതുകൊണ്ട് അവിടെയാർക്കും ഇതുവരെ യാതൊരു സുഖക്കേടുമുണ്ടായിട്ടില്ല.

മണ്ണാർശ്ശാലയില്ലത്തു പാത്രങ്ങളും മറ്റും മറ്റുള്ള സ്ഥലങ്ങളിലെപ്പോലെ ശരിയായി സൂക്ഷിക്കാറില്ല. ഓട്ടുപാത്രങ്ങളും ചെമ്പുപാത്രങ്ങളും മറ്റും രാത്രിയിലും മുറ്റത്തു പറമ്പിലുമൊക്കെ കിടക്കാറുണ്ട്. എന്നാൽ അവിടെനിന്ന് ആരും ഒന്നും എടുത്തുകൊണ്ടുപോകാറില്ല. മോഷ്ടാക്കൾക്ക് ആ ഇല്ലത്തു കയറാൻതന്നെ ഭയമാണ്. ആരെങ്കിലും എന്തെങ്കിലും മോഷ്ടിച്ചെടുത്താൽ അപ്പോൾ അവിടെ സർപ്പങ്ങളെത്തും. ആ ഇല്ലത്തെ കാവൽക്കാർ സർപ്പങ്ങളാണെന്ന് എല്ലാവർക്കുമറിയാം. അതുകൊണ്ടാണ് അവിടെനിന്ന് ആരുമൊന്നും മോഷ്ടിക്കാത്തത്.

മണ്ണാർശ്ശാലയില്ലത്തു കറിക്കോപ്പുകളൊന്നും വിലയ്ക്കു മേടിക്കാറില്ല. ചക്ക, മാങ്ങ, വെള്ളരിക്ക, വഴുതനങ്ങ, മത്തങ്ങ, കുമ്പളങ്ങ, വാഴക്കുലകൾ മുതലായവയെല്ലാം അവിടെ വഴിപാടായി ധാരാളം വന്നുചേരും. അവ ഇല്ലത്തെ ആവശ്യങ്ങൾക്കു മതിയായിട്ടു വളരെയധികമുണ്ടായിരിക്കും. എന്നാൽ അവ അവിടെ ആരുമെടുത്ത് സൂക്ഷിക്കുകയും അന്യന്മാർ മോഷ്ടിച്ചു കൊണ്ടുപോവുകയും ചെയ്യാറില്ല. ഇങ്ങനെയുള്ള സാധനങ്ങൾ വഴിപാടുകാർ കൊണ്ടുവന്ന നടയിൽ വെച്ചാൽ നിവേദ്യം കഴിച്ചിട്ട് ഇല്ലത്തേക്കാവശ്യമുള്ളവയെടുത്തു കൊണ്ടുപോകും. ശേഷമുള്ളവയെല്ലാം അവിടെ കിടക്കും അങ്ങനെയാണ് പതിവ്.

ഒരിക്കൽ അവിടെ വഴിപാടു വന്ന ഒരു മത്തങ്ങ ഒരാൾ മോഷ്ടിച്ചു കൊണ്ടുപോയി. അയാളുടെ വീട്ടിൽ കൊണ്ടുചെന്ന അതു മുറിച്ചപ്പോൾ അതിൽനിന്ന് ഒരു സർപ്പം പുറത്തേക്കു ചാടി. അതു കണ്ടു വീട്ടിലുണ്ടായിരുന്നവരെല്ലാം പേടിച്ചു നാലുപുറത്തേക്കുമോടി. മോഷ്ടിച്ചയാൾ ദൂരെ മാറി നിന്നു തൊഴുതുകൊണ്ട്, 'എന്റെ സർപ്പത്താനേ! എനിക്ക് ഇങ്ങനെ ഒരു ഭോഷത്വം പ്രവർത്തിക്കുവാൻ തോന്നുകയും ഞാനിങ്ങനെ പ്രവർത്തിച്ചു പോവുകയും ചെയ്തു. ഈ തെറ്റിന് അവിടുന്ന് സദയം ക്ഷമിച്ച് എന്നേയും എന്റെ കുടുംബത്തിലുള്ളവരേയും രക്ഷിക്കണം. ഞാൻ ഈ മത്തങ്ങയും ഇതെടുത്തതിനു പ്രായശ്ചിത്തമായി പത്തു ചക്രവുംകൂടി ഇപ്പോൾതന്നെ നടയിൽ കൊണ്ടുചെന്നു വെച്ചേക്കാം' എന്നു പറഞ്ഞു. ഉടനെ ആ സർപ്പം അന്തർദ്ധാനം ചെയ്തു.

അത് എങ്ങോട്ടാണ പോയതെന്ന് ആരും കണ്ടില്ല. മോഷ്ടാവ് ഉടനെ തന്നെ ആ മത്തങ്ങയും പത്തു ചക്രവുംകൂടി നടയിൽകൊണ്ടുചെന്ന വെച്ച തൊഴുതു പോന്നു. ഇങ്ങനെ അവിടെ അനേകം അത്ഭുതങ്ങളുണ്ടായിട്ടുണ്ട്. ഇപ്രകാരമുള്ള സ്ഥലത്ത് ആരും കയറി ഒന്നും മോഷ്ടിക്കാത്തത് ഒരത്ഭുതമല്ലല്ലോ.

ഈ അടുത്ത കാലത്ത് രണ്ടുമൂന്നു കൊല്ലം മുമ്പ് പന്തളത്തുകാരായ ഒരു നായർ കുടുംബക്കാർ മണ്ണാർശ്ശാലക്ഷേത്രത്തിൽ ഭജനത്തിനായി വന്നിരുന്നു. അവർ അവിടെ വന്നിട്ടു സ്വയം പാകംചെയ്ത് ഊണു കഴിച്ചാണ് താമസിച്ചിരുന്നത്. അരിയും കറിക്കോപ്പുകളും മറ്റും അവർ കൊണ്ടുവന്നിരുന്നു. രണ്ടു നേരവും വെയ്ക്കാനുള്ള അരി അളന്നെടുക്കാൻ ഒരു ചങ്ങഴി (അളവുപാത്രം) ഇല്ലത്തുനിന്നു മേടിച്ചാണ് അവർ ഉപയോഗിച്ചിരുന്നത്. അവർ ഭജനം കഴിഞ്ഞു മടങ്ങിപ്പോയ സമയം ചങ്ങഴി തിരിയെ ഇല്ലത്തു കൊടുത്തേൽപ്പിക്കാൻ മറന്നുപോവുകയാൽ ചെലവു കഴിച്ച ബാക്കിയുണ്ടായിരുന്ന അരിയോടുകൂടി ചാക്കിനകത്തു കിടന്നിരുന്ന ചങ്ങഴിയും അവർ കൊണ്ടുപോയി. വീട്ടിലെത്തി അവർ അരിച്ചാക്കഴിച്ചപ്പോൾ അതിനകത്ത് ചങ്ങഴിയും ചങ്ങഴിക്കകത്ത് ഒരു സർപ്പവുമിരിക്കുന്നതു കണ്ടു. അപ്പോൾ ആ വീട്ടുകാർക്കുണ്ടായ ഭയം സീമാതീതമായിരുന്നു. ഉടനെ ആ വീട്ടുകാർ സർപ്പത്തെ തൊഴുതുകൊണ്ട് 'ഈ ചങ്ങഴി ഞങ്ങൾ ഓർമ്മക്കേടുകൊണ്ടു കൊണ്ടുപോന്നതാണ്. ഇതിനെക്കുറിച്ച് കോപിക്കരുത്, ചങ്ങഴി ഇപ്പോൾതന്നെ കൊടുത്തയച്ച് ഇല്ലത്തെത്തിക്കാം. ഈ അന്ധാളിത്തത്തിനു പ്രായശ്ചിത്തമായി നൂറ്റൊന്നു ചക്രം നടയ്ക്കു വയ്ക്കുകയും ചെയ്യാം' എന്നു പറഞ്ഞു. ഉടനെ സർപ്പം ചങ്ങഴിയിൽ നിന്നിറങ്ങി മുറ്റംവരെ പോകുന്നത് എല്ലാവരും കണ്ടു. പിന്നെ അത് എങ്ങോട്ടാണ് പോയതെന്ന് ആരും കണ്ടില്ല. വീട്ടുകാർ ചങ്ങഴി കൊടുത്തയച്ച് ഇല്ലത്തെത്തിക്കുകയും നടയ്ക്കു നൂറ്റൊന്നു ചക്രം വെയ്ക്കുകയും ചെയ്തു.

മണ്ണാർശ്ശാലക്ഷേത്രത്തിൽ വഴിപാടായി ചക്ക, മാങ്ങ മുതലായ സാധനങ്ങളും ധാരാളം വരുമെന്നു മുമ്പു പറഞ്ഞിട്ടുണ്ടല്ലോ. അതും ചില പ്രാർത്ഥനകൾമൂലം വരുന്നതാണ്. ഒരിക്കൽ അമ്പലപ്പുഴയ്ക്കു സമീപം തകഴി എന്ന ദേശത്ത് ഒരു വീട്ടിൽ ഒരു പിലാവുണ്ടായി വളർന്നു കായ്ക്കാനുള്ള പ്രായമായിട്ടും കായ്ക്കാതെ നിന്നിരുന്നു. അത് കണ്ടിട്ട് ഒരയൽക്കാരൻ ആ വീട്ടിലെ കാരണവരോട് 'ഈ പിലാവിന്മേൽ ആദ്യമുണ്ടാകുന്ന ചക്ക മണ്ണാർശ്ശാലയിലേക്കു കൊടുത്തയയ്ക്കാമെന്നു പ്രാർത്ഥിച്ചാൽ ഈ പിലാവു കായ്ക്കും' എന്നു പറയുകയും ആ കാരണവർ അപ്രകാരം പ്രാർത്ഥിക്കുകയും ചെയ്തു. ഇങ്ങനെ പറയുകയും പ്രാർത്ഥിക്കുകയും ചെയ്തത് ഇടവമാസത്തിലായിരുന്നു. ചിങ്ങമാസത്തിൽ ആ അയൽക്കാരൻ ആ കാരണവരോട് 'നിങ്ങളുടെ പിലാവിൽ ചക്കയുണ്ടായോ? എന്നു ചോദിച്ചു. അതിനുത്തരമായിട്ട് ആ കാരണവർ 'ഇതുവരെ ഒന്നും ഉണ്ടായിക്കണ്ടില്ല. ഇനി ഞാൻ മണ്ണാർശ്ശാലയിലേയ്ക്കു കൊടുക്കുന്നത് ഇരട്ടച്ചക്കയാണ്'' എന്നു പറഞ്ഞു. ചക്കയുണ്ടാവുന്നതു സാധാരണയായി മഞ്ഞുകാലത്താണെന്നും വർഷകാലത്തു ചുരുക്കമാണെന്നും ഓർക്കാതെയാണ് ആ കാരണവർ ഇപ്രകാരം പറഞ്ഞതെന്നുള്ളതു തീർച്ചയാണല്ലോ. എങ്കിലും വൃശ്ചികമാസമായപ്പോൾ ആ പിലാവിന്മേൽ നിറച്ചു ചക്കയുണ്ടായി. അതെല്ലാം ഇരട്ടച്ചക്കതന്നെയായിരിക്കുകയും ചെയ്തു. അതു കണ്ടപ്പോൾ ജനങ്ങൾ 'ഇതു മണ്ണാർശ്ശാലയിലെ നാഗരാജാവിന്റെ വിദ്യ തന്നെയാണ്. ഈശ്വരന്മാരെ ആരും പരീക്ഷിക്കുകയും പരിഹസിക്കുകയും ചെയ്യരുത്.

ഇരട്ടച്ചക്കയാണ് കൊടുക്കുന്നതെന്നു പറഞ്ഞപ്പോ! ഉണ്ടായതെല്ലാം ഇരട്ടച്ചക്കതന്നെ. ഈ ചക്ക മുഴുവനും മണ്ണാർശ്ശാലയിൽത്തന്നെ കൊണ്ടുപോയി ക്കോട്ടുക്കണം. ഇരട്ടചക്കയ്ക്കു മറ്റാർക്കും അവകാശമില്ല' എന്നും മറ്റും പറഞ്ഞു തുടങ്ങി. ചക്കയുടെ ഉടമസ്ഥനും അതു ശരിയാണെന്നു തോന്നുകയാൽ അക്കൊല്ലമുണ്ടായ ചക്ക മുഴുവനും പറിച്ചു വള്ളങ്ങളിലാക്കി മണ്ണാർശ്ശാലയിൽ കൊണ്ടുപോയി നടയ്ക്കു വെച്ച് തൊഴുതുപോന്നു. പിന്നത്തെക്കൊല്ലം മുതൽ ആ പിലാവിന്മേൽ ഇരട്ടയും മറ്റുമല്ലാതെ സാമാന്യം പോലെയുള്ള ചക്ക ധാരാളമായിട്ടുണ്ടായിത്തുടങ്ങി. ആ വീട്ടുകാർ ആ പിലാവിന്മേൽ ആദ്യമുണ്ടാകുന്ന ചക്ക ആണ്ടുതോറും മണ്ണാർശ്ശാലയിൽ കൊണ്ടുപോയി കൊടുത്തുതുടങ്ങുകയും ചെയ്തു. അങ്ങനെ ഇപ്പോഴും നടന്നുവരുന്നു. ഇങ്ങനെ ഓരോ കാരണവശാലാണ് അവിടെ ജനങ്ങൾ കറിക്കോപ്പുകൾ കൊണ്ടുചെന്നു കൊടുക്കുന്നത്.

സന്താനാർത്ഥമായും രോഗശമനത്തിനായും ബാധോപദ്രവങ്ങൾ നീങ്ങാനായും മറ്റും മണ്ണാർശാലയിൽ പത്തും പതിനഞ്ചും അതിലധികവും ഭജനക്കാർ എന്നുമുണ്ടായിരിക്കും. അവിടെ ഭജനക്കാരും വഴിപാടുകാരുമില്ലാതെ ഒരു ദിവസം പോലും ഉണ്ടായിരിക്കുന്നില്ല. ഭജിക്കുന്നവർക്കാർക്കും ഫലസിദ്ധി ഉണ്ടാകാതെയുമിരിക്കുന്നില്ല. നാൽപ്പതും നാൽപ്പത്തഞ്ചും വയസ്സുവരെ പ്രസവിക്കാതെയിരുന്നിട്ടു മണ്ണാർശ്ശാലയിൽ ഭജിക്കുകയും വഴിപാടുകൾ കഴിക്കുകയും ചെയ്തതിന്റെ ശേഷം ഗർഭം ധരിച്ചു പ്രസവിച്ചിട്ടുള്ള സ്ത്രീകൾ ഇപ്പൊഴും ധാരാളമുണ്ട്. ബാധോപദ്രവങ്ങളുള്ള സ്ത്രീകളും മറ്റും അവിടെ പന്ത്രണ്ടോ നാൽപതോ ദിവസം ഭജനമിരിക്കുമ്പോൾ തുള്ളി സത്യം ചെയ്തു ബാധകളെല്ലാം ഒഴിഞ്ഞുപോവുക സാധാരണമാണ്. അപ്രകാരംതന്നെ അവിടെ ഭജിച്ചിട്ടു രോഗങ്ങൾ ശമിച്ചിട്ടുള്ള ജനങ്ങളും വളരെയുണ്ട്. മണ്ണാർശ്ശാലയിൽ ഭജിച്ചാൽ ഏതു ത്വക്കുരോഗവും ശമിക്കുമെന്നുള്ളതു പ്രസിദ്ധവും ഇപ്പോഴും കണ്ടുവരുന്നതുമാണ്. ഈ അടുത്തകാലത്തുതന്നെ അതികഠിനമായ കുഷ്ഠരോഗം ബാധിച്ച പലർ മണ്ണാർശ്ശാലയിൽ ചെന്നു ഭജിച്ചു രോഗം നിശ്ശേഷം മാറി പൂർണ്ണസുഖത്തെ പ്രാപിച്ചുപോയിട്ടുണ്ട്. എന്തിനു വളരെ പറയുന്നു.? ഭക്തിയോടും വിശ്വാസത്തോടും കൂടി മണ്ണാർശ്ശാലയിൽ ഭജിച്ചാൽ സകലാഭീഷ്ടസിദ്ധിയുമുണ്ടാകുമെന്നുള്ളതു തീർച്ചയാണ്. അതിനാൽ ഈ സ്ഥലത്തു ഹിന്ദുക്കൾ മാത്രമല്ല, ഇതരമതക്കാരും ധാരാളമായി വരികയും വഴിപാടുകൾ നടത്തുകയും ചെയ്തു വരുന്നുണ്ട്.

മണ്ണാർശ്ശാലയിൽ ആട്ടവിശേഷ (ആണ്ടുവിശേഷ) മായി പണ്ടേ തന്നെ നിശ്ചയിച്ചിട്ടുള്ളതു കന്നിമാസത്തിൽ ആയില്യമാണ്. ആയില്യം സർപ്പങ്ങളുടെ നാളാണല്ലോ. അന്ന് അവിടെ വിശേഷാൽ ചില പൂജകളും എഴുന്നള്ളിപ്പും സദ്യയും മറ്റും പതിവുണ്ട്. ആ ദിവസം ദർശനത്തിനായും എഴുന്നള്ളിപ്പും മറ്റും കാണുന്നതിനായും കച്ചവടത്തിനായും മറ്റും അസംഖ്യമാളുകൾ കൂടുക പതിവാണ്.

973ാമാണ്ടു നാടുനീങ്ങിയ കാർത്തികതിരുനാൾ രാമവർമ്മ മഹാരാജാവു തിരുമനസ്സുകൊണ്ട് ചെറുപ്പത്തിൽ ഏതാനും കാലം കാർത്തികപ്പള്ളിക്കൊട്ടാരത്തിൽ എഴുന്നള്ളി താമസിച്ചിരുന്നുവല്ലോ. അക്കാലത്ത് ആ തിരുമനസ്സുകൊണ്ട് ആണ്ടുതോറും കന്നിമാസത്തിലായില്യത്തിനു മണ്ണാർശ്ശാലയിലെഴുന്നള്ളി ദർശനം നടത്തുക പതിവായിരുന്നു. അങ്ങനെയിരുന്നപ്പോൾ

ഒരാണ്ടിൽ കന്നിമാസത്തിൽ എന്തോ ഒരു അത്യാവശ്യകാര്യത്തിനായി നാഗരുകോവിലിലേക്കു എഴുന്നേള്ളുണ്ടതായി വന്നു. ആയില്യമാകുമ്പോഴേക്കും തിരിച്ചെഴുന്നള്ളാമെന്നു വിചാരിച്ചാണ് എഴുന്നള്ളിയത്. എങ്കിലും കാര്യാന്തരഗൗരവം നിമിത്തം അതു സാധിച്ചില്ല. ആയില്യം കഴിഞ്ഞതിന്റെ ശേഷമാണ് കാർത്തികപ്പള്ളിയിൽ തിരിച്ചെഴുന്നള്ളിയത്. ആയില്യത്തിനു മണ്ണാർശ്ശാലയിൽ എഴുന്നള്ളിദർശനം കഴിക്കാൻ സാധിക്കാഞ്ഞതു നിമിത്തം തിരുമനസ്സിൽ അസാമാന്യ കുണ്ഠിതമുണ്ടായി. അതിനാൽ ഒരു ദിവസം കല്പിച്ച് ഒരാളയച്ചു നമ്പ്യാതിരിയെ തിരുമുമ്പിൽ വരുത്തി 'ഈ കന്നിമാസത്തിൽ ആയില്യത്തിനു നമുക്ക് അവിടെ വന്നു ദർശനം നടത്താൻ സാധിച്ചില്ല. അടുത്ത (തുലാമാസത്തിൽ) ആയില്യത്തിന്നു വന്നു ദർശനം നടത്തണമെന്നാണ് വിചാരിക്കുന്നത്. അന്നു കന്നിമാസത്തിൽ ആയില്യത്തിനു പതിവുള്ള വിശേഷങ്ങളെല്ലാം അവിടെ ഉണ്ടായിരിക്കണം. അതിലേക്കു വിശേഷാൽ വേണ്ടിവരുന്ന ചെലവിനു കണക്കയച്ചാൽ പണമവിടെനിന്നു തന്നേക്കാം' എന്നു കല്പിച്ചു. നമ്പ്യാതിരി കല്പനപോലെ നടത്തി കൊള്ളാമെന്നു സമ്മതിക്കുകയും അപ്രകാരം നടത്തുകയും തിരുമനസ്സുകൊണ്ടു എഴുന്നള്ളി എല്ലാം തൃക്കൺപാർത്തു സന്തോഷിക്കുകയും നമ്പ്യാതിരിയുടെ കണക്കിൻ പ്രകാരമുള്ള പണം കല്പ്പിച്ചയയ്ക്കുകയും ചെയ്തു. അടുത്തകൊല്ലവും കന്നിമാസത്തിലെപ്പോലെതന്നെ തുലമാസത്തിലെ ആയില്യവും ആഘോഷിക്കണമെന്നും കല്പിക്കുകയും നമ്പ്യാതിരി അപ്രകാരം നടത്തുകയും കണക്കനുസരിച്ചുള്ള പണം കല്പിച്ചു കൊടുക്കുകയും ചെയ്തു. അങ്ങനെ ഏതാനും കൊല്ലം നടക്കുകയും കാലക്രമേണ അതു പതിവായിത്തീരുകയും ചെയ്തു. ഇപ്പോഴും അവിടെ കന്നി, തുലാം രണ്ടു മാസങ്ങളിലെ ആയില്യവും ഘോഷിച്ചു വരുന്നുണ്ട്. എന്നാൽ ഇപ്പോൾ കന്നിമാസത്തിലെ ആയില്യത്തേക്കാൾ കേമമാകുന്നത് തുലാമാസത്തിലെ ആയില്യമാണ്. കാഴ്ചക്കാരും കച്ചവടക്കാരും മറ്റും അധികം വന്നുകൂടുന്നതും നടവരവധികമുണ്ടാകുന്നതുമന്നാണ്. അതു മഹാഭാഗ്യനിധിയായിരുന്ന മഹാരാജാവു തിരുമനസ്സുകൊണ്ട് കല്പിച്ചു നിശ്ചയിച്ചതായതു കൊണ്ടായിരിക്കാം.

ഇനി ഇയ്യിടെയുണ്ടായ ചില വിശേഷങ്ങൾകൂടി പറയാം. ഇതെഴുതുന്ന ഞാൻ ഇക്കഴിഞ്ഞ വൃശ്ചികമാസത്തിൽ ഒരു ദിവസം കോട്ടയത്തുള്ള മാന്യനായ ഒരു ക്രിസ്ത്യാനിയുടെ വീട്ടിൽ ഒരു കാര്യവശാൽ പോയിരുന്നു. അപ്പോൾ ആ മനുഷ്യൻ എന്നോട്, 'സാറേ ഇവിടെ ഒരത്ഭുതമുണ്ടായിരിക്കുന്നു. 'മണ്ണാർശ്ശാല മാഹാത്മ്യം' എന്ന തലക്കെട്ടോടുകൂടി സാർ എഴുതിയതും, 'ഭാഷാപോഷിണി' മാസികയിൽ ചേർത്തു പ്രസിദ്ധപ്പെടുത്തിയിരുന്നതുമായ ലേഖനം വായിച്ചപ്പോൾ ഇതാ ഈ മുറ്റത്തു നിൽക്കുന്ന പിലാവിന്മേൽ ചക്കയുണ്ടായാൽ ആദ്യമുണ്ടാകുന്ന ചക്ക മണ്ണാർശ്ശാലയിലേക്കു കൊടുത്തയച്ചേയ്ക്കാമെന്നു ഞാൻ മനസ്സിൽ വിചാരിച്ചു. ഇതാ ഇപ്പോൾ ഇതിന്മേൽ നാലു ചക്ക ഉണ്ടായിരുന്നു. ഈ പിലാവു കായ്ക്കാനുള്ള കാലം കഴിഞ്ഞിട്ടു വളരെക്കാലമായി എന്ന് ഇതു കണ്ടാൽത്തന്നെ അറിയാമല്ലോ. ഇതിനേക്കാൾ പ്രായം കുറഞ്ഞ പിലാവുകൾ ഇവിടെ വേറെ അഞ്ചാറുണ്ട്. അവ കായ്ച്ചുതുടങ്ങീട്ട് എട്ടും പത്തും കൊല്ലം വീതമായിരിക്കുന്നു. ഈ പിലാവിന്മേൽ ഇതിനു മുമ്പ് ഒരു ചക്കപോലും ഒരിക്കലുമുണ്ടായിട്ടില്ല. ഇങ്ങനെ ഞാനൊരു വഴിപാടു നിശ്ചയിച്ചു എന്നും, മണ്ണാർശ്ശാലയിലേക്കു ചക്ക കൊടുത്തയച്ചു

എന്നും, ഞങ്ങളുടെ കൂട്ടുകാരറിഞ്ഞാൽ എന്നെ പരിഹസിക്കും. ഇങ്ങനെ ഉണ്ടായിരിക്കുന്ന സ്ഥിതിക്ക് ചക്ക കൊടുത്തയയ്ക്കാതെയിരിക്കുന്നത് ശരിയുമല്ല. അതുകൊണ്ട് എന്തുവേണ്ടു എന്നു സംശയിക്കുന്നു' എന്നു പറയുകയും, ആദ്യമായി ഉണ്ടായ ചക്ക എന്നെ കാണിക്കുകയും ചെയ്തു. അപ്പോൾ ഞാൻ, 'ഈ ചക്കയ്ക്കു നാലുപേർ കണ്ടു നിശ്ചയിക്കുന്ന വിലയും, വിവരത്തിന് ഒരെഴുത്തുംകൂടി ഗൂഢമായി ഒരാളുടെ പക്കൽ കൊടുത്തു മണ്ണാർശ്ശാല നമ്പ്യാതിരിയുടെ അടുക്കൽ എത്തിച്ചുകൊടുത്താൽ മതി. അവിടെ ക്രിസ്ത്യാനികളും മുഹമ്മദീയരും മറ്റും ഇങ്ങനെ രഹസ്യമായി ഇപ്പോഴും വഴിപാടുകൾ കൊടുത്തയയ്ക്കാറുണ്ട്'' എന്നു മറുപടിയും പറഞ്ഞു.

ഇതു കൂടാതെ ഇയ്യിടെതന്നെ ഒരു സംഗതികൂടിയുണ്ടായി. എന്തെന്നാൽ, ദേവസ്വം കമ്മീഷണറാപ്പീസിൽ ഒരു ഉദ്യോഗമായി തിരുവനന്തപുരത്തു താമസിക്കുന്ന എം.എ. ബിരുദം ലഭിച്ചിട്ടുള്ള ഒരു മഹാനും, 'ഭാഷാപോഷിണി' മാസികയിൽച്ചേർത്തിരുന്ന മേൽപ്പറഞ്ഞ ലേഖനം വായിക്കുകയും, ഒരു കാര്യം സാധിക്കുന്നതിനായി മണ്ണാർശ്ശാലയിലേയ്ക്ക് ഒരു വഴിപാടു നിശ്ചയിക്കുകയും, കാര്യം ഉടൻ സാധിക്കുകയും, പണം അയച്ചുകൊടുത്തു വഴിപാടു നടത്തിക്കുകയുമുണ്ടായി. വഴിപാടു നടത്തുന്നതിനുള്ള പണം അയച്ചുകൊടുക്കുന്നതിന് നമ്പ്യാതിരിയുടെ മേൽവിലാസം അറിയിച്ചു കൊടുക്കണമെന്ന് ആ ഉദ്യോഗസ്ഥൻ ആവശ്യപ്പെട്ടുകയാൽ അതറിയിച്ചുകൊടുത്തതും ഇതെഴുതുന്നയാൾ തന്നെയാണ്.

●

ആറന്മുള വലിയ ബാലകൃഷ്ണൻ

മുമ്പൊരു കാലത്ത് ആറൻമുളദേവസ്വംവകയായി വലിയ ബാലകൃഷ്ണൻ എന്ന പ്രസിദ്ധനായിട്ട് ഒരാനയുണ്ടായിരുന്നു. കാഴ്ചയിലും കാര്യത്തിലും ഇത്രയും യോഗ്യതയുള്ള ഒരാന അക്കാലത്തു വേറെ ഉണ്ടായിരുന്നില്ലെന്നല്ല, അതിനു മുമ്പും അതിൽപിന്നെയും ഉണ്ടായിട്ടുമില്ല. ആ ആനയെ ആറൻമുള സ്സമൂഹക്കാർ അവിടെ ദേവനു നടയ്ക്കിരുത്തിയതായിരുന്നു. സമൂഹക്കാർ ആ ആനയെ നടക്കിരുത്താനുണ്ടായ കാരണം താഴെപ്പറയുന്നു.

973ാമാണ്ടു നാടുനീങ്ങിയ കാർത്തിതിരുനാൾ രാമവർമ്മ മഹാരാജാവു തിരുമനസ്സുകൊണ്ടു തിരുമൂപ്പേറ്റതിന്റേശേഷം 937ാമാണ്ട് ആദ്യമായി നടത്തിയ മുറജപത്തിനു കൂടിയിരുന്ന നമ്പൂരിമാരുടെ കൂട്ടത്തിൽ പ്രത്യേകം സ്വാദറിഞ്ഞു ഭക്ഷിക്കുന്ന ആളായിട്ട് ഒരു വടക്കൻ നമ്പൂരിയുണ്ടായിരുന്നു. അദ്ദേഹം വലിയ ഭക്ഷണപ്രിയനുമായിരുന്നു. ഊണു കഴിച്ചുകൊണ്ടിരിക്കുമ്പോൾ അദ്ദേഹം ഓരോ ദിക്കിലെ വിശേഷങ്ങളെക്കുറിച്ചു പറയുകയും സേവൻമാർ മുഖാന്തരം മഹാരാജാവു തിരുമനസ്സുകൊണ്ട് അതു അറിയുകയും ആ സാധനങ്ങൾ തിരുമനസ്സുകൊണ്ടു തിരുവനന്തപുരത്തു വരുത്തി മുറജപ സദ്യയ്ക്കു വിളമ്പിക്കുകയും ചെയ്തിരുന്നു എന്നും ആ കൂട്ടത്തിൽ ഈ നമ്പൂരി ഒരു ദിവസം 'പാണ്ടമ്പറമ്പത്തു കോടൻ ഭരണിയിലെ ഉപ്പുമാങ്ങ'യെക്കുറിച്ച് പ്രസ്താവിക്കുകയും അതു തിരുമനസ്സുകൊണ്ടു തിരുവനന്തപുരത്തു വരുത്തി സദ്യയ്ക്കു വിളമ്പിക്കുകയും ചെയ്തു എന്നും മറ്റുമുള്ള ഐതിഹ്യങ്ങൾ പ്രസിദ്ധങ്ങളാണല്ലോ. അങ്ങനെ ആ നമ്പൂരി ഒരു ദിവസം ഓരോന്നു പറഞ്ഞകൂട്ടത്തിൽ 'ആറൻമുളക്ഷേത്രത്തിലെ ഉത്സവസദ്യയുടെ എരിശ്ശേരി പോലെ നല്ലതായിട്ടുള്ള എരിശ്ശേരി മറ്റെങ്ങുമില്ല' എന്നു പ്രസ്താവിച്ചു. മഹാരാജാവുതിരുമനസ്സുകൊണ്ട് അതു അറിയുകയും ആറൻമുളസ്സമൂഹക്കാരെ വരുത്തുന്നതിനു കല്പിച്ചു ചട്ടംകെട്ടുകയും ചെയ്തു.

ആറൻമുളക്ഷേത്രം ഊരാളൻമാരുടെ വകയായിരുന്ന കാലത്തു തന്നെ അയിരൂര്, ചെറുകോൽ, മാലക്കര, കോയിപ്പുറം ഈ നാലു കരയിലുമുള്ള ജനങ്ങൾക്കുകൂടി ക്ഷേത്രത്തിൽ ചില അധികാരങ്ങളും അവകാശങ്ങളും മറ്റുമുണ്ടായിരുന്നു. ഈ നാലു കരകളിലുംകൂടി രണ്ടായിരത്തൂറു വീട്ടുകാരുണ്ടായിരുന്നുവെന്നാണു കേൾവി. ആ നാലു കരയിലെയും നാഥത്വം അയിരൂർ തോട്ടാവള്ളിൽ കുറുപ്പിനായിരുന്നു. കുറുപ്പിന് ആ കരകളിലെ ഗുരുസ്ഥാനമുണ്ടായിരുന്നതിനാൽ ആ കുടുംബക്കാരെ തോട്ടാവള്ളിലാശാൻ എന്നും പറഞ്ഞിരുന്നു. കുറുപ്പിന് ഇങ്ങനെ കരനാഥത്വവും ഗുരുസ്ഥാനവുമുണ്ടായി

രുന്നതിനാൽ ആറൻമുള ദേശത്തും ക്ഷേത്രത്തിലും സകല കാര്യങ്ങളും കുറുപ്പിന്റെ വരുതിപ്രകാരമാണ നടന്നിരുന്നത്. ക്ഷേത്രം സർക്കാരിൽ ചേർത്തതിന്റെശേഷവും കുറച്ചുകാലത്തേയ്ക്കുകൂടി കുറുപ്പിന്റെ അധികാരം അവിടെ ഒരുവിധം നിലനിന്നിരുന്നു. അതിനാൽ സമൂഹക്കാരെ തിരുവനന്തപുരത്തു മുറജപസ്സദ്യയ്ക്ക് എരിശ്ശേരി വെയ്ക്കാൻ അയച്ചുകൊടുക്കണമെന്നു കല്പനപ്രകാരം എഴുതിയയച്ചതു തോട്ടാവള്ളിൽ കുറുപ്പിന്റെ പേർക്കായിരുന്നു. എഴുത്തുകിട്ടിയ ഉടനെ കുറുപ്പു സമൂഹക്കാരെക്കണ്ടു വിവരം പറഞ്ഞു. അപ്പോളവർ, 'ഇതു വലിയ സങ്കടമായിട്ടുള്ള കാര്യമാണ്. ഞങ്ങളിവിടെ ഉത്സവസ്സദ്യയുടെ ദേഹണ്ഡവും മറ്റും കഴിച്ചുകൂട്ടുന്നുണ്ടെങ്കിലും ദൂരസ്ഥലങ്ങളിൽപ്പോയി വലിയ അടിയന്തിരങ്ങൾക്കു ദേഹണ്ഡം നടത്തി ഞങ്ങൾക്കു വലിയ പരിചയമില്ല. മുറജപം ഏറ്റവും വലിയതായ അടിയന്തിരമാണ്. അവിടെപ്പോയാൽ ഞങ്ങൾ ഇപ്പോഴുള്ള മാനവും കളഞ്ഞ് അപമാനത്തോടുകൂടി മടങ്ങിപ്പോരേണ്ടതായി വരും. അതിനാൽ ഇക്കാര്യത്തിൽ ഞങ്ങളോടു നിർബന്ധിക്കരുത്'' എന്നു പറഞ്ഞു. ഉടനെ കുറുപ്പ് 'ഇത് ഇങ്ങനെയൊക്കെ പറഞ്ഞ് ഒഴിയാവുന്ന കാര്യമല്ല. കല്പനയാണ്. നിങ്ങൾ പോവുകതന്നെ വേണം. നിങ്ങളെല്ലാവരും കുളിച്ചു ക്ഷേത്രത്തിൽച്ചെന്നു സ്വാമിദർശനം കഴിച്ചു യഥാശക്തി എന്തെങ്കിലും ഒരു വഴിപാടു പ്രാർത്ഥിച്ചിട്ടു പോകുവിൻ. നിങ്ങൾക്ക് അപമാനത്തിനു സ്വാമി ഇടയാക്കുകയില്ല. ബഹുമാനത്തോടുകൂടിത്തന്നെ തിരിച്ചുപോരാൻ നിങ്ങൾക്കു തിരുവാറൻമുളയപ്പൻ സംഗതിയാക്കും' എന്നു നിർബന്ധപൂർവ്വം പറയുകയാൽ അവരെല്ലാവരും പോയി കുളിച്ചു ക്ഷേത്രത്തിൽച്ചെന്നു ഭഗവാനെ വന്ദിച്ചു ഒരു വഴിപാടും നിശ്ചയിച്ചിട്ടു തിരുവനന്തപുരത്തേക്ക് പോയി.

സമൂഹക്കാർ തിരുവനന്തപുരത്തെത്തി എരിശ്ശേരിവെച്ചു സദ്യയ്ക്കു വിളമ്പി. വടക്കൻ നമ്പൂരി ആ എരിശ്ശേരി കൂട്ടിയപ്പോൾ 'ഹേ ആറൻമുളയെരിശ്ശേരിയും ഇവിടെ വന്നുവല്ലോ. ഈ മഹാരാജാവു വിചാരിച്ചാൽ സാധിക്കാത്തതായിട്ടൊന്നുമുണ്ടെന്നു തോന്നുന്നില്ല. ഒരു സമയം ദേവലോകത്തുനിന്ന് അമൃതു ഇവിടെ വരുത്തണമെന്നു വിചാരിച്ചാലും സാധിച്ചേയ്ക്കുമെന്നാണ് തോന്നുന്നത്'' എന്നു പറഞ്ഞു. അതും തിരുമനസ്സുകൊണ്ട് ഉടനെ അറിഞ്ഞു. പിന്നെ മുറജപം കഴിയുന്നതുവരെ എരിശ്ശേരിവെയ്പ് ആറൻമുളസമൂഹക്കാർ തന്നെയാണ് നടത്തിയത്.

മുറജപം കഴിഞ്ഞതിന്റെശേഷം സമൂഹക്കാരെ തിരുമുമ്പാകെ വരുത്തി സസന്തോഷം ചിലതൊക്കെ കല്പിക്കുകയും അവർക്കെല്ലാവർക്കും യഥായോഗ്യം സമ്മാനങ്ങൾ കല്പിച്ചു കൊടുക്കുകയും അവർക്കു പതിവിലിരട്ടി ദേഹണ്ഡപ്പണം കൊടുക്കുന്നതിനു കല്പിച്ചു ചട്ടം കെട്ടുകയും ചെയ്തു. അപ്പോൾ സമൂഹക്കാർ, 'ഇപ്പോൾ കൽപിച്ചുതന്ന സമ്മാനങ്ങൾകൊണ്ടു തന്നെ ഞങ്ങൾക്കു ധാരാളം തൃപ്തിയായിരിക്കുന്നു. ഇനി ദേഹണ്ഡപ്പണവും മറ്റും വെണമെന്നില്ല. എന്നാൽ ഞങ്ങൾക്ക് ഒരു കാര്യം തിരുമനസ്സറിയിക്കാനുണ്ട്. ഞങ്ങൾ ഇങ്ങോട്ടു പോന്നസമയം ആറൻമുളദേവനെ വന്ദിച്ച് ഇവിടെനിന്ന് അപമാനത്തിടയാകാതെ തിരിച്ചുപോകുവാൻ സംഗതിയായാൽ അവിടെ ചെല്ലുമ്പോൾ ഒരാനയെ നടയ്ക്കിരുത്തിയേയ്ക്കാം എന്നു പ്രാർത്ഥിച്ചിട്ടാണ് പോന്നത്. ഇവിടെ വന്നിട്ടു ഞങ്ങൾക്കു ബഹുമാനത്തിനാണല്ലോ ഇടയായത്. അതിനാൽ ഞങ്ങൾക്കു തിരുവാറൻമുളയപ്പന്റെ നടയ്ക്കിരുത്തു

ന്നതിനായി ഒരാനയെത്തരുന്നതിനു കല്പനയുണ്ടാകണം' എന്നറിയിച്ചു. ഉടനെ തിരുമനസ്സുകൊണ്ടു ലായംകാര്യക്കാരെ തിരുമുമ്പാകെ വരുത്തി, 'ഈ സമൂഹക്കാരെക്കൊണ്ടുപോയി ലായം കാണിച്ച് അവിടെയുള്ളതിൽ ഇവർ ആവശ്യപ്പെടുന്ന ഒരാനയെ ഇവർക്കു കൊടുക്കണം' എന്നു കല്പിച്ചു. കാര്യക്കാർ സമൂഹക്കാരോടുകൂടി ലായത്തിലെത്തിയസമയം സമൂഹക്കാരിൽ ഒരാൾ തുള്ളി 'എനിക്ക് ഇതുമതി ഇതുതന്നെവേണം' എന്ന് ഒരാനയെ തൊട്ടുകാണിച്ചുകൊണ്ടു പറഞ്ഞു. ഇതു തിരുവാറൻമുളദേവന്റെ കല്പനയാണെന്നു വിശ്വസിച്ചു സമൂഹക്കാരെല്ലാവരും ആ ആനയെത്തന്നെ കിട്ടിയാൽ മതിയെന്നു സമ്മതിച്ചു പറഞ്ഞു. ആ ആന വല്ലാതെ ക്ഷീണിച്ച് എണീറ്റു നടക്കാൻപോലും ശക്തിയില്ലാതെയായിപ്പോയിരുന്നതിനാൽ അതു താമസിയാതെ ചരിഞ്ഞു(മരിച്ചു)പോകുമെന്നു കാര്യക്കാരും മറ്റും തീർച്ചപ്പെടുത്തിയിരിക്കുകയായിരുന്നു. ആ ആനയെ കിട്ടിയാൽ മതിയെന്നു സമ്മതിച്ചതിനാൽ ഈ സമൂഹക്കാർ കേവലം വിഡ്ഢികൾ തന്നെയാണെന്നു ലായത്തിലുണ്ടായിരുന്നവരെല്ലാം തീർച്ചപ്പെടുത്തി. എങ്കിലും അവരാരും ഒന്നും പറഞ്ഞില്ല. കാര്യക്കാരും സമൂഹക്കാരുംകൂടി വീണ്ടും തിരുമുമ്പാകെച്ചെല്ലുകയും സമൂഹക്കാർ ആനയെ കൊണ്ടുപോകുന്നതിന്ന് ആറൻമുളച്ചെന്നിട്ട് ആളയച്ചുകൊള്ളാമെന്നു യാത്രയുമുറപ്പിച്ചുകൊണ്ട് അപ്പോൾത്തന്നെ അവിടെനിന്നു പോവുകയും ചെയ്തു. സമൂഹക്കാർ പോയതിന്റെശേഷം കാര്യക്കാരും ആ ആനയുടെ സ്ഥിതി തിരുമനസ്സറിയിച്ചിട്ടു തിരുമുമ്പിൽനിന്നും പോയി.

സമൂഹക്കാർ യഥാകാലം ആറൻമുള എത്തുകയും സകല വിവരങ്ങളും തോട്ടാവള്ളിൽകുറുപ്പിനെ ഗ്രഹിപ്പിക്കുകയും ചെയ്തു. കല്പിച്ചു തന്ന ആനയെ കൊണ്ടുപോരുന്നതിനു വല്ലവരേയും പറഞ്ഞയച്ചാൽപ്പോരെന്നും താൻതന്നെ പോയി കൊണ്ടുവരാമെന്നും കുറുപ്പു സമ്മതിച്ചു. അക്കാലത്തു ആറൻമുള കക്കഴിവീട്ടുകാർ ആനപ്പഴക്കിൽ ഏറ്റവും സമർത്ഥൻമാരും പ്രസിദ്ധൻമാരുമായിരുന്നതിനാൽ ആ വീട്ടിൽനിന്നും നാരായണൻനായരെന്നും രാമൻനായരെന്നും പ്രസിദ്ധൻമാരായിരുന്ന രണ്ടു പേരേയും അയിരൂർ മുതലായ നാലുകരകളിൽ നിന്നും യോഗ്യൻമാരായ ഓരോരുത്തരേയും കൂട്ടിക്കൊണ്ടുപോയി കുറുപ്പു നിശ്ചയിച്ചിരുന്ന ആനയെക്കണ്ടു. കുറുപ്പിനും ആനയെ വളരെ ബോധിച്ചു. ആ ആനയ്ക്കു തലക്കട്ടിയും കൊമ്പുകളുടെ വലിപ്പവും ഭംഗിയും ഉടലിന്റെ നീളവും മറ്റും അസാമാന്യമായിട്ടുണ്ടായിരുന്നു. ദേഹം വളരെ ക്ഷീണിച്ചിരുന്നു എന്നു മാത്രമേ ഒരു ദോഷമുണ്ടായിരുന്നുള്ളു.

ആനയെ കണ്ടതിന്റെശേഷം കുറുപ്പു വലിയകൊട്ടാരത്തിൽച്ചെന്നു മുഖം കാണിച്ചു. അപ്പോൾ തിരുമനസ്സുകൊണ്ട്, 'നാം സമൂഹക്കാർക്കു കൊടുത്ത ആനയെ കൊണ്ടുപോകാനായിട്ടു വന്നിരിക്കുകയാണ് അല്ലേ? കുറുപ്പ് ആ ആനയെ കണ്ടുവോ?' എന്നു കല്പിച്ചു ചോദിച്ചു. ഉടനെ കുറുപ്പ് 'റാൻ. അടിയൻ കണ്ടു' എന്നറിയിച്ചു.

തിരുമനസ്സുകൊണ്ട്: ആ ആന വളരെ ക്ഷീണിച്ചിരിക്കുന്നതായിക്കേട്ടു. ആറൻമുള ദേവനു നടയ്ക്കിരുത്താനായി നാം കൊടുക്കുന്ന ആന നന്നായിരിക്കണമല്ലോ. അതിനാൽ ഇവിടെ ലായത്തിലുള്ളതിൽ വേറെ ഏതാനയെ വേണമെങ്കിലും കൊണ്ടുപോകുന്നതിനു വിരോധമില്ല.

കുറുപ്പ്: ആനകളുടെ ഗുണദോഷങ്ങളേയും ലക്ഷണങ്ങളേയും വിവരിക്കു

ന്നതായി 'മാതംഗലീല' എന്നൊരു ശാസ്ത്രഗ്രന്ഥമുള്ളതു തൃക്കൺപാർത്തിട്ടുണ്ടായിരിക്കുമല്ലോ. ആ ശാസ്ത്രപ്രകാരം നോക്കുന്നതായാൽ ഇതുപോലെ സകല ശുഭലക്ഷണങ്ങളും തികഞ്ഞതായ ഒരാന ഈ ലായത്തിലെന്നല്ല, എങ്ങുംതന്നെ വേറെ കാണുമെന്നും തോന്നുന്നില്ല. അതിനാൽ ആറൻമുള നടയ്ക്കിരുത്താൻ ഈ ആനതന്നെ മതിയെന്നാണ് അടിയനു പഴമനസ്സിൽ തോന്നുന്നത്. ഈ ആന ഇങ്ങനെ ക്ഷീണിച്ചു പോയതു വേണ്ടതുപോലെ രക്ഷിക്കാഞ്ഞിട്ടാണ്. ആറൻമുളകൊണ്ടുപോയി വേണ്ടതുപോലെ രക്ഷിക്കുകയും പതിവായി ആ പമ്പാനദിയിൽ നനയ്ക്കുകയും ചെയ്താൽ ആനയുടെ ക്ഷീണം കുറച്ചുദിവസംകൊണ്ടു തിർന്നുപോകും.

കുറുപ്പ് ഇങ്ങനെ തിരുമനസ്സറിയിച്ചതിന്റെശേഷം മാതംഗലീലയിലെ നാലഞ്ചു ശ്ലോകങ്ങളും ചൊല്ലിക്കേൾപ്പിച്ചു.

തിരുമനസ്സുകൊണ്ട്: എന്നാൽ കുറുപ്പിന്റെ അഭിപ്രായംപോലെ ആ ആനയെത്തന്നെ കൊണ്ടുപൊയ്ക്കൊള്ളൂ. നാം മാതംഗലീല എന്നൊരു ശാസ്ത്രമുണ്ടെന്നു കേട്ടിട്ടുള്ളതല്ലാതെ കണ്ടിട്ടില്ല. കുറുപ്പിന്റെ കൈയ്യിൽ ആ ഗ്രന്ഥമുണ്ടെങ്കിൽ ഒരു പ്രതി പകർത്തിയെഴുതിച്ച് ഇവിടെ അയച്ചു തന്നാൽ കൊള്ളാം.

കുറുപ്പ്: റാൻ. താമസിയാതെ ഒരു പ്രതി ഇവിടെ എത്തിച്ചു കൊള്ളാം.

അനന്തരം തിരുമനസ്സുകൊണ്ട് കുറുപ്പിനു യഥായോഗ്യം ചില സമ്മാനങ്ങൾ കല്പിച്ചു കൊടുക്കുകയും കുറുപ്പു യാത്രയറിയിച്ചുകൊണ്ട് അന്നുതന്നെ ആനയെയുംകൊണ്ടു തിരുവനന്തപുരത്തുനിന്നു പോരികയും ചെയ്തു.

കുറുപ്പ് ആനയെയുംകൊണ്ട് ആറൻമുള എത്തിയതിന്റെ പിറ്റെ ദിവസം തന്നെ സമൂഹക്കാരെക്കൊണ്ട് ആനയെ നടയ്ക്കിരുത്തിക്കുകയും നടയിൽ വെച്ചുതന്നെ ആനയ്ക്കു 'വലിയബാലകൃഷ്ണൻ' എന്നു പേരിടുവിക്കുകയും ഇതു സംബന്ധിച്ചു കളഭം, വിളക്ക്, സദ്യ മുതലായവ കെങ്കേമമായി നടത്തിക്കുകയും ചെയ്തതിന്റെ ശേഷം അധികം താമസിയാതെ മാതംഗലീലയുടെ ഒരു പകർപ്പെഴുതിച്ചു കൊട്ടാരത്തിലേയ്ക്ക് അയയ്ക്കുകയും ചെയ്തു.

അക്കാലത്തു അവിടെ ദേവസ്വം വകയായി ബാലകൃഷ്ണൻ എന്നും കുട്ടികൃഷ്ണൻ എന്നും രണ്ടാനകൾ മുമ്പേതന്നെ ഉണ്ടായിരുന്നു. ബാലകൃഷ്ണൻ, കരക്കാരും തോട്ടാവള്ളിൽ കുറുപ്പുംകൂടി വിലയ്ക്കുവാങ്ങി നടയ്ക്കിരുത്തിയതായിരുന്നു. റാന്നിക്കർത്താക്കൻമാർക്ക് ആറൻമുള ക്ഷേത്രത്തിനകത്തു കയറിത്തൊഴണമെങ്കിൽ ഒരാനയെ നടയ്ക്കിരുത്തണമെന്നൊരേർപ്പാടുണ്ടായിരുന്നു. ആ ഏർപ്പാട് പ്രകാരം ഒരു കർത്താവ് അമ്പലത്തിനകത്തു കയറിത്തൊഴുത വകയ്ക്കു നടയ്ക്കിരുത്തിയതായിരുന്നു കുട്ടികൃഷ്ണൻ. സമൂഹക്കാർ നടയ്ക്കിരുത്തിയ ആന മറ്റേ രണ്ടാനകളേക്കാളും വലിയതായിരുന്നതിനാലാണ് ആ ആനയ്ക്ക് വലിയ ബാലകൃഷ്ണൻ എന്നു പേരിട്ടത്. വലിയ ബാലകൃഷ്ണന്റെ പ്രധാന പാപ്പാൻ (ആനക്കാരൻ) കക്കുഴി നാരായണൻനായർതന്നെയായിരുന്നു. അയാൾ ആ ആനയെ തന്റെ പ്രാണനെക്കാളധികം സ്നേഹിച്ചു വേണ്ടതുപോലെ രക്ഷിച്ചിരുന്നതിനാൽ രണ്ടു മൂന്നു മാസംകൊണ്ടുതന്നെ വലിയ ബാലകൃഷ്ണന്റെ ക്ഷീണം മുഴുവനും മാറിയെന്നല്ല, തടിച്ചു കൊഴുത്ത് ആ ആനയെ മുമ്പു കണ്ടിട്ടുള്ളവർ കണ്ടാലറിയാത്ത വിധത്തിലായി.

വലിയ ബാലകൃഷ്ണന്റെ ക്ഷീണമൊക്കെ മാറി അവന്റെ ഉടലിന് അസാ

മാന്യമായ പുഷ്ടിയും ബലവും സിദ്ധിച്ചിരിക്കുന്നതായി മഹാരാജാവു തിരുമനസ്സുകൊണ്ടു കല്പിച്ചറിയിക്കുകയും അവനെ ഒന്നു കണ്ടാൽ കൊള്ളാമെന്നു തിരുമനസ്സിൽ തോന്നുകയും നിമിത്തം ആനയെ തിരുവനന്തപുരത്തു കൊണ്ടു ചെല്ലുന്നതിനു കല്പനപ്രകാരം എഴുതിവരികയാൽ കുറുപ്പും നാരായണൻനായരുംകൂടി ആനയെ തിരുവനന്ത പുരത്തു കൊണ്ടുപോയി തിരുമുമ്പാകെ ഹാജരാക്കി. തിരുമനസ്സുകൊണ്ട് ആ ആനയെക്കണ്ടിട്ട് സമൂഹക്കാർക്കു കൊടുത്ത ആന ഇതുതന്നെയാണോ എന്ന് ആദ്യം സ്വൽപം സംശയിച്ചു. പിന്നെ അവന്റെ തലക്കട്ടിയും കൊമ്പിന്റെ ഭംഗിയും മറ്റുംകൊണ്ട് ആ ആനതന്നെയെന്നു തീർച്ചപ്പെടുത്തിയിട്ട് 'വലിയ ബാലകൃഷ്ണാ!' നിന്നെ ഈ സ്ഥിതിയിൽക്കാണാൻ സംഗതി വരുമെന്നു നാം വിചാരിച്ചിരുന്നില്ല. ഇപ്പോൾ സന്തോഷമായി' എന്നു കല്പിച്ചു. അതുകേട്ടു വലിയ ബാലകൃഷ്ണൻ മുൻനട മടക്കി തുമ്പിക്കൈ പൊക്കി വന്ദിച്ചിട്ടു സന്തോഷസൂചകമായ ഒരു ശബ്ദം പുറപ്പെടുവിച്ചു. ഉടനെ കല്പിച്ചു പഴക്കുലകളും ശർക്കരയും നാളികേരവും വരുത്തി വലിയ ബാലകൃഷ്ണനു ധാരാളമായി കൊടുപ്പിക്കുകയും കുറുപ്പിനും നാരായണൻനായർക്കും യഥായോഗ്യം സമ്മാനങ്ങൾ കല്പിച്ചു കൊടുക്കുകയും 'വലിയ ബാലകൃഷ്ണനെ ഒരിക്കലും ഒരുവിധത്തിലും വേദനപ്പെടുത്തരുത്' എന്നു നാരായണൻനായരോടു പ്രത്യേകം കല്പിക്കുകയും ചെയ്തു. തിരുമനസ്സുകൊണ്ട് ഒരിക്കൽ മൂന്ന് ആനച്ചങ്ങലകൾ കല്പിച്ചു വരുത്തിയിരുന്നു, അവയിൽ ഓരോന്നു കൊട്ടാരക്കരച്ചന്ദ്രശേഖരനെന്നും തിരുവട്ടാറ് ആദികേശവനെന്നും കേൾവിപ്പെട്ട രണ്ടാനകൾക്കും കല്പിച്ചുകൊടുത്തതിന്റെശേഷം ഒരു ചങ്ങലയുണ്ടായിരുന്നതിനാൽ ആ ചങ്ങല കല്പനപ്രകാരം അവിടെ സൂക്ഷിച്ചുവെച്ചിരുന്നു. വലിയ ബാലകൃഷ്ണനെക്കണ്ടപ്പോൾ ആ ചങ്ങല അവനു ചേരുമെന്നും അവൻ ധരിച്ചിരുന്ന ചങ്ങല അവനു തീരെപ്പോരെന്നും തിരുമനസ്സിൽ തോന്നുകയാൽ അവിടെ സൂക്ഷിച്ചിരുന്ന ചങ്ങല കല്പിച്ചെടുപ്പിച്ചുവരുത്തി വലിയ ബാലകൃഷ്ണനെ ധരിപ്പിച്ചു. ആ ചങ്ങല ധരിച്ചുകഴിഞ്ഞപ്പോൾ വലിയ ബാലകൃഷ്ണന്റെ തല പൂർവ്വാധികമുയരുകയും അവന്റെ യോഗ്യതയ്ക്കു പൂർണ്ണത സിദ്ധിക്കുകയും ചെയ്തു. കുറുപ്പും നാരായണൻനായരും അന്നു തന്നെ യാത്രയറിയിച്ചുകൊണ്ട് വലിയ ബാലകൃഷ്ണനെയും കൊണ്ടുപോന്നു. നാലാം ദിവസം ആറൻമുള വന്നുചേർന്നു.

ആറൻമുള ക്ഷേത്രക്കടവിൽനിന്ന് ഏകദേശം കാൽനാഴിക കിഴക്ക് ആറ്റിന്റെ വടക്കേക്കരയിൽ 'നിക്ഷേപമാലി' എന്നു പേരായിട്ട് ഒരു സ്ഥലം ഇപ്പോഴുമുണ്ടല്ലോ. ആറൻമുളദേവന്റെ നിക്ഷേപങ്ങളെല്ലാം ആ സ്ഥലത്താണ് ഇരിക്കുന്നതെന്നും അതുകൊണ്ടാണ് ആ സ്ഥലത്തിന് ആ പേരു സിദ്ധിച്ചതെന്നുമാണ് ഐതിഹ്യം. അതെങ്ങനെയുമിരിക്കട്ടെ. പണ്ടു നദി ആ സ്ഥലത്തുനിന്നു കുറച്ചുകൂടി വടക്കോട്ടു കടന്നു കിടന്നിരുന്നു. അപ്പോൾ നിക്ഷേപമാലി ഒരു തുരുത്തുപോലെ പുഴയുടെ മധ്യഭാഗത്തായിരുന്നു. ആ തുരുത്തിന്റെ സമീപത്തു ചെറുതായി ഒരു കയമുണ്ടായിരുന്നു. വേനൽക്കാലങ്ങളിൽ മിക്ക സമയത്തും വലിയ ബാലകൃഷ്ണന്റെ കിടപ്പ് ആ കയത്തിലായിരുന്നു. ശീവേലിക്കു പാണികൊട്ടുന്നതു കേട്ടാലുടനെ വലിയ ബാലകൃഷ്ണൻ കയത്തിൽനിന്നു കരയ്ക്കുകയറി മതിൽക്കകത്തെത്തും. അപ്പോൾ കക്കുഴി നാരായണൻനായർ അവിടെയുണ്ടായിരിക്കും. അയാൾ കയറി തലയിൽക്കെട്ടു കെട്ടിക്കും. ദേവനെ കണ്ടാലുടനെ വലിയ ബാലകൃഷ്ണൻ കൊടിമരത്തിന്റെ

വടക്കുവശത്തു ചെന്നു മടക്കും. ശീവേലി കഴിഞ്ഞാൽ ഇറക്കിയെഴുന്നള്ളിക്കുന്നതിനു കൊടിമരത്തിന്റെ തെക്കുവശത്തു ചെന്നു മടക്കും. ഇതൊന്നും ആരും പറഞ്ഞിട്ടു വേണ്ടാ. എല്ലാം വലിയ ബാലകൃഷ്ണനറിയാമായിരുന്നു. എഴുന്നള്ളിക്കുന്ന കാര്യത്തിൽ ആനക്കാരൻ ചെയ്യേണ്ടതായിട്ടു തലയിൽക്കെട്ടു കെട്ടിക്കുകയും പിന്നെ അതഴിച്ചുകൊടുക്കുകയും മാത്രമേ ഉണ്ടായിരുന്നുള്ളൂ. ശേഷം കാര്യങ്ങളെല്ലാം വലിയബാലകൃഷ്ണന് അറിയാമായിരുന്നു.

വലിയ ബാലകൃഷ്ണൻ ആരെയും ഉപദ്രവിക്കാറില്ല. അവന്റെ വലിപ്പവും ഭംഗിയും സ്വഭാവഗുണവും നിമിത്തം എല്ലാവർക്കും അവനെക്കുറിച്ചു വളരെ സന്തോഷവും ബഹുമാനവുമുണ്ടായിരുന്നു. അതിനാൽ അക്കാലത്തു ആറൻമുളക്ഷേത്രത്തിൽ സ്വാമിദർശനത്തിനായിച്ചെല്ലുന്നവരെല്ലാം വലിയ ബാലകൃഷ്ണനു പഴക്കുലകൾ, ശർക്കര, നാളികേരം മുതലായവ കൊണ്ടുചെന്നു കൊടുക്കുക പതിവായിരുന്നു. എന്നാലിങ്ങനെ കിട്ടുന്നവയെല്ലാം വലിയ ബാലകൃഷ്ണൻ തിന്നാറില്ല. കിട്ടുന്നതിന്റെ കൂടുതൽകുറവനുസരിച്ച് അവൻ കുറേശ്ശെ ബാലകൃഷ്ണനും കുട്ടികൃഷ്ണനും കൂടി കൊടുക്കാറുണ്ട്. മൂന്നാനകൾക്കും മതിയായാൽ പിന്നെ ശേഷിപ്പു വരുന്നവ ക്ഷേത്രത്തില ദർശനത്തിനായി വരുന്നവർക്കും വലിയ ബാലകൃഷ്ണൻ കൊടുക്കുക പതിവായിരുന്നു. വലിയ ബാലകൃഷ്ണന്റെ മുമ്പിൽ നിന്നു പഴമോ നാളികേരമോ എന്തെങ്കിലും മനുഷ്യരാരെങ്കിലും സ്വയമേവ എടുത്തു തിന്നുന്നതിനും അവനു വിരോധമില്ലായിരുന്നു. പക്ഷേ പേടിച്ചിട്ടു സാമാന്യക്കാരാരും അവന്റെ അടുക്കൽച്ചെന്ന് ഒന്നും എടുക്കാറില്ല. വലിയ ബാലകൃഷ്ണന്റെ മുമ്പിൽ പഴക്കുലയും മറ്റും കിടക്കുന്ന സമയം ആരെങ്കിലും ചെന്നു ദൂരേ മാറിനിന്നുകൊണ്ടു 'വലിയ ബാലകൃഷ്ണാ! എനിക്കു വിശക്കുന്നു, വല്ലതും തന്നാൽകൊള്ളാം' എന്നു പറഞ്ഞാൽ അവൻ പഴക്കുലയും മറ്റുമെടുത്തു മാറ്റിയിട്ടുകൊടുക്കും. എന്നാൽ കൊടുക്കുന്നതെല്ലാം അവിടെയിരുന്നുതന്നെ തിന്നണം. ആരായാലും യാതൊന്നും അവിടെനിന്നു കൊണ്ടുപോകുവാൻ അവൻ സമ്മതിക്കയില്ല.

മനുഷ്യർക്കു അവർ കൊടുക്കാതെതന്നെ എന്തെങ്കിലും അവന്റെ മുമ്പിൽ നിന്ന് എടുത്തു തിന്നുന്നതിനു വിരോധമില്ലായിരുന്നെന്നു പറഞ്ഞുവല്ലോ. എന്നാൽ ആനകൾക്ക് അവൻ കൊടുത്താലല്ലാതെ അവന്റെ മുമ്പിൽനിന്നു യാതൊന്നും എടുക്കാൻ പാടില്ലെന്നായിരുന്നു വലിയ ബാലകൃഷ്ണന്റെ നിശ്ചയം. ഒരിക്കൽ 'വർക്കല ജനാർദ്ദനൻ' എന്നു പ്രസിദ്ധനായിരുന്ന ആനയെ ആറൻമുളയുത്സവത്തിനു കൊണ്ടുവന്നിരുന്നു. വലിയ ബാലകൃഷ്ണന്റെ മുമ്പിൽ ധാരാളം പഴക്കുല കിടക്കുന്നതു കണ്ടിട്ട് ആ ആന ഒരു പഴക്കുല കടന്നെടുത്തു. ഉടനെ വലിയ ബാലകൃഷ്ണൻ തിരിഞ്ഞു നിന്നുകൊണ്ടു പുറംകാൽ കൊണ്ടു ജനാർദ്ദനാനയ്ക്ക് ഒരു തൊഴികൊടുത്തു. തൊഴികൊണ്ടു ജനാർദ്ദനൻ ഉറക്കെ നിലവിളിച്ചുകൊണ്ടു മതിൽക്കു വെളിയിലിറങ്ങി ഓടീട്ടു വർക്കല ച്ചെന്നിട്ടേ നിന്നുള്ളൂ. പിന്നെ വലിയ ബാലകൃഷ്ണന്റെ കാലം കഴിഞ്ഞിട്ടും ആ ജനാർദ്ദനനാനയെ ഒരിക്കലും ആറൻമുള കൊണ്ടുപോകുവാൻ സാധിച്ചില്ല. വലിയ ബാലകൃഷ്ണന്റെ തൊഴിയെക്കുറിച്ചുള്ള ഭയം ജനാർദ്ദനനാനയുടെ മനസ്സിൽ ആജീവനാന്തം മാറാതെ കിടന്നിരുന്നു.

വലിയ ബാലകൃഷ്ണനെക്കുറിച്ചുള്ള സന്തോഷവും ബഹുമാനവും നിമിത്തം ജനങ്ങൾ അവന്റെ പ്രിയപ്പെട്ട പാപ്പാനായ നാരായണൻനായർക്കു ചിലപ്പോൾ സമ്മാനമായി മുണ്ടും പണവും മറ്റും കൊടുക്കാറുണ്ടായിരുന്നു.

എന്നാൽ ബാലകൃഷ്ണന്റെ പാപ്പാനായ ചെങ്ങന്നൂർക്കാരനയപ്പൻപിള്ളയ്ക്ക് അങ്ങനെ ആരുമൊന്നും കൊടുത്തിരുന്നില്ല. അതിനാൽ അയ്യപ്പൻ പിള്ളയ്ക്ക് നരായണൻനായരെക്കുറിച്ചു സഹിക്കവയ്യാതെകണ്ടുള്ള അസൂയയുണ്ടായിത്തീർന്നു. എന്നുമാത്രമല്ല, എന്തെങ്കിലും ചില കാരണങ്ങളുണ്ടാക്കി നരായണൻനായരെ മാറ്റിച്ചു തനിക്കു വലിയ ബാലകൃഷ്ണന്റെ പാപ്പാനായിത്തീരണമെന്നുള്ള മോഹം അതികഠിനമായി അയാളുടെ മനസ്സിൽ അങ്കുരിക്കുകയും അതിനായി അയാൾ ചില കശൗലങ്ങൾ പ്രയോഗിച്ചുതുടങ്ങുകയും ചെയ്തു.

അയ്യപ്പൻപ്പിള്ള ഒരു ദിവസം ക്രമത്തിലധികം മദ്യം സേവിച്ചു മദോൻമത്തനായി ഒരു കരിമ്പിൻ വേലിക്കകത്തു കടന്നു നാലഞ്ചു കരിമ്പ് ഒടിച്ചെടുത്തു. ആ വിവരം കരിമ്പിന്റെ ഉടമസ്ഥനറിഞ്ഞോടിച്ചെന്ന് അയാളെപ്പിടിച്ച് ധാരാളം പ്രഹരിച്ചു. ആറൻമുള കരിമ്പുകൃഷി ധാരാളമായിട്ടുള്ള പ്രദേശമായതുകൊണ്ട് കരിമ്പിന്റെ ഉടമസ്ഥരിലാരോടും ചോദിച്ചാലും നാലോ അഞ്ചോ കരിമ്പു വേണമെങ്കിൽ വെറുതേ കൊടുക്കുമായിരുന്നു. എങ്കിലും അയ്യപ്പൻപ്പിള്ളയ്ക്കു തല്ലുകൊള്ളുവാനുള്ള കാലമടുത്തിരുന്നതുകൊണ്ടോ എന്തോ അയാൾക്ക് അങ്ങനെയല്ല തോന്നിയത്.

അയ്യപ്പൻപ്പിള്ള അയാളെ തല്ലിയതിന്റെ പക വീട്ടാതെയായരുന്നില്ല. അന്നു രാത്രിയിൽതന്നെ അയാൾ ബാലകൃഷ്ണനെയുംകൊണ്ട് ആറ്റിലിറങ്ങിപ്പോയി. അയാളെ തല്ലിയ ആളുടെ കരിമ്പിൻവേലിക്കകത്തു കടന്ന് അവിടെയുണ്ടായിരുന്ന കരിമ്പെല്ലാം ബാലകൃഷ്ണനെക്കൊണ്ടു ചവിട്ടിച്ചും പറിപ്പിച്ചും ഒടിപ്പിച്ചും നശിപ്പിച്ചതിന്റേശേഷം ബാലകൃഷ്ണനെ അവിടെനിന്നു നാലഞ്ചു നാഴിക ദൂരെ ഒരു സ്ഥലത്തു കൊണ്ടുപോയി തളച്ചു. പിറ്റേ ദിവസം കാലത്തു കരിമ്പിന്റെ ഉടമസ്ഥൻ വേലിക്കകത്തു ചെന്നു കരിമ്പു നശിപ്പിച്ചിരിക്കുന്നതു കണ്ടു വളരെ വ്യസനിച്ചു. ആ സമയം അയ്യപ്പൻപ്പിള്ളയുടെ ഇഷ്ടൻമാരായ ചിലർ അയ്യപ്പൻപിള്ളയുടെ ഉപദേശപ്രകാരം ആ സ്ഥലത്തുചെന്നു കരിമ്പിന്റെ ഉടമസ്ഥനോട് 'ഇന്നലെ രാത്രിയിൽ നാരായണൻനായർ വലിയ ബാലകൃഷ്ണന്റെ പുറത്തു കയറി ആറ്റിൽക്കൂടി ഇങ്ങോട്ട് പോരുന്നതു കണ്ടു. ഈ നാശം ചെയ്യാനാണു പോന്നതെന്ന് അപ്പോൾ ഞങ്ങൾക്കു മനസ്സിലായില്ല. ആനയുടെ കാൽച്ചുവടു കണ്ട് ആളറിയാതെയിരിക്കാനാണ് അയാൾ ആനയെ ആറ്റിലിറക്കിക്കൊണ്ടു പോന്നത്. ഏതെങ്കിലും ഇതു വലിയ അക്രമമായിപ്പോയി. ആ ദ്രോഹി നാരായണൻനായർ തന്നെയാണ് ഈ അക്രമം പ്രവർത്തിച്ചത്. അല്ലാതെ ആരുമല്ല' എന്നും മറ്റും പറഞ്ഞ് കരിമ്പിന്റെ ഉടമസ്ഥനെ വിശ്വസിപ്പിച്ചു.

കരിമ്പിന്റെ ഉടമസ്ഥനും ചില കൂലിവേലക്കാരുംകൂടി അവിടെ ആന ചവിട്ടിയൊടിച്ചിട്ടിരുന്ന കരിമ്പെല്ലാം വാരിക്കൂട്ടിയെടുത്തുകൊണ്ട് അന്ന് ഉച്ചശീവേലി കഴിഞ്ഞ സമയം മതിൽക്കകത്തുചെന്നു കരിമ്പുകെട്ടുകളെല്ലാം വലിയ ബാലകൃഷ്ണന്റെ മുമ്പിലിട്ട് 'തിന്ന് തിന്ന് നിനക്കും നിന്റെ പാപ്പാനും തൃപ്തിയാകട്ടെ. ഇതൊന്നുകൊണ്ടും ഞാൻനശിച്ചുപോവുകയും മറ്റുമില്ല. ഈ ദ്രോഹം ചെയ്തവർതന്നെ നശിക്കും. തിരുവാറൻമുളയപ്പന്റെ കൃപയുണ്ടെങ്കിൽ ഞാനേതുവിധവും കഴിഞ്ഞുകൂട്ടും' എന്നും മറ്റും പറഞ്ഞ് അയാൾ വലിയ ബാലകൃഷ്ണനേയും നാരായണൻനായരെയും വളരെ ശകാരിക്കുകയും ശപിയ്ക്കുകയും ചെയ്തിട്ടു നടയ്ക്കുനേരെ നിന്നുകൊണ്ട് 'എന്റെ തിരുവാറൻമുളയപ്പ! എന്നെ ദ്രോഹിചവർക്ക് അതിന്റെ കൂലി കൊടുക്കണേ' എന്നു പ്രാർത്ഥി

ച്ചിട്ട് മടങ്ങിപ്പോയി. ഈ ശകാരവും മറ്റും കേട്ടപ്പോൾ വലിയ ബാലകൃഷ്ണന്ന വളരെ മനസ്താപമുണ്ടായി. എന്നാൽ നാരായണൻനായർക്ക് ഒരു കൂസലുമുണ്ടായില്ല. ഇക്കാര്യത്തിൽ താൻ അപരാധിയല്ലെന്നുള്ള വിശ്വാസം അയാൾക്കുണ്ടായിരുന്നു. എന്നുമാത്രമല്ല, അന്നു തൊട്ടാവള്ളിൽ മൂത്തകുറുപ്പിന്റെ ജന്മനക്ഷത്രമായിരുന്നതിനാൽ കാലത്തുണർന്നെണീറ്റാലുടനെ വലിയ ബാലകൃഷ്ണനെ കണികാണുന്നതിനായി ആ ആനയെ തലേദിവസംതന്നെ കുറുപ്പിന്റെ ആവശ്യപ്രകാരം തോട്ടാവള്ളിലെ മുറ്റത്താണ് തളച്ചിരുന്നത്. നാരായണൻനായർ കിടന്നിരുന്നതും അവിടെത്തന്നെയായിരുന്നു. തലേദിവസംതന്നെ സന്ധ്യമുതൽ പിറ്റേദിവസം നേരം വെളുക്കുന്നതുവരെ വലിയ ബാലകൃഷ്ണനും നാരായണൻനായരും അവിടെനിന്ന് എങ്ങും പോയിട്ടില്ലെന്നുള്ളതിനു കുറുപ്പുതന്നെ സാക്ഷിയായിരുന്നു. പിന്നെ പേടിക്കാനൊന്നുമില്ലെന്നുള്ള ധൈര്യമായിരുന്നു നാരായണൻനായർക്കുണ്ടായിരുന്നത്. കുറുപ്പിന്റെ ജൻമനക്ഷത്രദിവസം അദ്ദേഹത്തിന്റെ കരക്കാർക്കെലാം സദ്യയും ദേവസ്വം വക മൂന്നാനകൾക്കും ചോറും പായസവും മറ്റും കൊടുക്കുകയും പതിവായിരുന്നു. ഉച്ചശ്ശീവേലി കഴിഞ്ഞു നാരായണൻ നായർ മുതലായവർ യാത്രയായ സമയത്താണ് കരിമ്പിന്റെ ഉടമസ്ഥൻ അവിടെ ചെല്ലുകയും മറ്റുമുണ്ടായത്. അയാൾ പോയയുടനെ നാരായണൻ നായരും മറ്റും ആനകളെയും കൊണ്ടുയാത്രയായി. അപ്പോൾ വലിയ ബാലകൃഷ്ണൻ അവിടെക്കിടന്നിരുന്ന കരിമ്പുകെട്ടുകളെല്ലാംകൂടി താങ്ങിയെടുത്തുകൊണ്ടു ക്ഷേത്രത്തിനു പ്രദക്ഷിണമായി വന്നു നടയ്ക്കുനേരെ നിന്നു സങ്കടത്തോടുകൂടി ഉറക്കെ മൂന്നുപ്രാവശ്യം നിലവിളിച്ചിട്ടു നടന്നു തുടങ്ങി. വലിയ ബാലകൃഷ്ണൻ നടന്നാൽ പിന്നാലെ നടക്കുക ബാലകൃഷ്ണനാണ് പതിവ്. എങ്കിലും സമയമായപ്പോൾ ബാലകൃഷ്ണനും അയ്യപ്പൻപിള്ളയും അവിടെ ഉണ്ടായിരുന്നില്ല. അതിനാൽ വലിയ ബാലകൃഷ്ണന്റെ പിന്നാലെ പോയത് കുട്ടികൃഷ്ണനായിരുന്നു. അവർ കുറുപ്പിന്റെ പടിക്കലെത്തിയയുടനെ വലിയ ബാലകൃഷ്ണൻ ഉറക്കെ നിലവിളിച്ചു. ആ സമയം അവിടെ കുറുപ്പും മറ്റു ചില മാന്യൻമാരുംകൂടി പിറന്നാൾസദ്യ ഊണുകഴിഞ്ഞു മുറുക്കി വെടിയും പറഞ്ഞ് ഇരിക്കു കയായിരുന്നു. വലിയ ബാലകൃഷ്ണന്റെ നിലവിളി കേട്ടപ്പോൾത്തന്നെ കുറുപ്പ് 'ഓ ഇന്ന് വലിയ ബാലകൃഷ്ണന് എന്തോ സങ്കടം നേരിട്ടിട്ടുണ്ട്' എന്നു പറഞ്ഞെണീറ്റു വേഗത്തിൽ പടിക്കലേയ്ക്കു പോയി. പിന്നാലെ അവിടെയുണ്ടായിരുന്ന മാന്യൻമാരുമെത്തി. കുറുപ്പിനെക്കണ്ടയുടനെ വലിയ ബാലകൃഷ്ണൻ കരിമ്പുകെട്ടുകൾ കുറുപ്പിന്റെ മുമ്പിലിട്ടിട്ടു മുൻനട മടക്കി നമസ്കരിച്ചു. ഉടനെ കുറുപ്പ് ഇതിന്റെ കാരണമെന്തെന്നു ചോദിക്കുകയും നാരായണൻനായർ ഉണ്ടായ സംഗതികളെല്ലാം വിശദമായി പറഞ്ഞു കേൾപ്പിക്കുകയും ചെയ്തു. ഉടനെ കുറുപ്പ് 'ആട്ടെ ഇതിനെക്കുറിച്ചന്വേഷിച്ചു വേണ്ടതുപോലെയൊക്കെച്ചെയ്യാം' എന്നു പറഞ്ഞിട്ട് 'ആനകളെ കൊണ്ടുപോയി ചോറും മറ്റും കൊടുക്കു' എന്നു നാരായണൻ നായരോടു പറഞ്ഞു. ചോറു കൊടുക്കാനായി നാരായണൻനായർ വിളിച്ചിട്ടു വലിയ ബാലകൃഷ്ണൻ പോയില്ല. വലിയ ബാലകൃഷ്ണൻ പോകാതെ കുട്ടികൃഷ്ണൻ പോവുകയില്ലെന്നുള്ളതു തീർച്ചയാണല്ലോ. വലിയ ബാലകൃഷ്ണൻ പോകാതിരുന്നതു കേട്ടിട്ട് കുറുപ്പ് 'എന്താ! കാര്യം തീർച്ചയാക്കിയതിനു ശേഷമേ ഭക്ഷണം കഴിക്കയുള്ളു എന്നാണോ വലിയ ബാലകൃഷ്ണൻ തീർച്ചയാക്കിയിരിക്കുന്നത്?' എന്നു ചോദിച്ചു. വലിയ ബാലകൃഷ്ണൻ അതേ എന്ന ഭാവത്തിൽ

തല കുലുക്കുകയും തന്റെ പുറത്തുകയറുന്നതിനു തുമ്പിക്കൈകൊണ്ടു കുറുപ്പിന്റെ നേരെ ആംഗ്യം കാണിച്ചിട്ടു നട നാലും മടക്കി ഇരുന്നുകൊടുക്കുകയും കുറുപ്പു വലിയ ബാലകൃഷ്ണന്റെ പുറത്തു കയറുകയും വലിയ ബാലകൃഷ്ണൻ കുറുപ്പിനേയും കൊണ്ടു നടന്നുതുടങ്ങുകയും ചെയ്തു. ഉടനെ അവിടെയുണ്ടായിരുന്ന നാലു മാന്യൻമാരും നാരായണൻനായരുംകൂടി കുട്ടികൃഷ്ണന്റെ പുറത്തു കയറി പിന്നാലെ എത്തി. മുമ്പേ വലിയ ബാലകൃഷ്ണനും പിന്നാലെ കുട്ടികൃഷ്ണനുമായിപ്പോയി കരിമ്പുകൃഷി നശിപ്പിച്ചിരുന്ന വേലിക്കകത്തെത്തി. ഉടനെ വലിയ ബാലകൃഷ്ണൻ കുറുപ്പിനെ താഴെയിറക്കീട്ടു അവിടെ ബാലകൃഷ്ണന്റെ കാൽച്ചുവടു പതിഞ്ഞു കിടന്നിരുന്നതു തുമ്പിക്കൈകൊണ്ടു തൊട്ടും ആ കാൽച്ചുവട്ടിൽ തന്റെ കാലുകൾ വെച്ചു കുറുപ്പിനെ കാണിച്ചു. അവിടെ പതിഞ്ഞു കിടന്നിരുന്ന കാൽപ്പാടുകൾക്ക് വലിയ ബാലകൃഷ്ണന്റെ കാൽച്ചുവടുകളുടെ മുക്കാൽ ഭാഗം വലിപ്പമേ ഉണ്ടായരുന്നുള്ളൂ. കരിമ്പു കൃഷി നശിപ്പിച്ചതു വലിയ ബാലകൃഷ്ണനല്ലെന്നും അത് അയ്യപ്പൻപിള്ള ബാലകൃഷ്ണനെകൊണ്ടു ചെയ്യിച്ചതാണെന്നും കുറുപ്പിനു മുമ്പേതന്നെ അറിയാമായിരുന്നു. കാൽച്ചുവടുകളുടെ വ്യത്യാസംകൊണ്ട് അതു കുറുപ്പിനു നല്ലപോലെ ഉറപ്പാവുകയും ചെയ്തു. ഉടനെ കുറുപ്പു വലിയ ബാലകൃഷ്ണനോട് 'ഇതിനെക്കുറിച്ച് വലിയ ബാലകൃഷ്ണൻ ഒട്ടും വ്യസനിക്കേണ്ടാ. വാസ്തവമെല്ലാം എനിക്കു മനസ്സിലായി. ഈ അക്രമം പ്രവർത്തിച്ചവരെ ഞാൻമുറയ്ക്കു ശിക്ഷിച്ചുകൊള്ളാം' എന്നു പറഞ്ഞിട്ട് ബാലകൃഷ്ണനോടുകൂടി അയ്യപ്പൻപിള്ളയെ വിളിച്ചുകൊണ്ടുവരുന്നതിനു അപ്പോൾത്തന്നെ നാലുപേരെ പറഞ്ഞയയ്ക്കുകയും വലിയ ബാലകൃഷ്ണൻ മുതലായവരോടുകൂടി മടങ്ങിപ്പോരുകയും ചെയ്തു. അവർ തോട്ടാവള്ളിയിലെത്തിയ ഉടനെ വലിയ ബാലകൃഷ്ണനും കുട്ടികൃഷ്ണനും ചോറും പായസവും പഴക്കുലകളും ധാരാളമായിക്കൊടുക്കുകയും നാരായണൻനായരും കുട്ടികൃഷ്ണന്റെ ആനക്കാരനും ഊണുകഴിക്കുകയും ചെയ്തു.

അയ്യപ്പൻപിള്ളയെ അന്വേഷിച്ചുപോയവർ ചെങ്ങന്നൂർ അയ്യപ്പൻപ്പിള്ളയുടെ വാസസ്ഥലമായ കൊങ്കോത്തുവീട്ടിൽച്ചെന്ന് അയാളെകണ്ട് 'ഇന്ന് അയ്യപ്പൻപിള്ള ബാലകൃഷ്ണനേയുംകൊണ്ടു കുറുപ്പദ്ദേഹത്തിന്റെ പിറന്നാൾസദ്യയ്ക്ക് ചെല്ലാഞ്ഞതു മറന്നുപോയിട്ടായിരിക്കുമല്ലോ. ഉടനെ ചെല്ലണമെന്നു കുറുപ്പദ്ദേഹം പറഞ്ഞയച്ചിരിക്കുന്നു' എന്നു പറഞ്ഞു. അതു കേട്ട് അയ്യപ്പൻപിള്ള 'മറന്നുപോയിട്ടുതന്നെയാണ്. ഇപ്പോൾത്തന്നെ പോകാം' എന്നു പറഞ്ഞ് ബാലകൃഷ്ണനോടുകൂടി യാത്രയായി. പിന്നാലെ കുറുപ്പിന്റെ ആളുകളും പോയി. അവർ പോയതു തലേദിവസം അയ്യപ്പൻപ്പിള്ള കരിമ്പു കൃഷി നശിപ്പിച്ച സ്ഥലത്തിന്റെ സമീപത്തുകൂടിയായരുന്നു. ആ സ്ഥലത്ത് ചെന്നപ്പോൾ അയ്യപ്പൻപിള്ള 'അയ്യോ! ഈ ദ്രോഹം ചെയ്തതാരായിരിക്കും. വലിയ കഷ്ടമായിപ്പോയി ഇത് ആ നാരായണൻച്ചേട്ടൻ വലിയ ബാലകൃഷ്ണനെക്കൊണ്ടു ചെയ്യിച്ചതായിരിക്കണം. അല്ലാതെയാരും ഇങ്ങനെ ചെയ്യുമെന്നു തോന്നുന്നില്ല' എന്നു പറഞ്ഞു. മുമ്പേതന്നെ കോപരസം തുളുമ്പിക്കൊണ്ടിരുന്ന ബാലകൃഷ്ണന്റെ മുഖത്ത് ഇതുകേട്ടപ്പോൾ ആ രസം ദ്വിഗുണീഭവിച്ചു എന്നു മാത്രമല്ല, കോപത്തോടുകൂടി അവൻ അത്യുച്ചത്തിൽ ഒന്നു ഗർജ്ജിക്കുകയും ചെയ്തു. ഭക്ഷണം കഴിഞ്ഞു കുറുപ്പിന്റെ വീട്ടുമുറ്റത്ത് നിന്നിരുന്ന വലിയ ബാലകൃഷ്ണൻ ബാലകൃഷ്ണന്റെ ഗർജ്ജനം കേട്ട ക്ഷണത്തിൽ അവിടെനിന്നു ഓടി. വലിയ ബാലകൃഷ്ണൻ അടുത്തുചെന്നപ്പോൾ കണ്ടതു ബാലകൃഷ്ണൻ അയ്യ

പ്പൻപിള്ളയുടെ കാലിൻമേൽ പിടിച്ചു ഉക്കിയെടുത്തു മേൽപ്പോട്ടെറിഞ്ഞിട്ട് അയാൾ കൊമ്പിൻമേൽ വന്നു വീഴത്തക്കവണ്ണം കൊമ്പുകളുയർത്തിപ്പിടിച്ചുകൊണ്ടു നിൽക്കുന്നതാണ്. വലിയ ബാലകൃഷ്ണൻ പെട്ടെന്നടുത്തു ചെന്നു ബാലകൃഷ്ണനെ തള്ളിനീക്കീട്ട് അയ്യപ്പൻപിള്ളയെ തുമ്പിക്കൈകൊണ്ട് താങ്ങിപ്പിടിച്ചു നിലത്തുനിറുത്തി. അതുകൊണ്ട് അയ്യപ്പൻപിള്ള മരിക്കാനിടയായില്ല. അക്രമം പ്രവർത്തിക്കുകയോ പ്രവർത്തിപ്പിക്കുകയോ ചെയ്യുന്നവരെ ഉടനെ കൊല്ലണം എന്നായിരുന്നു ബാലകൃഷ്ണന്റെ അഭിപ്രായം. എന്തായാലും ആരെയും കൊല്ലരുതെന്നായിരുന്നു. വലിയ ബാലകൃഷ്ണന്റെ പക്ഷം. ഉച്ചയ്ക്കു മതിൽക്കകത്തുവെച്ചു ബാലകൃഷ്ണന്റെ മുഖഭാവം കണ്ടിട്ടുതന്നെ അവൻ അന്നുതന്നെ അയ്യപ്പൻപിള്ളയുടെ കഥ കഴിക്കുമെന്നു വലിയ ബാലകൃഷ്ണനു തോന്നിയിരുന്നു. അതുകൊണ്ടാണ് ബാലകൃഷ്ണന്റെ ഗർജ്ജനം കേട്ട ക്ഷണത്തിൽ അവൻ അവിടെ ഓടിയെത്തിയത്. വലിയ ബാലകൃഷ്ണൻ അവിടെയെത്താൻ താമസിച്ചുപോയിരുന്നുവെങ്കിൽ അയ്യപ്പൻപ്പിള്ളയുടെ കഥ അപ്പോൾതന്നെ തീരുമായിരുന്നു എന്നുള്ളതു തീർച്ചയാണല്ലോ.അയ്യപ്പൻപിള്ളയെ രക്ഷിച്ചതിന്റെശേഷം വലിയ ബാലകൃഷ്ണനും നാരായണൻ നായരും വീണ്ടും കുറുപ്പിന്റെ വീട്ടിലെത്തി. പിന്നാലെ ബാലകൃഷ്ണനോടുകൂടിത്തന്നെ അയ്യപ്പൻപ്പിള്ളയും അവിടെച്ചെന്നുചേർന്നു. ബാലകൃഷ്ണനു ചോറും പായസവും പഴക്കുലയും കൊടുക്കുകയും അയ്യപ്പൻപിള്ളയെ വിളിച്ചു കരിമ്പുകൃഷി നശിപ്പിച്ചതാരാണെന്നു ചോദിച്ചു. കുറുപ്പിനോടു വ്യാജം പറയാൻ ധൈര്യമുണ്ടാകായ്കകൊണ്ടോ വ്യാജം പറഞ്ഞാൽ ഫലിക്കയില്ലെന്നു തോന്നിയതുകൊണ്ടോ എന്തോ അതു താൻതന്നെ ബാലകൃഷ്ണനെക്കൊണ്ടു ചെയ്യിച്ചതാണെന്ന് അയ്യപ്പൻപിള്ള ഏറ്റുപറഞ്ഞു. അങ്ങനെ അക്രമം പ്രവർത്തിച്ചതിന്റെ കാരണമെന്തെന്നു കുറുപ്പു വീണ്ടും ചോദിച്ചപ്പോൾ ആ കരിമ്പുകൃഷിക്കാരൻ തന്നെ തല്ലിയതിനാലാണെന്നും അയാൾ പറഞ്ഞു. കുറുപ്പ് പിന്നെ 'എന്നാലതു നാരായണൻനായർ വലിയ ബാലകൃഷ്ണനെക്കൊണ്ടു ചെയ്യിച്ചതെന്ന് ആക്കിത്തീർക്കാൻ ശ്രമിച്ചതെന്തിനാണെ'ന്നു ചോദിച്ചപ്പോൾ അയ്യപ്പൻ പിള്ള 'വഞ്ചിത്തറ കോശിമാപ്പിളയ്ക്ക് ഒരു വലിയ തടി ഞാനും ഈ നാരായണൻ ചേട്ടനുംകൂടി വളരെ ദൂരത്തുനിന്നു വലിയ ബാലകൃഷ്ണനെക്കൊണ്ടു പിടിപ്പിച്ചു കൊണ്ടു ചെന്നു കൊടുത്തു. എനിക്കും നാരായണൻ ചേട്ടനും പത്തു പണം വീതം തരാമെന്നും വലിയ ബാലകൃഷ്ണന് പത്തു തുലാം ശർക്കരയും പത്തു പഴക്കുലയും കൊടുക്കാമെന്നു സമ്മതിച്ചിരുന്ന ശർക്കരയുടെയും പഴക്കുലയുടെയും വിലയും ഞങ്ങൾക്കു തരാമെന്നു പറഞ്ഞിരുന്ന പണവുംകൂടി ഒരിലയ്ക്കകത്തു പൊതിഞ്ഞു നാരായണൻ ചേട്ടന്റെ കൈയിൽ കൊടുക്കുകയും എനിക്കുള്ള പണവും അതിലുണ്ടെന്നു കോശിമാപ്പിള എന്നോടു പറയുകയും ചെയ്തു. എന്നിട്ട് ഈ നാരായണൻചേട്ടൻ വലിയ ബാലകൃഷ്ണന് ഒരു പഴക്കുല വാങ്ങിക്കൊടുക്കുകയോ എനിക്ക് ഒരു കാശെങ്കിലും തരികയോ ചെയ്യാതെ ആ പണം മുഴുവനുമങ്ങെടുത്തു. ഞാൻ പലതവണ ചോദിച്ചിട്ടും എനിക്കൊന്നും തന്നില്ല. എന്നാൽ ഇയ്യാളെയും ഒന്നു പറ്റിക്കണമെന്നു വിചാരിച്ചു ഞാനിങ്ങനെ ചെയ്തതാണ്'' എന്നു പറഞ്ഞു. വഞ്ചിത്തറ കോശിമാപ്പിള എല്ലാവരെയും വഞ്ചിക്കുന്ന ആളായിരുന്നതിനാൽ അയാൾ ഇവരെയും ചതിച്ചു എന്നു നിശ്ചയിച്ച് അയാളുടെ പേരു കേട്ടപ്പോൾ അവിടെക്കൂടിയിരുന്നവരെല്ലാം ചിരിച്ചു. ഉടനെ കുറുപ്പ് 'അയ്യപ്പൻപിള്ള പറഞ്ഞ

തെല്ലാം പരമാർത്ഥമല്ലേ?' എന്നു നാരായണൻനായരോടു ചോദിച്ചു. അതിനു നാരായണൻനായർ പറഞ്ഞ മറുപടി' ഞാൻ പണമപഹരിച്ചു എന്നു പറഞ്ഞതുമാത്രം സത്യമല്ല. ശേഷമെല്ലാം ശരിയാണ്. കോശിമാപ്പിള പണമൊന്നും തന്നില്ല' എന്നായിരുന്നു. അപ്പോൾ കുറുപ്പ് 'കോശിമാപ്പിള തന്ന ഇലപ്പൊതിക്കകത്ത് എന്തായിരുന്നു?' എന്നു ചോദിച്ചു. 'പൊതിക്കകത്ത് വട്ടത്തിൽ മുറിച്ച ഏതാനും ഓലക്കഷണങ്ങൾ മാത്രമായിരുന്നു. പണമായിട്ട് ഒരു കാശുമുണ്ടായിരുന്നില്ല. കോശിമാപ്പിള പൊതി തന്നപ്പോൾ ഞാനതു മേടിച്ചു മടിയിൽ വെച്ചതല്ലാതെ അഴിച്ചുനോക്കിയില്ല. അയ്യപ്പൻപിള്ള പണം ചോദിച്ചപ്പോളാണു ഞാൻ പൊതി അഴിച്ചു നോക്കിയത്. അപ്പോളതിൽ ഓലക്കഷണങ്ങൾ മാത്രമേ ഉണ്ടായിരുന്നുള്ളൂ. ഈ പറ്റിയ വിഡ്ഢിത്തം അന്യൻമാരെ അറിയിക്കുന്നതു കുറച്ചിലാണെന്നു വിചാരിച്ചു ഞാനിതു ആരോടും പറഞ്ഞില്ല. അയ്യപ്പൻപിള്ള എന്നോടു കൂടെക്കൂടെ പണം ചോദിക്കാറുണ്ട്. അപ്പോളൊക്കെ 'കോശിമാപ്പിള പണമൊന്നും തന്നില്ല. അയാൾ തന്നാൽ ഞാൻ തരാം' എന്നു ഞാൻമറുപടി പറയുകയും പതിവാണ്. പക്ഷേ ഞാൻ പറയുന്നതു ശുദ്ധമേ വ്യാജമാണെന്നാണ് അയ്യപ്പൻപിള്ളയുടെ വിചാരം. അതിനു ഞാനെന്തു ചെയ്യുന്നു. ഞാൻ പറയുന്നതു സത്യമാണെന്നു അയാളുടെ മനസ്സിൽ തോന്നിക്കാൻ ഞാൻ വിചാരിച്ചാൽ സാധ്യമല്ല, ഒരിക്കൽ ഈ അയ്യപ്പൻപ്പിള്ള ക്രമത്തിലധികം മദ്യപാനം ചെയ്തു കൊണ്ട് പണത്തിന് എന്നോട് മുറുകിക്കൂടി. അപ്പോഴും ഞാൻ പതിവുപോലെ 'കോശിമാപ്പിള തന്നാൽ തരാം. അല്ലാതെ നിവൃത്തിയില്ല' എന്നു പറഞ്ഞു. ഉടനെ ഇയാൾ 'എന്നാൽ നിന്റെ കണക്ക് ഇപ്പോൾത്തന്നെ തീർത്തേയ്ക്കാം' എന്നു പറഞ്ഞു വലിയ ഒരു പിശ്ശാങ്കത്തിയുംകൊണ്ടു എന്റെ നേരെ പാഞ്ഞുവന്നു. അതു കണ്ടു വലിയ ബാലകൃഷ്ണൻ അപ്പോളവിടെയില്ലായിരുന്നുവെങ്കിൽ ഇയ്യാൾ എന്റെ കഥ അന്നുതന്നെ കഴിക്കുമായിരുന്നു' എന്നു നാരായണൻനായർ പറഞ്ഞു. ഉടനെ കുറുപ്പ് 'അതൊക്കെ വല്ലതുമാവട്ടെ. നാരായണൻനായരോടുള്ള വിരോധംകൊണ്ട് അയ്യപ്പൻപിള്ള ഒരന്യന്റെ കരിമ്പുകൃഷി നശിപ്പിചത് അക്രമമായിപ്പോയി അതിന് എന്തെങ്കിലും ശിക്ഷ നിശ്ചയിക്കാതിരിക്കാൻ നിവൃത്തിയില്ല. സത്യം പറഞ്ഞതുകൊണ്ട് വലിയ ശിക്ഷയൊന്നും നിശ്ചയിക്കുന്നില്ല. ഇവിടെ തിരുവാറൻമുളയപ്പനെസ്സേവിച്ചുകൊണ്ട് അനേകം പേർ പാർക്കുന്നുണ്ടല്ലോ. അവരിൽ ദൂരസ്ഥൻമാരും അഗതികളുമായ പന്ത്രണ്ടു ഭജനക്കാർക്കു ചതുർവ്വിധ വിഭവങ്ങളോടുകൂടി അയ്യപ്പൻപിള്ള നാളത്തെന്നെ ഭക്ഷണം കൊടുക്കണം. ഇത്രമാത്രമേ ഞാനിപ്പോൾ ശിക്ഷ നിശ്ചയിക്കുന്നുള്ളൂ. ഭജനക്കാർക്കു ഭക്ഷണം കൊടുക്കുന്നതു ഭഗവവാനു സന്തോഷകരമായിട്ടുള്ള ഒരു വഴിപാടുമാണല്ലോ. ഇതിനു സമ്മതമില്ലാത്തപക്ഷം അയ്യപ്പൻപിള്ളയോട് ഇപ്പോൾത്തന്നെ യാത്ര പറഞ്ഞിരിക്കുന്നു. ബാലകൃഷ്ണന്റെ ആനക്കാരനായി ഇവിടെ വേറെ ഒരാളെ നിയമിച്ചുകൊള്ളാം' എന്നു പററഞ്ഞു. കുറുപ്പിന്റെ ഈ വിധി അവിടെ കൂടിയിരുന്നവരെല്ലാം ശരിവെച്ചു. 'എന്താ ഇതുപോരെ?' എന്നു കുറുപ്പു വലിയ ബാലകൃഷ്ണനോടു ചോദിക്കുകയും മതിയെന്നു സമ്മതിച്ചു വലിയ ബാലകൃഷ്ണൻ തലകുലുക്കുകയും ചെയ്തു. അയ്യപ്പൻപിള്ളയും കുറുപ്പിന്റെ ഈ വിധിയെ വിസമ്മതിച്ചില്ല. വിധിപ്രകാരം അയാൾ അടുത്ത ദിവസംതന്നെ പന്ത്രണ്ടു ഭജനക്കാർക്കു ഭക്ഷണം കൊടുത്തു. ആ സംഗതി അങ്ങനെ അവസാനിക്കുകയും ചെയ്തു.

ഒരു ദിവസം രാത്രിയിൽ വലിയ ബാലകൃഷ്ണനെ ആറൻമുള ക്ഷേത്രത്തിന്റെ കിഴക്കേ നടയിൽ തെക്കുഭാഗത്തുള്ള ഒരു പുരയിടത്തിൽ തളച്ചിരുന്നു. പിറ്റേ ദിവസം നേരം വെളുത്തു പതിവു സമയമായിട്ടും ആനക്കാരൻ വന്നു വലിയ ബാലകൃഷ്ണനെ അഴിച്ചു നനയ്ക്കാൻ (കുളിപ്പിക്കാൻ) കൊണ്ടുപോയില്ല. നാരായണൻനായർ കാലത്തേ എവിടെയോ പോയിരുന്നു. അതുകൊണ്ടാണ് വരാൻ താമസിച്ചത്. വലിയ ബാലകൃഷ്ണൻ നാരായണൻനായരെ കാണാതെ അവിടെ അങ്ങനെ നിന്നിരുന്നപ്പോൾ അടുത്തുതന്നെ ഒരു തെങ്ങിന്റെ ഒരോലമടൽ (പട്ട) കിടക്കുന്നതു കണ്ട് അതു പിടിച്ചുവലിച്ചെടുത്തു. ആ പുരയിടത്തിന്റെ ഉടമസ്ഥനായ മൂത്തതു കണ്ടിട്ട് ഒരു കല്ലെടുത്തു ആനയെ ഒന്നെറിഞ്ഞു. ആ ഏറു വലിയ ബാലകൃഷ്ണന്റെ കാലിൻമേൽ കൊള്ളുകയും അവനു സാമാന്യത്തിലധികം വേദനയുണ്ടാവുകയും ചെയ്തു. അതിനാൽ അവൻ ഉറക്കെ ഒന്നു നിലവിളിച്ചു. അതു കേട്ട് ആ ദിക്കിലുള്ളവരെല്ലാം അവിടെ വന്നുകൂടി. അപ്പോഴേയ്ക്കും നാരായണൻനായരും പരിഭ്രമിച്ച് അവിടെ ഓടിയെത്തി. ആന നിലവിളിച്ചതിന്റെ കാരണം ചിലർ പറഞ്ഞറിഞ്ഞതിന്റെശേഷം നാരായണൻനായർ അടുത്തുചെന്ന് ആനയെ അഴിച്ചു. വലിയ ബാലകൃഷ്ണന്റെ അപ്പോഴത്തെ മുഖഭാവം കണ്ടിട്ടു നാരായണൻനായർക്കും ഭയം തോന്നാതിരുന്നില്ല. എങ്കിലും അയാൾ എന്തെങ്കിലുമാകട്ടെ എന്നു വിചാരിച്ചു 'മകനേ! വലിയ ബാലകൃഷ്ണാ! നീ എന്നെ ഒന്നും ചെയ്യരുതേ' എന്നു പറഞ്ഞുകൊണ്ടാണ് ചെന്നഴിച്ചത്. ആന അയാളെ ഒന്നും ചെയ്തുമില്ല. അഴിച്ചു ഉടനെ വലിയ ബാലകൃഷ്ണൻ അവനെ എറിഞ്ഞ കല്ലും തുമ്പിക്കൈയ്യിലെടുത്തുകൊണ്ടു കിഴക്കേ നടയിൽ ചെന്നിട്ടു നേരെ കിഴക്കോട്ടു നടന്നുതുടങ്ങി. വലിയ ബാലകൃഷ്ണനു് എന്തെങ്കിലും സങ്കടം നേരിട്ടാൽ തോട്ടാവള്ളിയിൽ വലിയ കുറുപ്പിന്റെ അടുക്കൽച്ചെന്നു അറിയിക്കുകയാണ് പതിവ്. അതിനാൽ അവന്റെ ഈ പോക്കും കുറുപ്പിന്റെ അടുക്കലേക്കാണെന്നു തീർച്ചയാക്കിക്കൊണ്ടു നാരായണൻനായരും പിന്നാലെ പോയി. വലിയ ബാലകൃഷ്ണനു കുറുപ്പിനെ കാണുന്നതിനു അദ്ദേഹത്തിന്റെ വീട്ടീലോളം പോകേണ്ടിവന്നില്ല. പകുതിവഴി ചെന്നപ്പോൾ കുറുപ്പ് നാലഞ്ചു അനുചരൻമാരോടുകൂടി ഇങ്ങോട്ടു വരുന്നുണ്ടായിരുന്നു. വലിയ ബാലകൃഷ്ണന്റെ നിലവിളി കേട്ട് അതിന്റെ കാരണമറിയാനായിട്ടുതന്നെയായിരുന്നു കുറുപ്പ് പുറപ്പെട്ടിരുന്നത്. വലിയ ബാലകൃഷ്ണൻ അതിവേഗത്തിലാണു ചെന്നിരുന്നത്. കുറുപ്പിനെ കണ്ടപ്പോൾ അവൻ കുറച്ചുകൂടി വേഗത്തിൽ നടന്നു. വലിയ ബാലകൃഷ്ണൻ പാഞ്ഞു ചെല്ലുന്നതുകണ്ടു കുറുപ്പിന്റെ കൂടെയുണ്ടായിരുന്നവർ പേടിച്ചു പല വഴിയായി ഓടി മാറി. കുറുപ്പിന് ഒരിളക്കവുമുണ്ടായിരുന്നില്ല. അദ്ദേഹം വഴിയിൽത്തന്നെ നിന്നു. വലിയ ബാലകൃഷ്ണൻ കുറുപ്പിന്റെ മുമ്പിൽച്ചെന്നു മുൻനട മടക്കി നമസ്കരിക്കുകയും തുമ്പിക്കൈയിലിരുന്ന കല്ലും ഏറുകൊണ്ട സ്ഥലവും കുറുപ്പിനെ കാണിക്കുകയും ഒരു ദീനസ്വരം പുറപ്പെടുവിക്കുകയും ചെയ്തു. ഇതിന്റെ കാരണമെന്തെന്നു കുറുപ്പ ചോദിക്കുകയാൽ ഉണ്ടായ സംഗതികളെല്ലാം നാരായണൻനായർ പറഞ്ഞുകേൾപ്പിച്ചു. കുറുപ്പ് ചില സാന്ത്വനവാക്കുകൾ കൊണ്ടു വലിയ ബാലകൃഷ്ണനെ ഒരുവിധം സമാധാനപ്പെടുത്തി. പിന്നെ എല്ലാവരുംകൂടി അമ്പലത്തിലേയ്ക്കു പോയി. അപ്പോഴേയ്ക്കും നേരത്തേയ്ക്കുള്ള ശീവേലിക്കെഴുന്നെള്ളിക്കാൻ സമയമായിരുന്നതിനാൽ വലിയ ബാലകൃഷ്ണൻ പുഴയിൽപ്പോയി മുങ്ങിക്കുളിച്ചു മതിൽക്കകത്തെത്തുകയും പതിവു

പോലെ ശീവേലി നടത്തുകയും ചെയ്തു.

കുറുപ്പു മൂത്തതിന്റെ ഇല്ലത്തുചെന്നു മൂത്തതിനെക്കണ്ടു 'വലിയ ബാലകൃഷ്ണൻ ഓലമടൽ ഒടിച്ചതിന്നു അങ്ങ് അവനെ കല്ലെടുത്തെറിഞ്ഞത് ഒട്ടും മര്യാദയായില്ല. വലിയ ബാലകൃഷ്ണൻ ആറൻമുളദേവന്റെ സ്വന്തമാണ്. അങ്ങു പതിവായി തിന്നുന്ന ചോറും ആ ഭഗവാന്റെ വകയാണ്. അതോർക്കാതെ ഇങ്ങനെ ചെയ്തത് കേവലം നിന്ദയായിപ്പോയി. ഇനി അങ്ങ് അവന്റെ പുറത്തുകയറുന്നതു വളരെ സൂക്ഷിച്ചുവേണം' എന്നു പറഞ്ഞു. അതിനു മറുപടിയായി മൂത്തതു പറഞ്ഞത് 'ആട്ടെ എന്റെ കാര്യം ഞാൻ നോക്കിക്കൊള്ളാം. എനിക്കാരും ഗുണദോഷങ്ങൾ പറഞ്ഞുതരണമെന്നില്ല' എന്നാണ് അതു കേട്ടിട്ടു കുറുപ്പിനൊട്ടും രസിച്ചില്ല. കുറുപ്പു പിന്നെ ഒന്നും മിണ്ടാതെ അവിടെനിന്നിറങ്ങി മതിൽക്കകത്തെത്തി. അപ്പോൾ വലിയ ബാലകൃഷ്ണൻ കിഴക്കേ നടയിൽത്തന്നെ നിൽക്കുന്നുണ്ടായിരുന്നു. കുറുപ്പ് അവന്റെ അടുക്കൽചെന്നു, 'വലിയ ബാലകൃഷ്ണാ! ആ മൂത്തതു വലിയ അധികപ്രസംഗിയും ധിക്കാരിയുമാണ്. ഞാൻ പറഞ്ഞിട്ട് അയാൾ തെറ്റു സമ്മതിക്കുന്നില്ല. അതുകൊണ്ടു അയാൾ നിന്നോടു ചെയ്തതിനു പകരം നീ തന്നെ ചെയ്തുകൊള്ളണം. പോരാത്തതു ആറൻമുളദേവനും അയാൾക്കു കൊടുത്തുകൊള്ളും' എന്നു പറഞ്ഞു. വലിയ ബാലകൃഷ്ണൻ അതു കേട്ടു സമ്മതഭാവത്തോടുകൂടി തല കുലുക്കി.

മേൽപ്പറഞ്ഞ സംഗതിയുണ്ടായതു ഒരു ധനുമാസത്തിലായിരുന്നു. മകരമാസത്തിൽ ക്ഷേത്രത്തിൽ ഉത്സവമായി. ഏഴാമുത്സവദിവസം കാലത്തു ശീവേലിയെഴുന്നള്ളിക്കാൻ വലിയ ബാലകൃഷ്ണനെ എറിഞ്ഞ മൂത്തതുതന്നെയാണു പുറപ്പെട്ടത്. എഴുന്നള്ളത്തിന്റെ കുത്തുവിളക്കു കണ്ട ക്ഷണത്തിൽ വലിയ ബാലകൃഷ്ണൻ പതിവുപോലെ കൊടിമരത്തിന്റെ വടക്കുവശത്തു ചെന്നു മടക്കി. മൂത്തത് എഴുന്നള്ളിച്ചുകൊണ്ടുവന്ന ചട്ടം(കോലം) മറ്റൊരു മൂത്തതിന്റെ കൈയിൽ കൊടുത്തിട്ട് ആനപ്പുറത്തു കയറുന്നതിനായി ആനയുടെ ചെവിക്കുപിടിച്ചുകൊണ്ടു മടക്കിയിരുന്ന വലത്തേക്കാലിൻമേൽ കയറി. ഉടനെ വലിയ ബാലകൃഷ്ണൻ എഴുന്നേറ്റുനിന്ന് ഒന്നു കുടഞ്ഞു. അതോടുകൂടി മൂത്തതു തെറിച്ചു ബലിക്കല്പുരയ്ക്കകത്തു ചെന്നു വീഴുകയും ബലിക്കല്പുരയുടെ കരിങ്കല്പടിയിൻമേൽ മുട്ടി മൂത്തതിന്റെ ഒരു കാലൊടിയുകയും ഉടനെ അയാളെക്കെട്ടിയെടുത്തു അയാളുടെ ഇല്ലത്തിലേയ്ക്കു കൊണ്ടുപോകുകയും ചെയ്തു.

വലിയ ബാലകൃഷ്ണൻ പിന്നെ അവിടെനിന്നു പതുക്കെ കിഴക്കോട്ടു നടന്നു മതിൽക്കു പുറത്തിറങ്ങി വടക്കോട്ടു ചെന്നു പുഴയിലിറങ്ങി മുങ്ങിക്കളിച്ചു. അവൻ പിന്നെ അവിടെനിന്നു കയറി സമൂഹമഠത്തിന്റെ മുറ്റത്തുചെന്നു നല്ലപോലെ വെയിലുള്ള ഒരു സ്ഥലത്തു നിന്നു. വലിയ ബാലകൃഷ്ണന്റെ തലയിൽക്കെട്ട് അഴിച്ചിരുന്നില്ല. അതോർക്കാതെയായിരിക്കാം അവൻ വെയിലത്തു ചെന്നു നിന്നത്.

ആറൻമുളക്ഷേത്രത്തിലെ ഉത്സവത്തിൽ കേമത്തവും പ്രാധാന്യവും ഏഴാമുത്സവം മുതൽ ആറാട്ടുവരെയുള്ള നാലു ദിവസങ്ങൾക്കാണ്, അതിനാൽ ഏഴാമുത്സവത്തിന്റെ ശീവേലിക്കു വലിയ ബാലകൃഷ്ണന്റെ പുറത്തുതന്നെ എഴുന്നള്ളിച്ചാൽക്കൊള്ളാമെന്നു വിചാരിച്ചു തോട്ടാവള്ളിൽ കുറുപ്പും ആറൻമുളക്കൊട്ടാരത്തിലെ വലിയ തമ്പുരാനും സൂഹത്തിലെ കിഴിക്കാരനും മറ്റും വലിയ ബാലകൃഷ്ണന്റെ അടുക്കൽചെന്നു മതിൽക്കകത്തേയ്ക്ക് ചെല്ലുന്നതിനു

വളരെയൊക്കെ പറഞ്ഞുനോക്കി. അതൊന്നും വലിയ ബാലകൃഷ്ണൻ വകവെച്ചില്ല. തോട്ടാവള്ളിൽകുറുപ്പിന്റെ വാക്കിനെ വലിയ ബാലകൃഷ്ണൻ അന്നൊരു ദിവസം മാത്രമേ അനുസരിക്കാതിരുന്നുള്ളൂ. വലിയ ബാലകൃഷ്ണന്റെ സമ്മതം കൂടാതെ അവനെ എങ്ങും കൊണ്ടുപോകുവാൻ ആരു വിചാരിച്ചാലും സാധിക്കയില്ലല്ലോ. അതിനാൽ അന്നു ശീവേലിക്കു ബാലകൃഷ്ണന്റെ പുറത്താണ് എഴുന്നള്ളിച്ചത്.

ശീവേലി ഏകദേശം പകുതിയായപ്പോൾ വലിയ ബാലകൃഷ്ണൻ നിന്നിരുന്ന സ്ഥലത്തുനിന്നു പതുക്കെയിറങ്ങി മതിൽക്കകത്തേയ്ക്കു ചെന്നു. അപ്പോൾ അവിടെയുണ്ടായ തിക്കും തിരക്കും പരിഭ്രമവും ബഹളവും കോലാഹലവുമെല്ലാം അപരിമിതങ്ങളും അവർണ്ണനീയങ്ങളുമായിരുന്നു. 'ബാലകൃഷ്ണന്റെ പുറത്തെഴുന്നള്ളിച്ചതു വലിയ ബാലകൃഷ്ണന് ഒട്ടും രസിച്ചിരിക്കയില്ല. വലിയ ബാലകൃഷ്ണൻ കടന്നു ബാലകൃഷ്ണനെ ഇപ്പോൾ കുത്തും. അതിനാണ് അവൻ ഇപ്പോൾ ഇങ്ങോട്ടുവന്നത്. ബാലകൃഷ്ണനെ കുത്തിയാൽ അവൻ ഒഴിച്ചുപോകുമോ? ഈ വലിയ ആനകൾ രണ്ടുംകൂടി നേരിട്ടാൽ ഈ മതിൽക്കകത്തുണ്ടാകുന്ന ബഹളം ചില്ലറയായിരിക്കുമോ? ഇവിടെ എന്തെല്ലാമാപത്തുമനർത്ഥവുമൊക്കെയുണ്ടാകുമെന്നു തിരുവാറൻ മുളയപ്പനുമാത്രമറിയാം. ഈശ്വരോ രക്ഷതു' എന്നും മറ്റുമായിരുന്നു ജനങ്ങളുടെ വിചാരവും സംസാരവും. ജനങ്ങൾ അപ്രകാരമെല്ലാം വിചാരിക്കുകയും പറയുകയും ചെയ്തത് അത്ഭുതമല്ലതാനും. അന്ന് ഏഴാംമുത്സവമായിരുന്നതിനാൽ ബാലൻമാരും വൃദ്ധൻമാരും സ്ത്രീകളും പുരുഷൻമാരും ദീനക്കാരും ഭജനക്കാരും മറ്റുമായി മണ്ണു നുള്ളിയിട്ടാൽ താഴെ വീഴാത്തവണ്ണം ജനങ്ങളവിടെ കൂടിയിരുന്നു. അവിടെവെച്ച് ഈ രണ്ടു വലിയ കൊമ്പനാനകൾ തമ്മിൽപ്പിണങ്ങിയാൽ അനേകവിധത്തിലുള്ള അപകടങ്ങളൊക്കെ വരാമല്ലോ. ജനങ്ങളിപ്രകാരമൊക്കെ വിചാരിക്കുകയും പറയുകയും ചെയ്തുവെങ്കിലും വലിയ ബാലകൃഷ്ണന് ഒരു ദുർവിചാരവുമുണ്ടായിരുന്നില്ല. അവൻ സാവധാനത്തിൽ മതിൽക്കകത്തു കടന്നു തെക്കോട്ടു മാറി തെക്കേ മതിലിനോടു ചേർന്ന് ആർക്കുമുപദ്രവമുണ്ടാകാത്ത വിധത്തിൽ വടക്കോട്ടു നോക്കിക്കൊണ്ടു വെയിലത്തു തന്നെ നിന്നു. എന്നിട്ടും ജനങ്ങളുടെ മനസ്സിലെ ദുശ്ശങ്ക വിട്ടുമാറിയില്ല. 'എഴുന്നള്ളത്തു തെക്കുവശത്താകുമ്പോൾ ബാലകൃഷ്ണനെ കുത്താൻ തരംനോക്കിക്കൊണ്ടാണു വലിയ ബാലകൃഷ്ണൻ വടക്കോട്ടു തിരിഞ്ഞുനിൽക്കുന്നത്'' എന്നായിരുന്നു ജനങ്ങളുടെ പിന്നത്തെശ്ശങ്ക.

ഈശ്വരകൃപകൊണ്ടും വലിയ ബാലകൃഷ്ണന്റെ ബുദ്ധിഗുണം കൊണ്ടും യാതൊരപകടവും ബഹളവും കൂടാതെ ശീവേലി ഭംഗിയായിട്ടു തന്നെ കഴിഞ്ഞുകൂടി. അപ്പോഴേയ്ക്കും തലയിൽക്കെട്ടു നല്ലപോലെ ഉണങ്ങുകയും ചെയ്തിരുന്നതിനാൽ വലിയ ബാലകൃഷ്ണൻ പതുക്കെ കൊടിമരത്തിന്റെ തെക്കുവശത്തു ചെന്നു മടക്കി. ഉടനെ നാരാണയൻ നായർ കയറി തലയിൽക്കെട്ടഴിച്ചു താഴെ കൊടുത്തു. അയാൾ താഴെയിറങ്ങിയപ്പോഴേയ്ക്കും ഓരോരുത്തർ വലിയ ബാലകൃഷ്ണനു പഴക്കുലകൾ കൊണ്ടുചെന്നു കൊടുത്തുതുടങ്ങി. ക്ഷണനേരംകൊണ്ടവന്റെ മുമ്പിൽ പലരുമായി അസഖ്യം പഴക്കുലകൾ കൊണ്ടുചെന്നുകൂട്ടി. വലിയ ബാലകൃഷ്ണൻ അതിലൊന്നുപോലും എടുത്തു തിന്നില്ല. എല്ലാം ബാലകൃഷ്ണനും കുട്ടികൃഷ്ണനുമായി വീതിച്ചു കൊടുത്തിട്ടു വലിയ ബാലകൃഷ്ണൻ പതുക്കെ മതിൽക്കു പുറത്തിറങ്ങി സമൂഹത്തിൻമഠത്തിന്റെ മുറ്റത്തു ചെന്നു പഴയ സ്ഥാനത്തുതന്നെ നിന്നു. അവനെക്കൊണ്ടു വല്ലതും ആഹാരം കഴിപ്പി

ക്കുന്നതിനു പലരും ശ്രമിച്ചുനോക്കി. ഒന്നും ഫലിച്ചില്ല. വലിയ ബാലകൃഷ്ണൻ അന്നു യാതൊന്നും തിന്നില്ലെന്നല്ല, വെള്ളം കുടിക്കുകപോലും ചെയ്തില്ല. അതിന്റെ വാസ്തവകാരണം ആർക്കുമറിഞ്ഞുകൂടാ. മൂത്തതിനോടു താൻ ചെയ്ത പ്രതികാരം കുറച്ചധികമായിപ്പോയി എന്നു പിന്നീടു തോന്നുകയാലുണ്ടായ പശ്ചാത്താപം കൊണ്ടാണ് വലിയ ബാലകൃഷ്ണൻ ആഹാരമൊന്നും കഴിക്കാത്തതെന്നായിരുന്നു കുറുപ്പു മുതലായ ചില പ്രധാനൻമാരുടെ ഊഹം.

പിറ്റേ ദിവസം രാവിലെ വലിയ ബാലകൃഷ്ണൻ ആറ്റിലിറങ്ങി കുളിച്ചു മതിൽക്കകത്തെത്തി. അപ്പോൾ കുറുപ്പുതന്നെ ആദ്യം ഒരു പഴക്കുല കൊണ്ടുചെന്നു കൊടുത്തു. അത് അവൻ മേടിച്ചു തിന്നു. അതു കണ്ടപ്പോൾ വേറെയും ചിലർ പഴക്കുലകൾ കൊണ്ടുചെന്നു കൊടുത്തുതുടങ്ങി. മാത്രനേരംകൊണ്ടു വലിയ ബാലകൃഷ്ണന്റെ മുമ്പിൽ അസംഖ്യം പഴക്കുലകൾ പലരായിട്ടു കൊണ്ടുചെന്നു കൂട്ടി. താൻ തിന്നു കഴിഞ്ഞിട്ട് അധികമുണ്ടായിരുന്നത് അവൻ ബാലകൃഷ്ണനും കുട്ടികൃഷ്ണനും വീതിച്ചുകൊടുത്തു. ആ ആനകൾക്കും മതിയായിട്ടു പിന്നെയും പഴക്കുലകൾ വളരെ അധികമുണ്ടായിരുന്നു. അതൊക്കെ ആരെങ്കിലുമെടുത്തു തിന്നുകൊള്ളുന്നതിനു വലിയ ബാലകൃഷ്ണൻ ആംഗ്യം കാണിക്കുകയാൽ നാരായണൻനായർ വിളിച്ചുപറഞ്ഞതു കേട്ടു പലരും ചെന്നെടുത്തു തിന്നു.

വലിയ ബാലകൃഷ്ണൻ ചിലപ്പോൾ മദമ്പാടുണ്ടാകാറുണ്ടായിരുന്നു. എങ്കിലും അവൻ ആരെയും ഒരു വിധത്തിലും ഉപദ്രവിച്ചിരുന്നില്ല. അവൻ ഒരക്രമം പ്രവർത്തിച്ചിരുന്നതായിപ്പറയാൻ ഒരു സംഗതി മാത്രമേയുള്ളു. ഒരിക്കൽ ആറൻമുളക്ഷേത്രത്തിൽനിന്ന് ആറാട്ടിന് എഴുന്നള്ളിച്ചു പോയപ്പോൾ മാരാമണ്ണുപള്ളിയിലുണ്ടായിരുന്ന വലിയ മണി എന്തോ കാരണവശാൽ അടിച്ചുകൊണ്ടിരുന്നു. അതു കേട്ടു കരയിൽ പ്രധാനൻമാരായ ചില നായൻമാർ 'ഇതു ഏറ്റവും ദുസ്സഹമായിരിക്കുന്നു' എന്നു പറഞ്ഞു. വലിയ ബാലകൃഷ്ണനും അതൊരുപദ്രവമായിത്തന്നെ തോന്നിയിരിക്കാം. ഏതെങ്കിലും ആറാട്ടു കഴിഞ്ഞ് ഇറക്കിയെഴുന്നള്ളിച്ചയുടനെ വലിയ ബാലകൃഷ്ണൻ പോയി യാതൊരു കേടും വരുത്താതെ ആ മണി പറിച്ചെടുത്തു ആറൻമുളക്ഷേത്രത്തിന്റെ നടയിൽ കൊണ്ടു വന്നു വെച്ചു. കരക്കാരുമായിട്ടുണ്ടായിരുന്ന ഐകമത്യംകൊണ്ടോ എന്തോ ഏതെങ്കിലും പള്ളിക്കാർ അതിനെക്കുറിച്ച് യാതൊരു വഴക്കുമുണ്ടാക്കിയില്ല. ആ മണി ഇപ്പോഴും ആറൻമുള കിഴക്കേ ഗോപുരത്തിന്റെ പടിഞ്ഞാട്ടുള്ള മുഖപ്പിൽ തെക്കുവശത്തായി തൂക്കീട്ടുണ്ട്.

വലിയ ബാലകൃഷ്ണൻ മണി പറിച്ചുകൊണ്ടുപോന്നതിനെക്കുറിച്ചു പള്ളിക്കാർ നേരിട്ടു വഴക്കിനു പുറപ്പെട്ടില്ലെങ്കിലും അവരിൽച്ചിലർ വലിയ ബാലകൃഷ്ണനെ അപായപ്പെടുത്തുന്നതിനു ഗൂഢമായി ഒരു വിദ്യ പ്രയോഗിച്ചു. അടുത്ത കൊല്ലം ആറാട്ടടുത്തപ്പോൾ ചിലർ ചെന്നു പ്രസിദ്ധ മാന്ത്രികനായിരുന്ന താമരശ്ശേരി നമ്പിയെക്കണ്ടു പറഞ്ഞ് അദ്ദേഹത്തെക്കൊണ്ട് ആറാട്ടിന് എഴുന്നള്ളിച്ചുപോകുന്ന വഴിയിൽ ഒരു കൂടപത്രം സ്ഥാപിച്ചു. വലിയ ബാലകൃഷ്ണൻ അതു മറികടന്നുപോയാൽ ഉടനെ അവിടെ വീണു മരിക്കത്തക്കവണ്ണമായിരുന്നു ആ ആഭിചാരപ്രയോഗം. പതിവുപോലെ ആറാട്ടിനെഴുന്നള്ളിച്ചിട്ടു കൂടപത്രം സ്ഥാപിച്ചിരുന്ന സ്ഥലത്തിനു സമീപത്തെത്തിയപ്പോൾ, ആറൻമുള ദേവൻ തോന്നിച്ചിട്ടോ എന്തോ വലിയ ബാലകൃഷ്ണൻ മുമ്പോട്ടു നടക്കാതെ പിന്തിരിഞ്ഞുനിന്നു. വലിയ ബാലകൃഷ്ണന്റെ സമ്മതം കൂടാതെ അവനെ നടത്തിക്കൊണ്ടു പോകുവാൻ സാധിക്കയില്ലല്ലോ. എന്തെങ്കിലും തക്കതായ

കാരണം കൂടാതെ അവനങ്ങനെ പിൻമാറാനുമിടയില്ല. ആകപ്പാടെ ദേവസ്വം കാര്യസ്ഥൻമാരും കരക്കാരും കാഴ്ചക്കാരുമെല്ലാം വലിയ പരുങ്ങലിലായി ത്തീർന്നു. ആ സമയത്ത് അവിടെ അടുക്കൽതന്നെയുണ്ടായുള്ള ഭഗവതി ക്ഷേത്രത്തിലെ വെളിച്ചപ്പാടു തുള്ളി ആ സ്ഥലത്തുചെന്നു ശൂലംകൊണ്ടു കുത്തി കൂടപത്രമെടുത്തു അതു ചുട്ടുകളയുന്നതിനു തോട്ടാവള്ളിൽക്കുറുപ്പിനെ ഏൽപ്പിച്ചതിന്റെ ശേഷം വലിയ ബാലകൃഷ്ണനെ പിടിച്ചു മുന്നോട്ടു നടത്തിവിട്ടു. പിന്നെ വലിയ ബാലകൃഷ്ണൻ മടിയ്ക്കാതെ നടക്കുകയും ആറാട്ടു പതിവുപോലെ ഭംഗിയായി കഴിഞ്ഞുകൂടുകയും ചെയ്തു.

ആറൻമുളയുത്സവം മകരമാസത്തിലാണല്ലോ. വലിയ ബാലകൃഷ്ണനെ അകപ്പെടുത്താൻ ആഭിചാരം ചെയ്ത താമരശ്ശേരി നമ്പി ആ ആണ്ടിൽത്ത ന്നെ ഇടവമാസത്തിൽ വസൂരിദിനം പിടിപെട്ടു മരിക്കുകയും അതോടുകൂടി അദ്ദേഹത്തിന്റെ കുടുംബം അന്യം നിൽക്കുകയും ചെയ്തു.

ബലിക്കല്പുരയിൽനിന്നു കെട്ടിയെടുത്തുകൊണ്ടുപോയ മൂത്തതിനു ചില ചികിത്സകൾ ചെയ്തപ്പോൾ ദേഹത്തിനുണ്ടായിരുന്ന അസ്വാസ്ഥ്യം മിക്കവാറും ഭേദമായി. എങ്കിലും ഒടിഞ്ഞുപോയ കാൽ നേരെയായില്ല. അതിനാൽ അയാൾക്ക് ആജീവനാന്തം പിന്നെ ഒരാനയുടെ പുറത്തു കയറാൻ സാധിച്ചിട്ടില്ല.

ഒരിക്കൽ ആറൻമുളക്ഷേത്രത്തിന്റെ ചില അറ്റകുറ്റപ്പണികൾക്ക് ഏതാനും തടികൾ മുറിപ്പിച്ചുകൊണ്ടുവരുന്നതിനായി ദേവസ്വം വക കാര്യസ്ഥൻമാ രിലൊരാൾ നാലഞ്ചു കൂലിവേലക്കാരോടുകൂടി സമീപത്തുള്ള 'നാരങ്ങാനം' എന്ന സ്ഥലത്തു പോയിരുന്നു. ആ വനത്തിൽ അക്കാലത്ത് എവിടെനി ന്നോ ഒരു വലിയ വ്യാഘ്രം വന്നുചേർന്നിരുന്നു. ആ കടുവാ കാര്യസ്ഥനെയും ചില കൂലിക്കാരെയും പിടിച്ചു തിന്നു. ബാക്കിയുണ്ടായിരുന്ന രണ്ടു വേലക്കാർ അവിടെനിന്നു മരണഭീതിയോടുകൂടി ഓടി ഒരുവിധത്തിൽ ആറൻമുള മടങ്ങിയെത്തി. അപ്പോൾ ക്ഷേത്രംപണിയെ സംബന്ധിച്ചുതന്നെ ചില കാര്യങ്ങൾ ആലോചിച്ചു നിശ്ചയിക്കാനായി തോട്ടാവള്ളിക്കുറുപ്പും കരയിൽ പ്രധാനൻമാരായ മറ്റു ചിലരും ക്ഷേത്രസന്നിധിയിൽ കൂടിയിരുന്നു. മടങ്ങി വന്ന കൂലിവേലക്കാർ ആ സ്ഥലത്തു ചെന്നു വനത്തിൽ പോയിട്ടുണ്ടായ അത്യാപത്തുകളെല്ലാം പറഞ്ഞു കേൾപ്പിച്ചു. 'തടി വെട്ടിക്കൊണ്ടുവരേണ്ടത് അത്യാവശ്യമാണ്. ഈ സ്ഥിതിക്ക് കൂലിവേലക്കാരും മറ്റും പേടിചിട്ട് ആ വനത്തിലേയ്ക്ക് പോവുകയുമില്ല. ഇനി എന്താണു നിവൃത്തി?' എന്നായിരുന്നു കുറുപ്പു മുതലായവരുടെ പിന്നത്തെ ആലോചന. ഈ വർത്തമാനങ്ങളെല്ലാം കേട്ടുകൊണ്ടു വലിയ ബാലകൃഷ്ണനും അവിടെ നിൽക്കുന്നുണ്ടായിരുന്നു. എല്ലാം കേട്ടു കഴിഞ്ഞപ്പോൾ വലിയ ബാലകൃഷ്ണൻ നാരായണൻനായരുടെ നേരെ തുമ്പിക്കൈകൊണ്ടു എന്തോ ആംഗ്യം കാണിച്ചിട്ടു കിഴക്കോട്ടു നടന്നു തുടങ്ങി. പിന്നാലെ നാരായണൻനായരും പോയി. ക്ഷണത്തിൽ നാരങ്ങാനം വനത്തിലെത്തി. വലിയ ബാലകൃഷ്ണൻ ആ കാട് ആകപ്പാടെ ഒന്നിളക്കി. ഉടനെ കടുവാ വലിയ ബാലകൃഷ്ണന്റെ നേരെ ചാടിച്ചെന്നു. വലിയ ബാലകൃ ഷ്ണൻ കടുവായുടെ കാലും വാലും കൂട്ടിപ്പിടിച്ചെടുത്തു ഒരു പാറപ്പുറത്തു ഒരടി കൊടുത്തു. അതോടുകൂടി കടുവായുടെ കഥ കഴിഞ്ഞു വലിയ ബാലകൃഷ്ണൻ കടുവായെ കൊമ്പിൻമേൽ കുത്തിക്കോർത്തെടുത്തു നാരായണൻനായരെയും പുറത്തു കയറ്റിക്കൊണ്ടു നേരെ പടിഞ്ഞാട്ടു നടന്നു കുറുപ്പു മുതലായവരിരുന്ന

സ്ഥലത്തെത്തി കടുവായെ താഴെയിട്ടു. അവിടെ കൂടിയിരുന്നവരെല്ലാം ആ കടുവായെക്കണ്ടു അത്ഭുതപ്പെട്ടു. അത്രയും വലിയ കടുവായെ അവരാരും മുമ്പു കണ്ടിട്ടില്ലായിരുന്നു. ഇങ്ങനെ കടുവായെക്കുറിച്ചുണ്ടായ ഭയം തീർന്ന തിനാൽ പിന്നെ മുറയ്ക്കു ദേവസ്വം കാര്യസ്ഥൻമാരും കൂലിവേലക്കാരുംകൂടി പോയി നാരങ്ങാനം മലയിലും മറ്റു മലയിലുംനിന്ന് അമ്പലംപണിക്ക് ആവശ്യമായിരുന്ന തടി മുഴുവനും മുറിച്ചെടുത്തു. ആ തടികളെല്ലാം പിടിച്ച് ആറ്റിലിറക്കുകയും അമ്പലക്കടവിൽക്കൊണ്ടുവന്നാൽ പിടിച്ചു കരയ്ക്കുകയറ്റു കയും ചെയ്തതു ദേവസ്വം വക ആനകൾ മൂന്നുംകൂടിത്തന്നെയായിരുന്നു. ആ മലയുടെ ചെരിവിൻ മുകളിൽ വലിയ ബാലകൃഷ്ണനും താഴെ ബാലകൃഷ്ണനും നിന്നുകൊണ്ട് ഒരു വലിയ തടി പിടിച്ചിറക്കിയപ്പോൾ പിടുത്തം ശരിയാ കാഞ്ഞിട്ടോ എന്തോ ബാലകൃഷ്ണന്റെ പുറത്തിരുന്നു കൊണ്ട് അയ്യപ്പൻപ്പി ള്ള ബാലകൃഷ്ണനെ ഒന്നടിച്ചു. അടികൊണ്ട ക്ഷണത്തിൽ ബാലകൃഷ്ണൻ തടി വിട്ടിട്ടു തല ഒന്നു കുടയുകയും മുമ്പോട്ടൊന്നു തിരിയുകയും ചെയ്തു. അതോടുകൂടി അയ്യപ്പൻപിള്ള താഴെ ബാലകൃഷ്ണന്റെ മുമ്പിൽ വീണു. ഉടൻ ബാലകൃഷ്ണൻ അയാളെ തൂക്കിയെടുത്തു മേൽപ്പോട്ടെറിഞ്ഞിട്ടു കൊമ്പുയർത്തിപ്പിടിച്ചുകൊ ണ്ടു നിന്നു. അയ്യപ്പൻപിള്ള വന്നു ബാലകൃഷ്ണന്റെ കൊമ്പിൻമേൽ വീണു. പിന്നെയും അയാളെ ബാലകൃഷ്ണൻ നിലത്തിട്ടു രണ്ടുമൂന്നുകൂടി കുത്തി കഥ കഴിച്ചിട്ടു വലിച്ചെടുത്തു ആറ്റിലേക്കെറിഞ്ഞു. വലിയ ബാലകൃഷ്ണന് ആരെയും കൊല്ലുന്നതു ഇഷ്ടമല്ലായിരുന്നു. നിവൃത്തിയുണ്ടായിരുന്നെങ്കിൽ അയ്യപ്പൻ പിള്ളയെ കൊല്ലാൻ അവൻ സമ്മതിക്കില്ലായിരുന്നു. വലിയ ബാലകൃഷ്ണൻ തടിയിൽനിന്നു പിടി വിട്ടിട്ട് അയ്യപ്പൻപിള്ളയെ രക്ഷിക്കാൻ വന്നാൽ ആ വലിയ തടി ഉരുണ്ടുവന്നു അയ്യപ്പൻപിള്ളയും ബാലകൃഷ്ണനും കുട്ടികൃഷ്ണനും മറ്റനേകം വേലക്കാരും മരിക്കുമായിരുന്നു. അതിൽഭേദം ഒരാൾ മാത്രം മരിക്കു ന്നതാണല്ലോ എന്നു വിചാരിച്ചാണ് വലിയ ബാലകൃഷ്ണൻ അയ്യപ്പൻപിള്ളയെ രക്ഷിക്കാൻ പോകാഞ്ഞത്. ഇതു മുമ്പൊരിക്കലുണ്ടായ സംഗതികൊണ്ടറി യാവുന്നതുമാണല്ലോ. അയ്യപ്പൻപിള്ള കഴിഞ്ഞതിന്റെ ശേഷം അയാൾക്കു പകരം നിയമിച്ചത് അയാളുടെ അനുജനായ പത്മനാഭപിള്ളയെ ആയിരുന്നു. പത്മനാഭപിള്ളക്കു ബാലകൃഷ്ണൻ തന്റെ ജ്യേഷ്ഠനെ കൊന്നവനാണല്ലോ എന്നു വിചാരിച്ചു അവനോടു സാമാന്യത്തിലധികം വിരോധമുണ്ടായിരു ന്നു. അതിനാലയാൾ അധികം താമസിയാതെതന്നെ വിഷം കൊടുത്തോ എന്തോ ബാലകൃഷ്ണനെ കൊല്ലുകയും വയറ്റിലുണ്ടായ ഒരു വേദനനിമിത്തം മരിച്ചതാണെന്നു പറഞ്ഞു പരസ്യപ്പെടുത്തുകയും ചെയ്തു.

അനന്തരം അധികം താമസിയാതെ പ്രായാധിക്യം നിമിത്തം നാരായ ണൻനായർ മരിച്ചു. അയാൾക്കു പകരം നിയമിച്ചതു ബാലകൃഷ്ണനെക്കൊന്ന ദ്രോഹിയായ പത്മനാഭപിള്ളയെയാണ്. പത്മനാഭപിള്ളയെ സഹായി ക്കുന്നതിനു നാരായണൻനായരുടെ അനന്തരവനായ കൊച്ചു കൃഷ്ണനെയും നിയമിച്ചു. തന്റെ കൂട്ടുകാരനായിരുന്ന ബാലകൃഷ്ണനും പാപ്പാനായിരുന്ന നാരാ യണൻനായരും പൊയ്പോയതിനാൽ വലിയ ബാല കൃഷ്ണനുണ്ടായ ദുഃഖം അപരിമിതമായിരുന്നു. അതിനു കൊച്ചുകൃഷ്ണൻ കൂടെയുണ്ടല്ലോ എന്നൊരു സമാധാനം മാത്രമേ വലിയ ബാലകൃഷ്ണനുണ്ടായിരുന്നുള്ളു. വലിയ ബാല കൃഷ്ണനു നാരായണൻനായരെക്കുറിച്ചുണ്ടായിരുന്നതുപോലെയുള്ള സ്നേഹം കൊച്ചുകൃഷ്ണനേക്കുറിച്ചും വലിയ ബാലകൃഷ്ണനെക്കുറിച്ചു നാരായണൻനായർക്കു

ണ്ടായിരുന്നതുപോലെയുള്ള സ്നേഹം കൊച്ചുകൃഷ്ണനുമുണ്ടായിരുന്നു. ദുഃഖങ്ങൾ വരുന്നേരമൊക്കെയും കൂട്ടത്തോടെ എന്നതുപോലെ നാരായണൻനായർ കഴിഞ്ഞിട്ട് അധികം താമസിയാതെ തോട്ടാവള്ളിൽ മൂത്തകുറുപ്പും മരിച്ചു. അതു നിമിത്തമുണ്ടായ ദുഃഖവും വലിയബാലകൃഷ്ണനു കേവലം ദുസ്സഹംതന്നെ യായിരുന്നു. തന്റെ സകല സങ്കടങ്ങളുടെയും പരിഹാരകർത്താവായിരുന്ന കുറുപ്പു കഴിഞ്ഞതിന്റെ ശേഷം വലിയ ബാലകൃഷ്ണൻ സന്താപസന്തപ്തഹൃദ യനായിത്തന്നെയാണ് ഓരോ ദിവസങ്ങളെയും നയിച്ചുകൊണ്ടിരുന്നത്.

ഒരിക്കൽ 'ചെറിയനാട്' എന്ന ദേശത്തുള്ള മൂത്തതിന്റെ ഇല്ലംപണി വകയ്ക്ക് ഒരു വലിയ തടി ഒരു സ്ഥാനത്തുനിന്നു പിടിച്ചു പണിസ്ഥലത്തു കൊണ്ടു ചെന്നു കൊടുക്കുന്നതിനു വലിയ ബാലകൃഷ്ണനെ കൊണ്ടു പോയിരുന്നു. തടി പണിസ്ഥലത്താക്കിക്കൊടുത്തതിന്റെശേഷം മൂത്തതു പത്മനാഭപിള്ളയ്ക്കു പത്തു പണവും ഒരു കൂട്ടം മുണ്ടും നേര്യതും കൊടുത്തു. കൂടെച്ചെന്ന് ഒരുപോലെ അദ്ധ്വാനിച്ച കൊച്ചു കൃഷ്ണനു യാതൊന്നും കൊടുത്തുമില്ല. മൂത്തതിന്റെ ഇല്ലത്തു നിന്നു പുറത്തിറങ്ങിയപ്പോൾ കൊച്ചുകൃഷ്ണൻ മനസ്താപത്തോടുകൂടി 'വലിയ ബാലകൃഷ്ണനെയും കൊണ്ട് എവിടെപ്പോയാലും എന്നെ ഇങ്ങനെ ആരും പൂജ്യ മാക്കി വിടാറില്ല. ഞാനും കൂട്ടുകാരനോടൊപ്പം അദ്ധ്വാനിച്ചവനാണെന്നുള്ള പരമാർത്ഥം ആ മൂത്തതറിഞ്ഞില്ലല്ലോ. വേണ്ടാ ഈശ്വരനറിയുമല്ലോ, അതു മതി' എന്നു പറഞ്ഞു. അതുകേട്ടു വലിയ ബാലകൃഷ്ണൻ പോയി തടി പിടിച്ചു മുമ്പു കിടന്നിരുന്ന സ്ഥലത്തു കൊണ്ടു ചെന്നിട്ടു. അങ്ങനെ ചെയ്യാതിരിക്കാൻ പത്മനാഭപിള്ള വലിയ ബാലകൃഷ്ണൻനോടു വളരെ പറഞ്ഞുനോക്കി. എങ്കിലും അവൻ അതു ഒട്ടും വകവെച്ചില്ല. അതിനാൽ വലിയ ബാലകൃഷ്ണനെക്കുറിച്ച് പത്മനാഭപിള്ളയുടെ മനസ്സിൽ വൈരം അങ്കുരിക്കുകയും അപ്പോൾത്തന്നെ കഴിഞ്ഞുവെങ്കിലും തോട്ടാവള്ളിലെ അന്നത്തെ മൂത്തകുറുപ്പ് മുമ്പിലത്തെ മൂത്തകുറുപ്പിനെപ്പോലെ ശാന്തനല്ലെന്നും അത്യുഗ്രമൂർത്തിയും കഠിനഹൃദ യനും കുറ്റക്കാരെ കഠിനമായി ശിക്ഷിക്കുന്ന നിർദ്ദാക്ഷിണ്യനുമാണെന്നു നല്ല പോലെ അറിയാമായിരുന്നതുകൊണ്ടു പത്മനാഭപിള്ള വലിയബാല കൃഷ്ണന്റെ നേരെ ഉടനെ കടുംകൈ ഒന്നും പ്രവർത്തിച്ചില്ല.

ആറന്മുളയ്ക്കു സമീപംതന്നെ ആറ്റിൽ അത്യഗാധമായ ഒരു സ്ഥലമുണ്ട്. ആ സ്ഥലത്തിനു 'കയ്യുഴക്കയം' എന്നാണു പേരു പറഞ്ഞു വരുന്നത്. ആ കയത്തി നടുത്തുള്ള മലയിൽക്കിടന്നിരുന്ന രണ്ടു തടികൾ പിടിച്ചു കയത്തിനു സമീപമാ ക്കിക്കൊടുക്കണമെന്ന് ഒരാൾ ആവശ്യപ്പെടുകയാൽ പത്മനാഭപിള്ള വലിയ ബാലകൃഷ്ണനെയും കൊണ്ടുപോയി രുന്നു. ആ മലയുടെ മുകളിൽനിന്നു തടി താഴെയിറക്കി കയത്തിന്റെ സമീപത്താക്കുന്ന കാര്യം ഏറ്റവും കൃച്ഛ്രസാധ്യമാ യിരുന്നു. എങ്കിലും വലിയ ബാലകൃഷ്ണൻ ഒരു തടിപിടിച്ചു കയത്തിൽ നിശ്ചി തസ്ഥലത്താക്കി. രണ്ടാമത്തെ തടിപിടിച്ചിറക്കിയപ്പോൾ പത്മനാഭപിള്ള ആനയുടെ ചങ്ങലയും തടിയുംകൂടി ബന്ധിച്ചു. ചങ്ങലയുടെ ഒരറ്റം തടിയുടെ വക്കത്തെ തുളയിൽക്കോർത്താണ് ബന്ധിച്ചത്. ഇതൊരപകടമാണെന്നു വലിയ ബാലകൃഷ്ണന് അപ്പോൾത്തന്നെ തോന്നാതെയിരുന്നില്ല. എങ്കിലും കൃത്യം നിർവ്വഹിക്കാതെയിരിക്കാൻ നിവൃത്തിയില്ലാതെയിരുന്നതിനാൽ അവൻ ഒരു വിധത്തിൽ തടിപിടിച്ചുകൊണ്ടുപോയി. കയത്തിനു സമീപം ചെന്നപ്പോൾ പത്മനാഭപിള്ള സ്ഥാനംനോക്കി ഒരടി വെച്ചുകൊടുത്തു. അക്കാലംവരെ ഒരിക്കൽപോലും അടികൊണ്ടിട്ടില്ലാത്ത വലിയ ബാലകൃ

ഷ്ണന് അത് അത്യന്തം ദുസ്സഹമായിരുന്നു. അടിയുടെ വേദന സഹിക്കവ യ്യാഞ്ഞിട്ട് വലിയ ബാലകൃഷ്ണൻ തടിയോടുകൂടി കയത്തിലേയ്ക്ക് ചാടി. തടി ചങ്ങലയോടുകൂടി ബന്ധിച്ചിരുന്നതിനാൽ അതു വേർപെടുത്താനും തടിയും കൊണ്ടു കയത്തിൽനിന്നു കരയ്ക്ക് കയറാനും നിവൃത്തിയില്ലാഞ്ഞതിനാൽ വലിയ ബാലകൃഷ്ണൻ കയത്തിലകപ്പെട്ടു. ഉടലിനു സാമാന്യത്തിലധികം പൊക്കമുണ്ടായിരുന്ന വലിയ ബാല കൃഷ്ണൻ കയത്തിലകപ്പെട്ടിട്ട് അവന്റെ തുമ്പിക്കൈയിന്റെ അഗ്രംമാത്രമേ വെള്ളത്തിനു മുകളിൽ കാൺമാനുണ്ടാ യിരുന്നുള്ളൂ. അതുതന്നെ അവൻ ശ്വാസംമുട്ടാതിരിക്കാനായിട്ട് ഉയർത്തി പ്പിടിച്ചതിനാലാണ്.

വലിയ ബാലകൃഷ്ണന്റെ ഈ കഷ്ടസ്ഥിതി കണ്ടുകൊണ്ടു പത്മനാഭപി ള്ള കരയ്ക്ക് നിന്നിരുന്നു. ആ സമയം എവിടെനിന്നോ ഒരു കാട്ടുപോത്ത് അവിടെ ചാടിച്ചെന്നു പത്മനാഭപിള്ളയെ വെട്ടി നാലഞ്ചാക്കി ഖണ്ഡിച്ചു കയത്തിലേയ്ക്ക് തട്ടിയിട്ടിട്ടു വന്ന വഴിയേ പോയി. വലിയ ബാലകൃഷ്ണനെ കൊന്നിട്ടു തനിക്കു സുഖമായിരിക്കാമെന്നായിരുന്നു വല്ലോ പത്മനാഭപിള്ള യുടെ വിചാരം. അന്യൻമാരെ ദ്വേഷിച്ചിട്ടു തങ്ങൾക്കു സുഖമുണ്ടാക്കാമെന്നു വിചാരിക്കുന്നവർക്കൊക്കെ ഒടുക്കമുണ്ടാകുന്ന ഫലം ഇങ്ങനെയ്യിരിക്കുമെ ന്ന് ഏവരുമോർക്കേണ്ടതാണ്. അന്നുച്ചയ്ക്ക് തോട്ടാവള്ളിൽ മൂത്ത കുറുപ്പ് ഉണ്ടുകൊണ്ടിരുന്നപ്പോൾ ചോറ്റിൽ തലമുടി കണ്ടു. അതിനാൽ പിന്നെയു ണ്ണാതെ അദ്ദേഹമെണീറ്റു കൈ കഴുകാനായി പുറത്തേയ്ക്കിറങ്ങിയപ്പോൾ കാൽ വാതിൽ പടിയിൻമേൽ മുട്ടി പെരുവിരൽ മുറിഞ്ഞു. അദ്ദേഹം ദുർനി മിത്തങ്ങളുടെ കാരണമെന്തായിരിക്കുമെന്നു വിചാരിച്ചുകൊണ്ടിരുന്നപ്പോൾ ക്ഷേത്രത്തിൽ നിന്ന് ഒരാൾ അവിടെ ചെന്ന് ഉച്ചപ്പൂജയുടെ പ്രസന്നപൂജ കഴിഞ്ഞു നട തുറന്നപ്പോൾ ശ്രീകോവിലകത്തെ വിളക്കുകൾ മിക്കവയും കെട്ടിരുന്നുവെന്നും ഉച്ചശ്ശീവേലിയുടെ പാണിക്കു കൊളുത്തിവെച്ച വിളക്കും മൂന്നു പ്രാവശ്യം കെടുകയുണ്ടായിയെന്നും ശീവേലിക്കെഴുന്നള്ളിച്ച മനുഷ്യ ന്റെ തല കട്ടളക്കാലിൻമേൽ മുട്ടി മുറിഞ്ഞുവെന്നും വലിയ ബാലകൃഷ്ണൻ വരായ്കയാൽ കുട്ടികൃഷ്ണന്റെ പുറത്താണ് ഉച്ചശ്ശീവേലിക്കെഴുന്നള്ളിച്ചതെന്നും പറഞ്ഞു. ഇതെല്ലാം കേൾക്കുകയും തനിക്കുണ്ടായ അനുഭവം വിചാരിക്കു കയും ചെയ്തിട്ടു കുറുപ്പു 'എല്ലാംകൊണ്ടും നമുക്ക് എന്തോ ഒരാപത്ത് അടു ത്തിരിക്കുന്നു എന്നു തന്നെ വിചാരിക്കേണ്ടിയിരിക്കുന്നു. അതെന്താണെന്നു തിരുവാറൻമുളദ്ദേവനുതന്നെയറിയാം. ഈശ്വരോ രക്ഷതു' എന്നു പറഞ്ഞു കഴിഞ്ഞപ്പോഴേയ്ക്കും ഒരാൾ വ്യസനാക്രാന്തനായി കണ്ണീരൊലിപ്പിച്ചുകൊണ്ടു കുറുപ്പിന്റെ അടുക്കലെത്തി. പത്മനാഭപിള്ള തല്ലി വലിയ ബാലകൃഷ്ണനെ കൈപ്പുഴക്കയത്തിൽച്ചാടിച്ചുവെന്നും അവന്റെ ചങ്ങലയും ഒരു വലിയ തടിയുംകൂടി കൂട്ടിബന്ധിച്ചിട്ടുള്ളതുകൊണ്ടു കരയ്ക്കു കയറാൻ നിവൃത്തിയി ല്ലാതെ അവൻ കയത്തിൽതന്നെ കിടക്കുന്നു എന്നും പത്മനാഭപിള്ളയെ ഒരു കാട്ടുപോത്തു വന്നു വെട്ടിനുറുക്കി കയത്തിലേയ്ക്ക് തള്ളിയെന്നും മറ്റും പറഞ്ഞുകേൾപ്പിച്ചു. ഈ വർത്തമാനം കേട്ടു വ്യസനാക്രാന്തനായ കുറുപ്പു പരി ഭ്രമിച്ച് അങ്ങോട്ടോടി. കുറുപ്പു കയത്തിന്റെ സമീപമെത്തിയപ്പോൾ അവിടെ സ്ത്രീകളും പുരുഷൻമാരുമായി ആബാലവൃദ്ധം അസംഖ്യം ജനങ്ങൾ രണ്ടു കരയിലും തിങ്ങിക്കൂടിയിരുന്നു. ആ ജനക്കൂട്ടത്തിൽ കണ്ണീർ പൊഴിക്കാതെ ഒരു കുട്ടിപോലുമുണ്ടായിരുന്നില്ല. കൊച്ചുകൃഷ്ണൻ ഒരിടത്തു കിടന്നു മാറത്ത

ടിച്ചു കരയുന്നു. കുട്ടികൃഷ്ണൻ കയത്തിലേയ്ക്കു നോക്കിക്കൊണ്ടുനിന്ന് ഉറക്കെ നിലവിളിക്കുന്നു. ആകപ്പാടെ അപ്പോളവിടെ ഒരു ഭൂകമ്പംതന്നെയായിരുന്നു. ആ സമയത്തും വലിയ ബാലകൃഷ്ണന്റെ തുമ്പിക്കൈയിന്റെ അറ്റം വെള്ളത്തിനു മീതെ കാൺമാനുണ്ടായിരുന്നു. അതിനാൽ അവനെ കരയ്ക്കു കയറ്റാനായി പലരും പല വിദ്യകൾ പ്രയോഗിച്ചുനോക്കി. ഒരു ഫലവുമുണ്ടായില്ല. നേരം സന്ധ്യയാകുന്നതു വരെ ശ്രമിച്ചിട്ടും ഒരു ഫലവുമുണ്ടാകാഞ്ഞതിനാൽ പിന്നെയെല്ലാവരും കണ്ണീരൊലിപ്പിച്ചുകൊണ്ടു പിരിഞ്ഞുപോയി. അന്ന് ആ ദേശത്ത് ഒരാൾ പോലും അത്താഴമുണ്ണുകയെന്നല്ല, വെള്ളം കുടിക്കുകപോലുമുണ്ടായില്ല. ഗംഭീരാശയനായിരുന്ന തോട്ടാവള്ളിൽ കുറുപ്പ് ഒരു വിധത്തിൽ വീട്ടിൽച്ചെന്നെത്തി വെറും നിലത്തു കിടന്നിട്ട് എണീറ്റതു മൂന്നു ദിവസം കഴിഞ്ഞതിന്റെ ശേഷമാണ്. അപ്പോഴേയ്ക്കും വലിയ ബാലകൃഷ്ണന്റെ കഥ കഴിയുകയും ചെയ്തിരുന്നു. പത്മനാഭപിള്ളയുടെ ദുഷ്കൃത്യം നിമിത്തമാണല്ലോ താൻ മരിക്കുന്നതെന്നുള്ള വിചാരം ബാലകൃഷ്ണന് ഉണ്ടായിരുന്നിരിക്കാം. എങ്കിലും കാട്ടുപോത്തു വെട്ടി അയാളെയും ആ കയത്തിൽത്തന്നെ ഇട്ടതിനാൽ അവസാനകാലത്തു അയാളുടെ ചോരയിൽക്കുളിച്ചിട്ടു മരിക്കാൻ ഇടയായയല്ലോ എന്നുള്ള സമാധാനവും അവന്റെ മനസ്സിൽ തോന്നിയിരിക്കാം.

കുട്ടികൃഷ്ണനും ചിലപ്പോൾ മദമ്പാടുണ്ടാവുകയും നീരുവന്നു പൊട്ടുകയും ഭ്രാന്തിളകി ഓടി നടക്കുകയും ചെയ്യാറുണ്ടായിരുന്നു. എന്നാൽ അവനും ആരെയും ഉപദ്രവിക്കയില്ല. അവനൊരു കളിഭ്രാന്തനായിരുന്നു. ആരെങ്കിലും വിളിച്ചു 'കുട്ടികൃഷ്ണാ! നിന്റെ ഭ്രാന്തൊന്നു കാണട്ടെ' എന്നു പറഞ്ഞു ശർക്കരയോ പഴമോ വല്ലതും കൊടുത്താൽ അവൻ ഭ്രാന്തിളകിയതുപോലെ ഓടിനടന്നു കാണിക്കുമായിരുന്നു.

ബാലകൃഷ്ണനും വലിയ ബാലകൃഷ്ണനും കഴിഞ്ഞപ്പോൾ അവന്റെ ഉത്സാഹവും സന്തോഷവും കളിയുമെല്ലാം നശിച്ചു. പിന്നെ അവൻ കേവലം നിരുത്സാഹനായിട്ടാണ് ജീവിതത്തെ നയിച്ചിരുന്നത്. അങ്ങനെ അഞ്ചാറു കൊല്ലം കഴിഞ്ഞപ്പോൾ കുട്ടികൃഷ്ണനും കഥാവശേഷനായിത്തീർന്നു.

●

ശബരിമലശ്ശാസ്താവും പന്തളത്തു രാജാവും

പണ്ടൊരു കാലത്തു പാണ്ഡ്യരാജകുടുംബക്കാർ രണ്ടായിപ്പിരിഞ്ഞ് ഒരു കൂട്ടക്കാർ വള്ളിയൂരും മറ്റവർ മധുരയിലും താമസിച്ചിരുന്നു. മധുരയിൽ താമസിച്ചിരുന്ന ശാഖയിലെ വലിയ രാജാവ് ഒരു ദിവസം നായാട്ടിനായി വനപ്രദേശത്തു ചെന്നപ്പോൾ അവിടെയൊരു യുവാവു വേട്ടയാടി വിനോദിച്ചു നടക്കുന്നതായി കണ്ടു. വില്ലുമമ്പും ധരിച്ചു നടന്നിരുന്ന ആ യുവാവ് കാഴ്ചയിൽ അതിമനോഹരനും ശരപ്രയോഗത്തിൽ അത്യന്തം സമർത്ഥനുമായിരുന്നു. ആയുധങ്ങൾ പ്രയോഗിച്ചു ദുഷ്ടമൃഗങ്ങളെ നിഗ്രഹിക്കുന്നതിന് അദ്ദേഹത്തിനുണ്ടായ പാടവം കണ്ടു വിസ്മയവിഹ്വലനായിത്തീർന്ന രാജാവ് ആ യുവാവിനെ അടുക്കൽ വിളിച്ച് ദേശം, നാമം മുതലായവയെല്ലാം ചോദിച്ചു. അതിനുത്തരമായി ആ യുവാവ്, 'എനിക്ക് പ്രത്യേകമായി ഒരു ദേശവുമില്ല ലോകമെല്ലാം എന്റെ ദേശം തന്നെ. എന്റെ പേരു സാധാരണയായി ജനങ്ങൾ പറഞ്ഞുവരുന്നത് 'അയ്യപ്പൻ' എന്നാണ്. എന്റെ അച്ഛൻ ഒരു മലയാളിയാണ്. അതുകൊണ്ട് ഞാനും ഒരു മലയാളിതന്നെ. എനിക്കു സാമാന്യംപോലെ മാതാപിതാക്കന്മാർ ഇല്ലെന്നുതന്നെ പറയാം. സാക്ഷാൽ മഹാമായ അമ്മയും ലോകൈകനാഥനായിരിക്കുന്ന ഈശ്വരൻ അച്ഛനും എന്നു വിചാരിച്ചു ഞാനിങ്ങനെ നടക്കുന്നു എന്നു മാത്രമേയുള്ളൂ. ഇത്രയുമൊക്കെയല്ലാതെ ഇതിലധികമായി എന്നെക്കുറിച്ചൊന്നും അറിയിക്കാനില്ല' എന്നു പറഞ്ഞു. ഇതു കേട്ട് രാജാവ്, 'ഇവൻ നാടും വീടും ഇല്ലാത്ത ഒരഗതിയാണെങ്കിലും ആയുധാഭ്യാസത്തിൽ അതിസമർത്ഥനാണ്. അതുകൊണ്ട് ഇവനെ കൂടെ കൊണ്ടുപോയി നമ്മുടെ സൈന്യത്തിൽ ചേർക്കണം' എന്നു വിചാരിച്ചു കൊണ്ട്, 'എന്നാൽ നിനക്ക് എന്റെ കൂടെ വന്നു നമ്മുടെ അടുക്കൽ താമസിക്കാമോ?' എന്നു ചോദിച്ചു. 'ഓഹോ, യാതൊരു വിരോധവുമില്ല' എന്നു യുവാവു സമ്മതിച്ചു പറയുകയാൽ രാജാവ് ആ യുവാവിനെ കൂടെക്കൊണ്ടുപോയി തന്റെ സൈനികനാക്കിത്താമസിപ്പിച്ചു.

അക്കാലത്തു ശത്രുക്കളുടെ ആക്രമണവും യുദ്ധവും സകലരാജ്യങ്ങളിലും കൂടെക്കൂടെ ഉണ്ടായിക്കൊണ്ടിരിക്കുക സാധാരണമായിരുന്നതിനാൽ ആ ഉപദ്രവം പാണ്ഡ്യരാജാവും അനുഭവിച്ചുകൊണ്ടുതന്നെയാണിരുന്നത്. അങ്ങനെ യുദ്ധമുണ്ടാകുന്ന കാലങ്ങളിൽ ചെന്നു നേരിട്ടു യുദ്ധം ചെയ്തു ശത്രുക്കളെ ജയിച്ചുവരുന്നതിന് ഈ പുതിയ സൈനികന് ഒരു പ്രയാസവുമുണ്ടായിരുന്നില്ല. അദ്ദേഹത്തെ സഹായിക്കാൻ മറ്റാരും കൂടെ ചെല്ലണമെന്നുതന്നെ

ഉണ്ടായിരുന്നില്ല. ശത്രുക്കൾക്കു സൈന്യബലവും പരാക്രമവും എത്രമാത്രമുണ്ടായിരുന്നാലും ഈ അയ്യപ്പൻ തനിച്ചുപോയി യുദ്ധംചെയ്തു ജയിച്ചുവരിക പതിവായി. അതിനാൽ പാണ്ഡ്യരാജാവു സന്തോഷിച്ച് അയ്യപ്പനെ തന്റെ സേനാനായകനാക്കി. അയ്യപ്പൻ പാണ്ഡ്യ രാജ്യത്തു സ്ഥിരതാമസമായപ്പോൾ അദ്ദേഹത്തെ ഭയപ്പെട്ടു ശത്രുക്കൾ ആ രാജ്യത്തെ ആക്രമിക്കാതെയായി. അതിനാൽ പാണ്ഡ്യരാജാവിന്റെ മനസ്സിൽ സ്വാസ്ഥ്യവും അയ്യപ്പനെക്കുറിച്ചുള്ള സന്തോഷബഹുമാനങ്ങളും സീമാതീതമായി വർദ്ധിച്ചു എന്നു മാത്രമല്ല, രാജാവിനു പഴയ സൈനികന്മാരോടും മറ്റുമുണ്ടായിരുന്ന സന്തോഷാദരങ്ങൾ വളരെ കുറയുകയും ചെയ്തു. അതിനാൽ അവിടെയുണ്ടായിരുന്ന പഴയ സൈനികന്മാർക്ക് അയ്യപ്പനെക്കുറിച്ച് സാമാന്യത്തിലധികം അസൂയ ഉണ്ടായിത്തീർന്നു. ഏതുവിധവും ഈ അയ്യപ്പനെ തുലയ്ക്കണമെന്ന് അവരെല്ലാവരും കൂടി ആലോചിച്ചു നിശ്ചയിച്ചു. പിന്നെ അതിനെന്താണ് വേണ്ടതെന്ന് അവരെല്ലാവരുംകൂടി ആലോചിക്കുകയും ഒരു കൗശലം കണ്ടുപിടിക്കുകയും ചെയ്തു.

അനന്തരം അവരെല്ലാവരുംകൂടി ഗൂഢമായി ചെന്നു രാജാവിന്റെ ഭാര്യയെ ചില തിരുമുൽക്കാഴ്ചകൾ വെച്ചു സങ്കടമറിയിച്ചു. 'അല്ലയോ പൊന്നുതമ്പുരാട്ടീ! ഇവിടെ വലിയ തമ്പുരാൻ തിരുമനസ്സിലെ അടുക്കൽ സേവകനായി ഒരു മലയാളി വന്നുചേർന്നതിൽപ്പിന്നെ തിരുമനസ്സിലേക്ക് അടിയങ്ങളെക്കുറിച്ചുണ്ടായിരുന്ന വാത്സല്യവും കരുണയും നിശ്ശേഷം നശിച്ചിരിക്കുന്നു. അടിയങ്ങളെ ഒരു കാര്യത്തിനും ഇപ്പോൾ കല്പിച്ചു വിളിക്കാറില്ലെന്നല്ല, അടിയങ്ങൾ തിരുമുമ്പിൽ ചെല്ലുന്നതുതന്നെ അവിടേക്കിപ്പോൾ രസമല്ലാതെയാണു തീർന്നിരിക്കുന്നത്. ഈ സ്ഥിതിയിൽ ഇവിടെത്താമസിക്കുന്ന കാര്യം അടിയങ്ങൾക്കു വലിയ സങ്കടമാണ്. ഈ പുതിയ മലയാളിയുടെ ഏഷണി നിമിത്തമാണ് തിരുമനസ്സിലേക്ക് അടിയങ്ങളിൽ കൃപയില്ലാതെയായത്. ഇതിലേക്ക് അവിടുന്ന് എന്തെങ്കിലും ഒരു സമാധാനമുണ്ടാക്കി അടിയങ്ങളെ രക്ഷിക്കണം. ഗുണവതിയും കരുണാനിധിയുമായിരുന്ന ഇവിടുന്നല്ലാതെ അടിയങ്ങൾക്കു മറ്റൊരു ശരണവുമില്ല. ഇവിടുന്നും അടിയങ്ങളെ ഉപേക്ഷിക്കുകയാണെങ്കിൽ അടിയങ്ങൾ ഈ നാടുവിട്ടു പോകണമെന്നാണ് വിചാരിക്കുന്നത്.'

ഇപ്രകാരം സൈനികർ മുതലായവരുടെ സങ്കടം കേട്ട് ആർദ്രമാനസയായിത്തീർന്ന രാജ്ഞി 'നിങ്ങൾക്കുവേണ്ടി എന്തും ചെയ്യാൻ ഞാൻ സന്നദ്ധയാണ്. ഞാനെന്താണ് ചെയ്യേണ്ടതെന്നു നിങ്ങൾതന്നെ ആലോചിച്ചു പറഞ്ഞാൽ ഞാനതു ചെയ്യാം. ആ മലയാളിയെക്കുറിച്ചു തിരുമനസ്സിലേക്കു സാമാന്യത്തിലധികം സ്നേഹവും ബഹുമാനവുമുണ്ടെന്നു എനിക്കുമറിയാം. അവനെ ഇവിടെനിന്നു വിട്ടയയ്ക്കണമെന്നോ അവൻ പറയുന്നതുപോലെയൊന്നും ചെയ്യരുതെന്നോ പറഞ്ഞാൽ തിരുമനസ്സിലേക്കു സമ്മതമാവുകയില്ലെന്നല്ല, പറയുന്നവനോടു വിരോധമുണ്ടായേക്കാനുമിടയുണ്ട്. അവിടുത്തെ അടുക്കൽ അറിയിക്കാൻ നിവൃത്തിയില്ല. നിങ്ങൾതന്നെ ആലോചിച്ച് ഒരു കൗശലം നിശ്ചയിക്കണം' എന്നു പറഞ്ഞു. അപ്പോൾ ആ സൈനികർ 'ഇവിടുന്നു തിരുവയറ്റിൽ ഒരു വേദനയാണെന്നു കത്തിച്ചുകൊണ്ട് ആലസ്യം നടിച്ചു കിടന്നു നിലവിളിക്കണം. വൈദ്യന്മാർ വന്നു ചികിത്സകൾ ചെയ്യുന്തോറും അധികമധികമാണെന്നു കല്പിച്ചുകൊണ്ടിരിക്കണം. ഇത്രയും ചെയ്താൽ മതി. ശേഷമൊക്കെ അടിയങ്ങൾ ശരിയാക്കിക്കൊള്ളാം' എന്നറിയിക്കുകയും,

അങ്ങനെ ചെയ്യാമെന്നു സമ്മതിച്ചു രാജ്ഞി രോഗം നടിച്ചു കിടന്നു നില വിളിക്കുകയും ചെയ്തു.

ഉടനെ രാജാവു രാജ്ഞിക്കു സുഖക്കേടാണെന്നറിഞ്ഞു വൈദ്യന്മാരെ വരുത്തി മുറയ്ക്കു ചികിത്സകൾ ചെയ്യിച്ചുതുടങ്ങി. ചികിത്സകൾ ചെയ്യുന്തോറും രോഗം വർദ്ധിച്ചുവരുന്നതല്ലാതെ ലേശംപോലും ശമനം കാണായ്കയാൽ രാജാവ് ഏറ്റവും വിഷണ്ണനായിത്തീർന്നു. അപ്പോൾ പഴയ സൈനിക ന്മാർ ഒരു ദു ഷ്ടനെ വൈദ്യവേഷം ധരിപ്പിച്ചു കൈക്കൂലിയും കൊടുത്തു വേണ്ടതെല്ലാമുപദേശിച്ചു രാജസന്നിധിയിലേക്കയച്ചു. ആ കള്ളവൈദ്യൻ രാജാവിന്റെ മുമ്പിൽ ചെന്നു തൊഴുതുകൊണ്ട്, 'അല്ലയോ തിരുമേനീ! തമ്പു രാട്ടിയുടെ ശീലായ്മ അടിയൻ ഭേദമാക്കാം. ഇതുവരെ വൈദ്യവേഷം ചമഞ്ഞ് ഇവിടെ വന്നവരൊക്കെ ശുദ്ധമേ കള്ളന്മാരാണ്. അവർ വൈദ്യശാസ്ത്രം കണ്ടിട്ടുപോലുമില്ല. രോഗമറിയാതെയാണ് അവരൊക്കെ ചികിത്സിച്ചത്. തമ്പുരാട്ടിയെ ബാധിച്ചിരിക്കുന്നത് ഒരു വല്ലാത്ത കട്ടുത്ത വ്യാധിയാണ്. അതിന്റെ കാഠിന്യം അറിയാവുന്നവർക്കു മാത്രമേ അറിഞ്ഞുകൂടൂ. ശരിയായ ചികിത്സ ചെയ്തു വേഗത്തിൽ ഭേദമാക്കാതെ രോഗം ഈ വിധത്തിൽ ഒരു പത്തുദിവസംകൂടി വെച്ചുകൊണ്ടിരിക്കുകയാണെങ്കിൽ പിന്നെ തമ്പുരാട്ടിയുടെ കഥ ഈശ്വരനു മാത്രമറിയാമെന്നല്ലാതെ അടിയനൊന്നും അറിയിക്കുന്നില്ല. ഈ രോഗത്തിനു വിധിച്ചിട്ടുള്ള മരുന്ന് ഒന്നുമാത്രമേയുള്ളൂ. അതു പുലിപ്പാ ലാണ്. ഒരു മുന്നാഴി പുലിപ്പാൽ കിട്ടിയാൽ മൂന്നേമുക്കാൽ നഴികകൊണ്ട് ഈ രോഗം ഭേദമാക്കാമെന്നുള്ളതിനു യാതൊരു സംശയവുമില്ല. അതില്ലാതെ ഇതു ഭേദപ്പെടുത്താൻ ആരാലും സാധ്യവുമല്ല' എന്നറിയിച്ചു. ഇതുകേട്ടപ്പോൾ രാജാവിനു വലിയ വിചാരമായി. പിന്നെ രാജാവു വൈദ്യനോടു 'പൊറുക്കാത്ത ദീനത്തിനു കിട്ടാത്ത മരുന്ന് എന്നുള്ള പഴഞ്ചൊല്ല് ഇപ്പോൾ ശരിയായി. പെറ്റുകിടക്കുന്ന പുലിയെപ്പിടിച്ചു പാൽ കറന്നെടുത്തു കൊണ്ടുവരുവാൻ മനുഷ്യൻ വിചാരിച്ചാൽ സാധിക്കയില്ലല്ലോ' എന്നു പറഞ്ഞു. അപ്പോൾ വൈദ്യൻ, 'ഇവിടെ തിരുമേനിയുടെ സേവകനും സേനാനായകനുമായി ത്താമസിക്കുന്ന മലയാളിയെ കല്പിച്ചയച്ചാൽ ഇതു സാധിക്കും' എന്നറിയിച്ചു. ഉടനെ രാജാവ് അയ്യപ്പനെ വരുത്തി വിവരം പറഞ്ഞു. 'പരീക്ഷിച്ചു നോക്കാം' എന്നു പറഞ്ഞിട്ട് അയ്യപ്പൻ അപ്പോൾത്തന്നെ പോയി.

'അയ്യപ്പനെ ഇങ്ങനെ പറഞ്ഞയച്ചാൽ അവൻ കൊടുങ്കാട്ടിൽചെന്ന് ഈറ്റപ്പുലിയെ കടന്നുപിടിക്കും. പുലി കടിച്ച് അവന്റെ കഥയും കഴിക്കും. അങ്ങനെ അവൻ നിമിത്തമുള്ള ഉപദ്രവം തീരും' എന്നു വിചാരിച്ചാണു പഴയ സൈനികന്മാർ കള്ളവൈദ്യനെ അയച്ച് ഇങ്ങനെ പറയിച്ചത്. പക്ഷേ അതു ഫലിച്ചില്ല.

അയ്യപ്പൻ കാട്ടിൽചെന്ന് ഒട്ടുവളരെ പുലികളെയും പുലിക്കുട്ടി കളെയും തടുത്തടിച്ചുകൊണ്ട് ഒരു വ്യാഘ്രത്തിന്റെ പുറത്തുകയറി രാജധാനിയിലേക്കു വന്നു. അപ്പോൾ അവിടെയുണ്ടായിരുന്ന തിരക്കുകളും കോലാഹലങ്ങളു മെല്ലാം അവർണ്ണനീയങ്ങൾ തന്നെയായിരുന്നു. പുലികളെ കണ്ടു പേടിച്ചു നാട്ടുകാരും രാജധാനിയിലുണ്ടായിരുന്ന സൈനികന്മാർ മുതലായവരുമെ ല്ലാം ഓടിയൊളിച്ചു. പുലികളുടെ ശബ്ദം കേട്ടപ്പോൾത്തന്നെ വയറുവേദന ഭേദമായി രാജ്ഞി എണീറ്റു നടന്നുതുടങ്ങി. രാജാവ് ഏറ്റവും ഭയാക്രാന്ത നായിത്തീർന്നു. അയ്യപ്പൻ ഒരു അമാനുഷപ്രഭാവനാണെന്നുള്ള വിചാരം

അദ്ദേഹത്തിനു മുമ്പേതന്നെ ഉണ്ടായിരുന്നു. പുലികളെക്കൊണ്ടുവരികയും കൂടി ചെയ്തപ്പോൾ ഇദ്ദേഹം ഒരു മനുഷ്യനല്ലെന്നുതന്നെ തീർച്ചപ്പെടുത്തി. രാജാവു ചെന്ന് അയ്യപ്പന്റെ പാദത്തിങ്കൽ വീണു സാഷ്ടാംഗം നമസ്കരിച്ചിട്ട്, 'അല്ലയോ സ്വാമിൻ! അവിടുന്ന് ആരാണെന്നുള്ള വാസ്തവം അറിയായ്കകൊണ്ടു ഞാൻഅവിടുത്തെ ഇവിടെ വേണ്ടതുപോലെ ആദരിക്കുകയും ആചരിക്കുകയും ചെയ്തിരുന്നില്ല. അവിടുത്തെ ഒരു സേവകന്റെ നിലയിൽ മാത്രമാണു ഞാൻ ഇതുവരെ വിചാരിച്ചുപോന്നത്. എന്റെ ഈ അപരാധത്തെ അവിടുന്നു ദയാപൂർവം ക്ഷമിച്ച് എന്നെ അനുഗ്രഹിക്കണം. ഈ പുലികളെ കണ്ടിട്ട് ഇവിടെയുള്ളവരെല്ലാം ഏറ്റവും ഭയപരവശരായിത്തീർന്നിരിക്കുന്നു. അതിനാൽ ഇവയെയെല്ലാം കാട്ടിലേക്കുതന്നെ അവിടുന്നു സദയം വിട്ടയയ്ക്കണം. അവിടുന്ന് ആരാണെന്നു സൂക്ഷ്മമായി ഞാനിപ്പോഴും അറിയുന്നില്ല. അതിനാൽ അത് അവിടുന്നു സദയം സ്പഷ്ടമായി അരുളിച്ചെയ്യണമെന്നും ഞാൻ സാദരം അപേക്ഷിച്ചുകൊള്ളുന്നു' എന്നറിയിച്ചു. അതിനു മറുപടിയായി അയ്യപ്പൻ, 'അല്ലയോ രാജാവേ! ഭവാൻ എന്നെ ഇവിടെ ഒട്ടും അനാദരിച്ചിരുന്നില്ലെന്നല്ല, സാദരം ബഹുമാനിച്ചുതന്നെയാണ് ഇരുന്നിട്ടുള്ളത്. അതിനാൽ ഭവാനെക്കുറിച്ച് ഞാൻ അത്യന്തം സന്തുഷ്ടനായിരിക്കുന്നു. ഇവിടെയുള്ള സൈനികന്മാർക്ക് എന്റെ പേരിൽ ഏറ്റവും അസൂയയുണ്ടായിട്ടുണ്ട്. അത് അവരുടെ അജ്ഞതകൊണ്ടെന്നല്ലാതെ മറ്റൊന്നും ഞാൻ വിചാരിക്കുന്നില്ല. എന്റെ പരമാർത്ഥമെല്ലാം മുമ്പേതന്നെ ഞാൻ ഭവാനോടു പറഞ്ഞിട്ടുണ്ട്. അതിൽ കൂടുതലായി ഇനിയൊന്നും പറഞ്ഞറിയിക്കേണ്ടതായിട്ടില്ല. പോരാത്തതെല്ലാം കാലക്രമേണ ഭവാനറിയാറാകും. എന്നെക്കുറിച്ച് ഇവിടെയുള്ള സൈനികന്മാർക്കും മറ്റും രസമില്ലാതെ ഇരിക്കുന്നതുകൊണ്ടു ഞാനിനി ഇവിടെത്താമസിക്കണമെന്നു വിചാരിക്കുന്നില്ല. ഞാൻ ഇപ്പോൾത്തന്നെ മലയാളരാജ്യത്തേക്കു പോകുന്നു. എന്റെ നായ്ക്കളെ (പുലികളെ ഉദ്ദേശിച്ച്) ഞാൻകൊണ്ടു പൊയ്ക്കൊള്ളാം. ഭവാനും ഈ ദിക്കിലുള്ള വാസം സുഖകരമയിരിക്കില്ല. അതിനാൽ മലയാളത്തിലേക്കു പോരികയാണു നല്ലത്. അവിടെ വരുമ്പോൾ എന്റെ സ്ഥിരവാസം എവിടെയാണെന്നു ഞാനറിയിക്കാം. ആ സ്ഥലത്തുവന്നാൽ എന്നെക്കാണാം' എന്നു പറഞ്ഞു. ഇത്രയും പറഞ്ഞു കഴിഞ്ഞയുടനെ അയ്യപ്പൻ പുലികളോടുകൂടി അന്തർദ്ധാനവും ചെയ്തു. അയ്യപ്പൻ പിരിഞ്ഞുപോയതുകൊണ്ട് പാണ്ഡ്യരാജാവിന് അപാരമായ മനസ്താപമുണ്ടായി എന്നുള്ളതു പറയണമെന്നില്ലല്ലോ. അദ്ദേഹം അയ്യപ്പൻ മറഞ്ഞ ദിക്കുനോക്കി വീണ്ടും നമസ്കരിച്ചിട്ടു സ്വമന്ദിരത്തിലേക്കു മടങ്ങിപ്പോയി. പിന്നെ രാജാവു അയ്യപ്പനെക്കുറിച്ചുതന്നെ ഓരോന്നു ചിന്തിച്ചുകൊണ്ടിരുന്നു. ഈ ദിവ്യൻ താനാരാണെന്നു വ്യക്തമായിപ്പറഞ്ഞില്ലെങ്കിലും കേവലം മനുഷ്യനല്ലെന്നുള്ള കാര്യം തീർച്ചതന്നെ. ഇപ്പോഴും അദ്ദേഹമാരാണെന്നു സ്പഷ്ടമായിപ്പറയണമെന്നു ഞാനാവശ്യപ്പെട്ടിട്ടും പറഞ്ഞില്ല. 'എന്റെ പരമാർത്ഥമെല്ലാം മുമ്പേതന്നെ ഞാൻ പറഞ്ഞിട്ടുണ്ട്'' എന്നാണല്ലോ അദ്ദേഹം പറഞ്ഞത്? അദ്ദേഹം മുമ്പേ എന്താണ് പറഞ്ഞത്? എനിക്കു പ്രത്യേകമായി ഒരു നാട്ടും വീട്ടും ഇല്ല. ലോകമെല്ലാം എന്റെ നാടുതന്നെ. സാക്ഷാൽ മഹാമായ അമ്മയും ലോകൈകനാഥനായിരിക്കുന്ന ഈശ്വരൻ അച്ഛനും എന്നു വിചാരിച്ചു നടക്കുന്നു' എന്നാണല്ലോ അദ്ദേഹം മുമ്പേ പറഞ്ഞിട്ടുള്ളത്. പേർ അയ്യപ്പനാണെന്നും പറഞ്ഞു. ശരിതന്നെ. ഇത്രയും പറഞ്ഞതുകൊണ്ട്

ജനിച്ച പുത്രനായ അദ്ദേഹം ശ്രീപരമേശ്വരനു വിഷ്ണുമായയിൽ ശാസ്താവാണെന്നു സ്പഷ്ടമാകുന്നുണ്ട്. ശാസ്താവിനെ അയ്യപ്പനെന്നും പറയാറുണ്ടല്ലോ. ഈശ്വരന്മാർക്കു പ്രത്യേക വീടും നാടുമില്ലല്ലോ. സർവ്വവ്യാപികളായിരിക്കുന്ന ഈശ്വരന്മാർക്കു ലോകമെല്ലാം അവരുടെ നാടുതന്നെ. ഇതെല്ലാം ആ സ്വാമി അരുളിച്ചെയ്ത വാക്കുകളിൽനിന്ന് ഊഹിക്കാവുന്നതാണ്. പക്ഷേ എന്റെ അജ്ഞതകൊണ്ട് അതൊന്നും ഊഹിച്ചറിയാൻ അപ്പോൾ എനിക്കു കഴിഞ്ഞില്ല. അതു വലിയ കഷ്ടമായിപ്പോയി. ഏതായാലും ഇനി ഈ ദിക്കിലെ ത്താമസം ശുഭമായിരിക്കയില്ല. സ്വാമി അരുളിച്ചെയ്തതും അങ്ങനെയാണല്ലോ. അയ്യപ്പൻ ഇവിടെ നിന്നു പോയി എന്നറിഞ്ഞാൽ ശത്രുക്കളുടെ ഉപദ്രവം ഉണ്ടായേക്കാം. എല്ലാംകൊണ്ടും താമസിയാതെ ഇവിടംവിട്ടു മലയാളത്തിലേക്കു പോകുന്നതുതന്നെയാണ് നല്ലത്'. ഇങ്ങനെയെല്ലാം ചിന്തിച്ചുറച്ചു രാജാവു പിന്നെ അധികം താമസിയാതെ അവിടെനിന്നു കുടുംബസഹിതം കേരളത്തിലേക്കു പുറപ്പെട്ടു.

സ്ഥാവരവസ്തുക്കളെല്ലാം പാട്ടത്തിലാക്കി പലർക്കും പതിച്ചു കൊടുക്കുകയും പണവും പണ്ടങ്ങളും ഭരണിപാത്രങ്ങളും മറ്റും കെട്ടിയെടുപ്പിക്കുകയും ചെയ്തുകൊണ്ടാണ് രാജാവു മലയാളത്തിലേക്കു പോന്നത്. അദ്ദേഹം പല ദേശങ്ങൾ കടന്ന് ഒടുവിൽ 'പന്തളം' എന്ന ദേശത്തുവന്നുചേർന്നു. ആ പ്രദേശം അക്കാലത്തു 'കൈപ്പുഴത്തമ്പാൻ' എന്ന പ്രസിദ്ധനായിരുന്ന ഒരിടപ്രഭുവിന്റെ കൈവശത്തിലായിരുന്നു. അവിടെ ഏതാനും സ്ഥലം ആ തമ്പാനോടു വിലയ്ക്കുവാങ്ങി ഒരു കോയിക്കൽ (കോവിലകം) പണിയിച്ചു രാജാവു കുടുംബസഹിതം അവിടെ താമസമുറപ്പിച്ചു.

പന്തളം എന്നറിയപ്പെടുന്ന പ്രദേശം പന്ത്രണ്ടു കരകൾ കൂടിയതാണ്. അവയിൽ ഒരു കരയുടെ പേരാണ് 'കൈപ്പുഴ'. തമ്പാന്റെ കോവിലകം ആ കരയിലായിരുന്നു. അതുകൊണ്ടാണ് അവർക്കു കൈപ്പുഴത്തമ്പാനെന്നു നാമം സിദ്ധിച്ചത്. അപ്രകാരം തന്നെ പാണ്ഡ്യരാജാവു വന്നു പന്തളത്തു താമസമായ കാലം മുതൽ ആ കുടുംബക്കാരുടെ പേരു പന്തളത്തു രാജാവെന്നുമായിത്തീർന്നു. ഇന്ദ്രജാലം, മഹേന്ദ്രജാലം മുതലായ മോടി വിദ്യകൾ കൊണ്ടു പ്രസിദ്ധനായിരുന്ന കൈപ്പുഴത്തമ്പാനെക്കുറിച്ചു കേട്ടിട്ടില്ലാത്തവർ കേരളത്തിൽ അധികമുണ്ടായിരിക്കുമെന്നു തോന്നുന്നില്ല. ആ തമ്പാന്റെ കുടുംബം കാലക്രമേണ അന്യം നിന്നുപോവുകയാൽ പന്തളത്തു തമ്പുരാന്റെ കോയിക്കൽ അങ്ങോട്ടു മാറ്റിസ്ഥാപിച്ചു. ഇപ്പോൾ ആ കോയിക്കലിരിക്കുന്നതു കൈപ്പുഴക്കരയിലാണ്. നിർമ്മലജലപ്രവാഹത്തോടുകൂടിയ നദിയുടെ തീരത്തുള്ള ആ സ്ഥലം ഏറ്റവും സുഖപ്രദമായിട്ടുള്ളതാകയാലാണ് കോയിക്കൽ അങ്ങോട്ടു മാറ്റി സ്ഥാപിച്ചത്.

ഇനി നമ്മുടെ അയ്യപ്പസ്വാമി പാണ്ഡ്യരാജ്യത്തുനിന്നു പുറപ്പെട്ടിട്ട് എങ്ങോട്ടാണു പോയതെന്നു നോക്കാം. സ്വാമി പാണ്ഡ്യരാജാവിനോടു പറഞ്ഞതുപോലെ മലയാളത്തിലേക്കു തന്നെയാണു പോന്നത്. സ്വാമി മലയാളത്തിന്റെ കിഴക്കെ അതിർത്തിയിലെത്തിയപ്പോൾ അവിടെ സാക്ഷാൽ പരശുരാമമഹർഷിയെ കണ്ടെത്തി. അപ്പോൾ പരശുരാമൻ അയ്യപ്പനോട്, 'അല്ലയോ ഹരിഹരപുത്രനായ സ്വാമിൻ! ഞാൻ ഈ കേരളത്തിന്റെ രക്ഷയ്ക്കായി കിഴക്കെ അതിർത്തിയായ മലകളിലും, പടിഞ്ഞാറെ അതിർത്തിയായ കടൽത്തീരങ്ങളിലും സ്വാമിയുടെ ഏതാനും വിഗ്രഹങ്ങൾ പ്രതിഷ്ഠിച്ചു കഴി

ഞ്ഞിരിക്കുന്നു. ഇനി സ്വാമിയെ കണ്ടെത്തിയതായ ഈ പുണ്യസ്ഥലത്തും ഞാൻ സ്വാമിയുടെ ഒരു ദിവ്യ വിഗ്രഹം പ്രതിഷ്ഠിക്കാൻ വിചാരിക്കുകയാണ്. ഈ സ്ഥലങ്ങളിലെല്ലാം സ്വാമിയുടെ സാന്നിദ്ധ്യം സദാ ഉണ്ടായിരിക്കണം. ഈ പുണ്യസ്ഥലത്താണു പണ്ടു മതംഗമഹർഷി മുതലായ തപോധനന്മാർ ആശ്രമം സ്ഥാപിച്ചു തപസ്സു ചെയ്തുകൊണ്ടിരുന്നത്. ആ തപോധനന്മാരുടെ പാദശുശ്രൂഷ നിമിത്തം വലിയ തപസ്വിനിയായിത്തീർന്ന ശബരി ദശരഥപുത്രനായ ശ്രീരാമചന്ദ്രന്റെ ദർശനമാത്രത്താൽ മുക്തയായിത്തീർന്നതും ഈ സ്ഥലത്തു വെച്ചാണ്. ഇപ്രകാരമെല്ലാമിരിക്കുന്ന ഈ പുണ്യസ്ഥലത്തു സ്വാമിയുടെ സാന്നിധ്യം വിശേഷിച്ചുമുണ്ടായിരിക്കണം. ഈ കേരളത്തിന്റെ പ്രധാന രക്ഷകനായി ഞാൻ സ്വാമിയെത്തന്നെയാണ് കരുതുന്നത്' എന്നറിയിക്കുകയും, സ്വാമി അതിനെ സമ്മതിക്കുകയും ഉടനെ പരശുരാമൻ അയ്യപ്പസ്വാമിയെ അവിടെ പ്രതിഷ്ഠിക്കുകയും ശബരി താമസിച്ചു തപസ്സു ചെയ്യുകയും മോക്ഷത്തെ പ്രാപിക്കുകയും ചെയ്തതായ ആ പർവ്വതത്തിനു 'ശബരിഗിരി' (ശബരിമല) എന്നു നാമം കല്പിക്കുകയും ചെയ്തു.

പാണ്ഡ്യരാജാവു മലയാളരാജ്യത്തു വന്നു പന്തളരാജാവായി താമസം തുടങ്ങിയതിന്റെ ശേഷം കുറെ ദിവസങ്ങൾ കഴിഞ്ഞപ്പോൾ ഒരു ദിവസം രാത്രിയിൽ അദ്ദേഹം കിടന്നുറങ്ങിയിരുന്ന സമയം ഒരു സ്വപ്നം കാണുകയുണ്ടായി. മുമ്പു സേനാനായകനായി തന്റെ അടുക്കൽ താമസിച്ചിരുന്ന അയ്യപ്പൻ അടുക്കൽ വന്നു 'ഞാനിപ്പോൾ ശബരിമലയിലാണ് താമസിക്കുന്നത്. അവിടെ വന്നാൽ എന്നെ കാണാം' എന്നു പറഞ്ഞതായിട്ടാണ് സ്വപ്നമുണ്ടായത്. ഉടനെ രാജാവുണർന്നു കണ്ണു തുറന്നു നോക്കീട്ട് അവിടെയെങ്ങും ആരെയും കണ്ടില്ല. എങ്കിലും രാജാവ് ഇതു സാക്ഷാൽ ഹരിഹരപുത്രനായിരിക്കുന്ന ധർമ്മശാസ്താവു തന്നെ തന്റെ അടുക്കൽ വന്ന് അരുളിച്ചെയ്തതാണെന്നു വിശ്വസിക്കുകയും, അടുത്ത ദിവസം തന്നെ പരിവാരങ്ങളോടുകൂടി ശബരിമലയിലേക്കു പുറപ്പെടുകയും ചെയ്തു.

അവിടെയെത്തി കാടുകൾ വെട്ടിത്തെളിച്ചു നോക്കി ചെന്നപ്പോൾ പരശുരാമനാൽ പ്രതിഷ്ഠിക്കപ്പെട്ടിരുന്ന വിഗ്രഹം കണ്ടെത്തി. എങ്കിലും രാജാവിനു നല്ല തൃപ്തിയായില്ല. 'ഇവിടെ വന്നാൽ കാണാമെന്നാണല്ലോ സ്വാമി അരുളിച്ചെയ്തിട്ടുള്ളത്. ഇവിടെ വന്നിട്ടു സ്വാമിയെ കണ്ടില്ലല്ലോ' എന്നായിരുന്നു രാജാവിന്റെ വിചാരം. ആ സമയത്ത്, 'ഇപ്പോൾ എന്റെ വിഗ്രഹം കണ്ടാൽ മതി. അവിടെ എന്റെ സാന്നിധ്യം വേണ്ടതുപോലെയുണ്ട്. ആ ബിംബത്തിൽ പൂജിച്ചു സേവിച്ചാൽ സർവ്വാഭീഷ്ടങ്ങളും സാധിക്കും' എന്ന് ആരോ എവിടെനിന്നോ വിളിച്ചു പറയുന്നതായി കേട്ടു. അതും സ്വാമി അരുളിച്ചെയ്തതു തന്നെ എന്നു വിശ്വസിച്ചു രാജാവ് അവിടെത്തന്നെ താമസിച്ചുകൊണ്ടു വേണ്ടുന്ന ആളുകളെയും സാധനങ്ങളുമെല്ലാം അവിടെ വരുത്തി മുറയ്ക്ക് അമ്പലം പണിയും പ്രസിദ്ധ തന്ത്രിയായ താഴമൺ പോറ്റിയെക്കൊണ്ടു കലശവും നടത്തി ക്ഷേത്രത്തിൽ പിന്നീടു നടക്കേണ്ടുന്ന കാര്യങ്ങൾക്കു പതിവുകളും നിശ്ചയിച്ചു. ദുഷ്ടമൃഗങ്ങൾ നിറഞ്ഞ ആ വനപ്രദേശത്ത് എന്നും മനുഷ്യർ താമസിച്ചു പൂജയും മറ്റും നടത്തുക എന്നുള്ളത് അക്കാലത്ത് അസാധ്യമായിരുന്നതിനാൽ മാസം തോറും അഞ്ചു ദിവസം മാത്രം പൂജ നടത്തിയാൽ മതിയെന്നും, മകരസംക്രാന്തി, ആട്ടവിശേഷം (ആണ്ടിലൊരിക്കലുള്ള വിശേഷ ദിവസം) ആയിരിക്കണമെന്നും, അന്നു മുതൽ അഞ്ചു ദിവസം

ഒരുൽസവം പോലെ ദേവനെ എഴുന്നള്ളിക്കുകയും മറ്റും വേണമെന്നും മകരമാസം അഞ്ചാം തിയ്യതി ആണ്ടു തോറും ഒരു കളഭവും, ഏഴാം തിയ്യതി ഒരു കുരുതിയും നടത്തണമെന്നും മറ്റുമാണ് നിശ്ചയിച്ചത്. അപ്രകാരമെല്ലാം ഇപ്പോഴും നടന്നു വരുന്നുമുണ്ട്. എന്നാലിപ്പോൾ മകരം മുതൽ ഒന്നിടയിട്ട് ആറു മാസങ്ങളിൽ ആദ്യവും കുംഭം മുതൽ ഒന്നിടയിട്ട് ആറു മാസങ്ങളിൽ ഒടുവിലും അഞ്ചു ദിവസം വീതമാണ് അവിടെ പൂജ നടത്തി വരുന്നത്. അങ്ങനെയായാൽ ആണ്ടിൽ ആറു തവണ വീതം ഇവിടെപ്പോയാൽ മതിയല്ലോ. പൂജ നടത്താൻ പോകുന്നതു ശാന്തിക്കാരൻ, കഴകക്കാരൻ, മാരാന്മാർ, മറ്റു പരിചാരകന്മാർ മുതലായവരെല്ലാവരും കൂടി നിവേദ്യത്തിനും, ശാന്തിക്കാരൻ മുതലായവർക്കു ഭക്ഷണത്തിനും മറ്റും വേണ്ടുന്ന അരി, കോപ്പുകൾ മുതലായ സകല സാധനങ്ങളും കെട്ടിയെടുത്തുകൊണ്ടും 'സ്വാമിയേ! ശരണമയ്യപ്പോ!' എന്ന് ഉറക്കെ വിളിച്ചുകൊണ്ടുമാണ്. ഇങ്ങനെ പോകുന്നവർ മദ്ധ്യേമാർഗ്ഗം കാട്ടാന, കരടി, കടുവാ, പുലി, ചെന്നായ മുതലായ ദുഷ്ടമൃഗങ്ങളെ ധാരാളമായി കാണുക സാധാരണമാണ്. എന്നാലിവയിലൊന്നും ഇവരെ ഉപദ്രവിക്കാറില്ല. ഇവരുടെ (സ്വാമിയേ ശരണമയ്യപ്പാ എന്നുള്ള) ശരണം വിളി കേൾക്കുമ്പോൾ സകലമൃഗങ്ങളും ദൂരെ മാറിക്കൊള്ളും. അങ്ങനെ ഇപ്പോഴും കണ്ടുവരുന്നു. മകരസംക്രമ ദിവസം സ്വാമിദർശനത്തിനായി ഇപ്പോഴും ആണ്ടുതോറും അസംഖ്യം ആളുകൾ ശബരിമലയ്ക്കു പോകാറുണ്ടല്ലോ. അവരും ചിലപ്പോൾ വഴിക്കു കാട്ടാനകളേയും മറ്റും കാണാറുണ്ടെന്നും, ശരണം വിളിക്കുമ്പോൾ അവയെല്ലാമോടിപ്പോവുക പതിവാണെന്നും മറ്റും പറഞ്ഞു കേൾക്കുന്നുണ്ട്.

അയ്യപ്പസ്വാമിയുടെ വാസം ശബരിമലയിലുറപ്പിക്കുകയും, അവിടെ അമ്പലം പണി, കലശം മുതലായവ നടത്തുകയും ചെയ്തതിന്റെ ശേഷം പന്തളത്തു രാജാവ് ആ സ്വാമിയെ തന്റെ കുടുംബപരദേവതയായിത്തന്നെ വിചാരിച്ച് ആദരിച്ചുതുടങ്ങി. അപ്പോൾ അദ്ദേഹത്തിനു ദിവസം തോറും സ്വാമിദർശനം കഴിച്ചാൽക്കൊള്ളാമെന്നു തോന്നുകയും, അതു ശബരിമലയിൽച്ചെന്നു സാധിക്കുന്ന കാര്യം അസാധ്യമായിരിക്കുകയും ചെയ്തതുകൊണ്ടു പന്തളത്തുതന്നെ കോയിക്കലിനു സമീപം ഒരു ക്ഷേത്രം പണിയിച്ച് അവിടെയും വിധിപ്രകാരം ശാസ്താവിനെ പ്രതിഷ്ഠിപ്പിച്ചു. അതിനാൽ അവിടെയുള്ള രാജാക്കന്മാർക്കു മാത്രമല്ല രാജ്ഞികൾക്കും ആബാലവൃദ്ധം എല്ലാവർക്കും പ്രതിദിനം ശാസ്താവിനെ ദർശനം കഴിക്കുന്നതിനും സൗകര്യം സിദ്ധിച്ചു.

പാണ്ഡ്യരാജകുടുംബത്തിലെ ഒരു ശാഖക്കാർ വള്ളിയൂർ എന്ന ദേശത്തു താമസമാക്കിയതായി മുമ്പു പറഞ്ഞിട്ടുണ്ടല്ലോ. ആ ശാഖക്കാരും കാലാന്തരത്തിൽ ആ ദേശം വിട്ടു മലയാളത്തിലേക്കു തന്നെ പോന്നു. അവർ അക്കാലത്തു തെക്കുംകൂർ രാജ്യത്ത് ഉൾപ്പെട്ടിരുന്നതും ഇപ്പോൾ തിരുവിതാംകൂറിൽ മീനച്ചിൽ താലൂക്കിൽ ചേർന്നിരിക്കുന്നതുമായ പൂഞ്ഞാർ എന്ന ദേശത്തു വന്നു ചേരുകയും ആ ദേശം തെക്കുംകൂർ രാജാവിനോടു വാങ്ങി കോയിക്കലുമുണ്ടാക്കി അവിടെ താമസമുറപ്പിക്കുകയും ചെയ്തു. ആ സ്ഥലത്തിനു കിഴക്കുള്ള മലയിൽ നിന്നു പുറപ്പെട്ട് ഒരു നദി മുമ്പേ തന്നെ പടിഞ്ഞാട്ടു പ്രവഹിക്കുന്നുണ്ടായിരുന്നു. അതു കൂടാതെ ആ മലയുടെ മറ്റൊരു ഭാഗത്തു നിന്നു വേറെ ഒരു നദി കൂടി ഇടക്കാലത്തു പുറപ്പെട്ടു പടിഞ്ഞാട്ടു പ്രവഹിച്ചു തുടങ്ങി. ആ നദിയെ എല്ലാവരും 'പുത്തനാറ്' എന്നു പറഞ്ഞു തുടങ്ങി. അതു

കാലക്രമേണ 'പൂഞ്ഞാറ്' എന്നായിത്തീർന്നു. ആ നദിയുടെ തീരത്തുള്ള ദേശത്തിനും ആ പേരു തന്നെ സിദ്ധിച്ചു. ആ പേരിനെ സംസ്കൃതഭാഷ പണ്ഡിതന്മാർ സംസ്കൃതീകരിച്ചു 'പുണ്യാപഗ' എന്നാക്കിത്തീർത്തിട്ടുമുണ്ട്. പൂഞ്ഞാറ്റിൽ രാജാ(തമ്പുരാ)ക്കന്മാർക്കും പ്രധാന പരദേവത ശാസ്താവു തന്നെയാണ്. അതിനാൽ അവിടെയും കോയിക്കലിനടുത്ത് ഒരു ക്ഷേത്രം പണിയിച്ചു ശാസ്താവിനെ പ്രതിഷ്ഠിച്ചിട്ടുണ്ട്. അവിടെയും ഇപ്പോൾ ക്ഷേത്രമര്യാദ പ്രകാരം ദിവസം തോറും പൂജ മുതലായവയും, ആണ്ടു തോറും ഉൽസവം മുതലായ അടിയന്തിരങ്ങളും നടത്തിവരുന്നുണ്ട്.

തെക്കുംകൂർ, വടക്കുംകൂർ, ചെമ്പകശ്ശേരി, കായംകുളം മുതലായ രാജ്യങ്ങൾ പിടിച്ചടക്കിയതിന്റെ ശേഷം പന്തളം കൂടി തന്റെ രാജ്യത്തോടു ചേർത്താൽ ക്കൊള്ളാമെന്നു തോന്നുകയാൽ തിരുവിതാംകൂർ മഹാരാജാവ് അതിനായി ശ്രമിച്ചു തുടങ്ങുകയും, വലിയ യുദ്ധവും മറ്റും കൂടാതെ അതു സാധിക്കുകയും ചെയ്തു. ഒരുടമ്പടി പ്രകാരമാണ് തിരുവിതാംകൂർ മഹാരാജാവു പന്തളം ദേശം കൈവശപ്പെടുത്തിയത്. പന്തളം ദേശം പന്തളത്തു രാജാവിൽ നിന്നു കൈവശപ്പെടുത്തിയ കാലത്തു തിരുവിതാംകൂർ മഹാരാജാവ് എഴുതിക്കൊടുത്തിട്ടുള്ള ഉടമ്പടിയുടെ സാരം, പന്തളത്തു രാജാവിന്റെ കുടുംബത്തിൽ ചെലവിന് ആവശ്യമുള്ള നെല്ലും പണവും ആണ്ടു തോറും അടുത്തൂൺ (പെൻഷൻ) ആയിക്കൊടുത്ത് ആ കുടുംബത്തെ ബുദ്ധിമുട്ടിക്കാതെ എന്നും രക്ഷിച്ചുകൊള്ളാമെന്നാണ്. ആ രാജകുടുംബത്തിലിപ്പോൾ ആളുകൾ പണ്ടത്തേതിൽ വളരെയധികം വർദ്ധിച്ചിട്ടുള്ളതുകൊണ്ടും അടുത്തൂണിന്റെ സംഖ്യ അതിനതക്കവണ്ണം കൂട്ടിക്കൊടുക്കാത്തതിനാലും ആ മാന്യകുടുംബക്കാരിപ്പോൾ നിത്യവൃത്തിക്കു വളരെ ബുദ്ധിമുട്ടുന്നുണ്ടെന്നാണ് കേൾക്കുന്നത്.

പന്തളം ദേശം തിരുവിതാംകൂറിൽ ചേർത്തിട്ടും ശബരിമല ദേവസ്വം ആ സർക്കാരിൽ ചേർത്തിട്ടില്ലായിരുന്നു. അവിടെ നടവരവായിട്ടും മറ്റുമുള്ള ആദായം കാലക്രമേണ വളരെ വർദ്ധിക്കുകയാൽ ആ ദേവസ്വവും പിന്നീടു തിരുവിതാംകൂർ സർക്കാരിൽച്ചേർത്തു. അതിനാൽ ആ ക്ഷേത്രത്തിന്റെ ഉടമസ്ഥനായ പന്തളത്തു രാജാവിന് അവിടെനിന്ന് ഇപ്പോൾ ഒരു കാശു പോലും കിട്ടാൻ മാർഗ്ഗമില്ലാതെയാണിരിക്കുന്നത്. എങ്കിലും അയ്യപ്പസ്വാമിയുടെ ചില തിരുവാഭരണങ്ങളും മറ്റും ഇപ്പോഴും വെച്ചു സൂക്ഷിക്കുന്നതു പന്തളത്തു രാജാവു തന്നെയാണ്. അവയ്ക്കെല്ലാം തിരുവിതാംകൂർ സർക്കാരിൽ കണക്കുമുണ്ട്. ആ വക തിരുവാഭരണങ്ങളും മറ്റും എടുപ്പിച്ചു കൊണ്ടു പന്തളത്തു രാജാവ് ഇപ്പോഴും ആണ്ടുതോറും മകരസംക്രാന്തിക്കു ശബരിമല എത്തുക പതിവാണ്. അവിടെ മകരം ഏഴാം തീയതി വരെ പതിവുള്ള അടിയന്തിരങ്ങളെല്ലാം കഴിയുന്നതു വരെ രാജാവ് അവിടെത്തന്നെ താമസിക്കുകയും പിന്നെ തിരുവാഭരണങ്ങൾ മുതലായവ എടുപ്പിച്ചുകൊണ്ടു തിരിയെപ്പോരികയുമാണ് പതിവ്. തിരുവാഭരണങ്ങളും മറ്റും കൊണ്ടു പോകുമ്പോഴും തിരിയെക്കൊണ്ടു പോരുമ്പോഴും അകമ്പടിയായി പോലീസുകാർ മുതലായ സർക്കാരുദ്യോഗസ്ഥന്മാരും മറ്റുമുണ്ടായിരിക്കും. ആ യാത്ര വാദ്യഘോഷങ്ങളോടും മറ്റും കൂടി വളരെ കേമമായിട്ടാണ് ഇപ്പോഴും നടന്നു വരുന്നത്. ആ പോക്കുവരവു വകയ്ക്കുള്ള ചെലവുകളെല്ലാം സർക്കാരിൽ നിന്നു ചെയ്തുവരുന്നുണ്ട്. പന്തളത്തു തമ്പുരാൻ ശബരിമലയിൽ താമസിക്കുന്ന ദിവസങ്ങളിൽ ബഹുമാനസൂചകമായി അരി, കോപ്പു മുതലായവ സർക്കാരിൽ നിന്നു

കൊടുക്കുകയും പതിവാണ്.

പന്തളത്തു രാജാവ് ആണ്ടു തോറും മകരസംക്രാന്തിക്കു ശബരിമലയിൽ പോവുകയും ആറേഴ ദിവസം അവിടെത്താമസിക്കുകയും പതിവാണെങ്കിലും നടയ്ക്കു നേരെ ചെന്നു സ്വാമിയെ വന്ദിക്കുക പതിവില്ല. അതിനു രണ്ടു കാരണങ്ങൾ പറഞ്ഞു വരുന്നുണ്ട്. അയ്യപ്പസ്വാമി രാജാവിന്റെ സേനാനായകനായി ത്താമസിച്ചിരുന്ന ആളാണല്ലോ. അതിനാൽ രാജാവു നേരെ ചെല്ലുമ്പോൾ സ്വാമി എണീറ്റ് ആചാരം ചെയ്യണം. അതിനിടയാക്കുന്നതു ശരിയല്ലല്ലോ എന്നു വിചാരിച്ചാണു രാജാവു നേരെ പോകാത്തത് എന്നൊരു പക്ഷം. അതല്ല, ശബരിമലശ്ശാസ്താവിനെ പ്രതിഷ്ഠിച്ചതു പരശുരാമനും, പന്തളത്തു രാജാവു ക്ഷത്രിയനുമാണല്ലോ. അതു കൊണ്ടു പരശുരാമനോടുള്ള പൂർവ്വവൈരൃം നിമിത്തമാണ് രാജാവു നടയ്ക്കു നേരെ പോകാത്തത് എന്നാണു രണ്ടാം പക്ഷം. കാരണമെന്തായിരുന്നാലും രാജാവ് അവിടെ നടയ്ക്കു നേരെ ചെന്നു സ്വാമിയെ വന്ദിക്കാറില്ലെന്നുള്ളതു വാസ്തവം തന്നെ.

ശബരിമലയിൽ പ്രധാന ദേവൻ ശാസ്താവു തന്നെയെങ്കിലും അവിടെ വേറെ ചില മൂർത്തികളെയും കുടിയിരുത്തിയിട്ടുണ്ട്. അവയിൽ പ്രധാനം ഭദ്രകാളിയാണ്. ഭദ്രകാളിയെ കുടിയിരുത്തിയിരിക്കുന്നതു രണ്ടു നിലയിലായിട്ടുള്ള ഒരു ചെറിയ മാളികയുടെ മുകളിലത്തെ നിലയിലാണ്. അതിനാൽ ആ ഭഗവതിയെ സാധാരണയായി പറഞ്ഞു വരുന്നത് 'മാളികപ്പുറത്തമ്മ' എന്നാണ്. ഇതു കൂടാതെ അവിടെ 'വാവരു'സ്വാമിയെന്നും കടുത്ത സ്വാമിയെന്നും രണ്ടു മൂർത്തികൾ കൂടി ഉണ്ട്. വാവരുസ്വാമി ജാതിയിൽ മുഹമ്മദീയനും കടുത്തസ്വാമി ശൗണ്ഡിക (ഈഴവ)നുമായിരുന്നു. അവർ രണ്ടു പേരും അയ്യപ്പസ്വാമിയുടെ ആജ്ഞാകാരന്മാരായിരുന്നവത്രേ. അവർ ചരമഗതിയെ പ്രാപിച്ചിട്ടും അയ്യപ്പസ്വാമിയെ വിട്ടുപോകാൻ മനസ്സില്ലാതെ സ്വാമിയുടെ സന്നിധിയിൽ തന്നെ നിന്നിരുന്നതിനാലാണ് അവരേയും അവിടെ കുടിയിരുത്തിയത്. ഈ മൂന്ന് ഉഗ്രമൂർത്തികളേയും ഉദ്ദേശിച്ചാണ് മകരം ഏഴാം തീയതി അവിടെ പതിവായി ഒരു കുരുതി കഴിച്ചു വരുന്നത്.

അയ്യപ്പസ്വാമിയുടെ മാഹാത്മ്യം പറയുക എന്നു വെച്ചാൽ അവസാനം ഇല്ലാതെയുണ്ട്. അവിടുത്തെ അത്ഭുതങ്ങൾ മിക്കവയും പ്രസിദ്ധങ്ങളാകയാലും ലേഖനം ക്രമത്തിലധികം ദീർഘിച്ചു പോകുമെന്നുള്ളതുകൊണ്ടും അവയൊന്നും ഇവിടെ വിവരിക്കുന്നില്ല. മുമ്പ് പറഞ്ഞിട്ടുള്ള സംഗതികൾ കൊണ്ടു സ്വാമിയുടെ സാന്നിധ്യം ശബരിമലയിൽ സാമാന്യത്തിലധികമായിട്ടുണ്ടെന്ന് ഊഹിക്കാവുന്നതുമാണല്ലോ.

പന്തളത്തു രാജാവു പാണ്ഡ്യരാജ്യത്തുനിന്നു പോരുന്ന സമയം സ്ഥാവരവസ്തുക്കളെല്ലാം ഓരോരുത്തർക്കു പാട്ടത്തിനായി പതിച്ചുകൊടുത്തിട്ടാണ് പോന്നതെന്നു മുൻപു പറഞ്ഞിട്ടുണ്ടല്ലോ. രാജാവു പോന്നതിനുശേഷം കുറച്ചു കാലത്തേക്ക് കാര്യസ്ഥന്മാരെ പാണ്ടിയിലയച്ചു പാട്ടം പിരിപ്പിക്കുകയും ചില കുടിയാന്മാർ പാട്ടം പന്തളത്തു കൊണ്ടു വന്നു കൊടുക്കുകയും ചെയ്തിരുന്നു. കാലാന്തരത്തിൽ അതു രണ്ടുമില്ലാതെയായി. ഇപ്പോൾ പന്തളത്തു രാജാക്കന്മാർക്കു തങ്ങൾക്കു പാണ്ഡ്യരാജ്യത്തു ചില സ്ഥാവരവസ്തുക്കളുണ്ടായിരുന്നു എന്നുള്ള കേട്ടുകേൾവിയല്ലാതെ ആ വസ്തുക്കളെവിടെയാണെന്നും എത്ര ഉണ്ടെന്നും, കുടിയാന്മാരാരെല്ലാമാണെന്നും മറ്റുമുള്ള യാതൊരു നിശ്ചയവു

മില്ല. അപ്രകാരം തന്നെ ആ കുടിയാന്മാർക്കു തങ്ങളുടെ ജന്മിയെക്കുറിച്ച് കേട്ടുകേൾവിയല്ലാതെ അവരെവിടെയാണെന്നു പോലും നിശ്ചയമില്ലാതായിട്ടുണ്ട്. വസ്തുക്കൾ കൈമാറിക്കൈമാറി ഇപ്പോഴത്തെ അനുഭവക്കാർ പണ്ടത്തെ കുടിയാന്മാരുടെ വംശ്യന്മാരല്ലാതെയുമായിപ്പോയിട്ടുണ്ടായിരിക്കാം. എങ്കിലും ആ വസ്തുക്കളനുഭവിക്കുന്നവരിൽ ചിലർക്കു ചില ദോഷങ്ങൾ കാണുകയാൽ അവർ പ്രശ്നം വെച്ചു നോക്കിക്കുകയും, ജന്മിയായ തമ്പുരാനു പാട്ടം കൊടുക്കാത്തതുകൊണ്ടാണെന്നു പ്രശ്നക്കാർ വിധിക്കുകയും ചെയ്യുകയാൽ ഇപ്പോഴും ചിലർ പാണ്ടിയിൽ നിന്നു പന്തളത്തു വന്നു പണവും ചില പണ്ടങ്ങളും മറ്റു കാഴ്ചവെച്ചു തമ്പുരാനെ കണ്ടു വന്ദിക്കുകയും, അയ്യപ്പസ്വാമിക്കു വഴിപാടുകൾ കഴിക്കുകയും ചെയ്യുന്നുണ്ട്. കാലപ്പഴക്കം കൊണ്ട് വസ്തുക്കളെയും പാട്ടത്തെയും സംബന്ധിച്ച യാതൊരു പ്രമാണവും തമ്പുരാന്റെയും കുടിയാന്റെയും കൈവശത്തിലില്ലാതെയായിപ്പോയിരിക്കുന്നതിനാൽ ആ വസ്തുക്കളിൽ നിന്നു ശരിയായ ആദായം ഇനി തമ്പുരാനു കിട്ടാൻ എളുപ്പമില്ലാതെയാണിരിക്കുന്നത്. ഇപ്പോൾ ചില സമയം, ചിലർ വല്ലതും കുറേശ്ശേ തമ്പുരാനു കൊണ്ടു ചെന്നു കൊടുക്കുന്നത് അയ്യപ്പസ്വാമിയുടെ കൃപ കൊണ്ടു മാത്രമാണ്. ആ സ്വാമി രാജകുടുംബത്തെ സകല ശ്രേയസ്സുകളുമുണ്ടാ യി കാത്തിടാനോർത്തിടട്ടെ.

മുക്കണ്ണൻ മോദപൂർവ്വം മുരമഥനമഹാ
മായതൻ കായമാരാൽ
തൃക്കൺപാർത്താഞ്ഞണഞ്ഞുൽക്കടമദനരസം
മൂത്തുകൂത്താടിയപ്പോൾ
ചിക്കെന്നുണ്ടായ ദേവൻ ഹരിഹരതനയൻ
ചിന്മയൻ നമ്മളേ മാ-
ലൊക്കെത്തീർത്തുൾക്കുരുന്നിൽക്കനിവൊടു സതതം
കാത്തിടാനോർത്തിടട്ടെ.

●

പെരുമ്പിലാവിൽ കേളുമേനോൻ

പെരുമ്പിലാവിൽ എന്ന വീട് ബ്രിട്ടീഷു മലബാറിൽ പൊന്നാനിത്താലൂക്കിൽചേർന്ന പള്ളിക്കര അംശത്തിൽ വടക്കുംമുറി ദേശത്ത്, ലോകപ്രസിദ്ധമായ മൂക്കോല ഭഗവതി ക്ഷേത്രത്തിൽ നിന്ന് ഏകദേശം കാൽ നാഴിക വടക്ക പടിഞ്ഞാ!റാണ് ഇപ്പോൾ സ്ഥിതി ചെയ്യുന്നത്. ഈ ഗൃഹം പൊന്നാനിയിൽ തൃക്കാവിൽ ക്ഷേത്രത്തിന്ന സമീപമായിരുന്നു. അവിടെനിന്ന് ഇത് ഇവിടെയാക്കിയത് നമ്മുടെ കഥാ നായകന്റെ മാതാമഹനായിരുന്ന അച്ചാഴിയത്തു കോന്തിമേനോൻ എന്ന മഹാനാണ്. ഈ തറവാട്ടുകാർ മുമ്പിനാലെ നടത്തി വരുന്ന ദാനധർമ്മങ്ങൾക്കും ഈശ്വരസേവാദികൾക്കും ഇപ്പോഴും യാതൊരു ലോപവും വരുത്തീട്ടില്ലാത്തതിനാലും അവരുടെ പേരിൽ മൂക്കോല ഭഗവതിയുടെ കാരുണ്യം ധാരാളമായിട്ടുള്ളതുകൊണ്ടും അവിടെ ഇക്കാലത്തും സന്തതിയും സമ്പത്തും സുഖവും കീർത്തിയും വർദ്ധിച്ചുകൊണ്ടു തന്നെയിരിക്കുന്നു.

നമ്മുടെ കഥാ നായകനായ കേളുമേനോൻ ജനിച്ചതു 991ാമാണ്ടായിരുന്നു. അദ്ദേഹത്തിന് ഒരു ജ്യേഷ്ഠ സഹോദരനും നാലു സഹോദരിമാരുമുണ്ടായിരുന്നു. അവരെയെല്ലാം യഥാകാലം കാരണവന്മാർ വിദ്യാഭ്യാസത്തിന്ന നിയമിക്കുകയും അവരെല്ലാം അക്കാലത്തെ രീതിയനുസരിച്ചു പഠിച്ച് എഴുതാനും വായിക്കാനും ശീലമാക്കുകയും ചെയ്തു. കുശാഗ്രബുദ്ധിയായിരുന്ന കേളുമേനോന് എഴുത്തും വായനയും ശീലമാക്കാൻ അധികദിവസത്തെ പരിശ്രമം വേണ്ടിവന്നില്ല. അദ്ദേഹത്തിന്ന ബുദ്ധിക്കു ചേർന്നതായ ഉത്സാഹ ശീലവുമുണ്ടായിരുന്നു. എങ്കിലും അദ്ദേഹം കാരണവന്മാരുടേയും മറ്റും ശാസനയിൽ അമർന്നു നിൽക്കാത്ത ഒരു സ്വതന്ത്ര ബുദ്ധിയായിരുന്നു. സ്വഗൃഹത്തിൽ താമസിച്ചാൽ കാരണവന്മാരുടെ ആജ്ഞ അനുസരിക്കാതെ യഥേഷ്ടം നടക്കാൻ സാധിക്കുകയില്ലല്ലോ. അതുകൊണ്ട് അദ്ദേഹം പതിനാറാമത്തെ വയസ്സിൽ സ്വന്തം നാട്ടും വീട്ടും വിട്ടുപോയി.

ഏതാനും ദിവസം ചില സ്ഥലങ്ങളിൽ അലഞ്ഞു നടന്നതിന്റെ ശേഷം കേളു മേനോൻ എടക്കുളം എന്ന ദിക്കിൽ ചെന്നു ചേർന്നു. അവിടെ വച്ച് ഒരു മാന്യ നായർ കുടുംബത്തിലെ കാരണവർ ദൈവഗത്യാ ഇദ്ദേഹത്തെ സബഹുമാനം വിളിച്ചു സ്വഗൃഹത്തിൽ കൊണ്ടുപോയി യഥായോഗ്യം സൽക്കരിച്ചു താമസിപ്പിച്ചു. ആ കാരണവർ ഈ കുട്ടിക്കു യാതൊരു ബുദ്ധിമുട്ടിനും ഇടയാക്കാതെ പുത്രനിർവിശേഷമായ വാത്സല്യത്തോടു കൂടിയാണ് അവിടെ

താമസിപ്പിച്ചത്. അതിനാൽ അവിടെ താമസിക്കുന്നതിന് അദ്ദേഹത്തിന് ഒട്ടും വൈരസ്യം തോന്നിയില്ല.

അവിടെ അടുത്തുതന്നെ ചങ്ങമ്പള്ളിക്കുരുക്കൾ എന്നു പ്രസിദ്ധനായ ഒരു മുഹമ്മദീയാഭ്യാസി ഒരു കളരികെട്ടി ഏതാനും കുട്ടികളെച്ചേർത്തു കായികാഭ്യാസം പരിശീലിപ്പിച്ചിരുന്നു. അതറിഞ്ഞു കേളുമേനോൻ ഒരു ദിവസം അവിടെച്ചെന്ന് അവിടുത്തെ അഭ്യാസമുറകളെല്ലാം കാണുകയും ആ കളരിയിൽച്ചേർന്നു പഠിച്ചാൽക്കൊള്ളാമെന്ന് അദ്ദേഹത്തിനും ആഗ്രഹം ജനിക്കുകയും ആ വിവരം അദ്ദേഹം താമസിച്ചിരുന്ന വീട്ടിലെ കാരണവരെ ഗ്രഹിപ്പിക്കുകയും അദ്ദേഹവും അവിടെച്ചേർന്നു പഠിച്ചുതുടങ്ങുകയും ചെയ്തു. സമർത്ഥനായ ഈ കുട്ടിയെ വീട്ടിൽ കാണാതെയായപ്പോൾ അവിടെയെല്ലാവർക്കും വലിയ പരിഭ്രമവും സങ്കടവുമുണ്ടായി. അവർ നാലു വഴിക്കും ആളുകളെ അയച്ചു നടത്തിയ അന്വേഷണംമൂലം കുട്ടി ഇന്ന ദിക്കിൽ, ഇന്ന സ്ഥിതിയിൽ താമസിക്കുന്നു എന്നറിയുകയാൽ അവിടെയെല്ലാവർക്കും സമാധാനവും സന്തോഷവുമായി. 'എന്നാൽ പഠിക്കട്ടെ' എന്നു പറഞ്ഞ് കുട്ടിക്ക് താമസിക്കാനും പഠിക്കാനും വേണ്ടുന്ന സഹായങ്ങൾ ചെയ്തുകൊടുത്തതല്ലാതെ കാരണവന്മാർ ഇദ്ദേഹത്തെ തിരിച്ചു കൊണ്ടുപോരാൻ ഉത്സാഹിച്ചില്ല. കുട്ടിയുടെ ബുദ്ധിഗുണവും സാമർത്ഥ്യവും കണ്ടിട്ട് പഠിപ്പിക്കുന്നതിന് കുരുക്കൾക്കും കുരുക്കൾക്ക് അനന്യസാധാരണമായ ശിക്ഷാസാമർത്ഥ്യമുണ്ടെന്നറികയാൽ പഠിക്കുന്നതിന് കുട്ടിക്കും അസാമാന്യമായ ഉത്സാഹവുമുണ്ടായിത്തീരുകയാൽ കേളുമേനോന്റെ ഈ കായികാഭ്യാസം പന്ത്രണ്ടുകൊല്ലം മുടക്കം കൂടാതെ നടന്നു. അപ്പോഴേക്കും അദ്ദേഹം ഒരൊന്നാന്തരം അഭ്യാസിയായിത്തീരുകയും ചെയ്തു. അനന്തരം കേളുമേനോൻ കുരുക്കളോടും താൻ താമസിച്ചിരുന്ന വീട്ടിലെ കാരണവർ മുതലായവരോടും യാത്ര പറഞ്ഞുകൊണ്ടു സ്വന്തം വീട്ടിലേക്കു മടങ്ങിച്ചെന്നു. ഇദ്ദേഹത്തെ വളരെക്കാലംകൂടിക്കണ്ടതുകൊണ്ട് അവിടെയെല്ലാവർക്കും വളരെ സന്തോഷമുണ്ടായി. തന്റെ അനന്തരവനെ വിദ്യാഭ്യാസം ചെയ്യിച്ച കുരുക്കളെ വരുത്തി യഥായോഗ്യം ഗുരുദക്ഷിണ ചെയ്യിക്കണമെന്നു നിശ്ചയിച്ചു കാരണവർ അടുത്ത ദിവസം തന്നെ ക്ഷണക്കത്തോടുകൂടി ഒരു ഭൃത്യനെ കുരുക്കളുടെ അടുക്കലേക്കയക്കുകയും ഇന്ന ദിവസം വന്നുകൊള്ളാമെന്നു സമ്മതിച്ച് ഗുരുക്കളുടെ മറുപടി ലഭിക്കുകയും ചെയ്തു. അതിനാൽ കാരണവർ ഗുരുദക്ഷിണയ്ക്കു വേണ്ടതെല്ലാം ഉടനെ വട്ടം കൂട്ടി. കുരുക്കൾ ഗുരുക്കളാണെന്നു മാത്രമല്ല മുഹമ്മദീയരുടെ മതാദ്ധ്യക്ഷനായ ഒരു തങ്ങളും കൂടിയായിരുന്നതിനാൽ സത്കാരമൊട്ടും മോശമായിപ്പോകരുതെന്നു വിചാരിച്ചു കാരണവർ വളരെ കേമമായി തന്നെയാണ് വട്ടം കൂട്ടിയത്.

കുരുക്കൾ വരാമെന്നു സമ്മതിച്ചിരുന്ന ആ ദിവസം അദ്ദേഹം വരുമ്പോഴേക്കും മൂക്കോല ക്ഷേത്രത്തിൽ ചെന്നു ദേവീദർശനവും കഴിച്ചുവരാമെന്നു നിശ്ചയിച്ചു കേളുമേനോൻ അതിരാവിലെ എഴുന്നേറ്റു വീട്ടിൽ നിന്ന് ഇറങ്ങിപ്പോയി. അദ്ദേഹം വരുന്നതിനു മുമ്പു കുരുക്കൾ പെരുമ്പിലാവിലെത്തി. കാരണവർ അവിടെത്തന്നെ ഉണ്ടായിരുന്നു. അദ്ദേഹം കുരുക്കളെ യഥായോഗ്യം സൽക്കരിച്ചിരുത്തി കുശലപ്രശ്നം ചെയ്തു. കാരണവരുടെ വർത്തമാനം കൊണ്ടു കേളുമേനോൻ തൽക്കാലമവിടെയില്ലെന്നും പുറത്തുപോയിരിക്കയാണെന്നും ഉടനെ മടങ്ങിവരുമെന്നും അറിയുകയാൽ കുരുക്കൾ

പടിപ്പുര അടപ്പിച്ചു സാക്ഷയിട്ടുവിച്ചു. മുറ്റത്ത് ഒരു വാഴ കുഴിച്ചു വെപ്പിക്കുകയും ചെയ്തു. കേളുമേനോൻ കുളിയും ദേവീദർശനവും കഴിച്ചു മടങ്ങി വന്നപ്പോൾ പടിപ്പുര അടച്ചു സാക്ഷയിട്ടിരിക്കുന്നതായി കണ്ടു. പകൽ സമയത്തു പതിവില്ലാത്ത വിധം പടിപ്പുര അടച്ചിട്ടിരിക്കുന്നതു കണ്ടപ്പോൾ തന്നെ അദ്ദേഹം അതിന്റെ കാരണം ഏകദേശം ഊഹിച്ചറിഞ്ഞുകൊണ്ടു സ്വല്പം പിന്നോട്ടു നടന്നു പടിപ്പുരയുടെ മുകളിലൂടെ പുറകു മറിഞ്ഞു മുറ്റത്തു ചെന്ന് അവിടെ സൈ്വരസല്ലാപം ചെയ്തുകൊണ്ടിരിക്കുന്ന ഗുരുവിനെയും കാരണവരേയും വന്ദിച്ചു. അതു കണ്ടു സന്തോഷിച്ചു കുരുക്കൾ ശിഷ്യനോട് 'ആ മുറ്റത്തു നിൽക്കുന്ന വാഴ വെട്ടിക്കളയൂ' എന്നു പറഞ്ഞു. അതു കേട്ടു കേളുമേനോൻ തന്റെ കയിലിരുന്ന വാൾ കൊണ്ട് ഏറ്റവും ബലം പിടിച്ച് ഒരു വെട്ടുകൊടുത്തു. വെട്ടുകൊണ്ടു വാഴയും അതിനകത്ത് ആരുമറിയാതെ കുരുക്കൾ ചെലുത്തിയിരുന്ന ഇരുമ്പ് കമ്പിയും മുറിഞ്ഞതു കൂടാതെ അതിനടുത്തുതന്നെ കിടന്നിരുന്ന കരിങ്കൽത്തൊട്ടി തകർന്നു പോവുകയും ചെയ്തു. അതു കണ്ടു കുരുക്കൾ 'ഇത്രയധികം ബലം പ്രയോഗിച്ചതെന്തിനാണ്?' എന്നു ചോദിച്ചു. അതിനുത്തരമായി കേളുമേനോൻ, 'വാഴയ്ക്കകത്ത് ഇരുമ്പുകമ്പിയെന്നല്ല, ചെമ്പുകമ്പിയായിരിക്കുമെന്നാണ് വിചാരിച്ചത്' എന്നു പറഞ്ഞു. അതുകേട്ട് കുരുക്കൾ 'എപ്പോഴും എല്ലാക്കാലങ്ങളിലും ഇങ്ങനെതന്നെ കരുതിക്കൊള്ളണം' എന്നുപദേശിച്ചു. ഇതെല്ലാം കണ്ടും കേട്ടും കാരണവർ ഏറ്റവും സന്തോഷിക്കുകയും ഗുരുക്കൾക്കു യഥായോഗ്യം ഭക്ഷണവും ദക്ഷിണയും കൊടുപ്പിച്ചു സബഹുമാനം അദ്ദേഹത്തെ പറഞ്ഞയക്കുകയും ചെയ്തു.

അനന്തരം കേളുമേനോൻ ഒരു വില്ലേജുമേനവൻ എന്ന ഉദ്യോഗം സ്വീകരിച്ചുകൊണ്ട് സ്ഥിരവാസം സ്വദേശത്തു തന്നെയാക്കി. അപ്പോഴേക്കും അദ്ദേഹത്തിനു ചെറുപ്പത്തിലുണ്ടായിരുന്ന ദുസ്വഭാവങ്ങളെല്ലാം മാറി അദ്ദേഹം നല്ല മര്യാദക്കാരനായിത്തീർന്നു. എങ്കിലും ആത്മാഭിമാനം വിട്ട് ആരെയും ആദരിക്കുകയും ബഹുമാനിക്കുകയും ചെയ്തിരുന്നില്ല. അദ്ദേഹത്തിന് ആഡംഭരഭ്രമം ലേശം പോലുമുണ്ടായിരുന്നില്ല. അദ്ദേഹം വീട്ടിലിരിക്കുമ്പോളെന്നല്ല, പുറത്തിറങ്ങി നടക്കുമ്പോഴും സാധാരണമനുഷ്യരെപ്പോലെയല്ലാതെ വലിയ വേഷം കെട്ടി നടക്കാറില്ല. സാധു ജനങ്ങളെയെല്ലാമദ്ദേഹം നിവൃത്തിയുള്ളിടത്തോളം സഹായിച്ചിരുന്നു. എന്നാൽ തന്നോട് എതിർക്കുന്നവരെ അദ്ദേഹം നല്ല പാഠം പഠിപ്പിക്കാതെ വിടാറുമില്ല.

ഒരു ദിവസം കേളുമേനോൻ ഒരത്യാവശ്യകാര്യത്തിനായി ഒരു സ്ഥലത്തേക്കു പാടത്തിറങ്ങി വരമ്പത്തുടെ പോയപ്പോൾ അദ്ദേഹത്തിന്റെ നേരേ ഒരു മുഹമ്മദീയൻ വന്നു. മേനവനു വേഷാഡംഭരമൊന്നുമുണ്ടായിരുന്നില്ല. പ്രസ്തുത മുഹമ്മദീയൻ ഉടുത്തുകെട്ടിച്ചമഞ്ഞ് അഴകിയ രാവണന്റെ വേഷത്തിലാണ് പുറപ്പെട്ടിരുന്നത്. അവൻ വലിയ ധനവാനും അന്തസുകാരനുമായിരുന്നു. തന്റെ നേർക്കു വരുന്നവരെല്ലാം തനിക്കു വഴിയൊഴിഞ്ഞു തരണമെന്നും താൻ മറ്റൊരാൾക്കു വഴിയൊഴിഞ്ഞു കൊടുക്കുന്നതു തനിക്കു വലിയ കുറച്ചിലാണെന്നുമായിരുന്നു അവന്റെ വിചാരം. അതിനാലവൻ ഒട്ടും കൂസൽകൂടാതെ മേനവന്റെ നേരേ തന്നെ വന്നു. മുഹമ്മദീയൻ വന്നടുത്തു തൊട്ടു തൊട്ടില്ല എന്ന സ്ഥിതിയായപ്പോൾ മേനോൻ തന്റെ ഒരു കൈവിരൽ കൊണ്ട് അവന്റെ ദേഹത്തിൽ എവിടെയോ ഒന്നു തൊട്ടു. തത്ക്ഷണം ആ മുഹമ്മദീയ പ്രഭു വെട്ടിയിട്ട മരം പോലെ പാടത്തേക്കു മറിഞ്ഞു ചെളിയിൽ

ആറാടി 'ചേർത്തലക്കാര'നായിട്ട് അവിടെ കിടപ്പായി. ഉടനേ മേനോൻ അദ്ദേഹത്തിന്റെ കാര്യത്തിന്ന പോവുകയും ചെയ്തു. മുഹമ്മദീയൻ അവിടെ നിന്ന് എഴുനേൽക്കാനായി വളരെ ശ്രമിച്ചുനോക്കി. ഒരു ഫലവുമുണ്ടായില്ല. അപ്പോൾ ആ വഴിയേ വന്ന ചിലർ അവനെക്കണ്ടിട്ടു 'മുതലാളിയെന്താണ് ഈ ചെളിയിലിങ്ങനെ കിടക്കുന്നത്?' എന്നു ചോദിച്ചു. അതിനുത്തരമായിട്ടു മുഹമ്മദീയൻ 'ഇപ്പോൾ ഇതിലേ പോയ ആ മനുഷ്യൻ എന്നെ അകപ്പെട്ടു ത്തിയതാണ്. . എനിക്ക് എഴുനേൽക്കാൻ വയ്യാ'എന്നു പറഞ്ഞു. അപ്പോൾ ആ വഴിപോക്കർ 'എന്നാൽ പറ്റി. ഇനി അദ്ദേഹം തന്നെ വന്നെങ്കിലേ എഴുനേൽക്കാൻ സാധിക്കൂ. ആ പോയയാൾ ആരെന്നു മുതലാളിക്കു മനസി ലായില്ലായിരിക്കും. അദ്ദേഹം സാക്ഷാൽ പെരുമ്പിലാവിൽ കേളുമേനോൻ എന്ന മഹാനാണ്. ആൾ ഒട്ടും ചില്ലറക്കാരനല്ല' എന്നു പറഞ്ഞ് അവർ പോയി. അധികം താമസിയാതെ മേനോൻ ആ വഴിയേ തന്നെ തിരിച്ചുവന്നു. അദ്ദേ ഹത്തെ കണ്ടപ്പോൾ മാപ്പിള ചെളിയിൽ തന്നെ കിടന്നു കൊണ്ട്'പൊന്നെ ജമാനനേ, ആളറിയാതെ വന്നുപോയ തെറ്റു സദയം ക്ഷമിച്ചു രക്ഷിക്കണേ' എന്നു പറഞ്ഞു. ഉടനേ മേനോൻ അടുത്തുചെന്ന് അവന്റെ ശരീരത്തിൽ എവിടെയോ ഒന്ന് തൊട്ടു. മാപ്പിള തത്ക്ഷണം എഴുനേറ്റ് മേനോനെ വന്ദിച്ചു. മേനോൻ 'മേലാൽ എല്ലാവരോടും ആളെ അറിഞ്ഞു പെരുമാറിക്കൊള്ളണം' എന്നു പറഞ്ഞിട്ട് അവിടെനിന്നുപോയി. മേനോൻ തൊട്ടപ്പോൾത്തന്നെ സ്വസ്ഥശരീരനായിത്തീർന്നതിനാൽ മുഹമ്മദീയനും നിഷ്പ്രയാസം നടന്ന് അവന്റെ വഴിക്കുപോയി.

സാധുജന സംരക്ഷണാർത്ഥം കേളുമേനോൻ ഒന്നു രണ്ടുതവണ കൂട്ടു കാരോടൊപ്പം കൂടി ചില ധനവാന്മാരുടെ വീടുകളിൽ കവർച്ചയ്ക്കു പോവുക യുണ്ടായി. കുന്നംകുളത്ത് ഒരു ക്രിസ്ത്യാനിയുടെ വീട്ടിൽ കവർച്ച നടത്തിയ പ്പോൾ എല്ലാവരും പുറത്തിറങ്ങുന്നതിനു മുൻപ് അവിടെ ആളുകൾ വന്നുകൂടി. അപ്പോൾ ഓരോരുത്തർ ഓരോരോ വഴിയേ പുറത്തുചാടി. കേളുമേനോൻ നടു മുറ്റത്ത് അകപ്പെട്ടു. പുറത്തുകടക്കാൻ വഴിയൊന്നും കാണായ്കയാൽ അദ്ദേഹം പുരയുടെ മുകളിലൂടെ പുറകുമറിഞ്ഞു പുറത്തുവന്നു. പിന്നെ എല്ലാവരും കൂടി അവിടെ നിന്നോടി ആർത്താറ്റു പള്ളിയിലെത്തി. അവിടെവച്ച് ആളുകളെ യെല്ലാം തിട്ടപ്പെടുത്തി നോക്കിയപ്പോൾ ഒരാൾ കുറവുണ്ടായിരുന്നു. അതു കേളുമേനോന്റെ ഒരു ശിഷ്യനമായിരുന്നു. അതിനാലദ്ദേഹം കവർച്ച നടന്ന സ്ഥലത്തേക്കു പിന്നേയും പോയി. അവിടെ നിന്ന് ആളുകളെല്ലാം ഒഴിഞ്ഞു പോകുന്നതുവരെ ഒരു സ്ഥലത്ത് ഒളിച്ചിരുന്നു. അവിടെനിന്ന് എല്ലാവരും ഒഴിഞ്ഞുപോയി വീട്ടിലാരുമില്ലെന്നായപ്പോൾ കേളുമേനോൻ അവിടെച്ചെന്നു പുരയുടെ മുകളിലൂടെ പുറകുമറിഞ്ഞു നടുമുറ്റത്തു ചെന്നപ്പോൾ തന്റെ ശിഷ്യനെ അവിടെ ഒരു കൽത്തൂണിന്മേൽ ബന്ധിച്ചിട്ടിരിക്കുന്നതായി കണ്ടു. അയാളെ ബന്ധനമുക്തനാക്കുന്നതിനായി കേളുമേനോൻ അടുത്തപ്പോൾ അവിടെ ഒളിച്ചിരുന്ന ഒരാൾ പെട്ടെന്ന് ചാടിച്ചെന്നു മേനോനെ പിടികൂടി. ഉടനെ മേനോൻ തന്റെ അരവാളെടുത്ത് ആ മനുഷ്യന്റെ കണ്ഠനാളത്തെ ലക്ഷ്യമാക്കി ഒരു വെട്ടുകൊടുത്തു. ആ വെട്ടുകൊണ്ടു പ്രതിയോഗിയുടെ തല താഴെവീണതു കൂടാതെ ആ കരിങ്കൽ തൂണിനും സ്വല്പം കേടുപറ്റി. ഉടനെ കേളുമേനോൻ ശിഷ്യനെ ബന്ധനമുക്തനാക്കി തന്റെ ചുമലിൽ കയറ്റിക്കൊണ്ട് യഥാപൂർവം പുരയുടെ മുകളിലൂടെ പുറകുമറിഞ്ഞു പുറത്തു കടന്നു കൂട്ടത്തിലെത്തി. അങ്ങനെ

എല്ലാവരും രക്ഷപ്രാപിച്ചു. കേളുമേനോന്റെ വെട്ടുകൊണ്ട പാട് ഇപ്പോഴും ആ തൂണിന്മേൽ കാണാനുണ്ടത്രേ.

കേളുമേനോന്റെ കാരണവരായിരുന്ന കോന്തിമേനോനെ എന്തോ കുറ്റ സംഗതിക്കു പിടിച്ചു ഹാജരാക്കുന്നതിനു താസിൽദാർ ഒരിക്കൽ വാറണ്ടു കൊടുത്തിരുന്നു. കേളുമേനോനെക്കുറിച്ചുള്ള ഭയം നിമിത്തം അവിടെച്ചെന്നു കോന്തിമേനോനെ പിടിക്കാൻ ആർക്കും ധൈര്യമുണ്ടായില്ല. അങ്ങനെയിരുന്നപ്പോൾ പൊന്നാനിയിൽ ഒരു പുതിയ താസിൽദാർ വന്നു ചേർന്നു. അദ്ദേഹം അതിശൂരനായ ഒരു പട്ടരായിരുന്നു. കോന്തിമേനോനെ പിടിച്ചു ഹാജരാക്കുന്നതിനു ശേവുകക്കാരാരും ശക്തരല്ലെന്നറിയുകയാൽ താൻ തന്നെ ചെന്നു പിടിച്ചുകളയാമെന്ന് നിശ്ചയിച്ച് ഒരു ദിവസം താസിൽദാർ മഞ്ചലിൽ കയറി പെരുമ്പിലാവിലേക്കു പുറപ്പെട്ടു. പടിക്കൽ ചെന്നപ്പോൾ കേളുമേനോൻ കുളിക്കാൻ പോയിരിക്കുകയാണെന്നും കാരണവർ മാളികയിലുണ്ടെന്നുമറിഞ്ഞു താസിൽദാർ മാളികയിൽ ചെന്നു കേറി കോന്തിമേനോനെ പിടികൂടി. ഉടനെ ഈ സംഗതി ഒരു ഭൃത്യൻ മുഖാന്തിരം അറിയുകയാൽ കുളിക്കാനിറങ്ങിയ കേളുമേനോൻ ആ വിധത്തിൽ തന്നെ വീട്ടിലേക്കു ചെന്നു. അദ്ദേഹത്തിന്റെ വരവുകണ്ടു പേടിച്ചു താസിൽദാർ താഴത്തിറങ്ങി പ്രാണഭീതിയോടുകൂടി ഓടിപ്പോയി. അതിൽപിന്നെ കോന്തിമേനോനെപ്പിടിക്കാൻ അവിടെ ആരും പോവുകയുണ്ടായില്ല. കേളുമേനോൻ പ്രകൃത്യ ഒരു മുൻകോപിയായിരുന്നു. അദ്ദേഹത്തെ ആരെങ്കിലും ശാസിക്കുകയോ ശകാരിക്കുകയോ ചെയ്താൽ അദ്ദേഹത്തിനു പെട്ടെന്നു ദേഷ്യം വരും. ഉടൻ അദ്ദേഹം പ്രതിക്രിയ നടത്തുകയും ചെയ്യും. അതു ചെയ്യാതെയിരുന്നാൽ അദ്ദേഹത്തിന്റെ കോപം ഒരിക്കലും ശമിക്കയില്ല.

താസിൽദാർ ഓടിപ്പോയതിന്റെ ശേഷം കേളുമേനോൻ കുളികഴിച്ച് ഉണ്ണാനായിട്ടു ചെന്നിരുന്നു. ഉടനെ അദ്ദേഹത്തിന്റെ അമ്മ ചോറു വിളമ്പിക്കൊടുത്തതിന്റെ ശേഷം 'കുട്ടാ നീയെന്താണ് ഇങ്ങനെ വികൃതിത്തരങ്ങൾ കാട്ടുന്നത്? എല്ലാവരേയും ഒന്നുപോലെ വിചാരിച്ചാൽ മതിയോ? സർക്കാരുദ്യോഗസ്ഥരേയും മറ്റും അപമാനിക്കുന്നതു മര്യാദയാണോ?' എന്നും മറ്റും കുറച്ചു ശാസിച്ചു സംസാരിച്ചു. അതുകേട്ടപ്പോൾ കേളുമേനോന്റെ മനസിൽ വല്ലാതെ കോപം ജനിച്ചു. ഉടനെ ഉണ്ണാതെ എഴുന്നേറ്റു കൈ കഴുകി. അമ്മയോട് ഒന്നും പറയാനും പ്രവർത്തിപ്പാനും നിവൃത്തിയില്ലാത്തതുകൊണ്ട് അദ്ദേഹം തന്റെ അരവാളെടുത്തുകൊണ്ടു മുറ്റത്തിറങ്ങി. അവിടെ അതി കൂറ്റനായ ഒരു മാവു നിൽക്കുന്നുണ്ടായിരുന്നു. കോപശമനത്തിനായി അരവാൾ കൊണ്ട് ആ മാവിന്മേൽ ഒരു വെട്ടുകൊടുത്തിട്ട് അവിടെനിന്ന് ഇറങ്ങിപ്പോയി. പിന്നെ അദ്ദേഹം രണ്ടുമൂന്നു ദിവസത്തേക്കു വീട്ടിൽ ചെന്നില്ല. രണ്ടു ദിവസം കഴിഞ്ഞപ്പോൾ മാവിന്റെ ഇലയെല്ലാം വാടിക്കൊഴിഞ്ഞു തുടങ്ങി. അതു കണ്ട് പുരയുടെ മുകളിലേക്ക് മാവു വീണേക്കുമോ എന്നു ഭയപ്പെട്ട് അമ്മ കരയാനും തുടങ്ങി. നാലാം ദിവസം മകൻ അമ്മയുടെ അടുക്കലെത്തി, ആപത്തൊന്നുമുണ്ടാവുകയില്ലെന്ന് പറഞ്ഞു സമാധാനപ്പെടുത്തി. പിന്നെ കേളുമേനോൻ മുറ്റത്തിറങ്ങി ഒരു കൈവിരൽ കൊണ്ട് ആ മാവിന്മേൽ ഒരു കുത്തുകൊടുത്തു. വട്ടം മുറിഞ്ഞു നിന്നിരുന്ന ആ മാവു കുത്തേറ്റു മറുവശത്തേക്കു മറിഞ്ഞു വീണു. മാവിന്റെ വീഴ്ചനിമിത്തം പുരയ്ക്കെന്നല്ല യാതൊന്നിനും യാതൊരു ദോഷവും സംഭവിച്ചില്ല. അതിനാൽ അമ്മയ്ക്കും മറ്റും വളരെ സന്തോഷമായി.

ഒരു ദിവസം കേളുമേനോൻ അത്താഴം കഴിച്ചു വീട്ടിൽ നിന്നു ഭാര്യാഗൃഹത്തിലേക്ക് പോകുവാൻ രാത്രി വളരെ അധികമായതിന്റെ ശേഷമേ സാധിച്ചുള്ളു. അദ്ദേഹം കുറച്ചു ദൂരം പോയപ്പോൾ അദ്ദേഹത്തിന്റെ നേരേക്ക് ആരോ എറിയുന്ന കല്ലുകൾ വരുന്നതായി കണ്ടുതുടങ്ങി. അദ്ദേഹം ആ കല്ലുകൾ പിടിച്ചെടുത്ത് ആ ഏറ്റുതുടങ്ങുന്ന സ്ഥലത്തേക്കും തന്നെ എറിഞ്ഞുകൊണ്ട് അങ്ങോട്ടു ചെന്നു. അവിടെ ഒരു സ്ഥലത്ത് ഏതാനും കവർച്ചക്കാർ കൂടിയിരുന്നു. അവർ അന്നു മോഷ്ടിച്ച മുതലുകൾ ഭാഗിക്കുകയായിരുന്നു. അങ്ങോട്ടാരും അടുത്തു ചെല്ലാതെയിരിക്കാനായിട്ട് ഒരാൾ കണ(കവണ)യിൽ കല്ലുവച്ചു നാലുപുറത്തേക്കും എറിഞ്ഞുകൊണ്ടിരിക്കുകയായിരുന്നു. കേളുമേനോൻ ആ ഏറ്റു വകവയ്ക്കാതെയാണല്ലോ അങ്ങോട്ടു ചെന്നത്. അദ്ദേഹത്തെ കണ്ടപ്പോൾ തസ്കരന്മാരെല്ലാം എഴുന്നേറ്റ് ആചാരോപചാരങ്ങൾ ചെയ്ത് ഒരു പൊന്നിൻ വെള്ളരിക്ക കാഴ്ചവെച്ചു വന്ദിച്ചുകൊണ്ടു 'യജമാനൻ സദയം ഞങ്ങളെ രക്ഷിക്കണം' എന്നപേക്ഷിച്ചു. അതിനു മറുപടിയായി കേളുമേനോൻ 'ഓഹോ! ഞാനൊന്നും ഉപദ്രവിക്കുന്നില്ല. മേലാൽ സൂക്ഷിച്ചുകൊള്ളണം അല്ലെങ്കിൽ അകപ്പെട്ടുപോയി എന്നും വന്നേക്കും' എന്നു പറഞ്ഞിട്ട് ആ വെള്ളരിക്കയുമെടുത്തുകൊണ്ടു ഭാര്യാഗൃഹത്തിലേക്കു പോയി. അദ്ദേഹം ആ പൊന്നിൻ വെള്ളരിക്ക അവിടെക്കൊണ്ടുചെന്നു തന്റെ മകൾക്കു കളിക്കാനായി കൊടുത്തു. അന്നു ബാല്യമായിരുന്ന ആ മകൾ ഇപ്പോഴും ജീവിച്ചിരിക്കുന്നുണ്ട്.

കേളുമേനോന്റെ ദേശത്തു കൂനിയായി ഒരു സ്ത്രീയുണ്ടായിരുന്നു. ആ സ്ത്രീയുടെ കൂനിക്കൂനിയുള്ള നടപ്പുകണ്ടിട്ടു ദയ തോന്നുകയാൽ കേളുമേനോൻ ഒരു ദിവസം ആ സ്ത്രീയെപ്പിടിച്ചു പാദങ്ങളിൽ ചവുട്ടിപ്പിടിച്ചുകൊണ്ട് തലയ്ക്കു പിടിച്ചു നിവർത്തീട്ടു പുറകോട്ടൊന്നു ഞെളിച്ചു. അതോടുകൂടി അവരുടെ കൂനു നിവർന്നു സാമാന്യം പോലെയായി. പിന്നെ ആ സ്ത്രീ ആജീവനാന്തം സാധാരണ സ്ത്രീയെപ്പോലെ നടന്നിരുന്നു.

അക്കാലങ്ങളിൽ ദേശാധിപത്യവും മറ്റുമുള്ള പ്രഭുക്കന്മാരും ധനവാന്മാരായ വലിയ തറവാട്ടുകാരും മറ്റും ആയുധാഭ്യാസത്തിൽ അതിവിദഗ്ദ്ധന്മാരെന്നു പ്രസിദ്ധന്മാരായവരെ ക്ഷണിച്ചു വരുത്തി അവരുടെ ആയുധവിദ്യയിൽ മത്സര പരീക്ഷ നടത്തി ജയിക്കുന്നവർക്കു സമ്മാനങ്ങൾ കൊടുക്കുക സാധാരണമായിരുന്നു. എന്നാലതു കല്യാണം മുതലായ അടിയന്തിരങ്ങളിൽ വെച്ചാണ് അധികം പതിവ്. പ്രസ്തുത കാലത്തു വടക്കുമ്മുറി ദേശത്തു'വടക്കത്ത്'എന്നു സുപ്രസിദ്ധമായ വീട്ടിൽ ഒരു താലികെട്ടു കല്യാണമുണ്ടായി. അത് ആഘോഷങ്ങളോടുകൂടി വളരെ കേമമായിട്ടാണ് നടത്തിയത്. അക്കാലത്തുണ്ടായിരുന്ന ആയുധാഭ്യാസികളിൽ പ്രസിദ്ധന്മാരും പ്രധാനന്മാരുമായിരുന്നത് ദക്ഷിണകേരളത്തിൽ എടക്കുളം ദേശക്കാരനായ ചങ്ങമ്പിള്ളി കുരുക്കളും ഉത്തരകേരളത്തിൽ കടത്തനാട്ടുകാരനായ ഒരു കുറുപ്പുമായിരുന്നു. അവർ രണ്ടുപേരും പ്രത്യേകം കളരി സ്ഥാപിച്ചു കുട്ടികളെ ആയുധവിദ്യ അഭ്യസിപ്പിച്ചിരുന്നതിനാൽ രണ്ടുപേർക്കും ശിഷ്യന്മാരും ധാരാളമുണ്ടായിരുന്നു. ആ രണ്ട് അഭ്യാസിപ്രധാനന്മാരെയും വടക്കത്തു വീട്ടിൽ കല്യാണത്തിനു ക്ഷണിച്ചിരുന്നു. ആ സ്ഥലത്തുവെച്ച് അവരുടെ ഒരഭ്യാസപരീക്ഷ നടത്തി ജയിക്കുന്നവർക്കു നല്ല സമ്മാനങ്ങൾ കൊടുത്തയയ്ക്കണമെന്നു ദേശക്കാരിൽ ചില മഹാന്മാർ തീർച്ചപ്പെടുത്തുകയും ചെയ്തിരുന്നു. കല്യാണദിവസമായപ്പോ

ഴേക്കും ശിഷ്യന്മാരോടുകൂടി കുറുപ്പും കുരുക്കളും സ്ഥലത്തെത്തി. അടിയന്തിരത്തിൽ സംബന്ധിക്കുന്നതിനും മത്സരപരീക്ഷ മുതലായവ കാണുന്നതിനും മറ്റുമായി അസംഖ്യം ജനങ്ങളും അവിടെ വന്നുകൂടി. കുരുക്കൾക്കു പ്രായാധിക്യം നിമിത്തം കായബലം കുറഞ്ഞുപോയിരുന്നതിനാൽ മത്സരപരീക്ഷയിൽ ചേർന്നു ജയം നേടിക്കൊള്ളാമെന്നുള്ള ധൈര്യം ഒട്ടുംതന്നെ ഉണ്ടായിരുന്നില്ല. എങ്കിലും തന്റെ പ്രധാന ശിഷ്യനായ കേളുമേനോൻ ഈ ദേശക്കാരനായിരുന്നതുകൊണ്ട് അദ്ദേഹം ഇവിടെ ഉണ്ടായിരിക്കുമെന്നും അദ്ദേഹം മൂലം ജയം നേടിക്കൊള്ളാമെന്നും വിചാരിച്ചാണ് അദ്ദേഹം വന്നുചേർന്നത്. നേരേമറിച്ചു കുറുപ്പു നല്ല യൌവനയുക്തനും കുരുക്കളുമായി സാമാന്യത്തിലധികം കിടമത്സരമുള്ള ആളുമായിരുന്നതിനാൽ കുരുക്കളെത്തോൽപ്പിച്ചു ജയം നേടിക്കൊള്ളാമെന്നായിരുന്നു അദ്ദേഹത്തിന്റെ കരുതൽ. തെക്കേ മലയാളത്തുകാരും വടക്കേ മലയാളത്തുകാരും തമ്മിൽ കിടമത്സരം പണ്ടേ തന്നെ ഉള്ളതാണ്.

കുരുക്കൾ സ്ഥലത്തെത്തി കേളുമേനോനെ അന്വേഷിച്ചപ്പോൾ അദ്ദേഹം എന്തോ കാര്യത്തിനായി കൊച്ചി രാജ്യത്ത് ഒരു സ്ഥലത്തു പോയിരിക്കുകയാണെന്നും മടങ്ങി വരുന്നത് ഏതാനും ദിവസത്തെ താമസമുണ്ടാകുമെന്നും അറിയുകയാൽ അദ്ദേഹം കേവലം നിരുത്സാഹവാനായിത്തീർന്നു. ആ ദേശത്തുണ്ടായിരുന്ന പ്രധാനന്മാരെല്ലാം കുരുക്കളുടെ കൂട്ടുകാരായിരുന്നതിനാൽ അവർ മത്സരപ്പരീക്ഷ നാലാം കല്യാണദിവസം മതിയെന്നു തീർച്ചപ്പെടുത്തി. അന്നത്തേക്കു കേളുമേനോൻ വന്നുചേരുമായിരിക്കുമെന്നു വിചാരിച്ചാണ് അവരങ്ങനെ നിശ്ചയിച്ചത്. പക്ഷേ അതൊന്നും കടത്തനാട്ടുകാർ ഗ്രഹിച്ചില്ല. പിന്നെ കുരുക്കൾ 'ഞാൻ പരീക്ഷയിൽ ചേരണമെങ്കിൽ എനിക്കു ബോധിച്ച വാൾ കിട്ടണം' എന്നു മുൻകൂട്ടി പറഞ്ഞു. അതും ഒരു കൌശലം തന്നെയായിരുന്നു. അതിന്റെ ഉദ്ദേശമെന്താണെന്നും സാധാരണ ജനങ്ങൾക്കു ഗ്രഹിക്കാൻ കഴിഞ്ഞില്ല.

പ്രധാന മത്സരപരീക്ഷ കല്യാണത്തിന്റെ നാലാം ദിവസമെന്നു തീർച്ചപ്പെടുത്തിയതിനാൽ അതിനു മുമ്പു മൂന്നു ദിവസങ്ങളിലും രണ്ടു ഗുരുനാഥന്മാരുടെയും ശിഷ്യന്മാർ തമ്മിൽ മുച്ചാൻ, പന്തീരാൻ,ഒറ്റക്കോൽ മുതലായ ചില പയറ്റുകളും ചില അലങ്കാരക്കൈകളും കാണിക്കുക മാത്രമേ ഉണ്ടായുള്ളു. നാലാം ദിവസമായപ്പോൾ പ്രധാനന്മാരായ കുറുപ്പും കുരുക്കളും തമ്മിൽ ത്തന്നെ നേരിടേണ്ടതായി വന്നു. കുരുക്കൾ ആദ്യം തന്നെ ഒരിരുമ്പുവടി കാണിച്ചുകൊണ്ട് അതു വെട്ടിമുറിക്കുവാൻ ആവശ്യപ്പെട്ടു. കുറുപ്പ് അല്പം പ്രയാസത്തോടുകൂടിയെങ്കിലും അത് ഒരു വെട്ടിനു തന്നെ മുറിച്ചിട്ടു ജയം നേടി. പിന്നെ അവർ രണ്ടുപേരും തമ്മിൽ വിനോദരീതിയിൽ ചില അടവുകൾ പൊരുതിക്കൊണ്ടിരുന്നു. കുരുക്കൾ കുറുപ്പിന്റെ പ്രയോഗങ്ങളെ തടുത്തുകൊണ്ടു നിന്നതല്ലാതെ കുറുപ്പിനു നേരേ ഒന്നും പ്രയോഗിച്ചില്ല. എങ്കിലും സ്വല്പം കഴിഞ്ഞപ്പോൾ കുരുക്കൾ വല്ലാതെ ക്ഷീണിച്ചു. അദ്ദേഹം വാർദ്ധക്യം നിമിത്തം കായബലം മിക്കവാറും ക്ഷയിച്ച ആളായിരുന്നുവല്ലോ.

കുരുക്കൾ വല്ലാതെ ക്ഷീണിച്ചിരിക്കുന്നു എന്നറിഞ്ഞിട്ട് അദ്ദേഹത്തിന്റെ പാർശ്വവർത്തികളായ ചില പ്രധാനന്മാർ 'പ്രധാന മത്സരപ്പരീക്ഷ രാത്രിയിൽ നടത്താമെന്നാണ് തീർച്ചയാക്കിയിരിക്കുന്നത്. അതിനാൽ വിനോദങ്ങളും അഭ്യാസങ്ങളുമൊക്കെ ഇപ്പോൾ മതിയാക്കാം. ഇനി രണ്ടുപേരും രാത്രി

യാകുമ്പോഴേക്കും തയ്യാറായിക്കൊണ്ടാൽ മതി' എന്നു പറഞ്ഞു. ഉടനെ അഭ്യാസവിനോദങ്ങളെല്ലാം നിർത്തുകയും ചെയ്തു.

രാത്രിയായപ്പോഴേക്കും കാഴ്ചക്കാരും മധ്യസ്ഥന്മാരായ പ്രമാണികളും അഭ്യാസത്തലവന്മാരും അവരുടെ ശിഷ്യന്മാരും മറ്റും അത്താഴം കഴിച്ചുകൊണ്ട് സഭയിൽ ഹാജരായി. രാത്രിയിലേക്കു നിശ്ചയിച്ചിരുന്ന പരീക്ഷ വളരെ പ്രയാസമുള്ളതായിരുന്നു. ഒരു തൂക്കുവിളക്കു നിറച്ച് എണ്ണയും തിരിയുമിട്ടു ഭദ്രദീപമാക്കിക്കൊളുത്തി ഒരു സ്ഥലത്തു തൂക്കുക. അതിന്റെ ചുവട്ടിൽ ആ വിളക്കിന്റെ തട്ടു ശരിയായി കടക്കുവാൻ മാത്രം വൃത്തമുള്ള ഒരിടങ്ങഴി(ചങ്ങഴി) വെയ്ക്കുക. വിളക്കിന്റെ ചങ്ങല ഒരു വാൾകൊണ്ട് ഒരു വെട്ടിനു മുറിക്കണം. വിളക്കിലെ ഒരു തിരിയെങ്കിലും കെടുകയോ ഒരു തുള്ളിയെങ്കിലും താഴെപ്പോവുകയോ ചെയ്തുകൂടാ. ഇങ്ങനെയായിരുന്നു നിശ്ചയം ചെയ്തിരുന്നത്. എല്ലാവരും സഭയിലെത്തിയപ്പോഴേക്കും ഈ പറഞ്ഞ പ്രകാരമെല്ലാം തയ്യാറാക്കിയിരുന്നു. ഈ പരീക്ഷയിൽ ജയം നേടുക എന്നുള്ള കാര്യം തന്നെക്കൊണ്ട് സാധ്യമല്ലെന്നുമുള്ള ബോധം കുരുക്കൾക്കു നല്ലപോലെയുണ്ടായിരുന്നു. പിന്നെ ഒരു കള്ളക്കൗശലം പ്രയോഗിച്ചു ജയിക്കാൻ നോക്കാമെന്നു മാത്രം വിചാരിച്ചാണ് അദ്ദേഹം സഭയിലേക്കു പോയത്. ആ സമയത്തും കേളുമേനോൻ വന്നിട്ടില്ലെന്നറിയുകയാൽ മനസ്സു ചഞ്ചലപ്പെട്ടുകൊണ്ടു തന്നെ ഇരുന്നു. കാലത്തു തന്നെ പറഞ്ഞിരുന്ന പ്രകാരം വാളിന്റെ കുറ്റം പറഞ്ഞൊഴിയാമോ എന്നു നോക്കിയതിൽ അതിനും നിവൃത്തിയില്ലായിരുന്നു. പല സ്ഥലങ്ങളിൽ നിന്നുമായി ഒന്നാം തരത്തിലുള്ള നൂറു വാളുകൾ വരുത്തി സഭയിൽ വച്ചിരുന്നു. പകൽ തന്നെ കുരുക്കൾ പറഞ്ഞതുപോലെ ഇരുമ്പുവടി വെട്ടിമുറിക്കുകയെന്നുള്ള കൃത്യം കുറുപ്പു നിർവഹിച്ചിരുന്നതിനാൽ പിന്നത്തെ ഊഴം കുരുക്കളുടേതായിരുന്നു. ഇങ്ങനെ പലതുകൊണ്ടും കുരുക്കൾക്ക് ഒഴിഞ്ഞുമാറാൻ നിവൃത്തിയില്ലാതെയായി. അതിനാലദ്ദേഹം സഭയിൽച്ചെന്ന് ഒരു വാളെടുത്തു മൂർച്ച നോക്കിയതിന്റെ ശേഷം ഊക്കോടുകൂടി ഒന്നിളക്കി. ആ വാൾ രണ്ടുകഷണമായി മുറിഞ്ഞു താഴെവീണു. കുരുക്കൾ വേറൊരു വാളെടുത്ത് ഒന്നലച്ചപ്പോൾ അതു വളഞ്ഞുപോയി. ഇങ്ങനെ കുരുക്കൾ എട്ടുപത്തു വാളെടുത്ത് ഇളക്കിനോക്കി. അവയ്ക്കൊക്കെ ഓരോ കേടുകൾ സംഭവിക്കുകയാൽ അവയെല്ലാം താഴെയിട്ടു. ഇതുകണ്ടു സാധാരണന്മാരായ കാഴ്ചക്കാർ കുരുക്കൾ വിളക്കുവെട്ടാത്തത് വാളിന്റെ കുറ്റം കൊണ്ടാണെന്നും കുരുക്കൾക്കു വയ്യാഞ്ഞിട്ടല്ലെന്നും തീർച്ചയാക്കി. സ്വല്പമെങ്കിലും ആയുധാഭ്യാസം ശീലിച്ചിട്ടുള്ളവർക്കൊക്കെ ഇങ്ങനെ വാളുകൾ കേടുകൾ വരുത്തുകയെന്നുള്ള വിദ്യ ഒരു പ്രയാസവുമില്ലാത്തതായിരുന്നതിനാൽ അഭ്യാസികളായിട്ടുള്ളവരെല്ലാം ഇതു കുരുക്കളുടെ കള്ളക്കൌശലമാണെന്നു മനസിലാക്കുകയും ചെയ്തു. അതിനാൽ കുറുപ്പു മുന്നോട്ടു ചെന്ന്, 'ഈ വാളുകളൊക്കെ കേടുവരുത്തിക്കളഞ്ഞതുകൊണ്ട് അതൊരു ജയമാവുകയില്ല. വിളക്കുവെട്ടുക എന്ന കൃത്യം നിർവഹിക്കുവാൻ വടക്കുനിന്നു വന്നിട്ടുള്ള ആൺകുട്ടികളിൽ ആരെങ്കിലും വിചാരിച്ചാൽ കഴിയും. പിന്നെ കുരുക്കളെന്തിനാണ് ഇങ്ങനെ വിഷമിക്കുന്നത്?' എന്നത് എല്ലാവരും കേൾക്കെ പറഞ്ഞു. ഇതു കേട്ടപ്പോൾ കുരുക്കൾക്ക് എത്രമാത്രം കുണ്ഠിതമുണ്ടായിയെന്നും പറയണമെന്നില്ലല്ലോ. ആ സമയത്ത് ആ സദസ്സ് ആകപ്പാടെ നിശ്ശബ്ദമായിത്തീർന്നു.

ആ സമയത്തു കുരുക്കളുടെ പിന്നിൽ നിന്നുകൊണ്ട് ഒരു യുവാവ് കുറു

പ്പിനോട് 'അത് ഇതിന് ഈ ദിക്കിൽ ആൺകുട്ടികളാരുമില്ലെന്നു തീർച്ച യായതിനു ശേഷം മതിയല്ലോ' എന്നു പറഞ്ഞു. ആ ശബ്ദം കേട്ടു കുരുക്കൾ തിരിഞ്ഞു നോക്കി. 'ഹേ കേളുവോ? ഇനി ഇതു നീ ചെയ്താൽ മതി. ഞാൻ വേണമെന്നില്ല' എന്നു പറഞ്ഞു വാൾ കേളുമേനോന്റെ കയ്യിൽക്കൊടുത്തു. (കേളുമേനോൻ കുരുക്കളുടെ അടുക്കൽച്ചെന്നുചേർന്ന കാലം മുതൽ അദ്ദേഹ ത്തെ കുരുക്കൾ പേരുമാത്രമേ വിളിക്കാറുള്ളൂ. കേളുമേനോനു സന്തോഷവും അതായിരുന്നു.) കേളുമേനോൻ ഗുരുവിനെ വന്ദിച്ചു വാൾ കയ്യിൽ വാങ്ങി വിള ക്കിന്റെ അടുക്കൽ ചെന്ന് ഒരു വെട്ടിനു ചങ്ങല മുറിച്ചു. വിളക്കിന്റെ തട്ടു താഴെ വെച്ചിരുന്ന ഇടങ്ങഴിക്കകത്തു ശരിയായി ചെന്നിരുന്നു. വിളക്കിലെ ഒരു തിരിയെങ്കിലും കെട്ടുകയോ ഒരു തുള്ളി എണ്ണയെങ്കിലും താഴെപ്പോവുകയോ ചെയ്തില്ല. കേളുമേനോന്റെ ഈ അത്ഭുതപ്രവൃത്തി കണ്ടു സഭാവാസികളെല്ലാം സന്തോഷാധിക്യത്താൽ കൈകൊട്ടി ആർത്തുവിളിച്ചു. കുരുക്കൾ ആനന്ദാ ശ്രു പൊഴിച്ചുകൊണ്ടു തന്റെ പ്രിയ ശിഷ്യനെ മാറോടണച്ചു ഗാഢാശ്ലേഷം ചെയ്തുകൊണ്ട് 'നിന്റെ കീർത്തി ആചന്ദ്രാർക്കം ലോകത്തിൽ വിളങ്ങുമാ റാകട്ടെ' എന്നനുഗ്രഹിച്ചു. കടത്തനാട്ടുകാരൻ കുറുപ്പു കുരുക്കളോട് അപ്പോൾ അങ്ങനെ പറഞ്ഞുവെങ്കിലും ഈ കാര്യം അസാധ്യമെന്നുതന്നെയായിരുന്നു അദ്ദേഹത്തിന്റേയും വിചാരം. ഇതു സാധിച്ചതിനാൽ കടത്തനാട്ടുകാർക്കും കേളുമേനോനെക്കുറിച്ചുണ്ടായ ബഹുമാനം സീമാതീതം തന്നെയായിരുന്നു. കേളുമേനോന് അവിടെവെച്ച് അമൂല്യങ്ങളായ അനേകം സമ്മാനങ്ങൾ കിട്ടി. അദ്ദേഹം അവയെല്ലാം വാങ്ങി കുരുക്കളുടെ പാദത്തിങ്കൽ വെച്ചു വന്ദിച്ചു. അങ്ങനെ നമ്മുടെ കഥാനായകൻ അവിടെവെച്ചും ഗുരുത്വവും ജയവും ഒരുമിച്ചു നേടി.

ഇപ്രകാരമെല്ലാം വിശ്വവിശ്രുതനായിത്തീർന്ന ആ മഹാൻ കൊല്ലം 1027-ാമാണ്ടു കുംഭമാസം 12-ാം തീയതി മുപ്പത്താറാമത്തെ വയസ്സിൽ യശോ മാത്രശരീരനായിത്തീരുകയും ചെയ്തു.

അദ്ദേഹത്തിന്റെ പേരുകൊത്തിയതും വെള്ളികെട്ടിയതുമായ ഒരു പിശ്ശാ ങ്കത്തിയും എഴുത്താണി (നാരായം)യും ചില വാളുകളും ഇപ്പോഴും പെരുമ്പി ലാവിൽത്തറവാട്ടിൽ കാണുന്നുണ്ട്.

●

www.ingramcontent.com/pod-product-compliance
Lightning Source LLC
LaVergne TN
LVHW100352181026
850499LV00037B/440